ഗ്രീൻ ബുക്സ്

അവളുടെ മുഖം മറയ്ക്കൂ

പി.ഡി. ജയിംസ്

ഫില്ലിസ് ഡൊറോത്തി ജയിംസ് എന്നാണ് മുഴുവൻ പേര്. 1920ൽ ഇംഗ്ലണ്ടിലെ ഓക്സ്ഫോർഡിൽ ജനനം. 1949 മുതൽ 1968 വരെ നാഷണൽ ഹെൽത്ത് സർവീസിലും പൊലീസ് ഡിപ്പാർട്ടുമെന്റിലെ ക്രിമിനൽ പോളിസി വിഭാഗത്തിലുമായി ജോലി ചെയ്തു. അവിടെനിന്ന് ലഭിച്ച അനുഭവസമ്പത്താണ് ജയിംസിന്റെ കുറ്റാന്വേഷണ നോവലുകളിൽ പ്രകടമാകുന്നത്. റോയൽ സൊസൈറ്റി ഓഫ് ലിറ്ററേച്ചർ, റോയൽ സൊസൈറ്റി ഓഫ് ആർട്സ്, ആർട്സ് കൗൺസിൽ എന്നിവയിൽ അംഗമായിരുന്നു. ബി.ബി.സിയുടെ ഗവർണറായും ലിറ്ററി അഡ്വൈസറി പാനലിന്റെ ചെയർമാനായും സേവനമനുഷ്ഠിച്ചിട്ടുണ്ട്. ബ്രിട്ടൻ, അമേരിക്ക, ഇറ്റലി, സ്കാൻഡിനേവിയ എന്നീ രാജ്യങ്ങൾ പുരസ്കാരം നൽകി ജയിംസിനെ ആദരിച്ചിട്ടുണ്ട്. ഏഴ് ബ്രിട്ടീഷ് സർവകലാശാലകൾ ഓണററി ബിരുദങ്ങൾ നൽകി ആദരിച്ചിട്ടുണ്ട്. 1977ൽ സൊസൈറ്റി ഓഫ് ഓതേഴ്സ് എന്ന സംഘടനയുടെ പ്രസിഡണ്ടായിരുന്നു. 2014 നവംബർ 27ന് മരണമടഞ്ഞു.

സുരേഷ് എം.ജി.

1962ൽ തൃശൂർ ജില്ലയിലെ ചൊവ്വന്നൂർ പഞ്ചായത്തിൽ പുതുശ്ശേരിയിൽ ജനനം. ഇംഗ്ലീഷ് സാഹിത്യത്തിൽ ബിരുദം. നിരവധി കൃതികളുടെ പരിഭാഷകനാണ്.

ഗ്രീൻ ബുക്സ് പ്രസിദ്ധീകരിച്ച
ഗ്രന്ഥകർത്താവിന്റെ ഇതര കൃതി

മനോരോഗക്ലിനിക്കിലെ കൊലപാതകം
(നോവൽ)

അസ്വാഭാവിക കാരണങ്ങൾ
(കുറ്റാന്വേഷണ നോവൽ)

ഡിറ്റക്ടീവ് നോവൽ

അവളുടെ മുഖം മറയ്ക്കൂ

പി.ഡി. ജയിംസ്

വിവർത്തനം
സുരേഷ് എം.ജി.

ഗ്രീൻബുക്സ്

green books private limited
gb building, civil lane road, ayyanthole,
thrissur- 680 003, kerala, ph: +91 487-2381066, 2381039
website: www.greenbooksindia.com
e-mail: info@greenbooksindia.com

original title
(english)
cover her face
detective novel
by
p.d. james

malayalam
avalude mukham maraikku

translated by
suresh m g

published july 2022

cover design : rajesh chalode

printed in india
manipal technologies ltd

branches:
thrissur 0487-2422515
thiruvananthapuram 0471-2335301
calicut 0495 4854662

isbn : 978-93-93596-88-8

₹ 360.00
GBPL/1232/2022

മുഖക്കുറി

ഫില്ലിസ് ഡൊറോത്തി ജയിംസ് എന്ന പി.ഡി. ജയിംസിന്റെ ആദ്യ കുറ്റാന്വേഷണ നോവലാണ് 'Cover her face'. ഈ പുസ്തകത്തിന്റെ സ്വീകാര്യതയും അനുവാചകപ്രശംസയും കാരണം ഡൽഗ്ലീഷ് എന്ന കുറ്റാന്വേഷണ കഥാപാത്ര മായി ആറു പുസ്തകങ്ങൾ കൂടി അവർ രചിച്ചു. ഒരു ഗ്രാമാ ന്തരീക്ഷത്തിലെ പ്രഭു കുടുംബത്തിൽ അരങ്ങേറുന്ന ഈ കഥ മിഴിവുറ്റ വിവരണങ്ങളോടെയും കഥാപാത്രങ്ങളുടെ മാനസിക അപഗ്രഥനങ്ങളിലൂടെയും കാവ്യാത്മക ഭംഗി യോടെയാണ് അവതരിപ്പിക്കുന്നത്. പി.ഡി. ജയിംസിന്റെ ശ്രദ്ധേയമായ ഈ കുറ്റാന്വേഷണ നോവൽ മലയാള ത്തിലെ വായനക്കാർക്കായി സമർപ്പിക്കുന്നതിൽ ഗ്രീൻ ബുക്സിന് സന്തോഷമുണ്ട്.

എഡിറ്റർ

വിവർത്തനക്കുറിപ്പ്

പി.ഡി ജെയിംസ് സൃഷ്ടിച്ച ഡിറ്റക്ടീവ് ആഡം ഡൽഗ്ലീഷിന്റെ വിഖ്യാത കുറ്റാന്വേഷണ പരമ്പരകളിൽ ഏറെ ജനപ്രിയമായ കൃതിയാണ് 'അവളുടെ മുഖം മറയ്ക്കൂ.' ബ്രിട്ടീഷ് കുറ്റാന്വേഷണ കഥാലോകത്ത് തനത് വ്യക്തിമുദ്ര പതിപ്പിച്ച എഴുത്തുകാരിയാണ് പി.ഡി. ജെയിംസ്. ഉദ്വേഗം നഷ്ടപ്പെടുത്താതെ, എന്നാൽ കഥയൊട്ടും സങ്കീർണ്ണമാക്കാതെ, വായനക്കാരെ തന്റെ കഥയിൽ പിടിച്ചിരുത്താനുള്ള രചനാവൈഭവമാണ് പി.ഡി. ജെയിംസിനെ ഈ രംഗത്ത് പ്രശസ്തയാക്കിയത്.

ഇംഗ്ലണ്ടിലെ ഒരു നാട്ടിൻപുറത്തെ, മാർടിൻഗേൽ എന്ന സൗധത്തിൽ, പുതുതായെത്തിയ പരിചാരികയുടെ കൊലപാതകവും അതിന്റെ അന്വേഷണവുമാണീ കഥയിലുള്ളത്. സാലി ജപ്പ് എന്ന ഈ പരിചാരികയെ അവിവാഹിതയായ അമ്മ എന്ന നിലയിലാണ് പരിചയപ്പെടുത്തുന്നത്. അങ്ങനെയുള്ളവർക്ക് താമസവും അഭയവും ഒരുക്കുന്ന ഒരു അനാഥാലയത്തിൽ നിന്നാണവർ പരിചാരികയായി മാർടിൻഗേലിൽ എത്തിപ്പെടുന്നത്.

മാർടിൻഗേലിന്റെ ഉടമ തന്റെ അവസാനയുറക്കത്തിലേക്ക് വഴുതി വീണുകൊണ്ടിരിക്കുകയാണ്. അവരുടെ ഭാര്യയും മകളും മകനുമാണ് കഥയിൽ മുഖ്യ പങ്കുവഹിക്കുന്നത്. ഡോക്ടറായ മകൻ ഈ പെൺകുട്ടിയിൽ താത്പര്യം ജനിക്കുകയും അവരോട് വിവാഹാഭ്യർത്ഥന നടത്തുകയും ചെയ്ത അന്ന് രാത്രിയാണവൾ കൊല്ലപ്പെടുന്നത്.

പള്ളിയിലെ പെരുന്നാളാഘോഷങ്ങൾ കാലാകാലങ്ങളായി മാർടിൻഗേലിന്റെ മുറ്റത്താണ് നടത്താറുള്ളത്. ആ വർഷവും പതിവൊന്നും തെറ്റിയില്ല. മറ്റ് ദിവസങ്ങളിലെന്നപോലെ അന്നും മാർടിൻഗേലിന്റെ ഉടമകൾ വീടിനു താഴിടുകയോ അടച്ചുറപ്പിക്കുകയോ ചെയ്യുന്നില്ല. അന്ന് സായാഹ്നത്തിലാണ് ഡോക്ടർ സ്റ്റീഫൻ എന്ന മകൻ സാലി ജപ്പിനോട് പ്രണയം തോന്നുന്നതും അവളോട് വിവാഹാഭ്യർത്ഥന നടത്തുന്നതും. അപ്പോൾ അവരുടെ വീട്ടിൽ അതുവരെ അയാളുടെ കാമുകിയായിരുന്ന കാതറിനും അയാളുടെ സഹോദരിയുടെ കാമുകനാകാൻ കൊതിക്കുന്ന ഫെലിക്സുമടക്കം ഏതാനും വിരുന്നുകാരുണ്ട്. ഈ വിരുന്നുകാരെല്ലാം പെരുന്നാളാഘോഷത്തിനു ശേഷം അത്താഴത്തിനിരിക്കുമ്പോഴാണ് പരിചാരികയായ സാലി ജപ്പ് ഒട്ടൊരു ധാർഷ്ട്യത്തോടെ ഈ വിവാഹാ ഭ്യർത്ഥന വെളിപ്പെടുത്തുന്നത്.

അതിനേതാനും ദിവസങ്ങൾക്ക് മുമ്പ് രോഗിയും കുടുംബനാഥനുമായ സൈമൺ മാക്സിക്കുള്ള ഉറക്ക ഗുളികകളിൽ ചിലത് മറ്റൊരിടത്തേക്ക് മാറ്റിവച്ച സ്ഥിതിയിൽ സാലി ജപ്പ് കണ്ടെത്തുകയും അത് സൈമണിനെ രഹസ്യമായി ആശുപത്രിയിൽ സന്ദർശിച്ച് അറിയിക്കുകയും ചെയ്യുന്നു. സാലി ജപ്പ് മരിച്ച അന്ന് പ്രഭാതത്തിൽ ആ ഉറക്ക ഗുളികളുടെ കുപ്പി അപ്രത്യക്ഷമാകുകയും ചെയ്യുന്നു. ഇത് കുറ്റവാളിയാരെന്ന അന്വേഷണത്തെ ഒട്ടൊന്ന് സങ്കീർണ്ണമാക്കുന്നു. ഈ കുപ്പി പിന്നെ മുറ്റത്ത് കുഴിച്ചിട്ട നിലയിലാണ് കണ്ടെത്തുന്നത്.

സാലി ജപ്പ് എങ്ങനെ അമ്മയായി, അവരുടെ ബന്ധുക്കൾ ആരൊക്കെ, എന്തുകൊണ്ടാണവൾ എപ്പോഴും ധാർഷ്ട്യത്തോടെ പെരുമാറിയിരുന്നത്, ആരാണ് ഉറക്കഗുളികകൾ മോഷ്ടിച്ചതും അതിൽ നിന്നും കുറച്ച് ഗുളികകൾ ഉപയോഗിച്ചതും എന്ന് തുടങ്ങുന്ന അന്വേഷണം പല ദിശകളിലേക്കും നീങ്ങുന്നു. അവസാനം ഇതെല്ലാം വ്യത്യസ്തമായ സംഭവങ്ങളാണെന്നും ഇതിനൊന്നിനും സാലി ജപ്പിന്റെ മരണവുമായി ബന്ധമില്ല എന്നും അന്വേഷണ ഉദ്യോഗസ്ഥനായ ആഡം ഡൽഗ്ലീഷും സഹായി സർജന്റ് മാർടിനും

മനസ്സിലാക്കുന്നു. അങ്ങനെ ഇഴപിരിച്ചെടുത്താണ് അവർ കുറ്റവാളിയെക്കൊണ്ട് സ്വയം കുമ്പസാരിപ്പിക്കുന്നത്.

ഒന്നിനൊന്ന് ബന്ധപ്പെട്ട് കിടക്കുന്ന പല സംഭവങ്ങളും സത്യത്തിൽ പരസ്പര ബന്ധമില്ലാത്തവയാണെന്ന കണ്ടെത്തലാണീ കുറ്റാന്വേഷണ കഥയെ പാരായണക്ഷമതയുള്ളതാക്കുന്നത്, ഉദ്വേഗഭരിതമാക്കുന്നത്. അതിന്റെ ചന്തം ആദ്യാവസാനം നിലനിർത്താൻ എഴുത്തുകാരിക്കായിട്ടുമുണ്ട്.

സുരേഷ് എം.ജി

ഒന്ന്

1

മാർടിൻഗേലിന്റെ കൊലപാതകത്തിനു കൃത്യം മൂന്ന് മാസം മുമ്പ് ശ്രീമതി മാക്സി ഒരു അത്താഴ വിരുന്ന് നൽകി. വർഷങ്ങൾക്ക് ശേഷം ഈ വിചാരണയൊക്കെ പാതി മറക്കപ്പെട്ട ഒരു കിംവദന്തി മാത്രമാകുകയും അത് സൃഷ്ടിച്ച തലക്കെട്ടുകൾ അലമാരയിൽ അട്ടിയിട്ട വർത്തമാനപത്രങ്ങളിൽ മഞ്ഞപ്പ് ബാധിച്ച് കിടക്കുകയും ചെയ്തപ്പോൾ എലീനർ മാക്സി ആ ദുരന്ത കഥയുടെ ആദ്യ രംഗം നടന്ന വസന്ത സായാഹ്നത്തെയോർത്തു. തിരഞ്ഞെടുക്കപ്പെട്ട ഓർമ്മകൾ മാത്രമുണ്ട്. അതും വിലക്ഷണമായവ. അത് മിക്കവാറും കൃത്യതയുള്ളതും സാധാരണമായതുമായ ഒരു അത്താഴവിരുന്നിൽ ഒരു ദുശ്ശകുനമായി. അസ്വസ്ഥതയുണ്ടാക്കി. അന്ന് സംശയത്തിന്റെ നിഴലിലുണ്ടായിരുന്നവരും ഇരകളും ഒരേ മേൽക്കൂരയ്ക്ക് കീഴിൽ ഒത്തുചേരലായി.

കൊലപാതകത്തിന്റെ ഒരു നാടകാവതരണമായി. സത്യത്തിൽ സംശയത്തിന്റെ നിഴലിലുണ്ടായിരുന്നവർ എല്ലാവരും അവിടെയില്ലായിരുന്നു. ഫെലിക്സ് ഹെർണെ മാർടിൻഗേലിലില്ലായിരുന്നു. എന്നിരുന്നാലും അവരുടെ ഓർമ്മയിൽ, ശ്രീമതി മാക്സിയുടെ വിരുന്നു മേശകളിൽ അയാളുണ്ട്. അഭിനേതാക്കളുടെ ആദ്യാവതരണങ്ങൾ ഇത്തിരി ആക്ഷേപഹാസ്യം കലർന്ന പുഞ്ചിരിയോടെ നോക്കി കാണുന്നുണ്ട്.

വിരുന്ന് സാധാരണമായിരുന്നു എന്നു മാത്രമല്ല മുഷിപ്പനുമായിരുന്നു. ഡോക്ടർ എപ്സ്, വികാരി, മിസ് ലിഡൽ എന്ന പെൺകുട്ടികൾക്കായുള്ള സെന്റ് മേരീസ് അനാഥാലയത്തിന്റെ വാർഡൻ എന്നീ മൂന്ന് അതിഥികൾ പലതവണ ഒന്നിച്ച് അത്താഴം കഴിച്ചിട്ടുള്ളതാണ്. അതുകൊണ്ടു തന്നെ അവരൊന്നിച്ചുള്ള ഒരു അത്താഴവിരുന്നിൽ പുതുമകളുണ്ടാകുമെന്നോ അവർ പരസ്പരം പ്രചോദനമാകുമെന്നോ

പ്രതീക്ഷിക്കാവുന്നതല്ല. കാതറിൻ ബവേഴ്സ് പതിവില്ലാതെ നിശ്ശബ്ദ യായിരുന്നു. സ്റ്റീഫൻ മാക്സിയും അയാളുടെ സഹോദരി ദേബ്റ റിസ്കോവും വളരെ ബുദ്ധിമുട്ടി ഒരു മാസത്തിനു ശേഷം സ്റ്റീഫന് ആശുപത്രിയിൽ നിന്ന് ലഭിച്ച അവധി, ആഴ്ചാവസാനം, ഇങ്ങനെ ഈ വിരുന്നിനായി ചിലവിടേണ്ടി വന്നതിലെ വിഷമം മറച്ച് പിടി ക്കുന്നുണ്ടായിരുന്നു.

മിസ് ലിഡലിന്റെ മന്ദിരത്തിലെ വിവാഹിതരാകാത്ത അമ്മമാ രിൽ ഒരാളെ ശ്രീമതി മാക്സി ഭക്ഷണം വിളമ്പാനായി നിർത്തിയി രുന്നു. അവളാകട്ടെ ആ ജോലി ആദ്യമായി ചെയ്യുകയാണ്. എന്നാൽ അന്തരീക്ഷത്തിലെ പിരിമുറക്കത്തിനു കാരണം സാലി ജപ്പ് ഇടയ്ക്ക് ശ്രീമതി മാക്സിയുടെ മുമ്പിൽ ഏതെങ്കിലും വിഭവം കൊണ്ടുവയ്ക്കു ന്നതുമായോ അതിനെ അതിനിപുണതയോടെ നീക്കം ചെയ്തതു മായോ ബന്ധമില്ലായിരുന്നു. ഈ വിളമ്പലും നീക്കം ചെയ്യലും മിസ് ലിഡൽ സന്തുഷ്ടിയോടെ അംഗീകരിക്കുന്നതുമായും ബന്ധമില്ലായി രുന്നു.

അതിൽ ഒരു അതിഥി പൂർണ്ണ സംതൃപ്തനായിരുന്നു എന്നതി നൊരു സാധ്യതയുണ്ട്. ചാഡ്ഫ്ളീറ്റിലെ വികാരി ബർണാഡ് ഹിങ്ക്സ് അവിവാഹിതനാണ്. അയാളുടെ വീട്ടുകാര്യങ്ങൾ നോക്കി നടത്തി യിരുന്ന, സഹോദരി ഉണ്ടാക്കിക്കൊണ്ടിരുന്ന പോഷകസമൃദ്ധ മെങ്കിലും ഒട്ടും രുചിയില്ലാത്ത ഭക്ഷണങ്ങളിൽ നിന്നൊരു മാറ്റം ഒരാശ്വാസം തന്നെയായിരുന്നു. സഹോദരിക്കാകട്ടെ, വികാരിയുടെ ഭവനത്തിനു പുറത്തുനിന്നും ഭക്ഷണം കഴിക്കാനുള്ള പ്രചോദന ങ്ങളൊന്നും ഒരിക്കലും ലഭിക്കാറില്ല. അയാൾ സൗമ്യനായിരുന്നു. സുന്ദരനായിരുന്നു. എന്നാൽ അയാളുടെ പ്രായം അമ്പത്തിനാലിൽ കൂടുതൽ തോന്നിക്കുമായിരുന്നു. അനുശാസനങ്ങളിലും പ്രബോ ധനങ്ങളിലുമല്ലാത്ത വിഷയങ്ങളിൽ ഒരുതരം അവ്യക്തതയും ഭീരുത്വ വുമുണ്ടെന്ന ഖ്യാതി അയാൾക്കുണ്ട്. ദൈവശാസ്ത്രമായിരുന്നു അയാളുടെ പ്രധാന വിഷയം. ഏക വിഷയം എന്നു തന്നെ പറയാം. അതായിരുന്നു അയാളുടെ ബൗദ്ധിക താത്പര്യം. ഇടവകക്കാരിൽ മിക്കവർക്കും അയാളുടെ പ്രബോധനങ്ങൾ മിക്കപ്പോഴും മനസ്സിലാകി ല്ലായിരുന്നു. അതുകൊണ്ടുതന്നെ അത് ആ വികാരിയുടെ പാണ്ഡിത്യ ത്തിന്റെ സൂചനയായി അവരെടുത്തു. വികാരിയുടെ ഭവനത്തിൽ നിന്ന് ഉപദേശവും സഹായവും ലഭിക്കും എന്ന് ഗ്രാമത്തിൽ എല്ലാ വരും ഒരുപോലെ അംഗീകരിച്ച സത്യമായിരുന്നു. ഇതിൽ ഉപദേശം ചിലപ്പോഴൊക്കെ ഇത്തിരി കുഴഞ്ഞ് മറിഞ്ഞതാണെങ്കിലും മറ്റേ തിനെ മിക്കപ്പോഴും ആശ്രയിക്കാവുന്നതായിരുന്നു.

ഡോക്ടർ ചാൾസ് എപ്സിന് ആ വിരുന്ന് അതിഗംഭീരം തന്നെയാ യിരുന്നു. സംസാരിക്കാനായി ഒന്ന് രണ്ട് സുന്ദരികൾ, നാട്ടിൻപുറത്തെ

രോഗിചികിത്സ എന്ന നിസ്സാരതകൾക്കിടയിൽനിന്നും വിശ്രാന്തിയുടെ ഒരു ഇടവേള. വിഭാര്യനാണയാൾ. മുപ്പത് വർഷങ്ങളായി ചാഡ്ഫ്‌ളീറ്റിൽ താമസമായിട്ട്. അവിടെയുള്ള മിക്കവാറും രോഗികളെ അറിയാം. അവർ അവരുടെ ഇപ്പോഴത്തെ രോഗാവസ്ഥയെ അതിജീവിക്കുമോ ഇല്ലയോ എന്ന് പ്രവചിക്കാവുന്ന വിധം അടുത്തറിയാം. ചില തീരുമാനങ്ങളെ സ്വാധീനിക്കാൻ ഒരു ഡോക്ടർക്കാകില്ല എന്ന് വിശ്വസിക്കുന്നവനാണദ്ദേഹം. ഒരാൾ എപ്പോൾ മരിക്കും എന്നറിയുന്നത് വിവേകമാണെന്ന് കരുതുന്നവൻ. അങ്ങനെ അറിയുമ്പോൾ അത് ആ രോഗിക്ക് ഉല്ക്കടവ്യഥ നല്കരുത് എന്ന് മാത്രം. അങ്ങനെ നല്കുന്ന ദുഃഖം മറ്റുള്ളവരേയും ബാധിക്കരുത്. വൈദ്യശാസ്ത്രത്തിന്റെ പുരോഗതി വഴി ചിലപ്പോഴൊക്കെ നീട്ടിക്കിട്ടപ്പെടുന്ന, ഒട്ടും സൗകര്യപ്രദമല്ലാതെ ഏതാനും മാസങ്ങൾ, രോഗിയുടെ ഡോക്ടർക്ക് മഹത്വം നല്കാൻ ഉപകരിക്കും എന്നല്ലാതെ ഒന്നുമില്ല. അതുകൊണ്ടെല്ലാം സ്റ്റീഫൻ മാക്സി അയാൾക്ക് ചാർത്തിക്കൊടുത്തിരുന്നതിനേക്കാൾ വിഡ്ഢിത്തം കുറവും നിപുണത കൂടുതലും അയാളിലുണ്ടായിരുന്നു എന്ന് പറയണം.

ചില രോഗികളെങ്കിലും അവർക്ക് സമയമാകുന്നതിനും മുമ്പ് ഒഴിച്ചുകൂടാത്തിടത്തേക്ക് യാത്രയായതുകൊണ്ടാണ് മാക്സി അങ്ങനെയൊരു പട്ടം അയാളിൽ ചാർത്തിയിരുന്നത്. ശ്രീമതി മാക്സിയുടെ രണ്ട് പ്രസവവും കൈകാര്യം ചെയ്തത് ഈ ഡോക്ടറാണ്. മാത്രമല്ല, സൈമൺ മാക്സിയുടെ ബുദ്ധിക്ക് സ്ഥിരത നഷ്ടപ്പെട്ട് സൗഹൃദം എന്താണെന്ന് മനസ്സിലാക്കാനാകാത്ത അവസ്ഥയിലെത്തുന്നതുവരെ അയാളുടെ ഡോക്ടറും നല്ലൊരു സുഹൃത്തുമായിരുന്നു ഇദ്ദേഹം. അയാളിപ്പോൾ മാക്സിയുടെ വിരുന്നുമേശയിലിരുന്ന് ഫോർക്കുകൊണ്ട് ചിക്കൻസൂഫിൾ കുത്തിയെടുക്കുകയാണ്. മറ്റുള്ളവരുടെ മാനസികാവസ്ഥ തന്നിലേക്ക് പടരാൻ അനുവദിക്കാനാകില്ല എന്ന മട്ടിലാണയാളിപ്പോൾ. ഈ വിരുന്ന് തന്റെ ഒരു അവകാശമാണെന്ന മട്ടിലാണയാൾ ഭക്ഷണത്തെ കൈകാര്യം ചെയ്യുന്നത്.

‘‘സാലി ജപ്പിനേയും അവളുടെ കുഞ്ഞിനെയും സ്വീകരിക്കാൻ തീരുമാനിച്ചോ എലീനർ?’’

ഡോക്ടർ എപ്പ്സ് എന്നും വളച്ചുകെട്ടില്ലാതെ കാര്യങ്ങൾ പറയും. ‘‘അത് നന്നായി. അവർ ഇരുവർക്കും അതു ഗുണം ചെയ്യും. ഒരു കുഞ്ഞ് വീട്ടിലുണ്ടാകുന്നത് നിങ്ങൾക്കും സന്തോഷമാകും.’’

‘‘മാർത്ത നിങ്ങൾ പറഞ്ഞതിനോട് യോജിക്കും എന്ന് കരുതട്ടെ.’’ ശ്രീമതി മാക്സി വിരസം മറുപടി പറഞ്ഞു.

‘‘അവർക്ക് സഹായത്തിന്റെ ആവശ്യമുണ്ട്. എന്നാൽ വളരെ

യാഥാസ്ഥിതിക സ്വഭാവക്കാരിയുമാണവർ. പലതും അവർ പറയുന്നതിലും അധികം അനുഭവിച്ചറിയുന്നവളാണവർ.''

''അതൊക്കെ അവർ കടന്ന് പോകും. സദാചാര മനസ്സാക്ഷിക്കുത്തുകളൊക്കെ അടുക്കളയിൽ പാത്രം കഴുകാൻ ഒരു ജോടി കൈകൾ അധികം ലഭിക്കുമ്പോൾ ഇല്ലാതാകും.''

മാർത്ത ബൽടിടാഫ്റ്റിന്റെ മനസ്സാക്ഷിക്കുത്ത് എന്ന വിഷയത്തെ ഡോക്ടർ എപ്സ് തള്ളിക്കളഞ്ഞു. തന്റെ തടിച്ച കൈ വീശി തട്ടിക്കളഞ്ഞു. ''എന്തായാലും അധികം താമസിയാതെ അവർ ആ കുഞ്ഞിന്റെ കൈകൊണ്ട് ഭക്ഷണം കഴിച്ചു തുടങ്ങും. അവന്റെ അച്ഛൻ ആരുമാകട്ടെ, ജിമ്മി മിടുക്കൻ കുഞ്ഞാണ്.''

സംഭാഷണം ഇത്രയുമായപ്പോൾ അനുഭവസമ്പത്തുള്ള സ്വരം കേൾക്കേണ്ടതാണെന്ന് ലിഡലിനു തോന്നി.

''ഈ കുട്ടികളുടെ കാര്യം ഇത്ര ലളിതമായി നമ്മൾ സംസാരിച്ചാൽ മതി എന്നെനിക്ക് തോന്നുന്നില്ല ഡോക്ടർ. ക്രിസ്തീയ സഹാനുഭൂതിയും ദീനദയാലുത്വവും നമ്മൾ പ്രകടമാക്കണം.''

ലിഡൽ അത്രയും പറഞ്ഞ് വികാരിയിരിക്കുന്നിടത്തേക്ക് നോക്കി ഒന്ന് വണങ്ങി. അയാളുടെ മേഖലയിലേക്ക് കടന്ന് കയറിയതിനു ക്ഷമ ചോദിക്കുന്നതുപോലെയും ഈ വിഷയത്തിൽ ഒരു നിപുണൻ ഇവിടെയുണ്ടെന്ന് അംഗീകരിക്കുന്നതുപോലെയും വണങ്ങി.

''എന്നാൽ സമൂഹം മൊത്തത്തിൽതന്നെ ഇത്തരം പെൺകുട്ടികളോട് ഒരു മൃദുസമീപനം കൈകൊള്ളുന്നു എന്ന് ചിന്തിക്കാതിരിക്കാൻ എനിക്കാകില്ല. വിവാഹബന്ധത്തിൽനിന്നും പിറന്ന കുട്ടികളേക്കാൾ പരിഗണന ഈ കുട്ടികൾക്ക് നല്കിയാൽ അത് രാജ്യത്തിന്റെ സന്മാർഗിക നിലവാരം താഴോട്ട് വീഴുന്നതിനു കാരണമാക്കും എന്ന് ഞാൻ കരുതുന്നു. അതിപ്പോഴേ സംഭവിച്ചുകൊണ്ടിരിക്കുന്നുണ്ട്. ഇത്തരം പെൺകുട്ടികൾക്ക് ലഭിക്കുന്ന ശ്രദ്ധയുടെ പാതിപോലും ലഭിക്കാത്ത അനേകം ബഹുമാന്യരായ അമ്മമാരുണ്ട്. പാവങ്ങൾ. ദരിദ്രർ.''

അവർ ചുറ്റുപാടൊക്കെ ഒന്ന് വീക്ഷിച്ചു. മുഖം ചുവപ്പിച്ചു. ഭക്ഷണത്തിൽ ശ്രദ്ധ കേന്ദ്രീകരിച്ചു. അവരെല്ലാം അത്ഭുതപ്പെട്ടുവെങ്കിൽ അതിലത്ഭുതപ്പെടേണ്ടതില്ലല്ലോ. ഇതൊക്കെ പറയേണ്ടത് തന്നെയാണ്. അവർക്ക് പറയാൻ ലഭിച്ച അവസരവുമാണത്. അവൾ വികാരിയെ നോക്കി. പിന്തുണ അഭ്യർത്ഥിക്കുന്നതുപോലെ നോക്കി. എന്നാൽ ഹിങ്ക്സ് ആദ്യം അമ്പരപ്പോടെ അവരെയൊന്ന് നോക്കിയെങ്കിലും അതിവേഗം തന്റെ ഭക്ഷണത്തിലേക്ക് ശ്രദ്ധ തിരിച്ചു. ലിഡൽ നിരാശപ്പെട്ടു. ഈ വികാരിക്ക് ഭക്ഷണത്തിന്റെ കാര്യത്തിൽ

മാത്രമേ താത്പര്യമുള്ളൂ എന്നതിൽ നിരാശപ്പെട്ടു. പെട്ടെന്ന് സ്റ്റീഫൻ മാക്സി സംസാരിച്ച് തുടങ്ങി.

‘‘ഈ കുട്ടികൾ വ്യത്യസ്തരൊന്നുമല്ല. അത് തീർച്ചയാണ്. ആകെയുള്ള, വ്യത്യാസം ഇവരോട് നമ്മൾ കൂടുതൽ കടപ്പെട്ടിരിക്കുന്നു എന്ന് മാത്രം. എന്നാൽ ഈ അമ്മമാരും അത്ര അതിഗംഭീരരായൊന്നും എനിക്ക് തോന്നിയിട്ടില്ല. ഈ പെൺകുട്ടികൾ പാലിച്ചില്ല, തകർത്തു എന്നൊക്കെ പറയുന്ന സാന്മാർഗിക സ്വഭാവരീതികൾ ഒരു ശീലമെന്ന നിലയിൽ സ്വീകരിക്കുന്നവർ അല്ലെങ്കിൽ എത്ര പേരുണ്ടാകും?’’

‘‘വളരെയധികം ഡോക്ടർ മാക്സീ. അത് ഞാൻ നിങ്ങൾക്ക് ഉറപ്പ് തരാം.’’

തന്റെ ജോലിയുടെ പ്രകൃതം കൊണ്ടാകാം ലിഡൽ ചെറുപ്പം മുതലേ എന്തിനേയും എതിർക്കുന്ന സ്വഭാവക്കാരിയാണ്. സ്റ്റീഫൻ മാക്സി വളർന്ന് വരുന്ന ഒരു സർജനൊക്കെയാകാം. എന്നാൽ അതിനർത്ഥം അയാൾ അപചാരികളായ പെൺകുട്ടികളുടെ കാര്യത്തിൽ നിപുണതയുള്ളവനാണെന്നല്ല. എന്റെ ജോലിക്കിടയിൽ കേൾക്കേണ്ടി വരുന്ന ചില സ്വഭാവങ്ങൾ ആധുനിക യുവതയെ പ്രതിനിധീകരിക്കുന്നു എന്നൊക്കെ ചിന്തിക്കേണ്ടി വരുമ്പോൾ തന്നെ എനിക്ക് ഭയമാകും.’’

‘‘ആധുനിക യുവത്വത്തിന്റെ പ്രതിനിധി എന്ന നിലയിൽ, കണ്ടെത്തപ്പെട്ടവരെയൊക്കെ അധിക്ഷേപിക്കാൻ മാത്രം അവരത്ര അപൂർവ്വമല്ല എന്ന് ഞാൻ നിങ്ങളോട് പറയുന്നു. ഇവിടെ ഈ കാണുന്ന പെൺകുട്ടി എന്നെ സംബന്ധിച്ചിടത്തോളം തീർത്തും സാധാരണവും ബഹുമാനിക്കേണ്ടവളുമാണ്.’’

‘‘ശാന്തവും നിർമ്മലവുമായ ഒരു പ്രകൃതം അവൾക്കുണ്ട്. വിദ്യാഭ്യാസമുണ്ട്. ഗ്രാമർ സ്കൂളിൽ പഠിച്ചവളാണവൾ. സെന്റ് മേരീസിനുതകുന്നവളല്ലായിരുന്നു എങ്കിൽ ഞാനൊരിക്കലും അവളെ നിങ്ങളുടെ അമ്മയ്ക്ക് നിർദ്ദേശിക്കുകയില്ലായിരുന്നു. സത്യത്തിൽ അവൾ അനാഥയാണ്. അവളുടെ അമ്മായിയാണ് വളർത്തിയത്. അത് അനുകമ്പയ്ക്കൊന്നും കാരണമാക്കിയെടുക്കണ്ട. സാലി ഇനി വേണ്ടത് കഠിനാദ്ധ്വാനം ചെയ്ത് ലഭിച്ച അവസരം പൂർണ്ണമായും ഉപയോഗപ്പെടുത്തുക എന്നതാണ്. കഴിഞ്ഞതെല്ലാം കഴിഞ്ഞു. അതൊക്കെ ഇനി മറക്കുകയാണ് നല്ലത്.’’

‘‘ദൃശ്യമായ ഒരു ഫലകം കൈവശമുള്ളപ്പോൾ ഭൂതകാലത്തെ അത്ര പെട്ടെന്ന് മറക്കാനാകുമോ?’’ ദേബ്റ റിസ്കൊ ചോദിച്ചു.

മോശം മനോഭാവത്തെ ഉണർത്തുകയും ഒരുപക്ഷേ ദഹനം തന്നെ ബുദ്ധിമുട്ടിലാക്കുകയും ചെയ്യുന്ന ഈ ചർച്ച ഡോക്ടർ

എപ്സിനത്ര ഇഷ്ടമായില്ല. അതിനാൽ അയാൾ തന്റെ മരുന്നെന്ന് തോന്നിപ്പിക്കുന്ന വസ്തു നല്കാനൊരു ശ്രമം നടത്തി. നിർഭാഗ്യമെന്ന് പറയട്ടെ, അത് അഭിപ്രായവ്യത്യാസത്തെ ദീർഘിപ്പിക്കാൻ മാത്രമേ ഉപകാരപ്പെട്ടുള്ളൂ.

''അവൾ നല്ലൊരു അമ്മയാണ്. നല്ല പെണ്ണാണ്. ഒരുപക്ഷേ ഭാവിയിൽ ആരെയെങ്കിലും കണ്ടെത്തി വിവാഹം കഴിച്ചെന്നും വരാം. അതാണ് നല്ലതും. അവിവാഹിതയായ അമ്മയും കുഞ്ഞുമൊത്തുള്ള ഒരു ബന്ധം ഞാൻ ഇഷ്ടപ്പെടുന്നു എന്നൊന്നും അതിനർത്ഥമില്ല. അവർ ചിലപ്പോൾ അനാവശ്യമായ പലതിലും ചെന്ന് ചാടും. മനശ്ശാസ്ത്രപരമായി അലങ്കോലമാകും. ചിലപ്പോഴൊക്കെ ഈ കുട്ടികളെ ഏതെങ്കിലും നല്ല വീട്ടുകാർ ആദ്യമേ മുതൽ ദത്തെടുക്കുന്നതാകും നല്ലതെന്ന് എനിക്ക് തോന്നാറുണ്ട്. അത് ആചാരവിരുദ്ധമാണെന്നൊക്കെ പറയാം എന്നെനിക്കറിയാം മിസ് ലിഡൽ, എന്നാലും...''

''കുഞ്ഞ് എപ്പോഴും അമ്മയുടെ ഉത്തരവാദിത്വമാണ്.''

ലിഡലിനതിൽ സംശയമില്ല. ''ആ കുഞ്ഞിനെ ഒപ്പം നിർത്തുക അതിനെ സംരക്ഷിക്കുക എന്നതൊക്കെ അമ്മയുടെ ഉത്തരവാദിത്വമാണ്.''

''അച്ഛന്റെ സഹായമില്ലാതെ.... പതിനാറു വർഷം?''

''നമുക്കൊരു അംഗീകരണ ഉത്തരവ് സ്വാഭാവികമായും ലഭിക്കും ഡോക്ടർ മാക്സി. അതിന്റെ സാധ്യതകളുള്ളപ്പോഴൊക്കെ ലഭിക്കും. നിർഭാഗ്യമെന്ന് പറയട്ടെ സാലി ഇവിടെ ദുശ്ശാഠ്യം കാണിക്കുന്നു. അച്ഛനാരാണെന്ന് പറയാൻ തയ്യാറല്ല. അതിനാൽ നമുക്ക് സഹായിക്കാനുമാകുന്നില്ല.''

''ഏതാനും ഷില്ലിങ്ങ് ലഭിച്ചതുകൊണ്ടൊന്നും ഇക്കാലത്ത് ഒരു കാര്യവുമില്ല.''

സ്റ്റീഫൻ മാക്സി ഈ വിഷയത്തെ ജീവനോടെ നിലനിർത്താനുറച്ചു. ''സാലിക്ക് സർക്കാർ അനാഥക്കുട്ടികൾക്ക് നൽകുന്ന ജീവനാംശം പോലും ലഭിക്കുന്നില്ല എന്നെനിക്ക് തോന്നുന്നു.''

''ഇതൊരു ക്രിസ്തീയ രാജ്യമാണ് സഹോദരാ. പാപത്തിന്റെ ശമ്പളം ഇവിടെ മരണമാണ്. അല്ലാതെ നികുതിദായകരുടെ പണത്തിൽനിന്നൊരു അംശമല്ല.''

അതിനിടയിൽ ദേബ്റ എന്തോ പറഞ്ഞിരുന്നു. എന്നാൽ ലിഡൽ താൻ എന്ത് കേൾക്കാൻ ഉദ്ദേശിച്ചുവോ അതേ കേട്ടുള്ളൂ. അതേ അനുഭവിച്ചുള്ളൂ. ഇടപെടാൻ സമയമായി എന്ന് ശ്രീമതി മാക്സിക്ക് തോന്നി. അതിഥികളിൽ രണ്ട് പേർക്കെങ്കിലും അവർ ഇത്തിരി

നേരത്തെ തന്നെ ഇടപെടേണ്ടതാണെന്ന ചിന്തയുണ്ടായിരുന്നു. കാര്യങ്ങൾ കൈവിട്ടുപോകാൻ അനുവദിക്കുക എന്നത് ശ്രീമതി മാക്സിയുടെ സ്വഭാവമല്ല. ''എനിക്ക് സാലിയെ വിളിക്കാൻ സമയമായിരിക്കുന്നു. നമ്മൾ വിഷയമൊന്ന് മാറ്റുന്നതാകും നല്ലതെന്ന് തോന്നുന്നു. പള്ളിയിലെ ആഘോഷങ്ങളെക്കുറിച്ചൊക്കെ ചോദിച്ച് ഞാൻ അവൾക്ക് അപ്രിയയാകാൻ ഉദ്ദേശിക്കുന്നില്ല. ചില തെറ്റിദ്ധാരണകളാണ് നിങ്ങളെയൊക്കെ ഇവിടേക്കെത്തിച്ചത് എന്ന തോന്നലുണ്ടാക്കുന്നുണ്ടെന്ന് എനിക്കറിയാം. എന്തായാലും സാദ്ധ്യതയുള്ള തിയതികളെക്കുറിച്ചൊക്കെ ചിന്തിക്കാൻ സമയമായിരിക്കുന്നു.''

അതിഥികൾക്കെല്ലാം വാചാലമാകാൻ പറ്റിയ വിഷയമായിരുന്നു അത്. സാലി അകത്തെത്തിയപ്പോഴേക്കും ചർച്ച വളരെ വിരസമായിക്കഴിഞ്ഞിട്ടുണ്ടായിരുന്നു. പരസ്പരയോജിപ്പിലായിട്ടുണ്ടായിരുന്നു. കാതറിൻ ബവേഴ്സ് പോലും ആഗ്രഹിക്കുന്നതുപോലെ ഒട്ടും ആശ്ചര്യപ്പെടുത്താതുമായിട്ടുണ്ടായിരുന്നു.

മേശയ്ക്ക് ചുറ്റിലും നടന്നിരുന്ന സാലി ജപ്പിനെ ലിഡൽ നിരീക്ഷിച്ചു. അത്താഴവിരുന്നിലെ സംഭാഷണങ്ങൾ അവളെയൊന്ന് സാകൂതം വീക്ഷിക്കാനുള്ള പ്രേരണ അവർക്ക് നല്കി എന്ന് തോന്നി. മെലിഞ്ഞവളാണ് സാലി. നല്ല കനമുള്ള ചുവപ്പും സ്വർണ്ണരാശിയും കലർന്ന മുടിയുണ്ട്. അത് അവൾ തൊപ്പിക്കുള്ളിൽ ഒതുക്കി വച്ചിരിക്കുന്നു. അത്രയും മെലിഞ്ഞ ഒരു കഴുത്തിനു താങ്ങാനാകുന്ന ഭാരമല്ല അതിനുള്ളത് എന്ന് തോന്നി. കുട്ടിത്തം നിറഞ്ഞ അവളുടെ കൈകൾക്ക് നല്ല നീളമുണ്ട്. ചുവന്ന ചർമ്മത്തിൽ കൈമുട്ടുകൾ തെറിച്ച് നില്ക്കുന്നുണ്ട്. നല്ല വീതിയുള്ള വായ് അച്ചടക്കത്തോടെ നില്ക്കുന്നു. പച്ചനിറമുള്ള കണ്ണുകൾ തന്റെ പ്രവൃത്തിയിൽ ശ്രദ്ധിക്കുന്നു. ലിഡലിൽ അയുക്തികരമായ സ്നേഹത്തിന്റെ വികാരമൂർച്ഛയുണ്ടായി. സാലി എല്ലാം വളരെ കൃത്യമായി ഭംഗിയായി ചെയ്യുന്നു. അവളുടെ കണ്ണൊന്ന് തന്റേതിലുടക്കാനും പ്രോത്സാഹനത്തിന്റെ ഒരു ചെറുപുഞ്ചിരി സമ്മാനിക്കാനും അവർ ഇച്ഛിച്ചു. പെട്ടെന്ന് ആ കണ്ണുകൾ കൂട്ടിമുട്ടുകയും ചെയ്തു. രണ്ട് സെക്കന്റ് നേരം ആ കണ്ണുകൾ പരസ്പരം ഉടക്കിക്കിടന്നു. മിസ് ലിഡൽ ചുവന്നു. കണ്ണ് പിൻവലിച്ചു. തനിക്ക് തെറ്റുപറ്റിയതാകും എന്ന് ഉറപ്പ്. സാലി എന്തായാലും തന്നെ അങ്ങനെ നോക്കാൻ ഉദ്ദേശിച്ചിട്ടുണ്ടാകില്ല. തന്റെ ഹ്രസ്വനേരത്തേക്കുള്ള ഈ കണ്ണിൽക്കണ്ണിൽ നോട്ടത്തിന്റെ അനതിസാധാരണമായ ഫലമെന്തെന്ന് ഒന്ന് വിശകലനം ചെയ്യാൻ ശ്രമിച്ചു. ആശയക്കുഴപ്പവും ഭീതിയും മൂലം ശ്രമിച്ചു. അവരുടെ സ്വന്തം മുഖരൂപങ്ങളും ലക്ഷണങ്ങളും സ്തുതിയുടെ മുഖാവരണം എന്ന തനത് രൂപം പ്രാപിക്കുന്നതിനു മുമ്പു തന്നെ അവളുടെ കണ്ണുകളിൽ സെയ്ന്റ്

മേരീസ് അനാഥാലയത്തിലെ സാലി ജപ്പിന്റെ വിധേയത്വവും വിനയവുമുള്ള കൃതജ്ഞതയ്ക്കു പകരം ഇത്തിരി പുച്ഛവും ഉപജാപത്തിന്റെ സൂചനയും ഭയപ്പെടുത്തുന്ന കാഠിന്യമുള്ള അനിഷ്ടവുമാണുള്ളതെന്ന് അവർ വായിച്ചെടുത്തു.

ആ പച്ചക്കണ്ണുകൾ വീണ്ടും അടഞ്ഞു. അത് താഴേക്ക് നോക്കി. അപ്പോൾ സാലി എന്ന വിഷമപ്രശ്നം വീണ്ടും പൊങ്ങി വന്നു. മിസ് ലിഡലിന്റെ ഇഷ്ടക്കാരി. അവർക്കേറ്റവും ഇഷ്ടമുള്ള അപരാധി. ആ നിമിഷം അവർ ആ ഓർമ്മകൾ ഉപേക്ഷിച്ചു. അതൊരു പൈതൃകമാണെന്നതുപോലെ അവിടെ കൊളുത്തിയിട്ടു. മിസ് ലിഡലിന് പലവിധ ആശങ്കകൾ ഒന്നിച്ചെത്തി. മടിയൊന്നുമില്ലാതെയാണവർ സാലിയെ ഇവിടേക്ക് നിർദ്ദേശിച്ചത്. പ്രകടമായി നോക്കുമ്പോൾ എല്ലാം സംതൃപ്തമെന്നും തോന്നുന്നു. എല്ലാത്തിലും മികച്ചവൾ തന്നെയവൾ. മാർടിൻഗേലിലെ ജോലിക്കും മികച്ചവൾ എന്ന കാര്യത്തിലും സംശയമില്ല. തീരുമാനമെടുത്തു കഴിഞ്ഞതിനാൽ ഇനി അതിന്റെ വിവേകത്തെക്കുറിച്ചൊക്കെ ചിന്തിക്കാനാകില്ല. അതിനൊക്കെ വൈകിയിരിക്കുന്നു. ഇനി സംഭവിച്ചേക്കാവുന്നതിൽ ഏറ്റവും മോശം സാലി സെയിന്റ് മേരീസിലേക്ക് തിരിച്ചെത്തുക എന്ന അപഖ്യാതിയാണ്.

തന്റെ ഇഷ്ടക്കാരിയെ മാർടിൻഗേലിനു പരിചയപ്പെടുത്തിയതിൽ സങ്കീർണ്ണതകൾക്ക് സാധ്യതയുണ്ടെന്ന് മിസ് ലിഡലിനപ്പോൾ ആദ്യമായി മനസ്സിലായി. എന്നാൽ ആ സങ്കീർണ്ണതകളുടെ വ്യാപ്തിയെന്തെന്ന് മുൻകൂട്ടിക്കാണാനോ അത് അക്രമാസക്തമായ ഒരു മരണത്തിൽ കലാശിക്കുമെന്നറിയാനോ അവർക്കായില്ല.

ആഴ്ചാവസനം കാതറിൻ ബവേഴ്സ് മാർടിൻഗേലിന്റെ വീട്ടിൽ തങ്ങി. അത്താഴ സമയത്ത് അവർ അധികം സംസാരിച്ചൊന്നുമില്ല. സ്വാഭാവികമായി സത്യസന്ധതയുള്ള പ്രകൃതക്കാരിയായതിനാൽ തന്റെ അനുകമ്പ മിസ് ലിഡലിനൊപ്പമാണെന്നതിൽ അവർ ഒട്ടൊന്ന് ഭയപ്പെട്ടിരുന്നു. സാലിയേയും അവരുടെ വർഗ്ഗത്തേയും സ്റ്റീഫൻ ഇത്രയും ഊർജ്ജസ്വലമായി പിന്തുണച്ചത് വളരെ മഹാമനസ്കതയുള്ളതും ഗംഭീരവുമായി എന്നതിൽ തർക്കമില്ല. എന്നാൽ തന്റെ ജോലിയുടെ കുലീനതയെക്കുറിച്ച് മറ്റ് സുഹൃത്തുക്കൾ പറയാൻ തുടങ്ങിയപ്പോൾ കാതറിൻ വല്ലാതെ അസ്വസ്ഥയും പ്രകോപിതയുമാകുകയുണ്ടായി.

കാല്പനിക ആശയങ്ങളുണ്ടാകുന്നതൊക്കെ നല്ലത് തന്നെ. എന്നാൽ ബെഡ്പാനുകളിലോ മറ്റ് കൃത്യവിലോപങ്ങളിലോ ജോലിയെടുക്കുന്നവർക്ക് അതൊരു വളരെ ചെറിയ നഷ്ടപരിഹാരം മാത്രമേ ആകുന്നുള്ളൂ. അതവർക്ക് വിളിച്ച് പറയണം എന്നുണ്ടായിരുന്നു. എന്നാൽ

മേശയുടെ മറുഭാഗത്ത് ദേബ്റയുടെ സാന്നിദ്ധ്യം അവരെ അതിൽ നിന്നും പിന്തിരിപ്പിച്ചു. മറ്റേത് നിഷ്ഫലവും വിജയമില്ലാത്തതുമായ അവസരങ്ങളേയും പോലെ ഈ അത്താഴവിരുന്നും അതിനാവശ്യമുള്ള തിന്റെ മൂന്നിരട്ടി സമയമെടുത്തെന്ന് തോന്നി.

ഒരു കാപ്പി കുടിക്കാനായി ഇത്രയും സമയം ഈ കുടുംബം ഒരിക്കലും വലിച്ച് നീട്ടിയിട്ടില്ലല്ലോ എന്ന ചിന്തയിലായിരുന്നു കാതറിൻ. അതുപോലെ ഈ പുരുഷന്മാരാരും ഒരിക്കലും അവരുടെ ആകാരത്തിൽ ഇത്രയും ഉന്മേഷമില്ലായ്മയും പ്രകടമാക്കിയിട്ടില്ല. എന്തായാലും ഒരു വിധത്തിൽ അതിനൊരു അവസാനമുണ്ടായി. മിസ് ലിഡൽ സെയ്ന്റ് മേരീസിലേക്ക് തിരിച്ച് പോയി. മിസ് പോളാക്കിനെ മാത്രം ജോലിഭാരമേല്പിക്കാതിരിക്കുന്നതിലാണ് താൻ സന്തോഷം കാണുന്നതെന്ന പ്രഖ്യാപനത്തോടെയാണവർ പോയത്. പിറ്റേന്ന് നടക്കുന്ന ധർമ്മപ്രഭാഷണത്തിനു നടത്തേണ്ടുന്ന മിനുക്കുപണികളെക്കുറിച്ച് ഹിങ്ക്സ് പിറുപിറുത്തു. മാക്സിയും ഡോക്ടർ എപ്സും സ്വീകരണമുറിയിൽ തീ കാഞ്ഞ്, പാട്ട് കേട്ട്, ഇരുന്നു. കാതറിന് തിരഞ്ഞെടുക്കാൻ ഇഷ്ടപ്പെട്ട ഒരു വിഷയമല്ല അത്. ഇതിലും നല്ലത് ടെലിവിഷനായിരുന്നു.

എന്നാൽ മാർടിൻഗേലിൽ ആകെയുള്ള ടെലിവിഷൻ മാർത്തയുടെ മുറിയിലാണ്. ചർച്ചയുണ്ടാകണമെങ്കിൽ അത് മരുന്നുകളിൽ പരിമിതിപ്പെടുത്തണം.

“തീർച്ചയായും മിസ് ബവേഴ്സ്. നിങ്ങളൊരു നഴ്സാണല്ലോ. തന്റെ താത്പര്യങ്ങൾ പങ്കുവയ്ക്കുന്ന ഒരാൾ ഉണ്ടാകുന്നതിനോട് സ്റ്റീഫനും യോജിക്കും” എന്ന് അപ്പോൾ ഒരുപക്ഷേ ഡോക്ടർ എപ്സ് പറഞ്ഞേക്കാം. അവർ മൂവരും സംസാരിക്കും. ദേബ്റ ബൗദ്ധികമായ മൗനത്തിലാകും. അത് സുന്ദരികളെങ്കിലും നിരുപയോഗികകളായ സ്ത്രീകളെ, അവർ എത്ര മികച്ച വസ്ത്രം ധരിച്ചാലും അവരെപ്രതി പുരുഷന്മാർ ക്ഷീണിതരാകും എന്ന് തിരിച്ചറിയാനും കാരണമാകും. സ്റ്റീഫനാവശ്യമുള്ളത് തന്റെ ജോലി മനസ്സിലാക്കാനാകുന്ന ഒരാളുണ്ടാകണം എന്നതു മാത്രം. തന്റെ സുഹൃത്തുക്കളോട് ഇത്തിരി വിവേകത്തോടേയും ജ്ഞാനത്തോടെയും സംസാരിക്കണം എന്നു മാത്രം.

അതൊരു ആനന്ദകരമായ സ്വപ്നമായിരുന്നു. മിക്കവാറും എല്ലാ സ്വപ്നങ്ങളേയും പോലെ യാഥാർത്ഥ്യവുമായി ബന്ധമില്ലാത്ത ഒന്ന്. വിറകിൽ മെലിഞ്ഞ് കത്തിക്കൊണ്ടിരുന്ന നാളത്തിലേക്ക് കൈ നീട്ടി കാതറിൻ ഇരുന്നു. താൻ സ്വസ്ഥയാണെന്ന് അഭിനയിക്കാൻ ശ്രമിച്ചു. മറ്റുള്ളവരെല്ലാം അപ്പോൾ പീറ്റർ വാർലോക്ക് എന്ന് പേരുള്ള ഒരു സംഗീതജ്ഞനെക്കുറിച്ച് സംസാരിക്കുകയായിരുന്നു. എവിടെയൊക്കെയോ എങ്ങനെയൊക്കെയോ കേട്ടിട്ടുണ്ട് എന്നല്ലാതെ അയാളെക്കുറിച്ച് അവർക്ക് ഒന്നുമറിയില്ല. തനിക്കയാളെ മനസ്സിലാകുന്നില്ല

എന്ന് ദേബ്റ അവകാശപ്പെട്ടു. മാത്രമല്ല, പതിവുപോലെ, തന്റെ അജ്ഞതയെ ഉല്ലാസം നല്കുന്നതാക്കുകയും ചെയ്തു. ശ്രീമതി ബവേഴ്സിനെക്കുറിച്ച് ചോദിച്ച് കാതറിനെ സംഭാഷണത്തിന്റെ ഭാഗ മാക്കാൻ ശ്രമിച്ചത് അവരുടെ നല്ല മര്യാദകളുടെ ഭാഗമായിരുന്നു.

ഡോക്ടർ എപ്സിനൊരു സന്ദേശവുമായി ഒരു പരിചാരിക കയറി വന്നത് ആശ്വാസമായി. ഗ്രാമത്തിനു പുറത്തുള്ള അയാളുടെ രോഗി കളിൽ ഒരാൾക്ക് പ്രസവവേദന തുടങ്ങിയിരിക്കുന്നു. ഡോക്ടർ മന മില്ലാമനസ്സോടെ കസേരയിൽ നിന്നെഴുന്നേറ്റു. ഉറക്കമെണീറ്റ നായ സ്വയം കുടഞ്ഞ് വൃത്തിയാക്കുന്നതുപോലെ ശരീരമൊന്ന് കുടഞ്ഞു. എല്ലാവരോടും ക്ഷമ ചോദിച്ചു.

''എന്തെങ്കിലും രസകരമായ കേസാണോ ഡോക്ടർ'' എന്ന് കാത റിൻ ചോദിച്ചു. ''ദൈവമേ, അല്ല മിസ് ബവേഴ്സ്'' എന്ന് എപ്സ് മറുപടിയും നല്കി. അയാളപ്പോൾ തന്റെ ബാഗിനായി ചുറ്റിലും നോക്കുകയായിരുന്നു.

''മൂന്ന് കുട്ടികൾ ഇപ്പോഴേയുണ്ട്. എന്തായാലും സുന്ദരിയാണ വർ. ഞാൻ അവിടെയുണ്ടാകണം എന്നാണവർ ആഗ്രഹിക്കുന്നത്. അതെന്തിനാണെന്ന് ദൈവത്തിനു മാത്രമറിയാം. അവർക്ക് വേണ മെങ്കിൽ സ്വന്തം പ്രസവമെടുക്കാം. ആരുമറിയാതെ പ്രസവിക്കാം. അതുപോകട്ടെ, ഞാനിറങ്ങുന്നു എലീനർ. നല്ലൊരു അത്താഴം തന്ന തിനു നന്ദി. പോകുന്നതിനു മുമ്പ് സൈമണിനെ ഒന്ന് കാണണം എന്ന് കരുതിയതായിരുന്നു. ഇനിയിപ്പോൾ നാളെയാകട്ടെ. ഉറക്ക ഗുളികയ്ക്ക് നിങ്ങൾക്കൊരു പുതിയ കുറിപ്പടി വേണ്ടി വരും എന്നെ നിക്ക് തോന്നുന്നു. അത് ഞാൻ വരുമ്പോൾ കൊണ്ടുവരാം.''

അയാളെല്ലാവരേയും നോക്കി തലയാട്ടി. ശ്രീമതി മാക്സിക്കൊപ്പം പുറത്തെ ഹാളിലേക്ക് നടന്നു. അതിനു പുറകെ അയാളുടെ കാർ ഇരമ്പി നീങ്ങുന്ന സ്വരം അവരെല്ലാം കേട്ടു. വണ്ടിയോടിക്കുന്നതിൽ അതീവതത്പരനായിരുന്നു അയാൾ. ചെറിയ കാറുകളോടാണ് പ്രിയം. അതിൽ നിന്ന് ചിലപ്പോഴൊക്കെ സ്വയം പുറത്തു വരാൻ പോലും അയാൾ ബുദ്ധിമുട്ടും. നാടു കാണാനിറങ്ങിയ, ക്രൂരനായ കരടിയെ യെന്നപോലെയാണയാൾ അതിനെ കൊണ്ടുനടക്കുക.

വണ്ടിയുടെ സ്വരം അകന്നുപോയപ്പോൾ ദേബ്റ സംസാരിച്ച് തുടങ്ങി. ''നമുക്ക് കുതിരാലയം വരെ ഒന്ന് പോയി ബൊകോക്കിനെ കണ്ടാലോ. കുതിരകളെക്കുറിച്ച് സംസാരിച്ചാലോ? കാതറിനൊന്ന് നടക്കാൻ തോന്നുന്നു എങ്കിൽ മാത്രം മതി.''

നടക്കാനുള്ള ഉത്സാഹത്തിൽ തന്നെയായിരുന്നു കാതറിൻ. എന്നാൽ ദേബ്റയ്ക്കൊപ്പം നടക്കാനുള്ള ഉത്സാഹമുണ്ടായിരുന്നില്ല.

താനും സ്റ്റീഫനും തനിച്ചാകാൻ ആഗ്രഹിക്കുന്നത് ദേബ്റ കാണാത്ത തെന്തേ അല്ലെങ്കിൽ കാണാനാഗ്രഹിക്കാത്തതെന്തേ എന്ന് കാതറിൻ കരുതി. എന്നാൽ സ്റ്റീഫനും കാര്യങ്ങളൊന്നും വ്യക്തമാക്കിയില്ല. അയാൾ എത്രയും പെട്ടെന്ന് വിവാഹിതനായി, ഈ സ്ത്രീബന്ധ ങ്ങളിൽ നിന്നൊക്കെ അകന്ന് നില്ക്കുന്നോ അതയാൾക്ക് അത്രയും നന്നാകും. 'അവരൊക്കെ കൂടി അയാളുടെ രക്തം കുടിക്കുന്നുണ്ട്.' കാതറിൻ കരുതി.

ആധുനിക നോവലുകളിലേക്കുള്ള അവളുടെ വിനോദയാത്രകൾ ക്കിടയിൽ അവൾ അത്തരമാളുകളെ കണ്ടിട്ടുണ്ട്. ദേബ്റയ്ക്കാകട്ടെ ഇത്തരം രക്തരക്ഷസ്സുകളെക്കുറിച്ചൊന്നും അറിയില്ല. അയാൾ തുറന്ന് കിടക്കുന്ന ജാലകത്തിലൂടെ പുറത്തിറങ്ങി. പുൽത്തകിടി മുറിച്ച് കടന്നു.

ഒരുകാലത്ത് മാക്സിയുടേതായിരുന്നു കുതിരാലയം ഇപ്പോൾ സാമുവൽ ബൊകോക്കിന്റേതാണ്. ആ വീട്ടിൽനിന്നും ഇരുന്നൂറ് വാര ദൂരമേ അവിടേക്കുള്ളൂ. പുൽത്തകിടിക്കപ്പുറത്താണത്.

ഒരു റാന്തൽവിളക്കിന്റെ വെളിച്ചത്തിൽ കടിഞ്ഞാൺ മിനുക്കി ക്കൊണ്ട് വൃദ്ധൻ ബൊകോക്ക് അവിടെയുണ്ടായിരുന്നു. ചൂളമടിച്ച് പാട്ടുപാടിയാണയാൾ തന്റെ ജോലിചെയ്യുന്നത്. ഉയരം കുറഞ്ഞ് ചർമ്മത്തിനിത്തിരി തവിട്ട് നിറമുള്ള രൂപമാണയാളുടേത്. ചരിഞ്ഞ കണ്ണുകളും വീതിയുള്ള വായുമായി ഒരു പിശാചിന്റേതുപോലെ യുള്ള മുഖമുള്ള ഒരുവൻ. സ്റ്റീഫനെ കണ്ടപ്പോൾ അയാളിലുണ്ടായ സന്തോഷം വളരെ പ്രകടമായിരുന്നു. അവിടെ മൂന്ന് കുതിരകളാണു ണ്ടായിരുന്നത്. അതുപയോഗിച്ചൊരു വ്യാപാരം കെട്ടിപ്പൊക്കാനുള്ള ശ്രമത്തിലാണ് ബൊകോക്ക്. അവർ ആ കുതിരകളെ കാണാൻ നീങ്ങി.

'ദേബ്റ ഇതിനെക്കുറിച്ചൊക്കെ തീർത്തും അസംബന്ധം നിറഞ്ഞ വാചകങ്ങളാണ് പറഞ്ഞുണ്ടാക്കിയത്.' കാതറിൻ കരുതി. 'അവരും മനുഷ്യരാണെന്നതുപോലെ കുതിരകളെന്തിനാണയാളെ മൂക്കിട്ടു രസുന്നത്.' അവൾ ചിന്തിച്ചു. അതിനോടവൾക്ക് യോജിക്കാനുമായില്ല. അവരിൽ ഇത്രയും ഊർജ്ജമുണ്ടെങ്കിൽ ആ കുട്ടികളുടെ വാർഡിൽ എന്തെങ്കിലും ചെയ്തുകൂടേ, ഇവിടെ അമ്മമാർ കുട്ടികളോട് ചെയ്യുന്ന തുപോലെ ഈ കുതിരകളെ ലാളിക്കാനെന്തിനു നില്ക്കുന്നു. അല്ല, അവിടെ എന്തെങ്കിലും ചെയ്തിട്ടും ഉപകാരമുണ്ടാകും എന്നല്ല.

തിരികെ വീട്ടിൽ പോകാനായെങ്കിൽ എന്നും അവർ കരുതി. കുതിരാലയത്തിനു നല്ല വൃത്തിയുണ്ടായിരുന്നു. എന്നിരുന്നാലും കുതിരകളുടെ ഗന്ധം രൂക്ഷമായെത്തുന്നുണ്ടായിരുന്നു. അത് കാത റിനെ അലോസരപ്പെടുത്തി. ഇടയ്ക്കെപ്പോഴോ സ്റ്റീഫന്റെ തവിട്ട്

നിറമുള്ള നീണ്ട കൈകളിലൊന്ന് അവളുടേതിനരികിലെത്തി. ആ രണ്ട് കൈകളും അപ്പോൾ കുതിരയുടെ കഴുത്തിനെ ചുറ്റിക്കെട്ടിയിരിക്കുകയായിരുന്നു. ആ കയ്യിലൊന്ന് സ്പർശിക്കാനും അതിൽ തലോടാനും അതിനെ തന്റെ ചുണ്ടിനോടടുപ്പിക്കാനും അവർക്ക് ശക്തമായ ഒരു ത്വരയുണ്ടായി. അതിനെ ചെറുക്കാനവർ കണ്ണടച്ചു. ആ ഇരുട്ടിൽ പല ചിത്രങ്ങളും മനസ്സിലെത്തി. പലതും ലജ്ജാകരമാം വിധം ആനന്ദകരമായിരുന്നു.

അതേ കൈകൾ തന്റെ മാറിടത്തെ വലയം ചെയ്ത ഓർമ്മകൾ. അവളുടെ വെളുത്ത ചർമ്മത്തിനെതിരെ നിന്നപ്പോൾ അവയ്ക്ക് തവിട്ടുനിറം അധികമായി. ആ കൈകൾ അപ്പോൾ സാവധാനത്തിൽ സ്നേഹത്തോടെ അവിടെ കറങ്ങി നടന്നു. അത് വരാനിരിക്കുന്ന ആനന്ദത്തിന്റെ മുന്നോടിയായി. അവൾ അവിടെ നിന്ന് വേച്ചുവേച്ച് പുറത്തിറങ്ങി. പുറകിൽ ബൊകോക്കിന്റേയും മാക്സിയുടേയും ചർച്ച നടക്കുന്നത് കേട്ടു. ആ നിമിഷത്തിൽ അവൾ ഒരിക്കൽകൂടി, സ്റ്റീഫനെ സ്നേഹിക്കാൻ തുടങ്ങിയതിനു ശേഷം, ഇടയ്ക്കൊക്കെ അവളെ തേടിയെത്തുന്ന, സർവ്വനാശം നല്കുന്ന വേദനകളുടെ ഓർമ്മകളുമെത്തി. ക്ഷണിക്കപ്പെടാതെയെത്തി.

സാമാന്യബുദ്ധി, ആത്മശക്തി എന്നിവയൊക്കെ അതിനെതിരെ ഉപയോഗശൂന്യമായി. എല്ലാം അയഥാർത്ഥമാണെന്ന് തോന്നിയ നിമിഷങ്ങളായിരുന്നു അത്. അവളുടെ പ്രതീക്ഷകൾക്ക് കീഴെയുള്ള മണ്ണൊലിച്ച് പോകുന്നത് അവൾക്ക് കാണാനായി. ശത്രു ദേബ്റയായിരുന്നു. വിവാഹിതയായ ദേബ്റ. സന്തോഷിക്കാനവർക്ക് അവരുടേതായ അവസരങ്ങളുണ്ട്. സുന്ദരിയും സ്വാർത്ഥയും ഒന്നിനും കൊള്ളാത്തവളുമായി ദേബ്റ. തനിക്ക് പുറകിൽ വളർച്ച വച്ചുകൊണ്ടിരുന്ന ഇരുട്ടിൽ നിന്നും അവരുടെ സ്വരം വന്നപ്പോൾ വെറുപ്പുകൊണ്ട് കാതറിൻ അസ്വസ്ഥയായി.

മാർടിൻഗേലിൽ തിരിച്ചെത്തുന്നതിനു മുമ്പേ അവൾ സ്വസ്ഥത വീണ്ടെടുത്തിരുന്നു. മനസ്സിനെ മൂടിയ ഇരുട്ട് ഇല്ലാതായിട്ടുണ്ടായിരുന്നു. ആത്മവിശ്വാസത്തിന്റെ അവളുടെ സാധാരണ അവസ്ഥയിലേക്ക് മടങ്ങിയെത്തിയിരുന്നു. അവൾ നേരത്തെ ഉറങ്ങാൻ തീരുമാനിച്ചു. അപ്പോഴത്തെ മാനസികാവസ്ഥയിൽ അവളെ തേടി അയാളെത്തും എന്നവൾക്ക് ഉറപ്പുണ്ടായിരുന്നു. എന്നാൽ അയാളുടെ അച്ഛന്റെ വീട്ടിൽ വച്ച് അങ്ങനെയൊരു നീക്കം അസാധ്യമാകും എന്ന് അവൾ സ്വയം പറഞ്ഞു. ആതിഥേയത്തിനോടുള്ള ഒരു അപമാനമാകും അത്. എന്നിട്ടും അവൾ ഇരുട്ടിൽ കാത്തിരുന്നു. കുറച്ച് കഴിഞ്ഞപ്പോൾ ആരോ ഗോവണി കയറുന്ന സ്വരം വന്നു. അത് അയാളുടേയും ദേബ്റയുടേയും കാലൊച്ചകളായിരുന്നു. ആ സഹോദരീ സഹോദരന്മാർ ഒന്നിച്ച്, മൃദുവായി ചിരിക്കുന്നുണ്ടായിരുന്നു.

അവളുടെ വാതിലിനു മുന്നിലൂടെ കടന്ന് പോയപ്പോൾ അവരൊന്ന് ചിരി നിർത്തുക പോലും ചെയ്തില്ല.

2

മൂകൾനിലയിലെ വെളുത്ത ചായമടിച്ച കിടപ്പുമുറി കുട്ടിക്കാലം തൊട്ടേ സ്റ്റീഫന്റേതായിരുന്നു. അയാൾ അവിടെ മെത്തയിൽ നീണ്ട് നിവർന്ന് കിടന്നു.

''വല്ലാത്ത ക്ഷീണം.'' അയാൾ പറഞ്ഞു.

''എനിക്കും.'' ദേബ്റ കോട്ടുവായിട്ടു. മെത്തയിൽ അയാൾക്കരികിലിരുന്നു.

''അത്താഴവിരുന്നൊരു ഉത്സാഹവും നല്കിയില്ല. ഇനിയും അതിനൊന്നും മമ്മി പുറപ്പെടില്ല എന്ന് കരുതട്ടെ.''

''കപടനാട്യക്കാരാണവരൊക്കെ.''

''അങ്ങനെയല്ലാതാകാൻ അവർക്കാകില്ല. അവരൊക്കെ വളർന്നതേ അങ്ങനെയാണ്. മാത്രമല്ല, എപ്പിയും ഹിങ്ക്സുമൊന്നും അത്ര വലിയ കുറ്റങ്ങൾ ചെയ്തതായി എനിക്ക് തോന്നുന്നുമില്ല.''

''ഞാൻ എന്നെ തന്നെ വിഡ്ഢിയാക്കിയോ എന്നാണെനിക്ക് സംശയം.''

''നീ വല്ലാത്ത വികാരത്തിലായിരുന്നു. തെറ്റ് ചെയ്ത പരിചാരികയ്ക്ക് പ്രതിരോധം ചമയ്ക്കാനായി സർ ഗാലഹാഡ് കൂപ്പുകുത്തുന്നതുപോലെ. ഒരുപക്ഷേ ആ പരിചാരിക കൂടുതൽ തെറ്റു ചെയ്തവളാകും, അവൾക്കെതിരെ നടന്നതിനേക്കാൾ കൂടുതൽ തെറ്റ്.''

''നിനക്കും അവളെ ഇഷ്ടമല്ലെന്ന് തോന്നുന്നു, അല്ലേ?''

''ഞാനതിനെക്കുറിച്ച് ചിന്തിച്ചിട്ടേയില്ല. അവളിവിടെ ജോലി ചെയ്യുന്നു എന്നു മാത്രം. നിന്റെ ജ്ഞാനവിഭാവനങ്ങളിലൂടെ നോക്കുമ്പോൾ അത് പ്രതിലോമമാണെന്ന തോന്നലുണ്ടാക്കുന്നു എന്നെനിക്കറിയാം. എനിക്ക് പക്ഷേ അങ്ങനെയല്ല. എനിക്കവളിൽ താത്പര്യമില്ല എന്നല്ല. അവളെ ഞാൻ എന്നിൽ കാണുന്നില്ല എന്നു മാത്രം.''

''എനിക്കവളെയോർത്ത് വിഷമം തോന്നുന്നു.'' സ്റ്റീഫന്റെ സ്വരത്തിൽ ഇത്തിരി ക്രൂരതയുണ്ടായിരുന്നു.

''അത് അത്താഴവിരുന്ന് സമയത്ത് വളരെ വ്യക്തമായിരുന്നു.'' ദേബ്റയുടെ മറുപടി വളരെ വിരസമായിരുന്നു.

''അവളുടെ ആ നശിച്ച ആത്മസംതൃപ്തിയാണ് എനിക്കിഷ്ടമാകാതിരുന്നത്. പിന്നെ ആ ലിഡൽ എന്ന പെണ്ണും. സെയ്ന്റ് മേരീസ്

പോലെയുള്ള ഒരു സ്ഥാപനത്തിന്റെ നടത്തിപ്പുകാരിയായി ഒരു അവിവാഹിതയെ നിയമിക്കുന്നത് അസംബന്ധമാണ്.''

''എന്തുകൊണ്ട് എന്ന് എനിക്ക് മനസിലാകുന്നില്ല. അവർക്ക് ചില പരിമിതികളുണ്ടാകാം. എന്നാലും ദയാലുവും മനസ്സാക്ഷിക്കനുസരിച്ച് പ്രവർത്തിക്കുന്നവളുമാണ്. മാത്രമല്ല, ലൈംഗികാനുഭവങ്ങളുടെ അതൃപ്തിയിൽ, മടുപ്പിൽ, സെയ്ന്റ് മേരീസ് ക്ലേശിക്കുന്നുണ്ടാകും എന്നും ഞാൻ കരുതുന്നു.''

''വെറുതെ ഇങ്ങനെ തമാശകൾ പറയാതെ ദേബ്റ.''

''അല്ലാതെ ഞാനെന്ത് ചെയ്യണം? നമ്മൾ രണ്ടാഴ്ചയിൽ ഒരിക്കൽ മാത്രമേ പരസ്പരം കാണുന്നുള്ളൂ. അതിനിടയിൽ മമ്മി ഒരു കർത്തവ്യം പോലെ നടത്തുന്ന അത്താഴവിരുന്നുകളും അതിൽ കാതറിനും മിസ് ലിഡലും ഒന്നിച്ചിരുന്ന്, ഒരു സുന്ദരി പരിചാരികയെ കണ്ട് നീ മതിമറന്നു എന്ന് കരുതി അടക്കിച്ചിരിക്കലുമൊന്നും സഹിക്കാനാകുന്നില്ല. അശ്ലീലമാണത്. ലിഡലിനെപ്പോലെയുള്ളവർ പ്രത്യേകിച്ചും ആസ്വദിക്കുന്ന ഒരു അശ്ലീലം. ആ ചർച്ച നാളെ ഗ്രാമത്തിൽ മുഴുക്കെ പാട്ടാകുകയും ചെയ്യും.''

''അങ്ങനെയൊക്കെ അവർ ചിന്തിച്ചു എങ്കിൽ അവർക്ക് ഭ്രാന്തായിരിക്കണം. ഞാനാ പെണ്ണിനെ ശരിക്കൊന്ന് കണ്ടിട്ടുപോലുമില്ല. അവളോട് ഇതുവരെ സംസാരിച്ചിട്ടുമില്ലെന്ന് തോന്നുന്നു. എന്തൊരസംബന്ധമാണിതൊക്കെ.''

''അതുതന്നെയാണ് ഞാനും ഉദ്ദേശിച്ചത്. ദൈവത്തെയോർത്ത് വീട്ടിലായിരിക്കുമ്പോഴെങ്കിലും ധർമ്മസമരങ്ങൾ നടത്താനുള്ള നിന്നിലെ ഇച്ഛയെ അടക്കിപ്പിടിക്കണം. ആശുപത്രിയിൽ വച്ച് തന്നെ നീ നിന്റെ സാമൂഹ്യാവബോധം, ഉൾക്കരുത്ത്, ശുദ്ധീകരിച്ചെടുക്കേണ്ടതായിരുന്നു. അതൊന്നും വീട്ടിൽ കൊണ്ടുവരരുതായിരുന്നു. അങ്ങനെയൊന്നില്ലാത്തവരുമൊത്ത് അതുമായി ജീവിക്കുക പ്രത്യേകിച്ചും ബുദ്ധിമുട്ടാണ്.''

''ഇന്നെന്തോ എനിക്ക് കുറച്ച് സഭാകമ്പമുണ്ടായിരുന്നു. എന്ത് ചെയ്യണം എന്നെനിക്കറിയില്ലായിരുന്നു.'' സ്റ്റീഫൻ പറഞ്ഞു.

അയാളെന്താണുദ്ദേശിച്ചതെന്ന് മനസ്സിലാക്കാൻ ദേബ്റയ്ക്കൊരു ബുദ്ധിമുട്ടുമുണ്ടായില്ല. അവളെന്നും അങ്ങനെയായിരുന്നു.

''അവൾ ഭയപ്പെടുത്തുന്നു, ഇല്ലേ, അതൊക്കെ വശ്യമായി തന്നെ നിനക്ക് അവസാനിപ്പിച്ചുകൂടേ? അങ്ങനെ അവസാനിപ്പിക്കേണ്ടുന്ന ഒരു ഇടപാടുണ്ടെന്ന ഊഹത്തിലാണ് ഞാനിത് പറയുന്നത്.''

''ഉണ്ടെന്ന് നിനക്ക് നല്ലവണ്ണമറിയാമല്ലോ, ഉണ്ട് അഥവാ ഉണ്ടായിരുന്നു എന്ന്. പക്ഷേ എങ്ങനെ അവസാനിപ്പിക്കും?''

''അതത്ര ബുദ്ധിമുട്ടുള്ളതായി എനിക്ക് തോന്നിയിട്ടില്ല. മറു പുറത്തുള്ള വ്യക്തിക്ക് അയാളാണ് വലിച്ചെറിഞ്ഞത് എന്ന ധാരണ വരുത്തുന്നതിലാണ് കല. ഏതാനും ആഴ്ചകൾ കഴിഞ്ഞാൽ എനിക്ക് അങ്ങനെ തന്നെ തോന്നാറുമുണ്ട്.''

''അതിനവർ ഒരുങ്ങിയില്ലെങ്കിലോ?''

''മനുഷ്യർ ചത്തുമണ്ണായിപ്പോയിട്ടുണ്ട്. വിരകൾ അവരെ തിന്ന് തീർത്തിട്ടുണ്ട്. എന്നാൽ അതൊന്നും പ്രണയത്തിനുവേണ്ടിയായി രുന്നില്ല.''

ഫെലിക്സ് ഹെർണെയെ അങ്ങനെ അയാളാണ് വലിച്ചെറിഞ്ഞ തെന്ന ധാരണയിൽ നിർബന്ധപൂർവ്വം എത്തിക്കുന്നതെപ്പോൾ എന്ന് ചോദിക്കാൻ സ്റ്റീഫൻ ആഗ്രഹിച്ചു. ഇഷ്ടപ്പെട്ടു. എന്നാൽ ഒന്നാലോ ചിച്ചപ്പോൾ മറ്റ് പലതിലും എന്നതുപോലെ ഇതിലും ദേബ്റയ്ക്ക് ഒരു നിഷ്കരുണത്തമുണ്ടെന്ന് അയാൾ മനസ്സിലാക്കി. തനിക്കില്ലാത്ത ഒരു നിഷ്കരുണത്തം.

''ഇത്തരം കാര്യങ്ങളിലൊക്കെ ഞാനൊരു ഭീരുവാണെന്ന് എനിക്ക് തോന്നുന്നു.''അയാൾ പറഞ്ഞു. ''ജനങ്ങളെ എന്നിൽനിന്നും കുടഞ്ഞ് കളയുന്നത് എനിക്ക് ഒരിക്കലും അത്ര എളുപ്പമായിരുന്നില്ല. വിരുന്നു കളിൽ വന്ന് വല്ലാതെ മുഷിപ്പിക്കുന്നവരെപ്പോലും എനിക്ക് അങ്ങനെ ചെയ്യാനായിട്ടില്ല.''

''ആയിട്ടില്ല.'' സഹോദരി സമ്മതിച്ചു. ''പക്ഷേ അത് നിന്റെ പ്രശ്നമാണ്. വല്ലാത്ത ബലഹീനത്വം, അതുപോലെ വിധേയത്വവും സംവേദകത്വവും. നീ വിവാഹം കഴിക്കണം. മമ്മിക്കും അത് വലിയ ഇഷ്ടമാകും. നിനക്ക് കണ്ടെത്താനാകുമെങ്കിൽ കയ്യിൽ കാശുള്ള വളെ തന്നെ കെട്ടണം. നാറുന്നവളെയെല്ല, സുന്ദരിയായ ഒരു ധനി കയെ.''

''തീർച്ചയായും വേണ്ടതാണ്. പക്ഷേ ആരെ?''

''ആരെ?''

പെട്ടെന്ന് ദേബ്റയ്ക്ക് ആ വിഷയത്തിൽ താത്പര്യം നഷ്ടപ്പെട്ടു. അവൾ മെത്തയിൽ നിന്നെഴുന്നേറ്റു. ജാലകപ്പടിയിൽ ചാരി നിന്നു. സ്റ്റീഫൻ അവളെ നോക്കി. മിക്കവാറും തന്റേതുപോലെയുള്ള ശരീരം. എന്നാൽ വളരെ വ്യത്യസ്തവും.

രാവിന്റെ ഇരുട്ടിനെതിരെ ഒരു നിഴൽ രൂപമായി നില്ക്കുകയാ ണവൾ. മരിച്ചുകൊണ്ടിരിക്കുന്ന ദിവസത്തിന്റെ ഞരമ്പുകൾ ചക്ര വാളത്തിൽ നീണ്ട് പരന്ന് കിടക്കുന്നു. താഴെ, ഉദ്യാനത്തിൽ നിന്നും ഒരു ഇംഗ്ലീഷ് വസന്തരാവിന്റെ മധുരമൂറുന്ന സുഗന്ധങ്ങൾ ആറ്റി ക്കുറുക്കിയെത്തുന്നു. അയാൾ കണ്ണടച്ചു. മാർടിൻഗേലിന്റെ ശാന്തത യിലേക്ക് കൂപ്പുകുത്തി. ഇത്തരം നിമിഷങ്ങളിലാണയാൾക്ക് അമ്മയും

ദേബ്റയും ഒത്തുചേർന്ന് ഈ പൈതൃകസ്വത്ത് നിലനിർത്താൻ ഗൂഢാലോചനകൾ നടത്തുന്നതെന്തിനെന്ന് മനസിലാകാറുള്ളത്. മാക്സി കുടുംബത്തിൽനിന്നും വൈദ്യം പഠിക്കാനിറങ്ങിയ ആദ്യ വ്യക്തിയാണയാൾ. എന്ത് ചെയ്യണം എന്നാഗ്രഹിച്ചോ അതയാൾ ചെയ്തു. കുടുംബം അത് അംഗീകരിച്ചു. ഇതിലും പൊലിമ കുറഞ്ഞ തെന്തെങ്കിലും ഒരുപക്ഷേ അയാൾ സ്വീകരിക്കുമായിരുന്നു. എന്നാൽ അതെന്താകും എന്നു മാത്രം ഊഹിച്ചെടുക്കാനാകുന്നില്ല. കാലം ചെല്ലുമ്പോൾ എല്ലാ മത്സരങ്ങളേയും അതിജീവിക്കാനാകുകയും അരഞ്ഞ് തേഞ്ഞ് ബലപ്പെടുകയും ചെയ്താൽ അയാളും ഒരു വൈദ്യോപദേശകനായി മാറിയേക്കാം. ഒരുപക്ഷേ മാർടിൻഗേൽ കുടുംബത്തിനു വേണ്ട പിന്തുണ നല്കാൻ പ്രാപ്തനായ ഒരുവ നായും മാറിയേക്കാം. അതിനിടയിൽ അവർ അവർക്കാകാവുന്ന വൈഷമ്യങ്ങളെയൊക്കെ നേരിടും. തന്റെ സൗകര്യങ്ങളിലേക്ക് നുഴ ഞ്ഞെത്താത്ത വിധത്തിൽ ചെറിയ കുടുംബ ധനകാര്യ പ്രശ്നങ്ങളെ കൈകാര്യം ചെയ്യും. ധർമ്മസ്ഥാപനങ്ങളിലേക്കു സംഭാവനകൾ കുറയ്ക്കും. വൃദ്ധൻ പർവ്വിക്ക് മണിക്കൂറിൽ മൂന്ന് ഷില്ലിങ്ങ് എന്ന വേതനം നല്കാതിരിക്കാൻ തോട്ടപ്പണികൾ സ്വയം ചെയ്യും. മാർ ത്തയെ സഹായിക്കാൻ പരിശീലനം ലഭിച്ചിട്ടില്ലാത്ത പെൺകുട്ടികളെ നിയമിക്കും. അതൊന്നും അയാൾക്കത്ര അസൗകര്യമാകില്ല. ഇതെല്ലാം സൈമൺ മാക്സി എങ്ങനെ തന്റെ പിതാവിന്റെ പിന്തുടർച്ചക്കാര നായോ അതുപോലെ സ്റ്റീഫൻ മാക്സിയുമാകാൻ വേണ്ടിയാണ്. ഇതൊക്കെ സംഭവിക്കണമെങ്കിൽ ഉത്തരവാദിത്വങ്ങളോ കുറ്റബോധമോ ഇല്ലാതെ അയാൾക്ക് മാർടിൻഗേലിന്റെ സൗന്ദര്യവും ശാന്തതയും ആസ്വദിക്കാനാകാണം.

ആരോ ശ്രദ്ധാപൂർവ്വം ഗോവണി കയറുന്ന സ്വരം കേട്ടു. അതവ സാനിച്ചപ്പോൾ വാതില്ക്കൽ മുട്ട് കേട്ടു. മാർത്തയായിരുന്നു അത്. കയ്യിൽ രാത്രിയിലെ അവസാന ഇനമായ ചൂടുള്ള പാനീയവുമുണ്ട്. തന്റെ ബാല്യത്തിൽ മുത്തശ്ശിയെടുത്ത തീരുമാനങ്ങളിൽ ഒന്നാണിത്. രാത്രി കിടക്കുന്നതിനു മുമ്പ് ചൂടുള്ള എന്തെങ്കിലും കുടിച്ചാൽ അന്ന് രാത്രി പേക്കിനാവുകൾ ഒഴിഞ്ഞ് നില്ക്കും എന്നാണ് മുത്തശ്ശി ഉപ ദേശിച്ചത്. അക്കാലത്ത് അയാളും ദേബ്റയും മിക്കവാറും ദിവസ ങ്ങളിൽ പേക്കിനാവുകളുടെ പിടിയിലകപ്പെട്ടിരുന്നതുകൊണ്ടാണി ങ്ങനെ ഒരു ഉപദേശം വന്നത്. ആ പേക്കിനാവുകൾ പിന്നെ കൗമാര കാല ഭയങ്ങൾക്ക് വഴിമാറിക്കൊടുത്തു. സ്പർശനീയമായ ഭയങ്ങൾ. എന്നാലും ഈ ചൂടുപാനീയം കുടുംബത്തിന്റെ ശീലമായി. ഇതിനു മുമ്പ് അവരുടെ സഹോദരി വിശ്വസിച്ചിരുന്നതുപോലെ തന്നെ മാർ ത്തയും യഥാർത്ഥങ്ങളായവയോ അല്ലെങ്കിൽ ഊഹങ്ങളിലൂടെ പൊലിപ്പിക്കപ്പെട്ടവയോ ആയ അപകടങ്ങളിൽ നിന്നുള്ള രക്ഷ നല്കുന്ന

ഏലസ്സാകാൻ ഈ പാനീയത്തിനു മാത്രമേ സാധിക്കൂ എന്ന് വിശ്വസിച്ചു.

അവൾ തന്റെ കൈവശമുള്ള ചെറിയ തളിക വളരെ ശ്രദ്ധയോടെ താഴെ വച്ചു. രണ്ട് പാനപാത്രങ്ങളുണ്ടതിൽ. നീല നിറത്തിലുള്ള വെഡ്ജ്‌വുഡ് കമ്പനിയുടേത് ദേബ്റയുടേതാണ്. പിന്നെയൊന്ന് ജോർജ്ജ് അഞ്ചാമന്റെ കിരീടധാരണചിത്രമുള്ളതാണ്. അത് മുത്തച്ഛൻ മാക്സി സ്റ്റീഫനുവേണ്ടി വാങ്ങിയത്.

‘‘താങ്കൾക്കുള്ള ഓവൽടിന്നും കൊണ്ടുവന്നിട്ടുണ്ട് മിസ് ദേബ്റ.’’

മാർത്ത അറിയിച്ചു. ‘‘താങ്കൾ ഇവിടെയുണ്ടാകും എന്ന് എനിക്കറിയാമായിരുന്നു.’’

എന്തോ രഹസ്യം പങ്കുവയ്ക്കുന്നതുപോലെ വളരെ സ്വരം താഴ്ത്തിയാണവർ അത്രയും പറഞ്ഞത്. അവർ കാതറിനെക്കുറിച്ച് സംസാരിക്കുകയായിരുന്നു എന്നും ഇവർ ഊഹിച്ചിട്ടുണ്ടാകുമോ എന്ന് സ്റ്റീഫൻ ചിന്തിച്ചു. പണ്ടുകാലത്ത് മുത്തശ്ശി ഇതുപോലെ കുടിക്കാനുള്ള പാനീയവുമായെത്തി, പിന്നെയൊരു ചർച്ചയ്ക്കായി കാത്ത് അരികിൽ നിന്നിരുന്നതിന്റെ ഓർമ്മകളെത്തി. അതുപോലെയുണ്ടെങ്കിലും ഇതിനതുമായി സാമ്യമില്ല. മാർത്തയുടെ ബഹുമാനത്തിനിത്തിരി വാചാലത അധികമായിരുന്നു. അവർക്ക് ആത്മബോധവും കൂടുതലായിരുന്നു. അതിനാൽ അതത്ര സ്വീകാര്യമായിരുന്നില്ല. അയാൾക്കപ്പോൾ ആവശ്യം ഒരു വ്യാജ വികാരമായിരുന്നു. അപ്പോഴത്തെ അന്തരീക്ഷത്തിലും അതായിരുന്നു ആവശ്യം. ഇതാലോചിച്ചപ്പോൾ മാർത്തയ്ക്കും ഇടയ്ക്കൊക്കെ ആർദ്രമായ ചില വാക്കുകളോട് താത്പര്യമുണ്ടാകും എന്ന് അയാൾ കരുതി.

‘‘അത്താഴവിരുന്ന് നന്നായിരുന്നു മാർത്ത.’’ അയാൾ പറഞ്ഞു.

ദേബ്റ ജാലകത്തിൽ നിന്നും നീങ്ങി. ചുവന്ന ചായമടിച്ച തന്റെ മെലിഞ്ഞ വിരലുകൾ ആവിപാറുന്ന കോപ്പയിൽ ചുറ്റി.

‘‘അവിടത്തെ സംഭാഷണം ആ ഭക്ഷണത്തിനോളം മികച്ചതായില്ല.’’

‘‘മിസ് ലിഡലിൽനിന്നും നിയമാനുസൃതമല്ലായ്മയുടെ സാമൂഹിക വിപത്തുകളെക്കുറിച്ച് ഒരു ഭാഷണം കേൾക്കേണ്ടി വന്നു. സാലിയെക്കുറിച്ച് എന്താണഭിപ്രായം മാർത്ത?’’

അതൊരു അനാവശ്യ ചോദ്യമാണെന്ന് സ്റ്റീഫനറിയാം. ദേബ്റ അങ്ങനെ ചോദിക്കുമെന്നും കരുതിയില്ല.

‘‘കുഴപ്പമില്ല എന്ന് തോന്നുന്നു.’’ മാർത്ത പറഞ്ഞു. ‘‘പക്ഷേ അവര് വന്നിട്ട് അധിക ദിവസമായിട്ടില്ലല്ലോ. മിസ് ലിഡലിനു വലിയ അഭിപ്രായമാണ്.’’

''മിസ് ലിഡൽ പറയുന്നത് സാലിയിൽ എല്ലാ ധാർമ്മികതകളുമുണ്ടെന്നാണ്. ഒന്നൊഴികെ. ആ പിഴവും പ്രകൃതിയുടെ ഭാഗത്തുനിന്ന് വന്ന ഒന്നായിരുന്നു. ഇരുട്ടിൽപെട്ട ഒരു ഹൈസ്കൂൾവിദ്യാർത്ഥിക്ക് തിരിച്ചറിയാനാകാതെ പോയ ഒരു തെറ്റ്.''

തന്റെ സഹോദരിയുടെ വാക്കുകളിൽ പെട്ടെന്ന് കയറി വന്ന നീരസമറിഞ്ഞ് സ്റ്റീഫൻ ഞെട്ടി.

''ഈ വിദ്യാഭ്യാസം കൊണ്ടൊക്കെ ഒരു പരിചാരികയ്ക്ക് എന്ത് ഗുണം ലഭിക്കും എന്ന് എനിക്കറിയില്ല മിസ് ദേബ്റ.''

അതൊന്നുമില്ലാതെ തന്നെ കാര്യങ്ങൾ ഞാൻ വൃത്തിയായി ചെയ്യുന്നുണ്ടല്ലോ എന്ന് സൂചിപ്പിക്കാൻ മാർത്തയ്ക്ക് സാധിച്ചു.

''അവൾ എത്ര ഭാഗ്യവതിയാണെന്ന് മനസ്സിലാക്കിയാൽ മതി എന്നേ എനിക്കുള്ളൂ. മാഡം അവൾക്ക് ഒരു കട്ടിലും നല്കിയിരിക്കുന്നു. നിങ്ങളൊക്കെ ഉറങ്ങാറുള്ള അതേ കട്ടിൽ.''

''അതിലിപ്പോൾ ഞങ്ങൾ ഉറങ്ങുന്നില്ലല്ലോ.''

തന്റെ സ്വരത്തിൽ നീരസമില്ലാതിരിക്കാൻ ഒരു ശ്രമം സ്റ്റീഫൻ നടത്തി. ഈ സാലി ജപ്പിനെക്കുറിച്ചുള്ള സംസാരം ഇന്ന് വളരെ അധികമായിരിക്കുന്നു. എന്നാൽ അതൊന്നും മാർത്തയ്ക്കൊരു മുന്നറിയിപ്പായില്ല. വീട്ടിലെ കട്ടിലും തൊട്ടിലും മാത്രമല്ല അവളും അശുദ്ധമാക്കപ്പെട്ടിരിക്കുന്നു എന്നതുപോലെയാണവൾ സംസാരിച്ചത്.

''ആ കട്ടിലും തൊട്ടിലുമൊക്കെ ഞങ്ങൾ എന്നും സൂക്ഷിച്ച് വച്ചിരുന്നതാണ് സ്റ്റീഫൻ. അതൊക്കെ പേരക്കുട്ടികൾക്കായി നീക്കി വച്ചിരുന്നവയാണ്.''

''അത് പോകട്ടെ.'' ദേബ്റ ഇടപെട്ടു. വിരലിലേക്ക് തുളുമ്പിയ പാനീയം തുടച്ച് കളഞ്ഞു. കുടിച്ച പാത്രം തളികയിൽ തിരികെ വച്ചു.

''ഇപ്പോൾതന്നെ പേരക്കുട്ടികളെക്കുറിച്ച് ചിന്തിക്കണ്ട. മുട്ടവിരിയുന്നതിനു മുമ്പേ കുഞ്ഞുങ്ങളുടെ കണക്കെടുക്കുന്നതുപോലെയാണത്. ഞാനക്കാര്യത്തിൽ വിജയിക്കും എന്നെനിക്ക് തോന്നുന്നില്ല. സ്റ്റീഫനാകട്ടെ ഒരു വിവാഹ നിശ്ചയം പോലും നടത്തിയിട്ടില്ല. അതിനെക്കുറിച്ചിവൻ ഇപ്പോൾ ആലോചിക്കുന്നുമില്ല. ഇവനൊരു പക്ഷേ നല്ല നിപുണതയുള്ള, ശരീരപുഷ്ടിയുള്ള നഴ്സിനെയാകും കണ്ടെത്തുക. അവർ സ്വന്തമായി നല്ല വൃത്തിയുള്ള ഒരു തൊട്ടിൽ വാങ്ങാനായിരിക്കും താത്പര്യപ്പെടുക. അതവർ ഓക്സ്ഫോഡ് തെരുവിർ പോയി കണ്ടെത്തും. കുടിക്കാൻ കൊണ്ടുവന്ന് തന്നതിനു നന്ദി മാർത്ത.''

അവർ പുഞ്ചിരിച്ചു എങ്കിലും അതിൽ നിനക്ക് പോകാം എന്നൊരു അർത്ഥം ഒളിഞ്ഞ് കിടപ്പുണ്ടായിരുന്നു.

അവർ ശുഭരാത്രി പറഞ്ഞു. എങ്ങനെ ശ്രദ്ധിച്ചാണോ ഗോവണി കയറി വന്നത് അതേ ശ്രദ്ധയോടെ അവർ തിരിച്ചിറങ്ങി. തിരിച്ചിറങ്ങുന്ന സ്വരം വന്നു. അതസ്തമിച്ചപ്പോൾ സ്റ്റീഫൻ സംസാരിച്ച് തുടങ്ങി.

''പാവം മാർത്ത. അവർ എന്തും സഹിക്കുന്നവളാണെന്ന് നമ്മളൊക്കെ ധരിച്ച് തുടങ്ങിയിരിക്കുന്നു. എല്ലാ ജോലികളും ചെയ്ത് അവരും ക്ഷീണിച്ച് തുടങ്ങിയിട്ടുണ്ട്. അവർക്ക് അടുത്തൂൺ പറ്റേണ്ട സമയമായി എന്ന് തോന്നുന്നു. അതിനു നമ്മളും മുൻകൈ എടുക്കണം.''

''എന്തിന്?'' ദേബ്റ വീണ്ടും ജാലകത്തിലേക്ക് നീങ്ങി.

''ചുരുങ്ങിയ പക്ഷം അവർക്കിപ്പോൾ സഹായത്തിനൊരാളെങ്കിലുമുണ്ടല്ലോ.'' സ്റ്റീഫൻ ഒന്ന് മയപ്പെടുത്തി.

''അതിനാ സാലി കുഴപ്പക്കാരിയല്ലാതിരിക്കണം. ആ കുഞ്ഞ് അനതിസാധാരണമാം വിധം നല്ലതാണെന്നൊക്കെ മിസ് ലിഡൽ പറയുന്നത് കേട്ടു. രാത്രി വെറുതെ കിടന്ന് കാറിക്കരയാത്ത കുഞ്ഞുങ്ങളെക്കുറിച്ചൊക്കെ എല്ലാവരും അങ്ങനെ തന്നെയാണ് പറയുക. പിന്നെ അതിന്റെ പരിചരണത്തിനും അവൾക്ക് സമയം ആവശ്യമുണ്ട്. കാലത്തെഴുന്നേറ്റാൽ ഉച്ച വരെ കുഞ്ഞിന്റെ തുണികളലക്കിയിടാനെ അവൾക്ക് സമയമുണ്ടാകൂ എങ്കിൽ സാലി മാർത്തയ്ക്ക് വലിയ ഉപകാരമൊന്നുമാകും എന്ന് തോന്നുന്നില്ല.''

''ഇതൊക്കെ മറ്റ് അമ്മമാരും ചെയ്യുന്നുണ്ടാകുമല്ലോ. അതിനു ശേഷവും അവരൊക്കെ മറ്റ് ജോലികൾക്കുള്ള സമയവും കണ്ടെത്തുന്നുണ്ടാകും. എനിക്കെന്തോ അവളെ ഇഷ്ടമായി. അവൾക്ക് അവസരം കൊടുത്താൽ മാർത്തയ്ക്ക് ഒരു സഹായമാകും എന്ന് തന്നെയാണെന്റെ അഭിപ്രായം.''

''എന്തായാലും അവൾക്ക് വേണ്ടി ശക്തമായി വാദിക്കാൻ നീയ്യുണ്ടല്ലോ. പക്ഷേ വൈഷമ്യങ്ങളുടെ തുടക്കമാകുമ്പോഴേക്കും നീ ആശുപത്രിയിൽ എത്തിക്കഴിഞ്ഞിട്ടുണ്ടാകും.''

''എന്ത് വൈഷ്യമ്യങ്ങൾ? ദൈവത്തെയോർത്ത്, എന്താണ് നിങ്ങളുടെയൊക്കെ പ്രശ്നം എന്നൊന്ന് പറയൂ. ഈ പെൺകുട്ടി ഇവിടെ എന്ത് പ്രശ്നങ്ങളുണ്ടാക്കും എന്നാണ് നിങ്ങളൊക്കെ ഊഹിക്കുന്നത്?''

ദേബ്റ വാതിൽക്കലേക്ക് നടന്നു.

''കാരണമുണ്ട്. അവളിപ്പോഴേ അത് തുടങ്ങിവച്ചിരിക്കുന്നല്ലോ. ഇല്ലേ? ശുഭരാത്രി.''

രണ്ട്

1

തുടക്കം അത്ര ശുഭകരമല്ലായിരുന്നു എങ്കിലും സാലി ജപ്പിന്റെ മാർടിൻഗേലിലെ ആദ്യ ആഴ്ച വിജയമായിരുന്നു. അവൾക്കും അഭിപ്രായം ഇത് തന്നെയായിരുന്നോ എന്ന കാര്യത്തിൽ ഉറപ്പില്ല. അതൊന്നും അവളോട് ആരും ചോദിച്ചിട്ടില്ല. ഭാഗ്യവതി എന്നാണ് ഗ്രാമം മുഴുക്കെ അവളെ വിളിച്ചത്. ചില ഔദാര്യങ്ങളും ആനുകൂല്യങ്ങളും ലഭിക്കുന്നവരെ മിക്കപ്പോഴും അങ്ങനെ വിളിക്കാറുണ്ടല്ലോ. എന്നാൽ അവൾ അതിനോടെത്ര കൃതജ്ഞത കാണിക്കണമായിരുന്നോ അത്രയുമുണ്ടായില്ല. എങ്കിലും തന്റെ വികാരങ്ങളെ അവൾ വിനയം, ബഹുമാനം, പഠിക്കാനുള്ള ഇച്ഛ എന്നിവയ്ക്ക് പുറകിലൊളിപ്പിച്ചു. അവൾക്ക് ചുറ്റിലുമുള്ളവരൊക്കെ അതിനെ അതിന്റെ മുഖവിലയ്ക്കെടുത്തു. അതിൽ സന്തോഷിച്ചു. എന്നാൽ മാർത്ത ബൾടിടാഫ്ടിനെ വഞ്ചിക്കാൻ അതിനായില്ല. മാക്സി കുടുംബം അതിനെക്കുറിച്ചൊക്കെ ഒന്നാലോചിക്കാൻ തയ്യാറായെങ്കിൽ അവരേയും അത് വഞ്ചിക്കുമായിരുന്നില്ല. എന്നാൽ അവരൊക്കെ അവരുടെ വ്യക്തിഗത പ്രശ്നങ്ങളിലായിരുന്നു. അതിനാൽ ഇതൊന്നും ശ്രദ്ധിക്കാനുള്ള സമയമില്ലായിരുന്നു. വീട്ടുപണിയുടെ പകുതി ഭാരം ഒഴിഞ്ഞതിന്റെ ആശ്വാസത്തിലുമായിരുന്നു അവരപ്പോൾ.

ആ കുഞ്ഞ് ആദ്യമൊന്നും അത്ര കുഴപ്പം ചെയ്തില്ല എന്ന് മാർത്തയും സമ്മതിക്കുന്നുണ്ട്. ചീത്ത പെൺകുട്ടികൾക്ക് നല്ല അമ്മമാരാകാനാകും എന്നത് അവർക്ക് മനസ്സിലാകാത്തതായിരുന്നു. പക്ഷേ അവിടെ മിസ് ലിഡലിന്റെ നല്ല പരിശീലനം വിജയം കണ്ടിരിക്കുന്നു എന്നവർ കരുതി. മാർടിൻഗേലിലെത്തിയ ആദ്യ രണ്ട് മാസം ജെയിംസ് പ്രസന്നനായിരുന്നു. അവനു നിയോഗിക്കപ്പെട്ട സമയങ്ങളിൽ വയർ നിറയ്ക്കാൻ കിട്ടിയാൽ മതിയായിരുന്നു. വിശന്നാലും തന്റെ സാന്നിദ്ധ്യം ഏവരേയും അറിയിക്കുംവിധം ശബ്ദമുണ്ടാക്കി

കരയാറില്ലായിരുന്നു. സാന്നിദ്ധ്യം പരസ്യപ്പെടുത്താറില്ലായിരുന്നു. പക്ഷേ ഇതങ്ങനെ എന്നെന്നും നിലനിൽക്കാനൊന്നുമാകില്ലല്ലോ.

'ഇടകലർത്തിയുള്ള ഭക്ഷണം' എന്ന് സാലി വിളിച്ച ആ സമ്പ്രദായത്തിലേക്ക് ചുവടു മാറിയപ്പോൾ തന്റെ പരാതിപ്പട്ടികയിലേക്ക് മാർത്ത വളരെയധികം ഇനങ്ങൾ കൂട്ടിച്ചേർക്കാനാരംഭിച്ചു. സാലിയുടെ ആവശ്യങ്ങളിൽ നിന്നും അടുക്കളയ്ക്കൊരു മോചനമില്ലെന്ന് തോന്നിത്തുടങ്ങി. ജിമ്മി സാവധാനത്തിൽ ഭക്ഷണം എന്നാൽ ആനന്ദകരമായ ആവശ്യമെന്നതിൽ ഉപരി അധികാരം കാണിക്കാനുള്ള മാർഗ്ഗമാകുന്ന ശൈശവദശയിലെത്തിച്ചേർന്ന് തുടങ്ങി.

തന്റെ ഉയരമുള്ള കസേരയിൽ, തലയിണകൾക്കിടയിൽ സുഖമായി ഇരിക്കുന്ന അവൻ ഭക്ഷണത്തിനെ പ്രതിരോധിക്കാനും അത് തരുന്നവരോട് പ്രതിഷേധിക്കാനുമാരംഭിച്ചു. പാലും ധാന്യങ്ങളും ചേർത്ത മിശ്രിതം ചുണ്ടുകൾക്കിടയിലൂടെ കുമിളകളാക്കി ഊതിവിട്ടു. അത്തരം തിരസ്കാരങ്ങളിൽ ഉന്മത്തമായി. വശ്യമായ നിഷ്കളങ്കതയോടെ അതങ്ങനെ ചെയ്തുകൊണ്ടേയിരുന്നു. അത് കണ്ട് ചിരിച്ചുകൊണ്ട് സാലി അവനു നേരെ അലറി വിളിക്കും. സ്നേഹപ്രകടനങ്ങൾകൊണ്ട് വീർപ്പു മുട്ടിക്കും. മാർത്തയുടെ അനിഷ്ടം നിറഞ്ഞ പിറുപിറുക്കലിനെ വകവയ്ക്കാതെ അവനെ ലാളിക്കും. കളിപ്പിക്കും. ചുരുണ്ട് ധാരാളമായി മുടിയുണ്ടവന്. തുടുത്ത് ആപ്പിൾ പോലെ ചുവന്ന കവിളുകൾക്കിടയിൽ മറഞ്ഞിരിക്കുകയാണെന്ന് തോന്നുമെങ്കിലും എഴുന്ന് ചുവന്ന നാസികയുമുണ്ട്. അങ്ങനെ താൻ സീസറിന്റെ ഒരു കൊച്ചു പ്രതിരൂപമാണെന്നതുപോലെ മാർത്തയുടെ അടുക്കളയെ ഭരിക്കും.

സാലി കൂടുതൽ സമയം അവനുമൊത്ത് ചിലവിടാൻ തുടങ്ങി. പല പ്രഭാതങ്ങളിലും മാർത്തയെത്തുമ്പോ സാലിയുടെ കൈകൾക്കിടയിൽ നിന്ന് തെറിച്ച് നില്ക്കുന്ന അവന്റെ തുടുത്ത കാലുകളോ കൈകളോ കാണുക പതിവായി. അവന്റെ ദീർഘയുറക്കം എന്നത് ഒരു പഴം കഥയായിരിക്കുന്നു എന്ന് അത് മാർത്തയെ ഓർമ്മിപ്പിക്കാൻ തുടങ്ങി. അതിനൊപ്പം ഇനി അവന്റെ ആവശ്യങ്ങളിലും വർദ്ധനയുണ്ടാകും എന്ന കാര്യത്തിൽ സംശയമില്ല. ഇതുവരേക്കും മാർത്തയുടേയും അവന്റേയും ആവശ്യങ്ങളുമൊത്ത് സമരസപ്പെടാനും രണ്ടും ഒരുപോലെ കൈകാര്യം ചെയ്യാനും സാലിക്കായിട്ടുണ്ട്. അതിൽ എന്തെങ്കിലും വിധത്തിലുള്ള കുറവുകളോ വലിവുകളോ വരുന്നുണ്ടെങ്കിൽ തന്നെ അത് രണ്ടാഴ്ചയിലൊരിക്കൽ വീട്ടിലെത്തുന്ന സ്റ്റീഫന്റെ ശ്രദ്ധയിൽ മാത്രം പെട്ടു. അയാൾക്കൊരു മനസ്സാക്ഷിക്കുത്തുണ്ടാകും വിധം അയാളുടെ ശ്രദ്ധയിൽ പെട്ടു. ശ്രീമതി മാക്സി ഇടയ്ക്കൊക്കെ സാലിയെ അന്വേഷിക്കും. ജോലി

ഭാരമുണ്ടോ എന്നന്വേഷിക്കും. അതിനോട് ലഭിക്കുന്ന പ്രതികരണം എന്നും അവരെ ആഹ്ലാദിപ്പിക്കുന്നവ മാത്രമായിരുന്നു. ദേബ്‌റ ഇതൊന്നും ശ്രദ്ധിച്ചില്ല. ശ്രദ്ധിച്ചെങ്കിൽ തന്നെ അതിനെക്കുറിച്ച് സംസാരിച്ചില്ല. സാലി ആവശ്യത്തിൽ കൂടുതൽ ക്ഷീണിതയാകുന്നുണ്ടോ എന്നറിയാനും മാർഗ്ഗമൊന്നുമില്ലായിരുന്നു. പ്രകൃത്യാ മെലിഞ്ഞ് വിളറിയ ശരീരമാണവളുടേത്. അതും വല്ലാതെ വഞ്ചകമാണെന്ന് മാർത്ത കരുതി. ‘നല്ല ദൃഢതയുള്ളത്, ഒരു വണ്ടി നിറയെ കുരങ്ങുകളുടെ കൗശലമുള്ളത്’ എന്നാണ് മാർത്ത പറയുക.

വസന്തം സാവധാനത്തിൽ വേനലിനു വഴിമാറി. ബീച്ച് മരങ്ങളിൽ തളിരിലകൾ നിറഞ്ഞു. തിളങ്ങുന്ന പച്ച നിറം നിറഞ്ഞു. അത് തെരുവോരത്തിനൊരു പുതിയ ശോഭ നല്കി. തന്റെ സ്വന്തം സന്തോഷത്തിനായി, വികാരി പള്ളിയലങ്കാരങ്ങളെക്കുറിച്ച് അദ്ദേഹത്തിന്റെ കൂട്ടരിൽ നിത്യവും നടക്കാറുള്ള ആരോപണപ്രത്യാരോപണങ്ങളുടെ അകമ്പടിയോടെ, ഈസ്റ്റർ ആഘോഷിച്ചു. സെയ്ന്റ് മേരീസ് അനാഥാലയത്തിലെ മിസ് പോളാക് ഉറക്കം വരുന്നില്ലെന്ന് പരാതിയുമായെത്തി. അതിന് ഡോക്ടർ എപ്പ്സ് ചില ഗുളികകൾ നിർദ്ദേശിച്ചു.

അനാഥാലയത്തിലെ രണ്ട് അന്തേവാസികൾ അവരുടെ കുഞ്ഞുങ്ങളുടെ, ആകർഷകാരികളായ, പശ്ചാത്തപിച്ച, പിതാക്കന്മാരുമൊത്ത് വിവാഹിതരാകാൻ തീരുമാനിച്ചു. അവരുടെ സ്ഥാനത്തേക്ക് മിസ് ലിഡൽ മറ്റ് രണ്ട് അപരാധി അമ്മമാരെ പ്രവേശിപ്പിച്ചു. സാം ബൊകോക്ക് തന്റെ ചാഡ്ഫ്ളീറ്റ് ന്യൂ ടൗണിലെ കുതിരാലയത്തെക്കുറിച്ച് പരസ്യം നല്കി. ആ പരസ്യം കണ്ട്, ഒരു മണിക്കൂറിന് എഴ് ഷില്ലിങ്ങ് ആറ് പെൻസ് വീതം നല്കി അയാളുടെ മേനോട്ടത്തിൽ ഗ്രാമത്തിലൂടെ അലയാനെത്തിയ യുവതീ യുവാക്കളെ കണ്ട് അയാൾ അത്ഭുതപ്പെട്ടു. സൈമൺ മാക്സിയുടെ ആരോഗ്യനിലയിൽ യാതൊരു വ്യത്യാസവുമില്ലാതെ തന്റെ വീതി കുറഞ്ഞ കട്ടിലിൽ കിടന്നു. സായാഹ്നങ്ങൾക്ക് നീളം വർദ്ധിച്ചു. റോസാപ്പൂക്കൾ വിരിഞ്ഞു.

മാർടിൻഗേലിന്റെ ഉദ്യാനത്തിൽ റോസാപ്പൂക്കളുടെ സുഗന്ധം നിറഞ്ഞു. വീട്ടിൽ മേശപ്പുറത്ത് വയ്ക്കാനായി അവയെ വെട്ടിയെടുത്തപ്പോഴൊക്കെ മാർടിൻഗേലിലെ ഉദ്യാനം എന്തിനോ കാത്തിരിക്കുന്നു എന്നൊരു തോന്നൽ ദേബ്‌റയിലുണ്ടായി. വേനലിൽ ഈ വീടിനെന്നും വലിയ ചന്തമാണ്. എന്നാൽ ഈ വർഷം അന്തരീക്ഷത്തിൽ എന്തോ ഒരു പ്രതീക്ഷ നിറഞ്ഞിരിക്കുന്നു. പതിവുശാന്തതയ്ക്ക് വിരുദ്ധമായ ഒരു അനിഷ്ടസൂചന. വീട്ടിലേക്ക് പൂക്കളുമായി നീങ്ങുമ്പോൾ ദേബ്‌റ തന്നിലുയർന്ന ഇത്തരം ചിന്തകളെ കുടഞ്ഞ് കളയാൻ ശ്രമിക്കും. മാർടിൻഗേൽ കാത്തിരിക്കുന്ന ഏറ്റവും പ്രധാനപ്പെട്ട സംഭവമിപ്പോൾ പള്ളിപ്പെരുന്നാളുമാത്രമാണെന്ന് സ്വയം പറയും.

അതിനിടയിലും 'മരണത്തിനായി കാത്തിരിക്കുന്ന' എന്ന വാക്കുകൾ മനസ്സിലേക്കെത്തും. അപ്പോൾ അതിനെ തിരികെയോടിക്കാനായി സ്വയം അച്ഛനസുഖമൊന്നും അധികമായിട്ടില്ലല്ലോ, കുറച്ച് സുഖപ്പെട്ടിട്ടല്ലേയുള്ളൂ എന്നൊക്കെ ചിന്തിക്കും. തനിക്ക് മാർടിൻഗേലിനോടുള്ള ഇഷ്ടം യുക്തിസഹമല്ലല്ലോ എന്ന് ചിന്തിക്കും. ചിലപ്പോൾ ആ ഇഷ്ടത്തെയൊന്ന് അച്ചടക്കമുള്ളതാക്കാനായി 'നമുക്കിതിനെ വില്പനയ്ക്ക് വയ്ക്കേണ്ടി വരുമ്പോൾ' എന്നൊരു ചിന്ത വരുത്തും. ആ വാക്കുകളുടെ ധ്വനി തന്നെ ഒരു മുന്നറിയിപ്പും രക്ഷാകവചവും ഒന്നിച്ചാകും.

സ്റ്റീഫന്റെ മുതുമുത്തച്ഛന്മാരുടെ കാലം തൊട്ടേ സെയിന്റ് സെഡ് പള്ളിയുടെ പെരുന്നാളാഘോഷം മാർടിൻഗേലിന്റെ മുറ്റത്താണ്. എല്ലാ ജൂലായ് മാസത്തിലുമാണത് കൊണ്ടാടുന്നത്. വികാരി, ശ്രീമതി മാക്സി, ഡോക്ടർ എപ്പ്സ്, മിസ് ലിഡൽ എന്നിവരടങ്ങുന്ന ഒരു സമിതിയാണതിനു മേൽനോട്ടം വഹിക്കുന്നത്. ഭരണനിയന്ത്രണ കാര്യങ്ങളൊന്നും അത്ര സങ്കീർണ്ണമല്ലായിരുന്നു. കാരണം പള്ളി പോലെ തന്നെ ഇതിന്റേയും ചിട്ടവട്ടങ്ങളിൽ വർഷങ്ങളായി ഒരു മാറ്റവുമില്ല.

എല്ലാ അലങ്കോലങ്ങൾക്കും നടുക്ക് പരിവർത്തനവിധേയമല്ലാത്ത ഒന്നായി അത് നിലനിന്നു. പരിവർത്തനവിധേയമല്ലാത്തതിന്റെ സൂചകമായി നിലനിന്നു. എന്നാൽ ഈ സമിതി അതിന്റെ ഉത്തരവാദിത്വങ്ങളെ വളരെ ഗൗരവത്തോടെയാണ് കണ്ടിരുന്നത്. അതിനായി ജൂൺ മാസത്തിലും ജൂലായ് ആദ്യത്തിലും അവർ ഇടയ്ക്കിടെ മാർടിൻഗേലിൽ ഒത്തുകൂടും. പൂന്തോട്ടത്തിലിരുന്ന് ചായ കുടിച്ച് പ്രമേയങ്ങൾ പാസ്സാക്കും. ഇതേ പ്രമേയങ്ങൾ മിക്കവാറും സമാനമായ വാക്കുകളോടെ അതുപോലെ സമാനമായ സാഹചര്യങ്ങളിൽ തലേ വർഷത്തിലും അവർ പാസ്സാക്കിയിട്ടുണ്ടാകും. ഈ പെരുന്നാളിനെക്കുറിച്ച് ഇടയ്ക്കെങ്കിലും അസ്വസ്ഥതപ്പെടാറുള്ള ഏക വ്യക്തി വികാരി മാത്രമാണ്. അയാളുടേതായ മൃദുമാർഗ്ഗങ്ങളിലൂടെ എല്ലാവരിൽനിന്നും ഏറ്റവും മികച്ച സഹകരണം ലഭിക്കാൻ അയാൾ ശ്രമിച്ചുകൊണ്ടിരുന്നു.

ആകാവുന്നിടത്തെല്ലാം മൂല്യവത്തായ ലക്ഷ്യങ്ങൾ സ്ഥാപിക്കാനും ശ്രമിച്ചുകൊണ്ടിരുന്നു. ഭൂതാനുകമ്പയും ദാനവും ഒരു സദ്ഗുണം എന്നതുപോലെ തന്നെ നയവുമാണെന്ന് അയാൾ കണ്ടെത്തിയിരുന്നു. തന്റെ പൗരോഹിത്യജീവിതത്തിന്റെ ആദ്യകാലങ്ങളിൽ തന്നെ അയാൾ ഈ കണ്ടെത്തൽ നടത്തിയിരുന്നു. അതിനാൽ എല്ലാ മതാചാര ഇളവുകളിൽ നിന്നും മറ്റുള്ളവരെപ്പോലെ സ്വയം തന്നെയും

അയാൾ ഇക്കാലങ്ങളിൽ ഒഴിവാക്കും. എന്നാൽ വർഷത്തിലൊരിക്കൽ തന്റെ പള്ളിയെ പ്രതി ഹിങ്ക്സിന് അത്രയൊന്നും ദഹനീയമല്ലാത്ത ചില യാഥാർത്ഥ്യങ്ങൾ അഭിമുഖികരീക്കേണ്ടി വരാറുണ്ട്.

ചാഡ്ഫ്ളീറ്റ് ന്യൂ ടൗണിനു മേൽ അതിനുള്ള നിഷേധാത്മകത്വം, പ്രതിലോമ പ്രഭാവം അയാളെ വിഷമിപ്പിച്ചിരുന്നു. ഗ്രാമജീവിതത്തിൽ പള്ളി എന്നാൽ ഒരു ആത്മീയ കരുത്തിനേക്കാൾ ഉപരി ഒരു സാമൂഹ്യ കരുത്താകുന്നോ എന്ന സംശയം അപ്പോഴുണ്ടാകാറുണ്ട്. പെരുന്നാളിന്റെ പ്രാരംഭത്തിലും അതിന്റെ പര്യവസാനത്തിലും ഒരു പ്രാർത്ഥനയും മന്ത്രോച്ചാരണവുമൊക്കെ വേണം എന്നൊരു നിർദ്ദേശം അയാൾ ഒരിക്കൽ വയ്ക്കുകയുണ്ടായി. ഈ പുതുമയെ പക്ഷേ ശ്രീമതി മാക്സിയൊഴികെ ഒരംഗവും പിന്തുണച്ചില്ല. ശ്രീമതി മാക്സിക്ക് പെരുന്നോളിനോടുള്ള ഏക എതിർപ്പ് തുടങ്ങി വച്ചാൽ പിന്നെ അതിനൊരു അവസാനമുണ്ടാകുന്നില്ല എന്നു മാത്രമായിരുന്നു.

ഇത്തവണ സാലിയുടെ സ്വമേധയായുള്ള സഹായമുണ്ടാകുമെന്നതിന്റെ സന്തോഷത്തിലായിരുന്നു ശ്രീമതി മാക്സി. പെരുന്നാളാഘോഷത്തിന്റെ ഒരുക്കങ്ങൾക്ക് സഹായിക്കാൻ തൊഴിലാളികൾ അനവധിയുണ്ട്. അവരിൽ പലരും കുറച്ച് ജോലി മാത്രം ചെയ്ത് കൂടുതൽ ആനന്ദം കണ്ടെത്താനുള്ള തിരക്കിലായിരുന്നു. എന്നാൽ ആ ദിവസത്തെ പരിപാടികൾ വിജയകരമായി നടത്തിയതുകൊണ്ട് മാത്രം ഉത്തരവാദിത്വങ്ങൾ അവസാനിക്കുന്നില്ല. അന്നത്തെ അത്താഴം മാർടിൻഗേലിലാകണം എന്ന് മിക്ക സമിതി അംഗങ്ങളും ആഗ്രഹിക്കും.

പെരുന്നാൾ നടക്കുന്ന ശനിയാഴ്ച തനിക്ക് അവധി ദിവസമാണെന്നും അതിനാൽ 'ഭീകരമായ ഈ നഗരത്തിലെ ബഹളങ്ങളിൽ നിന്നും കോലാഹലങ്ങളിൽനിന്നും അകന്നു നിൽക്കാൻ ലഭിക്കുന്ന ഒരു നല്ല ആഴ്ചാവസാന'ത്തിൽതന്നെ ക്ഷണിക്കുകയാണെങ്കിൽ അതൊരു ശിക്ഷയായി കണക്കാക്കുമെന്നും കാതറിൻ ബവേഴ്സ് എഴുതിയിട്ടുണ്ട്. ഇത്തരത്തിൽ ഒരു കത്ത് ആദ്യമായൊന്നുമല്ല ലഭിക്കുന്നത്. കാതറിന് കുട്ടികളെ കാണാൻ ആകാംക്ഷയുണ്ട്. കുട്ടികൾക്ക് കാതറിനെ കാണാനുള്ള ആകാംക്ഷയേക്കാൾ അധികമാണത്. ചില സാഹചര്യങ്ങളിൽ ഇതൊന്നും ഒരു പ്രശ്നമല്ല. എന്തായാലും ഈ ബന്ധം സ്റ്റീഫനു യോജിച്ചതുമല്ല. തന്റെ ഏക സന്തതിയെ യോഗ്യമാം വണ്ണം വിവാഹം കഴിച്ചയയ്ക്കാൻ പാവം കാറ്റി ആഗ്രഹിക്കുന്നു എന്നു മാത്രം. അവർതന്നെ അവർക്ക് യോജിക്കാത്തതും അവരേക്കാൾ താഴെയുള്ളതുമായ ഒരുവനെയാണ് വിവാഹം കഴിച്ചതെന്ന് അവരൊക്കെ പറയുന്നു. പണത്തിനേക്കാൾ അധികം

നിപുണതയുള്ള ഒരു കലാകാരനായിരുന്നു ക്രിസ്ത്യൻ ബവേഴ്സ്. പ്രതിഭകളോടല്ലാതെ മറ്റൊന്നിനോടും അയാൾക്ക് ആകർഷണം തോന്നാറിയില്ലായിരുന്നു. ശ്രീമതി മാക്സി ഒരിക്കൽ അയാളെ കണ്ടിട്ടുണ്ട്. ആ കാഴ്ചയിൽ അയാളോടൊരു ഇഷ്ടവും തോന്നിയില്ല.

ഭാര്യയിൽനിന്നും വ്യത്യസ്തയായി അയാളൊരു കലാകാരനാണെന്ന് ശ്രീമതി മാക്സിക്ക് തോന്നി. അയാളുടെ ആദ്യകാല ചിത്രങ്ങളിൽ ഒന്ന് മാർടിൻഗേലിനു വേണ്ടി അവർ വാങ്ങിയിരുന്നു. ചരിഞ്ഞ് കിടക്കുന്ന ഒരു നഗ്നവനിത. അതിപ്പോൾ അവരുടെ കിടപ്പുമുറിയിൽ ഞാന്ന് കിടപ്പുണ്ട്. അതവർക്ക് ഒരു സന്തോഷമൊക്കെ നല്കുന്നുണ്ട്. തന്റെ മകൾ ഇടയ്ക്കൊക്കെ നല്കുന്ന ആതിഥേയത്വത്തിനൊന്നും അതിനെ പകരം വയ്ക്കാനുമാകാറില്ല. വിവേകശൂന്യമായ വിവാഹ വിഡ്ഢിത്തെത്തെക്കുറിച്ച് സൂചിപ്പിക്കുന്ന ഒരു പാഠമായി ശ്രീമതി മാക്സി അതിനെ കരുതി. എന്നാൽ കാറ്റി ബവേഴ്സ് തന്റെ വിദ്യാലയകാല സുഹൃത്തായിരുന്നതിനാലും ശ്രീമതി മാക്സി ഇന്നും പഴയ വികാരങ്ങളെയും ബന്ധങ്ങളേയും മാനിക്കുന്നതിനാലും ഈ സൗഹൃദം ഇന്നും പുതുമയുള്ളതും യാഥാർത്ഥ്യമുള്ളതുമായി നില നില്ക്കുന്നതിനാലും തന്റെ മക്കളുടെ അതിഥിയായല്ലാതെ കാതറിനെ സ്വന്തം നിലയിൽ മാർടിൻഗേലിലേക്ക് അവർ ക്ഷണിച്ചു കൊണ്ടിരുന്നു.

മറ്റ് ചില വിഷമങ്ങളുമുണ്ട്. മറ്റുള്ളവരൊക്കെ 'അന്തരീക്ഷം' എന്ന് വിളിക്കുന്നതിനെ പലപ്പോഴും ശ്രീമതി മാക്സി അത്ര ശ്രദ്ധയിലെടുക്കാറില്ല. മറ്റുള്ളവരെ അവഗണിച്ചും അവഗണിക്കാനാകാത്തവയുമൊത്ത് യോജിച്ചും അവർ ശാന്തത നിലനിർത്തി.

പക്ഷേ, മാർടിൻഗേലിൽ നടന്നുകൊണ്ടിരുന്ന ചിലതിനെയെല്ലാം കണ്ടില്ല എന്ന് നടിക്കാനാകുമായിരുന്നില്ല. അതിൽ ചിലതൊക്കെ പ്രതീക്ഷിക്കേണ്ടതായിരുന്നു എന്നത് ശരി. മാർത്തയും സാലിയും തമ്മിൽ അടുക്കളയിൽ ഒരിക്കലും യോജിക്കുന്നില്ല എന്ന് തിരിച്ചറിയാനുള്ള വിവേകം ശ്രീമതി മാക്സിക്കില്ലാതെ പോയി. ചിലപ്പോൾ അവസ്ഥ തനിക്ക് കൈകാര്യം ചെയ്യാനാകാത്ത നിലയിലെത്തിയതായി മാർത്ത കാണുന്നുമുണ്ടായിരുന്നു.

ആഴ്ചകൾ പിന്നിടും തോറും ഇതങ്ങനെ വർദ്ധിച്ചുവരും എന്ന് പക്ഷേ അവരും കരുതിയില്ല. വീട്ടുവേലയല്ലാതെ മറ്റ് തൊഴിൽസാധ്യതകളൊന്നും കാണാത്തതിനാൽ മാർടിൻഗേലിൽ തുടർച്ചയായി എത്തിക്കൊണ്ടിരുന്ന വിദ്യാഭ്യാസമില്ലാത്ത, പരിശീലനമില്ലാത്ത കുറേ പരിചാരികമാർക്ക് ശേഷമെത്തിയ സാലി ജ്ഞാനം, നിപുണത, സ്ഫുടത എന്നിവയുടെ അതുല്യമാതൃകയാണെന്ന് തോന്നി.

മുമ്പൊക്കെ ഒരു ഉത്തരവ് നല്കി, നിരന്തരം അതിനെ ഓർമ്മിപ്പിച്ചാലും അത് താൻതന്നെ സ്വയം ചെയ്യുകയായിരുന്നു നല്ലതെന്ന ചിന്ത വരാറുണ്ടായിരുന്നെങ്കിൽ ഇന്ന് ആത്മവിശ്വാസത്തോടെ അത്തരം ഉത്തരവുകൾ പുറപ്പെടുവിക്കാമെന്നായി. അതൊക്കെ നടപ്പാക്കപ്പെടും എന്നായി.

സൈമൺ മാക്സിയുടെ ശുശ്രൂഷയിലും നഴ്സിങ്ങിലും കൂടുതൽ ശ്രദ്ധ കേന്ദ്രീകരിക്കേണ്ടി വന്നില്ലായിരുന്നെങ്കിൽ മാർടിൻഗേലിൽ അപ്പോൾ യുദ്ധത്തിനു മുമ്പുള്ള ഒരു ശാന്തതയുടെ പ്രകൃതമുണ്ടാകുമായിരുന്നു. അവർക്കിങ്ങനെ ദീർഘകാലം മുന്നോട്ട് പോകാനാകില്ല എന്ന മുന്നറിയിപ്പ് ഡോക്ടർ എപ്സിൽ നിന്ന് വന്നുകൊണ്ടിരുന്നു. അധികം താമസിയാതെ വീട്ടിൽ ഒരു നഴ്സിനെ നിയമിക്കുകയോ അല്ലെങ്കിൽ രോഗിയെ ആശുപത്രിയിലേക്ക് മാറ്റുകയോ ചെയ്യേണ്ടി വരും എന്നഭിപ്രായപ്പെട്ടു.

പക്ഷേ ഈ രണ്ട് നിർദ്ദേശങ്ങളും ശ്രീമതി മാക്സി തിരസ്കരിച്ചു. ഇതിൽ ആദ്യത്തേത് ചിലവേറിയതും അതുപോലെ അസൗകര്യങ്ങൾ നിറഞ്ഞതുമാണ്. മാത്രമല്ല അതെത്ര കാലം വേണ്ടി വരും എന്നതിനും ഉറപ്പില്ല. രണ്ടാമത്തേതാണെങ്കിൽ സൈമൺ മാക്സി സ്വന്തം വീട്ടുകാർക്കരികിൽ കിടന്ന്, വീട്ടിൽ കിടന്ന്, മരിക്കുന്നതിനു പകരം ഏതൊക്കെയോ അപരിചിതർക്കിടയിൽ കിടന്ന് മരിക്കേണ്ടി വരും. ഒരു നഴ്സിങ്ങ് ഹോം അല്ലെങ്കിൽ സ്വകാര്യ മുറി ഇപ്പോൾ ആ കുടുംബത്തിനു താങ്ങാനാകില്ല. അതിനർത്ഥം ഗുരുതരമായ രോഗികളെ കിടത്തുന്ന പ്രാദേശിക ആശുപത്രിയിലെ ഒരു മെത്തയിൽ അയാളെ കിടത്തേണ്ടി വരുമെന്നാണ്. അത്തരം ആശുപ്രതികളാകട്ടെ പട്ടാളത്തിന്റെ താവളങ്ങൾപോലെയാണ്. തിരക്കേറിയവയാണ്. മതിയായ ജീവനക്കാരില്ലാത്തവയുമാണ്. രോഗം മുർച്ഛിക്കുന്നതിനു മുമ്പ് ഒരിക്കൽ സൈമൺ മാക്സി ഭാര്യയെ വിളിച്ച് കാതിൽ 'എന്നെ ഇവിടെ നിന്ന് കൊണ്ടുപോകരുതേ എലിനർ' എന്ന് മന്ത്രിച്ചിരുന്നു. 'ഇല്ല. ഞാനത് ഒരിക്കലും ചെയ്യില്ല.' എന്നവർ ഉറപ്പും കൊടുത്തു. ആ ഉറപ്പ് ലഭിച്ചതിനു ശേഷമാണയാൾ അന്ന് ഉറക്കത്തിലേക്ക് വഴുതിയത്. ആ ഉറപ്പിനൊരു വിലയൊക്കെയുണ്ട് എന്ന് അവർ ഇരുവർക്കും നല്ല ബോധ്യമുണ്ടായിരുന്നു.

സാലി വരുന്നതിനു മുമ്പുണ്ടായിരുന്ന അമിതഭാരത്തെക്കുറിച്ച് ഇപ്പോൾ മാർത്ത ഓർക്കുന്നില്ല എന്നതും ദയനീയം തന്നെ. ആദ്യകാലങ്ങളിൽ വളരെ എളുപ്പത്തിൽ അവർ സ്വീകരിച്ചിരുന്നതിനെയൊക്കെ വിമർശിക്കാനുള്ള സമയവും ഊർജ്ജവും ഈ പുതിയ ഭരണസംവിധാനത്തിൽ അവർക്ക് ലഭിച്ച് തുടങ്ങിയിരിക്കുന്നു. എന്നാൽ അതൊന്നും തുറന്ന യുദ്ധത്തിലേക്കെത്തിയിട്ടില്ല. ഒളിയമ്പുകളുണ്ടായിട്ടുണ്ടെങ്കിലും കൃത്യമായ പരാതികൾ ഇതുവരെ വന്നിട്ടില്ല.

എന്തായാലും അടുക്കളയിൽ പിരിമുറുക്കം വർദ്ധിക്കുന്നുണ്ടെന്ന കാര്യത്തിൽ സംശയമില്ല എന്ന് ശ്രീമതി മാക്സി ചിന്തിച്ചു. പെരുന്നാളൊന്ന് അവസാനിച്ചാൽ പിന്നെ ഈ പിരിമുറുക്കവുമായി യോജിക്കുകയല്ലാതെ മറ്റ് മാർഗ്ഗമില്ലാതെ വരും. അപ്പോഴാകാം ഒരു പോംവഴി കണ്ടെത്തൽ. അവരും തിരക്കിലൊന്നുമല്ല. പെരുന്നാളിന് ഇനിയൊരു ആഴ്ച മാത്രമേ ബാക്കിയുള്ളൂ. അതൊന്ന് വിജയകരമായി പൂർത്തിയാക്കുന്നതിലാണിപ്പോൾ മുഴുവൻ ശ്രദ്ധയും.

2

പെരുന്നാളിനു മുമ്പുള്ള വ്യാഴാഴ്ച, ഉച്ചയ്ക്ക് മുമ്പുള്ള സമയം ദേബ്റ ലണ്ടനിൽ സാധനങ്ങൾ വാങ്ങുന്നതിനായി കടകളിൽ കയറി ഇറങ്ങുകയായിരുന്നു. ഫെലിക്സ് ഹെർണെയുമൊത്തായിരുന്നു ഉച്ചഭക്ഷണം. അതിനു ശേഷം അവരൊന്നിച്ച് ബേക്കർ തെരുവിൽ ഒരു ഹിച്ച്കോക് സിനിമ കാണാൻ പോയി.

മെയ്ഫെയറിലെ ഒരു ഭക്ഷണശാലയിൽ കയറി ചായ കുടിച്ചുകൊണ്ടായിരുന്നു ഉഭയസമ്മതപ്രകാരം നടത്തിയ ഈ പരിപാടികളുടെ അവസാനം. ആ ഭക്ഷണശാല ഇന്നും ഒരു ഉച്ചഭക്ഷണത്തിന്റെ വിഭവങ്ങളെന്തെന്ന് എന്നതിനെക്കുറിച്ച് ഒട്ടും നവീനമല്ലാത്ത അശയങ്ങൾ വച്ചുപുലർത്തുന്ന ഒന്നായിരുന്നു. ധാരാളം വെള്ളരിയരിഞ്ഞിട്ട സാൻവിച്ചും വീട്ടിലുണ്ടാക്കിയതിനു സമാനമായ ചോക്ലേറ്റും അകത്ത് ചെന്നപ്പോൾ അന്നത്തെ ദിവസം തീർത്തു വിജയകരമായിരുന്നു എന്ന ചിന്തയിലായി ദേബ്റ. എന്നാൽ ഫെലിക്സിന്റെ അഭിരുചിക്കത് മതിയാകില്ലായിരുന്നു. എങ്കിലും അയാളും അതെല്ലാം സഹനീയമായെടുത്തു. പ്രണയ ജോടികളല്ലെങ്കിലുള്ള ഗുണങ്ങളാണിതൊക്കെ. പ്രണയത്തിലായിരുന്നെങ്കിൽ മദ്ധ്യാഹ്നശേഷം ഗ്രീനിച്ച് ഹൗസിലാകണം എന്ന ആഗ്രഹം തോന്നുമായിരുന്നു. കാരണം അത്രയൊന്നും ക്രമത്തിലല്ലാതെ കണ്ടുമുട്ടുന്ന പ്രണയജോടികളിൽ നിർബന്ധിതമാകുന്ന സമ്പ്രദായങ്ങളിൽ വിവാഹത്തിലെന്നപോലെ ചില കാർക്കശ്യമുള്ള നടപടിക്രമങ്ങളുണ്ടാകും. അപ്പോൾ സംഭവിക്കുന്ന പ്രണയത്തിന്റെ പങ്കിടലുകൾ ആനന്ദകരമാകുമെങ്കിലും ഇപ്പോഴുള്ള പരസ്പര നിർബന്ധങ്ങളോ അവകാശങ്ങളോ ഇല്ലാത്ത സൗഹൃദം കൂടുതൽ രുചികരമാകുന്നു.

അവൾക്കിനിയും പ്രണയിക്കണമെന്ന് ആഗ്രഹമില്ല. ആ വിഡ്ഢിത്തത്തിൽനിന്നും അവളെ മാസങ്ങൾ നിണ്ടുനിന്ന വിനാശകാരിയായ ക്ലേശങ്ങളും നിരാശയും ഒന്നിച്ച് നിന്ന് സുഖപ്പെടുത്തിയിരിക്കുന്നു. വളരെ ചെറുപ്പത്തിലേ വിവാഹിതയായവളാണവൾ.

ഒരു വർഷത്തോളം നീണ്ടു നിന്ന ദാമ്പത്യം. എഡ്വേഡ് റിസ്കോ അതിനിടയിൽ പോളിയോ ബാധിതനായി മരിച്ചു. ഇപ്പോൾ അവളുടെ ജീവിതത്തിന്റെ അടിസ്ഥാനം സൗഹൃദം, രുചികളിലെ അനുരൂപത, സംതൃപ്തമായ വിധത്തിൽ ലൈംഗികത പങ്കിടൽ എന്നിവയാണ്. വികാരങ്ങൾക്ക് വലിയ മുറിവേൽക്കാതെ ഇതൊക്കെ മുന്നോട്ട് കൊണ്ടുപോകാനാകും എന്നവൾകരുതുന്നു. ഫെലിക്സിനവളോട് പ്രണയമുണ്ട് എന്ന് തന്നെയാണവൾ കരുതുന്നത്. എന്നാൽ ആ പ്രണയം ഇതുവരെ മുഷിപ്പിക്കുന്ന ഒരു തലത്തിലേക്കയാൾ എത്തിച്ചിട്ടില്ല. അതുകൊണ്ട് തന്നെ വിവാഹം എന്ന ഒരു വാഗ്ദാനത്തിലേക്കതെത്താനുള്ള സാധ്യതയെ അവൾ ഗൗരവത്തോടെ കാണുന്നുണ്ട്. എന്നാൽ അങ്ങനെയൊന്ന് ഇതുവരെ എത്തിയില്ലല്ലോ എന്നതിൽ വിചിത്രതയും തോന്നിത്തുടങ്ങിയിരിക്കുന്നു. അയാൾക്ക് പെണ്ണുങ്ങളെ ഇഷ്ടമല്ല എന്നതാണിതിനു കാരണം എന്നൊന്നും അവൾക്ക് തോന്നുന്നില്ല.

അവരുടെ സുഹൃത്തുക്കളെല്ലാം തന്നെ അയാളെ ഇത്തിരി ഉന്മത്തതയുള്ള, പ്രബോധക സ്വഭാവരീതികളുള്ള, എന്നും ഉല്ലസിപ്പിക്കാനറിയുന്ന ഒരു അവിവാഹിതൻ എന്ന നിലയിൽ തന്നെയാണ് കാണുന്നത്. അവര് ദയയില്ലാത്തവർ എന്നൊക്കെ പറയാവുന്നതാണ്. എന്നാൽ ഇനിയും വിശദീകരിക്കാത്ത അയാളുടെ യുദ്ധകാലജീവിതം, അതിന്റെ രേഖകൾ, ബാക്കിയുള്ളതിനാൽ അങ്ങനെ അവരെ ആക്ഷേപിക്കാനാകില്ല.

നവോത്ഥാന പ്രസ്ഥാനത്തിൽ പങ്കെടുത്തതിനു ബ്രിട്ടീഷ്, ഫ്രഞ്ച് സർക്കാരുകളുടെ ആദരം അയാളുടെ കൈവശമുണ്ട്. അതിനാൽതന്നെ അയാൾ ആണത്തമില്ലാത്തവൻ അഥവാ സ്ത്രൈണതയുള്ളവൻ ആണെന്നോ വിഡ്ഢിയാണെന്നോ പറയാനാകില്ല. എല്ലാവരും ഗുണവിശേഷങ്ങളിൽ പരമപ്രധാനമായി കണക്കാക്കപ്പെടുന്ന ശാരീരിക, ഭൗതിക, ധീരതയുടെ കാര്യത്തിലേക്ക് വന്നാൽ അയാൾ ഗസ്റ്റപ്പോയുടെ അറകളില് ശിക്ഷയേറ്റു വാങ്ങിയിട്ടുള്ളവനാണ്. അതിനെ വെല്ലുവിളിക്കാവുന്നതൊന്നും ഇനിയില്ലല്ലോ. അതൊക്കെ ഇപ്പോൾ ആരും അങ്ങനെ ആലോചിക്കാറില്ലെങ്കിലും എല്ലാവരാലും മറക്കപ്പെട്ടിട്ടില്ല. ഫ്രാൻസിലെ തടവിൽ അന്ന് കഴിഞ്ഞ ആ മാസങ്ങൾ ഫെലിക്സ് ഹെർണെയെ എന്ത് ചെയ്തു, എന്ത് നല്കി എന്നത് ആർക്കും ഊഹിക്കാവുന്നതാണ്. എന്നിരുന്നാലും അയാളുടെ ഉന്മത്തത എല്ലാവരും അനുവദിച്ച് നൽകി. അയാളും അത് ആസ്വദിച്ചു. വിവേകിയാണെന്നതിനാലും രസികനാണെന്നതിലുമാണ് ദേബ്റ അയാളെ ഇഷ്ടപ്പെട്ടത്. അവൾക്കറിയാവുന്ന കിംവദന്തികളൊക്കെ അയാളിലെത്തുമ്പോൾ കൂടുതൽ രസകരമാകുന്നു. ജീവിതത്തിന്റെ

ചെറിയ കാര്യങ്ങൾ സ്ത്രൈണമായ ഒരു താത്പര്യം അയാളിലുണ്ട്. പ്രത്യേകിച്ചും മനുഷ്യബന്ധങ്ങളുമായി ബന്ധപ്പെട്ടവയുടെ കാര്യത്തിൽ. അയാളെ സംബന്ധിച്ചിടത്തോളം ചെറിയ കാര്യങ്ങൾ ഒന്നുമുണ്ടായിരുന്നില്ല. അതേ കാതോടും വികാരത്തോടും കൂടിയാണിപ്പോൾ അയാൾ മാർടിൻഗേലിനെക്കുറിച്ച് ദേബ്റ പറയുന്നത് കേട്ടുകൊണ്ടിരിക്കുന്നതും.

‘‘കുറച്ച് സമയം സ്വതന്ത്രമായി ലഭിക്കുക എന്നത് വലിയൊരു ഭാഗ്യം തന്നെയാണ്. പക്ഷേ അത് അധികം നീണ്ടുനിൽക്കാൻ സാധ്യതയില്ല എന്നെനിക്ക് തോന്നുന്നു. മാർത്ത അവളെ ഒട്ടും താമസിയാതെ പിടിച്ച് പുറത്തിടും. അതിനു ഞാൻ അവളെ കുറ്റപ്പെടുത്തുന്നില്ല. അവൾക്ക് സാലിയെ ഇഷ്ടമല്ല. എനിക്കുമല്ല.’’

‘‘കാരണം? അവൾ സ്റ്റീഫനു പുറകെ വച്ചുപിടിച്ചിരിക്കുന്നോ?’’

‘‘ഇങ്ങനെ അസംബന്ധം പറയല്ലേ ഫെലിക്സ്. അതിനേക്കാൾ ലോലമായതോ നിഗൂഢമായതോ എന്തെങ്കിലും കാരണമായി പറയാനുണ്ടോ നിനക്ക്. അവന് അവളെ ഒട്ടും ഇഷ്ടമായിട്ടില്ല എന്നാണെനിക്ക് തോന്നുന്നത്. ആ ഇഷ്ടമാകാതിരിക്കൽ ബോധപൂർവ്വമാണെന്നും എനിക്ക് തോന്നുന്നു. അവൻ വീട്ടിലുണ്ടെങ്കിൽ കുഞ്ഞിനെക്കുറിച്ച് ചിലപ്പോൾ അവൾ ചില ഉപദേശങ്ങൾ തേടാറുണ്ട്. അവൻ ഒരു സർജനാണ് അല്ലാതെ ശിശുരോഗവിദഗ്ധനല്ല എന്ന് പലതവണ ഞാൻ അവളെ ഓർമ്മിപ്പിച്ചിട്ടുമുണ്ട്. പാവം മാർത്തയാകട്ടെ, അവളെ വിമർശിക്കാൻ തുടങ്ങിയാൽ ഉടൻ അവൻ സാലിയെ പ്രതിരോധിക്കാനുമെത്തും. ഇതൊക്കെ നിനക്ക് നീ അടുത്ത ശനിയാഴ്ച വരുമ്പോൾ നേരിൽ കാണാമല്ലോ.’’

‘‘സങ്കീർണ്ണസ്വഭാവക്കാരിയായ ഈ സാലി ജപ്പിനെക്കൂടാതെ അവിടെ ആരൊക്കെയുണ്ടാകും?’’

‘‘സ്റ്റീഫൻ എന്തായാലുമുണ്ടാകും. പിന്നെ കാതറിൻ ബവേഴ്സും. കഴിഞ്ഞ തവണ മാർടിൻഗേലിലെത്തിയപ്പോഴും നീ അവളെ കണ്ടിരുന്നുവല്ലോ.’’

‘‘ഉവ്വ്. ആ തുറിച്ച കണ്ണുകളുള്ളവർ. നല്ല ശരീരത്തോടുകൂടിയവൾ. നീയോ സ്റ്റീഫനോ വകവച്ച് കൊടുത്തില്ലെങ്കിലും ഇത്തിരി വിവേകമൊക്കെ അവരിലുണ്ട്.’’

‘‘അവളെ വല്ലാതെ ഇഷ്ടമായെങ്കിൽ ആ ആരാധന ഈ ആഴ്ച നിനക്ക് തുറന്ന് പ്രകടിപ്പിക്കാം. അപ്പോൾ അത് സ്റ്റീഫനൊരു ആശ്വാസമാകുമല്ലോ. ഒരുകാലത്ത് അവന് അവളോട് ഒരു മമതയൊക്കെയുണ്ടായിരുന്നു. ഇപ്പോൾ അവൾ അവനു പുറകിൽനിന്നും മാറുന്നില്ല. അതവനെ വല്ലാതെ മുഷിപ്പിക്കുന്നുമുണ്ട്.’’

''ഈ സുന്ദരികളൊക്കെ സാധാരണക്കാരായ പുരുഷന്മാരോട് എന്തിനാണിങ്ങനെ ക്രൂരത കാണിക്കുന്നത്?''

'അവളോടൊരു മമതയുണ്ടായിരുന്നു' എന്നതുകൊണ്ട് സ്റ്റീഫൻ അവളെ വശീകരിച്ചു എന്നാണോ നീ അർത്ഥമാക്കുന്നത്. അങ്ങനെയുണ്ടായാൽ അത് സ്വാഭാവികമായും ചില സങ്കീർണ്ണതകളിലേക്ക് നീളും. അപ്പോൾ അതിൽ നിന്നും പുറത്ത് കടക്കാനുള്ള മാർഗ്ഗവും അവൻ സ്വയം കണ്ടെത്തണം. മുമ്പും പല പുരുഷന്മാരും അതൊക്കെ ചെയ്തിട്ടുള്ളതല്ലേ. എന്തായാലും ഞാൻ വരാം. എനിക്ക് മാർടിൻ ഗേലിൽ വരുന്നത് ഇഷ്ടമാണ്. മാത്രമല്ല നല്ല പാചകത്തേയും ഞാൻ ഇഷ്ടപ്പെടുന്നു. അതിലൊക്കെ ഉപരി ഇത് രസകരമായ ഒരു ആഴ്ചാവസാനമായിരിക്കും എന്നൊരു എന്റെ വന്ന് തുടങ്ങിയിരിക്കുന്നു. പരസ്പരം ഇഷ്ടമില്ലാത്ത കുറേ ആളുകളുള്ള ഒരു വീട്, അതെന്തായാലും പൊട്ടിത്തെറിയുടെ വക്കിലാകും.''

''അത്ര മോശമൊന്നുമല്ല കാര്യങ്ങൾ.''

''മിക്കവാറും അതിനടുത്ത്. സ്റ്റീഫനെന്നെ ഇഷ്ടമില്ല. അത് മറച്ച് വയ്ക്കാൻ അയാൾ ഒരിക്കലും മടിച്ചിട്ടില്ല. നിനക്ക് കാതറിൻ ബവേഴ്സിനെ ഇഷ്ടമല്ല. അവർക്ക് നിന്നെ ഇഷ്ടമല്ല. അതിനാൽതന്നെ അവരുടെ ആ വികാരം അവർ എന്നിലേക്കും നീട്ടും. മാർത്തയ്ക്കും നിനക്കും സാലി ജപ്പിനെ ഇഷ്ടമല്ല. ആ പാവം പെണ്ണാകട്ടെ, നിങ്ങളെയൊക്കെ വെറുക്കുകയും ചെയ്യുന്നു. പിന്നെയുള്ളത് മിസ് ലിഡൽ എന്ന ആ പാവം ജീവി. അവരും അവിടെയുണ്ടാകും. നിന്റെ അമ്മയ്ക്ക് അവരെ ഇഷ്ടമല്ല. അടിച്ചമർത്തപ്പെട്ട വികാരങ്ങളുടെ ഒരു മദിരോത്സവം തന്നെയാകും അത്.''

''നീ വരണ്ട. വരാതിരിക്കുകയാകും നല്ലത് എന്ന് എനിക്കു തോന്നുന്നു.''

''പക്ഷേ നിന്റെ അമ്മ എന്നെ ക്ഷണിച്ചു ദേബ്റ. വരാം എന്ന് ഞാൻ സമ്മതിക്കുകയും ചെയ്തു. എന്റെ തീർത്തും ഔപചാരികമായ, ലളിതമായ രീതിയിൽ ഞാൻ അവർക്ക് കഴിഞ്ഞയാഴ്ച എഴുതിയിരുന്നു. ഇനിയിപ്പോൾ എന്റെ കറുത്ത പുസ്തകത്തിൽ ഇതൊക്കെ ഒരു തീർപ്പാക്കണം എന്നും ഞാൻ എഴുതി വയ്ക്കാം.''

അയാൾ തന്റെ ഡയറിയിലേക്ക് മുഖം കുനിച്ചു. അയാളുടെ മുഖം, വിളറിയ നിറമുള്ള ചർമ്മത്തോട് കൂടിയ മുഖം, അപ്പോൾ അവൾക്ക് കാണാനായില്ല. അയാളുടെ പുരികം എത്ര നേരിയതാണെന്ന് അവൾ ശ്രദ്ധിച്ചു. കണ്ണുകൾക്ക് ചുറ്റിലുമുള്ള ചുളിവുകളും മടക്കുകളും ശ്രദ്ധിച്ചു. ഗസ്റ്റപ്പായുടെ കയ്യിൽ പെടുന്നതിനു മുമ്പ് ഈ മനുഷ്യന്റെ കൈകൾ സുന്ദരമായിരുന്നിരിക്കണം എന്നവൾ

ഊഹിച്ചു. അവരിൽനിന്നും മോചിതരായതിനു ശേഷം അയാളുടെ കൈനഖങ്ങൾ ഒരിക്കലും പൂർണ്ണവളർച്ച പ്രാപിച്ചിട്ടില്ല. ഒരു തോക്കിന്റെ സങ്കീർണ്ണതകളിലൂടെ ആ വിരലുകൾ ഓടി നടക്കുന്നതെങ്ങനെ യാകും എന്ന് ഊഹിക്കാൻ അവൾ ഒരു ശ്രമം നടത്തി. ഒരു പാര ച്യൂട്ടിന്റെ കയറുകളിൽ ചുറ്റിപ്പിടിക്കുന്നതെങ്ങനെയാകും എന്ന് ഊഹിക്കാനും ശ്രമിച്ചു. അതൊന്നും പക്ഷേ ഫലം കണ്ടില്ല. അക്കാ ലത്തെ ഫെലിക്സും ഇന്നത്തെ ഹേർണെ ആൻഡ് ഇല്ലിങ് വെർത്ത് എന്ന പ്രസാധകരിലെ ഫെലിക്സ് ഹെർണെയും തമ്മിൽ ഒരു ബന്ധവുമില്ല. അന്നത്തെ ഫെലിക്സ് എന്ത് പീഡയും നല്കാൻ കെല്പുള്ളവനായിരുന്നു. അവർ ഇരുവരേയും താരതമ്യം ചെയ്യു ന്നത് എഡ്വാഡ് റിസ്കൊ വിവാഹം ചെയ്ത ആ പെൺകുട്ടിയേയും ഇന്നവൾ ആരായി തീർന്നോ ആ പെണ്ണിനേയും താരതമ്യം ചെയ്യുന്ന തുപോലെയാണ്. അതവളിൽ വീണ്ടും ഗൃഹാതുരത്വം വളർത്തി. അതിനൊപ്പം ഒരു കുറ്റബോധവും. അങ്ങനെയൊരു മാനസികാ വസ്ഥയിലാണ് ഡയറിയിൽ ശനിയാഴ്ചത്തെ തിയതിക്ക് കീഴെ ഫെലിക്സ് തന്റെ ഒട്ടൊന്ന് ചുളിഞ്ഞതെങ്കിലും വടിവൊത്ത കയ്യ ക്ഷരത്തിൽ എഴുതിക്കൊണ്ടിരുന്നത്. മരണവുമായി ഒരു അഭിമുഖ ത്തിനു കരാറിടുകയാണെന്നതുപോലെ എഴുതിക്കൊണ്ടിരുന്നത്.

3

ചായയ്ക്ക് ശേഷം സ്റ്റീഫനെ സന്ദർശിക്കാൻ ദേബ്റ തീരുമാനിച്ചു. അങ്ങനെയാകുമ്പോൾ സായാഹ്നത്തിൽ ജോലികഴിഞ്ഞ് തിരിച്ച് പോകുന്നവരുടെ തിരക്കൊന്ന് കുറയും എന്നതായിരുന്നു അതി നൊരു കാരണം. എന്നാൽ മുഖ്യ കാരണം അതായിരുന്നില്ല. ലണ്ട നിലെത്തിയാൽ സെയ്ന്റ് ല്യൂക്സ് ആശുപത്രിയൊന്ന് സന്ദർശി ക്കാതെ തിരികെപ്പോകുന്ന പതിവ് അവൾക്കില്ലായിരുന്നു.

തന്നോടൊപ്പം ചേരാൻ അവൾ ഫെലിക്സിനെ ക്ഷണിച്ചു. പക്ഷേ ആശുപത്രിയിലെ അണുനാശിനികളുടെ ഗന്ധം ഇഷ്ടമല്ല എന്ന് പറഞ്ഞ് അയാൾ ഒഴിവായി. അവളെ ഒരു ടാക്സി വിളിച്ച് യാത്ര യാക്കി. ഔപചാരികതയോടെ, ഇത്രയും സമയം കൂട്ടായതിനു നന്ദി എന്നൊക്കെ പറഞ്ഞു. തന്റെ സംഭാഷണം കേട്ട് അയാൾക്ക് മടുത്തിരി ക്കുന്നു എന്നൊരു ശങ്ക ഉദിച്ചതിനെ തടയിടാൻ ദേബ്റ ശ്രമിച്ചു. സ്റ്റീഫനെ കാണുന്നു എന്ന സന്തോഷത്തിൽ ശ്രദ്ധ കേന്ദ്രീകരി ക്കാനും തീരുമാനിച്ചു. ആശുപത്രിയിലെത്തിയപ്പോൾ അയാൾ അവിടെയില്ല എന്ന വാർത്തയാണവളെ സ്വാഗതം ചെയ്തത്. അത് നിരാശപ്പെടുത്തി. അങ്ങനെ സാധാരണ സംഭവിക്കാത്തതാണ്. ഒരു

ടെലിഫോൺ വന്നപ്പോൾ ആരെയോ അത്യാവശ്യമായി കാണാനു ണ്ടെന്നും ഉടൻ തിരിച്ചെത്താമെന്നും പറഞ്ഞാണ് മിസ്റ്റർ മാക്സി പോയതെന്ന് അവിടെയുണ്ടായിരുന്ന പരിചാരകൻ അറിയിച്ചു. സ്റ്റീഫനു പകരം ഡോൺ വെല്ലാണപ്പോൾ ഡ്യൂട്ടിയിലെന്നും മിസ്റ്റർ മാക്സിയെത്താൻ എന്തായാലും അധികം വൈകില്ല എന്നും അയാൾ കൂട്ടിച്ചേർത്തു. പോയിട്ട് ഒരു മണിക്കൂർ കഴിഞ്ഞിരിക്കുന്നു. ശ്രീമതി റിസ്കോവിനു വേണമെങ്കിൽ സ്വീകരണമുറിയിൽ കാത്തിരിക്കാം. കോളി എന്ന ആ പരിചാരകനുമൊത്ത് ദേബ്റ കുറച്ച് സമയം സംസാ രിച്ച് നിന്നു. അതിനു ശേഷം ലിഫ്റ്റിൽ നാലാമത്തെ നിലയിലേക്ക് നീങ്ങി. അവിടെ ഡോണെവെല്ലുണ്ടായിരുന്നു. ദേബ്റയെ കണ്ടപ്പോൾ ലജ്ജാലുവും ശരീരമാകെ പുള്ളികളുള്ളവനുമായ അയാൾ ഒരു സ്വാഗതം പിറുപുറുത്തു. അതിവേഗം അവിടെ നിന്നിറങ്ങിപ്പോയി.

അങ്ങനെ വിശാലമായ നാല് ചാരുകസേരകളുള്ള ആ മുറി അവളുടേതായി. അത് കൂടാതെ ഒരു കുന്ന് വൈദ്യമാസികകളും അവിടത്തെ ജീവനക്കാർ കുടിച്ച് പാതിയുപേക്ഷിച്ചു പോയ ചായ ക്കോപ്പകളും അവിടെയുണ്ടായിരുന്നു. അവരെല്ലാം വീണ്ടും സ്വിസ് റോൾ തന്നെയാണ് കഴിച്ചിരിക്കുന്നതെന്ന് തോന്നുന്നു. അതാണി വിടത്തെ പതിവ്.

അവരിൽ ആരോ ഒരാൾ സോസറിനെ ആഷ്ട്രേയാക്കിയിരി ക്കുന്നു. ദേബ്റ അവിടെയുണ്ടായിരുന്ന, അവർ ഉപേക്ഷിച്ച, തളിക കളൊക്കെ പെറുക്കിയടുക്കാൻ തുടങ്ങി. അതൊന്ന് തുടങ്ങിവച്ച പ്പോഴാണിതൊരു ഉപകാരവുമില്ലാത്ത പണിയാണല്ലോ എന്ന ബോധ്യം വന്നത്. അതിനാൽ ആ തളികകൾ കയ്യിൽ പിടിച്ച് എന്ത് ചെയ്യണം എന്നറിയാതെ കുറച്ച് നിന്നു. പിന്നെ താഴെ വച്ചു. ഒരു പത്രമെടുത്ത് ജാലകത്തിനരികിലേക്ക് നീങ്ങി. അവിടെയാകുമ്പോൾ സ്റ്റീഫനെ കാത്തിരിക്കുന്നതിനൊപ്പം കൂടുതൽ രസകരമായവയോ അല്ലെങ്കിൽ മനസ്സിലാക്കാൻ എളുപ്പമുള്ളവയോ ആയ വൈദ്യ ലേഖനങ്ങളിലൂടെ കണ്ണോടിക്കാം. ജാലകത്തിലൂടെ നോക്കിയാൽ ആശുപ്രത്രിയുടെ മുൻവശത്തെ പടിവാതിൽ കാണാം. അതിനപ്പുറത്തുള്ള തെരുവും കാണാം. ദൂരെ വളഞ്ഞ് പോകുന്ന നദിയും വെസ്റ്റ്മിനിസ്റ്ററിന്റെ ഗോപുരവും കാണാം. നിരത്തിൽനിന്നുള്ള മുഴക്കവും ഇരമ്പവും ഇവിടേക്കങ്ങനെ എത്തുന്നില്ല. എന്നാൽ പശ്ചാത്തലത്തിൽ ചില പ്പോഴൊക്കെ ആശുപത്രി സ്വരങ്ങൾ വരുന്നു. ലിഫ്റ്റിന്റെ വാതിലട യ്ക്കുന്ന സ്വരം, ടെലിഫോൺ മണി, ചില ഇടനാഴിയിലൂടെ തിര ക്കിട്ട് പോകുന്നത്, അങ്ങനെയങ്ങനെ.

മുൻവശത്ത് ഒരു വൃദ്ധയെ ആംബുലൻസിൽ കയറ്റുന്നത് കണ്ടു. നാലാം നിലയിൽനിന്നും നോക്കുമ്പോൾ അങ്ങ് താഴെയുള്ള

രൂപങ്ങളെല്ലാം വല്ലാതെ കുറിയതായി കാണുന്നു. ശബ്ദമില്ലാതെ ആംബുലൻസിന്റെ വാതിലടഞ്ഞു. അത് ഒഴുകിപ്പോയി. പെട്ടെന്നാണവൾ അവരെ കണ്ടത്. അതിലാദ്യം കണ്ടതേ സ്റ്റീഫനെ തന്നെ. എന്നാൽ തിളങ്ങുന്ന, ചുവപ്പ് കലർന്ന സ്വർണ്ണത്തല, അയാളുടെ ചുമലിനൊപ്പം വരുന്ന ആ തല, അവൾക്ക് തെറ്റിയില്ല. അവർ കെട്ടിടത്തിന്റെ ഒരു മൂലയിൽ നിന്നു. സംസാരിക്കുകയാണവർ എന്ന് തോന്നി. കറുത്ത തല മുന്നിലേക്ക്, സ്വർണ്ണത്തലയിലേക്ക് വളഞ്ഞ് നില്ക്കുന്നു. ഒരു നിമിഷം കഴിഞ്ഞപ്പോൾ അയാൾ അവർക്ക് കൈ കൊടുത്തു. സാലി പെട്ടെന്ന് വെയിലിലേക്കിറങ്ങി. തിരിഞ്ഞ് നോക്കാതെ അതിവേഗം നടന്ന് നീങ്ങി. അക്കാഴ്ചകളിലെ ഒരു നിമിഷം പോലും ദേബ്റയ്ക്ക് നഷ്ടമായില്ല. തന്റെ ചാരനിറമുള്ള സ്യൂട്ടാണ് സാലി ധരിച്ചിരിക്കുന്നത്. അത് ഒരു മൊത്തവ്യാപാരിയിൽനിന്നും വാങ്ങിയതാണെങ്കിലും അവൾക്ക് നന്നായി ഇണങ്ങുന്നുണ്ട്. അവളുടെ തിരയിളകുന്ന തലമുടിയോട്, ഇപ്പോൾ തൊപ്പി ധരിക്കാത്തതിനാൽ സൂചി കുത്തി ഒതുക്കിവയ്ക്കാത്തതിനാൽ അഴിഞ്ഞ് കിടക്കുന്ന തലമുടിയോട്, നല്ല രീതിയിൽ അത് യോജിക്കുന്നുണ്ട്.

കൗശലക്കാരിയാണവൾ. ദേബ്റ മനസ്സിൽ പറഞ്ഞു. തലമുടി ഇങ്ങനെ അഴിച്ചിട്ട് നടക്കണമെങ്കിൽ വസ്ത്രവും ലളിതമായിരിക്കണം എന്നറിയാനുള്ള കൗശലമൊക്കെ അവളിലുണ്ട്. ഇത്തരത്തിലുള്ള ചുവന്ന തലമുടിയുള്ളവർ സാധാരണയായി ഇഷ്ടപ്പെടുക പച്ചനിറങ്ങളെയാണ്. അതവൾ ഒഴിവാക്കിയിരിക്കുന്നു. ആശുപത്രിക്ക് പുറത്ത് വച്ച് തന്നെ യാത്രാമംഗളം ചൊല്ലി അവൾ പിരിഞ്ഞുപോയതും കൗശലം തന്നെ.

അതായത് ആശുപത്രിയിൽനിന്നും അത്താഴമാകാം എന്ന ക്ഷണം നിരസിക്കാനുള്ള കൗശലം. അത്തരത്തിലുള്ള അത്താഴങ്ങൾ ചിലപ്പോൾ ചില അമ്പരപ്പുകളിലേക്കോ അല്ലെങ്കിൽ പശ്ചാത്താപങ്ങളിലേക്കോ വഴി വച്ചേക്കാം. താനെന്തിനിങ്ങനെ അവൾ എന്താണ് ധരിച്ചിരിക്കുന്നതെന്ന് ഇത്ര സാകൂതം ശ്രദ്ധിച്ചതെന്നും ദേബ്റ അത്ഭുതപ്പെട്ടു. ആദ്യമായി അവളെ സ്റ്റീഫന്റെ കണ്ണുകളിലൂടെ അവൾ കണ്ടതുപോലെയായില്ലേ

ഈ നോട്ടം. പിന്നെയും കുറേ കഴിഞ്ഞാണ് ലിഫ്റ്റിന്റെ സ്വരം വന്നത്. ഇടനാഴിയിലൂടെ അയാളുടെ കനത്ത കാലടി സ്വരമെത്തിയത്. അവൾ ജാലകത്തിൽനിന്നും മാറിയില്ല. അങ്ങനെയാകുമ്പോൾ താൻ എല്ലാം കണ്ടു എന്നവൻ മനസിലാക്കുമെന്ന് ദേബ്റ കരുതി. അവനതിനെക്കുറിച്ച് പറയുന്നതാകും എളുപ്പമെന്നും അല്ലെങ്കിൽ അത് തനിക്ക് ചിലപ്പോൾ അസഹനീയമായി മാറുമെന്നും അവൾ

കരുതി. താൻ എന്താണ് പ്രതീക്ഷിക്കുന്നതെന്ന് അവൾക്കറിയില്ലാ യിരുന്നു. പക്ഷേ അയാൾ സംസാരിച്ച് തുടങ്ങിയപ്പോൾ അത് മറ്റൊരു അത്ഭുതമായി.

''ഇത് മുമ്പ് കണ്ടിട്ടുണ്ടോ?'' അയാൾ ചോദിച്ചു.

അയാൾ നീട്ടിപ്പിടിച്ച കയ്യിൽ ഒരു സഞ്ചിയുടെ മാതൃകയുണ്ട്. ഒരു പുരുഷന്റെ ഉറുമാൽ നാലുമൂലയും മടക്കിക്കെട്ടി നിർമ്മിച്ചിരി ക്കുന്നത്. അതില ഒരു കെട്ട് ഒന്നുയർത്തി അയാൾ കുടഞ്ഞു. അതിൽ നിന്നും മൂന്നോ നാലോ ചെറിയ ഗുളികകൾ നിലത്ത് വീണു. അതിന്റെ ചാരനിറം കലർന്നത്. അവൾക്ക് തെറ്റു പറ്റാത്തവ തന്നെ.

''ഇത് അച്ഛന്റെ ഗുളികകളല്ലേ?'' അയാൾ അവളിൽ എന്തോ കുറ്റാ രോപണത്തിനുള്ള ശ്രമമാണെന്ന് തോന്നി.

''ഇതെവിടെ നിന്ന് ലഭിച്ചു?''

''സാലിയാണിത് കണ്ടെത്തിയത്. അവളത് എനിക്കരികിലെത്തിച്ചു. ഞങ്ങളെ ഇവിടെ നിന്ന് കണ്ടിട്ടുണ്ടാകുമല്ലോ അല്ലേ?''

''ആ കുഞ്ഞിനെ അവൾ എന്ത് ചെയ്തു?''

ഒന്നാലോചിക്കാൻ സമയമെടുക്കും മുമ്പ് ഇങ്ങനെ നിസ്സാര മായ, ഒട്ടും സാംഗത്യമില്ലാത്ത ഒരു ചോദ്യമാണവളിൽനിന്നും പുറത്ത് വന്നത്.

''കുഞ്ഞോ? ജിമ്മിയുടെ കാര്യമാണോ... എനിക്കറിയില്ല. ഗ്രാമ ത്തിൽ ആരെയെങ്കിലും ഏല്പിച്ചിട്ടുണ്ടാകും. അല്ലെങ്കിൽ മാർത്ത യേയോ അമ്മയേയോ ഏല്പിച്ചിട്ടുണ്ടാകും. അവൾ ഇത് തരാനെ ത്തിയതാണ്. എന്നെ എവിടെ കാണാനാകും എന്നറിയാൻ ലിവർ പൂൾ തെരുവിൽനിന്നും ആദ്യം എനിക്ക് ഫോൺ ചെയ്തു. അച്ഛന്റെ മെത്തയിൽ നിന്നാണവൾക്ക് ഇത് ലഭിച്ചത്.''

''പക്ഷേ അതെങ്ങനെ, അച്ഛന്റെ മെത്തയിൽനിന്ന്...?''

''മെത്തവിരിപ്പിനും മെത്തയ്ക്കും ഇടയിൽനിന്ന്. ഒരു വശത്തേക്ക് വീണ് കിടക്കുകയായിരുന്നു. മെത്തവിരിപ്പ് ശരിയാക്കുകയായിരുന്നു അവൾ. അതിൽ വിരിച്ചിരുന്ന റബ്ബർ വലിച്ചിടുന്നതിനിടയിലാണ് ഇത് ശ്രദ്ധയിൽ പെട്ടത്. മെത്തയുടെ ഒരരികിൽ. അച്ഛൻ ഇത് ആഴ്ച കളായി സൂക്ഷിച്ച് വയ്ക്കുകയായിരുന്നിരിക്കണം. അല്ലെങ്കിൽ മാസ ങ്ങൾതന്നെയായി. അതെന്തിനാണെന്ന് എനിക്ക് ഊഹിക്കാനാകും.''

''അതവൾ കണ്ടെത്തി എന്ന് അച്ഛനറിയാമോ?''

''സാലി അങ്ങനെ കരുതുന്നില്ല. അവൾ റബ്ബർഷീറ്റ് വൃത്തിയാ ക്കുമ്പോൾ അച്ഛൻ മറുപുറം തിരിഞ്ഞ് കിടക്കുകയായിരുന്നു. അവൾ ആ ഉറുമാലും ഗുളികകളും കീശയിലിട്ട് ഒന്നും സംഭവിക്കാത്തതു

പോലെ ബാക്കി കാര്യങ്ങൾ ചെയ്തു. അതവിടെ ദീർഘകാലമായി കിടക്കുന്നവയാകാം. അച്ഛൻ ഇങ്ങനെ കിടപ്പായിട്ട് പതിനെട്ട് മാസത്തിലേറെയായല്ലോ. അതിനാൽ അതവിടെ ഉപേക്ഷിച്ചതൊക്കെ മറന്നിട്ടുണ്ടാകും. അവയെല്ലാം എടുത്ത് ഉപയോഗിക്കാനുള്ള കരുത്തും അദ്ദേഹത്തിനു നഷ്ടപ്പെട്ടിരിക്കുന്നു. അച്ഛന്റെ മനസ്സിൽ എന്തൊക്കെയാണെന്ന് നമുക്കറിയില്ല. അതിനു നമ്മൾ ശ്രമിച്ചിട്ടുമില്ല. സാലിയൊഴികെ.''

''അത് ശരിയല്ല സ്റ്റീഫൻ. നമ്മൾ ശ്രമിക്കാറുണ്ട്. ഞങ്ങൾ അദ്ദേഹത്തിനരികിൽ ഇരുന്ന് പരിചരിക്കും. ഞങ്ങളുണ്ടൊപ്പം എന്ന് അദ്ദേഹത്തിനു ധാരണവരുത്താൻ ശ്രമിക്കും. പക്ഷേ അച്ഛനങ്ങനെ കിടക്കുകയല്ലാതെ ഒന്നും ചെയ്യുന്നില്ല. ചലിക്കുന്നില്ല, സംസാരിക്കുന്നില്ല, ഇപ്പോഴാണെങ്കിൽ അകത്തേക്കാരെങ്കിലും വരുന്നുണ്ടോ എന്നുപോലും ശ്രദ്ധിക്കുന്നില്ല. അച്ഛനിപ്പോൾ ആ പഴയ അച്ഛനല്ല. മറ്റുള്ളവരുമായി ഒരു ബന്ധവുമില്ല. ഞാൻ ശ്രമിച്ചിട്ടുണ്ട്. പല തവണ ശ്രമിച്ചിട്ടുണ്ട് എന്ന് ഉറപ്പു പറയുന്നു. പക്ഷേ ഉപകാരമൊന്നുമുണ്ടായില്ല. അതിനാൽ ഈ ഗുളികകളൊന്നും കഴിക്കാൻ വേണ്ടി അദ്ദേഹം സൂക്ഷിച്ചതാകില്ല. ഇതൊക്കെ എങ്ങനെ ശേഖരിക്കാനായി എന്നാണിപ്പോൾ ഞാൻ അത്ഭുതപ്പെടുന്നത്. ശേഖരിക്കാനുള്ള പദ്ധതി എങ്ങനെ ഒരുക്കാനായി?''

''നീ മരുന്ന് കൊടുക്കാൻ ചെല്ലുമ്പോൾ ഗുളിക കൊടുത്ത് കഴിഞ്ഞാൽ അത് വിഴുങ്ങുന്നുണ്ടോ എന്ന് നീ ശ്രദ്ധിക്കാറുണ്ടോ?''

''സത്യത്തിൽ ഇല്ല. നമ്മളൊക്കെ വല്ലാതെ സഹായിക്കുന്നത് അച്ഛനിഷ്ടമല്ല എന്ന് നിനക്കറിയാമല്ലോ. ഇപ്പോൾ അങ്ങനെ അതിനെക്കുറിച്ചദ്ദേഹം വേവലാതിപ്പെടുന്നുണ്ടെന്ന് തോന്നുന്നില്ല, എങ്കിലും ഞാൻ ഗുളിക വായിലിട്ട്, വെള്ളമൊഴിച്ച് കൊടുക്കും. ഇനിയും വെള്ളം വേണോ എന്നറിയാൻ കുറച്ച് സമയം വെള്ളപ്പാത്രം ചുണ്ടിനോടടുപ്പിച്ച് പിടിക്കും. ഒരുപക്ഷേ മാസങ്ങൾക്ക് മുമ്പ് ഇതൊക്കെ രഹസ്യമായി സൂക്ഷിച്ചതാകാം. ഇപ്പോൾ അദ്ദേഹത്തിനതിനാകും എന്ന് എനിക്ക് തോന്നുന്നില്ല. മാർത്തയറിയാതെ അത് ചെയ്യാൻ അദ്ദേഹത്തിനാകില്ല. അവരാണ്, മിക്കപ്പോഴും അച്ഛനെ എടുത്തുയർത്തുന്നതും തുടയ്ക്കുന്നതുമെല്ലാം.''

''എന്നുവച്ചാൽ മാർത്തയേയും കബളിപ്പിക്കുന്നതിൽ അച്ഛൻ വിജയിച്ചു എന്നർത്ഥം. ദൈവമേ, ദേബ്റ, ഞാനിതൊക്കെ മനസ്സിലാക്കേണ്ടതായിരുന്നു. ഊഹിക്കേണ്ടതായിരുന്നു. ഞാനെന്നെ ഒരു ഡോക്ടർ എന്നൊക്കെ വിളിക്കുന്നുണ്ടല്ലോ. ഇത്തരം സന്ദർഭങ്ങൾ വരുമ്പോഴാണ് ഞാനൊരു നിപുണതയുള്ള ആശാരി മാത്രമാണെന്ന ചിന്തയുണ്ടാകുന്നത്. രോഗികൾ മനുഷ്യരാണെന്ന ചിന്തയുണ്ടാകാതെ

അവരിലങ്ങനെ കൊത്തുപണികൾ ചെയ്തുകൊണ്ടിരിക്കുന്ന ഒരുവൻ. ചുരുങ്ങിയ പക്ഷം സാലിയെങ്കിലും അച്ഛനെ ഒരു മനുഷ്യനെപ്പോലെ കണക്കാക്കിയല്ലോ.''

താനും മാർത്തയും അമ്മയും സൈമൺ മാക്സിയെ ആശ്വാസത്തോടേയും സുഖത്തോടേയുമിരിക്കാൻ സഹായിക്കുന്നുണ്ടെന്ന് പറയണം എന്നൊരു ചിന്ത ഒരു നിമിഷത്തേക്കെങ്കിലും ദേബ്റയിലെത്തി. അദ്ദേഹത്തെ വൃത്തിയാക്കുന്നുണ്ട്. ഭക്ഷണം കൊടുക്കുന്നുണ്ട്. ഇതിലൊക്കെ ഉപരി സാലി എന്ത് ചെയ്യുന്നു എന്നറിയാൻ തനിക്ക് താത്പര്യമുണ്ട്. പക്ഷേ ഇപ്പോൾ സ്റ്റീഫൻ മനസ്സാക്ഷിക്കുത്തിലാണ്. അതിനാൽ അയാളെ തടയുന്നതുകൊണ്ട് ഉപകാരമൊന്നുമുണ്ടാകില്ല. ഇങ്ങനെയൊക്കെ സംസാരിച്ചാൽ മറ്റുള്ളവർക്ക് അത് വിഷമമാകുമെങ്കിലും അയാൾക്കത് പിന്നീടെങ്കിലും ഒരു സുഖം നല്കുന്നുണ്ടാകും.

അയാൾ തന്റെ മേശവലിപ്പ് തിരഞ്ഞ് ഒരു ചെറിയ കുപ്പി പുറത്തെടുത്തു. അതിൽ ഒരു കാലത്ത് ആസ്പിരിനിട്ട് വച്ചിരുന്നു എന്നു തോന്നി. അതിലേക്കയാൾ ആ ഗുളികകൾ എണ്ണിയിട്ടു. പത്തെണ്ണമുണ്ടവ. അതിൽ മരുന്നിന്റെ പേരും രോഗിക്ക് കൊടുക്കേണ്ടുന്ന കണക്കും രേഖപ്പെടുത്തി. മരുന്നുകൾ അടയാളപ്പെടുത്തി വയ്ക്കാൻ പരിശീലനം ലഭിച്ച ഒരു വ്യക്തിയുടെ യാന്ത്രിക പ്രവർത്തികളായിരുന്നു അതെല്ലാം. അപ്പോഴൊക്കെ ദേബ്റയുടെ മനസ്സിൽ ഒരേയൊരു ചോദ്യമേ ഉണ്ടായിരുന്നുള്ളൂ. എന്നാൽ അവളത് ചോദിക്കാൻ ധൈര്യപ്പെട്ടില്ല.

സാലി എന്തിനാണ് നിനക്കരികിലെത്തിയത്? എന്തുകൊണ്ടവൾ അമ്മയെ സമീപിച്ചില്ല? ആ ഗുളികകൾ സത്യമായും അവൾ കണ്ടെത്തിയവയാണോ അതോ നിന്നെ തനിച്ച് കാണാൻ ഒഴികഴിവാക്കിയതാണോ? അങ്ങനെയാകില്ല. അവൾ കണ്ടെത്തിയത് തന്നെയാകും. അല്ലാതെ ഇത്തരത്തിലൊരു കഥ മെനഞ്ഞെടുക്കാനൊന്നും ആർക്കുമാകില്ല. പാവം അച്ഛൻ. സാലി എന്തൊക്കെയാണ് പറഞ്ഞത്? എന്തിനാണു ഞാൻ ഇതിനെക്കുറിച്ചൊക്കെ, ഈ സാലിയെക്കുറിച്ചൊക്കെ ഇങ്ങനെ അസ്വസ്ഥയാകുന്നത്? എനിക്കവളെ ഇഷ്ടമല്ല. അതിനു കാരണം അവൾ ഒരു കുഞ്ഞിന്റെ അമ്മയാണെന്നതും ഞാൻ അതല്ല എന്നതുമാണ്. ഞാനിപ്പോൾ കാരണം വ്യക്തമാക്കിയല്ലോ. എന്നാൽ തുറന്ന് സമ്മതിച്ചുകൊണ്ട് എന്റെ മനസ്സിനൊരു സ്വാസ്ഥ്യവും ലഭിക്കുന്നില്ല. ഉറുമാലിന്റെ അരികുകൾ കെട്ടിയുണ്ടാക്കിയ സഞ്ചി. അതങ്ങനെ കെട്ടിയുണ്ടാക്കാൻ അച്ഛനു മണിക്കൂറുകളെടുത്തിട്ടുണ്ടാകും. ഏതോ കുട്ടിയാണതിന്റെ നിർമ്മാതാവെന്ന് തോന്നുന്നു. പാവം അച്ഛൻ.

എന്റെ കുട്ടിക്കാലത്ത് അച്ഛന് നല്ല ഉയരമുണ്ടായിരുന്നു. എനിക്ക് അച്ഛനെ ഭയമായിരുന്നോ? ദൈവമേ, എനിക്കദ്ദേഹത്തിനോടെന്നും അനുകമ്പയുണ്ടാകണേ. അദ്ദേഹത്തെ പ്രതി എനിക്ക് വിഷമം തോന്നണം. സാലിയുടെ മനസ്സിൽ ഇപ്പോൾ എന്തായിരിക്കും? സ്റ്റീഫൻ അവളോട് എന്താണ് പറഞ്ഞത്?

അയാൾ കുപ്പിയുമായി തിരിഞ്ഞു.

''നീ ഇത് വീട്ടിലേക്ക് കൊണ്ടുപോകണം. അച്ഛന്റെ മുറിയിൽ മരുന്നുകൾ സൂക്ഷിക്കുന്ന അലമാരയിൽ വയ്ക്കണം. അമ്മയോട് ഡോക്ടർ എപ്സിനോടോ ഒന്നും പറയരുത്. അച്ഛന് ഈ മരുന്നുക ളൊക്കെ കൊടുക്കുന്നത് നിർത്തുന്നതാകും നല്ലതെന്ന് എനിക്ക് തോന്നുന്നു. നീ പോകുന്നതിനു മുമ്പ് ഞാൻ കുറിപ്പ് തരാം. ആ മരുന്നുകൾ ഇവിടെ തന്നെ തയ്യാറാക്കിക്കാം. ഇതേ മരുന്ന്, എന്നാൽ ദ്രവരൂപത്തിൽ രാത്രിയിൽ വെള്ളം ചേർത്ത് ഒരു സ്പൂൺ നല്കി യാൽ മതി. നീ തന്നെ അത് ചെയ്യുന്നതാകും നല്ലത്. ഗുളികകൾ കൊടുക്കുന്നത് ഞാൻ നിർത്തി വയ്പ്പിച്ചു എന്ന് മാർത്തയോട് പറ ഞ്ഞേക്കൂ. ഇനി എപ്സെന്നാണ് അച്ഛനെ സന്ദർശിക്കാനെത്തുക?''

''ഇന്ന് അത്താഴശേഷം മിസ് ലിഡലുമൊത്ത് അദ്ദേഹം അമ്മയെ കാണാനെത്തും. അപ്പോൾ ഒരു പക്ഷേ അച്ഛനരികിലും പോകുമാ യിരിക്കും. എന്നാൽ ഗുളികകളെക്കുറിച്ചൊക്കെ അദ്ദേഹം ചോദിക്കും എന്നൊന്നും എനിക്ക് തോന്നുന്നില്ല. കുറേക്കാലമായില്ലേ ഇതുതന്നെ കൊടുത്ത് തുടങ്ങിയിട്ട്. കുപ്പിയുള്ളത് കഴിയാറായാൽ ഞങ്ങൾ പറയും. അപ്പോൾ അദ്ദേഹം പുതിയതെത്തിക്കും.''

''വീട്ടിൽ ഇപ്പോൾ എത്ര ഗുളികകൾ ഉണ്ടെന്ന് അറിയാമോ?''

''പുതിയ ഒരു കുപ്പിയുണ്ട്. അതിൽ നിന്ന് ഒന്ന് പോലും എടു ത്തിട്ടില്ല. ഇന്ന് രാത്രി അതിൽ നിന്നാണ് കൊടുക്കേണ്ടത്.''

''അങ്ങനെയെങ്കിൽ ആ കുപ്പി തുറക്കണ്ട. ഞാൻ തരുന്ന മരുന്ന് കൊടുത്താൽ മതി. ശനിയാഴ്ച എപ്പിയെക്കാണുമ്പോൾ ഞാൻ സംസാരിച്ചോളാം. നാളെ സായാഹ്നത്തിൽ ഞാൻ വരും. നീ ഇപ്പോൾ എനിക്കൊപ്പം ഡിസ്പൻസറിയിലേക്ക് വാ. ഇവിടെ നിന്ന് നേരെ വീട്ടിലേക്ക് പോയാൽ മതി. അതാകും നല്ലത്. നിനക്ക് അത്താഴം തയ്യാറാക്കി വയ്ക്കണം എന്ന് ഞാൻ മാർത്തയെ വിളിച്ച് പറയാം.''

''ശരി.''

അവനൊപ്പം ഒരു അത്താഴം നഷ്ടമാകുന്നതിൽ ദേബ്റയ്ക്ക് വിഷമമൊന്നും തോന്നിയില്ല. ആ ദിവസത്തെ ആനന്ദമൊക്കെ ഇല്ലാ തായിരിക്കുന്നു. ഉടൻ വീട്ടിലെത്തണം.

''ഇതിനെക്കുറിച്ചൊന്നും നീ സാലിയോടും സംസാരിക്കണ്ട എന്നാണെന്റെ അഭിപ്രായം.''

''എനിക്കതിനുള്ള ഉദ്ദേശ്യവുമില്ല. അവളും ഇതൊക്കെ അതു പോലെ രഹസ്യമായി സൂക്ഷിക്കുമെന്ന് പ്രതീക്ഷിക്കുന്നു. ഇതൊരു കഥയായി ഗ്രാമം മുഴുക്കെ പാടി നടക്കണ്ട.''

''നീ ആ പറഞ്ഞത് ശരിയായില്ല ദേബ്റ. ഇക്കാര്യത്തിൽ സാലി യേക്കാൾ വിശ്വസിക്കാനാകുന്ന മറ്റൊരാളുണ്ടാകില്ല എന്ന് ഞാൻ പറഞ്ഞാൽ നീ വിശ്വസിക്കില്ല. നല്ല വിവേകത്തോടെയാണവൾ ഇപ്പോൾ പെരുമാറിയത്. മധുരത്തോടെയുള്ള വിവേകം എന്ന് പറയാം.''

''അങ്ങനെയായിരുന്നു എന്ന് ഞാനും പ്രതീക്ഷിക്കുന്നു.''

''അവൾക്ക് ഇതിനെക്കുറിച്ച് എന്തോ അസ്വസ്ഥത തോന്നി. അച്ഛ നോട് ഒരു ആരാധനയൊക്കെ അവൾക്കുണ്ട്.''

''ആ ആരാധന അവൾ നിന്നിലേക്കും വളർത്തുന്നുണ്ടെന്ന് തോന്നുന്നു.''

''എന്താണ് നീ ഉദ്ദേശിച്ചത്?''

''അവൾ ഈ ഗുളികകളുടെ കാര്യം അമ്മയെ എന്തുകൊണ്ടറി യിച്ചില്ല എന്നാലോചിക്കുകയായിരുന്നു. അല്ലെങ്കിൽ എന്നെ എന്തു കൊണ്ടറിയിച്ചില്ല?''

''നീയുമായി സൗഹൃദത്തിലാകുന്നതിനെ നീ അങ്ങനെ പ്രോത്സാ ഹിപ്പിച്ചിട്ടില്ലല്ലോ?''

''ഞാൻ എന്ത് ചെയ്യണം എന്നാണ് നീ പ്രതീക്ഷിക്കുന്നത്? അവ ളുടെ കൈ പിടിച്ച് നടത്തണോ? അവൾ നല്ല രീതിയിൽ ജോലികൾ ചെയ്യാത്തിടത്തോളം കാലം എനിക്കവളോട് പ്രത്യേകിച്ച് താത്പര്യ മൊന്നുമുണ്ടാകില്ല. എനിക്കവളെ ഇഷ്ടമല്ല, അവൾക്ക് എന്നോട് ഇഷ്ട മുണ്ടാകും എന്ന് ഞാൻ പ്രതീക്ഷിക്കുന്നുമില്ല.''

''നിനക്ക് അവളോട് ഇഷ്ടമല്ല എന്നതിൽ സത്യമില്ല.'' സ്റ്റീഫൻ പറഞ്ഞു. ''സത്യം, നിനക്കവളോട് വെറുപ്പാണെന്നതാണ്.''

''അവളോടുള്ള പെരുമാറ്റരീതികളെക്കുറിച്ചവൾ പരാതിപ്പെടു കയുണ്ടായോ?''

''ഇല്ല. ഒരിക്കലുമില്ല. വിവേകത്തോടെ സംസാരിക്ക് ദേബ്റ. നീ ഇങ്ങനെയൊന്നുമല്ലല്ലോ അല്ലേ?''

ദേബ്റ മനസ്സിൽ പറഞ്ഞു. 'ഞാനെങ്ങനെയാണെന്ന് നിനക്കെ ങ്ങനെ അറിയാം?' എന്നാൽ സ്റ്റീഫന്റെ അവസാന വാക്കുകളിൽ നമുക്കൊരു അങ്കം വേണ്ട എന്ന ശാന്തി ദൂതുള്ളത് അവൾ മനസ്സി ലാക്കി. അവൾ കൈ അവനു നേരെ നീട്ടി.

''ക്ഷമിക്ക്. എനിക്ക് ഈയിടെയായി എന്തൊക്കെയോ പ്രശ്ന ങ്ങളുണ്ട്. അതെന്താണെന്ന് മനസ്സിലാകുന്നില്ല. തനിക്ക് നല്ലതെന്ന് തോന്നിയതാണ് സാലി ചെയ്തത് എന്നെനിക്ക് ഉറപ്പുണ്ട്. അതിനെ ക്കുറിച്ച് വഴക്കടിക്കേണ്ടതില്ല. വഴക്കടിച്ചതുകൊണ്ട് ഉപകാരവുമില്ല. നാളെ നിന്നെ ഞാൻ കാത്തിരിക്കണോ? ശനിയാഴ്ച പ്രഭാതത്തിലേ ഫെലിക്സ് വരുള്ളൂ. എന്നാൽ നാളെ അത്താഴത്തിന് കാതറിനുണ്ടാകും എന്നാണ് പ്രതീക്ഷിക്കുന്നത്.''

''നീ വിഷമിക്കേണ്ട. ഞാൻ ചിലപ്പോൾ അവസാന ബസ്സിലാകും വരുന്നത്. എന്നാൽ പ്രഭാതസവാരിക്ക് ഒപ്പം പോകാം. നീ വിളി ച്ചാൽ മതി.''

അങ്ങനെയൊരു നിർദ്ദേശം വന്നതിന്റെ സന്തോഷം ദേബ്റയി ലുണ്ടായി. അവർ തമ്മിലുള്ള പിളർപ്പിനിടയിൽ അതിലോലമായ ഒരു പാലം പണിതിരിക്കുന്നു. അവർക്കിടയിലെ മണ്ണൊലിച്ച് പോകുന്നു എന്ന് സ്റ്റീഫനും മനസ്സിലാക്കുന്നുണ്ടെന്ന് അവൾക്കറിയാം. എഡ്വാഡ് റിസ്കോയുടെ മരണശേഷം സ്റ്റീഫനിൽനിന്നും ഇത്രയും ഒറ്റപ്പെട്ടു പോകുന്നു എന്ന ചിന്ത, പ്രതീതി, അവളിൽ മുമ്പൊരിക്കലും ഉണ്ടാ യിട്ടില്ല. അവനെ അവൾക്ക് ഇത്രയധികം ആവശ്യമുള്ള നിമിഷ ങ്ങളുമുണ്ടായിട്ടില്ല.

4

മാർത്ത കാത്തിരുന്ന ആ സ്വരമെത്തിയപ്പോൾ ഏഴര കഴിഞ്ഞു. ഒരു വണ്ടിച്ചക്രത്തിന്റെ ഉരസൽ ജിമ്മി മൃദുവായി കരഞ്ഞു. ആ വണ്ടിച്ചക്ര ത്തിന്റെ ഉരസൽ അവനെ വാ തുറന്നുള്ള നിലവിളിയിൽ നിന്നും വിലക്കി. ഒട്ടും താമസിയാതെ സാലിയുടെ തല അടുക്കളയുടെ ജാലകത്തിൽ പ്രത്യക്ഷപ്പെട്ടു. അവനെ കിടത്തിയിരുന്ന തൊട്ടിൽ വണ്ടി അടുക്കളപ്പുറത്തേക്ക് തള്ളി. അമ്മയും കുഞ്ഞും അടുക്കള വാതിൽക്കൽ പ്രത്യക്ഷപ്പെട്ടു. അവൾ എന്തൊക്കെയോ വികാരങ്ങൾ അടക്കിവയ്ക്കുന്നു എന്ന് തോന്നി. ഒരു പിരിമുറുക്കമുണ്ടവളിൽ അതേസമയം ഒരു ആത്മസംതൃപ്തിയുമുണ്ട്. ഒരു മദ്ധ്യാഹ്നശേഷം ജിമ്മിയെ അവന്റെ വണ്ടിയിലിരുത്തി കാട്ടിലൊന്ന് തള്ളിനടന്നതാകും ഈ രഹസ്യാത്മക വിജയീഭാവത്തിനു കാരണം എന്ന് മാർത്ത കരു തുന്നില്ല.

''നീ വല്ലാതെ വൈകി. ആ പാവം കുട്ടിക്ക് വിശക്കുന്നുണ്ടാകും. പാവം കുട്ടി.''

''ഇനിയുമവന് കാത്തിരിക്കേണ്ടി വരില്ല, അല്ലേ മോനേ. തിള പ്പിച്ച പാലിരിപ്പുണ്ടോ?''

‘‘നിന്റെ കാര്യങ്ങൾ നോക്കാനല്ല ഞാനിവിടെ ജോലിക്ക് നില്ക്കുന്നത് സാലി. അത് നിനക്കോർമ്മ വേണം. പാലുവേണമെങ്കിൽ നീ തന്നെ എടുത്ത് തിളപ്പിക്കണം. കുഞ്ഞിന് ഭക്ഷണം കൊടുക്കേണ്ടതെപ്പോൾ എന്നൊക്കെ നിനക്ക് ഓർമ്മയുണ്ടാകണം.’’

അവര് പിന്നെ പരസ്പരം സംസാരിച്ചില്ല. സാലി പാല് തിളപ്പിച്ചു. ഒരു കൈകൊണ്ട് ജിമ്മിയെ എടുത്ത് തന്നെ അതൊന്ന് പെട്ടെന്ന് തണുപ്പിക്കാനുള്ള ശ്രമമാരംഭിച്ചു. അതിനു ശേഷം കുഞ്ഞുമായി മുകളിലേക്ക് പോകാൻ തയ്യാറെടുത്തപ്പോൾ മാത്രമാണ് മാർത്ത സംസാരിച്ചത്.

‘‘കാലത്ത് യജമാനന്റെ മുറി വൃത്തിയാക്കുമ്പോൾ അവിടെ നിന്ന് നീ എന്തെങ്കിലുമെടുത്തോ? യജമാനന്റെ എന്തെങ്കിലും? എനിക്ക് ഇപ്പോൾ സത്യമറിയണം.’’

‘‘ഞാൻ എടുത്തു എന്ന് നിങ്ങളുടെ സ്വരത്തിൽനിന്ന് തന്നെ വ്യക്തമാണല്ലോ.

‘‘അദ്ദേഹം ഗുളികകൾ ഒളിപ്പിച്ച് വയ്ക്കാറുണ്ടെന്ന് നിങ്ങൾക്കറിയാമായിരുന്നു എന്നല്ലേ അതിനർത്ഥം? എന്നിട്ടും അതിനെക്കുറിച്ച് ഇവിടെ ആരോടും പറഞ്ഞില്ലല്ലോ?’’

‘‘എനിക്കറിയാമായിരുന്നു. അത് തീർച്ച. കഴിഞ്ഞ അഞ്ച് വർഷമായി ഞാനല്ലേ അദ്ദേഹത്തെ പരിചരിക്കുന്നത്. അപ്പോൾ പിന്നെ അദ്ദേഹം എന്തൊക്കെ ചെയ്യുന്നു എന്ന് എനിക്കല്ലാതെ ആർക്കാണറിയാനാകുക? അദ്ദേഹത്തിന്റെ മനസിൽ എന്താണെന്ന് എനിക്കല്ലാതെ ആർക്കാണറിയാനാകുക? അതൊക്കെ അദ്ദേഹമെടുത്ത് കഴിക്കുമോ എന്നാണോ നിന്റെ ഭയം? അതിനെക്കുറിച്ച് നീ വിഷമിക്കണ്ട. അതൊന്നും നീ അന്വേഷിക്കേണ്ട കാര്യങ്ങളുമല്ല. വർഷങ്ങളായി നീയാണങ്ങനെ അവിടെ കിടക്കുന്നതെങ്കിൽ ഒരുപക്ഷേ നിനക്കും എല്ലാ വേദനകളും ക്ഷീണവുമകറ്റാനാകുന്ന ചിലതെല്ലാം ഉണ്ടെന്ന് മനസ്സിലാകും. ചില ചെറു ഗുളികകളുണ്ടെന്ന്. മറ്റാർക്കും അറിയാത്തതാകും അത്. അതാണൊരു കൊച്ചുരാക്ഷസി, തിരഞ്ഞെത്തിയത്. അതുവരെ അതിനെക്കുറിച്ച് ആരുമറിഞ്ഞിട്ടില്ല. സൂത്രക്കാരിയാണ് നീ അല്ലേ? പക്ഷേ ഒരു കാര്യം മനസ്സിലാക്കണം. അതൊന്നും അദ്ദേഹം കഴിക്കില്ലായിരുന്നു. അദ്ദേഹം ഒരു മാന്യനാണ്. അതും നിനക്കൊരുപക്ഷേ മനസ്സിലായെന്ന് വരില്ല. ആ ഗുളികകളൊക്കെ നീ എന്നെ തിരിച്ചേല്പിക്കണം. ഇതിനെക്കുറിച്ച് നീ ആരോടെങ്കിലും സംസാരിക്കുകയോ ഇനി അവിടെ അദ്ദേഹത്തിന്റേതായുള്ള എന്തിലെങ്കിലും കൈവയ്ക്കുകയോ ചെയ്താൽ നിന്നെ ഞാൻ ഇവിടെ നിന്ന് പുറത്താക്കും. ഒന്നിനും കൊള്ളാത്തവൾ.

പുറത്താക്കാനുള്ള മാർഗ്ഗമൊക്കെ ഞാൻ കണ്ടെത്തും. അതോർത്ത് നീ വിഷമിക്കണ്ട.''

അവർ സാലിക്ക് നേരെ കൈ നീട്ടി. അവർ ഇതൊന്നും സ്വരമുയർത്തിയല്ല പറഞ്ഞത്. പകരം ശാന്തമായ ഒരു ആധികാരികതയോടെ, അധികാരഭാവത്തിൽ. ആ അധികാരഭാവത്തിനു ഭയപ്പെടുത്തുന്ന ഒരു ധ്വനിയുണ്ടായിരുന്നു. കോപത്തിനു സൃഷ്ടിക്കാൻ കഴിയുന്നതിനേക്കാൾ ഉപരിയായി. അതുകൊണ്ടാകണം മറുപടി പറഞ്ഞപ്പോൾ സാലിയിൽ ഒരു ഉന്മാദമുണ്ടായത്.

''നിങ്ങൾ നിർഭാഗ്യവതിയാണെന്ന് എനിക്ക് തോന്നുന്നു. ആ ഗുളികകളൊന്നും എന്റെ കൈവശമില്ല. ഇന്നുച്ചയ്ക്ക് ഞാനതൊക്കെ സ്റ്റീഫനു കൊടുത്തു. അതെ. സ്റ്റീഫന്. ഇപ്പോൾ നിങ്ങൾ ചിലയ്ക്കുന്നത് കേട്ടപ്പോൾ അങ്ങനെ ഞാൻ ചെയ്തത് നന്നായി എന്നെനിക്ക് തോന്നുന്നു. ഇതൊക്കെ നിങ്ങൾക്കറിയാമായിരുന്നു എന്നൊന്ന് എനിക്ക് സ്റ്റീഫനോട് പറയാനായാൽ അയാളുടെ മുഖമെങ്ങനെയുണ്ടാകും എന്ന് കാണാൻ ഇപ്പോൾ ഇച്ഛ തോന്നുന്നു. എന്റെ പ്രിയപ്പെട്ടവളും വിശ്വസ്തയുമായ മാർത്ത, എന്തൊരു സമർപ്പണമാണ് നിങ്ങൾക്ക് ഈ കുടുംബത്തിനോട്. സത്യത്തിൽ ഇവരാരെക്കുറിച്ചും നിങ്ങൾക്ക് ഒരു ശ്രദ്ധയുമില്ല. കപടനാട്യക്കാരി. നിങ്ങളുടെ യജമാനന്റെ കാര്യത്തിൽ മാത്രമാണ് ശ്രദ്ധ. നിങ്ങളെന്ത് ചെയ്യുന്നു എന്ന് നിങ്ങൾക്ക് കാണാനാകുന്നില്ലല്ലോ.അദ്ദേഹത്തിനെ കഴുകിക്കുന്നു. മുഖത്ത് തടവുന്നു. അദ്ദേഹം നിങ്ങളുടെ കുഞ്ഞാണെന്നതുപോലെ ലാളിക്കുന്നു. കാര്യങ്ങൾ ഇത്രയും ദയനീയമല്ലായിരുന്നു എങ്കിൽ അതൊക്കെ കണ്ട് ഞാൻ ഉറക്കെ ചിരിക്കുമായിരുന്നു. അശ്ലീലമാണിതൊക്കെ. ഭാഗ്യത്തിനദ്ദേഹത്തിനോർമ്മയില്ല. വാർദ്ധക്യത്തിന്റെ ദൗർബല്യമുണ്ട്. നിങ്ങൾ ചെയ്യുന്നതുപോലെ ഉരുട്ടിക്കളിച്ചാൽ ഒരു സാധാരണക്കാരൻപോലും രോഗിയാകും.''

അവൾ കുഞ്ഞിനെയെടുത്ത് എളിയിൽ വച്ചു. വാതിൽ അടയുന്ന സ്വരം മാർത്ത കേട്ടു.

മാർത്ത പാത്രം കഴുകുന്ന സിങ്കിലേക്ക് വളഞ്ഞ് നിന്നു. അതിനെ വിറയ്ക്കുന്ന കൈകൾകൊണ്ട് മുറുകെ പിടിച്ചു. ശാരീരികമായ ഒരു അറപ്പ്, വിരക്തി അവളെ പിടികൂടിയിരിക്കുന്നു. എന്നാൽ ആ രോഗാവസ്ഥയിൽ ശരീരത്തിനൊരു സുഖം അനുഭവപ്പെട്ടില്ല. നിരാശ കൊണ്ട് അവൾ തലയിൽ കൈ വച്ചു. അവളുടെ വിരലുകൾ വല്ലാതെ വിയർക്കുന്നുണ്ടായിരുന്നു. അവൾ നിയന്ത്രണത്തിനായി ശ്രമിച്ചപ്പോൾ ബാലിശമായ കുറേ വാക്കുകൾ അവളിലേക്ക് ഇരച്ചെത്താൻ തുടങ്ങി.

“നിങ്ങൾ ചെയ്യുന്നതുപോലെ ഉരുട്ടിക്കളിച്ചാൽ ഒരു സാധാരണക്കാരൻപോലും രോഗിയാകും. നിങ്ങൾ ചെയ്യുന്നതുപോലെ ഉരുട്ടിക്കളിച്ചാൽ... ഉരുട്ടിക്കളിച്ചാൽ...”

അവളുടെ ശരീരം വിറയ്ക്കുന്നത് നിന്നു. ഓക്കാനം വെറുപ്പിന് വഴി മാറി. മനസ്സിൽ മധുരമൂറുന്ന പ്രതികാരദാഹം നിറഞ്ഞു. സാലിയെ അപമാനിക്കുന്ന സ്വപ്നദൃശ്യങ്ങൾ വന്ന് തുടങ്ങി. സാലിയേയും അവളുടെ കുഞ്ഞിനേയും മാർടിൻഗേലിൽനിന്നും പുറത്താക്കുന്ന ദൃശ്യങ്ങൾ. സാലി ക്രൂരയും തിന്മ നിറഞ്ഞവളുമാണെന്ന യാഥാർത്ഥ്യം കണ്ടെത്തപ്പെടുന്നത്. എന്തും സാധ്യമായതിനാൽ സാലിയുടെ മരണവും അവൾ ആ സ്വപ്നത്തിൽ, മനോരാജ്യത്തിൽ കണ്ടു.

മൂന്ന്

1

വേനലിലെ കാലാവസ്ഥ അസ്ഥിരമായിരുന്നു. ഏതാനും ആഴ്ച കളായി അതങ്ങനെ തുടരുന്നു. രാജ്യത്തിനറിയാവുന്ന കാലാവസ്ഥ കളിൽ മഞ്ഞുവീഴ്ചയൊഴികെ എല്ലാം ഈ ആഴ്ചകളിൽ സംഭവിച്ചു കഴിഞ്ഞിരുന്നു. അതിപ്പോൾ അവസാനിപ്പിച്ച് അതിന്റെ സാധാര ണത്വത്തിലേക്ക്, വേനലിന്റെ സാധാരണത്വത്തിലേക്ക്, നീങ്ങിയിരി ക്കുന്നു. ചൂടുള്ള ചാരനിറത്തിലേക്ക്. പെരുന്നാളിന്റെയന്ന് വെയിലി ല്ലെങ്കിലും മഴയുണ്ടാകില്ല എന്നൊരു ചിന്ത വന്നിട്ടുണ്ട്. ദേബ്റ തന്റെ ജോധ്പുർ വസ്ത്രമണിഞ്ഞ് സ്റ്റീഫനുമൊത്ത് സവാരിക്ക് തയ്യാറായി. ജാലകത്തിലൂടെ അവൾക്ക് ചുവപ്പും വെളുപ്പും നിറത്തിലുള്ള കൂടാരം കാണാം. അതുകൂടാതെ മൈതാനിയിൽ അരഡസനോളം സ്റ്റാളു കൾ പാതി പണിത് നിർത്തിയിട്ടുണ്ട്. അവയിൽ യൂണിയൻജാക്കും വർണ്ണക്കടലാസുകളും പതിക്കാൻ ബാക്കിയുണ്ട്. ഒരിടത്ത് കുട്ടി കൾക്ക് കളിക്കാനും അവരുടെ നൃത്തങ്ങൾക്കുമായുള്ള രംഗമണ്ഡപ മൊരുക്കിയിട്ടുണ്ട്. പുരാതനമായ ഒരു കാറിനു മുകളിൽ ഒരു ഉച്ച ഭാഷിണി കെട്ടിവച്ചിരിക്കുന്നു. അതിനു ചുറ്റിലും ചുരുളുകളായി വയറുകൾ കിടപ്പുണ്ട്. നാട്ടിലെ ചില ഉത്സാഹികൾ സംഗീതത്തിനും പരസ്യങ്ങൾക്കുമായി ഒരു ഉച്ചഭാഷിണി ഘടിപ്പിക്കാൻ നടത്തുന്ന ശ്രമത്തിന്റെ ഭാഗമാണവ.

രാത്രിയിൽ നല്ല വിശ്രമം ലഭിച്ചതിനാൽ ഈ തയ്യാറെടുപ്പുകളെല്ലാം ആത്മസംയമനത്തോടെ, സുഖദുഃഖസമത്വത്തോടെ നോക്കിക്കാണാൻ ദേബ്റയ്ക്കായി. പെരുന്നാളൊന്നവസാനിക്കുമ്പോഴേക്കും വളരെ വ്യത്യസ്തമായ കാഴ്ചകൾ അവളെ തേടിയെത്തും എന്ന് അവൾ ക്കറിയാം. ജനങ്ങൾ എത്ര ശ്രദ്ധാലുക്കളായാലും ഉദ്യാനത്തിന്റെ പഴയ പ്രൗഢിയും ഭംഗിയും തിരികെ ലഭിക്കാൻ ഒരാഴ്ചയെങ്കിലു മെടുക്കും. പലർക്കും എല്ലാം ആസ്വദിക്കണമെങ്കിൽ ചുറ്റിലും ഒഴിഞ്ഞ,

വലിച്ചെറിഞ്ഞ സിഗരറ്റ് കൂടുകളും പഴത്തൊലികളും ആവശ്യമാണെന്നതിനാലാണിത്. ഇപ്പോഴേ പലയിടത്തുമുള്ള വലിച്ചുകെട്ടലുകൾ പച്ചപ്പ് നിറഞ്ഞ നടപ്പാതകൾക്കും അതിനോരത്തുള്ള കുറ്റിച്ചെടികൾക്കും തമ്മിൽതമ്മിൽ ഒട്ടും ചേരാത്ത നിസ്സാരതയും ചാപല്യവും നൽകിയിരിക്കുന്നു. കാക്കകൾ ഇതൊന്നും സഹിക്കാതെ ഉച്ചത്തിൽ പരസ്പരം കുറ്റാരോപണങ്ങൾ നടത്താനാരംഭിച്ചിരിക്കുന്നു.

മാർടിൻഗേലിൽ നടക്കുന്ന പെരുന്നാളിനെക്കുറിച്ചുള്ള കാതറിന്റെ സ്വപ്നങ്ങളിൽ ഒന്ന് അവൾ മദ്ധ്യാഹ്നശേഷമുള്ള സമയം സ്റ്റീഫനുമൊത്ത് ചിലവിടുന്നതായിരുന്നു. അവർ കുതിരപ്പുറത്താണ്. അവർക്ക് ചുറ്റിലും ചാഡ്ഫ്ളീറ്റ് ഗ്രാമവാസികളുണ്ട്. അവരിൽ താത്പര്യം പ്രകടിപ്പിക്കുന്ന, ചില കിംവദന്തികളൊക്കെ പരസ്പരം മന്ത്രിക്കുന്ന ഗ്രാമവാസികൾ. കാലഹരണപ്പെട്ടതെങ്കിലും ചിത്രം പോലെ മനോഹരമായ ചില ഓർമ്മകൾ അവളിലുണ്ട്. ആ സമൂഹത്തിൽ മാക്സികൾക്കുള്ള പ്രാധാന്യത്തെ വിളിച്ചോതുന്ന ഓർമ്മകൾ. എന്നാൽ ഈ ഭാവനയെ കൊത്തിയരിഞ്ഞില്ലാതാക്കുന്ന ഒരു വിളംബരം ശ്രീമതി മാക്സിയിൽ നിന്നെത്തി. അതിഥികൾ ഇരുവരും അവരെ ഏറ്റവും ആവശ്യമുള്ളിടത്ത് സഹായത്തിനായി എത്തണം എന്നായിരുന്നു ആ വിളംബരം. ഒരു വെള്ളാനയെ നിർത്തിയിരിക്കുന്ന സ്റ്റാളിൽ ദേബ്റയ്ക്കൊപ്പം നില്ക്കണം എന്നാണ് കാതറിനു ലഭിച്ച നിർദ്ദേശം. ആദ്യം തോന്നിയ നിരാശയൊന്ന് അടങ്ങിയപ്പോൾ അതൊരു സന്തോഷകരമായ അനുഭവമായി മാറി. പ്രഭാതം മുഴുക്കെ അതിനകത്തുള്ള വസ്തുക്കൾ തരം തിരിക്കുന്നതിനും പരിശോധിക്കുന്നതിനും വിലയൊട്ടിക്കുന്നതിനുമായി ചിലവിട്ടു. ദീർഘകാലപരിചയത്തിന്റെ ജ്ഞാനം ദേബ്റയ്ക്കിതിൽ ഉണ്ടായിരുന്നു. അവിടെയുള്ള സാധനങ്ങൾ എവിടെ നിന്ന്

വരുന്നു, ഓരോന്നിന്റേയും മൂല്യമെത്ര, അതാരു വാങ്ങും എന്നൊക്കെ അവൾക്കറിയാം. സർ റെയ്നോൾഡ് പ്രൈസ് പരുപരുത്ത വലിയ ഒരു കോട്ട് നല്കിയിട്ടുണ്ട്. അതിന്റെ മുകളിലുള്ള ഭാഗം അടർത്തിയെടുക്കാനാകും. വെള്ളം കയറാതിരിക്കാനുള്ള ഒരു പ്രതലമാണത്. ആ കോട്ട് ഉടൻ മാറ്റിവയ്ക്കപ്പെട്ടു. അത് ഡോക്ടർ എപ്സിനു നല്കാം എന്ന തീരുമാനത്തിൽ മാറ്റിവയ്ക്കപ്പെട്ടു. തന്റെ തുറന്ന കാറിൽ തണുപ്പുകാലങ്ങളിൽ സഞ്ചരിക്കുമ്പോൾ അദ്ദേഹത്തിനത് ആവശ്യമാണെന്ന തീരുമാനമുണ്ടായി. അല്ലാത്ത പക്ഷം കാറോടിച്ചുകൊണ്ടിരിക്കുന്നവൻ എന്ത് ധരിക്കുന്നു എന്നൊക്കെ ആരു ശ്രദ്ധിക്കാനാണ്? ഡോക്ടറുടെ ഒരു പഴകിയ രോമത്തൊപ്പിയുണ്ടായിരുന്നു. അതയാൾ ഒഴിവാക്കാനായി എല്ലാ വർഷവും ശ്രമിച്ചുകൊണ്ടിരിക്കുന്നതാണ്. പക്ഷേ അവസാനം അയാൾതന്നെ അത് തിരികെ വാങ്ങും. അതിനാറു പെൻസ് വിലയിട്ട് എല്ലാവരും കാണുന്നിടത്ത് പ്രദർശിപ്പിച്ചു.

തിളങ്ങുന്നതും ആകർഷകവുമായ ജമ്പറുകൾ, പിച്ചളയുടേയും ചൈന ക്ലേയുടേയും ചെറിയ വസ്തുക്കൾ, കെട്ടുകണക്കിനു പുസ്തകങ്ങളും മാസികകളും ചെമ്പോലയിൽ പേരെഴുതിയ കനത്ത ചട്ടക്കൂടുകളുള്ള ചിത്രങ്ങൾ എന്നിവയൊക്കെ അവിടെയുണ്ടായിരുന്നു. 'ആദ്യ പ്രണയലേഖനം', 'അച്ഛന്റെ പൊന്നുമകൾ, 'വഴക്ക്' 'സമവായം' എന്നിങ്ങനെയൊക്കെയുള്ളവ അക്കൂട്ടത്തിലുണ്ട്. അനേകം പടയാളികൾ യാത്രയയപ്പിലാണോ അതോ പുനസ്സമാഗമത്തിന്റെ സന്തോഷത്തിലാണോ എന്നറിയാതെ ഭാര്യമാരെ ചുംബിക്കുന്ന ചിത്രമുണ്ട്. ഇടപാടുകാർക്ക് ഇത് ഇഷ്ടമാകും എന്ന് ദേബ്റ അഭിപ്രായപ്പെട്ടു, പ്രവചിച്ചു. അതിന്റെ ചട്ടക്കൂടിനു തന്നെ അര ക്രൗൺ വിലയുണ്ട് എന്ന് പ്രസ്താവിക്കുകയും ചെയ്തു.

ഒരു മണിയോടെ തയ്യാറെടുപ്പുകൾ പൂർത്തിയായി. വീട്ടുകാർക്ക് തിരക്കിട്ടൊരു ഉച്ചഭക്ഷണത്തിനു സമയം ലഭിച്ചു. സാലിയായിരുന്നു അപ്പോൾ പരിചാരികയായി പ്രത്യക്ഷപ്പെട്ടത്. അവൾ കൂടുതൽ ഉറങ്ങി എന്ന് പറഞ്ഞ് അന്ന് പ്രഭാതത്തിൽ അവളും മാർത്തയുമായി എന്തൊക്കെയോ പ്രശ്നങ്ങളുണ്ടായി എന്നത് അപ്പോൾ കാതറിനോർമ്മ വന്നു. അതിനാൽ നഷ്ടപ്പെട്ട സമയത്തെ വീണ്ടെടുക്കാനെന്നവണ്ണം അവൾക്കിത്തിരി തിരക്കടിക്കേണ്ടി വന്നിട്ടുണ്ടാകും. അവളാകെ ചുവന്നത് അതുകൊണ്ടാകും. അത്തരത്തിൽ വിധേയത്വമുള്ള കാര്യപ്രാപ്തിയോട് കാതറിനു മതിപ്പ് തോന്നിയെങ്കിലും അവളത് പുറത്ത് കാണിച്ചില്ല. ഭക്ഷണവേള സന്തോഷകരമായി മുന്നോട്ട് പോയി. അതിനൊരു കാരണം അപ്പോൾ അവിടെയുണ്ടായിരുന്നവരെല്ലാം ഒരേ ലക്ഷ്യം പങ്കിടുന്നവരും അതിലെത്താനായി ഒന്നായി ജോലി ചെയ്യുന്നവരുമാണെന്നതായിരുന്നു. രണ്ട് മണിയോടെ ബിഷപ്പും ഭാര്യയുമെത്തി. സമിതി സ്വീകരണ മുറിയിൽ നിന്നും പുറത്തിറങ്ങി. അവർ അർദ്ധവൃത്താകൃതിയിൽ നിരത്തിയിട്ടിരുന്ന കസേരകളിൽ സ്ഥാനം പിടിച്ചു. പെരുന്നാളാഘോഷം ഔദ്യോഗികമായി ആരംഭിച്ചു. ബിഷപ്പിനു പ്രായമായിട്ടുണ്ടായിരുന്നു.

അദ്ദേഹം അടുത്തൂൺ പറ്റിയിട്ടുമുണ്ടായിരുന്നു. എങ്കിലും ജരാനരയൊന്നും ബാധിച്ചിട്ടില്ല. അദ്ദേഹം നടത്തിയ ഹ്രസ്വമായ പ്രസംഗം ലാളിത്യത്തിന്റേയും വശ്യതയുടേയും ഉദാഹരണമായി. പുറത്തെ ഉദ്യാനത്തിൽനിന്നും സുന്ദരസ്വരങ്ങൾ വന്ന് തുടങ്ങിയപ്പോൾ ആദ്യമായി പള്ളിയോടൊരു താത്പര്യം, സ്നേഹം, കാതറിനു തോന്നി. തങ്ങളുടെ കുട്ടികളുടെ മാമോദീസയ്ക്ക് താനും സ്റ്റീഫനും നിൽക്കാൻ പോകുന്ന മണ്ഡപമിതാ. ഈ ഇടനാഴികളയാളുടെ പൂർവ്വികരുടെ സ്മരണ നിലനിർത്തുന്നവയാണ്. ഇതാ പതിനാറാം നൂറ്റാണ്ടിൽ നിന്നുള്ള ചിത്രങ്ങൾ. ഈ ചിത്രങ്ങളിൽ സ്റ്റീഫൻ മാക്സിയും ദേബ്റയും

അയാളുടെ ഭാര്യയും മുട്ടു കുത്തി നിൽക്കുന്നു. അവരുടെ മുഖം പാറപോലെ ഉറച്ചിരിക്കുന്നു.

മെലിഞ്ഞ കൈകൾ പ്രാർത്ഥനയിലാണ്. അപ്പുറത്ത് പതിനെട്ടാം നൂറ്റാണ്ടിലെ മാക്സികളുടെ അലങ്കരിച്ച അർദ്ധകായരൂപങ്ങൾ. അതിന്റെയടിയിൽ എഴുതിവച്ചിരിക്കുന്ന ഫലകങ്ങൾ. ഈ പുത്രന്മാർ ഗാലിപോളിയിൽ കൊല്ലപ്പെട്ടവരാണെന്ന് കാണിക്കുന്നു. കന്യാമറിയത്തിന്റെ പള്ളി എന്നുമറിയപ്പെടുന്ന ചാഡ്ഫ്ളീറ്റിലെ സെയ്ന്റ് സെഡ് ദേവാലയം മാക്സികളുടെ അസ്ഥികൂടങ്ങൾ നിക്ഷേപിക്കുന്നയിടം എത്രത്തോളമാണോ അത്രത്തോളമതൊരു പൊതുവിടമല്ലാതായിരിക്കുന്നതിനാൽ ഇതൊരു കുടുംബ പാദസേവയുടെ ഭാഗമായി തുടങ്ങിയിരിക്കുന്നു എന്നും അതിനാൽ പെരുന്നാളിന്റെ പെരുമ കുറഞ്ഞ് തുടങ്ങിയിരിക്കുന്നു എന്നും കാതറിൻ കരുതിയിരുന്നു. എന്നാൽ ഇന്ന് ഈ ആവേശത്തിനു നടുക്കാകുമ്പോൾ വിമർശനങ്ങളില്ലാതെ അവൾക്ക് ഈ കുടുംബത്തിലെ ജീവിച്ചിരിക്കുന്നവരെയെന്ന പോലെ മരിച്ചവരേയും ഓർക്കാനാകുന്നു. വിമർശനമില്ലാതേയും വിചിത്രമായ അലങ്കാരപ്പണികളില്ലാതേയും.

സ്റ്റാളിൽ കാതറിൻ ദേബ്റയ്ക്ക് പുറകിൽ സ്ഥാനം പിടിച്ചു. ഇടപാടുകാരെ, വിലപേശലുകാരെ, സ്വീകരിക്കാനാരംഭിച്ചു.

വളരെ ജനകീയമായിരുന്നു അവിടം. അതുകൊണ്ടുതന്നെ നല്ല വ്യാപാരവുമുണ്ട്. ഡോക്ടർ എപ്സ് തന്റെ തൊപ്പി തിരക്കിയെത്തി. അദ്ദേഹത്തിനെക്കൊണ്ട് നിർബന്ധിച്ച് ഒരു പൗണ്ടിന് ആ കോട്ട് വാങ്ങിപ്പിച്ചു. തുണികളും ഷൂസുമെല്ലാം വിറ്റുപോയി. അതിൽ മിക്കതും ദേബ്റ ഇതാരുവാങ്ങും എന്ന് പ്രവചിച്ചോ അവർ തന്നെയാണ് വാങ്ങിയത്. പണം കൈകാര്യം ചെയ്യുക, വിറ്റുപോയവയ്ക്ക് പകരം വലിയ പെട്ടിയിൽ സൂക്ഷിച്ചിരുന്ന സാധനങ്ങൾ എടുത്ത് വയ്ക്കുക എന്നതൊക്കെ കാതറിന്റെ ചുമതലയിലായിരുന്നു. മദ്ധ്യാഹ്ന ശേഷം ആളുകൾ വന്നുകൊണ്ടേയിരുന്നു. ഒരു ഫോട്ടോഗ്രാഫർ 'ഏറ്റവും സന്തോഷവാനായ കുട്ടി'ക്ക് സമ്മാനം നല്കാമെന്ന് പരസ്യം ചെയ്തിരിക്കുന്നു. അത് കണ്ട കുട്ടികളുടെ മുഖത്ത് അസ്വാഭാവികത നിറഞ്ഞ, ഒട്ടും സ്വാഭാവികതയില്ലാത്ത പുഞ്ചിരി നിറഞ്ഞ് വലിഞ്ഞു. ഉച്ചഭാഷിണി എല്ലാവരുടേയും പ്രതീക്ഷയെ കടത്തിവെട്ടി. സൂസ മാർചസിന്റേയും സ്ട്രൗസ് വാൾടെസിന്റേയും ഗാനങ്ങൾ ഒഴുകി വന്നു. ചായ, മത്സരങ്ങൾ എന്നിവയെക്കുറിച്ചുള്ള വിളംബരങ്ങളും അതിലൂടെ വന്നുകൊണ്ടിരുന്നു. ചവറ്റുകുട്ട ഉപയോഗിക്കണമെന്നും അങ്ങനെ ഉദ്യാനം വൃത്തിയായി സൂക്ഷിക്കണമെന്നുമുള്ള താക്കീതുകളും അപേക്ഷകളും വന്നുകൊണ്ടിരുന്നു.

മിസ് ലിഡലും മിസ് പോളാക്കും അവരുടെ കൃത്യവിലോപികളായ,അവർക്കാശ്രയിക്കാവുന്ന പെൺകുട്ടികളുമൊത്ത് സെയ്ന്റ്

മേരീസിലേക്കും തിരിച്ച് പെരുന്നാൾ നടക്കുന്നിടത്തേക്കും ഓടി ക്കൊണ്ടിരുന്നു. അവരുടെ കർത്തവ്യങ്ങൾ നിറവേറ്റിക്കൊണ്ടിരുന്നു. അവരുടെ സ്റ്റാളിൽ വിലകൂടിയതും കൈത്തറി നിർമ്മിതവുമായ അടിവസ്ത്രങ്ങളുണ്ടായിരുന്നു. അവയിൽ സൗന്ദര്യത്തിന്റേയും ബഹു മാന്യതയുടേയും ഇടയിൽ ചെയ്യപ്പെട്ട സമവായത്തിന്റെ പീഢകളു ണ്ടായിരുന്നു.

വെളുത്ത, മൃദുവായ മുടിയുമായി ഓടി നടന്ന് വിഷമിച്ച വികാരി ക്ഷീണിച്ചിരുന്നു എങ്കിലും അയാൾ തന്റെ ഇടവകക്കാരോട് വിശാല മായി പുഞ്ചിരിച്ചു. ഇടവകക്കാരാകട്ടെ ആ പുഞ്ചിരി കണ്ടപ്പോൾ ശാന്തരാകുകയും ചെയ്തു. അവരുടെ മനസ്സിനു മാത്രമല്ല, ഈ ലോകത്തിൽതന്നെ ശാന്തി നിലനിൽക്കുന്നതായി അവർക്ക് തോന്നി. സർ റെയ്നോൾഡ് എത്താൻ വൈകിയിരുന്നു. അദ്ദേഹം വാചാല നായി. എല്ലാവരേയും പിന്തുണച്ച് വിശാലഹൃദയനായി. ചായ വിത രണം നടക്കുന്ന പുല്മൈതാനിയില് നിന്ന് ശ്രീമതി കോപിന്റേയും ശ്രീമതി നെൽസണിന്റേയും മുന്നറിയിപ്പുകളും താക്കീതുകളും വരു ന്നുണ്ട്. അവർ വേദോപദേശ ക്ലാസുകളിലെ ബാലന്മാരുമൊത്ത് ബ്രിഡ്ജ് കളിക്കാനുള്ള മേശയൊരുക്കുകയാണ്. ഗ്രാമത്തിലെ ഒരു ഹാളിലുള്ള കസേരകളാണവർ അവിടേക്കെത്തിച്ചിരിക്കുന്നത്. അവ രുടെ കൈവശം കെട്ടിയൊതുക്കി വച്ചിട്ടുള്ള മേശവിരിപ്പുകൾ ഈ ആഘോഷം കഴിഞ്ഞാൽ ആരിൽനിന്നൊക്കെ വാങ്ങിയോ അവർക്ക് തിരിച്ചെത്തിക്കാനുള്ളതാണ്. ഒരു സ്വതന്ത്രൻ എന്ന നില ആശ്വസി ക്കുകയാണ് ഫെലിക്സ് ഹെർണെ എന്നു തോന്നി.

ഒന്നു രണ്ട് തവണ ദേബ്റയേയും കാതറിനേയും സഹായിക്കാൻ അയാൾ ഓടിയെത്തി. എന്നാൽ മിസ് ലിഡലും മിസ് പോളാക്കിനു മാണപ്പോൾ തന്നെ കൂടുതൽ ആവശ്യം എന്നറിയിച്ച് അവിടെ നിന്ന് തിരിച്ച് പോയി. സ്റ്റീഫനും ഒരിക്കൽ കച്ചവടമെങ്ങനെപ്പോകുന്നു എന്നന്വേഷിച്ചെത്തുകയുണ്ടായി. ഈ പെരുന്നാളിനെ അയാൾ 'മാക്സികളുടെ ശാപം' എന്നാണെപ്പോഴും വിളിക്കാറുള്ളതെങ്കിലും ഇന്ന് അയാളും സന്തോഷത്തിലാണെന്ന് തോന്നി. നാലുമണിയായ പ്പോൾ ദേബ്റ, തന്റെ അച്ഛനെന്തെങ്കിലും ആവശ്യമുണ്ടോ എന്നറി യാൻ വീടിനകത്തേക്ക് പോയി. അപ്പോൾ കാതറിൻ തനിച്ചായി. അരമണിക്കൂറിനകം ദേബ്റ തിരിച്ചെത്തി. ഒരു ചായ എവിടെ കിട്ടും എന്നൊന്ന് അന്വേഷിച്ച് വരാം എന്ന് അവൾ അഭിപ്രായപ്പെട്ടു. വൈകി യെത്തുന്നവർക്കുള്ള ചായ വലിയ രണ്ട് കൂടാരങ്ങളിൽ ഒന്നിലാണ് വിളമ്പിയിരുന്നത്. അവിടത്തെ ചായ കടുപ്പമില്ലാത്തതും കേയ്ക്കു കൾ രുചികരമല്ലാത്തതുമാകും എന്ന് ദേബ്റ ഒരു മുന്നറിയിപ്പ് നൽകി. വില്ക്കാൻ വച്ചിരിക്കുന്ന വസ്തുക്കളെക്കുറിച്ച് തന്റേതായ ടിപ്പണികൾ

പുറപ്പെടുവിക്കാനായി ഫെലിക്സ് ഹെർണെ അപ്പോൾ അവിടെയെത്തിയിരുന്നു. അയാളോട് ദേബ്റ തത്കാലം അവിടെ കുറച്ച് സമയം ചിലവിട്ട് കാര്യങ്ങൾ കൈകാര്യം ചെയ്യാൻ ആവശ്യപ്പെട്ടു. കാതറിനും ദേബ്റയും ശരീരമൊന്ന് വൃത്തിയാക്കാൻ വീടിനകത്തേക്ക് നീങ്ങി.

ഒന്നുരണ്ടുപേർ ഹാളിൽ ഉലാത്തുന്നത് അവരപ്പോൾ കണ്ടു. അതൊരു കുറുക്കുവഴിയാണെന്നവർ കരുതിയതിനാലോ അല്ലെങ്കിൽ ഗ്രാമത്തിൽ അപരിചിതരായതിനാൽ ഇവിടേക്കുള്ള പ്രവേശനത്തിനു വാങ്ങിയ തുകയിൽ ഈ വീടിനകത്തേക്കുള്ള സന്ദർശനവും ഉൾപ്പെടുത്തിയിട്ടുണ്ട് എന്ന് കരുതിയതിനാലോ ആകും അവർ അങ്ങനെ കയറി വന്നിട്ടുണ്ടാകുക. ദേബ്റ അതിൽ വേവലാതിപ്പെട്ടില്ല. 'ബോബ് ഗ്രിറ്റിങ്ങ്സ് ഇവിടെയുണ്ട്. നമ്മുടെ ഇവിടത്തെ പൊലീസ് കോൺസ്റ്റബിൾ. അയാൾ ഇവിടെയുള്ളതിന്റെ മുകളിലെല്ലാം ഒരു കണ്ണ് വയ്ക്കുന്നുണ്ട്.' അവൾ ചൂണ്ടിക്കാണിച്ചു. 'ഭക്ഷണമുറി അടച്ചിട്ടിരിക്കുകയാണ്. ഇതൊക്കെ എല്ലായിപ്പോഴും സംഭവിക്കുന്നതാണ്. എന്തായാലും ആരും ഇതുവരെ ഒന്നും എടുത്തുകൊണ്ടുപോയിട്ടില്ല. നമുക്ക് തെക്കുഭാഗത്തുള്ള വാതിലിലൂടെ പോയി ചെറിയ ശൗചാലയങ്ങളും കുളിപ്പുരകളും ഉപയോഗിക്കാം. അതായിരിക്കും എളുപ്പം.'

എന്നാൽ പുറകിലെ പടികൾക്കരികിൽവച്ച് ചിലർ പുറത്തുരസി കടന്ന് നിങ്ങിയപ്പോൾ അതവർക്ക് അലോസരമായി തോന്നി. കടന്ന് പോയവർ ഉടൻ തന്നെ ക്ഷമ ചോദിച്ചു. അവർ നിന്നു. ദേബ്റ അവരിൽ ഒരാളെ വിളിച്ചു.

''ആരെയെങ്കിലും അന്വേഷിച്ചിറങ്ങിയതാണോ? ഇത് ഒരു വീടാണ്. സ്വകാര്യ ഭവനം.''

അയാൾ തിരിഞ്ഞ് നോക്കി നിന്നു. ഇത്തിരി പിരിമുറുക്കത്തിലായി. നീണ്ട് മെലിഞ്ഞ, നര കയറിത്തുടങ്ങിയ, ഒരാളായിരുന്നു അത്. നെറ്റിയും മുകളിലേക്ക് കയറിത്തുടങ്ങിയിരിക്കുന്നു. മെലിഞ്ഞ ചുണ്ടുകളിൽനിന്നും ഒരു പുഞ്ചിരി.

''എന്നോട് ക്ഷമിക്കണേ, ഞാനത് മനസിലാക്കിയില്ല. ക്ഷമിക്കൂ. ഞങ്ങൾ ശൗചാലയം തിരയുകയായിരുന്നു.''

അയാൾ പറഞ്ഞു. ഒട്ടും ആകർഷകമല്ലാത്ത സ്വരത്തിൽ പറഞ്ഞു. ''ശൗചാലയമാണ് വേണ്ടതെങ്കിൽ ഉദ്യാനത്തിൽ തന്നെ ഒന്നുണ്ട്. അവിടെ അതിന്റെ അടയാളവും എഴുതിവച്ചിട്ടുണ്ട്.''

ദേബ്റ സമയം പാഴാക്കിയില്ല. അയാൾ ഒന്ന് ചുവന്നു. എന്തോ പിറുപിറുത്തു. അവിടെ നിന്നിറങ്ങിപ്പോയി. ദേബ്റ ചുമലൊന്ന് കുലുക്കി.

''എന്തൊരു ജീവിയാണിത്. അയാൾ ഹാനികരമായി ഒന്നും ചെയ്യുകയല്ലായിരുന്നു എന്നു തോന്നുന്നു. എന്തായാലും ഇനി കയറി വരാതിരുന്നാൽ മതിയായിരുന്നു.''

താൻ ഈ വീട്ടിലെത്തിക്കഴിഞ്ഞാൽ ഇങ്ങനെയുള്ളവർ വീട്ടിൽ കയറാതിരിക്കാൻ വേണ്ട നടപടികൾ കൈകൊള്ളും എന്ന് കാതറിൻ മനസ്സിൽ കുറിച്ചു.

ചായ കൊടുത്തുകൊണ്ടിരുന്ന കൂടാരത്തിൽ നല്ല തിരക്കുണ്ടായിരുന്നു. ചായ തിളപ്പിക്കുന്ന പാത്രങ്ങളിൽ നിന്നുള്ള സീൽക്കാരവും ക്രോക്കറി പാത്രങ്ങളുടെ കൂട്ടിമുട്ടലും പശ്ചാത്തലം നിറച്ചു. അതിനൊപ്പം സംഗീതവുമുണ്ടായിരുന്നു. സംഗീതം പക്ഷേ പുറത്തുനിന്നാണെത്തുന്നത്. ഇവിടെയെത്തുമ്പോഴേക്കും അതിന്റെ സ്വരത്തിന്റെ കാഠിന്യത്തിനൊരു കുറവൊക്കെ വന്നിട്ടുണ്ട്. കാട്ടുപൂക്കൾകൊണ്ടൊരു അലങ്കാരം എന്ന മത്സരത്തിന്റെ ഭാഗമായി വേദോപദേശ ക്ലാസിലെ കുട്ടികളാണ് അവിടെ മേശകൾഅലങ്കരിച്ചിരിക്കുന്നത്. ഓരോ മേശപ്പുറത്തും ഒരു കുപ്പി ജാം വച്ചിട്ടുണ്ട്. അതേത് പഴത്തിൽ നിന്നുള്ളതാണെന്ന് അടയാളപ്പെടുത്തിയിട്ടുണ്ട്. അവീൻ, കാമ്പിയോൺ, സോറൽ തുടങ്ങിയവയുടെ വിത്തുകൾ വച്ചിട്ടുണ്ട്. പൂക്കളുടെ ഗന്ധമെല്ലാം നഷ്ടപ്പെട്ടിരുന്നെങ്കിലും അവിടമാകെ ഒരു സൗന്ദര്യം നല്കാൻ ഈ അലങ്കാരങ്ങൾക്കായിട്ടുണ്ട്.

ചതഞ്ഞ പുല്ലിന്റേയും ഭക്ഷണത്തിന്റേയും സമ്മിശ്രഗന്ധവും അവിടെയുണ്ട്. ഒച്ചയും ബഹളവും വളരെ അധികമായിരുന്നു. അതങ്ങനെ പലയിടത്തും കേന്ദ്രീകരിച്ച് നില്പായിരുന്നു. അതിനാൽതന്നെ എപ്പോഴെങ്കിലും അതിനൊരു ഇടവേളയുണ്ടായാൽ എല്ലാം നിശ്ശബ്ദമാകുന്നല്ലോ എന്നൊരു തോന്നൽ കാതറിനിൽ വരുമായിരുന്നു. അത് സത്യമായ നിശ്ശബ്ദതയായിരുന്നു എന്നും അവിടെയുള്ളവരെല്ലാം ഒന്നിച്ച് സംസാരമവസാനിപ്പിച്ചതായിരുന്നു എന്നും അതിനു കാരണം എതിർവശത്തെ വാതിലിലൂടെ സാലി കടന്ന് വന്നതാണെന്നും പിന്നീടാണവൾക്ക് മനസ്സിലായത്. എല്ലാ കണ്ണുകളും അപ്പോൾ സാലിയിലായിരുന്നു. താഴ്ത്തി വെട്ടിയ കഴുത്തോടെയുള്ള ഒരു വെളുത്ത വസ്ത്രത്തിലായിരുന്നു സാലി. ദേബ്റ ധരിച്ചിരുന്നതിനു സമാനമായ ഒന്ന്. പച്ചനിറത്തിലുള്ള ഒരു അരപ്പട്ടയും അവൾ ധരിച്ചിട്ടുണ്ട്. അതും ദേബ്റയുടെ അരയിലുള്ളതിന്റെ തനിപ്പകർപ്പ്.

അവളുടെ പാവാടയ്ക്ക് അനേകം ഞൊറികളുണ്ട്, ദേബ്റ ധരിച്ചിരിക്കുന്നതിനു സമാനം തന്നെ. പച്ച കാതണികളാണവൾ ധരിച്ചിരിക്കുന്നത്. അതവളുടെ ചുവന്ന കവിൾത്തടങ്ങളിൽ വെട്ടിത്തിളങ്ങുന്നു. കാതറിന് തന്റെ സ്വന്തം കവിൾ ചുവക്കുന്നു എന്ന തോന്നലുണ്ടായി. അവൾ ദേബ്റയെ ഒന്ന് ഒളികണ്ണിട്ട് നോക്കി. അവൾ മാത്രമല്ല, മറ്റ്

പല കണ്ണുകളും അപ്പോൾ അവരിലേക്ക് തിരിഞ്ഞ് തുടങ്ങിയിരുന്നു. കൂടാരത്തിന്റെ ഒരറ്റത്ത്, മിസ് പോളാക്കിന്റെ മേല്നോട്ടത്തിൽ ചായ ആസ്വദിച്ചുകൊണ്ടിരുന്ന മിസ് ലിഡലിന്റെ പെൺകുട്ടികൾ ചിരി യടക്കാൻ പാടുപെടുന്നത് കണ്ടു. 'എന്റെ ദൈവമേ സാലി' എന്ന് അവരിലാരോ മൃദുസ്വരത്തിൽ പറഞ്ഞത് കേട്ടു. എന്നാൽ ഇതൊന്നും തന്നെ ബാധിക്കുന്ന പ്രശ്നമല്ല എന്ന മട്ടിലായിരുന്നു ദേബ്റ. സാലി യിലേക്ക് രണ്ടാമതൊരു നോട്ടമെറിയാതെ അവൾ അക്ഷോഭ്യയായി രണ്ട് ചായ വേണം എന്ന് കൗണ്ടറിൽ ചെന്ന് ആവശ്യപ്പെട്ടു. അതി നൊപ്പം ഒരു പ്ലേറ്റ് ബ്രഡിനും വെണ്ണയ്ക്കും ഒരു കേയ്ക്കിനും ഓർഡർ നൽകി. ശ്രീമതി പാർഡി തിരക്കിട്ട് ചായ പകർന്നു. കാതറിൻ ദേബ്റ യ്ക്ക് പുറകിൽ നടന്ന് ഒഴിഞ്ഞ് കിടക്കുന്ന മേശകളിലൊന്നിലേത്തി. കേയ്ക്കിന്റെ തളിക അവളുടെ കൈവശമായിരുന്നു. താനാണിപ്പോൾ ഒരു വിഡ്ഢിയെപ്പോലെയായിരിക്കുന്നത് എന്ന ബോധ്യം അവളി ലുണ്ടായിരുന്നു.

''അവൾക്കെങ്ങനെ ഇതിനു ധൈര്യം വന്നു?'' അവൾ മന്ത്രിച്ചു. തന്റെ മുഖം ചൂടുള്ള ചായക്കോപ്പയിലേക്കടുപ്പിച്ചു. ''ഇത് ബോധ പൂർവ്വം അപമാനിക്കാനായി ചെയ്യുന്നതാണ്.''

ദേബ്റ അത് കേട്ട് ചുമലൊന്ന് കുലുക്കി. ''എനിക്കറിയില്ല. ഇതൊക്കെ എന്തിനു ശ്രദ്ധിക്കണം? പാവം ചെകുത്താന്റെ സന്തതി ക്കങ്ങനെ തോന്നിയിട്ടുണ്ടാകും. പക്ഷേ അതൊന്നും എന്നെ വേദനി പ്പിക്കുന്നില്ല.''

''ഈ വസ്ത്രം പക്ഷേ അവൾക്ക് എവിടെ നിന്ന് ലഭിച്ചു?''

''ഞാനെവിടെ നിന്ന് വാങ്ങിയോ അവിടെ നിന്നുതന്നെയാകും. അതിന്റെ പേര് ഇതിനകത്തുണ്ട്. ഇത് അങ്ങനെ മറ്റാർക്കും ലഭിക്കാ ത്തതൊന്നുമല്ലല്ലോ. ആർക്ക് വേണമെങ്കിലും വാങ്ങാം. തിരഞ്ഞ് കണ്ടെത്തണം എന്നുമാത്രം. അതിനുള്ള ബുദ്ധിമുട്ട് സഹിക്കുന്നതു കൊണ്ട് ഉപകാരമുണ്ടെന്ന് സാലി കരുതിയിരിക്കും.''

''നീ ഇന്ന് ഇതാണ് ധരിക്കാൻ പോകുന്നതെന്ന് അവൾക്കെങ്ങനെ മനസ്സിലായി?''

''മറ്റേത് അവസരത്തിൽ ധരിച്ചാലും ഇതുതന്നെയല്ലേ ഫലം. നമ്മളെന്തിനിതൊക്കെ സംസാരിക്കണം?''

''നിനക്കെങ്ങനെയാണിത്ര ശാന്തമായി ഇത് കൈകാര്യം ചെയ്യാ നാകുന്നത് എന്നത്ഭുതപ്പെടുകയാണ് ഞാൻ. എനിക്കാണെങ്കിൽ അതിനാകില്ല.''

''അല്ലാതെ ഞാനെന്ത് ചെയ്യണമെന്നാണ് നീ പ്രതീക്ഷിക്കുന്നത്? അവളുടെ വസ്ത്രം വലിച്ച് കീറണോ? ഗ്രാമവാസികൾക്ക് പ്രതീക്ഷി ക്കാവുന്ന സൗജന്യ വിനോദങ്ങൾക്ക് ഒരു പരിധിയൊക്കെയില്ലേ?''

സ്റ്റീഫൻ ഇത് കണ്ടാൽ എന്ത് പറയും എന്നാണ് ഞാൻ അത്ഭുത പ്പെടുന്നത് എന്നായി കാതറിൻ. അത് കേട്ടപ്പോൾ ദേബ്റ അത്ഭുത പ്പെട്ടു. ''അവനിത് ശ്രദ്ധിക്കും എന്ന് തന്നെ എനിക്ക് തോന്നുന്നില്ല. ഇതവൾക്ക് നന്നായി ഇണങ്ങുന്നുണ്ടല്ലോ എന്നുമാത്രം അവൻ ചിന്തിക്കും. ഇതിപ്പോൾ എന്റേതിനേക്കാൾ കൂടുതൽ അവളുടെ വസ്ത്രമായിരിക്കുന്നു. ഈ കേയ്ക്ക് നിനക്കിഷ്ടമായോ അതോ വേറെ സാൻഡ്വിച്ച് വാങ്ങണോ?''

കാതറിൻ കൂടുതൽ ചർച്ച ഒഴിവാക്കി. ചായയിൽ ശ്രദ്ധ കേന്ദ്രീ കരിച്ചു.

2

മദ്ധ്യാഹ്നം കടന്ന് പോയി. ചായക്കൂടാരത്തിലെ രംഗത്തിനുശേഷം കാതറിൻ പെരുന്നാളിലെ സന്തോഷം ഇല്ലാതായി. ശേഷിച്ച വില്പന യൊക്കെ ഒരു അദ്ധ്വാനം മാത്രമായി. അഞ്ച് മണിയായപ്പോഴേക്കും സാധനങ്ങളെല്ലാം വിറ്റ് തീർന്നു. അതും ദേബ്റ പ്രവചിച്ചത് തന്നെ. പിന്നെ കാതറിൻ ദേബ്റയെ അവളുടെ കുതിരസവാരിയിൽ സഹാ യിച്ചു. കുതിരയോടിക്കുന്നിടത്തെത്തിയപ്പോൾ അവിടെ സ്റ്റീഫനെ കണ്ടു. സ്റ്റീഫൻ ജിമ്മിയെ അവന്റെ അമ്മയുടെ മുന്നിൽ വച്ച് കുതിര പ്പുറത്തേക്കുയർത്തി വയ്ക്കുന്ന കാഴ്ച കണ്ടു. സന്തോഷം കൊണ്ട് ജിമ്മി അലറി വിളിക്കുന്നുണ്ടായിരുന്നു. വെയിൽ മങ്ങിത്തുടങ്ങിയി രുന്നു.

ദിവസം അതിന്റെ അവസാനത്തിലേക്ക് നീങ്ങുന്നു. അന്തിവെയിൽ ആ കുഞ്ഞിന്റെ തലമുടികൾക്കിടയിലൂടെ തുളച്ചെത്തി സാലിയുടെ മുഖത്തിനൊരു അഗ്നിപ്രഭ നല്കുന്നു. സ്റ്റീഫനോട് എന്തോ സ്വകാര്യം പറയാനായി അവൾ തല കുനിച്ചപ്പോൾ ആ മുടി പാറിപ്പറന്നു. അയാൾ ആ മന്ത്രണത്തിനു മറുപടിയായി ഉച്ചത്തിൽ ചിരിച്ചത് കാത റിൻ കേട്ടു. ആ നിമിഷം അവൾ ഒരിക്കലും മറക്കില്ല. അവൾ പുൽ മൈതാനത്തേക്ക് തിരിച്ചു. ആ ദിവസാരംഭത്തിലുണ്ടായിരുന്ന സന്തോഷ ത്തിന്റേയും ആത്മവിശ്വാസത്തിന്റേയും കുറച്ച് ഭാഗമെങ്കിലും തിരിച്ച് പിടിക്കാനാകുമോ എന്ന് ശ്രമിച്ചു. അത് ഉപകാരപ്പെട്ടില്ല.

മനസ്സിനെ തിരക്കിലാക്കുന്ന എന്തെങ്കിലും കണ്ടുകിട്ടുമോ എന്നായി പിന്നെ അന്വേഷണം. മുറിയിലേക്ക് തിരികെപ്പോകാനും അത്താഴസമയമാകുന്നതുവരെ വിശ്രമിക്കാനും തീരുമാനിച്ചു. വീട്ടി ലേക്ക് പോകുന്ന വഴിയിൽ ശ്രീമതി മാക്സിയേയോ മാർത്തയേയോ അവൾ കണ്ടില്ല. ഒരുപക്ഷേ അവര് ഇരുവരും സൈമൺ മാക്സി ക്കരികിലോ, അന്നത്തെ ദിനാന്ത്യത്തിന്റെ ഭാഗമായ തണുത്ത അത്താഴം തയ്യാറാക്കുന്നതിന്റെ തിരക്കിലോ ആയിരിക്കാം. ജാലകത്തിലൂടെ

നോക്കിയപ്പോൾ ഡോക്ടർ എപ്സിനെ കണ്ടു. അയാളപ്പോഴും ട്രഷർ ഹണ്ട് കളിക്കുന്നിടത്ത് വട്ടം കറങ്ങുന്നു. എന്നാൽ അവിടെ ഇപ്പോൾ തിരക്കില്ല. അവിടെ കളിച്ചവരിലെ വിജയികളുടെ പേരുകൾ ഇനി അധികം വൈകാതെ പ്രഖ്യാപിക്കും. അവർക്കുള്ള സമ്മാനവിതരണ മുണ്ടാകും. ജനത്തിരക്ക് കുറഞ്ഞ് തുടങ്ങിയിരിക്കുന്നു. പലരും സാവ ധാനത്തിൽ ബസ് കാത്ത് നിൽപ്പുകേന്ദ്രത്തെ ലക്ഷ്യമിട്ട് നടക്കാനാ രംഭിച്ചിരിക്കുന്നു.

കുതിരയോട്ടത്തിന്റെയവിടെയല്ലാതെ പിന്നെ സാലിയെ കാത റിൻ അന്ന് കാണുകയുണ്ടായില്ല. ഒന്ന് കുളിച്ച് വസ്ത്രമൊക്കെ മാറ്റി ഭക്ഷണമുറിയിലേക്ക് നടക്കുന്നതിനിടയിൽ മാർത്തയെ കണ്ടു. ഗോവണിയിൽ വച്ചാണവരെ കണ്ടുമുട്ടിയത്. സാലിയും ജിമ്മിയും ഇതുവരെ തിരിച്ചെത്തിയിട്ടില്ല എന്ന് മാർത്ത പറഞ്ഞു. ഭക്ഷണമേശ തയ്യാറായിരുന്നു. തണുത്ത മാംസം, സാലഡ്, പഴങ്ങൾ എന്നിവ നിരത്തി വച്ചിരിക്കുന്നു. സ്റ്റീഫൻ ഒഴികെയുള്ളവരെല്ലാം അവിടെ ഒത്തുചേർന്നിട്ടുണ്ട്. ഡോക്ടർ എപ്സ് പതിവുപോലെ വാചാലനാണ്. സന്തോഷവാനാണ്. അയാൾ ആപ്പിൾ മദ്യത്തിന്റെ കുപ്പികളിൽ തിരക്കിലായിരിക്കുന്നു. ഫെലിക്സ് ഹെർണെ ഗ്ലാസുകൾ നിരത്തുന്നു. മിസ് ലിഡൽ മേശയൊരുക്കുന്നതിനു ദേബ്റയെ സഹായിക്കുന്നു. താനന്വേഷിക്കുന്നത് കാണാതാകുമ്പോൾ അവർ പുറപ്പെടുവിക്കുന്ന നീണ്ട നിലവിളികളും നാപ്കിനുകളെനോക്കിയുള്ള ജല്പനങ്ങളും സാധാരണത്തേക്കാൾ കവിഞ്ഞ അസ്വസ്ഥത പ്രകടമാക്കുന്നവയാ യിരുന്നു. നെരിപ്പോടിനു മുകൾത്തട്ടിൽ വച്ചിരിക്കുന്ന ഗ്ലാസിനെ നോക്കി, മറ്റുള്ളവർക്ക് പുറം തിരിഞ്ഞ് നിൽക്കുകയാണ് ശ്രീമതി മാക്സി. അവർ തിരിഞ്ഞപ്പോൾ ആ മുഖത്ത് വന്നിരിക്കുന്ന ക്ഷീണ ത്തിന്റെ ചുളിവുകൾ കണ്ട് കാതറിൻ ഞെട്ടി.

''സ്റ്റീഫൻ നിനക്കൊപ്പമായിരുന്നില്ലേ?'' അവർ ചോദിച്ചു.

''അല്ല. കുതിരസവാരിക്ക് പോയതിനു ശേഷം ഞാൻ കണ്ടിട്ടില്ല. ഞാനെന്റെ മുറിയിലായിരുന്നു.''

''ഒരുപക്ഷേ ബൊകോക്കിനൊപ്പം പോയിട്ടുണ്ടാകും. ലായത്തി ലേക്ക്. അല്ലെങ്കിൽ വസ്ത്രം മാറുകയാകും. നമ്മൾ കാത്തിരിക്കണം എന്നെനിക്ക് തോന്നുന്നില്ല.''

''സാലിയെവിടെ?'' ദേബ്റ ചോദിച്ചു.

''വന്നിട്ടില്ലെന്ന് തോന്നുന്നു. ജിമ്മി തൊട്ടിലിലുണ്ട് എന്ന് മാർത്ത പറഞ്ഞു. അതിനർത്ഥം അവൾ ഇവിടെ വന്ന് വീണ്ടും എങ്ങോട്ടോ പോയി എന്നാണ്.''

ശ്രീമതി മാക്സി ശാന്തസ്വരത്തിലറിയിച്ചു. ഇതൊരു ഗാർഹിക പ്രശ്നമാണെങ്കിൽ അത്ര ഗൗരവമുള്ള ഒന്നാണെന്ന് ഞാൻ കരുതുന്നില്ല

എന്നൊരു ഭാവം അവർ വരുത്തി. അതിഥികൾക്ക് മുന്നിൽ കൂടുതൽ വിശദീകരണങ്ങൾ നല്കേണ്ട ആവശ്യമില്ല എന്ന്. ഫെലിക്സ് ഹെർണെ അവരെയൊന്ന് നോക്കി. അയാളിൽ എന്തോ അശുഭപ്രതീക്ഷയുണർന്നു. അതിന്റെ ഞെട്ടലുണ്ടായി. ഇത്രയും സാധാരണമായ ഒരു അവസരത്തിനു യോജിക്കാത്ത പ്രതികരണമായി അത്.

അയാൾ കാതറിൻ ബവേഴ്സിനെ നോക്കി. അവളും തന്റെ അതേ അസ്വസ്ഥത പങ്കിടുന്നുണ്ടെന്ന് അയാൾ കരുതി. സംഘാംഗങ്ങളെല്ലാം ക്ഷീണിച്ചിരുന്നു. തളർന്നിരുന്നു. മിസ് ലിഡൽ മാത്രമാണതിനൊരു അപവാദം. അവർ ഭ്രാന്തെടുത്തതുപോലെ സംസാരിച്ചുകൊണ്ടേയിരുന്നു. അതിനൊക്കെ മറുപടിയായി അവർക്കാർക്കും അധികമൊന്നും പറയാനില്ലായിരുന്നു. നല്ല രീതിയിൽ പദ്ധതിയിട്ട, മിക്കവാറും എല്ലാ സാമൂഹ്യചടങ്ങുകളുടേയും അവസാനത്തിൽ സംഭവിക്കുന്നതുപോലെ ഇവിടെയും ഒരു രസാപകർഷം സംഭവിക്കുന്നു. ചടങ്ങുകളെല്ലാം അവസാനിച്ചെങ്കിലും ഇനിയും അവർക്കൊന്നും വിശ്രമിക്കാറായിട്ടില്ല. പകൽ മുഴുക്കെയുണ്ടായിരുന്ന വെയിൽ മാറി മേഘം കൂടുകെട്ടിയിരിക്കുന്നു. കാറ്റില്ലാത്തതിനാൽ ഉഷ്ണം വർദ്ധിച്ചിരിക്കുന്നു.

സാലി വാതില്ക്കൽ പ്രത്യക്ഷപ്പെട്ടപ്പോൾ എല്ലാവരുടേയും മുഖം ഒന്നിച്ച് അവിടേക്ക് തിരിഞ്ഞു. അവൾ ഒരിടത്ത് ചാരി നിന്നു. അവളുടെ വസ്ത്രത്തിന്റെ ചുളിവുകൾ ഇരുളിൽ വിശറിപോലെ വിടർന്ന് കിടന്നു. ഒരു പ്രാവിന്റെ ചിറകുകൾപോലെ വിടർന്ന് നിന്നു. അവളുടെ മുടി നെരിപ്പോടിലെ വിറകിൽനിന്നും വന്ന തീയിൽ കത്തിത്തിളങ്ങി. അവളുടെ മുഖം വിളറിയിരുന്നു. എങ്കിലും പുഞ്ചിരിയുണ്ട്. സ്റ്റീഫൻ അവൾക്കരികിലുണ്ടായിരുന്നു.

അവിടെയുണ്ടായിരുന്നവരുടെ മനസ്സിലെ ജിജ്ഞാസ വായിച്ചെടുക്കാൻ ശ്രീമതി മാക്സിക്ക് കഴിഞ്ഞു. സാലിയെക്കുറിച്ചായിരുന്നു അവരുടെയെല്ലാം ജിജ്ഞാസ. അവരെല്ലാം ഒന്നിച്ച് നിശ്ശബ്ദം അതിലൂടെ തുഴഞ്ഞ് നീങ്ങിക്കൊണ്ടിരുന്നപ്പോൾ പൊതുവായ ആ വെല്ലുവിളിയെ നേരിടാനുള്ള കരുത്ത് അവരിലില്ലായിരുന്നു. സാധാരണത്വം തിരിച്ചെത്തിക്കാനുള്ള ശ്രമം എന്ന പോലെ അവർ സംസാരിക്കാൻ ആരംഭിച്ചു.

''നീ സമയത്തിനെത്തിയല്ലോ സ്റ്റീഫൻ. അതിൽ സന്തോഷമുണ്ട്. സാലി വേഗം വസ്ത്രം മാറി മാർത്തയെ സഹായിക്ക്.''

അവളുടെ മുഖത്തെ പുഞ്ചിരി ഒരു വിടർന്ന ചിരിയായി രൂപാന്തരപ്പെട്ടു. മറുപടി പറയാനുള്ള നിയന്ത്രണത്തിലെത്താൻ അവൾക്ക് ഒരു നിമിഷമെടുത്തു. പരിഹാസപൂർണ്ണമായ ബഹുമാന്യതയുടെ സ്വരത്തിലായിരുന്നു അവളുടെ മറുപടി. പാദസേവയുടെ ധ്വനികൾ വിടാതെ തന്നെ.

''താങ്കളുടെ മകൻ വിവാഹാഭ്യർത്ഥന നടത്തിയിരിക്കുന്ന ഒരു പെൺകുട്ടി അങ്ങനെ ചെയ്യുന്നത് ശരിയാണോ മാഡം?''

3

സൈമൺ മാക്സിയുടെ ആ രാവ് മറ്റുള്ള രാത്രികളെ അപേക്ഷിച്ച് ഒട്ടും മോശമോ മെച്ചപ്പെട്ടതോ അല്ലായിരുന്നു. അയാളുടെ വീട്ടിൽ അപ്പോൾ ഭാഗ്യവാൻ അഥവാ ഭാഗ്യവതി എന്ന് വിളിക്കാവുന്ന ആരെങ്കിലുമുണ്ടോ എന്ന കാര്യത്തിലും സംശയമുണ്ടായിരുന്നു. പകൽ മുഴുക്കെ ഭാര്യ അയാളുടെ മെത്തയ്ക്കരികിൽ ജാഗരൂകയായിരുന്നു. അവിടെയിരുന്ന് ക്ലോക്കിലെ മണിയടിക്കുന്നത് കേട്ടുകൊണ്ടേയിരുന്നു. അവരുടെ മെത്തയ്ക്കരികിലുള്ള ക്ലോക്കിലെ സൂചി തെന്നിത്തെന്നി നീങ്ങിക്കൊണ്ടിരുന്നു. ഒഴിച്ച് കൂടാനാകാത്ത ആ ദിവസത്തിന്റെ വരവിലേക്ക് തെന്നി നീങ്ങിക്കൊണ്ടിരുന്നു.

അവരപ്പോൾ സ്വീകരണമുറിയിലെ സംഭവങ്ങൾ അയവിറക്കുകയായിരുന്നു. അതങ്ങനെ അനേകം തവണ ആവർത്തിക്കപ്പെട്ടു. അതിലെ ഒരു സെക്കന്റ് പോലും ഓർമ്മയിൽനിന്നും അടർന്ന് പോകാതായി. എല്ലാം വളരെ വ്യക്തമായിരിക്കുന്നു. അവിടത്തെ സ്വരത്തിലേയോ വികാരങ്ങളിലേയോ അല്പഭേദങ്ങൾ ഒട്ടും ചോർന്നുപോകാത്ത തരത്തിൽ മനസ്സിൽ പറ്റിപ്പിടിച്ച് കിടക്കുന്നു. മിസ് ലിഡലിന്റെ ഉന്മത്തമായ ആക്രമണത്തിലെ ഓരോ വാക്കും ഓർത്തെടുക്കാനാകുന്നുണ്ട്. സാലിയുടെ പ്രതികരണം ചോദിച്ച് വാങ്ങിയ പാതി കിറുക്കത്തരങ്ങളുള്ള അധിക്ഷേപങ്ങളും ക്രൂരപദങ്ങളും ഓർമ്മയിലുണ്ട്.

''എനിക്കെന്ത് ചെയ്തു എന്നതിനെക്കുറിച്ചൊന്നും പറയണ്ട. എന്നെക്കുറിച്ച് എന്തെങ്കിലും ആലോചനയുണ്ടായിരുന്നോ? നിങ്ങൾ കാമവെറിപൂണ്ട ഒരു കപടനാട്യക്കാരിയല്ലേ? എന്റെ വായടച്ച് പിടിക്കേണ്ടതെങ്ങനെയെന്ന് എനിക്കറിയാം എന്നതിനു നന്ദി പറഞ്ഞോളൂ. നിങ്ങളെക്കുറിച്ചും ഇവിടെ ഈ ഗ്രാമത്തിൽ പാടിനടക്കാവുന്ന ചിലതൊക്കെ എന്റെ കൈവശമുണ്ട്.''

അത്രയും പറഞ്ഞ് അവൾ ഇറങ്ങിപ്പോയി. സംഘാംഗങ്ങൾക്ക് അപ്പോഴുള്ള വിശപ്പിനനുസരിച്ചോ അല്ലെങ്കിൽ സ്വയം ഉത്പാദിപ്പിക്കാവുന്ന ഉത്തേജനത്തിനും പ്രോത്സാഹനത്തിനുമനുസരിച്ചോ അത്താഴം കഴിക്കാന് സൗകര്യമൊരുക്കി. മിസ് ലിഡൽ ചില പ്രയത്നങ്ങളെല്ലാം നടത്തി. ശ്രീമതി മാക്സി അവരുടെ കവിളിൽ ഒരു തുള്ളി കണ്ണുനീർ കണ്ടപ്പോൾ സത്യമായും അവർ വിഷമിക്കുന്നുണ്ടെന്ന അനുമാനത്തിലെത്തി. സാലിക്ക് വേണ്ടി ലിഡൽ തന്റെ കഴിവിന്റെ പരമാവധി സഹായങ്ങൾ ചെയ്തുകൊടുത്തിട്ടുണ്ട് എന്നും സാലിയുടെ

സന്തോഷത്തിലും അഭിവൃദ്ധിയിലും അവരും ആനന്ദം കണ്ടെത്തി യിരുന്നു എന്നും കരുതി.

ശീലമില്ലാത്ത നിശ്ശബ്ദതയിൽ ഡോക്ടർ എപ്സ് തന്റെ ഭക്ഷണം വാരിക്കഴിച്ചു. അപ്പോൾ അയാളുടെ താടിയെല്ലുകൾക്കൊപ്പം മനസും പ്രവർത്തിച്ചു എന്നതിന്റെ സൂചകമായാണതെടുക്കപ്പെട്ടത്. സാലി ഇറങ്ങിപ്പോയെങ്കിലും അതിനൊപ്പം സ്റ്റീഫൻ പോയില്ല. അയാൾ തന്റെ സഹോദരിക്കരികിലിരുന്നു. അയാളുടെ അമ്മ ശാന്തതയോടെ 'ഇത് സത്യമാണോ സ്റ്റീഫൻ' എന്ന് ചോദിച്ചതിനു മറുപടിയായി 'അതെ. തീർച്ചയായുമതെ' എന്ന് അതേ സ്വരത്തിലയാൾ മറുപടി നല്കി. അതിലപ്പുറം അതിനെക്കുറിച്ച് സംസാരങ്ങളുണ്ടായില്ല.

സഹോദരിയും അയാളും ഒന്നിച്ച് അത്താഴം കഴിച്ചു. വളരെ കുറച്ചേ അവർ കഴിച്ചുള്ളൂ എങ്കിലും ലിഡലിന്റെ നിരാശയ്ക്കെതി രേയും ഫെലിക്സ് ഹെർണെയുടെ വ്യംഗ്യാത്മകമായ നോട്ടങ്ങൾക്കെ തിരേയും ഒന്നിച്ച് പ്രതിരോധം തീർക്കുന്ന മട്ടിലായിരുന്നു അവരുടെ ഇരിപ്പ്. അത്താഴം ആസ്വദിച്ചത് ശ്രീമതി മാക്സി മാത്രമാണെന്ന് അയാൾ കരുതി. ആമുഖമായുണ്ടായവ, പ്രാരംഭങ്ങൾ, തന്റെ വിശപ്പ് വർദ്ധിപ്പിച്ചിട്ടില്ല എന്നവർക്ക് ഉറപ്പായും പറയാനാകില്ലായിരുന്നു. സ്റ്റീഫന്റെ ഈ വിവാഹനിശ്ചയത്തിൽ അയാൾക്ക് ഒരു താത്പര്യവും തോന്നുന്നില്ല എന്നവൾക്ക് അറിയാമായിരുന്നു. അത് തുടരുകയാ ണെങ്കിൽ അയാൾക്കതിത്തിരി ആനന്ദത്തിനു കാരണമാക്കുമെന്ന് മാത്രമല്ല, ദേബ്റയെ ലഭിക്കാനുള്ള സാധ്യതകൾ വർദ്ധിപ്പിക്കുകയും ചെയ്യും. സ്റ്റീഫന്റെ വിവാഹശേഷം ദേബ്റ മാർട്ടിൻഗേലിൽ തുടരും എന്ന് ആരും കരുതുന്നില്ല. കാതറിന്റെ മുഖവും ശ്രീമതി മാക്സി ക്കോർമ്മ വന്നു. അവൾ മുഖം താഴ്ത്തിയിരിക്കുകയായിരുന്നു. മന സിലെ വിഷമം മുഖത്തേക്ക് ചുവന്ന നിറത്തിൽ പടർന്നെത്തിയിരി ക്കുന്നു. അതിനിടയിൽ ഫെലിക്സ് ഹെർണെ അവളോട് എല്ലാം മറച്ച് പിടിക്കാനൊരു ശ്രമമെങ്കിലും നടത്ത് എന്ന് പ്രകോപിപ്പിക്കുക യുണ്ടായി. സ്വയം സ്ഥാപിച്ചെടുക്കാൻ ശ്രമിക്കുമ്പോഴൊക്കെ അയാൾ രസികനാകുന്നു. ഇന്നലെ അയാൾ അതിനു ശ്രമിച്ച ഒരു രാവായി രുന്നു. അത്ഭുതമെന്ന് പറയട്ടെ, അത്താഴത്തിന്റെ അവസാനത്തിലെ ത്തിയപ്പോഴേക്കും അവിടെ കുറച്ച് ചിരിയൊക്കെ പരത്താൻ അയാ ൾക്ക് സാധിച്ചു. അതൊക്കെ കഴിഞ്ഞിട്ട് ഇപ്പോൾ കേവലം ഏഴു മണിക്കൂറേ പിന്നിട്ടിട്ടുള്ളൂ എന്നാണോ പറയുന്നത്?

ആ നിശ്ശബ്ദതയിൽ ഘടികാരത്തിന്റെ സൂചികളുടെ ചലനം അസ്വാഭാവിക സ്വരങ്ങൾ സൃഷ്ടിക്കുന്നു എന്നവർക്ക് തോന്നി. രാവിന്റെ തുടക്കത്തിൽ നിറയെ മേഘങ്ങളുണ്ടായിരുന്നു, മഴയുണ്ടായിരുന്നു. എന്നാൽ ഇപ്പോൾ എല്ലാം നീങ്ങിപ്പോയിരിക്കുന്നു. അഞ്ചുമണിയോ ടടുത്തപ്പോൾ തന്റെ ഭർത്താവൊന്ന് അനങ്ങിയോ എന്ന് അവർക്ക്

സംശയം തോന്നി. അവർ അദ്ദേഹത്തിനരികിലേക്ക് നീങ്ങി. അദ്ദേഹമപ്പോഴും അതേ ബോധക്കേടിൽ തന്നെയായിരുന്നു. അതിനെ പക്ഷേ അവരൊക്കെ ഉറക്കം എന്നാണ് വിളിച്ചിരുന്നത്.

അദ്ദേഹത്തിനുറങ്ങാനുള്ള മരുന്നിൽ സ്റ്റീഫൻ ചില മാറ്റങ്ങൾ വരുത്തിയിരുന്നു. പതിവ് ഗുളികകൾക്ക് പകരം ദ്രവരൂപത്തിലുള്ള മരുന്നുകളാക്കിയിരിക്കുന്നു. രണ്ടിന്റേയും ഫലമൊക്കെ ഒന്നുതന്നെ. അവർ മെത്തയിലേക്ക് തിരിച്ചെത്തി. ഉറക്കമൊന്നും വരുന്നില്ലെങ്കിലും അതിൽ കിടന്നു. ആറുമണിക്ക് എഴുന്നേറ്റു. ഗൗൺ ധരിച്ചു. ഒരു ചായയാകാം എന്ന ചിന്തയിൽ ഇലക്ട്രിക് കെറ്റിലിൽ വെള്ളം നിറച്ചു. പ്രശ്നങ്ങൾ നിറഞ്ഞ ദിവസം ഇതാ എത്തിച്ചേർന്നിരിക്കുന്നു.

വാതില്ക്കൽ ആരോ മുട്ടുന്നത് കേട്ടപ്പോൾ ഒരു ആശ്വാസമാണ് തോന്നിയത്. കാതറിൻ അകത്തേക്ക് വഴുതിയെത്തി. അവളപ്പോഴും പൈജാമയിലായിരുന്നു. ഗൗൺ ധരിച്ചിരുന്നു. തന്നോട് തലേന്ന് രാത്രിയിലെ സംഭവങ്ങളെക്കുറിച്ച് ചർച്ച ചെയ്യാനും വിലയിരുത്താനുമാണവൾ വന്നിരിക്കുന്നതെന്ന് ശ്രീമതി മാക്സി ഭയന്നു. അതിനെക്കുറിച്ച് ആക്ഷേപിക്കുമെന്നും അതിലൂടെയെല്ലാം വീണ്ടുമൊരിക്കൽ തനിക്ക് കടന്ന് പോകേണ്ടി വരുമെന്നും ഭയന്നു. രാത്രി മുഴുക്കെ അവർ ചില പദ്ധതികൾ ആലോചിച്ച് കിടക്കുകയായിരുന്നു. അതൊന്നും ഇവളുമൊത്ത്, കാതറിനുമൊത്ത്, പങ്കിടാനാകില്ല. പങ്കിടാൻ ആഗ്രഹിക്കുന്നുമില്ല. എന്നിരുന്നാലും തനിക്കരികിലപ്പോൾ മറ്റൊരു മനുഷ്യജീവി എത്തിപ്പെട്ടല്ലോ എന്നൊരു സന്തോഷം അവരിലുണ്ടായിരുന്നു. ആ പെൺകുട്ടി ആകെ വിളറിയിരിക്കുന്നു എന്നവർ കണ്ടു. തന്നെപ്പോലെ തന്നെ ഉറങ്ങാതെ ഒരു രാത്രി കഴിച്ചുകൂട്ടിയവർ ഇനിയുമുണ്ടെന്നർത്ഥം. മഴയാണ് തന്റെ ഉറക്കം കളഞ്ഞതെന്ന് കാതറിൻ കുമ്പസാരിച്ചു. നല്ല തലവേദനയോടെ നേരത്തെ എഴുന്നേറ്റു എന്നും പറഞ്ഞു. അങ്ങനെ ഈയിടെയായി സംഭവിക്കാറില്ല, പക്ഷേ അതുണ്ടായാൽ വല്ലാതെ ബുദ്ധിമുട്ടിക്കും.

''ശ്രീമതി മാക്സിയുടെ കൈവശം ആസ്പിരിനുണ്ടോ?''

വെള്ളത്തിൽ അലിയിച്ച് കഴിക്കുന്ന തരം മരുന്നിനോടാണവൾക്ക് താത്പര്യം. ഇല്ലെങ്കിൽ സാധാരണ ഗുളികകളായാലും മതി. ഈ തലവേദന ഒരുപക്ഷേ രഹസ്യമായി താനുമൊത്ത് സാലി-സ്റ്റീഫൻ ബന്ധത്തെക്കുറിച്ച് സംസാരിക്കാൻ ഒരു ഒഴികഴിവാകും എന്ന് ശ്രീമതി മാക്സി ആലോചിക്കാതിരുന്നില്ല. പക്ഷേ അവളുടെ മുഖത്തേക്ക് കുറച്ച് നേരം നോക്കിയിരുന്നപ്പോൾ അത് യഥാർത്ഥമായ വേദനയാണെന്നും ഒരു നാടകമല്ല എന്നും ബോധ്യമായി. കാതറിന് എന്തെങ്കിലും വിധത്തിലുള്ള പദ്ധതികളിടാനുള്ള മാനസികാവസ്ഥയിലായിരുന്നില്ല. ശ്രീമതി മാക്സി മരുന്നുകൾ വയ്ക്കുന്ന അലമാരയ്ക്കരികിലേക്ക് അവളെ കൊണ്ടുപോയി. അതിൽനിന്നും ആസ്പിരിന്

സ്വയം തിരഞ്ഞെടുത്തുകൊള്ളാൻ ആവശ്യപ്പെട്ടു. അതിനിടയിൽ ഒരു ഗ്ലാസ് വെള്ളം കൂടി ചായയ്ക്കുള്ള വെള്ളത്തിൽ കൂട്ടിച്ചേർത്തു. ചായ കൂട്ടി അത് തളികയിൽ വച്ചു. ആ നിമിഷത്തിനവർ തിരഞ്ഞെടുക്കുമായിരുന്ന ഒരു സുഹൃത്തല്ല കാതറിൻ. എന്തായാലും കാതറിൻ നിശ്ശബ്ദം ചായ കുടിച്ചു. അത്രയും സമാധാനം.

വൈദ്യുത നെരിപ്പോടിനരികിൽ അവർ ഇരിക്കുമ്പോഴാണ് മാർത്ത കയറി വന്നത്. ധാർമ്മികരോഷത്തിനും ആകാംക്ഷയ്ക്കും ഇടയിൽ സമവായത്തിലാകുന്ന സ്വരവും പേറിയാണവൾ എത്തിയത്.

''സാലിയുടെ കാര്യമാണ് മാഡം.''അവർ പറഞ്ഞ് തുടങ്ങി. ''അവരിന്നും സമയത്തിനുണർന്നിട്ടില്ല എന്നെനിക്ക് തോന്നുന്നു. ഞാൻ വിളിച്ചപ്പോൾ വിളി കേട്ടില്ല. വാതിൽ തള്ളി തുറക്കാൻ നോക്കിയപ്പോൾ അകത്തുനിന്ന് കുറ്റിയിട്ടിരിക്കുന്നു. എനിക്ക് അകത്ത് കടക്കാനുമാകുന്നില്ല. അവളെന്തൊക്കെയാണിവിടെ ചെയ്യുന്നത് എന്ന് എനിക്കറിയില്ല മാഡം.'' ശ്രീമതി മാക്സി തന്റെ ചായക്കപ്പ് താഴെ വച്ചു. തന്റെ കൈ വിറയ്ക്കുന്നില്ല എന്നത് അത്ഭുതത്തോടെ നോക്കിക്കണ്ടു. ഒരു ആപൽസൂചന അവരെ പിടികൂടിയിരിക്കുന്നു. അതിനാൽ തന്റെ സ്വരത്തിലൊരു വിശ്വാസം വരുന്നതിനു മുമ്പ് ഒരു നിമിഷത്തെ ഇടവേള വേണ്ടിയിരിക്കുന്നു. എന്നാൽ അവരിൽ വന്നിരിക്കുന്ന മാറ്റങ്ങളെന്തൊക്കെയെന്ന് കാതറിനോ മാർത്തയ്ക്കോ മനസ്സിലായില്ല.

''നല്ല ശക്തിയിൽതന്നെ മുട്ടിയോ നീ?'' അവർ ചോദിച്ചു.

മാർത്ത ഒന്ന് ശങ്കിച്ചു. അതിനർത്ഥമെന്തെന്ന് ശ്രീമതി മാക്സിക്കറിയാം. അത്രയുറക്കെ മുട്ടാൻ മാർത്ത തയ്യാറായിട്ടില്ല. സാലി ആവശ്യത്തിലധികം ഉറങ്ങി എന്നതിനേക്കാൾ ഉപരിയായി അങ്ങനെ മുട്ടുന്നത് അവരുടെ സൗകര്യത്തിനനുസരിച്ചായി മാറി. ഉറക്കമില്ലാത്ത ഒരു രാത്രിക്ക് തൊട്ടുപുറകെയെത്തിയ ഇത്തരം നിസ്സാരതകൾ അലോസരപ്പെടുത്തുന്നു എന്ന് ശ്രീമതി മാക്സി കരുതി.

'ഒന്നുകൂടി ശ്രമിക്ക്. നമ്മളെല്ലാവരേയും പോലെ ഇന്നലെ സാലിയും തിരക്കിലായിരുന്നല്ലോ. കാരണമില്ലാതെ ആരും സമയം കഴിഞ്ഞും ഉറങ്ങാറില്ല.''

എന്തോ പറയാനായി കാതറിൻ വായ് തുറന്നു. എന്നാൽ അത് വേണ്ട എന്ന തീരുമാനത്തിലെത്തി. ചായക്കോപ്പയിലേക്ക് തല കുനിച്ചു. രണ്ട് നിമിഷത്തിനകം മാർത്ത തിരിച്ചെത്തി. ഇത്തവണ അവർക്ക് സംശയമൊന്നുമില്ലായിരുന്നു. ആകാംക്ഷ പ്രകോപനത്തെ കീഴടക്കിയിരിക്കുന്നു. അവരുടെ സ്വരത്തിൽ പരിഭ്രമവുമുണ്ടായിരുന്നു.

''ഞാനെത്ര മുട്ടിയിട്ടും അവൾ കേൾക്കുന്നില്ല. ആ കുഞ്ഞ് ഉണർന്നിട്ടുണ്ട്. അവനകത്ത് കിടന്ന് മോങ്ങിക്കരയുന്നുണ്ട്. എത്ര മുട്ടിയിട്ടും സാലി കേൾക്കുന്നില്ല.''

സാലിയുടെ മുറിക്ക് മുന്നിൽ എങ്ങനെയെത്തി എന്ന് ശ്രീമതി മാക്സിക്ക് തന്നെ അറിയില്ല. ആ മുറി തുറന്ന് കിടക്കുകയാകും എന്നൊരു ഉറപ്പ് അവരിലുണ്ടായിരുന്നു. വാതിൽക്കൽ അവർ മൃദുവായൊന്ന് തട്ടി. കുറച്ച് നേരം തട്ടിയതിനു ശേഷമാണ് സത്യം അങ്ങനെയല്ല എന്ന് സ്വീകരിച്ചത്. വാതിൽക്കൽ മുട്ടുന്ന സ്വരം ജിമ്മിയെ ഉണർത്തിയിരിക്കുന്നു. അവൻ ഉച്ചത്തിൽ കരയാൻ തുടങ്ങി. ഭയന്ന് നിലവിളിക്കാൻ തുടങ്ങി. അവന്റെ തൊട്ടിൽ കിടന്നാടുന്ന സ്വരം ശ്രീമതി മാക്സി കേട്ടു. അവൻ അതിനകത്ത് പുതച്ച് കിടക്കുന്നത് മനസ്സിൽ കണ്ടു. പുതപ്പിനടിയിൽ കൈകാലിട്ടടിക്കുന്നത്. കരഞ്ഞുകൊണ്ട് അമ്മയെ ഉണർത്താൻ ശ്രമിക്കുന്നത്. നെറ്റി വിയർക്കുന്നെന്ന് അവർക്ക് തോന്നി. ഭ്രാന്തമായി വാതിലിൽ ആഞ്ഞിടിക്കാതിരിക്കാന് നെറ്റി തുടയ്ക്കുക എന്ന പ്രവർത്തിയിൽ അവർ ഏർപ്പെട്ടു. മാർത്ത നിലവിളിക്കാൻ തുടങ്ങിയിരുന്നു. കാതറിനാണപ്പോൾ ശ്രീമതി മാക്സിയുടെ തോളിൽ ആശ്വസിപ്പിക്കുന്ന മട്ടിൽ കൈ വച്ചത്.

''വിഷമിക്കണ്ട. ഞാൻ താങ്കളുടെ മകനെ വിളിക്കാം.'' എന്തുകൊണ്ടാണവൾ സ്റ്റീഫനെ വിളിക്കാം എന്ന് പറയാതിരുന്നത് എന്ന് ശ്രീമതി മാക്സിയുടെ മനസ്സപ്പോൾ ചോദിച്ചു. സ്റ്റീഫൻ എന്റെ മകൻ തന്നെയാണല്ലോ എന്നതിനു മറുപടിയുമെത്തി. അയാൾ ഉടൻ അവിടെയെത്തി. വാതിൽക്കൽ ഇങ്ങനെ അവരെല്ലാം കൂടി ശക്തമായി മുട്ടുന്ന സ്വരം അയാളെ ഉണർത്തിയിട്ടുണ്ടാകണം. കാതറിൻ വരുന്നതിനു മുമ്പേ അയാൾ തന്റെ മുറിയിൽ നിന്നിറങ്ങിയിട്ടുണ്ടാകണം. സ്റ്റീഫൻ ശാന്തതയോടെ സംസാരിച്ചു.

''ജാലകത്തിലൂടെ അകത്ത് കടക്കാം. പുറത്ത് സൂക്ഷിച്ചിട്ടുള്ള കോണി മതിയാകും. ഞാൻ ഹെർണെയെക്കൂടിയൊന്ന് വിളിക്കട്ടെ.''

അയാൾ നടന്ന് നീങ്ങി. സ്ത്രീകളുടെ കൊച്ചുസംഘം നിശ്ശബ്ദം കാത്തു.

''കുറച്ച് സമയമെടുക്കും എന്ന് തോന്നുന്നു.'' കാതറിൻ അവരെ സമാധാനിപ്പിച്ചു.''പക്ഷേ അത്രയധികമെടുക്കില്ല. അവൾക്ക് കുഴപ്പമൊന്നുമുണ്ടാകില്ല എന്നുറപ്പ്. അവളിപ്പോഴും ഉറങ്ങുകയാകും.''

ഡേബ്റ അവളെയൊന്ന് നോക്കി. ''ജിമ്മി ഇങ്ങനെയൊക്കെ വാവിട്ട് നിലവിളിച്ചിട്ടും അവളുറങ്ങുകയോ? അവൾ അകത്തില്ല എന്നാണെനിക്ക് തോന്നുന്നത്. പോയിട്ടുണ്ടാകും.''

''എന്തിന്?'' കാതറിൻ ചോദിച്ചു. ''മാത്രമല്ല വാതിൽ അടച്ച് താഴിട്ടിട്ടുമുണ്ടല്ലോ.''

''സാലിയെ അറിയാവുന്നതുകൊണ്ട് പറയുകയാണ്. അവൾക്ക് അവളുടേതായ നാടകീയ വഴികളുപയോഗിക്കാനായിരിക്കും താത്പര്യം. ജാലകത്തിലൂടെ പുറത്തിറങ്ങിക്കാണും. ആസ്വദിക്കാൻ അവൾ സ്ഥലത്തില്ലെങ്കിലും ചില രംഗങ്ങളൊക്കെ സൃഷ്ടിക്കണം എന്നാഗ്രഹമുള്ളവളാണവൾ. നമ്മളിവിടെ ചില ആശങ്കകളാൽ വിറയ്ക്കുകയാണ്. സ്റ്റീഫനും ഫെലിക്സും കോണിയുമായി പോയിട്ടുണ്ട്. വീടാകെ അലങ്കോലമായിരിക്കുന്നു. അവളുടെ ഭാവനയെ തൃപ്തിപ്പെടുത്തുന്നത് തന്നെ ഇതെല്ലാം.''

''അങ്ങനെയെങ്കിൽ അവളെന്തിന് ആ കുഞ്ഞിനെ ഇവിടെ വിട്ടുപോകണം?'' കാതറിനു വീണ്ടും സംശയം. ''ഒരമ്മയും....''

''ഇവൾ അങ്ങനെയൊക്കെയാകും....''ദേബ്റ വിരസത പ്രകടമാക്കി. എന്നാൽ അവൾ അവിടെ നിന്നനങ്ങുന്നില്ല എന്ന് അവളുടെ അമ്മ ശ്രദ്ധിച്ചു.

ജിമ്മിയുടെ കാറൽ ഇപ്പോൾ അതിന്റെ ഉത്തുംഗത്തിലെത്തിയിരിക്കുന്നു. പുറത്ത് കോണിവച്ച്, ജാലകത്തിലൂടെ കയറാൻ ശ്രമിക്കുന്നവരുടെ സ്വരത്തെ ആ കാറിക്കരച്ചിൽ മുക്കിക്കൊന്നിരിക്കുന്നു. മുറിയിൽ നിന്ന് പിന്നെ വന്ന സ്വരം വാതിലിന്റെ കുറ്റി തുറക്കുന്നതാണ്. ഫെലിക്സാണ് വാതിലിനു മുന്നിൽ നിന്നത്. അയാളുടെ മുഖം കണ്ടതും മാർത്ത ഉച്ചത്തിൽ കരഞ്ഞു. ഒരു വന്യമൃഗത്തെ കണ്ടതുപോലെ കരഞ്ഞു. അവർ പുറകിലേക്ക് പോകുന്ന കാലൊച്ച ശ്രീമതി മാക്സി കേട്ടു. മറ്റ് സ്ത്രീകൾ ഫെലിക്സിനെ തള്ളിമാറ്റി. ഫെലിക്സ് അവരെ തടയാൻ ശ്രമിച്ചെങ്കിലും വിജയിച്ചില്ല. അവർ സാലി കിടക്കുന്നിടത്തെത്തി. ജാലകം തുറന്ന് കിടക്കുന്നു. തലയിണ മഴവെള്ളത്തിൽ കുതിർന്ന് കിടപ്പുണ്ട്. അതിന്റെ മുകളിൽ സ്വർണ്ണനൂലുകൾ നെയതതുപോലെ സാലിയുടെ തലമുടി പരന്ന് കിടക്കുന്നു. അവൾ കണ്ണടച്ചാണ് കിടക്കുന്നത്, പക്ഷേ ഉറങ്ങുകയല്ല. വായുടെ ഒരു കോണിൽ നിന്നും ഒരു തുള്ളി രക്തം പുറത്ത് വന്ന് കട്ടപിടിച്ചിരിക്കുന്നു. കഴുത്തിന്റെ ഇരുഭാഗത്തും ആരോ പിടിച്ചമർത്തിയ പാടുകളുണ്ട്. അവളുടെ ജീവൻ കൊലപാതകിയെടുത്തതിന്റെ പാടുകൾ.

നാല്

1

"നല്ലൊരു സ്ഥലം സർ." പൊലീസ് കാർ മാർടിൻഗേലിന്റെ പടിവാതില്ക്കലെത്തിയപ്പോൾ ഡിറ്റക്ടീവ് സർജന്റ് മാർടിൻ അഭിപ്രായപ്പെട്ടു.

"ഇതിനു മുമ്പത്തെ നമ്മുടെ ജോലിയിൽ നിന്നും കുറച്ച് വ്യത്യസ്തം."

അയാൾ ഒരു നാട്ടിൻപുറത്ത് ജനിച്ചവനാണ്. അതുകൊണ്ട് തന്നെ കൊലപാതകങ്ങൾ അധികവും നടക്കുന്നത് ജനത്തിരക്കേറിയ നഗരങ്ങളിലും സ്വാസ്ഥ്യമില്ലാത്ത വാസസ്ഥലങ്ങളിലുമാണെന്ന് വിശ്വസിക്കുന്നവനുമാണ്. അയാൾ അന്തരീക്ഷത്തിന്റെ ഗന്ധമാസ്വദിച്ചു. പ്രാദേശിക പൊലീസിനു യാഡിനെ വിളിക്കാൻ തോന്നിയത് എന്ത് നയത്തിന്റെ ഭാഗമായിട്ടായിരുന്നാലും അതിനെ പ്രകീർത്തിക്കണം എന്ന് മനസ്സിൽ പറഞ്ഞു. ഇവിടെയുള്ളവരെയൊക്കെ ഈ ചീഫ് കോൺസ്റ്റബിളിനു വ്യക്തിപരമായി അറിയാം എന്നൊരു കിംവദന്തിയുണ്ട്. അതിനാലും കേസിനിതുവരെ ഒരു തുമ്പുണ്ടാക്കാനാകാത്തതിനാലും ഈ വിഷമത്തെ ഇനിയും വച്ചു താമസിപ്പിക്കാതെ കൈമാറുന്നതാണ് നല്ലതെന്ന നിഗമനത്തിൽ അയാളെത്തുകയായിരുന്നു. അത് ഡിറ്റക്ടീവ് സർജന്റ് മാർടിൻഗേലിന് അനുകൂലമായി. എവിടെയാണെങ്കിലും ജോലി ജോലിയാണ്. എന്നിരുന്നാലും മനുഷ്യനെന്ന നിലയിൽ ചില അഭിരുചികളും പ്രഥമഗണനകളുമൊക്കെയുണ്ടാകുമല്ലോ.

ഡിറ്റക്ടീവ് ചീഫ് ഇൻസ്പെക്ടർ ആഡം ഡൽഗ്ലീഷ് മറുപടിയൊന്നും പറഞ്ഞില്ല. അയാൾ കാറിൽ നിന്നും പുറത്തേക്കിറങ്ങി. ഒരു നിമിഷം അവിടെ നിന്ന് വീടൊക്കെ കണ്ടു.

ഒരു എലിസബത്തൻകാലഘട്ടത്തിലെ മന്ദിരം. ലളിതമെങ്കിലും കരുത്തുള്ളതും ചിട്ടയുള്ളതുമായ രൂപകല്പന. മദ്ധ്യത്തിലുള്ള

പൂമുഖത്തിനിരുവശത്തും എഴുന്ന് നില്ക്കുന്ന ഇരുനില കെട്ടിടം. അതിന്റെ അഴികളിട്ട ജാലകങ്ങൾ. മുകളിൽ കൊത്തുവേലകൾ. ചരിഞ്ഞ മേല്ക്കൂര. അതിനെ താങ്ങി നിർത്തുന്ന ലഘുസ്തംഭശ്രേണി. അതിലെ കൊത്തുപണികൾ. വേനലിന്റെ ആകാശത്തേക്ക് ഉയർന്ന് നില്ക്കുന്ന ആറ് പുകക്കുഴലുകൾ. പടിഞ്ഞാറുഭാഗത്തേക്ക് ഒരു മുറിയുടെ ചുമർ വളഞ്ഞ് നില്ക്കുന്നു. അത് പിന്നീടെപ്പോഴോ കൂട്ടിച്ചേർത്തതാകും എന്ന് ഡൽഗ്ലീഷ് ഊഹിച്ചു. കഴിഞ്ഞ നൂറ്റാണ്ടിലെപ്പോഴോ. ഫ്രഞ്ച് ജാലകങ്ങൾ ചില്ലുകൊണ്ട് തീർത്തവയായിരുന്നു. അതിൽനിന്നൊരു വഴി ഉദ്യാനത്തിലേക്കുണ്ട്. അതിൽ ഒരു നിമിഷത്തേക്കയാൾ ഒരു മുഖം കണ്ടു. അത് അപ്പോൾ തന്നെ തിരിഞ്ഞ് പോകുകയും ചെയ്തു.

ആരോ അയാളുടെ വരവ് ശ്രദ്ധിച്ച് നില്പുണ്ടായിരുന്നു. പടിഞ്ഞാറുഭാഗത്ത് തന്നെ ചാരനിറമുള്ള കല്ലുകൾ കൊണ്ട് നിർമ്മിച്ച ഒരു മതിൽ സൗധത്തിന്റെ ഒരു മൂലയിൽനിന്നും തുടങ്ങി മിക്കവാറും പടിവാതിൽ വരെയെത്തുന്നുണ്ട്. അവിടെയുള്ള കുറ്റിച്ചെടികളിലും ഉയരമുള്ള ബീച്ച് മരങ്ങളിലുമാണത് അപ്രത്യക്ഷമാകുന്നത്. ഈ ഭാഗത്തെ വൃക്ഷങ്ങൾ വീടിനു വളരെ അരികിലെത്തി നില്ക്കുന്നു. മതിലിനു മുകളിൽ ഇലകളുടെ മറവിൽ ഒരു ജാലകത്തിലേക്ക് ചാരി വച്ചിരിക്കുന്ന കോണി കണ്ടു. അതായിരിക്കണം മരിച്ച പെൺകുട്ടിയുടെ മുറി. നേരായ മാർഗ്ഗത്തിലൂടെയല്ലാതെ ഒരാൾക്കകത്ത് പ്രവേശിക്കണമെങ്കിൽ ഇതിലും അനുയോജ്യമായ ഒരു സ്ഥലമില്ല. പൂമുഖത്തിനു മുന്നിൽ രണ്ട് വണ്ടികൾ നില്പുണ്ട്. ഒരു പൊലീസ് കാറും ഒരു മോർച്ചറി വാനും. കാറിന്റെ സാരഥി യൂണിഫോമിലുള്ള ഒരു ആജാനബാഹുവാണ്. മോർച്ചറി വാനിന്റെ സാരഥി തന്റെ ഇരിപ്പിടത്തിൽ ചാരിയിരുന്ന് വിശ്രമിക്കുന്നു. അയാളുടെ കൂർമ്പൻതൊപ്പി ഒന്ന് മുന്നിലേക്ക് ചരിഞ്ഞിട്ടുണ്ട്. അയാൾ ഡൽഗ്ലീഷ് എത്തിയതൊന്നും ശ്രദ്ധിച്ചിട്ടില്ല. അയാൾക്കൊപ്പമുള്ളയാൾ ഒട്ടും ഉത്സാഹമില്ലാതെ തലയൊന്ന് വെട്ടിച്ച് നോക്കി. പിന്നെ തന്റെ കൈവശമുണ്ടായിരുന്ന പത്രത്തിലേക്ക് മടങ്ങി.

ഹാളിൽ അവരെ കാത്ത് പ്രാദേശിക സൂപരിന്റൻഡന്റ് നില്പുണ്ടായിരുന്നു. അവർക്ക് പരസ്പരം അറിയാം. ഇവർ ഇരുവരും അവരവരുടെ മേഖലകളിൽ നിപുണരായതുകൊണ്ട് അത് പ്രതീക്ഷിക്കേണ്ടതുമാണ്.

എന്നാൽ ഇരുവരും ഒരു അടുത്ത സൗഹൃദത്തിനിതുവരെ ഊന്നൽ കൊടുത്തിരുന്നില്ല. അവർ കണ്ടുമുട്ടിയ ഈ നിമിഷങ്ങളും അത്ര എളുപ്പമുള്ളതായിരുന്നില്ല. തന്റെ മുഖ്യൻ എന്തുകൊണ്ടിവിടേക്ക്

സ്കോട്ലണ്ട് യാഡിനെ വിളിക്കാൻ ആഗ്രഹിച്ചു എന്ന് വിശദീകരിക്കുകയായിരുന്നു മാനിങ്ങ്.

ഡൽഗ്ലീഷ് അതിനനുസരിച്ച് മറുപടി നല്കി. രണ്ട് റിപ്പോർട്ടർമാർ വാതിലിനരികിൽ അകത്ത് കാത്തിരിപ്പുണ്ട്. നല്ല സ്വഭാവം കാണിച്ചാൽ ഒരെല്ലിന് തുണ്ട് തരാം എന്ന വാഗ്ദാനം ലഭിച്ച നായ്ക്കളെപ്പോലെയാണവര് അടങ്ങിയൊതുങ്ങി ക്ഷമയോടെ ഇരിക്കുന്നത്. വീട് ശാന്തമായിരുന്നു. അകത്ത് മൃദുവായി റോസാപ്പൂക്കളുടെ ഗന്ധമുണ്ട്. കാറിനകത്തെ ചൂടിനു ശേഷം ഇതിനകത്ത് പെട്ടെന്ന് തണുപ്പായതിനാലാകണം ഡൽഗ്ലീഷ് ഒന്ന് വിറച്ചു.

''വീട്ടുകാരൊക്കെ സ്വീകരണമുറിയിലുണ്ട്. ഒരു സർജന്റിനെ ഞാൻ അവിടെയിരുത്തിയിരിക്കുന്നു. അവരെ ഇപ്പോൾ കാണുന്നോ?'' മാനിങ്ങ് ചോദിച്ചു.

''വേണ്ട. ആദ്യം ശവം കാണാം. ജീവിച്ചിരിക്കുന്നവർ കാത്തിരിക്കട്ടെ.''

മാനിങ്ങ് അയാളെ വിശാലമായ ഗോവണി കയറ്റി. സംസാരിച്ചുകൊണ്ടാണയാൾ കയറിയത്.

''കേന്ദ്രഓഫീസിലുള്ളവർ നിങ്ങളെ വിളിക്കുന്നു എന്നറിയുന്നതിനു മുമ്പ് ഞാൻ ചില അന്വേഷണങ്ങളൊക്കെ നടത്തി. അവർ അത് ചുരുക്കിപ്പറഞ്ഞ് തന്നിട്ടുണ്ടാകും എന്ന് ഞാൻ പ്രതീക്ഷിക്കുന്നു. ഇര ഇവിടെ ഒരു പരിചാരികയായിരുന്നു. അവിവാഹിതയായ ഒരു ഇരുപത്തിരണ്ടുകാരി അമ്മ. കഴുത്ത് ഞെരിച്ചാണ് കൊല നടത്തിയിരിക്കുന്നത്. പ്രഭാതത്തിൽ ഏകദേശം ഏഴേകാലിനാണ് ശവം കണ്ടെത്തപ്പെട്ടത്. ഈ വീട്ടുകാർ തന്നെയാണത് ആദ്യം കണ്ടത്. ഇരയുടെ കിടപ്പ് മുറി അകത്തുനിന്ന് കുറ്റിയിട്ടിരുന്നു. പുറത്തേക്കിറങ്ങിയതും ഒരു പക്ഷേ അകത്ത് കയറിയതും ജാലകത്തിലൂടെയാകണം. ചുമരിലും അവിടെയുള്ള പൈപ്പുകളിലും നിങ്ങൾക്ക് അതിന്റെ തെളിവുകൾ കാണാം. അവസാന അഞ്ചടി അയാൾ താഴോട്ടെടുത്ത് ചാടുകയോ വീഴുകയോ ആയിരുന്നു എന്ന് തോന്നുന്നു. രാത്രി പത്തരയ്ക്കാണ് ഇരയെ അവസാനമായി ജീവനോടെ കണ്ടത്. രാത്രി കുടിക്കാനുള്ള പാനീയവുമായി തന്റെ കിടപ്പറയിലേക്ക് പോകുന്നതാണ് ആ കാഴ്ച. അതവൾ കുടിച്ച് മുഴുവനാക്കിയിട്ടില്ല. ആ കോപ്പ മെത്തയ്ക്കരികിൽ ഇരിപ്പുണ്ട്. ആദ്യമൊക്കെ ഞാൻ കരുതിയത് ഇത് പുറത്തുനിന്നുള്ള ഒരാളുടെ ചെയ്തിയാണെന്നാണ്. ഇന്നലെ ഇവിടെ പള്ളിപ്പെരുന്നാളിന്റെ ആഘോഷങ്ങളുണ്ടായിരുന്നു. അതിനാൽ ആർക്കും കയറിവരാനാകുന്ന അവസ്ഥയായിരുന്നു. വീട്ടിലേക്കും

ആളുകൾ കടന്ന് കയറിയെത്താറുണ്ട്. എന്നാൽ വിചിത്രമായ ഒന്ന് രണ്ട് കാര്യങ്ങൾ ശ്രദ്ധയിൽ പെട്ടു.''

''ആ പാനീയം, ഒരു ഉദാഹരണത്തിന് അല്ലേ?'' ഡൽഗ്ലീഷ് ചോദിച്ചു.

അവർ അപ്പോഴേക്കും മുകളിലെത്തിയിരുന്നു. വീടിന്റെ പടിഞ്ഞാറു ഭാഗത്തുള്ള മുറികളെ ലക്ഷ്യമിട്ടിരുന്നു. മാനിങ്ങ് അയാളെ ആകാംക്ഷ യോടെ നോക്കി.

''അതെ. അത് കൊക്കോയായിരുന്നു. അതിൽ മയക്കുമരുന്ന് ചേർത്തിട്ടുണ്ടാകാം. എന്തോ കാണാതായിട്ടുണ്ട്. സൈമൺ മാക്സി കിടപ്പിലാണ്. അയാളുടെ മരുന്നുകൾ സൂക്ഷിക്കുന്ന അലമാരയിൽ നിന്നും ഒരു കുപ്പി ഉറക്കഗുളികകൾ കാണാതായിരിക്കുന്നു.''

''അത്തരത്തിലെന്തെങ്കിലും ചെന്നതിന്റെ ലക്ഷണം ശരീരത്തിൽ കാണുന്നുണ്ടോ?''

''പൊലീസ് സർജൻ ഇപ്പോൾ അവിടെയുണ്ട്. എങ്കിലും ഇല്ലെ ന്നാണെന്റെ സംശയം. എനിക്ക് തോന്നിയത് കഴുത്ത് ഞെരിച്ച് കൊലപ്പെടുത്തിയിരിക്കുന്നു എന്നാണ്. എന്തായാലും പോസ്റ്റ്മോർട്ടം കഴിഞ്ഞാൽ ഉത്തരം ലഭിക്കും.''

''ഒരുപക്ഷേ അവൾ സ്വയം അങ്ങനെയെന്തെങ്കിലും കഴിച്ചതു മാകാം. അത്തരത്തിൽ ചെയ്യാൻ എന്തെങ്കിലും പ്രേരകങ്ങളുണ്ടോ?'' ഡൽഗ്ലീഷ് ചോദിച്ചു.

മാനിങ്ങ് ഒന്ന് നിന്നു.

''ഉണ്ടാകാം. വിശദാംശങ്ങളൊന്നും എനിക്ക് അറിയാനായിട്ടില്ല. പക്ഷേ ചില കിംവദന്തികൾ കേൾക്കാനായി.''

''കിംവദന്തികൾ അല്ലേ?''

''ഇന്ന് കാലത്ത് ഒരു മിസ് ലിഡൽ ഇവിടെ വന്നിരുന്നു. ആ പെണ്ണിന്റെ കുഞ്ഞിനെ കൊണ്ടുപോകാനാണവർ എത്തിയത്. അവരും ഇന്നലെ രാത്രി അത്താഴത്തിനിവിടെയുണ്ടായിരുന്നു. അവർ പറഞ്ഞത് കേട്ടിട്ട് അതൊരു നല്ല അത്താഴവിരുന്ന് തന്നെയായിരുന്നു എന്ന് തോന്നുന്നു. സ്റ്റീഫൻ മാക്സി സാലി ജപ്പിനോട് വിവാഹാഭ്യർത്ഥന നടത്തിയിരുന്നു എന്നാണ് ഞാന് അറിഞ്ഞത്. വീട്ടുകാരെ സംബ ന്ധിച്ചിടത്തോളം അതൊരുപക്ഷേ പ്രേരകമാകാം. അങ്ങനെ വേണ മെങ്കിൽ നിങ്ങൾക്ക് കരുതാം.''

''ഇപ്പോഴത്തെ സാഹചര്യത്തിൽ അങ്ങനെ കരുതണം എന്ന് ഞാൻ ചിന്തിക്കുന്നു.''

വെളുത്ത ചായം തേച്ച, നല്ല വെളിച്ചമുള്ള ഒന്നായിരുന്നു ആ കിടപ്പുമുറി. ഹാളിലേയും ഇടനാഴിയിലേയും വെളിച്ചക്കുറവുകൾക്ക് ശേഷം ഈ മുറിയിൽ കണ്ട വെളിച്ചം സ്റ്റേജിലെ കൃത്രിമ വെളിച്ചത്തെ ഓർമ്മിപ്പിച്ചു. ഏറ്റവും അയഥാർത്ഥമായി തോന്നിയത് ആ ശവമായിരുന്നു. ഒരു രണ്ടാം കിട നടി മരണത്തെ പ്രതിനിധീകരിച്ച് കിടക്കുന്നതുപോലെ.

കണ്ണുകൾ മിക്കവാറും അടഞ്ഞിരിക്കുന്നു, എങ്കിലും ആ മുഖത്ത് ഇത്തിരി അത്ഭുതം ബാക്കിയുണ്ട്. മുന്നിലെ രണ്ട് ചെറിയ പല്ലുകൾ താഴത്തെ ചുണ്ടിൽ കടിച്ചമർന്നിരിപ്പുണ്ട്. അത് ആ മുഖത്തിന് ഒരു മുയലിന്റെ ഭാവം നല്കി. ജീവനുള്ളപ്പോൾ സുന്ദരമായിരുന്നിരിക്കണം ഈ മുഖം. നല്ല സൗന്ദര്യമുള്ളതായിരുന്നിരിക്കണം. സ്വർണ്ണത്തലമുടികൊണ്ടുള്ള ഒരു പ്രഭാവലയം തലയിണയിലുണ്ട്. അത് മരണത്തെ പ്രതിരോധിക്കുകയായിരുന്നു. ഇപ്പോഴും മരണത്തിനോടത് പൊരുത്തപ്പെട്ടിട്ടില്ല. തൊട്ടുനോക്കിയപ്പോൾ അതിനിത്തിരി നനവുള്ളതുപോലെ തോന്നി. ജീവൻ പോയിട്ടും അതിന്റെ തിളക്കം നഷ്ടപ്പെട്ടിട്ടില്ല എന്നയാൾ ശ്രദ്ധിച്ചു.

അയാൾ അവളെത്തന്നെ നോക്കി അനങ്ങാതെ നിന്നു. ഇത്തരം നിമിഷങ്ങളോട് വരുന്ന ദയയെക്കുറിച്ച് അയാളപ്പോൾ ബോധവാനായിരുന്നില്ല. കോപത്തെക്കുറിച്ചും. ആ കോപം കുറച്ച് കഴിഞ്ഞാലെത്തും. അതിനെ പക്ഷേ പ്രതിരോധിക്കേണ്ടി വരും. കൊല്ലപ്പെട്ടയാളുടെ രൂപം, ആ ശവം കിടക്കുന്ന രീതി, കൃത്യമായി മനസിൽ പതിപ്പിക്കാൻ അയാൾ ആഗ്രഹിക്കുന്നു. ഏഴ് വർഷം മുമ്പ് അയാളെ തേടിയെത്തിയ ഒരു വലിയ കേസുമുതൽ ഇതാണയാളുടെ രീതി. അന്നാണയാൾ സോഹൊയിലെ ഒരു വേശ്യയുടെ വികൃതമാക്കപ്പെട്ട ശവത്തിലേക്കിങ്ങനെ ആദ്യമായി ഉറ്റുനോക്കി നിന്നത്. അന്നാണാദ്യമായി ഇങ്ങനെ നോക്കി നിന്ന് 'ഇനിയുള്ളത് എന്റെ ജോലിയാണ്' എന്ന് മനസ്സിൽ ആണയിട്ടത്.

ഫോട്ടോഗ്രാഫർ ശവവുമായി ബന്ധപ്പെട്ട ജോലി പൂർത്തിയാക്കിയിരിക്കുന്നു. പൊലീസ് സർജൻ പരിശോധനകൾ നടത്തിക്കൊണ്ടിരിക്കുന്നു. ഫോട്ടോഗ്രാഫറിപ്പോൾ മുറിയുടേയും ജാലകത്തിന്റേയും ചിത്രങ്ങളെടുക്കുന്നു. അതവസാനിച്ചാൽ അയാൾ തന്റെ ഉപകരണങ്ങളെല്ലാം കെട്ടിയൊതുക്കും. മഹസ്സറെഴുതുന്നവനും സാലിയുടെ അടുക്കലുള്ള ജോലി പൂർത്തിയാക്കിയിരിക്കുന്നു. അയാൾ ബാക്കി ജോലികളിലേക്ക് നീങ്ങിയിട്ടുണ്ട്. അതിനായി വാതിലിന്റെ താഴ് മുതൽ എല്ലാം പരിശോധിക്കുന്നുണ്ട്. കൊക്കൊ പൊട്ടിക്കുന്നതിനുപയോഗിക്കുന്ന വസ്തു, മേശവലിപ്പുകൾ, മെത്ത, ജാലകപ്പടി

എല്ലാം അയാളുടെ പരിശോധനയിൽ വരുന്നുണ്ട്. അവസാനം അയാൾതന്നെ ജാലകത്തിലൂടെ കോണി വഴി ഇറങ്ങി അവിടെ പുകക്കുഴലിലും മറ്റ് പൈപ്പുകളിലുമുള്ളതെല്ലാം പരിശോധിക്കുന്നു. പൊലീസ് സർജനായ ഡോക്ടർ ഫെൽട്മാൻ കഷണ്ടി കയറി തുടങ്ങിയ, തടിച്ച പ്രകൃതക്കാരനാണ്. ഉല്ലാസവാനാണ്. മരണത്തിന്റെ മുഖത്തും തന്റെ ഔദ്യോഗിക കൃത്യനിർവ്വഹണം കൃത്യതയോടെ ചെയ്യുന്നു എന്നുറപ്പ് വരുത്താനുള്ള ശ്രമത്തിലാണയാൾ. തന്റെ ചില ഉപകരണങ്ങൾ അയാൾ പെട്ടിയൊലൊതുക്കിത്തുടങ്ങിയിരിക്കുന്നു. ഡൽഗ്ലീഷ് അയാളെ ഇതിനു മുമ്പും കണ്ട് പരിചയപ്പെട്ടിട്ടുണ്ട്. നല്ലൊരു ഡോക്ടറാണദ്ദേഹം. എന്നാൽ തന്റെ ജോലി എവിടെ അവസാനിക്കുന്നു എന്നും ഒരു ഡിറ്റക്ടീവിന്റേത് എവിടെ തുടങ്ങുന്നു എന്നും അറിയാനും അതിനെ വിലമതിക്കാനും അയാൾക്കറിയില്ല. ഡൽഗ്ലീഷ് ശവത്തിൽനിന്നും കണ്ണെടുക്കുന്നതുവരെ അയാൾ കാത്തു. അതിനു ശേഷം സംസാരമാരംഭിച്ചു.

‘‘താങ്കൾ അനുമതി നല്കുന്നു എങ്കിൽ ഇത് കൊണ്ടുപോകാൻ ഞങ്ങൾ തയ്യാറായിക്കഴിഞ്ഞു. വൈദ്യശാസ്ത്രപരമായി പറഞ്ഞാൽ ലളിതമാണ്. വലതുകയ്യിനു കൂടുതൽ സ്വാധീനമുള്ള ഒരാൾ, ഇവൾക്ക് മുന്നിൽ നിന്ന്, ഇവളെ കഴുത്ത് ഞെരിച്ചിരിക്കുന്നു. മരണം പെട്ടെന്ന് സംഭവിച്ചിട്ടുണ്ട്. ഞങ്ങളുടെ ഭാഷയിൽ പറഞ്ഞാൽ വാഗൽ ഇൻഹിബിഷൻ. കഴുത്തിലെ ഞരമ്പുകളിലൊന്ന് തകർന്നിരിക്കുന്നു. പോസ്റ്റ്മോർട്ടം കഴിഞ്ഞാലേ കൂടുതൽ എന്തെങ്കിലും എനിക്ക് പറയാനാകൂ. ലൈംഗികാതിക്രമങ്ങൾ നടന്നതിന്റെ ലക്ഷണമൊന്നും കാണുന്നില്ല. അതിനർത്ഥം ബലാത്സംഗമായിരുന്നില്ല ലക്ഷ്യം എന്നല്ല. ആ ഒരു ത്വരയെ ശമിപ്പിക്കാവുന്ന യാതൊന്നും ഈ ശവശരീരത്തിൽ കണ്ടില്ല എന്നാണെന്റെ അനുമാനം. അവനെ കീഴ്പ്പെടുത്തിക്കഴിഞ്ഞാൽ ആ പഴയ കഥകളിലൊന്ന് അവൻ ആവർത്തിക്കും. അവളെ ഭയപ്പെടുത്താനാണ് ഞാനവളുടെ കഴുത്തിൽ കൈ വച്ചത്. അവൾ അപ്പോൾ തളർന്ന് വീണു. ലക്ഷണം കണ്ടിട്ട് ജാലകത്തിലൂടെയാണയാൾ വന്നതെന്ന് തോന്നുന്നു. പുകക്കുഴലിൽ വിരലടയാളങ്ങളുണ്ട്. എന്നാൽ നിലത്തെ അടയാളങ്ങൾ എന്തെങ്കിലും ഉപകാരത്തിനാകുമെന്ന് എനിക്ക് തോന്നുന്നില്ല. താഴെ, മുറ്റം പോലെ ഒരു സ്ഥലമാണ്. മൃദുവായ മണ്ണ്. അവിടെ ഒന്ന് രണ്ട് കാലടിപ്പാടുകളുണ്ട്. മാത്രമല്ല ഇന്നലെ രാത്രി നല്ല മഴയുണ്ടായിരുന്നു. അതും കാര്യങ്ങൾ അലങ്കോലത്തിലാക്കുന്നുണ്ട്. നിങ്ങളുടെയാളുകളുടെ ഇവിടത്തെ ജോലി അവസാനിച്ചെങ്കിൽ ഞാൻ സ്ട്രച്ചർ കൊണ്ടുവരാനുള്ള ഏർപ്പാടുകൾ ചെയ്യാം. ഒരു ഞായറാഴ്ചത്തെ പ്രഭാതം നശിപ്പിച്ചു.’’

അയാൾ പുറത്തിറങ്ങി. ഡൽഗ്ലീഷ് മുറി പരിശോധിക്കാനാരംഭിച്ചു. വലിയ മുറി. അധികം ഫർണീച്ചറുകളൊന്നുമില്ല. എന്നാൽ ധാരാളം വായുവും വെളിച്ചവും വരാനുള്ള സൗകര്യമുണ്ട്. അതിനാൽ സൗകര്യപ്രദവുമാണ്. മുമ്പ് ഇത് കുടുംബം കുട്ടികൾക്കായി നീക്കി വച്ചിരുന്ന ഒരു മുറിയായിരുന്നു എന്നയാൾക്ക് തോന്നി. പഴയ രീതിയിലുള്ള ഒരു നെരിപ്പോട് വടക്കേ ചുമരിനരികിലുണ്ട്. അതിനു ചുറ്റിലും വലപോലെയുള്ള സംരക്ഷണമുണ്ട്. അതിനു പുറകിലാണ് വൈദ്യുതികൊണ്ടുള്ള നെരിപ്പോട്. നെരിപ്പോടിന്റെ ഇരുവശത്തും പുസ്തക അലമാരകളും അധികം ഉയരമില്ലാത്ത മറ്റ് അലമാരകളുമുണ്ട്. രണ്ട് ജാലകങ്ങൾ കണ്ടു. ചെറിയത് ഇത്തിരി മുകളിലാണ്. അതിലാണ് കോണി ചാരി വച്ചിരിക്കുന്നത്. അത് പടിഞ്ഞാറ് ഭാഗത്താണ്. അവിടെ നിന്ന് നോക്കിയാൽ മുറ്റവും രണ്ട് പഴയ കുതിരാലയങ്ങളും കാണാം. വലിയ ജാലകത്തിന് മിക്കവാറും തെക്കു ഭാഗത്തുള്ള ചുമരിനോളം തന്നെ വീതിയുണ്ട്. അവിടെ നിന്ന് നോക്കിയാൽ ഉദ്യാനവും പുല്ത്തകിടിയും കാണാം. ഇതിലെ ചില്ലു ജാലകത്തിനു നല്ല പഴക്കമുണ്ട്. അതിൽ അവിടവിടെ ചില പദവി ചിഹ്നങ്ങൾ ഞാത്തിയിട്ടിട്ടുണ്ട്. മുകൾഭാഗത്തെ കള്ളിക്കാലുകളുള്ള ഭാഗം മാത്രമേ തുറക്കാനാകൂ.

കട്ടിലിനു ചന്ദനനിറമാണ് നല്കിയിരിക്കുന്നത്. ചെറിയ ജാലകത്തിനരികിലാണതിട്ടിരിക്കുന്നത്. അതിന്റെ ഒരു വശത്ത് ഒരു കസേരയിട്ടിരിക്കുന്നു. മറുഭാഗത്ത് മെത്തയ്ക്കരികിലിടുന്ന ഒരു ചെറിയ മേശ. മേശയ്ക്ക് മുകളിൽ ഒരു വിളക്കും. കുട്ടിയുടെ കട്ടിൽ അതിനെതിരിലുള്ള മൂലയിലാണ്. അത് പാതി ഒരു പർദ്ദകൊണ്ട് മറച്ചിരിക്കുന്നു. തന്റെ കുട്ടിക്കാലം തൊട്ട് കാണുന്നതാണിത്തരം പർദ്ദകൾ എന്ന് ഡൽഗ്ലീഷ് ഓർത്തു. അതിൽ ഒരുപാട് വർണ്ണചിത്രങ്ങളുണ്ട്. കൂടാതെ പോസ്റ്റ്കാർഡുകൾ ഒട്ടിച്ച് വച്ചിട്ടുമുണ്ട്. നെരിപ്പോടിനരികിൽ കുറച്ച് വിഴുപ്പ് തുണികൾ കിടക്കുന്നു. കുഞ്ഞിനെ മുലയൂട്ടാൻ ഇരിക്കാവുന്ന തരത്തിലുള്ള ഒരു കസേരയുണ്ട്. ചുമരിൽ വസ്ത്രങ്ങൾ സൂക്ഷിക്കാനൊരു അലമാര അതിൽ വലിപ്പുകൾ എന്നിവയുമുണ്ട്.

എന്നാൽ ഈ മുറിക്ക് ജിജ്ഞാസ നല്കുന്ന ഒരു അജ്ഞാതത്വമുണ്ട്. മിക്കവാറും വീടുകളിലെ കുട്ടികൾക്കായുള്ള മുറിയിൽനിന്നും വരുന്ന അതേ ഗന്ധം ഇവിടെയുമുണ്ട്. ടാൽകം പൗഡർ, ബേബി സോപ്പ്, ഉണക്കിയ തുണി എന്നിവയുടെ ഗന്ധം. ഈ ചുറ്റുപാടുകളുമായി പൊരുത്തപ്പെടുന്ന ഒരു രൂപമല്ല ഈ പെൺകുട്ടിയുടേത്.

വ്യക്തിത്വവുമല്ല. പ്രതീക്ഷിച്ച സ്ത്രൈണത്വം ഇവിടെ കാണുന്നില്ല. അവളുടെ സ്വകാര്യ സാധനങ്ങൾ വൃത്തിയിലും ശ്രദ്ധയോടേയും അടുക്കി വച്ചിരിക്കുന്നു. എന്നാൽ അവ ഒന്നും പറയുന്നില്ല. അടിസ്ഥാനപരമായി അത് കുട്ടികളുള്ളവർ ഉപയോഗിക്കുന്ന ഒരു മുറിയാണ്. അതിൽ കുഞ്ഞിന്റെ അമ്മയ്ക്കുള്ള കട്ടിൽ കൂടിയിട്ടിരിക്കുന്നു എന്നുമാത്രം. അലമാരയിൽ കണ്ട പുസ്തകങ്ങൾ ശിശുസംരക്ഷണത്തെക്കുറിച്ചുള്ള ജനകീയമായവയാണ്. മാസികകൾ അമ്മമാർക്കും വീട്ടമ്മമാർക്കും വേണ്ടി ഒരുക്കപ്പെട്ടവ. അല്ലാതെ അതിൽ ജോലി ചെയ്യുന്ന യുവതികളെ ലക്ഷ്യമിട്ടുള്ള കാല്പനികതകളില്ല. അയാൾ അതിൽ നിന്നും ഒന്നെടുത്ത് മറിച്ച് നോക്കി. അതിന്റെ താളുകളിൽ നിന്നും ഒരു എൻവലപ് താഴെ വീണു. അതിന്റെ മുകളിലെ തപാൽ മുദ്ര വെനിൽസ്വേലയിൽനിന്നായിരുന്നു.

ബഹുമാന്യ ഡി. പല്ലൻ,
റോസ് കോട്ടേജ്
നെസ്സിങ്ങ്ഫോഡ് റോഡ്
ലിറ്റിൽ ചാഡ്ഫ്ളീറ്റ്
ഏസക്സ്,
ഇംഗ്ലണ്ട് എന്നായിരുന്നു അതിനു മുകളിലെ വിലാസം.

അതിന്റെ മറുഭാഗത്ത് മൂന്ന് തിയതികൾ പെൻസിൽകൊണ്ട് കുറിച്ചിട്ടിരിക്കുന്നു.

18 ബുധൻ, 23 തിങ്കള്, 30 തിങ്കൾ എന്നിങ്ങനെ.

ഡൽഗ്ലീഷ് പുസ്തക അലമാരയിൽ നിന്ന് അലമാരയിലെ വലിപ്പുകളിലേക്ക് നീങ്ങി. ഓരോ വലിപ്പും തുറന്ന് നോക്കി. അതിലെ ഉള്ളടക്കം പരിശീലനം ലഭിച്ച അയാളുടെ വിരലുകൾ പരതി. അവയെല്ലാം കൃത്യമായ അടുക്കും ചിട്ടയുമുള്ളവയാണ്. പലതും കൈകൊണ്ട് തുന്നിയവ. എല്ലാം വൃത്തിയിൽ അലക്കിയുണക്കി വച്ചിരിക്കുന്നവ. രണ്ടാമത്തേതിൽ ആ പെണ്ണിന്റെ അടിവസ്ത്രങ്ങളാണ്. അതെല്ലാം കെട്ടിയടുക്കി വച്ചിരിക്കുന്നു. മൂന്നാമത്തേത്, അതായത് ഏറ്റവും താഴെയുള്ളത് അയാൾ അത്ഭുതപ്പെട്ടു.

''ഇത് കണ്ടിട്ട് എന്ത് തോന്നുന്നു?'' അയാൾ മാർടിനോട് ചോദിച്ചു.

സർജന്റ് തന്റെ മുഖ്യനരികിലേക്ക് നീങ്ങി. അയാളുടെ ആകാരത്തിനു ചേരാത്ത ഒരു വേഗം ആ നീക്കത്തിലുണ്ടായിരുന്നു. അയാൾ തന്റെ വലിയ മുഷ്ടികൊണ്ട് അതിനകത്തുള്ള വസ്ത്രങ്ങൾ എടുത്തുയർത്തി.

‘‘കണ്ടിട്ട് കൈത്തറി പോലെ തോന്നുന്നു സർ. അവൾ തന്നെ തുന്നൽ വേല ചെയ്തതാകണം. ഒരു വലിപ്പ് നിറയെയുണ്ടല്ലോ ഇവ. ട്രൗസറുകളാണെന്നാണ് എനിക്ക് തോന്നുന്നത്.’’

‘‘അതെ, അങ്ങനെ തന്നെ എനിക്കും തോന്നുന്നു. ഇവിടെ പിന്നെയുമുണ്ട്. മേശവിരിപ്പുകൾ, തോർത്തുകൾ, കുഷ്യൻകവറുകൾ എന്നിങ്ങനെ പലതും.’’

അയാൾ എല്ലാം മറിച്ച് നോക്കുന്നുണ്ടായിരുന്നു.

‘‘ഇതൊരു കൊച്ചു സ്ത്രീധനമാണെന്ന് തോന്നുന്നു. പരിതാപകരമായ ഒന്ന്. മാസങ്ങളുടെ അദ്ധ്വാനം ചില സഞ്ചികളിലും ടിഷ്യു പേപ്പറിനകത്തും സൂക്ഷിച്ചിരിക്കുന്നു. പാവം കുട്ടി. ഇതൊക്കെയാണോ ആ സ്റ്റീഫൻ മാക്സിയെ അത്ഭുതപ്പെടുത്തിയതും ആകർഷിച്ചതും? ഈ മേശവിരിപ്പുകളൊക്കെ മാർടിൻഗേലിൽ ഉപയോഗിക്കും എന്ന് എനിക്ക് അനുമാനിക്കാനാകുന്നില്ല.’’

മാർടിൻ അതിലൊന്നെടുത്ത്. അതിനെ അഭിനന്ദിക്കും വിധം പരിശോധിച്ചു.

‘‘ഇതൊക്കെ ചെയ്യുമ്പോൾ അയാൾ അവളുടെ മനസ്സിലുണ്ടാകില്ല. ഇന്നലെയാണല്ലോ അയാൾ അങ്ങനെ ഒരു അഭ്യർത്ഥന നടത്തിയത്. എന്നാൽ ഇതിന്റെ മുകളിൽ മാസങ്ങളുടെ അദ്ധ്വാനമുണ്ട്. എന്റെ അമ്മയും ഇത്തരം തുന്നൽവേലകൾ ചെയ്യാറുണ്ടായിരുന്നു. കുടുക്കിന്റെ ദ്വാരമൊന്ന് വലുതാക്കി അതിനു തുന്നിലും തുന്നിക്കെട്ടും. പിന്നെ ചില തുണ്ടുകൾ വെട്ടിക്കളയും. റിഷെല്യൂ എന്നോ മറ്റോ ആണവർ ഇതിനെ വിളിക്കുന്നത്. ചിലതൊക്കെ കാണാൻ നല്ല ഭംഗിയുണ്ടാകും. പക്ഷേ അതൊക്കെ ഇഷ്ടപ്പെടുന്നവർക്കേ ആ ഭംഗി ആസ്വദിക്കാനാകൂ.’’

തന്റെ മുഖ്യന്റെ ആവേശമില്ലായ്മ കണ്ട് അയാൾ കൂട്ടിച്ചേർത്തു. അവയെ ഉയർത്തിപ്പിടിച്ച് ഓർമ്മകളെ അയവിറക്കി. പിന്നെ അതെല്ലാം ആ വലിപ്പിൽ തിരിച്ച് വച്ചു. ഡൽഗ്ലീഷ് ചെറിയ ജാലകത്തിനരികിലേക്ക് നീങ്ങി. വീതിയേറിയ ജാലകപ്പടി മൂന്നടിയോളം ഉയരത്തിലാണ്. അവിടെ ചില്ലുതുണ്ടുകൾ ചിതറിക്കിടക്കുന്നു. മൃഗങ്ങളുടെ ചെറുരൂപങ്ങളും അതിനൊപ്പം ചിതറിക്കിടക്കുന്നുണ്ട്. ചിറകില്ലാത്ത ഒരു പെൻഗ്വിൻ ഒരു വശത്തേക്ക് ചരിഞ്ഞ് കിടക്കുന്നു. ഒരു വേട്ട നായ രണ്ടായി ഒടിഞ്ഞിരിക്കുന്നു. തിളങ്ങുന്ന നീലക്കണ്ണുകളുള്ള ഒരു സയാമിസ് പൂച്ച മാത്രമണിതിനെയൊക്കെ അതിജീവിച്ചിട്ടുള്ളത്. ജാലകത്തിന്റെ മദ്ധ്യത്തിലെ രണ്ട് കള്ളികളാണേറ്റവും വലുത്. അത് രണ്ടും പുറത്തേക്ക് തുറക്കുന്നവയാണ്. അതിനരികിൽ ഒരു കൊളുത്തുണ്ട്. പുകക്കുഴലുണ്ട്. സമാനമായ ഒരു ജാലകം അതിനു

കീഴെയുണ്ട്. ആറടിയോളം താഴെ. അതിനും താഴെ ഇഷ്ടിക വിരിച്ച ഒരു മട്ടുപ്പാവ്. ഇത്തിരി ചുറുചുറുക്കൊക്കെയുള്ള ഒരാൾക്ക് പെട്ടെന്ന് ഇറങ്ങാനാകും ഇതിലൂടെ. ഇറങ്ങുക മാത്രമല്ല, കയറാനും അത്ര ബുദ്ധിമുട്ടൊന്നുമില്ല. അങ്ങനെ അതിക്രമിച്ച് കയറുന്നത് അല്ലെങ്കിൽ ഇറങ്ങുന്നത്, എത്ര സുരക്ഷിതമാണെന്ന് അയാൾ ശ്രദ്ധിക്കാതിരുന്നില്ല. അയാളുടെ വലതുഭാഗത്താണപ്പോൾ ആ ഇഷ്ടിക മതിൽ. അതിന്റെ പാതിയും താണ് വളർന്നിരിക്കുന്ന മരശിഖരങ്ങളാൽ മറഞ്ഞിരിക്കുന്നു. അവിടെ നിന്ന് മതിൽ വണ്ടിപ്പാതയിലേക്ക് വളഞ്ഞ് പോകുന്നു. ജാലകത്തിനഭിമുഖമായി എന്നാൽ മുപ്പതുവാര ദൂരെ രണ്ട് കുതിരാലയങ്ങൾ അവയുടെ ചെറുഗോപുരത്തോടുകൂടി നില്ക്കുന്നു. അവിടെ നിന്നാൽ ഈ ജാലകം കാണാം. അവിടെ നിന്നല്ലാതെ മറ്റൊരിടത്തുനിന്നും കാണാനുമാകില്ല. ഇടതുഭാഗത്ത് പുല്ത്തകിടിയുടെ ഒരു ചെറിയ ഭാഗം കാണാനുണ്ട്. അവിടെ ആരോ എല്ലാം അലങ്കോലമാക്കിയതുപോലെ തോന്നുന്നു. ഒരു ചെറിയ സ്ഥലത്ത് വൃത്താകൃതിയിൽ ചരടു കെട്ടി അതിനകത്തെ പുല്ലെല്ലാം കൊത്തിയെടുത്തിരിക്കുന്നു. ഇത്രയും ഉയരത്തുനിന്ന് പോലും അവിടെ മണ്ണ് കൊത്തിയെടുത്തിരിക്കുന്നത് കാണാനാകുന്നുണ്ട്. സൂപരിന്റഡന്റ് മാനിങ്ങ് അടുത്ത് വന്നു. അയാളുടെ മനസ്സിലുണ്ടായിരുന്ന ചോദ്യത്തിനുത്തരം നല്കി.

‘‘അത് ഡോക്ടർ എപ്സിന്റെ ട്രഷർ ഹണ്ട് കളിയുടെ ഭാഗമാണ്. കഴിഞ്ഞ ഇരുപത് വർഷമായി അതേ സ്ഥലമാണയാൾ അതിനായി തിരഞ്ഞെടുക്കുന്നത്. ഇന്നലെ പള്ളിപ്പെരുന്നാളിന്റെ ആഘോഷങ്ങൾ ഇവിടെ വച്ചാണ് നടന്നത്. മിക്കവാറും സാധനങ്ങളൊക്കെ അഴിച്ച് മാറ്റിയിരിക്കുന്നു. ഞായറാഴ്ചയ്ക്ക് മുമ്പ് എല്ലാം വൃത്തിയാക്കണം എന്നായിരുന്നു വികാരിയുടെ ആഗ്രഹം. പക്ഷേ ഒന്ന് രണ്ട് ദിവസമെടുക്കാതെ പൂർത്തിയാകില്ല.’’

സൂപീരിയൻഡന്റ് മിക്കവാറും ഈ പ്രദേശത്തുകാരനാണെന്നത് ഡൽഗ്ലീഷ ഓർത്തു.

‘‘നിങ്ങളും ഇവിടെയുണ്ടായിരുന്നോ?’’ അയാൾ ചോദിച്ചു.

‘‘ഈ വർഷമില്ലായിരുന്നു. കഴിഞ്ഞ ഒരാഴ്ചയായി മിക്കവാറും എല്ലാ ദിവസവും ജോലിയിലായിരുന്നു. ഗ്രാമാതിർത്തിയിൽ നടന്ന ആ കൊലപാതകത്തിന്നൊരു തുമ്പുണ്ടായിട്ടില്ല. ഇനി അധികം താമസിക്കില്ല. പക്ഷേ അതുമായി തിരക്കിലായിരുന്നു ഞാൻ. യുദ്ധത്തിനും മുമ്പ്, വർഷത്തിലൊരിക്കൽ, പെരുന്നാളിന്, ഞാനും ഭാര്യയും ഇവിടെ വരാറുണ്ടായിരുന്നു. അന്ന് എല്ലാം വ്യത്യസ്തമായിരുന്നു. അതിനെക്കുറിച്ചൊക്കെ ഇപ്പോൾ ആലോചിക്കേണ്ടതില്ല എന്ന്

തോന്നുന്നു. ഇപ്പോഴും നല്ല തിരക്കൊക്കെയുണ്ട് എന്ന് തോന്നുന്നു. ആ തിരക്കിനിടയിൽ ഈ പെണ്ണിനെ ആരെങ്കിലും കണ്ണുവച്ചിട്ടുണ്ടാകും. അവൾ എവിടെയാണുറങ്ങുന്നതെന്ന് പുറകെ നടന്ന് കണ്ടെത്തിയിട്ടുണ്ടാകും. ഇന്നലെ ഉച്ചമുതൽ അവൾ എന്തൊക്കെ ചെയ്തു എന്നു കണ്ടെത്തുക അത്ര എളുപ്പമാകില്ല.''

ഈ ജോലി എന്റേതല്ലല്ലോ എന്നൊരു സന്തോഷം ആ വാക്കുകളില് ഒളിഞ്ഞ് കിടപ്പുണ്ടായിരുന്നു.

അയാളുടെ യാഥാർത്ഥ്യങ്ങളെ ഒരു സിദ്ധാന്തമായി എടുക്കാൻ ഡൽഗ്ലീഷ് തയ്യാറായില്ല. ഇതുവരെ ശേഖരിച്ച വിവരങ്ങൾവച്ച് ഇത് അപരിചിതനായ ഒരു കടന്നുകയറ്റക്കാരന്റെ ചെയ്തിയാണെന്ന സൗകര്യപ്രദമായ സിദ്ധാന്തത്തെ പിന്തുണയ്ക്കുന്നില്ല. ലൈംഗികാതിക്രമത്തിനു തെളിവുകളില്ല. അങ്ങനെയൊരു ശ്രമം നടന്നതിനും തെളിവുകളില്ല. മോഷണത്തിന്റെ തെളിവുകളില്ല. വാതിൽ അകത്തുനിന്ന് കുറ്റിയിട്ടതിനെക്കുറിച്ച് അയാളിൽ ഇപ്പോഴുള്ളത് ഒരു തുറന്ന മനഃസ്ഥിതിയാണ്. പ്രഭാതത്തിൽ ഏഴ് വരെ മാക്സി കുടുംബം നിയമത്തിന്റെ ശരിവശത്തായിരുന്നു. എന്നാൽ മറ്റാരേയും പോലെ ഇവർക്കും പുകക്കുഴലിലൂടെ ഇറങ്ങി വരാനാകും. കോണിയിറങ്ങിയതുപോലെ ഇറങ്ങിവരാനാകും.

ശരീരം കൊണ്ടുപോയി. ആ സ്ട്രച്ചറിൽ കിടക്കുന്ന, വെളുത്ത പുതപ്പിട്ട് മൂടിയ, വസ്തു ഇനി പാതോളജിസ്റ്റിന്റെ കത്തിക്കിരയാകും. വിശകലനവിദഗ്ധർ തുണ്ടുകൾ മുറിച്ചെടുത്ത് കുപ്പിയിലിടും.

മാനിങ്ങ് തന്റെ ഓഫീസിലേക്ക് ഫോൺ ചെയ്യാനായി അവർക്കരികിൽ നിന്നുപോയി. ഡൽഗ്ലീഷും മാർടിനും ക്ഷമയോടെ അവരുടെ പരിശോധന തുടർന്നു. സാലിയുടെ മുറിക്കരികിൽ പഴയ ശൈലിയിലുള്ള ഒരു കുളിമുറിയുണ്ട്. മഹാഗണിയിൽ നിർമ്മിച്ച ഒരു വെള്ളത്തൊട്ടിയോടെ. ആ മുറിയുടെ ഒരു ചുമരിൽ നിറയെ ഷെൽഫുകൾ പണിതിരിക്കുന്നു. മറ്റ് മൂന്നെണ്ണത്തിൽ പൂക്കളുടെ ചിത്രപ്പണികളുള്ള കടലാസൊട്ടിച്ചിരിക്കുകയാണ്. നിലത്ത് ഒരു കാർപെറ്റുമിട്ടിട്ടുണ്ട്. ഈ മുറിയിൽ ആർക്കും ഒളിച്ചിരിക്കാനാകില്ല. പുറത്തെ ഗോവണിയിൽനിന്നും ഇറങ്ങിച്ചെല്ലുന്നത് ഇടനാഴിയിലേക്കാണ്. അവിടെ ഇന്ന് ഒരു ഭാഗത്തേക്ക് നീങ്ങിയാൽ അടുക്കള. മറുഭാഗം വീടിന്റെ പ്രധാന ഹാൾ. ഈ ഗോവണിയുടെ അരികിൽതന്നെയാണ് തെക്കുഭാഗത്തേക്കുള്ള വാതിൽ. അത് തുറന്ന് കിടക്കുകയായിരുന്നു. ഡൽഗ്ലീഷും മാർടിനും മാർടിൻഗേലിന്റെ തണുപ്പിൽനിന്നും പുറത്തെ ചൂടിലേക്കിറങ്ങി. ഞായറാഴ്ച കുർബ്ബാനയ്ക്ക് പള്ളിയിൽ നിന്നും മണിയടിക്കുന്നത് കേട്ടു. പള്ളിമണിനാദം വളരെ വ്യക്തമായി തന്നെ കേൾക്കാം.

നല്ല മധുരമുള്ള സ്വരം. അത് മാർട്ടിനിൽ തന്റെ ബാല്യകാലസ്മരണ കളുണരുന്നതിനു കാരണമാക്കി. ഡൽഗ്ലീഷിലാകട്ടെ, ഇനിയും പലതും ചെയ്യാനുണ്ടല്ലോ, സമയം കടന്ന് പോകുകയാണല്ലോ എന്ന ചിന്ത യാണുണർത്തിയത്.

''നമുക്ക് കുതിരാലയമൊന്ന് പരിശോധിക്കണം. പിന്നെ അവളുടെ മുറിയുടെ കീഴെയുള്ള, പടിഞ്ഞാറുഭാഗത്തെ മതിലും. അതിനുശേഷം എന്റെ താത്പര്യം അടുക്കളയിലാണ്. അതും കഴിഞ്ഞിട്ടാകാം ചോദ്യം ചെയ്യലുകൾ. നമ്മൾ ആരെ തിരയുന്നോ അയാൾ ഇന്നലെ രാത്രി ഇതേ മേൽക്കൂരയ്ക്ക് കീഴിലാണന്തിയുറങ്ങിയത് എന്നൊരു സംശയം എനിക്കുണ്ടാകുന്നു.''

2

സ്വീകരണ മുറിയിൽ മാക്സി കുടുംബവും അവരുടെ രണ്ട് അതിഥി കളും മാർത്ത ബൾടിടാഫ്റ്റും ചോദ്യം ചെയ്യപ്പെടലിനായി കാത്തി രുന്നു. ഒരു ഡിറ്റക്ടീവ് ഏജന്റ് അവിടെ കാവലുണ്ടായിരുന്നു. അയാൾ വാതിലിനരികിൽ ഒരു കസേരയിട്ട് ഒന്നിലും ഒരു താത്പര്യവുമി ല്ലാത്തതുപോലെ, വീട്ടുകാരേക്കാൾ സ്വസ്ഥനായി ഇരുന്നു. അവരെ ഇനിയും എത്ര സമയം കാത്തിരിപ്പിക്കും എന്ന അത്ഭുതം അയാളി ലുമുണ്ടായിരുന്നു. അതേ ആശ്ച്യര്യമുണ്ടായിരുന്ന വീട്ടുകാരാരും ആ ചോദ്യം അയാളോടുന്നയിക്കാൻ തയ്യാറായില്ല. സ്കോട്ലണ്ട് യാഡിൽനിന്നും ഡിറ്റക്ടീവ് ചീഫ് ഇൻസ്പെക്ടർ ഡൽഗ്ലീഷ് എത്തി യിട്ടുണ്ട് എന്ന് അവരെ അറിയിച്ചിട്ടുണ്ട്. അധികം താമസിയാതെ ആ മുറിയിലെത്തും എന്നും അവരോട് പറഞ്ഞിട്ടുണ്ട്. എന്നാൽ ആ അധികം താമസിയാതെ എന്നതിനൊരു വിശദീകരണം, അതിന്റെ ദൈർഘ്യമെത്ര എന്ന വിശദീകരണം ആരും ചോദിച്ചില്ല.

ഫെലിക്സും ദേബ്റയും സവാരി കഴിഞ്ഞെത്തിയ അതേ വേഷ ത്തിലായിരുന്നു. മറ്റുള്ളവരെല്ലാം ഇതിനിടയിൽ വസ്ത്രം മാറിയിരി ക്കുന്നു. എല്ലാവരും കുറച്ച് ഭക്ഷണമൊക്കെ കഴിച്ചിട്ടുണ്ട്. അതിനു ശേഷമാണ് ഈ കാത്തിരിപ്പ് തുടങ്ങിയത്. എന്തെങ്കിലും വായിക്കു ന്നത് ഹൃദയശൂന്യതയാകും എന്നവർ കരുതി. പിയാനോ വായിക്കാ നിരുന്നാൽ അതൊരു ഞെട്ടലിനു കാരണമാക്കും. കൊലപാതക ത്തെക്കുറിച്ച് സംസാരിക്കുന്നത് ബുദ്ധിശൂന്യതയാകും. മറ്റെന്തെ ങ്കിലും വിഷയം സംസാരിക്കുന്നത് അസ്വാഭാവികവുമാകും. ഇത്തരം ചിന്തകൾമൂലം അവരെല്ലാം നിശ്ശബ്ദത പാലിച്ചു. ഫെലിക്സ് ഹെർ ണെയും ദേബ്റയും സോഫയിലായിരുന്നു. ഒട്ടൊന്ന് അകന്ന് തന്നെ യാണവർ ഇരുന്നത്. ഇടയ്ക്ക് അയാളൊന്ന് അവൾക്കരികിലേക്ക്

ചാഞ്ഞ് കാതിൽ എന്തെങ്കിലും മന്ത്രിക്കും. സ്റ്റീഫൻ മാക്സി ജാലകത്തിലൂടെ പുറത്തേക്ക് നോക്കി നില്ക്കുന്നു. മുറിയിലുള്ളവർക്ക് മുഖം കാണിക്കാതെ പുറംതിരിഞ്ഞ് നില്ക്കുന്നു. അതയാളുടെ മുഖം മറച്ച് പിടിക്കാനുള്ള നില്പാണെന്ന് ഫെലിക്സ് ഹെർണെ മനസിൽ ദോഷൈകദൃക്കായി. തലയൊന്ന് വളച്ച് നില്ക്കുന്നതിനാൽ അയാൾ ദുഃഖിതനാണെന്ന് മറ്റുള്ളവർ കരുതുകയും ചെയ്യും എന്നും ഫെലിക്സ് കരുതി. ആ ദുഃഖം യഥാർത്ഥമാണോ എന്നറിയാൻ താത്പര്യമുള്ളവർ അവരിൽ നാലുപേരെങ്കിലുമുണ്ട്.

എലീനർ മാക്സി കുറച്ച് മാറി ഒരു കസേരയിലിരിക്കുന്നു. അവർ വല്ലാതെ ദുഃഖിതയല്ല, അധികം ആലോചനയിലുമല്ല. മുഖം വിളറിയിട്ടുണ്ട്. എന്നാൽ സാലിയുടെ വാതില്ക്കൽ വച്ച് പിടികൂടിയിരുന്ന ആ പരിഭ്രാന്തി ഇപ്പോൾ കടന്ന് പോയിരിക്കുന്നു. അവർ വസ്ത്രധാരണത്തിൽ കുറച്ച് ശ്രദ്ധ നല്കിയിട്ടുണ്ടെന്നും ഇപ്പോൾ തന്റെ കുടുംബത്തിനും അതിഥികൾക്കും മുന്നിൽ ഒരു സാധാരണത്വം ഭാവിക്കുന്നുണ്ടെന്നും അവരുടെ മകൾ കരുതി.

മാർത്ത ബൽടിടാഫ്റ്റും കുറച്ച് അകന്ന് തന്നെയാണിരിക്കുന്നത്. അവർ കസേരയുടെ അറ്റത്ത്, അസ്വസ്ഥയായി, ഇരിക്കുന്നു. ഇടയ്ക്ക് പരിഭ്രാന്തിയും കോപവും കലർന്ന് ഒരു നോട്ടം സർജന്റിനു നേരെ അയയ്ക്കുന്നു. കുടുംബക്കാർക്കൊപ്പം ഇങ്ങനെ ഇവിടെ ഇരിക്കേണ്ടി വരുന്നതിനു കാരണം അയാളെന്ന് അവർ ധരിച്ചിരിക്കുന്നു. അതും അകത്ത് ധാരാളം ജോലി ബാക്കിയുള്ളപ്പാൾ. പ്രഭാതത്തിലുണ്ടായ കണ്ടെത്തലിൽ ഏറ്റവും ഭയന്നതും തകിടം മറിഞ്ഞതും അവരായിരുന്നു. എന്നാൽ ഇപ്പോൾ ഈ നടക്കുന്നത് അവരോട് കാണിക്കുന്ന വ്യക്തിപരമായ ഒരു അധിക്ഷേപമായി കണക്കാക്കുന്നു. അതിനാൽ മുഖം വീർപ്പിച്ചാണവരുടെ ഇരിപ്പ്.

കാതറിൻ ബവേഴ്സ് താനൊട്ടും അസ്വസ്ഥയല്ല എന്ന് ഭാവം പ്രകടമാക്കുന്നുണ്ട്. ഹാൻഡ് ബാഗിൽ നിന്നൊരു ചെറിയ പുസ്തകമെടുത്ത് അതിൽ ഇടയ്ക്കിടെ എന്തൊക്കെയോ എഴുതുന്നുണ്ട്. പ്രഭാതം മുതൽ നടന്ന ഓർമ്മകൾ എഴുതിവയ്ക്കുകയാണവർ എന്നു തോന്നി. എന്നാൽ അവർ അഭിനയിക്കുന്ന സാധാരണത്വം, നിപുണത, ആരേയും കബളിപ്പിക്കാനുതകുന്നതായിരുന്നില്ല. എങ്കിലും അവർക്കിത്ര നന്നായി ഒരു പ്രകടനം നടത്താനാകുന്നുണ്ടല്ലോ എന്നതിൽ അവരൊക്കെ അസൂയപ്പെട്ടു. എല്ലാവരും അവരവരുടെ ചിന്തകളിൽ ഒറ്റയ്ക്കൊറ്റയ്ക്കായിരുന്നു. ശ്രീമതി മാക്സി കൈകൾ മടിയിൽ വച്ച് അതിൽ നോക്കിയാണിരിക്കുന്നതെങ്കിലും മനസ്സിൽ നിറയെ മകനായിരുന്നു.

''അവനതിനെ മറികടക്കും. ചെറുപ്പക്കാർക്ക് എപ്പോഴും അതിനാകും. സൈമണ് ഇതൊന്നും അറിയുന്നില്ല എന്നതിനു ദൈവത്തിനു നന്ദി പറയുന്നു. സാലിയില്ലാതെ സൈമണിനു വേണ്ട പരിചരണങ്ങൾ നല്കുക ബുദ്ധിമുട്ടാകും. അതിനെക്കുറിച്ചും ചിന്തിക്കണം. പാവം കുട്ടി. ആ താഴിൽ എന്തായാലും വിരലടയാളങ്ങളുണ്ടാകും. പൊലീസ് അതൊക്കെ ചിന്തിച്ചിട്ടുണ്ടാകും. കണക്കിലെടുത്തിട്ടുണ്ടാകും. അതല്ലെങ്കിൽ അയാൾ ഗ്ലൗസൊക്കെ ധരിച്ചിട്ടുണ്ടാകണം. ഇക്കാലത്തെ ഗ്ലൗസുകളെക്കുറിച്ച് എല്ലാവർക്കും അറിയാവുന്നതാണല്ലോ. ആ ജാലകത്തിലൂടെ എത്ര പേർ അകത്ത് കയറിയിട്ടുണ്ടാകും? അതൊക്കെ ഞാൻ ആലോചിക്കേണ്ടതായിരുന്നു. പക്ഷേ ഞാനെങ്ങനെ ഇത്രയൊക്കെ ചിന്തിക്കും? അവൾക്കൊപ്പം കുഞ്ഞുമുണ്ടായിരുന്നല്ലോ. ഇനി ജിമ്മിയെ അവർ എന്ത് ചെയ്യും? അമ്മ കൊല്ലപ്പെട്ടു, അച്ഛനാരാണെന്ന് അവനിനി അറിയാനും പോകുന്നില്ല. അത് അവളും രഹസ്യമാക്കി സൂക്ഷിച്ചിരിക്കുകയായിരുന്നു. അത് ആരുമാകാം. ചുറ്റിലുമുള്ളവരെപ്പോലും വിശ്വസിക്കാനാകില്ലല്ലോ. ഈ ഫെലിക്സിനെക്കുറിച്ച് എനിക്കെന്തറിയാം? അവനും അപകടകാരിയാകാം. അതുപോലെ ഒരുപക്ഷേ ഈ ചീഫ് ഇൻസ്പെക്ടറും.

മാർത്ത ഉച്ചഭക്ഷണത്തിന്റെ കാര്യങ്ങളിലേക്ക് നീങ്ങാൻ സമയമായിരിക്കുന്നു. ആർക്കെങ്കിലും ഉച്ചഭക്ഷണം കഴിക്കണമെങ്കിൽ ഈ പൊലീസുകാരൊക്കെ എവിടെനിന്ന് ഭക്ഷണം കഴിക്കുമാവോ? ഒരുപക്ഷേ ഇന്ന് അവർ നമ്മുടെ മുറികൾ തന്നെ ഉപയോഗിക്കുമായിരിക്കും. പന്ത്രണ്ടിനോടടുത്ത് നഴ്സ് എത്തും. അവർ വന്നാൽ എനിക്ക് സൈമണിനരികിലേക്ക് പോകണം. ചോദിക്കുകയാണെങ്കിൽ ഇപ്പോഴും ഒരുപക്ഷേ എനിക്ക് പോകാൻ അനുമതി ലഭിക്കുമായിരിക്കും. ദേബ്റ അസ്വസ്ഥയാണ്. അവൾ മാത്രമല്ല, എല്ലാവരും. ആരും ശാന്തത കൈവിടാതിരുന്നാൽ മതിയായിരുന്നു.

അവൾ മരിച്ചതിനാൽ അവളോടുള്ള എന്റെ അനിഷ്ടത്തിൽ കുറവ് വന്നിരിക്കുന്നു എന്ന് തോന്നുന്നു. ദേബ്റ ചിന്തിച്ചു. പക്ഷേ അതങ്ങനെ കുറവ് വരുത്താനുമാകുന്നില്ല. അവൾ എന്നും കുഴപ്പക്കാരിയായിരുന്നു. ഞങ്ങളൊക്കെ ഇങ്ങനെ ഇരിക്കുന്നത് അവൾ ആസ്വദിക്കുന്നുണ്ടാകും. ഇങ്ങനെ വിയർത്ത് ഇരിക്കുന്നത്. അതിനവൾക്കാകും. എനിക്ക് ഇതൊക്കെ ആലോചിച്ച് അസുഖം വരാതിരുന്നാൽ മതി. ഞങ്ങൾക്കൊന്ന് സംസാരിക്കാനായെങ്കിൽ എത്ര നന്നായിരുന്നു. എപ്പിയും മിസ് ലിഡലും അത്താഴത്തിനില്ലായിരുന്നു എങ്കിൽ സ്റ്റീഫനേയും സാലിയേയും കുറിച്ച് ഞങ്ങൾ ഒന്നും പറയുമായിരുന്നില്ല. കാതറിനേയും അക്കൂട്ടത്തിൽ ഉൾപ്പെടുത്തേണ്ടതുണ്ട്. കാതറിൻ എപ്പോഴും ഞങ്ങളുടെ ഭാഗമായിരുന്നു. അവളും ഇതൊക്കെ

എന്തായാലും ആസ്വദിക്കും. സാലിക്ക് മയക്കുമരുന്ന് നൽകിയിരുന്നു എന്ന് ഫെലിക്സിനറിയാം. അങ്ങനെയായിരുന്നു എങ്കിൽ അത് ഞാൻ ഉപയോഗിക്കാറുള്ള കോപ്പയിലായിരുന്നു. അതിനെക്കുറിച്ച് അവരൊക്കെ എന്ത് ചിന്തിക്കണോ അതായിക്കൊള്ളട്ടെ.''

ഇനിയും വൈകില്ലെന്ന് തോന്നുന്നു. ഫെലിക്സിന്റെ മനം പറഞ്ഞു. ''ക്ഷമ നശിക്കരുത്, കോപിക്കരുത്, എന്നതിനാണ് പ്രാധാന്യം. ഇതൊക്കെ ഇംഗ്ലീഷ് പൊലീസുകാരാണ്. വിനീതമായി സംസാരിക്കുന്നവർ. ജഡ്ജിയുടെ നിയമാവലിക്കനുസൃതമായ ചോദ്യ ങ്ങൾ കൃത്യതയോടെ ചോദിക്കുന്നവർ. ഭയക്കുക എന്നാൽ ഒളിച്ചി രിക്കുക എന്നാകും. വിശദീകരിക്കാൻ ഞാൻ തീരുമാനിച്ചാൽ ഡൽഗ്ലീ ഷിന്റെ മുഖഭാവം എങ്ങനെയുണ്ടാകും എന്ന് എനിക്കറിയാം. നിങ്ങൾക്ക് മുന്നിൽ ഞാൻ ഭയന്നിരിക്കുന്നു എന്ന് നിങ്ങൾക്ക് തോന്നി യാൽ അതിനെന്നോട് ക്ഷമിക്കണേ.''

ആ പ്രതികരണം യാന്ത്രികമാണ്. നാഡീവ്യൂഹങ്ങൾ നടത്തുന്ന ഒരു കൗശലം. ഔദ്യോഗികമായുള്ള, ഔപചാരികമായുള്ള ചോദ്യം ചെയ്യലിനോട് എനിക്ക് ഒരു അനിഷ്ടമൊക്കെയുണ്ട്. പ്രത്യേകിച്ചും ശ്രദ്ധാപൂർവ്വം നടത്തുന്ന അനൗപചാരിക ചോദ്യം ചെയ്യലിൽ. ഫ്രാൻസിൽ വച്ച് അത്തരത്തിൽ ചില അനുഭവങ്ങൾ എനിക്കുണ്ട്. അതിന്റെ പ്രഭാവത്തിൽനിന്നെല്ലാം ഇപ്പോൾ ഞാൻ മുക്തനായിരിക്കുന്നു. എന്നാൽ ഇതെങ്ങനെയാകും എന്നറിയില്ല. ഒരുപക്ഷേ എനിക്ക് ക്ഷമ നശിച്ചേക്കാം. കോപിച്ചേക്കാം. അതൊരു ഉത്കണ്ഠകൊണ്ട്, സംഭ്രമം മൂലം സംഭവിക്കുന്നതാണ്. നിങ്ങൾക്കത് മനസിലാകും എന്നെനിക്ക് ഉറപ്പുണ്ട്.''

ഹേ ഇൻസ്പെക്ടർ, നിങ്ങളുടെ ചോദ്യങ്ങൾ മിതവും ഉചിത വുമാണ്. വിവേകപൂർണ്ണമാണ്. എന്നാൽ ഇത്തരം വിവേകപൂർണ്ണ ചോദ്യങ്ങളെ ഞാൻ തെറ്റിദ്ധരിക്കുന്നു എന്നത് നിർഭാഗ്യം തന്നെ. ഒരാളുടെ ജീവിതത്തിന്റെ തുലോം തുച്ഛമായ ഒരു ഭാഗം മാത്രമാണ് പൊലീസിനാൽ ചോദ്യം ചെയ്യപ്പെടുന്നതിനായി നീക്കിവയ്ക്കപ്പെടു ന്നത്. എനിക്കതിൽ നിന്നും എളുപ്പത്തിൽ, ലളിതമായി, ഒഴിവാകാ നായി. അവർ അതിനൊപ്പം എന്റെ ഏതാനും വിരൽനഖങ്ങൾ എടുത്തുകൊണ്ടുപോയി എന്ന് മാത്രം. നിങ്ങൾക്കാവശ്യമുള്ള ഉത്തര ങ്ങൾ നൽകാൻ ഒരുപക്ഷേ ഞാൻ ബുദ്ധിമുട്ടിയേക്കാം എന്ന് വിശദീ കരിക്കാൻ മാത്രമാണിപ്പോൾ ഞാൻ ശ്രമിക്കുന്നത്.''

സ്റ്റീഫൻ തിരിഞ്ഞ് നിന്നു.

''വക്കീലിനെ വിളിക്കണ്ടേ?'' അയാൾ പെട്ടെന്ന് ചോദിച്ചു. ''ജെഫ് സണെ വിളിക്കണ്ടേ?''

അയാളുടെ അമ്മ അവരുടെ ചിന്തകളിൽ നിന്നുണർന്നു. മട ക്കിയ കൈകളിന്മേലുള്ള ധ്യാനത്തിൽ നിന്നുണർന്നു. 'മാത്യു ജെഫ് സണ് എവിടേക്കോ യാത്ര പോയിരിക്കുന്നു. ലയോണൽ ലണ്ടനി ലുണ്ട്. ആവശ്യമാണെന്ന് നിനക്ക് തോന്നുന്നു എങ്കിൽ അയാളെ വിളിപ്പിക്കാം.''

അവരുടെ സ്വരത്തിൽ ചോദ്യത്തിന്റെ ധ്വനിയുണ്ടായിരുന്നു. ''ലയോണൽ ജെഫ്സണെ വേണ്ട മമ്മി. അയാളൊരു മുഷിപ്പനാണ്. നമ്മളെ അറസ്റ്റ് ചെയ്യുന്നതുവരെ കാത്തിരിക്കാം. അതിനു ശേഷം മതി അയാളെ വിളിക്കുന്നത്. മാത്രമല്ല അയാളൊരു ക്രിമിനൽ വക്കീ ലല്ല. ട്രസ്റ്റുകൾ, സത്യവാങ്മൂലങ്ങൾ, രേഖകൾ, എന്നിവയൊക്കെ യാണയാളുടെ വിഷയങ്ങൾ. ഇത് അയാളുടെ ബഹുമാന്യ ആത്മാവി നൊരു ഞെട്ടൽ നൽകും. അയാൾക്ക് സഹായിക്കാനാകുമെന്ന് തോന്നുന്നില്ല.''

''നിങ്ങളുടെ കാര്യമെങ്ങനെയാണ് ഹെർണെ?'' സ്റ്റീഫൻ ചോദിച്ചു.

''എനിക്കൊരു സഹായി വേണമെന്ന് തോന്നുന്നില്ല. ഞാൻ അല്ലാതെ തന്നെ കൈകാര്യം ചെയ്തോളാം.''

''നിങ്ങളേയും ഇതിലൊക്കെ കൂട്ടിക്കുഴയ്ക്കേണ്ടി വന്നതിനു ക്ഷമ ചോദിച്ചുന്നു.''സ്റ്റീഫൻ ഔപചാരികത കാത്തു. ''നിങ്ങൾക്കി തൊരു അസൗകര്യമായി. ഇനി നിങ്ങൾക്ക് ലണ്ടനിലേക്ക് എപ്പോൾ തിരിച്ച് പോകാനാകും എന്നെനിക്കറിയില്ല.''

ഈ ക്ഷമാപണം കാതറിൻ ബവേഴ്സിനോടാണ് വേണ്ടിയിരു ന്നതെന്ന് ഫെലിക്സ് കരുതി. എന്നാൽ സ്റ്റീഫൻ അവളെ അവഗണി ക്കാനുള്ള തീരുമാനത്തിലായിരുന്നു എന്നു തോന്നുന്നു. ധിക്കാരിയും അഹങ്കാരിയുമായ ഈ വിഡ്ഢി വിശ്വസിച്ചിരിക്കുന്നത് ഈ മരണം ഒരു അസന്തുഷ്ടിയും അസൗകര്യവും മാത്രമാണെന്നാണോ? അയാൾ ശ്രീമതി മാക്സിയെ നോക്കി. അതിനു ശേഷം മറുപടി പറഞ്ഞു.

''ഇവിടെ സ്വേച്ഛയാലോ അല്ലാതേയോ തങ്ങുന്നതിൽ എനിക്ക് സന്തോഷമേയുള്ളൂ. അതുകൊണ്ട് എന്തെങ്കിലും ഉപകാരമുണ്ടാ കുമെങ്കിൽ...''

കാതറിൻ തന്റെ ആകാംക്ഷാഭരിതമായ ആത്മവിശ്വാസത്തിൽ കൂട്ടിക്കിഴിക്കലുകൾ നടത്തിക്കൊണ്ടിരിക്കുന്നതിനിടയിലാണ് വാതി ൽക്കൽ കാവലിരുന്ന സർജന്റിനു പെട്ടെന്ന് ജീവൻ വച്ചത്. അയാൾ അരക്ഷണത്തിൽ ചാടിയെഴുന്നേറ്റ് അറ്റൻഷനിൽ നിന്നു. വാതിൽ തുറന്നു. യൂണിഫോമിലല്ലാത്ത മൂന്ന് പൊലീസുകാരെത്തി. അതി ലൊരാൾ സൂപ്രീരിയൻഡന്റ് മാനിങ്ങായിരുന്നു. അയാളെ അവർക്കൊക്കെ പരിചയമുണ്ട്. അതിഹ്രസ്വമായി അയാൾ തനിക്കൊപ്പമുള്ളവരെ

പരിചയപ്പെടുത്തി. ഡിറ്റക്ടീവ് ചീഫ് ഇൻസ്പെക്ടർ ആഡം ഡൽഗ്ലീഷും ഡിറ്റക്ടീവ് സർജന്റ് ജോർജ് മാർടിനും. ഏതാനും ജോടി കണ്ണുകൾ ഇത്തിരി ഭയത്തോടെ അതിൽ ഉയരക്കൂടുതലുള്ളവനെ നോക്കി. ആ ഭയത്തിനൊപ്പം ഒരു ആകാംക്ഷയുമുണ്ടായിരുന്നു.

'നല്ല ഉയരം. സുന്ദരൻ. ഞാൻ പ്രതീക്ഷിച്ചതുപോലെയല്ല. താത്പര്യമുണർത്തുന്ന മുഖം തന്നെ.' കാതറി ബവേഴ്സ് ചിന്തിച്ചു.

'അഹങ്കാരിയാണെന്ന് തോന്നുന്നു ഈ ചെകുത്താൻ. എല്ലാവരേയും കാത്തിരിപ്പിച്ച് തനിക്ക് തോന്നുന്ന സമയത്താണ് കയറി വന്നിരിക്കുന്നത്. ഞങ്ങളെയൊക്കെ ഒരു പരുവപ്പെടുത്തിയെടുക്കാനായിരിക്കും ഭാവം. അതല്ലെങ്കിൽ ഈ വീടു മുഴുക്കെ ഇങ്ങനെ അരിച്ചുപെറുക്കേണ്ടതില്ലല്ലോ. സ്വകാര്യതയുടെ അവസാനമായിരിക്കും ഇത്.' സ്റ്റീഫൻ മാക്സി ചിന്തിച്ചു.

''ഇതാ വന്നല്ലോ. ആഡം ഡൽഗ്ലീഷ്. ഇയാളെക്കുറിച്ച് കേട്ടിട്ടുണ്ട്. നിഷ്ഠൂരനാണ്. യാഥാസ്ഥിതിക പാതകൾ വിട്ട് സഞ്ചരിക്കുന്നവനാണ്. സമയത്തിനെതിരെ പടപൊരുതി ജയിക്കുന്നവനാണ്. ഞങ്ങൾ എതിരാളികൾക്ക് മുന്നിൽ ഏറ്റവും മികച്ചവനെതന്നെയാണവർ നിർത്തിയിരിക്കുന്നത്.' എന്നായിരുന്നു ഫെലിക്സ് ഹെർണെയുടെ ചിന്ത.

'ഇതിനു മുമ്പ് ഈ മുഖം ഞാനെവിടേയോ കണ്ടിട്ടുണ്ട്. ഡ്യൂറർ. അത് മ്യൂണിച്ചിലായിരുന്നോ? ഒരു അജ്ഞാതന്റെ ഛായാചിത്രം. എന്തുകൊണ്ടാണീ പൊലീസുകാരെല്ലാം എപ്പോഴും മഴക്കോട്ട് ധരിക്കുന്നത്. ബൗളർ ധരിക്കുന്നത്?' എന്നാണ് എലീനർ മാക്സിയുടെ മനസ്സ് പറഞ്ഞത്.

പരിചയപ്പെടുത്തലുകളുടെ ഇടയിൽ താനിയാളെ ചുവപ്പ് കലർന്ന സ്വർണ്ണമുടിയുടെ ഒരു വലയ്ക്കിടയിലൂടെയാണ് കാണുന്നതെന്ന പോലെ അയാളെ തുറിച്ച് നോക്കി നിന്നു.

അയാൾ നല്ല ആഴമുള്ള സ്വരത്തിൽ സംസാരിക്കാനാരംഭിച്ചു. എവിടേയും ഊന്നൽ കൊടുക്കാതെ, സ്വസ്ഥമായി സംസാരിക്കാൻ ആരംഭിച്ചു.

''ഇതിനടുത്തുള്ള മുറി എനിക്കായി ഒരുക്കിയിരിക്കുന്നു എന്ന് ഞാൻ സൂപ്രീരിയൻഡന്റ് മാനിങ്ങിൽനിന്നും മനസ്സിലാക്കുന്നു. അത് വളരെയധികം നേരമൊന്നും എന്റേതാക്കി വയ്ക്കേണ്ടി വരില്ല എന്ന് ഞാൻ പ്രതീക്ഷിക്കുന്നു. അതുപോലെ നിങ്ങളേയും അധിക സമയം പിടിച്ച് നിർത്തേണ്ടി വരില്ല എന്നും. എനിക്ക് നിങ്ങൾ ഓരോരുത്തരേയും പ്രത്യേകം പ്രത്യേകം കാണണം. അതിന്റെ ക്രമമെന്താകും എന്നും ഞാൻ പറയാം.''

''ഒമ്പത്... ഒമ്പത് കഴിഞ്ഞ് അഞ്ച് മിനിട്ട് അല്ലെങ്കിൽ പത്ത് മിനിട്ടുള്ളപ്പോൾ എന്റെ പഠനമുറിയിൽ വന്ന് എന്നെ കാണണം.'' ഫെലിക്സ് ദേബ്റയോട് മന്ത്രിച്ചു. അത് തനിക്കൊരു ആശ്വാസത്തിനാണോ അവൾക്ക് ആശ്വാസം ലഭിക്കാനായാണോ എന്നയാൾക്ക് അറിയില്ലായിരുന്നു. എന്നാൽ അവളിൽനിന്നും അതിനു മറുപടിയായി ഒരു പുഞ്ചിരി പോലും വന്നില്ല.

ഡൽഗ്ലീഷ് സംഘാംഗങ്ങളെയെല്ലാം വീക്ഷിച്ചു. ''സ്റ്റീഫൻ മാക്സി, മിസ് ബവേഴ്സ്, ശ്രീമതി മാക്സി, ശ്രീമതി റിസ്കൊ, ഹെർണെ, ശ്രീമതി ബൾടിടാഫ്റ്റ്. എല്ലാവരും ഇവിടെ തന്നെ കാത്തിരിക്കണം. ഈ മുറിയിൽനിന്നും ആർക്കെങ്കിലും പുറത്തിറങ്ങണമെന്നുണ്ടെങ്കിൽ അവിടെ, പുറത്ത് ഒരു വനിതാ പൊലീസ് ഓഫീസറും ഒരു കോൺസ്റ്റബിളുമുണ്ട്. അവർ ഒപ്പം വരും. എല്ലാവരുടേയും അഭിമുഖം കഴിഞ്ഞാൽ ഈ നീരിക്ഷണത്തിൽ അയവ് വരുത്തും. എനിക്കൊപ്പം വരാമോ മിസ്റ്റർ മാക്സി?''

3

സംസാരം തുടങ്ങി വച്ചത് സ്റ്റീഫൻ മാക്സി തന്നെയായിരുന്നു.

''ഞാനും മിസ് ജപ്പും തമ്മിൽ വിവാഹനിശ്ചയം നടത്തിയിരുന്നു എന്ന് നിങ്ങളെ അറിയിച്ചുകൊണ്ട് വേണം തുടങ്ങാൻ എന്ന് ഞാൻ കരുതുന്നു. ഇന്നലെ സായാഹ്നത്തിലാണ് ഞാൻ വിവാഹാഭ്യർത്ഥന നടത്തിയത്. അതിൽ രഹസ്യമായൊന്നുമില്ല. അവളുടെ മരണവുമായി എനിക്കൊരു ബന്ധവുമില്ല. ഞാനിവിടെ അത് പറയാൻ കാരണം അവൾ ഗ്രാമത്തിലെ ഏറ്റവും മികച്ച നുണപ്രചാരകയ്ക്കരികിൽ വച്ചാണീ വാർത്ത പുറത്ത് വിട്ടത് എന്നതിനാലാണ്. അല്ലെങ്കിൽ ഞാനിങ്ങനെയൊന്നും പറഞ്ഞ് തുടങ്ങില്ലായിരുന്നു. നിങ്ങളും അധികം താമസിയാതെ എല്ലാം മനസ്സിലാക്കും. കണ്ടെത്തും.''

ഈ വിവാഹാഭ്യർത്ഥനയും മരണവും തമ്മിൽ ബന്ധമില്ല എന്ന കാര്യത്തിൽ ഡൽഗ്ലീഷിനുറപ്പില്ലായിരുന്നു. വിവാഹാഭ്യർത്ഥനയുണ്ടായി എന്നത് അയാൾ നേരത്തെ മനസ്സിലാക്കിയിരുന്നു. അയാൾ കാര്യങ്ങൾ വളച്ചുകെട്ടില്ലാതെ, നേരെ ചൊവ്വേ പറഞ്ഞതിന് സ്റ്റീഫനോട് നന്ദി പറഞ്ഞു. അയാളുടെ ഭാവിവധുവിന്റെ മരണത്തിൽ ദുഃഖം രേഖപ്പെടുത്തി. അത് കേട്ടപ്പോൾ സ്റ്റീഫൻ അയാളുടെ കണ്ണിലേക്ക് നോക്കി.

''അങ്ങനെയൊരു അനുശോചനം കൈപ്പറ്റാനുള്ള അവകാശം എനിക്കുണ്ട് എന്ന് ഞാൻ വിശ്വസിക്കുന്നില്ല. എനിക്ക് വലിയ നഷ്ടം

സംഭവിച്ചു എന്ന ചിന്ത പോലും വരുന്നില്ല. ഒരുപക്ഷേ ഈ ഞെട്ട ലിൽനിന്നും കുറച്ചൊക്കെ മുക്തമായാൽ എനിക്കങ്ങനെ തോന്നി ത്തുടങ്ങുമായിരിക്കും. ഇന്നലെ മാത്രമാണ് ഞങ്ങൾ വിവാഹിതരാ കാൻ നിശ്ചയിച്ചത്. ഇപ്പോൾ അവൾ മരിച്ചുപോയിരിക്കുന്നു. അതി പ്പോഴും എനിക്ക് വിശ്വസിക്കാനാകുന്നില്ല.'''

''അമ്മയ്ക്ക് ഈ വിവാഹനിശ്ചയത്തെക്കുറിച്ച് അറിയാമായി രുന്നോ?''

''ഉവ്വ്. അച്ഛനൊഴികെ കുടുംബത്തിലെ എല്ലാവർക്കും അറിയാം.''

''ശ്രീമതി മാക്സി അതിനെ അംഗീകരിച്ചോ?''

''അതവരോട് തന്നെ ചോദിക്കുന്നതല്ലേ നല്ലത്?''

''ഒരുപക്ഷേ ഞാൻ ചോദിക്കുമായിരിക്കും. ഇന്നലെ സായാഹ്ന ത്തിനു മുമ്പ് നിങ്ങളും മിസ് ജപ്പും തമ്മിലുള്ള ബന്ധമെങ്ങനെയാ യിരുന്നു ഡോക്ടർ മാക്സി?''

''ഞങ്ങൾ പ്രണയത്തിലായിരുന്നോ എന്നാണ് ചോദിക്കുന്നതെ ങ്കിൽ അതിനുത്തരം അല്ല എന്നാണ്. എനിക്കവളോട് അനുകമ്പ തോന്നിയിരുന്നു. അവളോട് ആരാധന തോന്നിയിരുന്നു. ഒരു ആകർഷ ണവും തോന്നിയിരുന്നു. എന്നെക്കുറിച്ചവൾ എന്ത് കരുതി എന്നൊന്നും എനിക്കറിയില്ല.'

''എന്നിട്ടും അവൾ നിങ്ങളുടെ വിവാഹാഭ്യർത്ഥന സ്വീകരിച്ചു വല്ലോ?''

''അങ്ങനെ വ്യക്തമായി പറഞ്ഞില്ല. ഞാൻ അങ്ങനെ ഒരു നിർ ദ്ദേശം വച്ചു എന്ന് അമ്മയോടും അമ്മയുടെ അതിഥികളോടും അവൾ പറഞ്ഞു. അതിനാൽ അവൾ എന്നെ സ്വീകരിക്കാനൊരുങ്ങുക യാണെന്ന് ഞാൻ കരുതി. അതല്ലെങ്കിൽ ആ വാർത്ത പുറത്തു വിടേണ്ട ആവശ്യം അവൾക്കില്ലായിരുന്നുവല്ലോ.''

ആ വാർത്ത അവൾ പുറത്ത് വിട്ടതിന് അനേകം കാരണങ്ങൾ ചിന്തിച്ചുണ്ടാക്കാൻ ഡൽഗ്ലീഷിനായി. എന്നാൽ അതൊന്നും ചർച്ച ചെയ്യാൻ അയാൾ തയ്യാറല്ലായിരുന്നു. പകരം തന്റെ സാക്ഷിയോട് സംഭവങ്ങളെക്കുറിച്ച് അയാൾക്കെന്ത് പറയാനുണ്ടോ അതിനു ക്ഷണിച്ചു. ആ ഉറക്കഗുളികകൾ വീട്ടിൽ ആദ്യമായെത്തിയതിനു ശേഷമുള്ള സംഭവങ്ങൾ വിവരിക്കാൻ ആവശ്യപ്പെട്ടു.

''അവൾക്ക് മയക്കുമരുന്ന് നല്കിയിരുന്നു എന്ന് നിങ്ങൾ കരുതു ന്നുണ്ടോ ഇൻസ്പെക്ടർ? സുപിരിയൻഡന്റ് വന്നപ്പോൾ ആ ഗുളിക കളെക്കുറിച്ച് ഞാനയാളോട് പറഞ്ഞിരുന്നു. ഇന്ന് പ്രഭാതത്തിൽ

അത് അച്ഛന്റെ മരുന്നുപെട്ടിയിലുണ്ടായിരുന്നു. ആസ്പിരിൻ എടുക്കാൻ അവിടേക്ക് പോയപ്പോൾ മിസ് ബവേഴ്സ് അത് കണ്ടിട്ടുണ്ട്. എന്നാൽ ഇപ്പോൾ അത് അവിടെയില്ല. ഉള്ളത് ഇതുവരെ തുറക്കാത്ത ഒരു പൊതിയാണ്. ആ കുപ്പി കാണാനില്ല.''

''അതെന്തായാലും നമ്മൾ കണ്ടെത്തും. അക്കാര്യത്തിൽ സംശയം വേണ്ട. മിസ് ജപ്പിനു മയക്കുമരുന്ന് നൽകിയിരുന്നോ എന്നത് പോസ്റ്റുമോർട്ടത്തിനു ശേഷമേ അറിവാകൂ. അകത്ത് ചെന്നിട്ടുണ്ടെങ്കിൽ അതിന്റെ അളവും അറിയാനാകും. മെത്തയ്ക്കരികിലുള്ള ആ കോപ്പയിൽ കൊക്കൊ മാത്രമല്ല ഉണ്ടായിരുന്നതെന്ന് ഉറപ്പാണ്. ഒരുപക്ഷേ അവർ തന്നെ സ്വയം അത് ആ കോപ്പയിലിട്ടതുമാകാം.''

''അവളല്ല അത് ചെയ്തതെങ്കിൽ പിന്നെ ആരാകും ഇൻസ്പെക്ടർ? അത് സാലിക്ക് വേണ്ടി കൊണ്ടുവന്നതുപോലുമാകില്ല. അവിടെ ആ മെത്തയ്ക്കരികിലുണ്ടായിരുന്നത് എന്റെ സഹോദരിയുടെ കോപ്പയായിരുന്നു. ഞങ്ങൾ ഓരോരുത്തർക്കും സ്വന്തമായി ഇത്തരം വസ്തുക്കളുണ്ട്. എല്ലാം ഒന്നിനൊന്ന് വ്യത്യസ്തം. ആ ഉറക്ക ഗുളിക സാലിക്ക് വേണ്ടിയായിരുന്നെങ്കിൽ അവൾ മുറിയിലെത്തിയതിനു ശേഷമാകും അതിലിട്ടിരിക്കുക.''

''കോപ്പകൾ തമ്മിൽ തമ്മിൽ ഇത്രയും വ്യത്യാസമുണ്ടെങ്കിൽ മിസ് ജപ്പ് തെറ്റിയെടുത്തതെങ്ങനെ എന്ന ചോദ്യം വരുന്നു. അങ്ങനെയൊരു തെറ്റു പറ്റാൻ സാധ്യതയില്ലല്ലോ?''

''അതൊരു തെറ്റ് പറ്റിയതാകാൻ സാധ്യതയില്ല.'' സ്റ്റീഫനും സമ്മതിച്ചു.

അതൊന്ന് വിശദീകരിക്കാൻ ഡൽഗ്ലീഷ് ആവശ്യപ്പെട്ടില്ല. നിശ്ശബ്ദം അയാൾ തന്റെ സാക്ഷിയുടെ വിവരണം കേട്ടു. വ്യാഴാഴ്ച സാലി സെയ്ന്റ് ലൂക്സിലേക്ക് നടത്തിയ സന്ദർശനത്തെക്കുറിച്ച് പറയുകയായിരുന്നു അയാൾ. അതിനോടൊപ്പം പള്ളിപ്പെരുന്നാളിന്റെയന്ന് നടന്ന വിശേഷങ്ങളും പെട്ടെന്ന് ഇവളെ എനിക്ക് വിവാഹം കഴിച്ചാൽ കൊള്ളാമെന്ന് തോന്നിയതും പിന്നെ അവളുടെ ശവം കണ്ടതുമെല്ലാം അയാൾ വിവരിച്ചു. ഒരു വികാരങ്ങളും കൂട്ടിച്ചേർക്കാതെ, യാഥാർത്ഥ്യങ്ങൾ സംക്ഷിപ്തമായി അയാൾ അവതരിപ്പിച്ചു. സാലിയുടെ കിടപ്പ് മുറിയിലെ രംഗം വിവരിക്കാൻ തുടങ്ങിയപ്പോൾ ആ സ്വരം ഈ ലോകത്തിൽനിന്നു തന്നെ വിട്ടുപോയിരിക്കുന്നു എന്ന് തോന്നി. ഒന്നുകിൽ അയാൾക്ക് ഗുണം ചെയ്യാവുന്നതിലും അധികം നിയന്ത്രണം അയാൾ പാലിക്കുന്നുണ്ടായിരുന്നു അല്ലെങ്കിൽ ഇങ്ങനെയൊരു അഭിമുഖത്തിനായി അയാൾ പരിശീലിച്ചിരുന്നു. തന്നിൽ നിന്നും പശ്ചാത്താപമോ ഭയമോ വരാത്ത രീതിയിൽ പരിശീലിച്ചിരുന്നു.

''കോണിക്കരികിലേക്ക് ഞാൻ ഫെലിക്സ് ഹെർണെയ്ക്കൊപ്പമാണ് പോയത്. അയാൾ വസ്ത്രമൊക്കെ ധരിച്ചിരുന്നു. ഞാനെന്റെ നിശാവസ്ത്രത്തിൽതന്നെയായിരുന്നു. സാലിയുടെ കിടപ്പുമുറിക്കരികിലുള്ള സാധനങ്ങൾ സൂക്ഷിക്കുന്ന പുരയിലേക്കെത്തുന്നതിനു മുമ്പ് ഞാൻ ധരിച്ചിരുന്ന പാദരക്ഷകളിലൊന്ന് അഴിഞ്ഞു. കിടപ്പുമുറിയിലിടുന്ന പാദരക്ഷയായിരുന്നു അത്. അതഴിഞ്ഞ് വീണതിനാൽ ഞാൻ പുറകിലായി. അയാളാണാദ്യം കോണിയിൽ കൈ വച്ചതും. ആ കോണി അവിടെ തന്നെയാണെപ്പോഴും സൂക്ഷിക്കാറുള്ളത്. ഹെർണെ അത് വലിച്ചെടുക്കാൻ തുടങ്ങിയപ്പോഴേക്കും ഞാനെത്തി. അയാൾ ഇതേത് വഴികൊണ്ടുപോകണം എന്ന് വിളിച്ച് ചോദിക്കുന്നുണ്ടായിരുന്നു. ഞാൻ സാലിയുടെ കിടപ്പ് മുറിയുടെ ജാലകം ചൂണ്ടിക്കാണിച്ചു. ഞങ്ങൾ രണ്ട് പേരും കൂടി ആ കോണി താങ്ങിയെടുത്ത് നടന്നു. അതിനത്ര കനമൊന്നുമില്ലായിരുന്നു. ഒരാൾക്ക് ഉയർത്താനുള്ളതേ ഉണ്ടായിരുന്നുള്ളൂ. എന്നാൽ ഒരു പെണ്ണിനൊറ്റയ്ക്ക് എടുത്തുയർത്താനാകുമോ എന്നെനിക്കറിയില്ല. ഞങ്ങൾ അത് ചുമരിൽ ചാരി. ഹെർണയാണാദ്യം കയറിയത്. ഞാൻ അപ്പോൾ കോണി പിടിച്ച് നിന്നു. അയാൾ മുകളിലെത്തിയ ഉടൻ ഞാനും കയറി. ജാലകം തുറന്ന് കിടക്കുകയായിരുന്നു. പർദ്ദകൾ അടച്ചിട്ടിരുന്നു. ജാലകത്തിനു കോണായാണ് മെത്ത കിടക്കുന്നതെന്ന് നിങ്ങളും ശ്രദ്ധിച്ചിട്ടുണ്ടാകുമല്ലോ. ജാലകത്തിലേക്കാണതിന്റെ തലഭാഗം എന്നും. ജാലകപ്പടിക്ക് നല്ല വീതിയുണ്ട്. അവിടെ സാലി ചെറുമൃഗങ്ങളുടെ രൂപങ്ങൾ ശേഖരിച്ച് വച്ചിരുന്നു എന്ന് തോന്നുന്നു. ചില്ലുകൊണ്ടുണ്ടാക്കിയവ. അവയൊക്കെ അവിടെ തകർന്ന് ചിതറിക്കിടക്കുന്നത് ഞാൻ കണ്ടു. ഹെർണെയാണ് വാതിലിനരികിലെത്തി അത് തുറന്നത്. ഞാൻ സാലിയെ നോക്കി നിൽക്കുകയായിരുന്നു. മെത്തവിരിപ്പുകൾ അവളുടെ കവിൾവരെ കയറിക്കിടക്കുന്നുണ്ടായിരുന്നു. അവൾ മരിച്ചു എന്ന് എനിക്ക് അപ്പോൾ തന്നെ മനസ്സിലായി. അപ്പോഴേക്കും മറ്റ് കുടുംബാംഗങ്ങൾ മെത്തയ്ക്ക് ചുറ്റിലുമെത്തി. ഞാൻ ആ തുണിയൊന്ന് മാറ്റിയപ്പോൾ എന്താണ് സംഭവിച്ചതെന്ന് ഞങ്ങളെല്ലാം കണ്ടു. അവൾ മലർന്നാണ് കിടന്നിരുന്നത്. അത് ഞങ്ങൾ ശല്യം ചെയ്തിട്ടില്ല. ശാന്തമായിരുന്നു ആ മുഖം. എന്നാലും അതെങ്ങനെയുണ്ടായിരുന്നു എന്ന് നിങ്ങൾക്കറിയാമല്ലോ. നിങ്ങളും കണ്ടതല്ലേ.''

''ഞാൻ കണ്ടതെന്തെന്ന് എനിക്കറിയാം. നിങ്ങളെന്ത് കണ്ടു എന്നാണെന്റെ ചോദ്യം.''

അയാൾ ഡൽഗ്ലീഷിനെ നോക്കി. കണ്ണൊന്നടച്ചു. ഒരു വികാരവുമില്ലാത്ത സ്വരത്തിൽ മനപ്പാഠം പഠിച്ച ഉത്തരംപോലെ പറഞ്ഞ് തുടങ്ങി. ''അവളുടെ വായുടെ ഒരറ്റത്ത് ഒരു തുള്ളി രക്തം കട്ട

പിടിച്ച് കിടപ്പുണ്ടായിരുന്നു. കണ്ണുകൾ മിക്കവാറും അടഞ്ഞ് കിടക്കുകയായിരുന്നു. വലതു ഭാഗത്തെ താടിയെല്ലിനു തൊട്ടുകീഴെ ഒരു തള്ളവിരലിന്റെ അടയാളമുണ്ടായിരുന്നു. തൈറോയിഡ് ഗ്രന്ഥിയുടെ മുകൾഭാഗത്ത്. കഴുത്തിൽ ഇടതുഭാഗത്തും അത്ര വ്യക്തമല്ലാത്ത വിരൽപാടുകളുണ്ടായിരുന്നു. തൈറോയിഡിനു ചുറ്റിലുമുള്ള തരുണാസ്ഥികളിൽ. ആരോ ശ്വാസം മുട്ടിച്ചതാണെന്നതിന്റെ വ്യക്തമായ സൂചനകളാണതെല്ലാം. വലതുകൈകൊണ്ടാണ് കൂടുതൽ കരുത്ത് നൽകിയിരിക്കുന്നത്. നല്ല ബലം കൊടുത്തിട്ടുണ്ടാകണം. എന്നാൽ മരണം ഒരു പക്ഷേ അവിടത്തെ വാഗസ് ഞരമ്പ് മുറിഞ്ഞതിനാലാകണം എന്നെനിക്ക് തോന്നി. അതിനാൽ മരണം വളരെ പെട്ടെന്ന് സംഭവിച്ചിട്ടുണ്ടാകണം. ശ്വാസംമുട്ടി മരിക്കുന്നതിന്റെ എല്ലാ ലക്ഷണങ്ങളും കണ്ടു. എന്നാൽ അതിന്റെ സത്യങ്ങളെല്ലാം പോസ്റ്റ്മോർട്ടത്തിൽനിന്നും ലഭിക്കുമല്ലോ.'

''നിങ്ങളുടെ ചിന്താഗതികളോട് അതെല്ലാം യോജിക്കും എന്നാണ് ഞാൻ പ്രതീക്ഷിക്കുന്നത്. മരണസമയത്തെക്കുറിച്ച് എന്തെങ്കിലും അനുമാനിക്കാനായോ?''

''താടിയെല്ലിനു കീഴെയും കഴുത്തിലെ മാംസപേശികളിലും രക്തം കട്ടപിടിച്ചിരുന്നു. അതിനപ്പുറത്തേക്കത് പരന്നിട്ടുണ്ടോ എന്ന് എനിക്കറിയില്ല. എന്റെ ഉപബോധമനസ്സിൽ രേഖപ്പെടുത്തപ്പെട്ട കാര്യങ്ങളാണിപ്പോൾ ഞാൻ പറയുന്നത്. ആ സാഹചര്യങ്ങളിൽ ഒരു പൂർണ്ണ പോസ്റ്റുമോർട്ടം നടത്താനാകുമെന്ന് പ്രതീക്ഷിക്കരുത്.''

തന്റെ നോട്ടുപുസ്തകത്തിലേക്ക് വളഞ്ഞിരിക്കുകയായിരുന്നു സർജന്റ് മാർടിൻ. സ്റ്റീഫന്റെ സ്വരത്തിൽ ആദ്യമായി ഒരു ഉന്മാദമെത്തിയത് അയാൾ ശ്രദ്ധിച്ചു. ''പാവം. ഇപ്പുറത്തിരിക്കുന്ന മനുഷ്യൻ ശരിക്കും ക്രൂരനാകാനാകും എന്നയാൾക്ക് അറിയില്ലെന്ന് തോന്നുന്നു. ഇതുവരേയും അയാൾ പിടിച്ചു നിന്നിട്ടുണ്ട്. ആ പെൺകുട്ടിയുടെ ശവം കണ്ടെത്തിയ ആദ്യ വ്യക്തി എന്ന പരിഗണന നൽകിയിട്ടുണ്ട്. അയാളുടെ പെണ്ണായിരുന്നു എന്ന പരിഗണന. അതയാളുടെ പെണ്ണായിരുന്നെങ്കിൽ?

''പോസ്റ്റ്മോർട്ടം റിപ്പോർട്ടൊക്കെ അതിന്റെ സമയത്ത് ഞാൻ വാങ്ങിച്ചെടുത്തോളാം.'' ഡൽഗ്ലീഷ് സമചിത്തതയോടെ പറഞ്ഞു. ''മരണസമയത്തെക്കുറിച്ച് നിങ്ങൾക്കെന്തെങ്കിലും ധാരണയുണ്ടോ എന്നതിൽ മാത്രമായിരുന്നു എന്റെ താത്പര്യം.''

''മഴ പെയ്തെങ്കിലും രാത്രി ചൂടുണ്ടായിരുന്നു. അഞ്ചുമണിക്കൂറിനകമാകില്ല, എട്ട് മണിക്കൂർ കഴിഞ്ഞിട്ടുമുണ്ടാകില്ല എന്നാണെനിക്ക് തോന്നിയത്.''

''നിങ്ങളാണോ സാലി ജപ്പിനെ കൊന്നത് ഡോക്ടർ?''

''അല്ല.''

''ആരാണ് ചെയ്തതെന്ന് അറിയാമോ?''

''ഇല്ല.''

''ശനിയാഴ്ച അത്താഴശേഷം പ്രഭാതത്തിൽ മിസ് ബവേഴ്സ് സാലി ജപ്പിന്റെ വാതിൽ തുറക്കുന്നില്ല എന്ന് പറയാൻ വിളിച്ചതിനിടയിൽ നിങ്ങൾ എന്തൊക്കെ ചെയ്തു?''

''സ്വീകരണ മുറിയിൽ വച്ചായിരുന്നു കാപ്പി. അതിനു ശേഷം ഒമ്പതോടെ അമ്മ പണമെല്ലാം എണ്ണിത്തിട്ടപ്പെടുത്താം എന്ന് അഭിപ്രായപ്പെട്ടു. ഞങ്ങൾ വ്യാപാരാവശ്യങ്ങൾക്കായി ഉപയോഗിക്കുന്ന മുറിയിലെ സേഫിലായിരുന്നു പണം. ഞാനില്ലെങ്കിൽ അവർക്ക് കൂടുതൽ സൗകര്യപ്രദമാകും. സന്തോഷമാകും, എന്ന് ഞാൻ കരുതി. എനിക്കെന്തൊക്കെയോ അസ്വസ്ഥത തോന്നുന്നുണ്ടായിരുന്നു. അതിനാൽ നടക്കാനിറങ്ങി. അമ്മയോട് ചിലപ്പോൾ വരാൻ വൈകും എന്ന് പറഞ്ഞിരുന്നു. അതിനാൽ എനിക്കായി തെക്കുഭാഗത്തെ വാതിൽ തുറന്നിടണം എന്നാവശ്യപ്പെട്ടിരുന്നു. മനസിൽ അങ്ങനെ പ്രത്യേകിച്ച് ആശയങ്ങളൊന്നുമില്ലായിരുന്നു. എന്നാൽ വീട്ടിൽ നിന്നിറങ്ങിയപ്പോൾ സാം ബൊകോക്കിനെയൊന്ന് കാണണം എന്ന ആഗ്രഹം തോന്നി. മൈതാനത്തിന്റെ അങ്ങേയറ്റത്ത് ഒരു കോട്ടേജിൽ ഒറ്റയ്ക്കാണയാൾ താമസം. ഞാൻ ഉദ്യാനത്തിലൂടെ, മൈതാനത്തിലെത്തി. അവിടെ നിന്ന് അയാളുടെ കോട്ടേജിലും. കുറേ നേരം അയാൾക്കൊപ്പം ഞാനുണ്ടായിരുന്നു. എപ്പോഴാണവിടെ നിന്നിറങ്ങിയത് എന്ന് ഓർമ്മയില്ല. പതിനൊന്നൊക്കെ കഴിഞ്ഞിട്ടുണ്ടാകും എന്നെനിക്ക് തോന്നുന്നു. ഒറ്റയ്ക്കാണ് തിരിച്ച് നടന്നത്. തെക്കുഭാഗത്തെ വാതിലിലൂടെയാണകത്ത് കയറിയത്. അകത്ത് കയറിയ ഉടന് വാതിലടച്ച് കുറ്റിയിട്ടു. നേരെ എന്റെ മുറിയിലെത്തി കിടന്നുറങ്ങി. അത്രതന്നെ.''

''നേരെ വിട്ടിലേക്ക് തന്നെയാണോ വന്നത്?''

സ്റ്റീഫൻ ഒന്ന് ശങ്കിച്ചു. ഒരരനിമിഷത്തേക്ക് മാത്രം. പക്ഷേ അത് ഡൽഗ്ലീഷിന്റെ കണ്ണിൽ പെടാതിരുന്നില്ല.

''അതെ.''

''എന്നുവച്ചാൽ ഏകദേശം എത്ര മണിയോടെ നിങ്ങൾ വീട്ടിലേത്തിക്കാണും?''

''ബോകോക്കിന്റെ കോട്ടേജിൽ നിന്ന് ഇവിടേക്ക് അഞ്ച് നിമിഷം നടക്കാനുള്ള ദൂരമേയുള്ളൂ. പക്ഷേ ഞാൻ അത്ര തിരക്കിട്ടൊന്നുമല്ല

നടന്നത്. പതിനൊന്നരയോടെ ഞാൻ കിടന്നിട്ടുണ്ടാകും എന്ന് കരുതുന്നു.''

''സമയം കൃത്യമായി പറയാനാകുന്നില്ല എന്നത് ദയനീയമാണല്ലോ ഡോക്ടർ മാക്സി. പ്രത്യേകിച്ചും നിങ്ങളുടെ മെത്തയ്ക്കരികിൽ സൂചികൾ തിളങ്ങുന്ന ഒരു ചെറിയ ക്ലോക്കുള്ളപ്പോൾ.''

''അങ്ങനെയൊന്ന് അവിടെയുണ്ട് എന്നതിനർത്ഥം എന്നും ഉറങ്ങുന്നതിനു മുമ്പും ഉണരുമ്പോഴും ഞാനതിലേക്ക് നോക്കി, സമയം കൃത്യമായി രേഖപ്പെടുത്താറുണ്ട് എന്നല്ല.''

''ബൊകോക്കിനരികിൽ നിങ്ങൾ ഏകദേശം രണ്ട് മണിക്കൂര് ചിലവിട്ടിരുന്നു. അവിടെ എന്തിനെക്കുറിച്ചാണ് സംസാരിച്ചത്?''

''കുതിരകളെക്കുറിച്ചും സംഗീതത്തെക്കുറിച്ചുമായിരുന്നു പ്രധാനമായും. അയാളുടെ കൈവശം നല്ലൊരു റെക്കോർഡ് പ്ലെയറുണ്ട്. ഞങ്ങൾ പുതിയ പാട്ട് കേട്ടു. ക്ലെമ്പെററുടെ ഇറോയിക.''

''ഇങ്ങനെ ബൊകോക്കിനെ സായാഹ്നങ്ങളിൽ സന്ദർശിക്കുക എന്നതൊരു ശീലമാണോ?''

''ശീലമോ? ബൊകോക്ക് എന്റെ മുത്തച്ഛന്റെ കുതിരക്കാരനായിരുന്നു. എന്റെ സുഹൃത്താണയാൾ. നമുക്ക് കാണണമെന്ന് തോന്നുമ്പോഴൊക്കെ നമ്മൾ സുഹൃത്തുക്കൾക്കരികിൽ പോകാറില്ലേ ഇൻസ്പെക്ടർ? അതോ നിങ്ങൾ അങ്ങനെ ചെയ്യാറില്ല എന്നാണോ?''

കോപത്തിന്റെ ആദ്യ അലകൾ കൂടിയായിരുന്നു അത്. ഡൽഗ്ലീഷിൽ പക്ഷേ അതൊരു ഭാവ വ്യത്യാസവുമുണ്ടാക്കിയില്ല. അയാൾ ചതുരാകൃതിയിലുള്ള ഒരു തുണ്ടു കടലാസ് തള്ളി നീക്കി. അതിൽ മൂന്ന് ചെറിയ ചില്ലുതുണ്ടുകളുണ്ടായിരുന്നു.

''മിസ് ജപ്പിന്റെ മുറിക്കെതിർഭാഗത്തുള്ള ആ ചെറിയ കെട്ടിടത്തിൽനിന്ന് കിട്ടിയതാണിവ. അവിടെയാണ് നിങ്ങൾ കോണി സൂക്ഷിക്കാറുള്ളത് എന്ന് പറഞ്ഞുവല്ലോ. ഇതെന്താണെന്ന് അറിയാമോ?''

സ്റ്റീഫൻ മാക്സി അതിലേക്കൊന്ന് വളഞ്ഞ് നോക്കി. പ്രത്യേകാൽ താത്പര്യമൊന്നുമില്ലാതെ അത് നോക്കി ഇരുന്നു. ''ഇത് ചില്ലുതുണ്ടുകളാണെന്ന് മനസ്സിലാകുന്നുണ്ട്. അതിലപ്പുറം എന്തെങ്കിലും പറയാനാകും എന്നെനിക്ക് തോന്നുന്നില്ല. അതൊരുപക്ഷേ ഒരു വാച്ചിന്റെ ചില്ല് പൊട്ടിയതാകാം എന്ന് തോന്നുന്നു.''

''അല്ലെങ്കിൽ മിസ് ജപ്പിന്റെ മുറിയിലുണ്ടായിരുന്ന മൃഗങ്ങളുടെ ചെറുരൂപങ്ങളിൽ ഒന്നിന്റെ തുണ്ട്.''

''അതിനും സാധ്യതയുണ്ട്.''

‘‘നിങ്ങളുടെ വലതുകൈയിന്റെ വിരലുകളിൽ ഒരു പ്ലാസ്റ്റർ ഒട്ടിച്ചിരിക്കുന്നത് കാണുന്നു. എന്തുപറ്റിയതാണ്?’’

‘‘കഴിഞ്ഞ രാത്രി തിരികെ വരുന്നതിനിടയിൽ ഒന്ന് ഉരസി. ഒരു മരത്തിൽ ഉരസി. അതായിരിക്കണം ഇതിനേറ്റവും അനുയോജ്യമായ വിശദീകരണം. എപ്പോഴാണത് സംഭവിച്ചതെന്നൊന്നും ഓർമ്മയില്ല. മുറിയിലെത്തിയപ്പോഴാണ് രക്തം കണ്ടത്. അതിനാൽ കിടക്കുന്നതിനു മുമ്പ് ഈ പ്ലാസ്റ്ററൊട്ടിച്ചു. സാധാരണ ഗതിയിൽ പ്രഭാതത്തിൽ തന്നെ ഞാനത് എടുത്ത് കളയുമായിരുന്നു. ഒരു ഉരസൽ അങ്ങനെ വിഷമിക്കാനുള്ള സംഗതിയൊന്നുമല്ലല്ലോ. എന്നാൽ ഇപ്പോൾ എന്റെ കൈകൾ ഞാൻ സൂക്ഷിക്കേണ്ടിയിരിക്കുന്നു എന്ന് തോന്നുന്നു.’’

‘‘എനിക്കതൊന്ന് കാണാനുള്ള അനുമതിയുണ്ടോ?’’

മാക്സി മുന്നോട്ട് വന്ന് മേശപ്പുറത്ത് കൈ വച്ചു. അത് വിറയ്ക്കുന്നില്ല എന്ന് ഡൽഗ്ലീഷ് ശ്രദ്ധിച്ചു. അയാൾ ആ പ്ലാസ്റ്ററിന്റെ ഒരഗ്രം പിടിച്ച് വലിച്ചു. അത് വലിച്ച് കീറിയെടുത്തു. അവരൊന്നിച്ച് അവിടെയുള്ള ചർമ്മം പരിശോധിച്ചു. മാക്സി ആകാംക്ഷയൊന്നും പ്രകടമാക്കിയില്ല. ഒരിക്കലും ശ്രദ്ധയാകർഷിക്കേണ്ടതില്ലാത്ത ഒരു വസ്തുവിനെ പരിശോധിക്കുന്ന വിദഗ്ധനെപ്പോലെ അയാൾ അതിലേക്ക് നോക്കി. വലിച്ചൂരിയ പ്ലാസ്റ്ററെടുത്തു. അത് മടക്കി. അടുത്തുണ്ടായിരുന്ന ചവറ്റുകുട്ടയിലിട്ടു.

‘‘എനിക്ക് കണ്ടിട്ട് അതൊരു മുറിവാണെന്നാണ് തോന്നിയത്. അതല്ലെങ്കിൽ ഒരുപക്ഷേ ഒരു നഖംകൊണ്ട് കോറിയതുമാകാം.’’ ഡൽഗ്ലീഷ് പറഞ്ഞു.

‘‘ആകാം, സാധ്യതയുണ്ട്.’’ സ്റ്റീഫൻ ഒട്ടും സങ്കോചമില്ലാതെ സമ്മതിച്ചു. ‘‘പക്ഷേ അങ്ങനെയാണെങ്കിൽ ഈ പോറൽ വീഴ്ത്തിയ നഖത്തിൽ കുറച്ച് രക്തവും ചർമ്മവും രോമവുമെല്ലാമുണ്ടാകും. ഇതെങ്ങനെ സംഭവിച്ചു എന്നത് കൃത്യമായി ഓർമ്മയില്ല. അതിനെന്നോട് ക്ഷമിക്കുക.’’ അയാൾ ഒരിക്കൽകൂടി ഡൽഗ്ലീഷിനെ നോക്കി. തുടർന്നു.

‘‘പെട്ടെന്ന് കണ്ടാൽ ഒരു മുറിവുപോലെയുണ്ട്. എന്നാൽ ഒരു മുറിവെന്നൊക്കെ വിളിക്കാൻ മാത്രം വലിപ്പമൊന്നുമില്ല. രണ്ട് ദിവസം കഴിഞ്ഞാൽ പിന്നെ ഇത് കാണാൻ പോലുമാകില്ല. ഇതിന്റെ ചിത്രമെടുക്കണം എന്ന് തോന്നുണ്ടോ?’’

‘‘വേണ്ട. നന്ദി. മുകളിൽ ഇതിലും ഗൗരവമേറിയ ചിലതിന്റെയെല്ലാം ഫോട്ടോയെടുത്തുകൊണ്ടിരിക്കുകയാണ്.’’

ആ വാക്കുകളുടെ പ്രഭാവം എന്തെന്നറിയാനായപ്പോൾ അതൊരു സംതൃപ്തിയൊക്കെ നല്കി. ഈ കേസിന്റെ ചുമതല തന്നിലായിരിക്കുന്നിടത്തോളം കാലം, സംശയത്തിന്റെ നിഴലിലുള്ള ആർക്കും മുകളിൽ മെത്തയിൽ കണ്ട ആ രൂപത്തെ ഭയന്ന്, അവരുടെ സ്വകാര്യലോകത്തിലേക്കോ അല്ലെങ്കിൽ നിന്ദാശീലങ്ങളിലേക്കോ ഉൾവലിയാമെന്ന് പ്രതീക്ഷിക്കണ്ട. അയാൾ ഒരു നിമിഷം കൂടി കാത്തു. പിന്നെ പശ്ചാത്താപമൊന്നുമില്ലാതെ തുടർന്നു.

''ആ തെക്കുഭാഗത്തെ വാതിലിനെക്കുറിച്ച് എനിക്ക് ചില വ്യക്തതകൾ വേണം. അവിടെ നിന്ന് അകത്ത് കയറിയാൽ ഉടൻ കാണുന്നത് പഴയ നഴ്സറിയിലേക്കുള്ള ഗോവണിയാണ്. ആ നഴ്സറിയാണല്ലോ മിസ് ജപ്പിന്റെ മുറി. എന്നുവച്ചാൽ സ്വകാര്യമായി ഒരു പ്രവേശനമാർഗ്ഗമുള്ള വീട്ടിലെ ഒരു മുറിയിലാണവർ അന്തിയുറങ്ങിയതെന്നർത്ഥം. അങ്ങനെ നോക്കിയാൽ അത് സ്വന്തമായി അസ്തിത്വമുള്ള ഒരു ഫ്ളാറ്റ് തന്നെയായി. അടുക്കളഭാഗം രാത്രിയിൽ അടച്ച് കഴിഞ്ഞാൽ അവർക്ക് വേണമെങ്കിൽ ഒരു അതിഥിയെ ആ വാതിലിലൂടെ അകത്ത് കയറ്റാം. അത്ര പെട്ടെന്ന് ആരുടേയും ശ്രദ്ധയിൽപെടാതെ അത് ചെയ്യാം. വാതിൽ കുറ്റിയിടാതിരുന്നാൽ സന്ദർശകർക്ക് അവളുടെ മുറിയിലേക്ക് താരതമ്യേന എളുപ്പത്തിൽ കടന്നെത്താനാകും. നിങ്ങൾ നേരത്തെ പറഞ്ഞതനുസരിച്ചാണെങ്കിൽ ആ വാതിൽ ഒമ്പത് മണിക്ക് ശേഷം കുറ്റിയിട്ടിട്ടില്ല. പതിനൊന്നോടെ നിങ്ങൾ അകത്ത് കയറിയപ്പോഴാണത് അടച്ച് കുറ്റിയിട്ടത്. ആ ഇടവേളയിൽ ഈ വാതിലിലൂടെ വീടിനകത്തേക്ക് ആർക്ക് വേണമെങ്കിലും കയറി വരാമായിരുന്നു എന്ന് പറഞ്ഞാൽ അത് സത്യമല്ലേ?''

''അതെ. അങ്ങനെ ഞാനും കരുതുന്നു.''

''കരുതുന്നു എന്നല്ല മാക്സി. നിങ്ങൾക്കത് വ്യക്തമായി അറിയാമല്ലോ.''

''അതെ. ആർക്കും കടന്ന് വരാനാകും. ആ വാതിലിനു അകത്ത് നിന്ന് രണ്ട് കുറ്റികളുണ്ട്. നല്ല കനമുള്ളവ. അതൊക്കെ നിങ്ങളും കണ്ടിട്ടുണ്ടാകും. അതിന്റെ താഴ് വർഷങ്ങളായി ഞങ്ങൾ ഉപയോഗിക്കാറില്ല. ചാവി എവിടെയാണെന്നെനിക്കറിയില്ല. അമ്മയ്ക്കറിയാമായിരിക്കും. പകൽ ഞങ്ങൾ ആ വാതിൽ വെറുതെ അടച്ചിടാറുണ്ട്. രത്രിയിൽ കുറ്റിയിട്ട് വയ്ക്കും. തണുപ്പുകാലത്ത് മിക്കപ്പോഴും അതടച്ച് കുറ്റിയിട്ടിട്ടുണ്ടാകും. ആ കാലങ്ങളിൽ ആ വാതിലങ്ങനെ ഉപയോഗിക്കാറില്ല. അടുക്കളഭാഗത്തേക്ക് കയറുന്ന മറ്റൊരു വാതിൽകൂടിയുണ്ട്. വാതിലുകൾ അങ്ങനെ താഴിട്ട് പൂട്ടുന്നതിനെക്കുറിച്ചൊന്നും ഞങ്ങൾ ചിന്തിക്കാറില്ല. ഇതുവരെ പ്രശ്നങ്ങളൊന്നുമുണ്ടായിട്ടില്ല.

എല്ലാ വാതിലും താഴിട്ട് പൂട്ടിയാലും ഈ വീട്ടിൽ കള്ളന്മാർക്കു കയറി വരാൻ പറ്റില്ല എന്നൊന്നും അവകാശപ്പെടാനുമാകില്ല. സ്വീകരണ മുറിയിലെ ഫ്രഞ്ച് ജാലകങ്ങളിലൂടെ ആർക്കും കയറി വരാം. ഞങ്ങൾ അതൊക്കെ അടച്ച് കുറ്റിയിടും. പക്ഷേ അതിന്റെ ചില്ലുകൾ എളുപ്പത്തിൽ തച്ചുടയ്ക്കാനാകും. അതിനാൽ സുരക്ഷയെക്കുറിച്ച് വല്ലാതെ വേവലാതിപ്പെട്ടിട്ട് കാര്യമൊന്നുമില്ല.''

''മാത്രമല്ല, എപ്പോഴും തുറന്ന് കിടക്കുന്ന ഈ വാതിലിനെ കൂടാതെ ആ പഴയ കുതിരാലയത്തിൽ നിങ്ങൾ സൗകര്യപ്രദമായി ഒരു കോണിയും സൂക്ഷിച്ചിട്ടുണ്ട്.''

സ്റ്റീഫൻ മാക്സി തോളൊന്ന് കുലുക്കി.

''അതെവിടെയെങ്കിലും സൂക്ഷിക്കണ്ടേ. ജാലകത്തിലൂടെ കയറി വരാൻ ഉപയോഗിക്കാനാകും എന്നൊരു ആശയം ആരിലെങ്കിലും ഉദിക്കും എന്നൊന്നും ഞങ്ങൾ കരുതിയില്ല. അതിനാൽ അത്തരം സാധനങ്ങളൊന്നും അടച്ച് പൂട്ടി വയ്ക്കാറുമില്ല.''

''ആരെങ്കിലും അങ്ങനെ ചെയ്തു എന്നതിനും തെളിവുകളില്ല. എന്റെ താത്പര്യമിപ്പോഴും ആ വാതിലിലാണ്. ബോകോക്കിന്റെ കോട്ടേജിൽനിന്നും തിരിച്ചെത്തിയപ്പോൾ അത് അകത്തുനിന്ന് കുറ്റിയിട്ടിരുന്നില്ല എന്ന് ഉറപ്പാണോ?''

''തീർച്ചയായും. അല്ലെങ്കിൽ ഞാനെങ്ങനെ അകത്ത് കയറും?''

''ആ വാതിൽ നിങ്ങൾ എപ്പോഴാണടച്ച് കുറ്റിയിട്ടത് എന്നതിന്റെ പ്രാധാന്യം ഇപ്പോൾ തിരിച്ചറിയുന്നുണ്ടോ?'' ഡൽഗ്ലീഷ് ചോദിച്ചു.

''തീർച്ചയായും.''

''അതിനാൽ ഒരിക്കൽകൂടി ചോദിക്കട്ടെ. നിങ്ങൾ എപ്പോഴാണത് അടച്ച് കുറ്റിയിട്ടത്. നല്ലവണ്ണം ആലോചിച്ച് മറുപടി പറഞ്ഞാൽ മതി.''

സ്റ്റീഫൻ മാക്സി അയാളുടെ കണ്ണിലേക്ക് നോക്കി. യാദൃച്ഛികമായി, മുൻ വിചാരങ്ങളൊന്നുമില്ലാതെ സംസാരിച്ചു.

''എന്റെ വാച്ചിൽ പന്ത്രണ്ട് കഴിഞ്ഞ് മുപ്പത്തിമൂന്ന് മിനിറ്റായിട്ടുണ്ടായിരുന്നു. പന്ത്രണ്ടരയ്ക്ക് എനിക്ക് ഉറക്കം വന്നില്ല. അപ്പോഴാണ് വാതിൽ അടച്ചിട്ടില്ലല്ലോ എന്ന് ഓർമ്മ വന്നത്. അതിനാൽ ഞാൻ മെത്തയിൽ നിന്നെഴുന്നേറ്റ് അത് ചെയ്തു. ഞാനാരേയും കണ്ടില്ല. സ്വരങ്ങളൊന്നും കേട്ടില്ല. വാതിലടച്ച് നേരെ എന്റെ മുറിയിലെത്തി. എന്റെ അശ്രദ്ധയാണതൊക്കെ എന്ന കാര്യത്തിൽ സംശയമില്ല. എന്നാൽ വാതിലടച്ച് കുറ്റിയിടാത്തത് നിയമവിരുദ്ധമാണെങ്കിൽ ആ നിയമമൊന്ന് അറിഞ്ഞാൽ കൊള്ളാം.''

''എന്നുവച്ചാൽ പന്ത്രണ്ട് കഴിഞ്ഞ് മുപ്പത്തി മൂന്ന് മിനിറ്റുള്ളപ്പോഴാണ് നിങ്ങൾ തെക്കുഭാഗത്തെ വാതിൽ അടച്ച് കുറ്റിയിട്ടത് എന്ന് അല്ലേ?''

''അതെ. അർദ്ധ രാത്രി കഴിഞ്ഞ് മുപ്പത്തി മൂന്ന് മിനിറ്റുള്ളപ്പോൾ.''

4

ഏതൊരു പൊലീസുകാരന്റേയും മനം കവരുന്ന ശാന്തതയും പ്രയത്ന ശാലിയും ആത്മവിശ്വാസമുള്ളതുമായ വിസ്താരമായിരുന്നു കാതറിൻ ബവേഴ്സിന്റെ കാര്യത്തിൽ നടന്നത്. വലിയ ആത്മവിശ്വാസത്തോടെ, പിരിമുറുക്കത്തിന്റേയും ദുഃഖത്തിന്റേയോ ലാഞ്ഛനയില്ലാതെയാണവൾ കടന്ന് വന്നത്. ഡൽഗ്ലീഷിന് അവളെ ഇഷ്ടമായില്ല. തന്റെ ഈ വ്യക്തിഗത ഇഷ്ടാനിഷ്ടങ്ങൾ പലപ്പോഴും ഇത്തരത്തിലുള്ള വിസ്താരങ്ങളെ ബാധിക്കാറുണ്ട് എന്ന് ഡൽഗ്ലീഷിനറിയാം. അതിനാൽ അവയെ മറച്ച് വയ്ക്കാനും വിശകലനം ചെയ്യാനും അയാൾ പഠിച്ചിട്ടുണ്ട്. അവൾ നല്ലൊരു നിരീക്ഷികയാണെന്ന അയാളുടെ ഊഹം തെറ്റിയിട്ടില്ലായിരുന്നു. ജനങ്ങളുടെ പ്രതികരണങ്ങൾ നോക്കി മനസ്സിലാക്കുന്നതിനവൾക്ക് ഒരു പ്രത്യേക നിപുണതയുണ്ട്. കാതറിൻ ബവേഴ്സിൽ നിന്ന് സാലിയുടെ പ്രഖ്യാപനം മാക്സി കുടുംബത്തെ ഞെട്ടിച്ചു എന്ന് ഡൽഗ്ലീഷ് മനസ്സിലാക്കിയത്. എത്ര വിജയിയെപ്പോലെയാണ് അവൾ ചിരിച്ചത് എന്നും അത് മിസ് ലിഡലിലുണ്ടാക്കിയ പ്രഭാവമെന്തെന്നും മനസ്സിലാക്കിയത്. ബവേഴ്സ് തന്റെ സ്വന്തം വികാരങ്ങൾ ചർച്ച ചെയ്യാനും തയ്യാറായിരുന്നു.

''ആ വാർത്ത തന്നത് തീർച്ചയായും ഞങ്ങൾക്കെല്ലാം നല്ലൊരു ഞെട്ടലായിരുന്നു. പക്ഷേ അതെങ്ങനെ സംഭവിച്ചു എന്ന് എനിക്കിപ്പോൾ കാണാനാകുന്നുണ്ട്. ഡോക്ടർ മാക്സിയേക്കാൾ കരുണയുള്ള ഒരാളെ കണ്ടെത്തുക ബുദ്ധിമുട്ടാണ്. സാമൂഹികാവബോധം വളരെ കൂടുതലാണയാൾക്ക്. അത് ഞാൻ എപ്പോഴും അയാളോട് പറയാറുണ്ട്. ആ പെണ്ണ് അത് മുതലെടുത്തു എന്നു മാത്രം. അയാൾക്ക് അവളെ അങ്ങനെ സ്നേഹിക്കാനൊന്നുമാകില്ല എന്ന് എനിക്കറിയാം. അയാൾ അതിനെക്കുറിച്ചൊന്നും എന്നോട് സംസാരിച്ചിട്ടേയില്ല. എന്തായാലും മറ്റാരോടെങ്കിലും പറയുന്നതിനു മുമ്പ് എന്നോട് പറയുമായിരുന്നു എന്നെനിക്ക് ഉറപ്പുണ്ട്. അവർ തമ്മിൽ പ്രണയമായിരുന്നു എങ്കിൽ അദ്ദേഹം എന്നോടത് തുറന്ന് പറഞ്ഞ്, എന്നെ മനസ്സിലാക്കിച്ച്, അദ്ദേഹത്തെ സ്വതന്ത്രനാക്കണമെന്ന് ആവശ്യപ്പെടുമായിരുന്നു. അതിൽ എന്നെ വിശ്വസിക്കുമായിരുന്നു.''

''നിങ്ങൾ തമ്മിൽ ബന്ധമുണ്ടായിരുന്നു എന്നാണോ പറഞ്ഞു വരുന്നത്?''

സ്വരത്തിലെ അത്ഭുതം ഡൽഗ്ലീഷിനു തടഞ്ഞ് നിർത്താനായില്ല. ഇടയിൽ ഒരു കാമുകി. ഭാവി വധു കൂടി കയറിവന്നാൽ കാര്യങ്ങൾ അതിഗംഭീരമാകും.

''വിവാഹനിശ്ചയമൊന്നുമുണ്ടായിട്ടില്ല ഇൻസ്പെക്ടർ. മോതിരം മാറ്റമോ അങ്ങനെയൊന്നുമില്ല. എന്നാൽ ഞങ്ങൾ ദീർഘകാലമായി നല്ല സുഹൃത്തുക്കളായിരുന്നു. അതിനാൽ പലതും പലരും കരുതിയിരുന്നു ഞങ്ങൾ തമ്മിൽ ഒരു മനപ്പൊരുത്തമുണ്ടായിരുന്നു എന്ന് പറയാം. ചില കാര്യങ്ങളിൽ പരസ്പരം പറയാതെ സമ്മതിച്ചിരുന്നു എന്ന്. എന്നാൽ കൃത്യമായ പദ്ധതികളൊന്നുമുണ്ടായിരുന്നില്ല. വിവാഹത്തെക്കുറിച്ചൊക്കെ ചിന്തിക്കാനാകുന്നതിനു മുമ്പ് ഡോക്ടർ മാക്സിക്ക് ഇനിയും വളരെ ദൂരം പോകാനുണ്ട്. അദ്ദേഹത്തിന്റെ പിതാവിന്റെ രോഗാവസ്ഥ കണക്കിലെടുക്കേണ്ടതുണ്ട്.''

''എന്നുവച്ചാൽ നിങ്ങൾ തമ്മിൽ ഒരു വിവാഹനിശ്ചയം നടന്നിട്ടില്ലായിരുന്നു എന്ന് അല്ലേ?''

ചോദ്യങ്ങളിൽ സമവായം കണ്ടെത്താൻ ഡൽഗ്ലീഷ് തയ്യാറല്ല എന്ന് മനസ്സിലാക്കിയ കാതറിൻ അത് സമ്മതിച്ചു. സംതൃപ്തമായ പുഞ്ചിരി സമ്മാനിച്ചു. ആ പുഞ്ചിരിക്ക് അവിടേക്കിനി അധിക ദൂരമില്ലായിരുന്നു എന്നർത്ഥമുണ്ടെന്ന് ആർക്കും മനസ്സിലാകുമായിരുന്നു.

''ഈ ആഴ്ചാവസാനം മാർടിൻഗേലിലെത്തിയപ്പോൾ എന്തെങ്കിലും അസാധാരണത്വം തോന്നുകയുണ്ടായോ? അങ്ങനെ എന്തെങ്കിലും കാണുകയുണ്ടായോ?''

''വെള്ളിയാഴ്ച കുറേ വൈകിയാണ് ഞാനെത്തിയത്. അത്താഴത്തിനു തൊട്ടു മുമ്പ്. ഡോക്ടർ മാക്സി എന്ന് രാത്രിയേറേ വൈകിയാണെത്തിയത്. ഹെർണെ ശനിയാഴ്ച പ്രഭാതത്തിലും. അതിനാൽ അന്നിവിടെ ശ്രീമതി മാക്സിയും ദേബ്റയും ഞാനും മാത്രമേ അത്താഴത്തിനുണ്ടായിരുന്നുള്ളൂ. അവരിൽ എന്തോ അസ്വസ്ഥതയുള്ളതുപോലെ എനിക്ക് തോന്നിയിരുന്നു. എനിക്ക് പറയാൻ ഇഷ്ടമുള്ളതുകൊണ്ട് പറയുന്നതല്ല, എങ്കിലും പറയാം. ഈ സാലി ജപ്പ് കുറച്ചൊക്കെ ഉപജാപക്കാരിയാണ്. സൂത്രക്കാരിയാണ്. അന്ന് ഭക്ഷണമേശയ്ക്കരികിൽ അവളായിരുന്നു. അവളുടെ രീതികൾ എനിക്ക് ഇഷ്ടമായില്ല.''

ആ 'രീതികൾ' എന്തായിരുന്നു എന്ന് ഡൽഗ്ലീഷ് എടുത്ത് ചോദിച്ചു. എന്നാൽ ദേബ്റ അവളോട് സംസാരിച്ചപ്പോൾ അവൾ തലയൊന്ന് വെട്ടിച്ചതും ശ്രീമതി മാക്സിയെ മാഡം എന്ന് അഭിസംബോധന ചെയ്യാൻ മടിച്ചതുമൊക്കെയാണ് ഉത്തരമായി വന്നത്.

കാതറിന്റെ ഈ തെളിവുകൾക്ക് മൂല്യമില്ല എന്നയാൾ കരുതിയില്ല. ശ്രീമതി മാക്സിയോ അവരുടെ മകളോ അവരുടെ മദ്ധ്യത്തിലുള്ള ആപത്തിനെക്കുറിച്ച് അറിവില്ലാത്തവരാണെന്ന് കരുതാനാകില്ല.

അയാൾ നയത്തിൽ ചെറിയ വ്യത്യാസം വരുത്തി. ഞായറാഴ്ച പ്രഭാതത്തിൽ എന്തൊക്കെ സംഭവിച്ചു എന്നത് അവളെക്കൊണ്ട് പറയിപ്പിച്ചു. രാത്രി ഉറങ്ങാനാകാഞ്ഞതും പ്രഭാതത്തിൽ എഴുന്നേറ്റപ്പോൾ നല്ല തലവേദനയുണ്ടായിരുന്നതും അവൾ പറഞ്ഞു. അതിനു ശേഷം ആസ്പിരിൻ അന്വേഷിച്ചു. ശ്രീമതി മാക്സി അവൾക്ക് അതിരിക്കുന്ന സ്ഥലം കാണിച്ച് കൊടുത്തു. അവിടെ നിന്ന് സ്വയം എടുത്തുകൊള്ളാൻ ആവശ്യപ്പെട്ടു. അപ്പോൾ അവിടെ ഉറക്കഗുളികയുടെ ഒരു ചെറിയ കുപ്പിയുള്ളത് കണ്ടു. ആദ്യം അതാണ് ആസ്പിരിൻ എന്നവൾ തെറ്റിദ്ധരിച്ചിരുന്നു. എന്നാൽ പെട്ടെന്ന് തന്നെ തെറ്റ് തിരിച്ചറിഞ്ഞു. ആ ഗുളികകൾ വളരെ ചെറുതായിരുന്നു. നിറവും വ്യത്യസ്തമായിരുന്നു. മാത്രമല്ല ആ കുപ്പിയിൽ പേരെഴുതി ഒട്ടിച്ചിരുന്നു. ആ കുപ്പിയിൽ എത്ര ഗുളികളുണ്ട് എന്ന് ശ്രദ്ധിച്ചില്ല. എന്നാൽ അന്ന് കാലത്ത് ഏഴുമണിക്ക് ആ അലമാരയിൽ അങ്ങനെയൊരു കുപ്പിയുണ്ടായിരുന്നു എന്നവൾക്ക് ഉറപ്പുണ്ട്. സാലി ജപ്പിനെ മരിച്ച നിലയിൽ കണ്ടെത്തിയതിനു ശേഷം താനും സ്റ്റീഫൻ മാക്സിയും ഒന്നിച്ച് തിരഞ്ഞപ്പോൾ അതവിടെയില്ലായിരുന്നു എന്ന കാര്യത്തിലും അവൾക്ക് ഉറപ്പുണ്ട്. അപ്പോൾ അലമാരയിലുണ്ടായിരുന്ന ഉറക്കഗുളികളുടെ പാക്കറ്റ് സീൽ ചെയ്തതായിരുന്നു. അതുവരെ തുറക്കാത്തതായിരുന്നു.

ഡൽഗ്ലീഷ് അവളോട് ശവം കണ്ടെത്തിയത് വിവരിക്കാനാവശ്യപ്പെട്ടു. അവളുടെ മനസ്സിൽ വ്യക്തതയോടെ പതിഞ്ഞ് കിടന്നിരുന്ന ചിത്രത്തെക്കുറിച്ചറിഞ്ഞപ്പോൾ അയാൾ അത്ഭുതപ്പെട്ടു.

"സാലി ഉണർന്നിട്ടില്ല എന്ന പരാതിയുമായി മാർത്ത ശ്രീമതി മാക്സിക്കരികിലേത്തിയപ്പോൾ ഞങ്ങളൊക്കെ കരുതിയത് അവൾ ഇതാ ഇനിയുമൊരു ദിവസം കൂടുതൽ നേരം കിടന്നുറങ്ങിയിരിക്കുന്നു എന്ന് മാത്രമാണ്. അതിനു ശേഷമാണ് എത്ര മുട്ടിവിളിച്ചിട്ടും അവൾ വാതിൽ തുറക്കുന്നില്ല എന്നും വാതിൽ അകത്തുനിന്ന് അടച്ചിരിക്കുകയാണെന്നും ജിമ്മിയുടെ കരച്ചിൽ കേൾക്കുന്നുണ്ടെന്നും വന്ന് പറഞ്ഞത്. എന്താണ് പ്രശ്നം എന്നറിയാനാണപ്പോൾ ഞങ്ങൾ അങ്ങോട്ട് പോയത്. വാതിൽ അകത്തുനിന്നടച്ച് കുറ്റിയിട്ടിരിക്കുന്നു എന്ന കാര്യത്തിൽ സംശയമില്ലായിരുന്നു. അപ്പോൾ ഡോക്ടർ മാക്സിയും ഹെർണെയും ജാലകത്തിലൂടെ അകത്ത് കടന്നു എന്നത് നിങ്ങൾക്ക് അറിയാവുന്നതാണല്ലോ. അവരിൽ ഒരാൾ വാതിലിന്റെ

കുറ്റി തുറക്കുന്നത് ഞാൻ കേട്ടു. അത് ഹെർണെയായിരുന്നു എന്നെനിക്ക് തോന്നുന്നു. കാരണം, വാതിൽ തുറന്നത് അയാളായിരുന്നു. സ്റ്റീഫൻ അപ്പോൾ മെത്തയ്ക്കരികിൽ സാലിയെ തന്നെ നോക്കി നിൽക്കുകയായിരുന്നു. 'അവൾ മരിച്ചു എന്ന് ഞാൻ ഭയപ്പെടുന്നു' എന്ന് ഹെർണെ പറഞ്ഞു. ആരോ അത് കേട്ട് ഉച്ചത്തിൽ കരഞ്ഞു. അത് മാർത്തയായിരുന്നു എന്നെനിക്ക് തോന്നുന്നു. എന്നാൽ അതാരാണെന്നറിയാൻ ഞാൻ തിരിഞ്ഞ് നോക്കിയില്ല. 'ആകില്ല. അവൾക്ക് ഇന്നലെ രാത്രി കുഴപ്പമൊന്നുമില്ലായിരുന്നല്ലോ' എന്ന് ഞാൻ പറയുകയുണ്ടായി. ഞങ്ങൾ മെത്തയ്ക്കരികിലെത്തി. സ്റ്റീഫൻ അപ്പോഴേക്കും അവളുടെ മുഖം മറച്ച് കിടന്നിരുന്ന തുണി മാറ്റിയിരുന്നു

അതിനു മുമ്പ് കവിൾവരെയുണ്ടായിരുന്നു ആ തുണി. വൃത്തിയിൽ മടക്കി വച്ചിരിക്കുകയായിരുന്നു അതവിടെ. ആരോ അവളെ അതിനകത്ത് കെട്ടിപ്പൊതിഞ്ഞതുപോലെയാണെനിക്ക് തോന്നിയത്. അവളുടെ കഴുത്തിലെ അടയാളങ്ങൾ കണ്ടപ്പോൾ എന്താണ് സംഭവിച്ചതെന്ന് ഞങ്ങൾക്ക് മനസ്സിലായി. ശ്രീമതി മാക്സി ഒരു നിമിഷം കണ്ണൊന്നടച്ചു. അവർ തലകറങ്ങി വീഴും എന്നു ഞാൻ കരുതി. അതിനാൽ ഞാൻ അവർക്കരികിൽ നിന്നു. എന്നാൽ അവർ കട്ടിലിന്റെ അരികിൽ മുറുകെ പിടിച്ച് വീഴാതെ നിന്നു. വല്ലാതെ വിറയ്ക്കുന്നുണ്ടായിരുന്നു അവർ. അവരുടെ ആ വിറ കട്ടിലിനെ മൊത്തത്തിൽ ബാധിച്ചിരുന്നു. അതൊരു ചെറിയ കനം കുറഞ്ഞ കട്ടിലാണെന്നത് നിങ്ങളും കണ്ടിരിക്കും. കട്ടിൽ വിറച്ചപ്പോൾ ആ ശരീരം അതിൽ കിടന്നിളകാൻ തുടങ്ങി. സ്റ്റീഫൻ വളരെ മൃദുസ്വരത്തിൽ 'അവളുടെ മുഖം മറയ്ക്കൂ' എന്ന് പറഞ്ഞു. അത് കേട്ട് ഹെർണെയാണ്, പൊലീസ് വരുന്നതുവരെ നമ്മൾ സ്പർശിക്കാതിരിക്കുന്നതാണ് നല്ലത് എന്ന് അഭിപ്രായപ്പെട്ടത്. ഞങ്ങളിൽ ഏറ്റവും ശാന്തതയുള്ളത് അപ്പോൾ ഹെർണെയ്ക്കായിരുന്നു. ഇത്തരം അക്രമാസക്തമായ മരണങ്ങൾ അയാൾ ഇതിനു മുമ്പും കണ്ടിട്ടുണ്ട് എന്ന് തോന്നുന്നു.

അയാളിൽ ഒരു ഞെട്ടലിനു പകരം ഇതിലൊക്കെ ഒരു താത്പര്യമുള്ളതുപോലെയാണ് കണ്ടത്. അയാൾ സാലിയുടെ ശരീരത്തിലേക്ക് വളഞ്ഞ് കൺപോളകളിലൊന്ന് തുറന്നു. 'വിഷമിക്കേണ്ടതില്ല ഹെർണെ. അവൾ മരിച്ചിരിക്കുന്നു' എന്ന് ഇത്തിരി പരുഷമായി തന്നെ സ്റ്റീഫൻ പറഞ്ഞത് കേട്ടു. 'അതല്ല. ഇവളെന്തുകൊണ്ടാണ് പിടയാതിരുന്നത് എന്നാണ് ഞാൻ നോക്കിയത്' എന്നായി ഹെർണെ. അയാൾ കൊക്കോയുടെ കപ്പിൽ വിരലിട്ടു. അത് മെത്തയ്ക്കരികിലുള്ള മേശപ്പുറത്തുണ്ടായിരുന്നു. അത് പാതിയേ ഉപയോഗിച്ചിട്ടുള്ളൂ. ബാക്കിയുള്ളതിന്റെ മുകളിൽ പാട കെട്ടിയിരുന്നു. ആ പാട അയാളുടെ വിരലിൽ ഒട്ടിപ്പിടിച്ചു. അയാൾ ആ കോപ്പയുടെ അരികിൽതന്നെ അത് തുടച്ചു. എന്നിട്ട് ആ വിരൽ വായിൽ വച്ചു.

അതിഗംഭീരമായ ഒരു കാഴ്ച അയാളിപ്പോൾ കാണിച്ചുതരും എന്ന മട്ടിൽ ഞങ്ങൾ അയാളെ തന്നെ നോക്കി നിൽക്കുകയായിരുന്നു. ശ്രീമതി മാക്സിക്കും എന്തോ പ്രതീക്ഷയപ്പോൾ വന്നു എന്നും എനിക്ക് തോന്നി. വിരുന്നിനു വന്ന കുഞ്ഞിനെ പോലെ സ്റ്റീഫൻ 'എന്താണത്' എന്ന് ചോദിച്ചു. ഹെർണെ തോളൊന്ന് കുലുക്കി. 'അത് ഇതൊക്കെ വിശകലനം ചെയ്യാനറിയുന്നവർ പറയും. എന്താ യാലും മയക്കുമരുന്ന് നല്കിയിരിക്കുന്നു എന്നാണെനിക്ക് തോന്നു ന്നത്' എന്ന് പറഞ്ഞു. അപ്പോൾ ദേബ്റ നെടുതായൊന്ന് നിശ്വസിച്ച് വാതില്ക്കലേക്ക് വേച്ച് വേച്ച് നീങ്ങി. അവളാകെ വിളറിയിരുന്നു. അവൾക്ക് സുഖമില്ലാതാകും എന്ന് ഉറപ്പായി. ഞാൻ അവൾക്കരി കിലേക്ക് നീങ്ങി. അപ്പോൾ 'സാരമില്ല, അവളെ ഞാൻ നോക്കി ക്കോളാം' എന്ന് ഹെർണെ പറഞ്ഞു.

അയാൾ അവളേയും കൊണ്ട് മുറിയിൽനിന്നും പുറത്തിറങ്ങി. അവർ പരിചാരികയുടെ ശൗചാലയത്തിലേക്കാണ് പോയതെന്ന് എനിക്ക് തോന്നുന്നു. എനിക്കതിൽ അത്ഭുതമൊന്നും തോന്നിയില്ല. ദേബ്റ അങ്ങനെ അസ്വസ്ഥയാകും തകരും, എന്ന് ഞാനും പ്രതീ ക്ഷിച്ചിരുന്നു. അപ്പോൾ മുറിയിൽ ശ്രീമതി മാക്സിയും സ്റ്റീഫനും ഞാനും മാത്രമായി. ചാവി കണ്ടെത്തി ഈ മുറി പൂട്ടിയിടണം എന്ന് ഞാൻ ശ്രീമതി മാക്സിയോട് അഭിപ്രായപ്പെട്ടു. 'തീർച്ചയായും. അതാണല്ലോ ചെയ്യേണ്ടതും. അതിനു ശേഷം പൊലീസിനു ഫോൺ ചെയ്യണം എന്നും ഞാൻ കരുതുന്നു. വസ്ത്രധാരണത്തിനുള്ള മുറി യിൽ ഒരു എക്സ്റ്റൻഷനുണ്ട്. അതുപയോഗിക്കാം.' എന്നവർ പ്രതി കരിച്ചു. അതായിരിക്കും കൂടുതൽ സ്വകാര്യത നല്കുക എന്നാണ വർ ഉദ്ദേശിച്ചതെന്ന് തോന്നുന്നു. ഞാനപ്പോൾ 'അവിടെ നിന്ന് ഫോൺ ചെയ്താൽ മറ്റ് പരിചാരികമാരൊന്നും കേൾക്കില്ല' എന്ന് ചിന്തി ക്കുകയുണ്ടായി. ഉദ്ദേശിച്ച പരിചാരിക സാലിയാണെന്ന് ഒരു നിമിഷ ത്തേക്കെങ്കിലും ഞാൻ മറന്നിരുന്നു. സാലി ഇനി ഒന്നും മറഞ്ഞി രുന്ന് കേൾക്കില്ല എന്നും മറന്നിരുന്നു.

''സാലി ജപ്പിന് അങ്ങനെയൊരു സ്വഭാവമുണ്ടായിരുന്നു എന്നാണോ പറഞ്ഞ് വരുന്നത്?'' ഇൻസ്പെക്ടർ ഇടയ്ക്ക് കയറി.

''എനിക്കെപ്പോഴും അങ്ങനെ തോന്നിയിരുന്നു ഇൻസ്പെക്ടർ. അവൾ കൗശലക്കാരിയാണെന്നൊരു ചിന്ത എനിക്കെപ്പോഴുമുണ്ടാ യിരുന്നു. അവൾക്ക് വേണ്ടി ഈ കുടുംബം ചെയ്തുകൊടുത്തതി നോടൊന്നും നന്ദി കാണിക്കാത്തവളായിരുന്നു അവൾ. അവൾക്ക് ശ്രീമതി റിസ്കോവിനോട് വെറുപ്പായിരുന്നു എന്ന കാര്യത്തിൽ സംശയമില്ല. അത് ആർക്കും പ്രകടമായി തന്നെ കാണാമായിരുന്നു.

ശ്രീമതി റിസ്കോവിന്റെ വസ്ത്രം അതുപോലെ തന്നെ അവൾ പകർത്തിയതിനെക്കുറിച്ച് നിങ്ങളറിഞ്ഞിരിക്കുമല്ലോ, അല്ലേ?''

ഈ സംഭവത്തെക്കുറിച്ചറിയാൻ തനിക്ക് താത്പര്യമുണ്ട് എന്ന് ഡൽഗ്ലീഷ് അറിയിച്ചു. അവൾ അതെല്ലാം വിശദമായി തന്നെ വിവരിച്ചു. അതുണ്ടാക്കിയ പ്രകോപനങ്ങളും വിവരിച്ചു.

''അതിനാൽ അവൾ ഏത് തരക്കാരിയായിരുന്നു എന്ന് നിങ്ങൾക്ക് മനസിലാകും. ശ്രീമതി റിസ്കോ അതൊക്കെ ശാന്തതയോടെ കൈകാര്യം ചെയ്യുന്നു എന്ന പ്രതീതി വരുത്തി. എന്നാൽ അവരുടെയുള്ളിൽ എന്തായിരുന്നു എന്ന് എനിക്ക് കാണാനുണ്ടായിരുന്നു. സൗകര്യമൊത്തു കിട്ടിയിരുന്നെങ്കിൽ അവൾക്കപ്പോൾ സാലിയെ കൊല്ലണം എന്ന് തോന്നിയിട്ടുണ്ടാകും.'' കാതറിൻ ബവേഴ്സ് തന്റെ പാവാടയൊന്ന് വലിച്ചിട്ടു. മുട്ടിനു കീഴെ അതിറങ്ങിക്കിടക്കുന്നു എന്നുറപ്പ് വരുത്തി. അവർ ഒന്നുകിൽ നല്ലൊരു അഭിനേത്രിയാണ് അല്ലെങ്കിൽ അനൗചിത്യം, ഭാഷയിലെ പിഴവ്, അവൾ ശ്രദ്ധിച്ചിട്ടില്ല. താനാദ്യം കരുതിയതിലും സങ്കീർണ്ണമായ ഒരു വ്യക്തിത്വത്തിനുടമയെയാകും ഒരുപക്ഷേ ഇപ്പോൾ നേരിടുന്നത് എന്ന ചിന്തയാൽ ഡൽഗ്ലീഷ് ചോദ്യം ചെയ്യൽ തുടർന്നു.

''താങ്കളും ശ്രീമതി മാക്സിയും അവരുടെ മകനും ഫോണിരിക്കുന്ന മുറിയിലെത്തിയപ്പോൾ എന്ത് സംഭവിച്ചു എന്നൊന്ന് പറയാമോ?''

''അതിലേക്കാണ് ഞാനും വരുന്നത് ഇൻസ്പെക്ടർ. ജിമ്മിയെ തൊട്ടിലിൽ നിന്നെടുത്തത് ഞാനാണ്. അവൻ എന്റെ കൈവശം തന്നെയുണ്ടായിരുന്നു. ആ മുറിയിൽ അവന്റെ മരിച്ച അമ്മയ്ക്കൊപ്പം അവനെ തനിച്ചിട്ടുപോരുന്നത് ശരിയല്ല എന്നെനിക്ക് തോന്നി. ഞങ്ങളെല്ലാം അകത്ത് ചെന്നപ്പോൾ അവൻ കരച്ചിൽ അവസാനിപ്പിച്ചിരുന്നു. കുറച്ച് സമയം ഞങ്ങളിൽ ആരെങ്കിലും അവനെക്കുറിച്ച് ചിന്തിച്ചിട്ടുണ്ടാകും എന്നെനിക്ക് തോന്നുന്നില്ല. പിന്നെയാണ് ഞാൻ അവനെ ശ്രദ്ധിച്ചത്. അവൻ തന്റെ തൊട്ടിലിന്റെ കൈവരികളിൽ പിടിച്ച് നില്പായിരുന്നു. അവന്റെ നാപ്കിൻസ് നനഞ്ഞിരുന്നു. അത് കാൽക്കണ്ണിവരെ ഇഴുകി ഇറങ്ങിയിട്ടുണ്ടായിരുന്നു. അവൻ കാഴ്ചകൾ കാണുകയായിരുന്നു. ആസ്വദിച്ച് കാണുകയായിരുന്നു. അവിടെ നടന്നതൊന്നും മനസ്സിലാക്കാനുള്ള പ്രായം അവനായിട്ടില്ലല്ലോ. അതിനു ദൈവത്തിനോട് നന്ദി പറയട്ടെ. ഞങ്ങളെല്ലാം അവന്റെ അമ്മയ്ക്ക് ചുറ്റിലും നിന്ന് എന്ത് ചെയ്യുകയാണ് എന്നത്ഭുതപ്പെടുകയായിരുന്നിരിക്കും അവൻ. അവൻ തീർത്തും ശാന്തനായിട്ടുണ്ടായിരുന്നു. ഞാനെടുക്കാൻ ചെന്നപ്പോൾ ഒരു മടിയുമില്ലാതെ എനിക്കരികിലേക്ക് വരികയും ചെയ്തു.

ഞാനവനെയെടുത്താണ് വസ്ത്രം ധരിക്കുന്നതിനുള്ള മുറിയിലെത്തിയത്. അവിടെയെത്തിയപ്പോൾ ഡോക്ടർ മാക്സി നേരെ പോയത് മരുന്നുകൾ സൂക്ഷിക്കുന്ന അലമാരയ്ക്കരികിലേക്കാണ്. 'അത് പോയി' എന്നുടൻ പറയുകയും ചെയ്തു. എന്ത് എന്ന് എന്റെ ചോദ്യത്തിനുത്തരമായി അദ്ദേഹം കാണാതായ ഉറക്കഗുളികകളെക്കുറിച്ച് പറഞ്ഞു. അപ്പോഴാണ് ഞാനാദ്യമായി അതിനെക്കുറിച്ച് കേൾക്കുന്നത്. അന്ന് പ്രഭാതത്തിൽ ആസ്പിരിൻ തിരയാനെത്തിയപ്പോൾ അതവിടെയുണ്ടായിരുന്നു എന്ന് ഞാൻ അയാളോട് പറഞ്ഞു. ഞങ്ങൾ സംസാരിച്ചുകൊണ്ടിരിക്കുന്നതിനിടയിൽ ശ്രീമതി മാക്സി തന്റെ ഭർത്താവിന്റെ മുറിയിലേക്ക് പോയി. അവിടെ ഒരു മിനിറ്റിൽ കൂടുതൽ അവർ ചിലവഴിച്ചിട്ടുണ്ടാകില്ല. 'അദ്ദേഹത്തിനു കുഴപ്പമൊന്നുമില്ല. ഉറങ്ങുകയാണ്. പൊലീസിനെ ഇതുവരെ വിളിച്ചില്ലേ?' അവർ വന്നപാടെ പറഞ്ഞു. സ്റ്റീഫൻ ടെലിഫോണിനരികിലേക്ക് നീങ്ങി. ഞാൻ ജിമ്മിയെ നോക്കിക്കൊള്ളാം എന്ന് പറഞ്ഞു. എനിക്കൊന്ന് വസ്ത്രം മാറണമെന്നും അതിനുശേഷം അവനുള്ള പ്രാതൽ കൊടുക്കാമെന്നും പറഞ്ഞു. ആരും അതിനോട് പ്രതികരിച്ചില്ല. ഞാൻ വാതിൽവരെയെത്തി തിരിഞ്ഞ് നോക്കിയപ്പോൾ സ്റ്റീഫൻ റിസീവർ കയ്യിലെടുത്തിരിക്കുന്നത് കണ്ടു. അതിനിടയിൽ അയാളുടെ അമ്മ അയാളുടെ കൈ പിടിച്ചു. 'ഒരു നിമിഷം. എനിക്ക് ഒരു കാര്യം അറിയണം' എന്നവർ പറഞ്ഞു. 'ചോദിക്കണമെന്നില്ല, എനിക്കതിനെക്കുറിച്ച് ഒന്നുമറിയില്ല. അത് ഞാൻ ഉറപ്പ് തരാം' എന്ന് സ്റ്റീഫൻ പ്രതികരിച്ചു. ശ്രീമതി മാക്സി ഒന്ന് നിശ്വസിച്ചു. കയ്യെടുത്ത് കണ്ണിൽ വച്ചു. സ്റ്റീഫൻ റിസീവറെടുത്തു. ഞാൻ മുറിയിൽ നിന്നും പുറത്തിറങ്ങി.''

അവൾ നിർത്തി. ഡൽഗ്ലീഷിനെ നോക്കി. അയാളിൽ നിന്ന് ഒരു പ്രതികരണം പ്രതീക്ഷിക്കുന്നതുപോലെ, അത് ക്ഷണിക്കുന്നതുപോലെ നോക്കി. 'നന്ദി' അയാൾ ഗൗരവത്തിൽതന്നെ പറഞ്ഞു. ''തുടരൂ.''

''ഇനി എനിക്ക് പറയാൻ ഒന്നുമില്ല ഇൻസ്പെക്ടർ. ഞാൻ ജിമ്മിയെ എന്റെ മുറിയിലേക്ക് കൊണ്ടുപോയി. പോകുന്നതിനിടയിൽ വൃത്തിയുള്ള ഒരു നാപ്കിൻ വഴിയിലുണ്ടായിരുന്ന ആ ചെറിയ ശൗചാലയത്തിൽ നിന്നെടുത്തു. ശ്രീമതി റിസ്കോയും ഹെർണെയും അപ്പോഴും അവിടെയുണ്ടായിരുന്നു. അവൾക്ക് സുഖമില്ലായിരുന്നു. അയാൾ അവളെ മുഖം കഴുകാൻ സഹായിക്കുന്നുണ്ടായിരുന്നു. എന്നെ അവിടെ കണ്ടത് അവർക്കിഷ്ടമായില്ല എന്ന് തോന്നി. 'സുഖം തോന്നിത്തുടങ്ങിയാൽ അമ്മയെ ഒന്ന് ശ്രദ്ധിക്കണം എന്നേ എനിക്ക് പറയാനുള്ളൂ. ഞാൻ ജിമ്മിയുടെ കാര്യങ്ങൾ നോക്കിക്കൊള്ളാം' എന്ന്

അവളോട് ഞാൻ പറഞ്ഞു. അവർ ഇരുവരും മറുപടിയൊന്നും തന്നില്ല. അവിടെ ഒരു അലമാരയിൽ നാപ്കിൻ കണ്ടു. അതെടുത്ത് എന്റെ മുറിയിൽ പോയി, ജിമ്മിയുടെ നാപ്കിൻ മാറ്റിക്കൊടുത്തു. അതിനേകദേശം പത്ത് മിനിറ്റെടുത്തിട്ടുണ്ടാകും. അതിനു ശേഷം അവനെ ഞാൻ അടുക്കളയിലേക്ക് കൊണ്ടുപോയി. പാതി വേവിച്ച മുട്ടയും റൊട്ടിയും വെണ്ണയും കൊടുത്തു. കുറച്ച് ചൂടുള്ള പാലും കൊടുത്തു. അവൻ അത്രയും സമയം ഒരു കുഴപ്പവുമുണ്ടാക്കിയില്ല.

മാർത്ത അടുക്കളയിൽ പ്രാതൽ തയ്യാറാക്കുന്നുണ്ടായിരുന്നു. ഞങ്ങൾ പരസ്പരം സംസാരിച്ചില്ല. ഹെർണെയും അവിടെയുണ്ടായിരുന്നു എന്നത് എന്നെ അത്ഭുതപ്പെടുത്തി. അയാൾ കാപ്പിയിടുകയായിരുന്നു. ശ്രീമതി റിസ്കൊ അവളുടെ അമ്മയ്ക്കൊപ്പമായിരിക്കും എന്ന് ഞാൻ ഊഹിച്ചു. ഹെർണെയും എന്നോട് സംസാരിക്കാൻ താത്പര്യമൊന്നും പ്രകടമാക്കിയില്ല. ഞാൻ ശീമതി റിസ്കൊവിനോട് പറഞ്ഞത് അയാൾക്കിഷ്ടമായിട്ടില്ല എന്ന് തോന്നി. അയാളുടെ കണ്ണുകളിൽ അവൾ തെറ്റൊന്നും ചെയ്യാൻ സാധ്യതയില്ല എന്നാണ്. അതൊരു പക്ഷേ നിങ്ങൾ ഇതിനകം ഊഹിച്ച് കാണും. അവരൊന്നും സംസാരിക്കാൻ തയ്യാറല്ലാത്തതുകൊണ്ട് എന്റെ കാര്യങ്ങൾ എന്റെ കയ്യിലെടുക്കാൻ ഞാൻ തീരുമാനിച്ചു. ജിമ്മിയെ എടുത്ത് ഹാളിലേക്ക് പോയി. അവിടെ നിന്ന് ലിഡലിനു ഫോൺ ചെയ്തു. സംഭവിച്ചതെല്ലാം വിവരിച്ചു. കാര്യങ്ങൾക്ക് ഒരു തീർപ്പാകുന്നതുവരെ ഈ കുഞ്ഞിനെ ഇവിടെ നിന്ന് കൊണ്ടുപോകണം എന്ന് അഭ്യർത്ഥിച്ചു. അവർ പതിനഞ്ച് നിമിഷത്തിനകം എത്തി. ടാക്സിയിലാണവർ വന്നത്. അപ്പോഴേക്കും ഡോക്ടർ എപ്സും പൊലീസും വന്നിരുന്നു. ബാക്കിയൊക്കെ നിങ്ങൾക്ക് അറിയാവുന്നതല്ലേ.''

''അത് വളരെ വ്യക്തത തരുന്നു. ഉപകാരപ്രദവുമാണീ പ്രസ്താവങ്ങൾ ബവേഴ്സ്. നിങ്ങൾ പരിശീലനം ലഭിച്ച ഒരു നിരീക്ഷകയാണെന്നതിന്റെ ഗുണം കാണുന്നുണ്ട്. എന്നാൽ അങ്ങനെ പരിശീലനം ലഭിച്ച എല്ലാ നിരീക്ഷകർക്കും ഇങ്ങനെ ക്രമമായും യുക്തിസഹമായും കാര്യങ്ങള് പറയാനാകില്ല. ഞാനിനിയും നിങ്ങളെ ഇവിടെ പിടിച്ച് നിർത്താൻ ആഗ്രഹിക്കുന്നില്ല. എങ്കിലും എനിക്ക് ചില കാര്യങ്ങൾകൂടി അറിയാൻ താത്പര്യമുണ്ട്. അന്നത്തെ രാത്രിയുടെ ആദ്യത്തിലേക്ക്. ഇന്നലെ രാത്രിയിലും ഇന്ന് പ്രഭാതത്തിലും നടന്നതെല്ലാം താങ്കൾ വളരെ വ്യക്തമായി വിവരിച്ചു. എന്നാൽ ഇനി എനിക്കറിയേണ്ടത് രാത്രി പത്ത് മണിക്ക് ശേഷമുള്ള കാര്യങ്ങളാണ്. അപ്പോൾ നിങ്ങളൊക്കെ ആ വ്യാപാരാവശ്യത്തിനായുള്ള മുറിയിൽ ഉണ്ടായിരുന്നു എന്ന് ഞാൻ അനുമാനിക്കുന്നു. അവിടെ ശ്രീമതി മാക്സി, ഡോക്ടർ എപ്സ് മിസ് ലിഡൽ എന്നിവരുമുണ്ടായിരുന്നു എന്നും.''

''ബാക്കി പറയാമോ?''

ചോദ്യം ചെയ്യപ്പെട്ടുകൊണ്ടിരിക്കുന്നവൾ, അപ്പോൾ ആദ്യമായി, ഒന്ന് ശങ്കിച്ചുവോ എന്ന് ഡൽഗ്ലീഷിനു സംശയമുണ്ടായി. അതുവരെ തന്റെ ചോദ്യങ്ങളോടെല്ലാം അവർ നല്ല ഒഴുക്കിൽ പാടുന്നനെ മറുപടി തന്നിരുന്നു. വ്യാജമാകാൻ സാധ്യതയില്ലാത്ത വിധത്തിൽ പെട്ടെന്നായിരുന്നു പ്രതികരണം. ഇത്രയും സമയത്തെ ചോദ്യം ചെയ്യൽ തനിക്ക് അസന്തുഷ്ടി നല്കുന്നതായി കാതറിൻ ബവേഴ്സിനും തോന്നിയിട്ടുണ്ടാകില്ല എന്ന് അയാൾ വിശ്വസിച്ചു. ഒരു കുറ്റബോധമുള്ള മനസ്സിൽനിന്നും നിർവിഘ്നം ഇത്തരം കുത്തൊഴുക്ക് വരികവിഷമമാണ്. എന്നാൽ ഇപ്പോൾ പെട്ടെന്ന് ആ ആത്മവിശ്വാസമൊന്ന് ഉൾവലിഞ്ഞിരിക്കുന്നു. ഊന്നലിൽ വന്നിരിക്കുന്ന ചെറിയ മാറ്റം അവളിൽ ഒരു പിരിമുറുക്കം വരുത്തിയിരിക്കുന്നു. മിസ് ലിഡലും ഡോക്ടർ എപ്സും അവിടെയുണ്ടായിരുന്നു എന്ന് അവൾ സമ്മതിച്ചു. പത്തരയ്ക്കാണവർ അവിടെ നിന്ന് പോയത്.

ശ്രീമതി മാക്സി അവരെ യാത്രയാക്കിയതിനു ശേഷം കാതറിനരികിലെത്തി. അവരൊന്നിച്ച് അവിടെയുണ്ടായിരുന്ന കടലാസു തുണ്ടുകളൊക്കെ തൂത്ത് വൃത്തിയാക്കി. പണം സേഫിൽ വച്ചു. സാലിയെ കണ്ടതായൊന്നും ശ്രീമതി മാക്സി പറയുകയുണ്ടായില്ല. സാലിയെക്കുറിച്ച് അവർ തമ്മിൽ ഒരു ചർച്ചയുമുണ്ടായില്ല. പണം സേഫിൽവച്ച് താഴിട്ട് പൂട്ടിയതിനു ശേഷം അവർ ഒന്നിച്ച് അടുക്കളയിലേക്ക് പോയി. മാർത്ത ജോലിയൊക്കെ അവസാനിപ്പിച്ച് ഉറങ്ങാൻ പോയിരുന്നു. എന്നാൽ സ്റ്റൗവിന്റെ മുകളിൽ ഒരു പാത്രം പാൽ വച്ചിരുന്നു. അടുക്കളയിലെ മേശപ്പുറത്ത് ഒരു തളികയിൽ ഏതാനും കോപ്പകളും വച്ചിരുന്നു. ശ്രീമതി റിസ്കൊയുടെ വെഡ്ജുവേഡ് കോപ്പ അവിടെയില്ല എന്നത് ശ്രദ്ധിച്ചതായി കാതറിൻ ഓർക്കുന്നു. ആരുമറിയാതെ ഹെർണെയും ശ്രീമതി റിസ്കൊയും ഉദ്യാനത്തിൽനിന്നും കയറി വന്നു എന്നത് വിചിത്രമായിരിക്കുന്നു എന്നൊരു ചിന്തയും അപ്പോൾ അവളിലുണ്ടായി. എന്നാൽ അത് സാലി എടുത്തുകൊണ്ടുപോയതാകും എന്നൊരു ചിന്ത വന്നില്ല. അവൾക്ക് അങ്ങനെയൊക്കെ ചെയ്യാനാകും എന്നത് സത്യമാണ്. ഡോക്ടർ മാക്സിയുടെ കോപ്പ അവിടെയുണ്ടായിരുന്നു. അതിനരികിൽ ഒരു ഗ്ലാസുമുണ്ടായിരുന്നു. ആ ഗ്ലാസും രണ്ട് വലിയ കപ്പുകളും അവയുടെ സോസറും ശ്രീമതി മാക്സിയുടേതാണ്. അതിൽ കപ്പും സോസറും അതിഥികൾക്കുള്ളതാണ്. ഒരു പാത്രത്തിൽ പഞ്ചസാര വച്ചിരുന്നു. പിന്നെ രണ്ട് ടിൻ പാലും. കൊക്കൊയൊന്നും അവിടെ കണ്ടില്ല.

ശ്രീമതി മാക്സിയും കാതറിനും അവർക്ക് കുടിക്കാനുള്ളതെടുത്തു. അതുമായി മിസ്റ്റർ മാക്സിയുടെ മുറിയിലെത്തി. അന്ന് രാത്രി അദ്ദേഹത്തിന്റെ ഭാര്യ അവിടെ കിടക്കും എന്നാണ് തീരുമാനിച്ചിരുന്നത്.

കാതറിൻ രോഗിയുടെ മെത്തയൊക്കെ ഒന്ന് വൃത്തിയാക്കാൻ സഹായിച്ചു. വസ്ത്രം മാറാൻ ഉപയോഗിക്കുന്ന മുറിയിൽ നെരിപ്പോടിനരികിലിരുന്ന്, തന്റെ ഓവൽടിൻ കുടിച്ചു. ശ്രീമതി മാക്സിക്ക് കൂട്ടിരിക്കാം എന്നവൾ ഒരു നിർദ്ദേശം വച്ചു. പക്ഷേ അത് സ്വീകരിക്കപ്പെട്ടില്ല. അര മണിക്കൂറിനു ശേഷം അവൾ തന്റെ മുറിയിലേക്ക് പോയി. കെട്ടിടത്തിൽ സാലിയുടെ മുറിയുള്ളതിനു എതിർഭാഗത്തായിരുന്നു അവരുടെ മുറി. തന്റെ മുറിയിലേക്ക് പോകുന്നതിനിടയിൽ ആരേയും കണ്ടില്ല. വസ്ത്രമൊക്കെ മാറ്റിയതിനു ശേഷം ശൗചാലയത്തിൽ പോയി. നിശാവസ്ത്രത്തിലാണ് പോയത്. പതിനൊന്നേകാലോടെ തിരികെ തന്റെ മെത്തയിലെത്തി. വാതിലടച്ചുകൊണ്ടിരിക്കുമ്പോൾ ശ്രീമതി റിസ്കൊയും ഹെർണേയും ഗോവണി കയറുന്ന സ്വരം കേട്ടുവോ എന്ന് സംശയമുണ്ട്. അതിൽപക്ഷേ ഉറപ്പില്ല. അതുവരെ അവൾ സാലിയെ കണ്ടിട്ടില്ല. സാലിയുടെ സ്വരം കേട്ടിട്ടില്ല. ഇവിടെയെത്തിയപ്പോൾ കാതറിൻ ഒരു ഇടവേളയെടുത്തു. ഡൽഗ്ലീഷ് ക്ഷമയോടെ കാത്തിരുന്നു. എന്നാൽ അയാൾക്ക് കഥയിൽ കൂടുതൽ താത്പര്യം ജനിച്ചു തുടങ്ങിയിരുന്നു. മുറിയുടെ മൂലയിലിരുന്ന സർജന്റ് മാർടിൻ തന്റെ പരിശീലനമനുസരിച്ച് നോട്ടുപുസ്തകത്തിന്റെ താളുകൾ മറിച്ചു. നിശ്ശബ്ദത പാലിച്ചു. ഇടയ്ക്ക് തന്റെ മുഖ്യനിലേക്ക് ഒളികണ്ണിട്ട് നോക്കി. അയാൾക്ക് തെറ്റുപറ്റിയിട്ടില്ലെങ്കിൽ മുഖന്റെ വിരലുകൾ ചൊറിഞ്ഞ് തുടങ്ങിയിരിക്കുന്നു.

''പറയൂ മിസ് ബവേഴ്സ്.''

കുറച്ച് കഴിഞ്ഞപ്പോൾ ഡൽഗ്ലീഷ് ആവശ്യപ്പെട്ടു. അയാളുടെ സാക്ഷി ധീരതയോടെ തുടർന്നു.

''ഈ ഭാഗം ഒരുപക്ഷേ വിചിത്രമാണെന്ന് നിങ്ങൾക്ക് തോന്നിയേക്കാം എന്ന് ഞാൻ ഭയക്കുന്നു. എന്നാൽ അപ്പോൾ അത് തീർത്തും സ്വാഭാവികമായിരുന്നു. അത്താഴത്തിനു മുമ്പുണ്ടായ ആ രംഗം എനിക്കൊരു ഞെട്ടലായി എന്ന് നിങ്ങൾക്ക് മനസിലാകുമല്ലോ. സ്റ്റീഫനും ആ പെണ്ണും തമ്മിൽ വിവാഹനിശ്ചയത്തിലായി എന്ന് എനിക്ക് വിശ്വസിക്കാനായില്ല. മാത്രമല്ല സ്റ്റീഫനല്ല ആ വാർത്ത പുറത്ത് വിട്ടത്. സ്റ്റീഫൻ അങ്ങനെ ഒരു വിവാഹാഭ്യർത്ഥനയുമായി അവളെ സമീപിച്ചിട്ടുണ്ടാകും എന്ന് എനിക്ക് വിശ്വസിക്കാനാകുന്നില്ല. അതിനു ശേഷം അത്താഴമൊക്കെ അതി ഭീകരമായി. അതും നിങ്ങൾക്ക് ഊഹിക്കാവുന്നതാണ്. എല്ലാവരും ഒന്നും സംഭവിച്ചിട്ടില്ലാത്തതുപോലെ പെരുമാറാൻ ശ്രമിക്കുന്നുണ്ടായിരുന്നു. മാക്സി കുടുംബാംഗങ്ങൾ അവരുടെ വികാരങ്ങൾ പ്രകടിപ്പിക്കാറില്ല. ശ്രീമതി റിസ്കൊ ഹെർണേയ്ക്കൊപ്പമിരുന്ന് സംസാരിക്കുന്നുണ്ടായിരുന്നു. അവരൊന്നിച്ച് പുറത്തിറങ്ങി. ഇതേ സംഭവമാകും അവർ സംസാരിച്ചത് എന്ന

കാര്യത്തിൽ എനിക്ക് സംശയമില്ല. എന്ത് ചെയ്യാനാകും എന്നായിരിക്കും സംസാരിച്ചത് എന്ന്. പക്ഷേ ആരും ഞാനുമായി സംസാരിച്ചില്ല. ഒരർത്ഥത്തിൽ ഞാനാണേറ്റവും ആശങ്കാകുലയായത്. ഞാനുമായാണതിനേറ്റവും ബന്ധമുള്ളത്. രണ്ട് അതിഥികളും പോയതിനു ശേഷം ശ്രീമതി മാക്സി എന്നോട് അതിനെക്കുറിച്ച് സംസാരിക്കും എന്ന് ഞാൻ പ്രതീക്ഷിച്ചിരുന്നു. എന്നാൽ അതിനവർ ഉദ്ദേശിക്കുന്നില്ല എന്ന് എനിക്ക് മനസ്സിലായി.

മുറിയിലെത്തിയപ്പോൾ ഞാൻ എന്തെങ്കിലും സ്വയം ചെയ്തില്ലെങ്കിൽ പിന്നെ ആരും ഒന്നും ചെയ്യില്ല എന്നെന്റെ മനസ്സ് പറഞ്ഞു. രാത്രി മുഴുക്കെ അവിടെയങ്ങനെ കിടക്കാൻ എനിക്കാകില്ലായിരുന്നു. എന്താണ് നടക്കുന്നതെന്നറിയണമായിരുന്നു. സത്യമറിയണമായിരുന്നു. സ്വാഭാവികമായും അതിനുതകുന്ന മാർഗ്ഗം സാലിയോട് ചോദിക്കുക എന്നതാണെന്ന് എനിക്ക് തോന്നി. അവളും ഞാനുമൊത്ത് മറ്റാരുടേയും സാന്നിദ്ധ്യമില്ലാതെ, സ്വകാര്യമായി സംസാരിക്കാനായാൽ, കാര്യങ്ങൾക്ക് ഒരു തീർപ്പാക്കാനാകും എന്ന് ഞാൻ കരുതി. രാത്രി വല്ലാതെ വൈകി എന്ന് എനിക്കറിയാമായിരുന്നു. എങ്കിലും അപ്പോൾ അതല്ലാതെ എനിക്ക് മറ്റ് മാർഗ്ഗമില്ല എന്ന് വന്നു. കുറച്ച് നേരം ഞാനങ്ങനെ ആ ഇരുട്ടിൽ കിടന്നു. അവസാനം ആ തീരുമാനത്തിലെത്തി. മെത്തയ്ക്കരികിലെ വിളക്ക് തെളിയിച്ചു. വാച്ചിൽ നോക്കി. അർദ്ധരാത്രി കഴിഞ്ഞ് മൂന്ന് നിമിഷം. എന്റെ അപ്പോഴത്തെ മാനസികാവസ്ഥയിൽ അതത്ര വൈകിയ ഒരു സമയമായി തോന്നിയില്ല.

ഞാൻ ഗൗൺ ധരിച്ചു. ഒരു ചെറിയ ടോർച്ചെടുത്തു. സാലിയുടെ മുറിയിലേക്ക് പോയി. അവൾ മുറി അടച്ച് കുറ്റിയിട്ടിരുന്നു. പക്ഷേ അകത്തുനിന്ന് വെളിച്ചം വരുന്നത് ഞാൻ താക്കോൽദ്വാരത്തിലൂടെ കണ്ടു. ഞാൻ മൃദുവായി മുട്ടി. അവളെ വിളിച്ചു. അവൾ എന്നെ കേട്ടിട്ടുണ്ടാകും. കുറ്റിയൊന്ന് ഇളകിയ സ്വരം വന്നു. താക്കോൽദ്വാരത്തിൽനിന്നും വന്നിരുന്ന വെളിച്ചം ഇല്ലാതായി. അവൾ അവിടെ വന്ന് നിന്നിട്ടുണ്ടാകണം. ഞാൻ വീണ്ടും മുട്ടിവിളിച്ചു. അവൾ എനിക്ക് പ്രവേശനം നിഷേധിക്കുന്നു എന്ന് മനസ്സിലായി. അതിനാൽ തിരിച്ച് നടന്നു. എന്റെ മുറിയിലെത്തി. പോകുന്ന വഴിയിൽ എനിക്ക് സ്റ്റീഫനെ ഒന്ന് കാണണം എന്ന് തോന്നി. ഈ അനിശ്ചിതാവസ്ഥയിൽ എനിക്ക് ഉറങ്ങാനാകില്ല എന്ന്. ഒരുപക്ഷേ അയാളും എന്നോട് സംസാരിക്കാനാഗ്രഹിക്കുന്നുണ്ടാകും എന്നും ഞാൻ കരുതി. അതിനാൽ എന്റെ മുറിയുടെ വാതിൽവരെയെത്തിയ ഞാൻ തിരിച്ച് നടന്നു. അയാളുടെ മുറിയിലേക്ക് നടന്നു. അകത്ത് വെളിച്ചമുണ്ടായിരുന്നില്ല.

ഞാൻ വാതിലിൽ മുട്ടി. നേരെ അകത്ത് കയറി. അയാളെയൊന്ന് കാണാനായാൽ മനസ്സിനൊരു സൗഖ്യം ലഭിക്കും എന്ന് കരുതി.

''അത് സംഭവിച്ചോ?'' ഡൽഗ്ലീഷ് ചോദിച്ചു.

അവരുടെ മുഖഭാവം മാറി. പ്രസന്നത ഇല്ലാതായി. ആകർഷക മല്ലാത്ത ആ കണ്ണുകളിൽ വേദന ഇരച്ചെത്തിയത് പ്രകടമായിരുന്നു.

''അയാൾ അവിടെയില്ലായിരുന്നു ഇൻസ്പെക്ടർ. മെത്ത തയ്യാ റാക്കിയിരുന്നു. പക്ഷേ അയാൾ അവിടെയില്ലായിരുന്നു.''

അവൾ തന്റെ പൂർവ്വസ്ഥിതിയിലേക്ക് മടങ്ങിവരാൻ ഒരു ശ്രമം നടത്തി. ഒരു പുഞ്ചിരി മുഖത്ത് വരുത്തി. അത് ദയനീയമായിരുന്നു. കൃത്രിമമായിരുന്നു. ''സ്റ്റീഫൻ, ബൊകോക്കിനെ സന്ദർശിക്കാൻ പോയിരിക്കുകയാണെന്ന് എനിക്കറിയാമായിരുന്നു. എങ്കിലും അപ്പോൾ എനിക്കത് വലിയ നിരാശയ്ക്ക് കാരണമായി.''

''ആയിരിക്കണം.'' ഡൽഗ്ലീഷ് സമ്മതിച്ചു. ഗൗരവത്തിൽ തന്നെ.

5

ശ്രീമതി മാക്സി സംയമനം പാലിച്ച്, ശാന്തനായി ഇരുന്നു. അയാൾക്ക് ആവശ്യമുള്ള സൗകര്യങ്ങളെല്ലാം ചെയ്തുകൊടുക്കാം പക്ഷേ ഈ അന്വേഷണം തന്റെ ഭർത്താവിനെ യാതൊരു വിധത്തിലും ശല്യ പ്പെടുത്തരുത്, അദ്ദേഹം ഗുരുതരാവസ്ഥയിലാണ്, എന്ന് പറഞ്ഞു. ഇവിടെ നടന്നതൊന്നും അദ്ദേഹം അറിഞ്ഞിട്ടില്ല എന്നും അറിയിച്ചു. മേശയുടെ മറുപുറത്തിരുന്ന അവരെ കണ്ടപ്പോൾ മുപ്പത് വർഷങ്ങൾ കഴിഞ്ഞാൽ അവരുടെ മകളുടെ രൂപമെങ്ങനെയുണ്ടാകും എന്ന് ഊഹിക്കാനാകുന്നു എന്നൊരു ചിന്ത ഡൽഗ്ലീഷിലുണ്ടായി. കരു ത്തുള്ള, നിപുണതയുള്ള, ആഭരണങ്ങളണിഞ്ഞ അവരുടെ കൈകൾ മടിയിൽ നിശ്ചലം കിടന്നു. ആ ദൂരത്തു നിന്നുപോലും ആ കൈ കൾക്ക് അവരുടെ മകന്റെ കൈകളുമായി സാമ്യമുണ്ടെന്ന് മനസി ലാക്കാൻ അയാൾക്കായി. സർജന്റെ വിരൽനഖങ്ങളെപ്പോലെ ഇവരും നഖം കുറുതാക്കി ചേർത്ത് വെട്ടി നിർത്തിയിരിക്കുന്നു. അവരിൽ പിരിമുറുക്കമുള്ളതായി തോന്നിയില്ല. ഒഴിച്ചുകൂടാനാകാത്ത ഒരു വിചാരണ അവർ സ്വീകരിക്കുന്നതുപോലെ. ഇതൊക്കെ സഹിക്കാ നായി അവർ പരിശീലിച്ചതൊന്നുമല്ല. ഇത് സത്യസന്ധമായ ശാന്ത തയാണ്. അതിനു കാരണം ഉള്ളിന്റെയുള്ളിലെ സ്ഥിരതയാണ്. ഒരു കൊലപാതക അന്വേഷണത്തിനൊന്നും അതിനെ ഇളക്കാനാകില്ല. ബോധപൂർവ്വം ചിന്തിച്ച് തന്നെയാണവർ ചോദ്യങ്ങളോട് പ്രതികരി ച്ചത്. ഓരോ വാക്കിനും സ്വന്തമായി മൂല്യം കല്പിക്കുന്നതുപോലെ.

എന്നാൽ അവർക്ക് പുതുതായി പറയാൻ ഒന്നുമില്ലായിരുന്നു. കാതറിൻ ബവേഴ്സ്നിന്റെ വാക്കുകളെ അവർ സ്ഥിരീകരിച്ചു. ശവം കണ്ടെത്തിയത്, തലേന്ന് രാത്രിയിൽ നടന്നത്, അങ്ങനെയെല്ലാം. അവർ പറഞ്ഞതെല്ലാം നേരത്തെ വന്ന പ്രസ്താവങ്ങളിലുള്ളത് തന്നെയായിരുന്നു. പത്തരയോടെ മിസ് ലിഡലും ഡോക്ടർ എപ്സും പോയതിനു ശേഷം അവർ വീട് പൂട്ടി. സ്വീകരണ മുറിയിലെ ജാലകങ്ങളും പുറകിലെ വാതിലും ഒഴികെ എല്ലാം പൂട്ടി. മിസ് ബവേഴ്സ് അവർക്കൊപ്പമുണ്ടായിരുന്നു. അവരൊന്നിച്ചാണ് പാലിന്റെ കോപ്പകളൊക്കെ അടുക്കളയിൽ നിന്നെടുത്തത്. അപ്പോൾ ആ തളികയിൽ മകനുള്ള പാൽക്കോപ്പ മാത്രമേ ബാക്കിയുണ്ടായിരുന്നുള്ളൂ.

അവരൊന്നിച്ചാണ് ഉറങ്ങാനായി നീങ്ങിയതും. രാത്രി മുഴുക്കെ പാതിയുറങ്ങിയും പാതി തന്റെ ഭർത്താവിനെ ശ്രദ്ധിച്ചും കഴിച്ചുകൂട്ടി. അതിനിടയിൽ അസാധാരണമായി എന്തെങ്കിലും കേൾക്കുകയോ കാണുകയോ ചെയ്തിട്ടില്ല. അവർക്കരികിലേക്ക് ആരും വന്നിട്ടില്ല. പ്രഭാതത്തിൽ കാതറിൻ ബവേഴ്സെത്തി ആസ്പിരിൻ ചോദിച്ചു. ഭർത്താവിന്റെ മെത്തയിൽ നിന്നും കണ്ടെടുത്തു എന്ന് പറയപ്പെടുന്ന ഗുളികകളെക്കുറിച്ചൊന്നും അവർക്കറിയില്ല. ആ കഥയൊക്കെ വിശ്വസിക്കാനാകുന്നില്ല എന്ന് അവർ പറഞ്ഞു. ശ്രീമതി ബൾടിടാഫ്റ്റ് അറിയാതെ, അവർ കണ്ടെത്താതെ, തന്റെ ഭർത്താവ് മെത്തയിൽ എന്തെങ്കിലും ഒളിപ്പിക്കാൻ യാതൊരു സാധ്യതയുമില്ല എന്നാണവരുടെ അഭിപ്രായം. മകൻ അവരോട് അതിനെക്കുറിച്ച് സംസാരിച്ചിട്ടില്ല. എന്നാൽ ആ ഗുളികകൾക്ക് പകരം ടോണിക്ക് മതി എന്നയാൾ തീരുമാനിച്ചു എന്ന് പറഞ്ഞിരുന്നു. അതിൽ അവർക്ക് അത്ഭുതമൊന്നും തോന്നിയില്ല. ആശുപത്രിയിൽനിന്നും പുതിയ മിശ്രിതം എന്തെങ്കിലും പരീക്ഷിക്കുകയാകും എന്നു കരുതി. ഡോക്ടർ എപ്സിന്റെ അനുമതിയില്ലാതെ അയാൾ ഒറ്റയ്ക്ക് ഒന്നും ചെയ്യില്ല എന്ന വിശ്വാസവുമുണ്ടായിരുന്നു.

മകന്റെ വിവാഹനിശ്ചയത്തെക്കുറിച്ചുള്ള ചോദ്യങ്ങളിലെത്തിയപ്പോൾ മാത്രമാണവരുടെ സംയമനം ഉലഞ്ഞത്. അപ്പോഴും ഭയത്തേക്കാളേറെ അതൊരു പ്രകോപനം, അലോസരം മാത്രമായിരുന്നു. സാധാരണ ഇത്തരത്തിലുള്ള ചോദ്യങ്ങൾ ഉന്നയിക്കുന്നതിനു മുമ്പ് അയാൾ അതിനൊന്ന് മൃദുത്വം നൽകുന്നതിനായി ചില ക്ഷമാപണങ്ങളോടെ തുടങ്ങാറുണ്ട്. എന്നാൽ ഇവിടെ അതിന്റെ ആവശ്യമില്ല എന്ന നിർണ്ണയത്തിൽ അയാൾ എത്തി. ഇവിടെ അതുണ്ടായാൽ ചോദ്യങ്ങളോടുള്ളതിനേക്കാൾ വെറുപ്പ്, വിദ്വേഷം, അമർഷം, അതിനോടുണ്ടാകും. അതിനാൽ വളച്ചുകെട്ടില്ലാതെ അയാൾ ചോദിച്ചു.

‘‘മിസ് ജപ്പും നിങ്ങളുടെ മകനും തമ്മിലുള്ള വിവാഹനിശ്ചയത്തെക്കുറിച്ച് നിങ്ങളുടെ അഭിപ്രായം എന്തായിരുന്നു മാഡം?’’

‘‘അങ്ങനെയൊരു പേരിട്ടുവിളിക്കാവുന്നയത്ര ദൈർഘ്യമൊന്നും അതിനുണ്ടായിട്ടില്ല. നിങ്ങളതിനെക്കുറിച്ച് ചോദിക്കാൻ മിനക്കെട്ടു എന്നതെന്നെ അത്ഭുതപ്പെടുത്തുന്നു ഇൻസ്പെക്ടർ. ഞാനതിനെ ശക്തമായി തന്നെ എതിർക്കുന്നു എന്ന്, എതിർക്കുമെന്ന്, നിങ്ങൾക്കറിയാമല്ലോ.’’

‘‘അത് വളച്ചുകെട്ടില്ലാത്തതായി.’’ ഡൽഗ്ലീഷ് ചിന്തിച്ചു. ‘‘അല്ലെങ്കിൽ ഇതല്ലാതെ എന്ത് പറയാനാണ്? ഇവർക്കങ്ങനെയൊരു ബന്ധം ഇഷ്ടമായി എന്ന് പറഞ്ഞാൽ ആരെങ്കിലും വിശ്വസിക്കുമോ?’’

‘‘അവർക്ക് നിങ്ങളുടെ മകനോടുള്ള പ്രണയവും സ്നേഹവും സത്യസന്ധമായിരുന്നെങ്കിൽ കൂടി?’’

‘‘അങ്ങനെയാണെന്ന് ഊഹിപ്പിച്ചതിനവളെ ഞാൻ അഭിനന്ദിക്കുന്നു. അതൊക്കെ എന്ത് വ്യത്യാസമുണ്ടാക്കാനാ? അങ്ങനെയാണെങ്കിലും ഞാനതിനെ അംഗീകരിക്കില്ല. അവർ തമ്മിൽ പൊരുത്തമുള്ളതായി ഒന്നുമില്ല. അവന് മറ്റൊരുവന്റെ കുഞ്ഞിനെ വളർത്തേണ്ടിവരും. അതവന്റെ ജോലിയെ ശല്യം ചെയ്യും. തടസ്സപ്പെടുത്തും. ഒരു വർഷത്തിനുള്ളിൽ അവർ തമ്മിൽ അഭിപ്രായ വ്യത്യാസം ഉടലെടുക്കും. ഇത്തരത്തിലുള്ള ഈ കിങ്ങ് കപീചുവ വിവാഹങ്ങൾ രാജാവും പരിചാരികയുമൊത്തുള്ള വിവാഹങ്ങൾ പ്രാവർത്തികമാകാറില്ല. അവയ്ക്കെങ്ങനെ നിലനിൽക്കാനാകും? തന്നെ ഘനീഭവിപ്പിച്ചിരിക്കുന്നു എന്ന് ചിന്തിക്കാൻ ഇത്തിരി ആത്മാവൊക്കെയുള്ള ഒരു പെണ്ണിനും ഇഷ്ടമാകില്ല. സാലിക്കാകട്ടെ. അത്തരത്തിലുള്ള ആത്മാവും ജീവചൈതന്യവുമൊക്കെ കുറച്ച് കൂടുതലുമായിരുന്നു. മാത്രമല്ല അവർ അവരുടെ വിവാഹജീവിതം എങ്ങനെ മുന്നോട്ട് കൊണ്ടുപോകുമായിരുന്നു എന്നും എനിക്ക് മനസ്സിലാകുന്നില്ല. സ്റ്റീഫന്റെ കയ്യിൽ സ്വകാര്യ സമ്പാദ്യമൊന്നുമില്ല. വിവാഹ നിശ്ചയം എന്നൊക്കെ പേരിട്ട് വിളിച്ച ഇതിനെ ഞാൻ എന്തായാലും എതിർക്കുന്നു. അംഗീകരിക്കുന്നില്ല. നിങ്ങളുടെ മകന് ഇങ്ങനെയൊരു വിവാഹത്തിനൊരുമ്പെട്ടാൽ അതിനെ നിങ്ങൾ അംഗീകരിക്കുമോ?’’

ഒരു നിമിഷത്തേക്കെങ്കിലും തന്റെ മറുപടി എന്താകും എന്ന് അവർക്കറിയാമല്ലോ എന്ന് ഡൽഗ്ലീഷ് ചിന്തിച്ചു. ഇതൊരു സാധാരണ വിഷയം. വിരസമായ ചർച്ചയ്ക്കുള്ള വിഷയം. ഏതൊരു അമ്മയും ഇതിനെ ഇങ്ങനെ ഉപയോഗിക്കും. അതിന്റെ കരുത്തെന്തെന്ന് അവർ തിരിച്ചറിഞ്ഞിട്ടുണ്ടാകുമെന്ന് തോന്നുന്നില്ല. ‘എനിക്ക് മകനില്ല’ എന്ന് മറുപടി നല്കിയാൽ അവരെന്ത് പറയും എന്നയാൾ അത്ഭുതപ്പെട്ടു. എന്റെ കുഞ്ഞും ഭാര്യയും കുഞ്ഞ് ജനിച്ച് മൂന്ന് മണിക്കൂർ കഴിഞ്ഞപ്പോൾ മരിച്ചു. എനിക്ക് വിവാഹം കഴിക്കാൻ പ്രായമായ മകനില്ല.

അതിനാൽ ആ വിവാഹം അനുയോജ്യമാണോ അല്ലയോ എന്നൊന്നും ചിന്തിക്കാനാകില്ല. തന്റെ ഒരു സ്വകാര്യ ദുഃഖം അവതരിപ്പിച്ച് അവരെ പരിഭ്രമിപ്പിക്കുകയും അലോസരപ്പെടുത്തുകയും ചെയ്തതിൽ അവര പ്പോൾ നീരസപ്പെടും. പ്രത്യേകിച്ചും അതിന് ഇപ്പോഴത്തെ ഈ വിഷയവുമായി ബന്ധമില്ലാത്തതിനാൽ. അയാൾ തന്റെ മറുപടി ഹ്രസ്വമാക്കി.

''ഇല്ല. ഞാനും ആഗ്രഹിക്കില്ല. താങ്കളുടെ സമയം അപഹരിച്ച തിനു മാപ്പ്. അതൊക്കെ നിങ്ങളുടെ സ്വകാര്യ കാര്യങ്ങളാണല്ലോ. എങ്കിലും അതിന്റെ പ്രാധാന്യം താങ്കൾ മനസിലാക്കുന്നുണ്ടാകു മെന്ന് വിശ്വസിക്കുന്നു.''

''സ്വാഭാവികമായും. നിങ്ങളുടെ വീക്ഷണകോണിൽനിന്നും നോക്കിയാൽ പലർക്കും അതൊരു പ്രേരകമാകും. എന്നാൽ സാമൂ ഹിക അസൗകര്യങ്ങൾ നീക്കം ചെയ്യാനായി ആരും കൊല നടത്താ റില്ല. അവരുടെ വിവാഹം തടയാനായി എന്തും ചെയ്യാൻ ഞാൻ ഒരുങ്ങിയിരുന്നു എന്നത് സത്യം. അത് ഞാൻ തുറന്ന് സമ്മതിക്കാം. സ്റ്റീഫനുമൊത്ത് പിറ്റേന്ന് സംസാരിക്കാൻ ഞാനുറച്ചിരുന്നു. സാലിയെ കുടുംബത്തിലേക്ക് ക്ഷണിച്ചു കയറ്റാതെ തന്നെ അവൻ മറ്റെന്തെ ങ്കിലും അവക്കുവേണ്ടി ചെയ്തുകൊടുക്കാനാകും എന്ന കാര്യത്തിൽ എനിക്ക് സംശയമുണ്ടായിരുന്നില്ല. ഇവരുടെയൊക്കെ പ്രതീക്ഷയ്ക്കും അതിരുകളുണ്ടാകണമല്ലോ.''

അവരുടെ അവസാന വാക്കുകളിലെ നീരസം, യാന്ത്രികമായി കുറിപ്പുകളെടുത്തിരുന്ന സർജന്റ് മാർടിനെ പോലും ഉത്തേജിപ്പിച്ചു. ശ്രീമതി മാക്സി താൻ ആവശ്യത്തിലധികം സംസാരിച്ചിരിക്കുന്നു എന്ന് തിരിച്ചറിഞ്ഞതിനാലാകണം കൂടുതൽ വിശദീകരിക്കാൻ നിന്നില്ല. അവരെ തന്നെ നോക്കിയിരുന്ന ഡൽഗ്ലീഷ് അവരൊരു ചിത്രം പോലെയാണെന്ന് ചിന്തിച്ചു. വാട്ടർകളറിലുള്ള ഒരു പരസ്യം. അവർക്കിടയിലുള്ള മേശപ്പുറത്ത് വച്ചിരുന്ന പൂപ്പാത്രം പോലും അവ രുടെ ശാന്തമായ കുലീനതയെ അടിവരയിടുന്നതാണ്. ഒരു വാണിജ്യ ഫോട്ടോഗ്രാഫറുടെ നിപുണതയുള്ള വിരലുകൾ അതവിടെ സ്ഥാപി ച്ചതുപോലെയുണ്ട്. 'ഒരു ഇംഗ്ലീഷ് വനിത, അവരുടെ വീട്ടിൽ' എന്ന ശീർഷകം അയാളുടെ മനസ്സിലെത്തി. അവരെക്കുറിച്ച് ചീഫ് സുപി രിയൻഡന്റ് എന്ത് ചിന്തിക്കും എന്നൊരു ചിന്തയും അയാളിലെത്തി. മാത്രമല്ല, കേസ് മുന്നോട്ട് പോയെങ്കിൽ ജൂറി അവരെക്കുറിച്ച് എന്ത് ചിന്തിക്കും? വിചിത്രമായ ഇടങ്ങളിലും ഉന്നതരിലുമൊക്കെ ക്രൂരത കൾ കണ്ടെത്തുന്നതിൽ പരിചിതമായ അയാളുടെ മനസ്സിൽ പോലും ശ്രീമതി മാക്സി ഈ കൊലപാതകം ചെയ്തു എന്നൊരു ചിന്ത

വരുന്നില്ല. പക്ഷേ അവരുടെ അവസാന വാക്കുകൾ പലതും തുറന്ന് പറയുന്നു.

വിവാഹവുമായി ബന്ധപ്പെട്ട ചോദ്യങ്ങൾ തത്കാലത്തേക്ക് മാറ്റി വയ്ക്കാൻ അയാൾ തീരുമാനിച്ചു. അന്വേഷണത്തിന്റെ ബാക്കി ഘടക ങ്ങളിലേക്ക് നീങ്ങാൻ. രാത്രിയിൽ അവർ കഴിക്കുന്ന ചൂടുള്ള പാനീയ ത്തിലേക്കും അതെങ്ങനെ തയ്യാറാക്കുന്നു എന്നതിലേക്കും നീങ്ങി. ഓരോ കോപ്പയുടേയും ഉടമസ്ഥതയുടെ കാര്യത്തിൽ ആശയക്കുഴപ്പ മൊന്നുമില്ലായിരുന്നു. സാലിയുടെ മെത്തയ്ക്കരികിൽ കണ്ട വെഡ്ജുവേഡിന്റെ നീല കോപ്പ ദേബ്റ റിസ്കോയുടേതാണെന്നതിലും സംശയമില്ല. ആ പാനീയത്തിനുവേണ്ട പാൽ സ്റ്റൗവിനു മുകളിലു ണ്ടായിരുന്നു. ഖരപദാർത്ഥങ്ങൾ ഉപയോഗിച്ച് കത്തിക്കുന്ന ഒരു സ്റ്റൗവാണത്. അതിന്റെ നാലുവശത്തും നല്ല അടച്ചുറപ്പുണ്ട്. മുക ളിലെ ഇരുമ്പ് തട്ടിനു നല്ല ഘനമുണ്ട്. അത് മൂടിവച്ചിരിക്കുകയാണ്. ഇതിനു മുകളിലായിരുന്നു പാലൊഴിച്ച് വച്ചിരുന്ന സോസ്പാൻ. അത് കൂടുതൽ തിളച്ച് പോകുന്നില്ലെന്ന് ഉറപ്പ് വരുത്തിയിട്ടുണ്ട്. പാലിനു ചൂട് പോരാ എന്നുള്ളവർ ഈ മൂടി മാറ്റ് ഇരുമ്പു തട്ടിന്റെ മുകളിൽ വച്ച് ചൂടാക്കും. പിന്നെ വീണ്ടും അതേ മൂടിയ്ക്ക് മുകളിൽ സോസ്പാനും ബാക്കി പാലും വയ്ക്കും. തളികയിൽ വീട്ടുകാരുടെ കോപ്പകളും അതിഥികൾക്കുള്ള കപ്പുകളും മാത്രമേ വയ്ക്കുകയുള്ളൂ. രാത്രിയിൽ സാലിയോ ശ്രീമതി ബൾടിടാഫ്റ്റോ എന്താണ് കുടി ക്കാറുള്ളത് എന്ന് ശ്രീമതി മാക്സിക്കറിയില്ലായിരുന്നു. എന്നാൽ വീട്ടിൽ കൊക്കൊ കുടിക്കുന്നവർ ആരും തന്നെയില്ല എന്നറിയാം. ചോക്ലേറ്റിനോട് അവർക്കാർക്കും അത്ര പ്രിയമില്ല.

‘‘അപ്പോൾ കാര്യങ്ങൾ ഇങ്ങനെയൊക്കെയാണ്.’’ ഡൽഗ്ലീഷ് ഇടപെട്ടു. ‘‘പോസ്റ്റ്മോർട്ടം റിപ്പോർട്ടിൽ മിസ് ജപ്പിനു മയക്കുമരുന്ന് നല്കിയിരിക്കുന്നു എന്ന് കാണുകയാണെങ്കിലും കൊക്കോയുടെ വിശകലനത്തിൽ ആ മയക്കുമരുന്ന് അതിലായിരുന്നു എന്ന് തെളി യുകയും ചെയ്താൽ രണ്ട് സാധ്യതകൾ നമുക്ക് മുന്നിലെത്തുന്നു. അതിലാദ്യത്തേത് മയക്കുമരുന്ന് അവർ സ്വയം കഴിച്ചതാണെന്ന താകും. ആ ദിവസത്തെ ഉത്തേജനത്തിനും ആവേശത്തിനും ശേഷം ഒരു നല്ല ഉറക്കത്തിനായി കുറച്ച് മരുന്ന് കഴിച്ചതാകും. അതല്ലെ ങ്കിൽ മറ്റാരോ അവളെ വലിച്ചിഴച്ച് മരുന്ന് ബലമായി നല്കിയിട്ടു ണ്ടാകും. അതെന്തിനെന്ന് നമുക്ക് കണ്ടെത്തേണ്ടി വരും. എന്നാൽ ഒരു ഊഹം നടത്തുക ബുദ്ധിമുട്ടില്ല. നമുക്കറിയാവുന്നിടത്തോളം മിസ് ജപ്പ് നല്ല ആരോഗ്യമുള്ള ഒരു യുവതിയാണ്. ഇത് മുൻകൂട്ടി നിശ്ചയിച്ച ഒരു കൊലപാതകമാണെങ്കിൽ ആ കൊലപാതകി തനി ക്കെങ്ങനെ അധികം ബഹളങ്ങളോ ശല്യങ്ങളോ ഉണ്ടാക്കാതെ

അവളുടെ മുറിയിലെത്തിപ്പെടാനാകും എന്ന് ആലോചിച്ചിട്ടുണ്ടാകും. അതിന് പെട്ടെന്ന് ലഭിക്കുന്ന ഉത്തരം അവളെ ഉറക്കുക, മയക്കിക്കിടത്തുക എന്നതാണ്. അതിനർത്ഥം മാർടിൻഗേലിലെ രാത്രിയിലെ ഈ ചൂടുപാൽ എന്ന ശീലം കൊലപാതകിക്ക് പരിചയമുണ്ട് എന്നാകും. മരുന്നുകൾ എവിടെ സൂക്ഷിക്കുന്നു എന്നും ആ വ്യക്തിക്ക് അറിയാമായിരുന്നു എന്നാകും. നിങ്ങളുടെ വീട്ടുകാർക്കും അതിഥികൾക്കും ഇവിടത്തെ ദിനചര്യകൾ പരിചിതമായിരുന്നു എന്നെനിക്ക് ഊഹിക്കാമോ?''

''തീർച്ചയായും. അങ്ങനെയെങ്കിൽ ഈ വെഡ്ജുവേഡ് കോപ്പ എന്റെ മകളുടേതാണെന്നും അവർക്കറിയുന്നുണ്ടാകും. ആ മരുന്ന് അതിനാൽ സാലിയെ തന്നെ ഉദ്ദേശിച്ചായിരുന്നു എന്ന കാര്യത്തിൽ തൃപ്തി വരുന്നുണ്ടോ ഇൻസ്പെക്ടർ?''

''പൂർണ്ണമായും ഉറപ്പില്ല. എന്നാൽ കൊലപാതകിക്ക് മിസ് ജപ്പിന്റെ കഴുത്തും ശ്രീമതി റിസ്കോവിന്റെ കഴുത്തും തമ്മിൽ മാറിപ്പോയിട്ടില്ല എന്ന് കാര്യത്തിൽ എനിക്ക് ഉറപ്പായിട്ടുണ്ട്. ഇപ്പോൾ നമുക്ക് ആ മരുന്ന് മിസ് ജപ്പിനെ ലക്ഷ്യമിട്ട് കലർത്തിയതാണെന്ന് അനുമാനിക്കാം. അത് പാൽ തിളപ്പിക്കുന്ന പാത്രത്തിൽ കലക്കിയതാകാം അല്ലെങ്കിൽ കൊക്കോയുടെ ടിന്നിൽ ചേർത്തതാകാം അതുമല്ലെങ്കിൽ പഞ്ചസാരയിൽ. അതേ സോസ്പാനിൽ ബാക്കി വന്ന പാലാണ് നിങ്ങളും മിസ് ബവേഴ്സും കുടിച്ചത്. അതെ പാത്രത്തിലുള്ള പഞ്ചസാരയാണ് നിങ്ങൾ ഉപയോഗിച്ചത്. നിങ്ങൾക്ക് പ്രത്യേകിച്ച് കുഴപ്പങ്ങളൊന്നും ഉണ്ടായില്ല. ഒഴിഞ്ഞ കോപ്പയിൽ ആ മരുന്നിട്ടിരുന്നു എന്നൊരു സാധ്യതയുണ്ട്. പക്ഷേ അങ്ങനെ സംഭവിക്കില്ല. അതിനെ ഞാൻ തള്ളിക്കളയുന്നു. കാരണം ആ മരുന്നിന്റെ നിറം തവിട്ടാണ്. ഒരു നീലക്കോപ്പയിൽ തവിട്ട് മരുന്നിട്ടാൽ അത് എളുപ്പത്തിൽ കണ്ടെത്താനാകും. പിന്നെ അവശേഷിക്കുന്നത് രണ്ട് സാധ്യതകളാണ്. ഒന്നുകിൽ കൊക്കോയിൽ പൊടിച്ചിട്ടു അല്ലെങ്കിൽ മിസ് ജപ്പ് പാലെടുത്തതിനു ശേഷം അത് കുടിക്കുന്നതിനു മുമ്പ് അതിൽ ചേർത്തു.''

''രണ്ടാമത്തേത് സാധ്യമാണെന്ന് എനിക്ക് തോന്നുന്നില്ല ഇൻസ്പെക്ടർ. പത്തുമണിയോടെ ശ്രീമതി ബൾടിടാഫ്റ്റ് പാൽ ചൂടാക്കി വയ്ക്കും. അവിടെ നിന്ന് ഇരുപത്തിയഞ്ച് നിമിഷം കഴിഞ്ഞാണ് ഞങ്ങൾ സാലി കോപ്പയുമായി തന്റെ മുറിയിലേക്ക് പോകുന്നത് കണ്ടത്.''

''ഞങ്ങൾ എന്നതുകൊണ്ട് എന്താണുദ്ദേശിച്ചത് ശ്രീമതി മാക്സി?''

‘‘ഡോക്ടർ എപ്സും മിസ് ലിഡലും ഞാനും അവളെ കണ്ടിരുന്നു. മിസ് ലിഡലിന്റെ കോട്ട് തിരയാൻ ഞാനപ്പോൾ അവർക്കൊപ്പം മുകളിലേക്ക് പോയിരുന്നു. അതിനു ശേഷം ഞങ്ങൾ ആ ഹാളിലെത്തി. അപ്പോഴേക്കും ഡോക്ടർ എപ്സ് ഞങ്ങൾ വ്യാപാരാവശ്യത്തിനായി ഉപയോഗിക്കുന്ന മുറിയിൽനിന്നും അവിടേക്കെത്തി. ഞങ്ങൾ അങ്ങനെ ഒന്നിച്ച് നില്ക്കുമ്പോഴാണ് സാലി അടുക്കളയിൽ നിന്ന് വരുന്നത് കണ്ടത്. അവൾ ആ നീല വെഡ്ജുവേഡ് കോപ്പയുമായി ഗോവണി കയറി. അതിന്റെ സോസറും കയ്യിലുണ്ടായിരുന്നു. പൈജാമയും ഒരു ഗൗണുമായിരുന്നു വേഷം. ഞങ്ങൾ മൂവരും അവളെ കണ്ടു. എങ്കിലും ആരും സംസാരിച്ചില്ല. അതിനുശേഷം ഒട്ടും താമസിയാതെ മിസ് ലിഡലും ഡോക്ടർ എപ്സും യാത്ര ചോദിച്ചു.’’

‘‘അതേ ഗോവണിയാണോ എന്നും മിസ് ജപ്സ് ഉപയോഗിക്കാറുള്ളത്?’’

‘അല്ല. പുറകിലുള്ളത് അടുക്കളയിൽനിന്നും മിക്കവാറും അവളുടെ മുറിയിലേക്ക് നേരെയെത്തും. അവൾ എന്തോ ഞങ്ങളെ കാണിക്കാൻ ഉദ്ദേശിക്കുകയായിരുന്നു എന്ന് തോന്നുന്നു.’’

‘‘ഹാളിൽ ആരുണ്ടാകും എന്ന് അവൾക്കറിയാതെ തന്നെ അങ്ങനെ എന്തോ കാണിക്കാനോ?’’

‘‘അല്ല. അവിടെ ആളുണ്ടെന്നത് അവളെങ്ങനെ അറിഞ്ഞു എന്നും എനിക്കറിയില്ല.’’

‘‘മിസ് ജപ്പ് ശ്രീമതി റോസ്കോയുടെ കോപ്പയുമായി പോകുന്നത് നിങ്ങൾ കണ്ടു എന്നു പറയുന്നു. ഇത് നിങ്ങളുടെ അതിഥികളോട് സൂചിപ്പിക്കുകയോ മിസ് ജപ്പിനോട് അതിനെപ്രതി താക്കീത് ചെയ്യുകയോ ഉണ്ടായോ?‘

ശ്രീമതി മാക്സി അത് കേട്ട് ഒരു പുഞ്ചിരി വരുത്തി. രണ്ടാമത്തെ തവണയും ലോലമായ ആ നഖങ്ങളുടെ മറവ് നീക്കപ്പെട്ടു.

‘‘എന്തൊക്കെ പഴഞ്ചൻ ആശയങ്ങളാണ് നിങ്ങൾക്കുള്ളത് ഇൻസ്പെക്ടർ? എന്റെ അതിഥികളെ പരിഭ്രമിപ്പിച്ചുകൊണ്ട് അവളുടെ കയ്യിൽ നിന്നും അത് ഞാൻ പിടിച്ച് വാങ്ങും എന്ന് കരുതിയോ? അത് സാലിക്ക് കൂടുതൽ സംതൃപ്തിയല്ലേ നൽകുക? നിങ്ങളൊക്കെ ഏത് തരം ലോകത്തിലാണ്?’’

ഈ ആക്ഷേപത്തെ ഗൗനിക്കാതെ ഡൽഗ്ലീഷ് തന്റെ ചോദ്യങ്ങൾ തുടർന്നു. തന്റെ സാക്ഷിയെ പ്രകോപിപ്പിക്കാനാകും എന്ന അറിവ് അയാളിൽ താത്പര്യമുണർത്തി.

''മിസ് ലിഡലും ഡോക്ടർ എപ്സും പോയതിനു ശേഷം എന്ത് സംഭവിച്ചു?''

''വ്യാപാരത്തിനായുള്ള മുറിയിൽ മിസ് ബവേഴ്സുണ്ടായിരുന്നു. ഞാൻ അവർക്കരികിലേക്ക് പോയി. ഞങ്ങൾ അവിടയുണ്ടായിരുന്ന കടലാസുകളെല്ലാം തൂത്ത് വൃത്തിയാക്കി. പണം സേഫിൽ സുരക്ഷിതമായി വച്ചു. പിന്നെ ഞങ്ങളൊന്നിച്ച് അടുക്കളയിലേക്ക് നീങ്ങി. ഞങ്ങൾക്ക് കുടിക്കാനുള്ളത് തയ്യാറാക്കി. ചൂടുള്ള പാലാണ് ഞാനെടുത്തത്. മിസ് ബവേഴ്സ് ഓവൽടിന്നും. അവർക്കത് നല്ല മധുരത്തോടെ കഴിക്കുന്നതാണിഷ്ടം. അതിനാൽ അവർക്കാവശ്യമുള്ളയത്ര പഞ്ചസാര ചേർത്തു. ഞങ്ങൾ അതുമായി എന്റെ ഭർത്താവിന്റെ മുറിക്കപ്പുറത്തുള്ള വസ്ത്രധാരണത്തിനായി ഞങ്ങൾ ഉപയോഗിക്കുന്ന മുറിയിലേക്ക് പോയി. അന്ന് രാത്രി അദ്ദേഹത്തെ പരിചരിക്കാനുള്ള കടമ എന്റേതായിരുന്നു. അതിനാൽ എനിക്ക് ശരിക്ക് ഉറങ്ങാനായില്ല. മിസ് ബവേഴ്സ് എന്റെ ഭർത്താവിന്റെ മെത്തയൊക്കെ ശരിക്ക് വിരിക്കാനും ഒതുക്കാനും എന്നെ സഹായിച്ചു. ഇരുപത് മിനിറ്റോളം ഞങ്ങൾ ഒന്നിച്ചുണ്ടായിരുന്നു എന്നാണ് ഞാൻ ഊഹിക്കുന്നത്. അതിനു ശേഷം അവൾ 'ശുഭരാത്രി' പറഞ്ഞ് തന്റെ മുറിയിലേക്ക് പോയി.''

''അപ്പോഴേക്കും അവർ ആ ഓവൽടിൻ കുടിച്ച് തീർത്തിരുന്നോ?''

''ഉവ്വ്. അതിനു നല്ല ചൂടുണ്ടായിരുന്നു. പക്ഷേ അത് കുടിച്ചവസാനിപ്പിക്കുന്നതുവരെ അവൾ എനിക്കരികിലുണ്ടായിരുന്നു.''

''നിങ്ങൾക്കൊപ്പമായിരുന്നപ്പോൾ അവൾ മരുന്നുകൾ സൂക്ഷിക്കുന്ന അലമാരയ്ക്കരികിലേക്ക് പോകുകയുണ്ടായോ?''

''ഇല്ല. ഞങ്ങൾ ഇരുവരും പോയിട്ടില്ല. എന്റെ മകൻ അവന്റെ അച്ഛന് അതിനു മുമ്പ് ഉറങ്ങാനുള്ള മരുന്നെന്തോ കൊടുത്തിരുന്നു. അതിനാൽ അദ്ദേഹം ഉറങ്ങുകയാണെന്ന് എനിക്ക് തോന്നി. മെത്തയൊക്കെ ഒന്ന് ഒരുക്കി, അദ്ദേഹത്തിന്റെ കിടപ്പ് സൗകര്യപ്രദമാക്കുക എന്നല്ലാതെ ഞങ്ങൾക്ക് മറ്റൊന്നും ചെയ്യാനില്ലായിരുന്നു. അവൾ എന്നെ സഹായിക്കാനുണ്ടായതിൽ എനിക്ക് സന്തോഷം തോന്നി. പരിശീലനം ലഭിച്ച ഒരു നഴ്സാണവൾ. അതിനാൽ അദ്ദേഹത്തിനു ശല്യമാകാതെ തന്നെ മെത്തയൊക്കെ വൃത്തിയാക്കാനും ഒരുക്കാനും ഞങ്ങൾക്കായി.''

''മിസ് ബവേഴ്സും ഡോക്ടർ മാക്സിയുമായുള്ള ബന്ധമെന്താണ്?''

''എനിക്കറിയാവുന്നിടത്തോളം കാതറിൻ ബവേഴ്സ് എന്റെ രണ്ട് കുട്ടികളുടേയും സുഹൃത്താണ്. ഇത്തരം ചോദ്യങ്ങൾ അവരോടും അവളോടും ചോദിക്കുന്നതാകും കൂടുതൽ നല്ലത്.''

''നിങ്ങൾക്കറിയാവുന്നിടത്തോളം നിങ്ങളുടെ മകനും അവളും തമ്മിൽ ഒരു വിവാഹാലോചന നടന്നിട്ടില്ല എന്ന് അല്ലേ?''

''അവരുടെ സ്വകാര്യ കാര്യങ്ങളൊന്നും എനിക്കറിയില്ല. അങ്ങനെയൊന്ന് നടന്നിട്ടുണ്ടാകില്ല എന്നാണെനിക്ക് തോന്നുന്നത്.''

''നന്ദി. ശ്രീമതി റിസ്കോവിനെ ഇങ്ങോട്ടയയ്ക്കാമെങ്കിൽ എനിക്ക് അവരുമൊത്ത് കുറച്ച് സംസാരിക്കാമായിരുന്നു.''

ശ്രീമതി മാക്സിക്ക് പോകാനായി അയാൾ എഴുന്നേറ്റ് വാതിൽ തുറന്ന് കൊടുത്തു. പക്ഷേ അവർ അനങ്ങിയില്ല. ''സാലി ആ മരുന്ന് സ്വയം കഴിച്ചതാണെന്ന് തന്നെയാണിപ്പോഴും ഞാൻ വിശ്വസിക്കുന്നത്. അതല്ലാതെ ഒരു സാധ്യത കാണുന്നില്ല. അതല്ല, മറ്റാരെങ്കിലും കൊടുത്തതാണെങ്കിൽ അത് കൊക്കൊ വഴിയാകും എന്ന നിങ്ങളുടെ നിഗമനത്തോട് ഞാനും യോജിക്കുന്നു. എന്നോട് ക്ഷമിക്കണേ, ഇതൊക്കെ നിങ്ങൾക്ക് ആ ടിന്നും അതിലെ ഉള്ളടക്കവും പരിശോധിച്ചാൽ മനസ്സിലാകില്ലേ?'' അവർ ചോദിച്ചു.

''ഞങ്ങൾക്കതിനാകുമായിരുന്നു. പക്ഷേ ചവറ്റുകുട്ടയിൽനിന്ന് ലഭിച്ചത് ഒഴിഞ്ഞ ടിന്നാണ്. അതിലുള്ളതെല്ലാം വൃത്തിയായി വടിച്ചെടുത്തിട്ടുണ്ട്. കുടഞ്ഞ് കളഞ്ഞിട്ടുണ്ട്. അതിനകത്ത് ഉണ്ടാകാറുള്ള ആ കടലാസുകൊണ്ടുള്ള ഭാഗം പോലുമില്ല. ഒരുപക്ഷേ അത് അടുക്കളയിലെ സ്റ്റൗവിൽ കത്തിയെരിഞ്ഞിട്ടുണ്ടാകാം. ആരൊക്കെയോ കാര്യങ്ങൾക്ക് ഇരട്ടി ഉറപ്പ് വരുത്തുകയായിരുന്നു എന്നു തോന്നുന്നു.''

''ശാന്തപ്രകൃതയാണല്ലോ സർ.'' ശ്രീമതി മാക്സി മുറിയിൽ നിന്നിറങ്ങിയപ്പോൾ സർജന്റ് മാർടിൻ പറഞ്ഞു. വോട്ടുകൾ രണ്ടാമതും എണ്ണി തിട്ടപ്പെടുത്താൻ കാത്തിരിക്കുന്ന ലിബറൽ സ്ഥാനാർത്ഥിയെ പോലെയുണ്ടായിരുന്നു അവർ എന്നൊരു തമാശയും കൂട്ടിച്ചേർത്തു.

''അതെ.'' ഡൽഗ്ലീഷ് വിരസം യോജിച്ചു. ''പക്ഷേ അവർക്ക് അവരുടെ പാർട്ടിയിൽ നല്ല വിശ്വാസമുണ്ട്. ശരി. ഇനി ബാക്കിയുള്ളവർക്ക് എന്തൊക്കെ പറയാനുണ്ട് എന്നുകൂടി കേൾക്കാം.''

6

കഴിഞ്ഞ തവണത്തേതിൽ നിന്ന് തീർത്തും വ്യത്യസ്തമായിരുന്നു ഇത്, ഫെലിക്സ് മനസ്സിൽ പറഞ്ഞു. എന്നാൽ ആ മുറിയും ഇതുപോലെ നിശ്ശബ്ദതയുള്ളതും ശാന്തിയുള്ളതുമായിരുന്നു. അവിടെയും ചുമരിൽ ചിത്രങ്ങളും കനമേറിയ മഹാഗണി മേശയുമുണ്ടായിരുന്നു. എന്നാൽ ഇപ്പോൾ ഡൽഗ്ലീഷ് ഇരിക്കുന്നതുപോലെയുള്ളതല്ല.

അവിടേയും മേശപ്പുറത്ത് പൂക്കളുണ്ടായിരുന്നു. ഒരു ചായക്കോപ്പ യേക്കാൾ ഒട്ടും വലുതല്ലാത്ത ഒരു പൂപ്പാത്രം. മുറിയിൽ എല്ലാം ഒരു വീട്ടിലേതുപോലെ സൗകര്യപ്രദമായിരുന്നു. തടിച്ച വെളുത്ത കര ങ്ങളും പുഞ്ചിരിക്കുന്ന കണ്ണുകളുമുള്ള ആ മനുഷ്യനും മിക്കവാറും അതുപോലെ തന്നെ. കണ്ണടപോലും വലിയ വ്യത്യാസമില്ലാത്തത്. മുറി അതേ ഭാവത്തിൽ നിലനിർത്തിയിരിക്കുന്നു. രക്തം ചിന്താതെ സത്യം പുറത്ത് കൊണ്ടുവരാൻ എന്തൊക്കെ മാർഗ്ഗങ്ങളുണ്ട്, എത്ര തരം പ്രക്രിയകളുണ്ട് എന്നത് അത്ഭുതപ്പെടുത്തുന്നതുതന്നെ. അധികം ഉപകരണങ്ങളുടെ സഹായമില്ലാതെ, കണക്കുകൂട്ടി, അലങ്കോലങ്ങളു ണ്ടാക്കാതെ സത്യമറിയാൻ.

അയാൾ തന്റെ ഓർമ്മകളെ പുറകിലേക്ക് കൊണ്ടുപോയി. മേശ യ്ക്കപ്പുറത്തിരിക്കുന്ന രൂപത്തെ നോക്കി. മടക്കി വച്ച കൈകൾക്ക് അത്ര തടിയില്ല. കണ്ണുകൾ കൂടുതൽ ഇരുണ്ടതാണ്. അത്ര തന്നെ ദയയുമില്ല. ആ മുറിയിൽ അവരെക്കൂടാതെ മറ്റൊരാൾ കൂടിയുണ്ട്. അതൊരു ഇംഗ്ലീഷ് പൊലീസുകാരനായിരുന്നു. ഇത് മാർടിഗേലാണ്. ഇത് ഇംഗ്ലണ്ടാണ്.

ഇതുവരെ കാര്യങ്ങൾ അത്ര മോശമായിട്ടില്ല. അരമണിക്കൂറായി ദേബ്റ അവിടെയില്ലായിരുന്നു. അവൾ തിരിച്ചെത്തിയപ്പോൾ അയാളെ നോക്കാതെ തന്റെ ഇരിപ്പിടത്തിലേക്ക് നീങ്ങി. അയാൾ അതേ നിശ്ശ ബ്ദതയോടെ എഴുന്നേറ്റു. യൂണിഫോം ധരിച്ച പൊലീസുകാരനു പുറകെ നടന്നു. വ്യാപാരാവശ്യങ്ങൾക്കായി ഉപയോഗിക്കുന്ന മുറി യിൽ കയറി. ഈ ചോദ്യം ചെയ്യലിനു മുമ്പായി ഒരിറക്ക് മദ്യം വേണമെന്ന ത്വര ശക്തമായിരുന്നു. അതിനെ പ്രതിരോധിക്കാനായ തിൽ സന്തോഷിച്ചു. ഡൽഗ്ലീഷ് സിഗരറ്റ് നീട്ടിയതും നിരസിച്ചു. ഇതൊക്കെ പഴയ വിദ്യകളല്ലേ. അങ്ങനെയൊന്നും തന്നെ പിടികൂടാ നാകില്ല. താൻ പിരിമുറുക്കത്തിലാണെന്ന് ഇവരെ അറിയിക്കാനും പോകുന്നില്ല. കോപം നിയന്ത്രിക്കാനാകണേ എന്ന് മാത്രമേയുള്ളൂ.

മേശയ്ക്കപ്പുറത്തുണ്ടായിരുന്ന ക്ഷമാശീലൻ തന്റെ കുറിപ്പുകളി ലൂടെ കണ്ണോടിച്ചു.

''നന്ദി. ഇതുവരെ പറഞ്ഞതെല്ലാം എനിക്ക് വ്യക്തമാണ്. അതി നാൽ നമുക്ക് കുറച്ച് പുറകിലേക്ക് പോയാലോ? കാപ്പിക്ക് ശേഷം നിങ്ങൾ അത്താഴത്തിനുപയോഗിച്ച പാത്രങ്ങൾ കഴുകി വയ്ക്കാ നായി ശ്രീമതി റിസ്കൊവിനെ സഹായിക്കാൻ ഒപ്പം പോയി. ഏക ദേശം ഒമ്പതരയോടെ നിങ്ങൾ ഇരുവരും ഈ മുറിയിലെത്തി. ഇവിടെ ശ്രീമതി മാക്സി, മിസ് ലിഡൽ, മിസ് ബവേഴ്സ്, ഡോക്ടർ എപ്സ് എന്നിവരുണ്ടായിരുന്നു. അവർ പെരുന്നാളിൽനിന്നും ലഭിച്ച പണം

എണ്ണി തിട്ടപ്പെടുത്തുകയായിരുന്നു. നിങ്ങളും ശ്രീമതി റിസ്കോവും പുറത്ത് പോകുകയാണെന്ന് അവരെ അറിയിച്ചു. മിസ് ലിഡലി നോടും ഡോക്ടർ എപ്സിനോടും ശുഭരാത്രി പറഞ്ഞു. നിങ്ങൾ തിരിച്ചെത്തിയപ്പോഴേക്കും അവർ മാർടിൻഗേലിൽനിന്നും പോയിട്ടു ണ്ടാകും. സ്വീകരണ മുറിയുടെ ഫ്രഞ്ച് ജാലകങ്ങളിൽ ഒന്ന് നിങ്ങൾ ക്കായി തുറന്നിടാം എന്ന് ശ്രീമതി മാക്സി അറിയിച്ചു. നിങ്ങൾ അകത്ത് കയറിയാൽ അത് അകത്തുനിന്ന് കുറ്റിയിടണം എന്നും ആവശ്യപ്പെട്ടു. ഇത് അപ്പോൾ മുറിയിലുണ്ടായിരുന്ന എല്ലാവരും കേൾക്കെയുണ്ടായ സംഭാഷണമാണോ?''

''എനിക്കറിയാവുന്നിടത്തോളം അതെ. ആരും അതിനെക്കുറിച്ച് ഒന്നും പറഞ്ഞില്ല. അവരൊക്കെ പണമെണ്ണുന്ന തിരക്കിലായിരുന്നു. അവരത് ശ്രദ്ധിച്ചോ എന്ന് തന്നെ എനിക്കറിയില്ല.''

''സ്വീകരണമുറിയുടെ ജാലകവാതിൽ തുറന്നിട്ടിരുന്നു. അത് നിങ്ങൾക്ക് വേണ്ടി. അത് കൂടാതെ പുറകിലെ വാതിലും തുറന്നിട്ടിരി ക്കുന്നു. അത് നിങ്ങളുടെ സുരക്ഷയിൽ വലിയൊരു പഴുതാകുന്നില്ലേ? എളുപ്പത്തിൽ ആക്രമിക്കപ്പെടാവുന്ന രീതിയിൽ പല ചെറിയ കാര്യ ങ്ങളും ഈ വീട്ടിലുണ്ടെന്ന് തോന്നുന്നു.''

ഫെലിക്സ് തല തിരിച്ചില്ല.

''സംസ്കാരസമ്പന്നനായ പൊലീസുകാരൻ ഞാൻ കരുതിയത് ഇത്തരക്കാർ ഡിറ്റക്ടീവ് നോവലുകളിൽ മാത്രം കാണുന്നവരാണെ ന്നാണ്. അഭിനന്ദനങ്ങൾ. മാക്സികൾ അവരുടെ കൈവശമുള്ള സമ്പാദ്യത്തെക്കുറിച്ച് പരസ്യം കൊടുക്കാറില്ല. കഴിഞ്ഞ മുന്നൂറു വർഷങ്ങളായി ജനം ഈ വീടിനകത്തേക്ക് വന്നും പോയുമിരിക്കുന്നു. ഗ്രാമത്തിൽനിന്നും ഇവർക്ക് ഭീഷണിയൊന്നുമില്ല. മുൻവാതിലൊഴികെ ബാക്കിയൊക്കെ അടച്ച് പൂട്ടുക എന്നൊക്കെ ഒരു അടുക്കും ചിട്ടയു മില്ലാത്തതാണ്. എന്നാൽ മുൻവാതിൽ എല്ലാ ദിവസവും കൃത്യമായി അടച്ച് താഴിടും. അത് ചെയ്യുന്നത് സ്റ്റീഫൻ മാക്സിയോ അയാളുടെ സഹോദരിയോ ആകും. അതിനു ഗോപ്യമായ എന്തോ പ്രാധാന്യ മുള്ളതുപോലെയാണവർ അത് ചെയ്യുക. അതൊഴിച്ചാൽ പിന്നെ മറ്റൊന്നിനും ഒരു കൃത്യതയുമില്ല. അതിലും മറ്റ് പലതിലുമെന്ന പോലെ, ഇവർ നമ്മുടെ അതിഗംഭീരരായ പൊലീസിനെ ആശ്രയി ക്കുന്നു എന്ന് തോന്നുന്നു.''

''ശരി. ഒമ്പതരയോടെ നിങ്ങളും ശ്രീമതി റിസ്കൊവും ഉദ്യാന ത്തിലേക്കിറങ്ങി. അവിടെ ഒന്നിച്ച് ഉലാത്തി. നിങ്ങൾ എന്തൊക്കെ യാണ് സംസാരിച്ചത് ഹെർണെ?''

''ശ്രീമതി റിസ്കോവിനോട് ഞാൻ എന്നെ വിവാഹം ചെയ്യാമോ എന്ന് ചോദിച്ചു. രണ്ട് മാസം കഴിഞ്ഞാൽ ഞാൻ എന്റെ കനഡയിലെ

വീട്ടിലേക്ക് പോകും. അതൊരു ഔദ്യോഗികാവശ്യത്തിനാണ്. ആ ഔദ്യോഗികാവശ്യവും മധുവിധുവും ഒന്നിച്ചായാലോ എന്നായിരുന്നു എന്റെ ആലോചന.''

''ശ്രീമതി റിസ്കൊ അത് സ്വീകരിച്ചോ?''

'നിങ്ങൾക്ക് അതിൽ താത്പര്യമുണ്ടെന്നത് വശ്യമായി തോന്നുന്നു ഇൻസ്പെക്ടർ. പക്ഷേ ഞാൻ നിങ്ങളെ നിരാശപ്പെടുത്തും എന്നെനിക്ക് തോന്നുന്നു. ശ്രീമതി റിസ്കൊ പക്ഷേ അത്ര ആവേശം കാണിച്ചില്ല. അതെന്തുകൊണ്ടെന്ന് വ്യാഖ്യാനിക്കാനാകില്ല. വിശദീകരിക്കാനുമാകില്ല.''

ഒരു വികാരത്തള്ളിച്ചയിൽ ആ ഓർമ്മകൾ ഇരച്ചെത്തി. ഇരുട്ട്. റോസാപ്പൂക്കളുടെ സുഗന്ധം. അമർത്തിയുള്ള ഒരു ചുംബനം. ആ ചുംബനം അവളുടെയുള്ളിലുള്ള എന്തിന്റേയോ പ്രകടനമായിരുന്നു എങ്കിലും അത് തീവ്രമായ ഒരു ഇച്ഛയെ പ്രകടമാക്കിയില്ല. അതിനു ശേഷം അവളുടെ സ്വരത്തിലെ ക്ഷീണം. ''വിവാഹമോ ഫെലിക്സ്? വീട്ടിൽ ഇപ്പോഴേ ആവശ്യത്തിലേറെ സംസാരം വിവാഹത്തെക്കുറിച്ചുണ്ടായില്ലേ? ദൈവമേ, അവൾ ചത്തുപോയെങ്കിൽ എന്ന് ഞാൻ ആഗ്രഹിച്ച് പോകുന്നു'' താൻ തിടുക്കം കൂട്ടി എന്ന് അപ്പോൾ അയാൾക്ക് മനസ്സിലായി. സമയവും സ്ഥലവും തെറ്റിയിരിക്കുന്നു. വാക്കുകളും ഒരുപക്ഷേ തെറ്റിയിട്ടുണ്ടാകാം.

''അവൾക്ക് പിന്നെ എന്താണ് കൃത്യമായി വേണ്ടിയിരുന്നത്?

ഡൽഗ്ലീഷിന്റെ സ്വരമാണയാളെ വർത്തമാനകാലത്തിലേക്ക് തിരിച്ചെത്തിച്ചത്.

''ഉദ്യാനത്തിൽ നിങ്ങൾ എത്ര സമയമുണ്ടായിരുന്നു സർ?''

''സമയം എന്നൊന്നിന് അസ്തിത്വമില്ലാതായി എന്നൊക്കെ അഭിനയിക്കുന്നത് ധീരതയാകും. നിങ്ങളുടെ അന്വേഷണത്തിന്റെ താത്പര്യാർത്ഥം പറയട്ടെ, സ്വീകരണമുറിയിലേക്ക് ഞങ്ങൾ പ്രവേശിച്ചപ്പോൾ സമയം പത്ത് നാല്പത്തിയഞ്ചായിരുന്നു. ജാലകമടച്ച് കുറ്റിയിടുമ്പോൾ അത് കാണിച്ച് ക്ലോക്ക് മൂന്ന് തവണ മണി മുഴക്കി.''

''ആ ക്ലോക്ക് അഞ്ച് മിനിറ്റ് വേഗത്തിലാണോടുന്നത് സർ. നിങ്ങൾക്ക് തുടരാം.''

''അങ്ങനെയെങ്കിൽ ഞങ്ങൾ പത്തുമണി കഴിഞ്ഞ് നാല്പത് മിനിറ്റുള്ളപ്പോൾ തിരിച്ചെത്തി. ഞാൻ വാച്ചിലേക്കൊന്നും നോക്കിയില്ല. ശ്രീമതി റിസ്കൊ എനിക്ക് ഒരു വിസ്കി വേണോ എന്ന് ചോദിച്ചു. ഞാൻ നിരസിച്ചു. ചൂടുള്ള പാലു വേണോ എന്ന് ചോദിച്ചതും ഞാൻ നിരസിച്ചു. അവൾ അവൾക്കുള്ള പാലിനായി അടുക്കളയിലേക്ക് പോയി. ഏതാനും നിമിഷങ്ങൾക്കകം തിരിച്ചെത്തി.

മനസ് മാറ്റി എന്നറിയിച്ചു. തന്റെ സഹോദരൻ ഇനിയും എത്തിയി ട്ടില്ല എന്ന് തോന്നുന്നു എന്നുമറിയിച്ചു. ഞങ്ങൾ പിന്നെയും കുറച്ച് സമയം സംസാരിച്ചു. പ്രഭാതത്തിൽ ഒന്നിച്ചൊരു സവാരിയാകാം എന്ന് പറഞ്ഞ് പിരിഞ്ഞു. പ്രഭാതത്തിൽ ഏഴുമണിക്ക്. അതിനു ശേഷം ഞങ്ങൾ ഉറങ്ങാൻ പോയി. എന്റെ ഉറക്കം സാമാന്യം സുഖ കരമായിരുന്നു. എനിക്കറിയാവുന്നിടത്തോളം വച്ച് ശ്രീമതി റിസ് കൊവും നന്നായി ഉറങ്ങിയിട്ടുണ്ട്. ഞാൻ വസ്ത്രമൊക്കെ ധരിച്ച് ഹാളിൽ അവളെ കാത്ത് നില്ക്കുമ്പോഴാണ് സ്റ്റീഫൻ മാക്സി എന്നെ വിളിക്കുന്നത് കേട്ടത്. അയാൾക്ക് എന്റെ സഹായം വേണമായി രുന്നു. ബാക്കിയൊക്കെ നിങ്ങൾക്ക് അറിയാവുന്നതാണല്ലോ.''

''നിങ്ങളാണോ സാലി ജപ്പിനെ കൊന്നത് ഹെർണെ?''

''എനിക്കറിയാവുന്നിടത്തോളം, അല്ല.''

''അങ്ങനെ പറഞ്ഞതുകൊണ്ട് എന്താണുദ്ദേശിച്ചത്?''

''സ്മൃതിഭ്രംശം ബാധിച്ച നിമിഷങ്ങളിൽ ഞാനവളെ കൊന്നി ട്ടുണ്ടോ എന്ന് എനിക്കറിയില്ല. എന്നാൽ അതൊരു പ്രായോഗിക സങ്കല്പനം മാത്രം.''

''അങ്ങനെയെങ്കിൽ ആ ഒരു സാധ്യതയും നമുക്ക് തള്ളിക്കളയാ മെന്ന് എനിക്ക് തോന്നുന്നു. താനെന്താണ് ചെയ്യുന്നത് എന്നറിയാ വുന്ന ഒരു വ്യക്തിയാണ് സാലി ജപ്പിനെ കൊന്നത്. അതാരായി രിക്കും എന്ന് എന്തെങ്കിലും ഊഹമുണ്ടോ? പ്രതീക്ഷിക്കുന്നുണ്ടോ?''

''എന്റെ എല്ലാ ചോദ്യങ്ങളേയും നിങ്ങൾ ഗൗരവത്തോടെയെ ടുക്കും എന്നാണ് ഞാൻ പ്രതീക്ഷിക്കുന്നത്. ഈ യുവതിയായ അമ്മ കൊല്ലപ്പെടുകയായിരുന്നു. എന്റേയും മറ്റുള്ളവരുടേയും സമയം വെറുതെ പാഴാക്കാതെ അതാരു ചെയ്തു എന്ന് കണ്ടെത്തുകയാ ണെന്റെ ദൗത്യവും ശ്രമവും. അതിനാൽ നിങ്ങൾ എന്നോട് സഹ കരിക്കും എന്ന് ഞാൻ പ്രതീക്ഷിക്കുന്നു.''

''അവരെ കൊന്നതാര് എന്ന കാര്യത്തിൽ എനിക്ക് ഒരു ഊഹ വുമില്ല. അതല്ല അങ്ങനെയൊരു ഊഹമുണ്ടെങ്കിൽ തന്നെ ഞാനത് നിങ്ങളോട് പറയുമായിരുന്നോ എന്നും എനിക്കറിയില്ല. അമൂർത്ത മായ നീതിയോട് നിങ്ങളെപ്പോലെ എനിക്ക് വലിയ ഉത്കർഷേച്ഛ യൊന്നുമില്ല. എന്നിരുന്നാലും ചില യാഥാർത്ഥ്യങ്ങൾ നിങ്ങൾക്ക് ചൂണ്ടിക്കാണിച്ച് തരുന്നിടത്തോളം നിങ്ങളുമൊത്ത് സഹകരിക്കാൻ ഞാൻ തയ്യാറാണ്. അവയിൽ ചിലത് നിങ്ങളുടെ അമിതാവേശത്തിലും സംശയിക്കുന്നവരുമായി നടത്തപ്പെടുന്ന ദീർഘചോദ്യം ചെയ്യലു കളിൽ നിങ്ങൾ വിട്ടുപോയവയായിരിക്കാം. ആരോ ആ പെണ്ണിന്റെ മുറിയുടെ ജാലകത്തിലൂടെ അകത്ത് കയറി. ജാലകപ്പടിയിൽ അവൾ

ചില്ലുകൊണ്ടുള്ള മൃഗങ്ങളുടെ ചെറുരൂപങ്ങൾ നിരത്തി വച്ചിരുന്നു. അതെല്ലാം തട്ടിമറിച്ചിട്ടിട്ടുണ്ട്. ജാലകം തുറന്ന് കിടക്കുകയായിരുന്നു. അവളുടെ തലമുടി നനഞ്ഞിരുന്നു. ഇന്നലെ രാത്രി പന്ത്രണ്ടര മുതൽ മൂന്നുവരെ മഴ പെയ്തിട്ടുണ്ട്. പന്ത്രണ്ടരയ്ക്ക് മുന്നേ അവൾ മരിച്ചിട്ടുണ്ടാകും എന്നാണ് എന്റെ അനുമാനം. അല്ലെങ്കിൽ അവൾ ജാലകമടയ്ക്കുമായിരുന്നു. ആ കുഞ്ഞ് അതിന്റെ പതിവുസമയത്ത് മാത്രമാണുണർന്നിട്ടുള്ളത്. അതിനർത്ഥം സന്ദർശകൻ അധികം സ്വരമൊന്നുമുണ്ടാക്കിയിട്ടില്ല എന്നാണ്. അപ്പോൾ അക്രമാസക്തമായ ഒരു വഴക്കോ പിടിവലിയോ ഉണ്ടായിട്ടില്ല എന്നർത്ഥമാകുന്നു. ഒരുപക്ഷേ ആ സന്ദർശകന് ജാലകത്തിലൂടെ അകത്തേക്കനുമതി നൽകിയത് സാലി തന്നെയാകാം. അയാൾ കോണി ഉപയോഗിച്ചിട്ടുണ്ടാകാം. അതെവിടെയാണ് സൂക്ഷിച്ചിരിക്കുന്നത് എന്ന് അവൾക്കറിയാമായിരുന്നു. ഒരുപക്ഷേ അയാൾ മുൻകൂട്ടി നിശ്ചയിച്ചുറപ്പിച്ച് അനുമതി വാങ്ങിയായിരിക്കും വന്നിട്ടുണ്ടാകുക. അക്കാര്യത്തിലൊക്കെ എനിക്കെന്ത് ഊഹിക്കാനാകുമോ അതൊക്കെ നിങ്ങൾക്കുമാകുമല്ലോ. എനിക്കവളെ അറിയില്ല. പക്ഷേ അവൾ ലൈംഗിക അച്ചടക്കമില്ലാത്തവളാണെന്നോ വലിയ കാമാസക്തിയുള്ളവളാണെന്നോ എന്തുകൊണ്ടോ എനിക്ക് തോന്നിയിട്ടില്ല. ആ മനുഷ്യനൊരു പക്ഷേ അവളോട് പ്രണയമായിരുന്നിരിക്കാം. അവൾ താൻ സ്റ്റീഫനെ വിവാഹം കഴിക്കാൻ പോകുന്നു എന്ന വിവരം പങ്കുവച്ചപ്പോൾ പെട്ടെന്നുണ്ടായ കോപം അസൂയ എന്നിവ മൂലം അവളെ അയാൾ കൊന്നിട്ടുണ്ടാകും. ഇത് മുൻകൂട്ടി നിശ്ചയിച്ചുറപ്പിച്ച് നടത്തിയ ഒരു കൊലപാതകമാണെന്ന് എനിക്ക് തോന്നുന്നില്ല. സാലി വാതിലടച്ച് കുറ്റിയിട്ടത് അവരുടെ സ്വകാര്യത ഉറപ്പ് വരുത്താനായിരുന്നു. അത് തുറക്കാതെ അയാൾ ജാലകത്തിലൂടെ തന്നെ ഇറങ്ങിപ്പോയി. അത് കുറ്റിയിട്ടിരിക്കുകയാണെന്ന് അയാൾ ചിന്തിച്ചിട്ടുണ്ടാകില്ല. അയാൾക്കതറിയാമായിരുന്നു എങ്കിൽ അയാൾ അത് തുറക്കുമായിരുന്നു. കുറച്ചുകൂടി ശ്രദ്ധിച്ച് പുറത്തിറങ്ങുമായിരുന്നു. അകത്തുനിന്ന് കുറ്റിയിട്ട വാതിൽ നിങ്ങൾക്കൊരു വലിയ നിരാശയായിട്ടുണ്ടാകും ഇൻസ്പെക്ടർ. വീട്ടുകാരിൽ ഒരാൾ കോണി ഉപയോഗിച്ച് അകത്ത് കയറിയിറങ്ങുക എന്നത് നിങ്ങൾക്കുപോലും സങ്കല്പിക്കാനാകാത്തതാകും. അവരുടെ സ്വന്തം വീടാണല്ലോ അത്. മാക്സി ജപ്പ് വിവാഹനിശ്ചയത്തെക്കുറിച്ചും നിങ്ങളിൽ ആവേശമുണ്ടാകും എന്ന് എനിക്കറിയാം. സ്വാഗതാർഹമല്ലാത്ത ഒരു വിവാഹാഭ്യർത്ഥനയിൽനിന്നും വിവാഹനിശ്ചയങ്ങളിൽ നിന്നും പുറത്തു വരാനുള്ള മാർഗ്ഗം കൊലപാതകമാണെങ്കിൽ ഇന്ന് സ്ത്രീകളെ കൊലപ്പെടുത്തുന്നതിന്റെ നിരക്ക് വളരെ

അധികമായിരിക്കും എന്ന് ഞാൻ പറയാതെ തന്നെ നിങ്ങൾക്ക് അറിയാമല്ലോ.''

താൻ സംസാരിച്ചുകൊണ്ടേയിരിക്കുന്നതും സംസാരിച്ചതും തെറ്റാണെന്ന് ഫെലിക്സിനറിയാമായിരുന്നു. ഭയമാണയാളെ ഇങ്ങനെ വാചാലനാക്കിയത്. ഭയവും അതിനൊപ്പം വന്ന കോപവും. പൊലീസ് സർജന്റ് അയാളെ തന്നെ നോക്കി ഇരിക്കുകയായിരുന്നു. ആ മുഖത്ത് നിരാശയും അനുകമ്പയുമുണ്ടായിരുന്നു. പലരും ഇതുപോലെ സ്വയം വിഡ്ഢിവേഷം കെട്ടിയാടുന്നത് അയാൾ കണ്ടിട്ടുണ്ട്. അതിനാൽ ഇതയാൾക്ക് ഒരു അത്ഭുതമാകുന്നില്ല. എന്നിരുന്നാലും ആരും അങ്ങനെ ചെയ്യരുതേ എന്നയാൾ ആശിക്കാറുണ്ട്. ഡൽഗ്ലീഷ് മൃദുസ്വരത്തിൽ സംസാരിച്ച് തുടങ്ങി.

''നിങ്ങൾ നന്നായി ഉറങ്ങി എന്നാണ് ഞാൻ കരുതിയത്. എന്നിട്ടും രാത്രി പന്ത്രണ്ടര മുതൽ മൂന്ന് വരെ മഴ പെയ്തത് നിങ്ങൾ അറിഞ്ഞു.''

''എനിക്കത് ശുഭരാത്രി തന്നെയായിരുന്നു.''

''അങ്ങനെയെങ്കിൽ നിങ്ങൾക്ക് ഉറക്കമില്ലായ്മ എന്ന രോഗമുണ്ട്. അതിനെന്ത് മരുന്നാണ് കഴിക്കുന്നത്?''

''വിസ്കി. പക്ഷേ മറ്റുള്ളവരുടെ വീട്ടിൽ വച്ചത് അങ്ങനെ ഉപയോഗിക്കാറില്ല.''

''കുറച്ച് മുമ്പ് ആ ശവം കണ്ടതിനെക്കുറിച്ചും ശ്രീമതി റിസ്കൊവുമൊത്ത് അടുത്ത ശൗചാലയത്തിലേക്ക് നീങ്ങിയതും അപ്പോൾ ഡോക്ടർ മാക്സി പൊലീസിനെ വിളിച്ചതുമെല്ലാം വിശദീകരിക്കുകയുണ്ടായി. കുറച്ച് കഴിഞ്ഞപ്പോൾ ശ്രീമതി റിസ്കൊ അവരുടെ അമ്മയ്ക്കരികിലേക്ക് പോയി. അതിനുശേഷം നിങ്ങൾ എന്ത് ചെയ്തു?''

''ഞാൻ ശ്രീമതി ബൽടിടാഫ്റ്റിനു കുഴപ്പമൊന്നുമില്ലല്ലോ എന്നറിയാൻ നീങ്ങി. ആരെങ്കിലും പ്രാതൽ കഴിക്കാനുള്ള മനസ്ഥിതിയിലാകും എന്നെനിക്ക് തോന്നിയില്ല. എന്നാലും ചൂടുള്ള കാപ്പി ധാരാളമായി വേണ്ടി വരും എന്ന ചിന്തയുണ്ടായിരുന്നു. അതിനൊപ്പം കുറച്ച് സാൻഡ്‌വിച്ച് കൂടിയുണ്ടായാൽ നന്നാകും എന്നും കരുതി. അവർ ആകെ ഞെട്ടിയ അവസ്ഥയിലായിരുന്നു. നടന്നതൊന്നും വിശ്വസിക്കാനാകാത്തതുപോലെ. സാലി ആത്മഹത്യ ചെയ്തതാകും എന്നവർ ആവർത്തിച്ച് പറയുന്നുണ്ടായിരുന്നു. എനിക്കാകാവുന്ന വിനയത്തോടെ അത് അസാധ്യമാണെന്ന് ഞാൻ ചൂണ്ടിക്കാണിച്ചു. ഞാനത് പറഞ്ഞപ്പോൾ അവർ കൂടുതൽ അസ്വസ്ഥയാകാൻ തുടങ്ങി. എന്നെ കൗതുകത്തോടെ നോക്കി. രൂക്ഷമായൊന്ന് നോക്കി. ഞാനൊരു അപരിചിതനാണെന്നതുപോലെയായിരുന്നു ആ നോട്ടം.

പിന്നെ തേങ്ങിക്കരയാൻ തുടങ്ങി. അവരെ ഒന്ന് ശാന്തയാക്കാൻ എനിക്കായപ്പോഴേക്കും മിസ് ബവേഴ്സ് അവിടെ കുട്ടിയുമായെത്തി. അവർ പ്രാതലുണ്ടാക്കാൻ തുടങ്ങി. മാർത്ത സഹായത്തിനായി നീങ്ങി. ഞങ്ങൾ കാപ്പിയുണ്ടാക്കി. മിസ്റ്റർ മാക്സിക്കുള്ള പ്രാതലുമുണ്ടാക്കി. അപ്പോഴേക്കും പൊലീസെത്തിയിരുന്നു. ഞങ്ങളോടെല്ലാം സ്വീകരണമുറിയിൽ കാത്തിരിക്കാൻ ആവശ്യപ്പെട്ടു.

‘‘ശ്രീമതി ബൾടിടാഫ്റ്റ് കരയാൻ തുടങ്ങി എന്ന് പറഞ്ഞല്ലോ. അവർ ആദ്യമായി ദുഃഖം പ്രകടിപ്പിച്ചത് അപ്പോഴാണോ?’’

‘‘ദുഃഖമോ?’’ അയാൾ ഒരു ഇടവേളയെടുത്തു. അതിസൂക്ഷ്മമായ ഒന്ന്. ‘‘അവരാകെ ഞെട്ടിയിരുന്നു. ഞങ്ങളെല്ലാം അതുപോലെയായിരുന്നു.’’

‘നന്ദി സർ. വളരെ സഹായകരമായി ഈ സംഭാഷണം. ഞാൻ നിങ്ങളുടെ പ്രസ്താവം ടൈപ്പ് ചെയ്യിക്കാം. അതിനുശേഷം നിങ്ങൾക്ക് വായിക്കാൻ തരാം. അതിൽ എഴുതിയതിനോട് യോജിക്കുന്നുണ്ടെങ്കിൽ അതിൽ ഒപ്പിട്ട് തരണം. അതല്ല ഇനിയും എന്തെങ്കിലും കൂട്ടിച്ചേർക്കാനുണ്ടെങ്കിൽ അതിനും സമയമുണ്ട്. ഞാൻ ഇവിടെയൊക്കെയുണ്ടാകും. നിങ്ങൾ തിരികെ സ്വീകരണമുറിയിലേക്കാണ് പോകുന്നതെങ്കിൽ ശ്രീമത് ബൾടിടാഫ്റ്റിനോട് ഒന്ന് വരാൻ ആവശ്യപ്പെടണം.’’

അതൊരു അഭ്യർത്ഥനയല്ലായിരുന്നു. ഉത്തരവായിരുന്നു. അയാൾ വാതിൽക്കലെത്തിയപ്പോൾ ആ മൃദുസ്വരം വീണ്ടും വന്നത് ഫെലിക്സ് കേട്ടു.

‘‘നിങ്ങൾ പറഞ്ഞതെല്ലാം ശ്രീമതി റിസ്കോവിന്റെ പ്രസ്താവത്തിനോട് പൂർണ്ണമായും യോജിക്കുന്നുണ്ട് എന്ന് ഞാൻ പറഞ്ഞാൽ നിങ്ങൾക്കതിൽ അത്ഭുതമൊന്നും തോന്നിയേക്കില്ല. ഒരൊറ്റ കാര്യത്തിലേ വ്യത്യാസമുള്ളൂ. ശ്രീമതി റിസ്കൊ പറഞ്ഞത് ഇന്നലെ രാത്രി മുഴുക്കെ നിങ്ങൾ അവരുടെ മുറിയിലായിരുന്നു എന്നാണ്, അല്ലാതെ നിങ്ങളുടെ മുറിയിലായിരുന്നു എന്നല്ല. നിങ്ങൾ ഒന്നിച്ചാണുറങ്ങിയതെന്നും അവർ പറയുകയുണ്ടായി.’’

ഫെലിക്സ് ഒരു നിമിഷം അവിടെ നിന്നു. പിന്നെ തിരിഞ്ഞ് ഡൽഗ്ലീഷിനെ നോക്കി.

‘‘ശ്രീമതി റിസ്കൊ പറഞ്ഞത് മധുരമൂറുന്നതുതന്നെ. എന്നാൽ അത് എനിക്ക് കാര്യങ്ങൾ വിഷമകരമാക്കുന്നു. അങ്ങനെയല്ലേ? ഇതിലിപ്പോൾ ഞാനാണോ അവരാണോ നുണ പറയുന്നത് എന്ന് നിങ്ങൾ തന്നെ തീരുമാനിക്കേണ്ടി വരും ഇൻസ്പെക്ടർ.’’

‘‘നന്ദി. അത് ഞാൻ ചെയ്ത് കഴിഞ്ഞു.’’

7

തന്റെ ഔദ്യോഗിക ജീവിതത്തിൽ ഒരുപാട് മാർത്തമാരെ കണ്ടിട്ടുള്ള വനാണ് ഡൽഗ്ലീഷ്. അത്രയ്ക്കൊന്നും സങ്കീർണ്ണതയുള്ളവരാണവർ എന്ന് ഒരിക്കലും തോന്നിയിട്ടില്ല. ശരീരസൗഖ്യം, പാചകം, മനസ്സിന്റെ ജീവൻ, അതിന്റെ യഥാർത്ഥ മൂല്യം കാണിക്കുന്നതിനു മുമ്പായി നടത്തപ്പെടേണ്ടുന്ന അസംഖ്യം ചെറിയ ജോലികൾ എന്നിവയിൽ മാത്രമാണവരുടെയൊക്കെ താത്പര്യം. സേവനത്തിലാണവർ അവ രുടെ വൈകാരികതകളുടെ പൂർണ്ണതയും പൂരണവും കാണുന്നത്. കൂറുള്ളവരും കഠിനാദ്ധ്വാനികളും സത്യസന്ധരുമായ ഇവർ മിക്ക പ്പോഴും നല്ല സാക്ഷികളാകും. കാരണം അവർക്ക് ഭാവനയും വിജയ കരമായി നുണ പറയാനുള്ള പരിശീലനവും കുറവായിരിക്കും എന്നതു തന്നെ. അവർക്ക് കൂറുള്ളവരെ മറച്ച് പിടിക്കാൻ അവർ തീരുമാനി ച്ചാൽ പിന്നെയവർ ഒരു ശല്യമായി മാറും. ഇതുപക്ഷേ പ്രതീക്ഷി ക്കേണ്ടുന്ന ഒരു അപകടമാണ്. ഒരു തുറന്ന അപകട സാധ്യത.

മാർത്തയുമൊത്ത് അയാൾക്ക് ഒരു ബുദ്ധിമുട്ടും അനുഭവപ്പെട്ടില്ല. ആരോ അവളോട് സംസാരിക്കുന്നുണ്ടായിരുന്നു എന്നത് ഇത്തിരി പ്രകോപനത്തോടെ തന്നെയാണ് ഡൽഗ്ലീഷ് തിരിച്ചറിഞ്ഞത്. അവർ തീർത്തും ശരിയാണ്, ബഹുമാനിക്കപ്പെടേണ്ടവളുമാണ്. എന്നാൽ അവരിൽ നിന്ന് വിവരങ്ങൾ ലഭിക്കുക അത്ര എളുപ്പമല്ലായിരുന്നു. മാർത്തയ്ക്ക് ആരോ പരിശീലനം നല്കിയിരുന്നു. അതാരാണെന്ന് ഊഹിക്കുക ബുദ്ധിമുട്ടുള്ളതല്ല. അതിനാൽ അയാൾ ക്ഷമയോടെ ചോദ്യങ്ങളുമായി മുന്നേറി.

‘‘നിങ്ങളാണല്ലേ പാചകം ചെയ്യുന്നതും മിസ്റ്റർ മാക്സിയുടെ പരിചരണങ്ങളിൽ സഹായിക്കുന്നതും. അത് നല്ല ജോലി ഭാരമായി രിക്കുമല്ലോ. നിങ്ങളാണോ മിസ് ജപ്പിനെ സഹായിയായി നിയമി ക്കാൻ ശ്രീമതി മാക്സിയോട് നിർദ്ദേശിച്ചത്?’’

‘‘അല്ല.’’

‘‘ആരാണത് ചെയ്തത് എന്നറിയാമോ?’’

മാർത്ത ഏതാനും സെക്കന്റുകൾ നിശ്ശബ്ദയായി. താനെന്തെങ്കിലും വിവേകശൂന്യത എഴുന്നള്ളിക്കുമോ എന്ന് ഭയപ്പെടുന്നതുപോലെ തോന്നി.

‘‘മിസ് ലിഡലാണെന്ന് തോന്നുന്നു. അങ്ങനെയൊരാൾ വേണം എന്ന് മാഡം തന്നെ ചിന്തിച്ചതാകും. എനിക്കറിയില്ല.’’

‘‘പക്ഷേ അവളെ നിയമിക്കുന്നതിനു മുമ്പ് ശ്രീമതി മാക്സി നിങ്ങളോട് സംസാരിച്ചു എന്ന് എനിക്ക് അനുമാനിക്കാമോ?’’

''അവരെന്നോട് സാലിയെക്കുറിച്ച് പറഞ്ഞിരുന്നു. പക്ഷേ തീരുമാനമെടുക്കേണ്ടത് മാഡം തന്നെയാണല്ലോ.''

ഈ ദാസ്യഭാവം ഡൽഗ്ലീഷിനെ പ്രകോപിതനാക്കി. എങ്കിലും സ്വരത്തിൽ മാറ്റമൊന്നും വരാതിരിക്കാൻ അയാൾ ശ്രദ്ധിച്ചു. സാക്ഷി വിസ്താരങ്ങളിൽ കോപാകുലനാകാതിരിക്കാൻ അയാൾ എപ്പോഴും ശ്രമിക്കാറുണ്ട്.

''ശ്രീമതി മാക്സി ഇതിനുമുമ്പ് എപ്പോഴെങ്കിലും അവിവാഹിതയായ ഒരു അമ്മയെ ജോലിയിൽ നിയമിച്ചിട്ടുണ്ടോ?''

''പണ്ടൊന്നും അങ്ങനെ ചിന്തിക്കാനാകില്ലായിരുന്നു. ഞങ്ങൾക്കരികിൽ വന്നവരെല്ലാം നല്ല ശിപാർശകളോടെയാണെത്തിയത്.''

''എന്നുവച്ചാൽ ഇതൊരു പുതിയ സംരംഭമായിരുന്നു എന്ന്. അതൊരു വിജയമായി എന്ന് കരുതുന്നുണ്ടോ? നിങ്ങളാണല്ലോ സാലി ജപ്പുമായി ഏറ്റവും അടുത്ത് പെരുമാറിയത്. അവർ ഏത് തരക്കാരിയായിരുന്നു?''

മാർത്ത മറുപടിയൊന്നും പറഞ്ഞില്ല.

''അവരുടെ ജോലിയിൽ നിങ്ങൾക്ക് തൃപ്തിയുണ്ടായിരുന്നോ?''

''ഉണ്ടായിരുന്നു. ആദ്യമൊക്കെ.''

''പിന്നീടൊരു മനം മാറ്റത്തിനു കാരണമെന്താണ്? അവർ വൈകി ഉണരുന്നതാണോ കാരണം?''

കനത്ത കൺപോളകളുള്ള അവളുടെ കണ്ണുകൾ നാലുപാടും പരതി.

''അതിലും മോശം കാര്യങ്ങളുണ്ടായിരുന്നു.''

''എങ്ങനെ?''

''അവൾ വല്ലാതെ വായാടിയാകാൻ തുടങ്ങി.''

''അത് നിങ്ങൾക്ക് ബുദ്ധിമുട്ടായിക്കാണും. മിസ് ജപ്പ് അങ്ങനെ വായാടിയാകാൻ കാരണമെന്താണ്?''

''ഈ പെൺകുട്ടികളൊക്കെ അങ്ങനെ തന്നെയാണ്. അവർ ആദ്യമൊക്കെ ശാന്തത കാണിക്കും. പിന്നെ അവരാണീ വീടിന്റെ ഉടമ എന്ന മട്ടിലേക്ക് മാറും.''

''ഒരുപക്ഷേ താനൊരിക്കൽ ഈ വീടിന്റെ ഉടമയാകും എന്നൊരു ചിന്ത സാലി ജപ്പിലുണ്ടായിരുന്നിരിക്കാം.''

''അങ്ങനെയെങ്കിൽ അവൾക്ക് സമനില തെറ്റി എന്നേ ഞാൻ പറയൂ.''

''പക്ഷേ ഡോക്ടർ മാക്സി അവരോട് ആ ശനിയാഴ്ച സായാഹ്ന ത്തിൽ വിവാഹാഭ്യർത്ഥന നടത്തിയിരുന്നു.''

''അതിനെക്കുറിച്ചൊന്നും എനിക്കറിയില്ല. ഡോക്ടർ മാക്സിക്കെ ന്തായാലും സാലി ജപ്പിനെ വിവാഹം കഴിക്കാനാകില്ല.''

''ആരോ അതുറപ്പിച്ചു എന്ന് തോന്നുന്നു. ഇല്ലേ? ആരാണത് എന്ന് നിങ്ങൾക്കറിയാമോ?''

മാർത്ത മറുപടിയൊന്നും പറഞ്ഞില്ല. പറയാൻ ഒന്നുമില്ലായിരുന്നു. അങ്ങനെയൊരു കാരണം മൂലമാണ് സാലി ജപ്പ് കൊല്ലപ്പെട്ടതെങ്കിൽ, സംശയത്തിന്റെ നിഴൽ വീഴുന്ന വലയം അധികം വലുതല്ല. ശനി യാഴ്ച ഉച്ചമുതൽ നടന്നതിലൂടെ ഡൽഗ്ലീഷ് അവരെ നടത്തിത്തുടങ്ങി. പെരുന്നാളിനെക്കുറിച്ച് അവർക്ക് അധികമൊന്നും പറയാനില്ലായിരുന്നു. മിസ്റ്റർ മാക്സിക്ക് സായാഹ്നശേഷം ഭക്ഷണം കൊടുക്കുന്നതിനു തൊട്ടു മുമ്പ് ഉദ്യാനത്തിൽ ഒന്ന് നടന്നതൊഴിച്ചാൽ അവർക്ക് ഉത്സവ കാര്യങ്ങളിൽ വലിയ പങ്കൊന്നും ഇല്ലായിരുന്നു.

''ഭക്ഷണം കൊടുത്തശേഷം മെത്ത വൃത്തിയാക്കി അദ്ദേഹം സുഖമായി കിടക്കുന്നു എന്ന് ഉറപ്പ് വരുത്തി. അതിനുശേഷം അടു ക്കളയിലേക്ക് മടങ്ങി. അപ്പോഴേക്കും സാലി ജിമ്മിക്ക് ചായ കൊടു ത്തിട്ടുണ്ടായിരുന്നു. കുളിപ്പിക്കാൻ കൊണ്ടുപോയിട്ടുണ്ടായിരുന്നു. കുട്ടി കഴിച്ച പാത്രങ്ങളെല്ലാം കഴുകാനായി സിങ്കിൽ നിക്ഷേപിച്ചാ ണവർ പോയത്. കുട്ടിയെ ഉന്തിക്കൊണ്ട് നടക്കുന്ന വണ്ടി അടുക്കള യ്ക്കപ്പുറത്ത് കിടപ്പുണ്ടായിരുന്നു. ആ പെണ്ണിനെ കണ്ടില്ല. അവളെ തിരയാൻ മാർത്തയൊട്ട് മിനക്കെട്ടതുമില്ല. കുടുംബക്കാരൊക്കെ അത്താഴത്തിനായി കാത്തിരിപ്പുണ്ടായിരുന്നു. അവർതന്നെ വിളമ്പി ക്കഴിച്ചു. തണുത്ത ഭക്ഷണമാണന്നത്തെ പ്രത്യേകത. ശ്രീമതി മാക്സി അതുവരെ മാർത്തയെ വിളിക്കാനുള്ള മണി അടിച്ചിട്ടില്ല. കുറച്ച് കഴിഞ്ഞപ്പോൾ ശ്രീമതി റിക്സ്കൊവും ഹെർണെയും അടു ക്കളയിലെത്തി. പാത്രമൊക്കെ കഴുകിയെടുക്കാൻ മാർത്തയെ സഹാ യിച്ചു. അവർ സാലിയെവിടെ എന്ന് ചോദിച്ചില്ല. ആരും അവളെ അന്വേഷിച്ചില്ല. പെരുന്നാളിനെക്കുറിച്ചാണവരെല്ലാം സംസാരിച്ചത്. ഹെർണെയും ശ്രീമതി റിസ്കൊവും പാത്രം കഴുകുന്നതിനിടയിൽ തമാശകൾ പറഞ്ഞ് ചിരിക്കുന്നുണ്ടായിരുന്നു. അയാൾ ഒരു രസിക നാണ്.

ചൂടുപാനീയം തയ്യാറാക്കുന്നതിൽ അവരുടെ സഹായമില്ലായി രുന്നു. അത് പിന്നീടായിരുന്നു. അലമാരയിൽ കൊക്കൊ ടിന്നുണ്ടാ യിരുന്നു. മറ്റ് സാധനങ്ങളുമുണ്ടായിരുന്നു. ശ്രീമതി റിസ്കൊവോ ഹെർണെയോ ആ അലമാരയ്ക്കരികിലേക്ക് പോയിട്ടില്ല. അവർ അടുക്കളയിലുള്ളപ്പോഴൊക്കെ മാർത്തയും അവിടെയുണ്ടായിരുന്നു.

അവർ പോയതിനുശേഷം മാർത്ത അര മണിക്കൂർ ടെലിവിഷൻ കണ്ടു. സാലിയെക്കുറിച്ച് ചിന്തിച്ചതേയില്ല. അവൾ അവൾക്കിഷ്ട മുള്ളപ്പോൾ വരും. പത്തുമണിയാകാൻ അഞ്ച് മിനിറ്റ് ബാക്കിയുള്ള പ്പോൾ മാർത്ത സോസ്പാനിൽ പാൽ തിളപ്പിക്കാൻ വച്ചു. അത് എല്ലാ രാത്രികളിലും മാർടിൻഗേലിലെ പതിവാണ്. അത് കഴിഞ്ഞാൽ പിന്നെ അവൾക്ക് ഉറങ്ങാൻ പോകാം. അവൾ കോപ്പകളൊക്കെ ഒരു തളികയിൽ നിരത്തി. ചൂടുപാനീയം ഇഷ്ടപ്പെടുന്ന അതിഥികൾക്കായി വലിയ കപ്പും സോസറും വച്ചിരുന്നു. അതിലെ നീലകപ്പ് ശ്രീമതി റോസ്കോവിന്റേതാണെന്ന് സാലിക്കറിയാമായിരുന്നു. മാർടിൻഗേലി ലുള്ള എല്ലാവർക്കും അതറിയാം. പാൽ തിളച്ച് കഴിഞ്ഞപ്പോൾ മാർത്ത ഉറങ്ങാൻ പോയി. പത്തരയ്ക്ക് മുമ്പ് അവർ മെത്തയിലെത്തി ക്കാണും. രാത്രി മുഴുക്കെ അസ്വാഭാവിക സ്വരങ്ങളൊന്നും കേട്ടില്ല. പ്രഭാതത്തിൽ സാലിയെ ഉണർത്താൻ ചെന്നപ്പോൾ അവളുടെ മുറി യുടെ വാതിൽ അകത്തുനിന്ന് താഴിട്ടിരിക്കുന്നത് കണ്ടു. അതവർ മാഡത്തിനെ അറിയിച്ചു. ബാക്കിയൊക്കെ അയാൾക്ക് അറിയാവുന്ന താണ്.''

ഒട്ടും വിശേഷതയില്ലാത്ത ഈ വിവരങ്ങൾ അവരിൽനിന്നും ലഭിക്കാൻ നാല്പത് മിനിറ്റെടുത്തു. എന്നാൽ ഡൽഗ്ലീഷ് അപ്പോൾ അക്ഷമയൊന്നും കാണിച്ചില്ല. അവരിപ്പോൾ ശവം കണ്ടിടത്തെത്തി യിരിക്കുന്നു. മാർത്തയുടെ പ്രസ്താവങ്ങൾ ഇവിടെ കാതറിൻ ബവേ ഴ്സിന്റേതുമായി എത്രകണ്ട് യോജിക്കുന്നു എന്നതിനു പ്രാധാന്യ മുണ്ട്. അത് യോജിക്കുന്നു എങ്കിൽ അയാളുടെ മനസ്സിൽ ഇപ്പോ ഴുള്ള താത്കാലിക സിദ്ധാന്തങ്ങളിൽ ഒന്ന് ശരിയാണെന്ന് വരുന്നു. അത് യോജിക്കുകയും ചെയ്തു. ക്ഷമയോടെ അയാൾ കാണാതായ ഉറക്കഗുളികയിലേക്കെത്തി. ഇവിടെ അയാൾ അത്ര വിജയിയായില്ല. യജമാനന്റെ മെത്തയിൽനിന്നും ഏതെങ്കിലും തരത്തിലുള്ള ഗുളിക കൾ സാലി കണ്ടെത്തി എന്നതിനോട് മാർത്ത ബൾടിടാഫ്റ്റ് യോജി ച്ചില്ല.

''താനാണ് യജമാനന്റെ കാര്യങ്ങളെല്ലാം ചെയ്യുന്നതെന്ന് വരുത്തി തീർക്കാൻ സാലി എപ്പോഴും ശ്രമിക്കാറുണ്ട്. മാഡത്തിനു വല്ലാതെ ക്ഷീണം തോന്നുന്ന ചില രാവുകളിൽ അവൾ അവിടെ പരിചരണ ത്തിനായി ഇരിക്കാറുണ്ട്. പക്ഷേ എന്നെയല്ലാതെ മറ്റാരേയും യജ മാനനിഷ്ടമല്ലായിരുന്നു. കനത്ത പരിചരണങ്ങളെല്ലാം ഞാൻ തന്നെ യാണ് ചെയ്തുകൊണ്ടിരിക്കുന്നത്. മെത്തയിൽ അങ്ങനെ എന്തെ ങ്കിലും ഒളിപ്പിച്ചിട്ടുണ്ടെങ്കിൽ അത് ഞാൻ എന്തായാലും കണ്ടെത്തും.''

അവർ ഇതുവരെ നടത്തിയതിൽ ഏറ്റവും ദൈർഘ്യമേറിയ പ്രഭാ ഷണമായിരുന്നു അത്. അതിൽ ആത്മവിശ്വാസമുണ്ട് എന്ന് ഡൽഗ്ലീഷ്

കരുതി. അവസാനം അയാൾ ഒഴിഞ്ഞ കൊക്കൊ ടിന്നിനെക്കുറിച്ച് അവരോട് ചോദിച്ചു. ഇവിടേയും അവർ ശാന്തതയോടെ, എന്നാൽ ദൃഢമായ ഉറപ്പോടെ സംസാരിച്ചു. കാലത്ത് ചായയിടാൻ അടുക്കളയിലെത്തിയപ്പോഴാണ് ആ ഒഴിഞ്ഞ ടിൻ മേശപ്പുറത്തിരിക്കുന്നത് കണ്ടത്. അതിനകത്തുണ്ടായിരുന്ന കടലാസ് അവർ കത്തിച്ചു. ടിൻ തുടച്ച് വൃത്തിയാക്കി. ചവറ്റുകുട്ടയിലിട്ടു.

‘‘എന്തിനാണത് ചവറ്റുകുട്ടയിലിടുന്നതിനു മുമ്പ് വൃത്തിയാക്കിയത്?’’

അഴുക്കുള്ളതോ ഒട്ടിപ്പിടിക്കുന്ന പദാർത്ഥങ്ങളുള്ളതോ ആയ ടിന്നുകളും മറ്റും ചവറ്റുകുട്ടയിൽ അതുപോലെ നിക്ഷേപിക്കുന്നത് മാഡത്തിനിഷ്ടമല്ല. കൊക്കൊ ടിന്നിൽ ഒട്ടിപ്പിടിക്കുന്നതൊന്നുമില്ലായിരുന്നു. എന്നാൽ അത് കാര്യമാക്കിയില്ല. മാർടിൻഗേലിലെ ശീലം അനുസരിച്ച് ഒഴിഞ്ഞ ടിന്നുകളെല്ലാം ചവറ്റുകുട്ടയിലേക്ക് നീങ്ങുന്നതിനു മുമ്പ് വൃത്തിയാക്കും.

‘‘എന്തിനാണാ കടലാസ് കത്തിച്ചു കളഞ്ഞത്? അകത്ത് കടലാസിന്റെ ഒരു പ്രതലമുള്ളപ്പോൾ ടിന്നിന്റെ ഉൾഭാഗം വൃത്തിയാക്കാനാകുന്നില്ലായിരുന്നു. ടിൻ ഒഴിഞ്ഞതായിരുന്നു. അതിനാൽ അത് വൃത്തിയാക്കിയതിനുശേഷം കളയണം.’’ ഇത്തിരി വിവേകമുള്ള ആരും അതല്ലേ ചെയ്യൂ എന്നൊരു ധ്വനി അവരുടെ സംസാരത്തിലുണ്ടായിരുന്നു.

അവരുടെ ആ കഥയെ എങ്ങനെ ചോദ്യം ചെയ്യാനാകും എന്ന് ഡൽഗ്ലീഷിനുമറിയില്ലായിരുന്നു. വീട്ടിൽ ഉപയോഗിച്ച ടിന്നുകൾ എങ്ങനെ ഒഴിവാക്കുന്നു, അതിനുള്ള പ്രക്രിയ എന്ത് എന്നറിയാനായി ശ്രീമതി മാക്സിയെ ചോദ്യം ചെയ്യേണ്ടി വരുമോ എന്നാലോചിച്ച് അയാളുടെ ഹൃദയം നൊന്തു. പക്ഷേ അപ്പോഴും മാർത്തയ്ക്ക് ആരോ പരിശീലനം നൽകിയിരിക്കുന്നു എന്ന ചിന്ത ഒഴിയാതെ നിന്നു. ഒരു മാതൃക, ക്രമമായ രൂപം രൂപപ്പെട്ടുവരുന്നുണ്ടെന്ന് തോന്നി. കഴിഞ്ഞ ഒരു മണിക്കൂറിൽ കാണിച്ച ക്ഷമ ഉപകാരപ്പെട്ടേക്കും എന്നും തോന്നി.

അഞ്ച്

1

ഗ്രാമത്തിൽനിന്നും ഒരു നാഴിക ദൂരെയാണ് സെയ്ന്റ് മേരീസ് അനാഥാലയം. ഒട്ടും ഭംഗിയില്ലാത്തതും ഇഷ്ടികകൊണ്ട് നിർമ്മിച്ചതുമായ ഒരു കെട്ടിടം. അതിന്റെ ത്രികോണ മുഖപ്പുകളും ഗോപുരങ്ങളും പ്രധാന വഴിയിൽ നിന്ന് മാറിയാണെന്നു മാത്രമല്ല അതെല്ലാം കുറ്റിക്കാടുകളാൽ മറഞ്ഞിരിക്കുകയുമാണ്. ചരൽപ്പാത മുൻവാതിലിൽ ചെന്ന് നിൽക്കുന്നു. അവിടെ തിളക്കം നഷ്ടപ്പെട്ട ഒരു മണിയുണ്ട്. എല്ലാ ജാലകങ്ങളിലും മഞ്ഞുപോലെ വെളുത്ത പർദ്ദകളുണ്ട്. അധികം ആഴമില്ലാത്ത പടികൾ ഇറങ്ങി ചെന്നാൽ ചതുരാകൃതിയിലുള്ള ഒരു പുൽത്തകിടിയിലെത്തും. കെട്ടിടത്തിന്റെ ഒരു വശത്താണീ പുൽത്തകിടി. അവിടെ കുട്ടികളെ തള്ളിക്കൊണ്ടുപോകാനുള്ള ഏതാനും ചെറുവണ്ടികൾ കാണാം. തൊപ്പിയും ആപ്രണും വച്ച ഒരു പരിചാരികയാണ് വാതിൽ തുറന്ന് അവരെ അകത്തേക്ക് പ്രവേശിപ്പിച്ചത്. എന്ത് ചെയ്യണം എന്ന് അവർക്കറിയില്ലായിരുന്നു. ഡൽഗ്ലീഷ് രണ്ട് തവണ തന്റെ പേരാവർത്തിച്ച് പറഞ്ഞെങ്കിലും അത് അവർക്ക് പിടിച്ചെടുക്കാനായില്ല. അവരുടെ വലിയ കണ്ണുകൾ അയാളെ തുറിച്ച് നോക്കി. മനസ്സിലായില്ല എന്ന മട്ടിൽ കണ്ണടക്കണ്ണുകൾ ദയനീയമായി വാതിൽക്കലേക്ക് നോക്കി.

''സാരമില്ല. മിസ് ലിഡലിനോട് രണ്ട് പൊലീസുകാർ മാർടിൻ ഗേലിൽനിന്നെത്തിയിരിക്കുന്നു എന്ന് പറഞ്ഞാൽ മതി. ഞങ്ങളെക്കുറിച്ച് അവർക്ക് എല്ലാം അറിയാം.'' ഡൽഗ്ലീഷ് അവസാനം പറഞ്ഞു.

''ദയവായി എനിക്ക് ആ പേരൊരിക്കൽക്കൂടി പറഞ്ഞ് തരൂ. ഞാനിവിടെ ഒരു വീട്ടുവേലക്കാരിയായി പരിശീലിക്കുകയാണ്.''

അവർ നിരാശ പ്രകടമാക്കി. മിസ് ലിഡൽ എന്ത് പറയും എന്ന ഭയവും രണ്ട് അപരിചിതർക്കൊപ്പം ഒരു മുറിയിൽ താൻ നില്ക്കുന്നു എന്ന അമ്പരപ്പും അവരെ പിടികൂടിക്കഴിഞ്ഞിരുന്നു. അതും രണ്ട് പൊലീസുകാർക്കൊപ്പം. ഡൽഗ്ലീഷ് തന്റെ കാർഡ് അവൾക്ക് കൊടുത്തു.

“ഇത് കൊടുത്താൽ മതി. ഇതാണതിന്റെ ശരിയായ മാർഗ്ഗം. വിഷമിക്കണ്ട. നിങ്ങൾ എന്തായാലും നല്ലൊരു പരിചാരികയാകും. ഇപ്പോൾ ഈ ജോലിയിലുള്ളവരെ കിട്ടാനേയില്ലല്ലോ.”

“വിവാഹത്തിനു മുമ്പൊരു കുഞ്ഞുണ്ടാകുന്നവരെ ആർക്കും വേണ്ട.‘ സർജന്റ് മാർടിൻ പറഞ്ഞു. അതിനിടയിൽ ആ പരിചാരികയുടെ രൂപം അപ്രത്യക്ഷമായിരുന്നു. പോകുന്നതിനു മുമ്പ് ആർക്കും കേൾക്കാനാകാത്തത്ര താഴ്ന്ന ഒച്ചയിൽ ‘നന്ദി’ എന്നവർ പറയുകയുണ്ടായി.

“ഇതുപോലെ ഒരു പച്ചപ്പരമാർത്ഥിയെ ഇവിടെ കാണാനാകുന്നത് അത്ഭുതം തന്നെ സർ. എന്നാലും ആ അഭിനയത്തിൽ എന്തൊക്കെയോ കുറവുണ്ട്. ആരോ അവളെ മുതലെടുത്തു എന്നാണെനിക്ക് തോന്നുന്നത്.”

“ജനിച്ച അന്ന് മുതൽ ഇത്തരക്കാരെ മുതലെടുത്ത് തുടങ്ങിയിട്ടുണ്ടാകും.”

“അവർ ഭയന്നിരിക്കുന്നു. ഈ മിസ് ലിഡൽ ഇവിടെയുള്ള പെൺകുട്ടികളോടൊക്കെ മര്യാദയ്ക്കാണ് പെരുമാറുന്നതെന്ന് ഊഹിക്കാം അല്ലേ സർ?”

‘ഞാനും അങ്ങനെ കരുതുന്നു. അവർ അവരുടേതായ മാർഗ്ഗങ്ങളിലാകും. അവരുടെ ജോലിയെ ഓർത്ത് നമുക്ക് വികാരം കൊള്ളണ്ട. അവർക്ക് കൈകാര്യം ചെയ്യാനുള്ളതും സമ്മിശ്രമായ ഒരു കൂട്ടത്തെയാകുമല്ലോ. ഇവിടെ ആവശ്യം പ്രതീക്ഷയാണ്. പ്രതീക്ഷ, വിശ്വാസം പിന്നെ അനന്തമായ അളവിൽ സഹാനുഭൂതിയും. മറ്റ് വാക്കുകളിൽ പറഞ്ഞാൽ ഒരു സന്ന്യാസിയെയാണാവശ്യം. അത്രയും ഉയർന്ന മാനദണ്ഡം എന്തായാലും മിസ് ലിഡലിൽനിന്നും നമ്മൾ പ്രതീക്ഷിക്കേണ്ടതില്ല.”

“അതെ സർ.” സർജന്റ് മാർടിൻ സമ്മതിച്ചു. പിന്നെയൊന്ന് ആലോചിച്ചപ്പോൾ “അല്ല സർ, എന്നാക്കി. അതായിരിക്കും കൂടുതൽ യോജിക്കുന്നത് എന്ന തീരുമാനത്തിൽ അയാൾ എത്തി. യഥാസ്ഥിതികമല്ലാത്ത എന്തൊക്കെ പുലമ്പി എന്നതിനെക്കുറിച്ച് ബോധവാനല്ലാതെ ഡൽഗ്ലീഷ് സാവധാനത്തിൽ ആ മുറിയൊന്ന് നടന്ന് കാണാൻ തീരുമാനിച്ചു. അത്ര സൗകര്യമുള്ള മുറിയൊന്നുമല്ല. ആഡംബരങ്ങൾ ഒന്നുമില്ല. അത്യാവശ്യം ഫർണീച്ചറുകളുണ്ട്. ഇതിൽ അധികവും ലിഡലിന്റെ സ്വകാര്യ സമ്പാദ്യമായിരിക്കും, അയാൾ കരുതി. മരങ്ങളെല്ലാം പോളിഷ് ചെയ്ത് തിളങ്ങുന്നു. സ്പിനറ്റും ഈട്ടികൊണ്ടുള്ള മേശയും ആരേയും ആകർഷിക്കുന്നതായിരുന്നു. പുൽത്തകിടിയിലേക്ക് തുറക്കുന്ന ഒരു വലിയ ജാലകമുണ്ട്. അതിൽ

പൂക്കളുള്ള ഒരു പർദ്ദയിട്ടിരിക്കുന്നു. അതടച്ചിട്ടില്ല. പരവതാനി പ്രായം വ്യക്തമാക്കി തുടങ്ങിയിരിക്കുന്നു. ഏതെങ്കിലും ഔദ്യോഗിക സംസ്ഥ സംഭാവന നല്കിയതല്ല അത് എന്ന് വ്യക്തം. ഈ മുറി കണ്ടാൽ ഈ വീട് തന്നെ മിസ് ലിഡൽ തന്റെ സ്വന്തമാണെന്ന് കരുതുന്നതു പോലെയുണ്ട്. നാലു ചുമരിലും അനേകം കുട്ടികളുടെ ഫോട്ടോ ഗ്രാഫുകൾ കണ്ടു. നഗ്നരായി പായയിൽ കിടക്കുന്ന കുട്ടികൾ. ചില നിസ്സഹായത തോന്നിപ്പിക്കുന്ന അസംബന്ധതയോടെ തല ക്യാമറ ക്കണ്ണിലേക്ക് തിരിച്ചിരിക്കുന്നു. ചിലർ പല്ലില്ലാത്ത മോണകാട്ടി പുഞ്ചിരിക്കുന്നു. ചിലർ തൊട്ടിലിന്റേയോ അവരുടെ ഉന്തുവണ്ടിയു ടേയോ അരിക് പിടിച്ച് നിൽക്കുന്നു. ചിലർ കമ്പിളി പുതച്ച് അവ രുടെ അമ്മയുടെ കൈകളിലിരിക്കുന്നു. ഒന്ന് രണ്ട് ചിത്രങ്ങളിലുള്ള വർ പകച്ച്, അമ്പരന്ന് നിൽക്കുന്ന പുരുഷന്മാരുടെ കൈകളിലാണ്. ഇവരായിരിക്കണം കൂടുതൽ ഭാഗ്യവാന്മാർ. അവർക്ക് ഔദ്യോഗി കമായി ഒരു അച്ഛനെ ലഭിച്ചിട്ടുണ്ടാകും. മഹാഗണികൊണ്ടുള്ള ഒരു മേശയ്ക്ക് മുകളിൽ ചർക്ക തിരിക്കുന്ന ഒരു യുവതിയുടെ ചിത്രമുണ്ട്. അതിനടിയിൽ 'ഇരുപതാം വാർഷികാഘോഷങ്ങളുടെ ഭാഗമായി മിസ് ആലിസ് ലിഡലിന്, സെയ്ന്റ് മേരീസ് അഭയകേന്ദ്രത്തിലെ വാർഡൻ എന്ന നിലയിലുള്ള സമർപ്പിത സാന്മാർഗിക ക്ഷേമപ്രവർ ത്തനങ്ങൾക്കായി ചാഡ്ഫ്ളീറ്റ് ആൻഡ് ഡിസ്ട്രിക്ട് കമ്മറ്റി സമ്മാ നിച്ചത്' എന്നെഴുതി വച്ചിരിക്കുന്നു.

ഡൽഗ്ലീഷും മാർടിനും പരസ്പരം നോക്കി. ഇതിനെ ഞാൻ ഒരു അഭയകേന്ദ്രം എന്നൊന്നും വിളിക്കില്ല എന്ന് സർന്റ് പറഞ്ഞു. ഡൽഗ്ലീഷ് വീണ്ടും ഫർണീച്ചറുകൾ ശ്രദ്ധിച്ചു. പലതും മിസ് ലിഡ ലിന്റെ ബാല്യത്തിൽ നിന്നുള്ളവയാണ്.

''മിസ് ലിഡലിന്റെ ഈ പ്രായം വരെ അവിവാഹിതയായിരിക്കുക എന്നത് ഒരു പക്ഷേ നല്ല കാര്യമാകാം. ഇരുപത് വർഷമായി ഇതാ ണവരുടെ വീട്. ഇവിടെ നിന്ന് ഇനി ആട്ടിയോടിക്കാതിരിക്കാൻ അവർ എന്തും ചെയ്യും.''

ഒരു സ്ത്രീ കടന്ന് വന്നതിനാൽ സർജന്റ് മാർടിനതിനു മറുപടി പറയാനായില്ല. തന്റെ സ്വന്തമിടത്തിലാകുമ്പോൾ തീർത്തും ശാന്ത യാകും മിസ് ലിഡൽ. അവർക്ക് പൊലീസുകാർ ഇരുവർക്കും കൈ കൊടുത്തു. കാത്തിരിപ്പിച്ചതിൽ ക്ഷമ ചോദിച്ചു. ഇവർ മുഖത്ത് പൗഡറിടാനും അതിനിടയിൽ മനസ്സിൽ ചില തീരുമാനങ്ങളെടു ക്കാനുമാണ് സമയം ചിലവിട്ടത് എന്ന് അവരുടെ മുഖത്തേക്ക് നോക്കിയ ഡൽഗ്ലീഷ് അനുമാനിച്ചു. ഇതിനെ ഒരു സാമൂഹികാവശ്യ ത്തിനുള്ള സന്ദർശനമെന്ന നിലയിലെടുക്കാൻ അവർ തീരുമാനി ച്ചിരുന്നു. അനുഭവസമ്പന്നയായ ഒരു ആതിഥേയയെപ്പോലെ അവർ

ഇരുവർക്കും കസേര ചൂണ്ടിക്കാണിച്ചു. ചായ വരുത്താം എന്നവർ പറഞ്ഞപ്പോൾ ഡൽഗ്ലീഷ് അത് നിരസിച്ചു. അതിനോടിത്തിരി എതിർപ്പ് പ്രകടിപ്പിച്ച തന്റെ സർജന്റിന്റെ കണ്ണുകളിലേക്ക് നോക്കുന്നത് ശ്രദ്ധാപൂർവ്വം സ്വയം തടഞ്ഞു. മാർടിൻ വല്ലാതെ വിയർക്കുന്നുണ്ടായിരുന്നു. സംശയത്തിന്റെ നിഴലിലുള്ള ഒരു വ്യക്തിക്ക് നേരെ ആചാര, നിയമനിഷ്ഠകൾ പാലിക്കണമെങ്കിലും അതൊന്നും അതിരുകടക്കരുതെന്നും ഇങ്ങനെ ചൂടുള്ള ഒരു ദിവസം ഒരു കപ്പ് ചായ കുടിച്ചതുകൊണ്ട് അത് നീതിന്യായവ്യവസ്ഥിതിക്ക് തടസ്സമാകില്ല എന്നും അയാൾ മനസ്സിൽ പറഞ്ഞു.

''താങ്കളെ അധിക സമയം ബുദ്ധിമുട്ടിക്കില്ല മിസ് ലിഡൽ. ഞാൻ സാലി ജപ്പിന്റെ മരണം അന്വേഷിക്കുന്ന ഉദ്യോഗസ്ഥനാണെന്ന് മനസിലായിക്കാണുമല്ലോ. ഇന്നലെ സായാഹ്നത്തിൽ അത്താഴത്തിന് താങ്കളും മാർടിൻഗേലിലുണ്ടായിരുന്നു എന്ന് മനസ്സിലാക്കുന്നു. ഉച്ചയ്ക്ക് പെരുന്നാൾ ആഘോഷങ്ങളിലും നിങ്ങൾ പങ്കെടുത്തിരുന്നു. മാത്രമല്ല സാലി ജപ്പ് ഇവിടെ സെയ്ന്റ് മേരീസിലായിരുന്ന കാലം തൊട്ടേ നിങ്ങൾക്കവരെ അറിയാവുന്നതുമാണ്. ഒന്ന് രണ്ട് കാര്യങ്ങൾ നിങ്ങളിൽ നിന്നറിയണം എന്ന് എനിക്ക് ആഗ്രഹമുണ്ട്. അത് വിശദീകരിക്കാൻ നിങ്ങൾക്കാകും എന്ന് ഞാൻ പ്രതീക്ഷിക്കുന്നു.''

ആ അവസാന വാക്കുകളുടെ ഉപയോഗത്തിൽ നിന്നാണ് മിസ് ലിഡൽ സംസാരം തുടങ്ങിയത്. സർജന്റ് മാർടിൻ തന്റെ നോട്ടുപുസ്തകമെടുത്തത്, ഇതൊക്കെ എന്തിനാ എന്നൊരു ഭാവത്തിലായിരുന്നു. അവരുടെ ചുണ്ടുകൾ പെട്ടെന്ന് നനഞ്ഞത് ഡൽഗ്ലീഷ് ശ്രദ്ധിച്ചു. പിരിമുറുക്കം കൈകളെ ബാധിച്ചതും അവർ സ്വയം പ്രതിരോധമൊരുക്കുന്നതും ഡൽഗ്ലീഷ് അറിഞ്ഞു.

''നിങ്ങൾക്കെന്ത് വേണമെങ്കിലും ചോദിക്കാം. തീർച്ചയായും ഇൻസ്പെക്ടർ. ഇൻസ്പെക്ടർ എന്നുതന്നെയല്ലേ? എനിക്ക് സാലിയെ അടുത്തറിയാമായിരുന്നു. അതിനാൽ ഈ സംഭവിച്ചത് വലിയൊരു ഞെട്ടലാണ്. എനിക്ക് മാത്രമല്ല, എല്ലാവർക്കും. പക്ഷേ എന്നെക്കൊണ്ട് നിങ്ങൾക്ക് വലിയ ഉപകാരമൊന്നുമുണ്ടാകും എന്നെനിക്ക് തോന്നുന്നില്ല. കാര്യങ്ങൾ നിരീക്ഷിക്കുന്നതിലും ഓർത്തിരിക്കുന്നതിലും എനിക്ക് അത്ര മിടുക്കൊന്നുമില്ല. ചിലപ്പോഴൊക്കെ അത് അത് പ്രതികൂലമാകാറുണ്ട്. പക്ഷേ എല്ലാവർക്കും ഡിറ്റക്ടീവാകാനാകില്ലല്ലോ.''

അവർ ഒന്ന് ചിരിച്ചു. അത് സ്വാഭാവികമായി വന്ന ചിരിയല്ലായിരുന്നു. പിരിമുറുക്കം മറയ്ക്കാനുള്ള ഉപാധിയായിരുന്നു.

'നമ്മൾ അവരെ ഭയപ്പെടുത്തിയിരിക്കുന്നു' എന്ന് സർജന്റ് മാർടിൻ ചിന്തിച്ചു. 'ഒരുപക്ഷേ ഇവിടെ എന്തെങ്കിലുമൊക്കെ ലഭിച്ചേക്കാം.'

''നമുക്ക് സാലി ജപ്പിൽനിന്നു തന്നെ തുടങ്ങാം എന്ന് തോന്നുന്നു.'' ഡൽഗ്ലീഷ് പതിവുമൃദുസ്വരത്തിൽ പറഞ്ഞു.

''അവർ ഇവിടെയാണ് താമസിച്ചിരുന്നത് എന്ന് ഞാൻ മനസ്സിലാക്കുന്നു. അതായത് ഗർഭാവസ്ഥയുടെ അഞ്ച് മാസക്കാലം. പ്രസവശേഷം ആശുപത്രിയിൽ നിന്നും ഇവിടേക്കാണവൾ വന്നതെന്നും മനസ്സിലാക്കുന്നു. മാർടിൻഗേലിൽ ജോലിക്കാരിയാകുന്നതുവരെ പിന്നെ താമസം ഇവിടെ തന്നെയായിരുന്നു. കുഞ്ഞിന് നാലുമാസമായപ്പോഴാണവർ അവിടെ ജോലിക്കാരിയാകുന്നത്. അതുവരെ ഇവിടത്തെ കാര്യങ്ങളിലൊക്കെ അവൾ സഹായിക്കാറുണ്ടായിരുന്നു. ഈ കാലയളവുകൊണ്ട് നിങ്ങൾക്ക് അവളെ നന്നായി മനസ്സിലായിട്ടുണ്ടാകുമല്ലോ? നിങ്ങൾക്ക് അവരെ ഇഷ്ടമായിരുന്നോ മിസ് ലിഡൽ?''

''അവളെ ഇഷ്ടമായിരുന്നോ എന്നോ?'' അവർ വീണ്ടും ആ പിരിമുറുക്കം നിറഞ്ഞ ചിരി പുറത്തെടുത്തു. ''അതൊരു തമാശ ചോദ്യമായില്ലേ ഇൻസ്പെക്ടർ?''

''ആയോ, എങ്ങനെ?''

അവർ തന്റെ അമ്പരപ്പ് മറയ്ക്കാൻ ശ്രമിച്ചു. ചിന്തിക്കുന്നതായി ഭാവിച്ചു. അങ്ങനെ ആ ചോദ്യത്തിനോട് ബഹുമാനം കാണിക്കുന്നു എന്നഭിനയിച്ചു.

''എന്ത് പറയണം എന്ന് എനിക്കറിയില്ല. ഒരാഴ്ച മുമ്പാണ് ഈ ചോദ്യം എനിക്ക് നേരെ വന്നതെങ്കിൽ സാലി നല്ലൊരു ജോലിക്കാരിയാണെന്നും തന്റെ തെറ്റിനൊരു പശ്ചാത്താപമായി അവൾക്കാകാവുന്ന വിധത്തിൽ നല്ല രീതിയിൽ കാര്യങ്ങൾ ചെയ്യുന്നു എന്നുമൊക്കെ പറയുമായിരുന്നു. എന്നാൽ ഇപ്പോൾ എനിക്കവളെക്കുറിച്ച് തെറ്റുപറ്റിയോ എന്നത്ഭുതപ്പെടാതിരിക്കാനാകുന്നില്ല. അവൾ യഥാർത്ഥമായും കലർപ്പില്ലാത്ത സ്വഭാവക്കാരിയായിരുന്നോ എന്ന് പറയാനാകുന്നില്ല.''

തന്റെ ആദ്യത്തെ നിഗമനത്തിൽ തെറ്റുപറ്റി എന്നറിയുന്ന ഒരു വിദഗ്ധയുടെ ഭാവവും ദുഃഖവും അപ്പോൾ അവരിലുണ്ടായിരുന്നു.

''ഇനി അവൾ അങ്ങനെയായിരുന്നോ അല്ലയോ എന്നൊന്നും നമുക്ക് അറിയാനൊരു മാർഗ്ഗവുമില്ലല്ലോ.''

''കലർപ്പില്ലാത്ത സ്വഭാവം എന്നതുകൊണ്ട് നിങ്ങൾ ഉദ്ദേശിച്ചത് സ്റ്റീഫൻ മാക്സിയോടുള്ള സ്നേഹത്തിന്റെ കാര്യത്തിൽ അവളിൽ ആത്മാർത്ഥതയുണ്ടായിരുന്നോ എന്നാണോ?''

മിസ് ലിഡൽ ദുഃഖത്തോടെ തലയാട്ടി.

''ലക്ഷണങ്ങളൊക്കെ അതിനെതിരായിരുന്നു. എന്റെ ജീവിതത്തിൽ ഞാൻ അതിൽ കൂടുതൽ ഞെട്ടിയ ഒരു നിമിഷമില്ല ഇൻസ്പെക്ടർ. ഒരിക്കലുമില്ല. അവൾക്ക് അയാളെക്കുറിച്ച് എന്ത് തോന്നിയാലും അവൾ അയാളെ സ്വീകരിക്കരുത്, അതിനുള്ള അവകാശം അവൾക്കില്ല. അവിടെ നിന്ന് അന്ന് അത് വിളിച്ച് പറഞ്ഞപ്പോൾ ഒരു വിജയിയുടെ ഭാവമായിരുന്നു അവൾക്ക്.

അയാളാകട്ടെ ആകെ അമ്പരന്നിരുന്നു. ഒരു കടലാസുപോലെ വിളറി വെളുത്തു അയാൾ.

''പാവം ശ്രീമതി മാക്സിക്ക് അതൊരു ഭീകര നിമിഷമായിരുന്നു. ഈ സംഭവിച്ചതിനൊക്കെ ഞാൻ എന്നും എന്നെ മാത്രമേ കുറ്റപ്പെടുത്തുകയുള്ളൂ. സാലിയെ ഞാനാണ് മാർടിൻഗേലിലേക്ക് ശിപാർശ ചെയ്തത്. അത് നിങ്ങൾക്കും അറിയാവുന്നതല്ലേ. എല്ലാ അർത്ഥത്തിലും അവളെ സംബന്ധിച്ചിടത്തോളം അതൊരു നല്ല അവസരമായിരുന്നു. അപ്പോഴാണിതൊക്കെ സംഭവിക്കുന്നത്.''

''അതായത് നിങ്ങൾ വിശ്വസിക്കുന്നത് സാലി ജപ്പിന്റെ മരണത്തിനു മാക്സിയുമായുള്ള വിവാഹനിശ്ചയവുമായി നേരിട്ട് ബന്ധമുണ്ട് എന്നാണ്.''

''അങ്ങനെയാണ് എനിക്ക് തോന്നുന്നത്, അങ്ങനെയല്ലേ?''

''ആ വിവാഹത്തെ ഇഷ്ടമല്ലാത്തവർക്കെല്ലാം വളരെ അസൗകര്യപ്രദമായിരിക്കുന്നു അവരുടെ മരണം എന്ന് ഞാൻ സമ്മതിക്കുന്നു. ഉദാഹരണത്തിനായി മാക്സി കുടുംബത്തിന്റെ കാര്യം തന്നെ.''

മിസ് ലിഡലിന്റെ മുഖമൊന്ന് ചുവന്നു. ''അത് അസംബന്ധമാണ് ഇൻസ്പെക്ടർ. അങ്ങനെയൊക്കെ പറയുന്നതേ ഭീകരമാണ്. വളരെ ഭീകരം. ഞങ്ങൾക്കറിയുന്നതുപോലെ ആ കുടുംബത്തെ നിങ്ങൾക്കറിയില്ല എന്നത് സത്യം. ഞാൻ നിങ്ങൾ ചിന്തിച്ചതുപോലെയാണ് ചിന്തിച്ചതെന്നൊന്നും കരുതരുത്. നടന്നതിനെക്കുറിച്ച് എനിക്ക് വ്യക്തമായ ധാരണയുണ്ട്. സാലി ആരുമായോ എന്തോ ബന്ധമുണ്ടായിരുന്നു. അയാൾ എപ്പോഴാണീ വിവാഹനിശ്ചയത്തെക്കുറിച്ച് കേട്ടത് എന്ന് നമുക്കറിയില്ല. അതറിഞ്ഞപ്പോൾ അയാൾക്ക് നിയന്ത്രണം നഷ്ടപ്പെട്ടു. ജാലകത്തിലൂടെ കയറി വന്നു. അങ്ങനെയല്ലേ? അങ്ങനെയാണ് മിസ് ബവേഴ്സ് എന്നോട് പറഞ്ഞത്. അതുതന്നെ കാണിക്കുന്നത് അത് ആ വീട്ടിലുള്ള ഒരാളല്ല എന്നാണ്.''

''ഒരുപക്ഷേ അയാൾ ആ മുറിയിൽ നിന്ന് ജാലകത്തിലൂടെയാകാം പുറത്തിറങ്ങിയത്. അയാൾ അല്ലെങ്കിൽ അവൾ എങ്ങനെ അകത്തെത്തി എന്നതിനെക്കുറിച്ച് ഇപ്പോഴും നമുക്കൊരു ധാരണയുമില്ല.''

''എന്തായാലും ശ്രീമതി മാക്സി ആ ചുമരിലൂടെ താഴോട്ടിറങ്ങി എന്നൊന്നും ഊഹിക്കാനാകില്ലല്ലോ. അവർക്കങ്ങനെ ചെയ്യാനാകുമോ?''

''ഞാൻ ഒന്നും ഊഹിക്കുന്നില്ല. ഒരു കോണി ആർക്കും ഉപയോഗിക്കാവുന്ന നിലയിൽ സൂക്ഷിച്ചിരുന്നു. വാതിലിലൂടെയാണ് കൊലപാതകി അകത്ത് കയറിയതെങ്കിൽകൂടി അതവിടെ എടുത്ത് വയ്ക്കാനാകും.''

''അങ്ങനെ ചെയ്താൽ സാലി ആ സ്വരം കേൾക്കില്ലേ. കോണി ഏറ്റവും മൃദുവായി വച്ചാലും സാലി അറിയും. അവൾ ജാലകത്തിനരികിലെത്തിയാൽ അത് കാണും.''

''സംഭവിച്ചേക്കാം. അതവൾ ഉണർന്നിരിക്കുന്നു എങ്കിൽ മാത്രം.''

''നിങ്ങൾ പറയുന്നതെനിക്ക് മനസ്സിലാകുന്നില്ല ഇൻസ്പെക്ടർ. ആ വീട്ടുകാരെ സംശയിക്കണം എന്ന് നിശ്ചയിച്ചുറച്ചിരിക്കുകയാണ് നിങ്ങൾ എന്ന് തോന്നുന്നു. ആ പെൺകുട്ടിക്കുവേണ്ടി അവർ എന്തൊക്കെ ചെയ്തു എന്ന് നിങ്ങൾ അറിയണം.''

''അതാരെങ്കിലും പറഞ്ഞ് തരണം. എന്നെ തെറ്റിദ്ധരിക്കരുത്. മിസ് ജപ്പിനെ പരിചയമുള്ള എല്ലാവരേയും എനിക്ക് സംശയമാണ്. അവർ കൊല്ലപ്പെടുന്ന സമയത്ത് 'ഞാനവിടെയുണ്ടായിരുന്നില്ല' എന്ന ഒഴികഴിവുള്ളവരെയൊഴികെ സാലി ജപ്പിനെ പരിചയമുള്ള എല്ലാവരേയും. അതുകൊണ്ടാണല്ലോ ഇപ്പോൾ ഞാനിവിടെ ഇരിക്കുന്നത്.''

''ശരി. എന്റെ ചലനങ്ങളെക്കുറിച്ച് നിങ്ങൾക്കറിയാം എന്ന് ഞാൻ കരുതട്ടെ. എനിക്ക് അതിൽ ഒളിക്കാനൊന്നുമില്ല. ഡോക്ടർ എപ്സാണെന്നെ അദ്ദേഹത്തിന്റെ കാറിൽ ഇവിടെയെത്തിച്ചത്. പത്തരയോടെയാണ് ഞങ്ങൾ മാർടിൻഗലിൽനിന്നും ഇറങ്ങിയത്. ഈ മുറിയിലിരുന്ന് ഞാൻ കുറച്ച് സമയം എഴുതി. പിന്നെ ഉദ്യാനത്തിലൊന്ന് ഇറങ്ങി നടന്നു. അതിനു ശേഷം പതിനൊന്നിനോടടുത്ത് ഉറങ്ങാൻ പോയി. സാധാരണയിൽനിന്നും വൈകിയായിരുന്നു അത്. പ്രഭാതത്തിൽ പ്രാതലിനിരിക്കുമ്പോഴാണ് ഈ ദുരന്തത്തെക്കുറിച്ച് അറിഞ്ഞത്. മിസ് ബവേഴ്സാണെനിക്ക് ഫോൺ ചെയ്തത്. എന്നോട് ജിമ്മിയെ കുറച്ച് ദിവസത്തേക്ക് തിരികെ കൊണ്ടുപോകാനാകുമോ എന്നവർ ചോദിച്ചു. അവനെ എന്ത് ചെയ്യണം എന്നറിയാനാകുന്നതുവരെ ഇവിടെ താമസിപ്പിക്കാമോ എന്ന്. ഞാനുടൻ എന്റെ സഹായിയായ മിസ് പോളാക്കിന് ഇവിടത്തെ ചുമതലകൾ ഏല്പിച്ചു. ജോർജ്ജ് ഹോപ്ഗുഡിന് ഉടൻ ടാക്സിയുമായെത്താൻ ഫോൺ ചെയ്തു.''

''കുറച്ച് മുമ്പ്, മിസ് ജപ്പും മാക്സിയും തമ്മിലുള്ള വിവാഹ നിശ്ചയമാണ് അവരുടെ മരണത്തിനു കാരണമായത് എന്ന് നിങ്ങൾ

പറയുകയുണ്ടായി. ആ വീടിനു പുറത്ത് അങ്ങനെയൊരു സംഭാഷണം നടക്കുന്നുണ്ടോ? ശനിയാഴ്ച രാത്രിയാണ് ഡോക്ടർ മാക്സി ഇങ്ങനെ ഒരു അഭ്യർത്ഥന നടത്തിയത് എന്നാണെനിക്ക് അറിവായിട്ടുള്ളത്. അതിനാൽ അപ്പോൾ മാർടിൻഗേലിനു പുറത്തുള്ള ആരും അതറിഞ്ഞിട്ടുണ്ടാകാൻ സാധ്യതയില്ല.''

''ഡോക്ടർ മാക്സി ആ നിർദ്ദേശം ശനിയാഴ്ചയേ വച്ചിട്ടുണ്ടാകൂ. പക്ഷേ ആ പെണ്ണ് അതിനു മുമ്പേ അയാളിൽ കണ്ണ് വച്ചിട്ടുണ്ടാകും. സ്വന്തമാക്കാൻ തീരുമാനിച്ചിട്ടുണ്ടാകും. എന്തൊക്കെയോ സംഭവിക്കുന്നുണ്ടായിരുന്നു എന്നാണെനിക്ക് തോന്നുന്നത്. പെരുന്നാളിനിടയിൽ ഞാൻ അവളെ കണ്ടിരുന്നു. വല്ലാത്ത ഉത്സാഹത്തിലും ആവേശത്തിലുമായിരുന്നു അവളപ്പോൾ അവൾ ശ്രീമതി റിസ്കൊവിന്റെ വസ്ത്രം അതേപടി പകർത്തിയിരുന്നു എന്ന കാര്യം ആരെങ്കിലും താങ്കളോട് പറയുകയുണ്ടായോ?''

''എന്നുവച്ചാൽ ഇതിൽ മറ്റ് ചില ലക്ഷ്യങ്ങളുമുണ്ടായിരുന്നു എന്നാണോ പറഞ്ഞ് വരുന്നത്?''

''അവൾ എങ്ങനെയാണ് ചിന്തിച്ചിരുന്നത് എന്നാണത് കാണിക്കുന്നത്. സാലിക്ക് അർഹിക്കുന്നതാണ് ലഭിച്ചതെന്നതിൽ സംശയം വേണ്ട. എന്നാൽ അവൾമൂലം മാക്സി കുടുംബം ഈ പ്രശ്നങ്ങളിലൊക്കെ ചെന്ന് പെട്ടുവല്ലോ എന്ന വിഷമം മാത്രമേ എനിക്കുള്ളൂ.''

''ഉദ്യാനത്തിൽ ഒന്ന് നടന്നതിനു ശേഷം പതിനൊന്നോടെ ഉറങ്ങാൻ പോയി എന്നാണ് നിങ്ങൾ എന്നോട് പറഞ്ഞത്. ഈ പ്രസ്താവം ഉറപ്പിക്കാനായി സാക്ഷികൾ ആരെങ്കിലുമുണ്ടോ?''

''എനിക്കറിയാവുന്നിടത്തോളം ആരുമില്ല ഇൻസ്പെക്ടർ. മിസ് പൊളാക്കും മറ്റ് പെൺകുട്ടികളും പത്ത് മണിയോടെ ഉറങ്ങി. എന്റെ കൈവശം ഒരു ചാവിയുണ്ട്. അന്ന് ചെയ്തതുപോലെ ആ സമയത്ത് പുറത്തിറങ്ങുക എന്നത് എന്നെ സംബന്ധിച്ചും അസാധാരണമാണ്. പക്ഷേ അപ്പോൾ ഞാൻ അസ്വസ്ഥയായിരുന്നു. സാലിയെക്കുറിച്ചും ഡോക്ടർ മാക്സിയെക്കുറിച്ചുമായിരുന്നു ചിന്തകൾ മുഴുക്കെ. നേരത്തെ കിടന്നാൽ അതിനാൽ ഉറക്കം വരില്ല എന്നും എനിക്കുറപ്പായിരുന്നു.''

''നന്ദി. രണ്ട് ചോദ്യങ്ങൾ കൂടി. ഈ കെട്ടിടത്തിൽ നിങ്ങൾ നിങ്ങളുടെ സ്വകാര്യ കടലാസുകൾ സൂക്ഷിക്കുന്നത് എവിടെയാണ്? ഞാനുദ്ദേശിച്ചത് ഈ സ്ഥാപനത്തിന്റെ ഭരണകാര്യങ്ങളുമായി ബന്ധപ്പെട്ട രേഖകളാണ്. കമ്മറ്റിയിൽ നിന്നുള്ള കത്ത് ഒരു ഉദാഹരണമായെടുക്കാം.''

മിസ് ലിഡൽ ഈട്ടിമരം കൊണ്ട് തീർത്ത മേശയ്ക്കരികിലേക്ക് നീങ്ങി.

''ഈ വലിപ്പിലാണതൊക്കെ സൂക്ഷിക്കുന്നത് ഇൻസ്പെക്ടർ. ഈ മുറിയിലേക്ക് എനിക്കേറ്റവും വിശ്വസ്തരായ അന്തേവാസികൾക്ക് മാത്രമേ പ്രവേശനമുള്ളൂ എങ്കിലും ഞാനിതൊക്കെ താഴിട്ട് പൂട്ടി വയ്ക്കാറുണ്ട്. ചാവി ഇതാ, ഇവിടെ, മുകളിലെ അറയിൽ സൂക്ഷിക്കും.''

അവൾ മേശ തുറന്ന് ചാവി വയ്ക്കുന്നിടം കാണിച്ചു. ആ ചാവി അവിടെയുണ്ടെന്ന് മനസ്സിലാകാതിരിക്കുക തീർത്തും മന്ദബുദ്ധിയായ ഒരു അന്തേവാസിക്ക് മാത്രമാകും എന്ന് അപ്പോൾ ഡൽഗ്ലീഷ് ചിന്തിച്ചു. 'കടലാസുകളും ഔദ്യോഗിക രേഖകളും സ്വമേധയാ കേടുവരുത്തുന്നവരല്ല, അതിനെ ഭയക്കുന്നവരാണിവിടത്തെ അന്തേവാസികൾ എന്ന് അത് കാണിക്കുന്നു. അല്ലെങ്കിൽ മിസ് ലിഡൽ അങ്ങനെയുള്ളവരുമായാണ് ഇപ്പോൾ സമ്പർക്കത്തിലുള്ളത് എന്ന്. എന്നാൽ സാലി ജപ്പ് മന്ദബുദ്ധിയായിരുന്നില്ല എന്നാണയാൾ ചിന്തിക്കുന്നത്. അത്ര ശ്രദ്ധയില്ലാത്തവളുമല്ല. അത് അയാൾ മിസ് ലിഡലിനോടും പറഞ്ഞു. പ്രതീക്ഷിച്ചതുപോലെ തന്നെ സാലിയുടെ വ്യംഗം തുടിക്കുന്ന കണ്ണുകളും എന്തും പെറുക്കിയെടുക്കുന്ന കൈവിരലുകളും അവരിൽ കൂടുതൽ നീരസമുണ്ടാക്കി. മാക്സികളെക്കുറിച്ച് പ്രതിപാദിച്ചതിനേക്കാൾ കൂടുതൽ നീരസം.

''സാലി എന്റെ സാധനങ്ങളിലേക്കും കടലാസുകളിലേക്കും ഒളിഞ്ഞ് നോക്കിയിട്ടുണ്ടാകും എന്നാണോ പറഞ്ഞ് വരുന്നത്? മുമ്പായിരുന്നെങ്കിൽ ഞാൻ ഇങ്ങനെയൊന്ന് വിശ്വസിക്കില്ലായിരുന്നു. എന്നാൽ ഇപ്പോൾ അങ്ങനെയല്ല. നിങ്ങൾ പറഞ്ഞത് ശരിയാകാം. അതുകൊണ്ടാകാം അവൾക്ക് ഇവിടെ തന്നെ ജോലി ചെയ്യാൻ താത്പര്യമുണ്ടായിരുന്നത്. ആ ദാസ്യഭാവം, വിനീതത്വം എല്ലാം അഭിനയമായിരുന്നു. എന്നിട്ടും ഞാൻ അവളെ വിശ്വസിച്ചു. അവൾക്ക് എന്നെ വലിയ കാര്യമാണെന്ന് ഞാൻ ധരിച്ചു. ഞാൻ അവളെ സഹായിക്കുകയാണെന്നും അതിൽ അവൾക്ക് കൃതജ്ഞതയുണ്ടെന്നും അഭിനയിച്ചു. അവൾക്ക് എന്നെ വിശ്വാസമായിരുന്നു. പക്ഷേ അന്ന് അവൾ പറഞ്ഞ കഥകളെല്ലാം നുണയായിരുന്നു എന്ന് ഞാനിപ്പോൾ ഊഹിക്കുന്നു. അത് പറയുമ്പോഴും പറഞ്ഞ് കഴിഞ്ഞതിനു ശേഷവും അവൾ മനസ്സിൽ ചിരിച്ചിട്ടുണ്ടാകും. എന്നെയോർത്ത് ചിരിച്ചിട്ടുണ്ടാകും. ഞാൻ ഒരു വിഡ്ഢിയാണെന്ന് നിങ്ങളും ധരിക്കുന്നുണ്ടാകുമല്ലേ? ആയിരിക്കാം. എന്നാൽ അതിൽ എനിക്ക് ലജ്ജയൊന്നുമില്ല. ഒന്നുമില്ല. മാക്സി കുടുംബത്തിന്റെ ഭക്ഷണമുറിയിൽ നടന്ന രംഗത്തെക്കുറിച്ച് അവർ വിവരിച്ച് കാണും എന്ന കാര്യത്തിൽ എനിക്ക് സംശയമില്ല. അവൾക്ക് എന്നെ ഭയപ്പെടുത്താനൊന്നുമാകില്ല. ഇവിടേയും ചില ചെറിയ ബുദ്ധിമുട്ടുകളൊക്കെ പണ്ട് ഉണ്ടായിട്ടുണ്ട്.

കണക്കിന്റെ കാര്യത്തിൽ എനിക്കത്ര മിടുക്ക് പോര. അതൊക്കെ എനിക്കറിയാം എന്ന് ഞാൻ നടിച്ചിട്ടുമില്ല. എന്നാൽ തെറ്റായി ഇതുവരെ ഒന്നും ചെയ്തിട്ടില്ല. കമ്മറ്റിയിലെ ഏത് അംഗത്തിനോട് വേണമെങ്കിലും നിങ്ങളത് ചോദിച്ചോളൂ. സാലി ജപ്പിനെത്ര വേണമെങ്കിലും ഒളിഞ്ഞ് നോക്കിക്കൊള്ളട്ടെ. അവൾക്ക് അതുകൊണ്ട് ഗുണമുണ്ടായല്ലോ.''

അവരപ്പോൾ കോപം കൊണ്ട് വിറയ്ക്കുന്നുണ്ടായിരുന്നു. അവസാന വാക്കുകൾ അവർക്ക് നല്കിയ സംതൃപ്തി വ്യക്തമായിരുന്നു. എന്നാൽ അവസാന ചോദ്യത്തിനുള്ള പ്രഭാവത്തെ നേരിടാൻ ഡൽഗ്ലീഷ് തയ്യാറെടുത്തിരുന്നില്ല.

''എന്റെ ഓഫീസർമാരിൽ ഒരാൾ പ്രോക്ടർ കുടുംബാംഗങ്ങളെ കണ്ടു. സാലി ജപ്പിന്റെ ബന്ധുക്കളെ. അവളുടെ ജീവിതത്തെക്കുറിച്ച് അവർക്ക് എന്തെങ്കിലും വിവരം നല്കാനാകും എന്ന പ്രതീക്ഷയിലായിരുന്നു ഞങ്ങൾ. അത് നമ്മെ സഹായിക്കും എന്നും കരുതി. അവരുടെ മകൾ അവിടെയുണ്ടായിരുന്നു. ആ മകൾ ചില വിവരങ്ങൾ പങ്കുവച്ചു. എനിക്കൊരു കാര്യം അറിഞ്ഞാൽ കൊള്ളാമെന്നുണ്ട് മിസ് ലിഡൽ. എന്തുകൊണ്ടാണ് ശനിയാഴ്ച കാലത്ത്, പെരുന്നാളിന്റെയന്ന് പ്രഭാതത്തിൽ നിങ്ങൾ പ്രോക്ടർക്ക് ഫോൺ ചെയ്തത്? അവളാണ് ഫോൺ എടുത്തതെന്ന് ആ കുട്ടി പറയുകയുണ്ടായി.''

രൗദ്രഭാവത്തിൽനിന്നും അത്ഭുതത്തിലേക്കുള്ള മിസ് ലിഡലിന്റെ മാറ്റം പരിഹാസ്യമായിരുന്നു. വായ് തുറന്ന് പിടിച്ച് മിസ് ലിഡൽ അയാളെ തുറിച്ച് നോക്കി.

''ഞാനോ? പ്രോക്ടറിനെ ഫോൺ ചെയ്തുവെന്നോ? എന്താണീ പറയുന്നതെന്ന് എനിക്ക് മനസ്സിലാകുന്നില്ല. സാലി മാർടിൻഗേലിലേക്ക് പോയതിനു ശേഷം ഞാൻ അവരുമായി ബന്ധപ്പെട്ടിട്ടേയില്ല. അവർക്ക് അവളിൽ ഒരു താത്പര്യവുമില്ലായിരുന്നു. ഞാനെന്തിന് മിസ്റ്റർ പ്രോക്ടർക്ക് ഫോൺ ചെയ്യണം?''

''അതുതന്നെയാണ് ഞാനും അത്ഭുതപ്പെട്ടുകൊണ്ടിരുന്നത്.'

''പക്ഷേ ഇത് അസംബന്ധമാണ്. ഞാൻ മിസ്റ്റർ പ്രോക്ടർക്ക് ഫോൺ ചെയ്തുവെങ്കിൽ അത് സമ്മതിക്കാൻ എനിക്ക് യാതൊരു മടിയുമില്ല. പക്ഷേ ഞാനത് ചെയ്തിട്ടില്ല. ആ കുട്ടി നുണ പറഞ്ഞതാകും.''

''ആരോ നുണ പറയുന്നുണ്ട് എന്നുറപ്പ്.''

''അതെന്തായാലും ഞാനല്ല.''

മിസ് ലിഡലിനതിൽ ഒരു സംശയവുമില്ല. ഇതിൽ അവരെ വിശ്വസിക്കുകയാകും നല്ലതെന്ന നിർണ്ണയത്തിൽ ഡൽഗ്ലീഷുമെത്തി.

അവർ അയാൾക്കൊപ്പം വാതിൽവരെ നടന്നു. അതിനിടയിൽ അയാൾ ആകസ്മികമെന്നവണ്ണം ഇവിടെ തിരിച്ചെത്തിയപ്പോൾ നിങ്ങൾ മാർടിൻ ഗേലിൽ സംഭവിച്ചതിനെക്കുറിച്ച് ആരോടെങ്കിലും സംസാരിക്കുകയുണ്ടായോ എന്ന് ചോദിച്ചു.

''നിങ്ങളുടെ സഹായി അപ്പോഴും ഉണർന്നിരിക്കുകയായിരുന്നു എങ്കിൽ സാലിയുടെ വിവാഹനിശ്ചയക്കാര്യം അവരുമൊത്ത് പങ്കിടുക എന്നത് സ്വാഭാവികമാണല്ലോ?''

മിസ് ലിഡൽ ഒന്ന് ശങ്കിച്ചു. പിന്നെ പ്രതിരോധ സ്വരത്തിൽ സംസാരിച്ച് തുടങ്ങി.

''ആ വാർത്ത എന്തായാലും എല്ലാവരും അറിയാൻ പോകുന്നതായിരുന്നു. മാക്സികൾ ഒരു രഹസ്യം സൂക്ഷിക്കുന്നവരുമൊന്നുമല്ല. ഞാനത് മിസ് പൊളാക്കിനോട് പറഞ്ഞിരുന്നു എന്നത് സത്യമാണ്. അപ്പോൾ ശ്രീമതി പല്ലൻ ഇവിടെയുണ്ടായിരുന്നു. അവർ റോസ് കോട്ടേജിൽ നിന്ന് കുറച്ച് ടീസ്പൂണുകൾ മടക്കി തരാൻ വന്നതായിരുന്നു. പെരുന്നാളിന്റെ ആവശ്യത്തിന് കടമായി കൊടുത്തതായിരുന്നു. അവർ മിസ് പൊളാക്കുമായി സംസാരിച്ചുകൊണ്ടിരിക്കുന്നതിനിടയിലാണ് ഞാൻ മാർടിൻഗേലിൽനിന്നും തിരിച്ചെത്തിയത്. അതിനാൽ ശ്രീമതി പല്ലനും അതറിയാം. അവരോട് പറഞ്ഞതിനു സാലിയുടെ മരണവുമായി ബന്ധമുണ്ടെന്നല്ലോ നിങ്ങൾ പറഞ്ഞുവരുന്നത്.''

ഡൽഗ്ലീഷ് അതിനങ്ങനെ മറുപടിയൊന്നും പറഞ്ഞില്ല. അയാൾക്കതിൽ ഉറപ്പില്ലായിരുന്നു.

2

അത്താഴസമയമായപ്പോഴേക്കും മാർടിൻഗേലിലെ ചലനങ്ങൾ മന്ദഗതിയിലായി. ഡൽഗ്ലീഷും സർജനും അപ്പോഴും അവർക്കായി നീക്കിവച്ച മുറിയിൽ തിരക്കിലായിരുന്നു. സർജന്റ് ഇടയ്ക്കൊക്കെ വാതില്ക്കൽ കാവലിരിക്കുന്ന മനുഷ്യനുമായി സംസാരിക്കാൻ പുറത്ത് വരും. പൊലീസ് കാറുകൾ അപ്പോഴും നിഗൂഢതയോടെ വന്നുകൊണ്ടിരുന്നു. അവർ യൂണിഫോമിലുള്ളതോ മഴക്കോട്ട് ധരിച്ചതോ ആയ യാത്രികളെ അവിടെയിറക്കി. കുറച്ച് സമയം കാത്ത് നിന്നതിനുശേഷം അവരേയും കൊണ്ട് തിരിച്ച് പോയി. മാക്സി കുടുംബാംഗങ്ങളും അവരുടെ അതിഥികളും ഈ വരവും പോക്കുമെല്ലാം ജാലകങ്ങളിലൂടെ കണ്ടു. എന്നാൽ വൈകുന്നേരത്തിനു ശേഷം അവരാരേയും വിളിപ്പിച്ചിട്ടില്ല. അന്നത്തേക്ക് ചോദ്യം ചെയ്യൽ അവസാനിപ്പിച്ചിരിക്കുന്നു എന്ന് തോന്നി. ആരാലും ശല്യം ചെയ്യപ്പെടാതെ

അത്താഴത്തിലേക്ക് നീങ്ങാം എന്ന ചിന്ത അവരിൽ വന്ന് തുടങ്ങി. വീട് പെട്ടെന്ന് ശാന്തമായിരിക്കുന്നു.

നിശ്ശബ്ദമായിരിക്കുന്നു. ഏഴരയ്ക്ക് മാർത്ത പിരിമുറുക്കത്തോടേ, പാതി മനസ്സോടെ മണിയടിച്ചപ്പോൾ അത് ആ നിശ്ശബ്ദതയിലേക്ക് അശ്ലീലം കലർന്ന ഒരു കടന്നു കയറ്റമാണെന്ന തോന്നലുണ്ടായി. വിഷണ്ണതയുടെ അന്തരീക്ഷത്തിലേക്കും നിശ്ശബ്ദതയിലേക്കുമുള്ള കടന്ന് കയറ്റം. ആ മണിക്കപ്പോൾ പതിവിലേറെ ഒച്ചയുണ്ടായിരുന്നു. ഭക്ഷണ സമയത്തും മിക്കവാറും നിശ്ശബ്ദത നിലനിന്നു. സാലിയുടെ പ്രേതം വാതിലിൽനിന്നും വശങ്ങളിലെ അലമാരകൾക്കരികിലേക്ക് നീങ്ങിക്കൊണ്ടിരുന്നു. ശ്രീമതി മാക്സി മണിയടിച്ച്, വാതിൽ തുറന്ന്, മാർത്തയെ പ്രവേശിപ്പിച്ചപ്പോൾ ഒരാൾപോലും തലയുയർത്തി നോക്കിയില്ല. മാർത്തയും തിരക്കിലായിരുന്നു എന്ന് ഭക്ഷണത്തിലെ ദാരിദ്ര്യം വിളിച്ച് പറഞ്ഞു. ആർക്കും വിശപ്പില്ലായിരുന്നു. വിശപ്പിനെ ഉദ്ദീപിപ്പിക്കാനുതകുന്ന ഒന്നുമില്ലായിരുന്നു. ഭക്ഷണശേഷം അവ രെല്ലാം സ്വീകരണമുറിയിലേക്ക് നീങ്ങി. ഉച്ചരിക്കപ്പെടാത്ത ഏതോ ഉത്തരവിനെ അനുസരിക്കുന്നതുപോലെ അവർ സ്വീകരണമുറിയി ലെത്തി. മിസ്റ്റർ ഹിങ്ക്സ് ജാലകത്തിലെത്തിയത് അവർക്ക് ഒരു ആശ്വാസമായി. സ്റ്റീഫൻ അയാളെ സ്വീകരിക്കാൻ നീങ്ങി. ഇതാ ബാഹ്യലോകത്തിന്റെ ഒരു പ്രതിനിധി. സാലി ജപ്പിന്റെ കൊലപാ തകം ആരും ഈ വികാരിയിൽ ആക്ഷേപിക്കുകയില്ല. അയാൾ ആത്മീയ മാർഗ്ഗദർശനവും സൗഖ്യവും പ്രദാനം ചെയ്യാനെത്തിയ താകും. പക്ഷേ മാക്സി കുടുംബത്തിനപ്പോൾ വേണ്ട ഏക സൗഖ്യം സാലി മരിച്ചിട്ടില്ല, അവരൊരു പേക്കിനാവു കാണുകയായിരുന്നു, എന്നൊരു ഉറപ്പാണ്. ആ പേക്കിനാവിൽനിന്നും അവർക്കിനി ഉണരാം എന്ന ഉറപ്പ്. ഉറക്കക്ഷീണമുണ്ടാകുമെങ്കിലും നിങ്ങൾക്ക് സന്തോഷ ത്തിന്റെ പൊൻപുലരിയിലേക്കുണരാം. എന്നാൽ അങ്ങനെയൊന്ന് സംഭവ്യമല്ലല്ലോ. അതിനാൽ ഈ സംഘത്തിനു പുറത്തുള്ള ഒരാളു മായി സംസാരിക്കാനാകുന്നതും ആശ്വാസമാകുന്നു. സംശയത്തിന്റെ നിഴലില്ലാത്ത ഒരാളുമായി. ഭീകരമായ ഈ ദിവസത്തിനൊരു സാധാ രണത്വം, അതിന്റെ ഛായ, നല്കാനാകുന്ന ഒരാളോട്. അതുവരെ അവർ പരസ്പരം മന്ത്രിക്കുകയായിരുന്നു എന്നും സ്റ്റീഫൻ വികാ രിയെ സ്വാഗതം ചെയ്ത് വിളിച്ചത് അതിനാൽ ഒരു വലിയ ഒച്ചയായി എന്നും അവർക്ക് തോന്നാതിരുന്നില്ല. വികാരി അവർക്കരികിലെത്തി. സ്റ്റീഫൻ അയാൾക്ക് പുറകിലായിരുന്നു. നാലു ജോടി കണ്ണുകൾ ആകാംക്ഷയോടെ, എന്തോ അന്വേഷിക്കുന്നതുപോലെ, ബാഹ്യ ലോകത്തിന്റെ വിധിയെന്തെന്നറിയാൻ അദ്ദേഹത്തിലേക്കുയർന്നു.

''പാവം കുട്ടി.''അയാൾ പറഞ്ഞു. ''പാവം. ഇന്നലെ സായാഹ്ന ത്തിൽ എന്തൊരു സന്തോഷത്തിലായിരുന്നു അവൾ.''

‘‘പെരുന്നാൾ കഴിഞ്ഞതിനുശേഷം അവളുമായി സംസാരിക്കുകയുണ്ടായോ?’’ തന്റെ സ്വരത്തിൽ തിരക്കിനെ നിയന്ത്രിക്കാനോ മറയ്ക്കാനോ സ്റ്റീഫനായില്ല.

‘‘ഇല്ല. പെരുന്നാളിനു ശേഷമില്ല. എനിക്ക് സമയത്തെക്കുറിച്ചൊക്കെ ആകെ ആശയക്കുഴപ്പം തോന്നുന്നു. വിഡ്ഢിയാണ് ഞാൻ. നിങ്ങൾ ചോദിച്ചപ്പോഴാണോർമ്മ വരുന്നത്. ഇന്നലെ മുഴുക്കെ ഞാൻ അവളോട് സംസാരിച്ചിട്ടേയില്ല. ഉദ്യാനത്തിലൊക്കെ ഞാൻ അവളെ കണ്ടിരുന്നു എന്നതുറപ്പ്. എന്തൊരു സുന്ദരമായ വസ്ത്രമാണവൾ ധരിച്ചിരുന്നത്. വെളുത്ത വസ്ത്രം. വ്യാഴാഴ്ച സായാഹ്നത്തിലാണ് ഞാൻ അവളോട് സംസാരിച്ചത്. ഞങ്ങൾ ഒന്നിച്ച് അന്ന് ആ തെരുവിലൂടെ നടന്നു. ഞാൻ ജിമ്മിയെക്കുറിച്ച് ചോദിച്ചു. അത് വ്യാഴാഴ്ച തന്നെയായിരുന്നു എന്നാണെന്റെ ഓർമ്മ. അതെ. വെള്ളിയാഴ്ച ഞാൻ പുറത്തിറങ്ങിയിട്ടില്ല. വ്യാഴാഴ്ച സായാഹ്നത്തിലാണവസാനമായി ഞങ്ങൾ സംസാരിച്ചത്. അവൾ അപ്പോൾ സന്തോഷവതിയായിരുന്നു. താൻ വിവാഹിതയാകാൻ പോകുന്നു എന്നും ജിമ്മിക്കൊരു അച്ഛനുണ്ടാകാൻ പോകുന്നു എന്നുമൊക്കെ അവൾ പറഞ്ഞു. നിങ്ങൾക്കും അതൊക്കെ അറിയാമല്ലോ. അറിയാമെന്നാണ് ഞാൻ പ്രതീക്ഷിക്കുന്നത്. എനിക്കതൊരു അത്ഭുതമായി. പക്ഷേ അവളെയോർത്തപ്പോൾ സന്തോഷവും തോന്നി. എന്നിട്ടിപ്പോൾ ഇതാ, എല്ലാം ഇങ്ങനെയായി. പൊലീസിനെന്തെങ്കിലും വാർത്ത ലഭിച്ചോ?’’

അയാൾ തന്റെ വാക്കുകളുടെ പ്രഭാവത്തെക്കുറിച്ച് ബോധവാനല്ലാതെ ചുറ്റിലും കണ്ണോടിച്ചു. ആരും ഒരു നിമിഷത്തേക്ക് സംസാരിച്ചില്ല. കുറച്ച് കഴിഞ്ഞപ്പോൾ സ്റ്റീഫൻ പറഞ്ഞ് തുടങ്ങി.

‘‘ഞാൻ സാലിയോട് എന്നെ വിവാഹം കഴിക്കാമോ എന്ന് ചോദിച്ചിരുന്നു എന്ന് നിങ്ങൾ അറിഞ്ഞിരിക്കുമല്ലോ. പക്ഷേ അവളത് വ്യാഴാഴ്ച നിങ്ങളോട് പറയുക അസാധ്യമാണ്. അന്ന് അവൾക്കത് അറിയുകപോലുമില്ല. ശനിയാഴ്ച സായാഹ്നത്തിൽ ഏഴു മണി കഴിഞ്ഞ് നാല്പത് മിനിറ്റാകുന്നതുവരെ ഞാനവളോട് അങ്ങനെയൊരു കാര്യം സംസാരിച്ചിട്ടേയില്ല.’’

അത് കേട്ട് കാതറിൻ ബവേഴ്സ് ചെറുതായൊന്ന് ചിരിച്ചു. പിന്നെ അതിന്റെ പരിഭ്രമത്തിലെന്നവണ്ണം തല തിരിച്ചു. ദേബ്റ അവളെയൊന്ന് നോക്കി. ഹിങ്ക്സ് തന്റെ നെറ്റി തടവി. അയാളുടെ സ്വരം പക്ഷേ ദൃഢമായിരുന്നു.

‘‘സമയമൊക്കെ എനിക്ക് പലപ്പോഴും ആകെ കൂടിക്കുഴയാറുണ്ട് എന്നത് സത്യം. അതെനിക്കറിയാം. എന്നാൽ ഞങ്ങൾ കണ്ടത് വ്യാഴാഴ്ച തന്നെയായിരുന്നു. ഞാൻ പള്ളിയിൽ നിന്നും പുറത്തേക്ക്

വരികയായിരുന്നു. സാലി ജിമ്മിയുടെ വണ്ടിയും തള്ളി നടക്കുന്നു ണ്ടായിരുന്നു. എന്തായാലും ആ സംസാരത്തിന്റെ കാര്യത്തിൽ എനി ക്കൊരു തെറ്റും പറ്റിയിട്ടില്ല. കൃത്യമായ വാക്കുകൾ അങ്ങനെയായി രുന്നു എന്നല്ല പറയുന്നത്, പക്ഷേ പറഞ്ഞ കാര്യം ഇതായിരുന്നു. ജിമ്മിക്ക് ഇനി അധികം താമസിയാതെ ഒരു അച്ഛനുണ്ടാകും എന്ന് തന്നെയാണ് സാലി പറഞ്ഞത്. ഇത് ആരോടും പറയരുത് എന്നും അവൾ കൂട്ടിച്ചേർത്തു. ഞാനത് സമ്മതിക്കുകയും ചെയ്തു. അവളെ പ്രതി ഇക്കാര്യത്തിൽ എനിക്ക് സന്തോഷമുണ്ട് എന്നുമറിയിച്ചു. ആരാണീ വരൻ എന്ന് പറയാമോ എന്ന് ഞാൻ ചോദിക്കുകയു ണ്ടായി. പക്ഷേ അവൾ അതിനു മറുപടിയായി ഒന്ന് ചിരിക്കുക മാത്രം ചെയ്തു. അതൊക്കെ ഒരു ആശ്ചര്യമാകട്ടെ എന്നും പറഞ്ഞു. അവൾ നല്ല സന്തോഷത്തിലായിരുന്നു. ഉന്മേഷത്തിലുമായിരുന്നു. കുറച്ച് ദൂരം മാത്രമാണ് ഞങ്ങൾ ഒന്നിച്ച് നടന്നത്. എന്റെ താമസ സ്ഥലത്തിനടുത്തെത്തിയപ്പോൾ ഞാൻ പിരിഞ്ഞു. അവൾ ഇങ്ങോട്ട് വന്നിട്ടുണ്ടാകും എന്ന് ഞാൻ പ്രതീക്ഷിക്കുന്നു. ഇതൊക്കെ നിങ്ങ ൾക്ക് അറിയാം എന്നാണ് ഞാൻ കരുതിയത്. ഇതിനെന്തെങ്കിലും പ്രാധാന്യമുണ്ടോ?''

''ഇൻസ്പെക്ടർ ഡൽഗ്ലീഷ് അങ്ങനെ കരുതാൻ സാധ്യതയുണ്ട്.'' ദേബ്റ വിരസം പറഞ്ഞു. ''നിങ്ങളിത് അയാളെ ഒന്നറിയിക്കണം എന്ന് എനിക്ക് തോന്നുന്നു. അതല്ലാതെ മറ്റൊന്നും ചെയ്യാനുമാകില്ല. ഒട്ടും സൗകര്യപ്രദമല്ലാത്ത യാഥാർത്ഥ്യങ്ങൾ ചുരണ്ടിയെടുക്കുന്ന തിനൊരു അലൗകികമായ സാമർത്ഥ്യം അയാളിലുണ്ട്.''

ഹിങ്ക്സ് അത് കേട്ട് പരവശനായതുപോലെ തോന്നി. എന്നാൽ മറുപടി പറയേണ്ടുന്ന വൈഷമ്യത്തിൽ നിന്നും ഒഴിവായി. അതൊഴി വാക്കാനെന്നവണ്ണം വാതില്ക്കൽ ആരോ ശക്തമായി മുട്ടി. വാതിൽ തുറന്ന് ഡൽഗ്ലീഷ് പ്രത്യക്ഷപ്പെട്ടു. അയാൾ സ്റ്റീഫനെ നോക്കി കൈ നീട്ടി. പുരുഷന്മാർ ഉപയോഗിക്കുന്ന ഉറുമാലിൽ പൊതിഞ്ഞ, മണ്ണ് കട്ടപിടിച്ച ഒരു കുപ്പി ആ കൈകളിലുണ്ടായിരുന്നു.

''ഇത് എവിടെയെങ്കിലും കണ്ട ഓർമ്മയുണ്ടോ?''

സ്റ്റീഫൻ അതിലേക്ക് സൂക്ഷിച്ച് നോക്കി. അതിനരികിലേക്ക് നീങ്ങി നിന്നു. പക്ഷേ അതിനെ സ്പർശിച്ചില്ല.

''അച്ഛന്റെ മരുന്നുകൾ സൂക്ഷിക്കുന്ന അലമാരയിൽനിന്ന് അപ്ര ത്യക്ഷമായ ഉറക്കഗുളികകളുടെ കുപ്പി.''

''ഇതിൽ ഏഴ് ഗുളികകൾ ബാക്കിയുണ്ട്. നിങ്ങള് ഇതിൽ ഗുളിക കൾ വച്ചതിനു ശേഷം ഇതിൽനിന്നും മൂന്നെണ്ണം അപ്രത്യക്ഷമാ യിട്ടുണ്ട് എന്ന് പറയാനാകുമോ?''

‘‘സ്വാഭാവികമായും. പത്തെണ്ണമാണ് ഞാനിതിൽ വച്ചിരുന്നത് എന്ന ഞാൻ പറഞ്ഞിരുന്നുവല്ലോ.’’

‘‘നന്ദി.’’ ഡൽഗ്ലീഷ് വാതില്ക്കലേക്ക് നീങ്ങി.

വാതിൽപിടിയിൽ അയാൾ കൈ വച്ചപ്പോൾ ദേബ്റ സംസാരിക്കാൻ തുടങ്ങി.

‘‘ഈ കുപ്പി എവിടെ നിന്ന് ലഭിച്ചു എന്ന് ചോദിക്കാനുള്ള അനുമതിയുണ്ടോ?’’

ഡൽഗ്ലീഷ് അവളെ നോക്കി. ആ ചോദ്യത്തിനുത്തരം പറയുന്നതിനു മുമ്പ് ആലോചിക്കേണ്ടതുണ്ട് എന്നൊരു ഭാവം അയാളുടെ മുഖത്തുണ്ടായിരുന്നു.

‘‘എന്തുകൊണ്ടില്ല? നിങ്ങളിൽ ഒരാൾക്കെങ്കിലും അതറിയാൻ താത്പര്യമുണ്ടാകും. എനിക്കൊപ്പം ജോലി ചെയ്യുന്നവരിൽ ഒരാളാണിത് കണ്ടെത്തിയത്. ഉദ്യാനത്തിൽ ട്രഷർ ഹണ്ട് കളിക്കാനായി ഉപയോഗിച്ചിരുന്നിടത്ത്. അവിടെ പുല്ലൊക്കെ ചെത്തി കിളച്ചിട്ടിരുന്നു എന്ന് നിങ്ങൾക്കറിയാമല്ലോ. മത്സരാർത്ഥികളാകണം അത് ചെയ്തത് അനുമാനിക്കേണ്ടിയിരിക്കുന്നു. അവിടെ ഇപ്പോഴും മൺപൊറ്റകൾ കിടപ്പുണ്ട്. ഈ കുപ്പി അതിലെ ഒരു ദ്വാരത്തിലായിരുന്നു. അതിന്റെ മീതെ ഒരു മൺപൊറ്റ വച്ചിരുന്നു. അതിനുത്തരവാദിയായ മനുഷ്യൻ അവിടെയുള്ള ഒരു മരക്കുറ്റി കൊണ്ട് അതിനടയാളവും വച്ചിരുന്നു. പേരെഴുതിയ മരക്കുറ്റി. അത്ഭുതമെന്ന് പറയട്ടെ, ആ പേര് നിങ്ങളുടേതായിരുന്നു ശ്രീമതി റിസ്കൊ. കൊക്കൊയിൽ മയക്കുമരുന്ന് ചേർത്ത നിങ്ങളുടെ കോപ്പ. നിങ്ങളുടെ പേരടയാളപ്പെടുത്തിയ മരക്കുറ്റി. അതിനടിയിൽ ഒളിപ്പിച്ചിരിക്കുന്ന കുപ്പി.’’

‘‘പക്ഷേ... എന്തുകൊണ്ട്... എന്തുകൊണ്ട്..’’ ദേബ്റയ്ക്ക് മനസ്സിലായില്ല.

‘‘നിങ്ങളിൽ ആർക്കെങ്കിലും ആ ചോദ്യത്തിനുത്തരമുണ്ടെങ്കിൽ ഞാൻ ഇനിയും ഒന്ന് രണ്ട് മണിക്കൂർ ആ മുറിയിലുണ്ടാകും.’’

അയാൾ ഹിങ്ക്സിലേക്ക് തിരിഞ്ഞു. ‘‘താങ്കള് ഹിങ്ക്സ് ആണെന്ന് ഞാൻ പ്രതീക്ഷിക്കുന്നു സർ. താങ്കളെ കാണണമെന്നാഗ്രഹിച്ചിരിക്കുകയായിരുന്നു ഞാൻ. ഇപ്പോൾ സൗകര്യപ്രദമെങ്കിൽ ഏതാനും നിമിഷം എനിക്ക് വേണ്ടി ചിലവിടാമോ?’’

വികാരി ചുറ്റിലും നോക്കി. അത്ഭുതം നിറഞ്ഞ ആർദ്രതയോടെ മാക്സി കുടുംബാംഗങ്ങളെ നോക്കി. എന്തോ സംസാരിക്കാൻ തുടങ്ങുകയാണയാൾ എന്ന് തോന്നി. പക്ഷേ ഒന്നും പറഞ്ഞില്ല. ഒന്നും പറയാതെ അയാൾ ഡൽഗ്ലീഷിനു പുറകെ നീങ്ങി.

3

ഡോക്ടർ എപ്പ്സുമായി അഭിമുഖം നടത്താൻ ഡൽഗ്ലീഷ് ഒരുങ്ങിയപ്പോഴേക്കും സമയം പത്തായി. ഡോക്ടർ പകൽ മുഴുക്കെ തിരക്കിലായിരുന്നു. അത്യാവശ്യമായുള്ളതോ ഒരു ഞായർസന്ദർശനത്തിന്റെ ഗൗരവമില്ലാത്തവയോ ആയ രോഗികളെ സന്ദർശിക്കുകയായിരുന്നു. അത് പക്ഷേ അയാൾക്ക് ഒരു ചോദ്യം ചെയ്യൽ നീട്ടിവയ്പ്പിക്കുന്നതിനുള്ള ഒഴികഴിവായി. എന്തെങ്കിലും ഒളിപ്പിക്കാനുണ്ടെങ്കിൽ അതെങ്ങനെ വേണം അതിനുപയോഗിക്കേണ്ട നയചാതുര്യങ്ങൾ എന്തൊക്കെ എന്നെല്ലാം തീരുമാനിക്കാനുള്ള സമയം അയാൾക്ക് ലഭിച്ചു. അയാൾ തീർപ്പുള്ള സംശയത്തിന്റെ മുൾമുനയിലില്ലാത്ത വ്യക്തിയാണ്. അയാൾക്ക് ഒരു ലക്ഷ്യമുണ്ടാകും എന്ന് ചിന്തിക്കുക ബുദ്ധിമുട്ടാണ്. പക്ഷേ അയാൾ മാക്സികളുടെ കുടുംബ ഡോക്ടറാണ്. അവരുടെ അടുത്ത സുഹൃത്തുമാണ്. നീതി നടപ്പാകുന്നതിനെ അയാൾ ബോധപൂർവ്വം തടയുകയില്ല. എന്നാൽ എന്താണ് നീതി എന്നതിനെക്കുറിച്ച് ഒട്ടും യാഥാസ്ഥിതികമല്ലാത്ത ചില ആശയങ്ങൾ അയാളിൽ ഉണ്ടായിരിക്കാം. അസൗകര്യമായ ചോദ്യങ്ങൾ ഒഴിവാക്കണം എന്ന് അയാൾ ആഗ്രഹിക്കുന്നു എങ്കിൽ തന്റെ ഔദ്യോഗിക കർത്തവ്യനിർവഹണം എന്ന പഴുതുണ്ട്. രക്ഷാമാർഗ്ഗമുണ്ട്. ഇത്തരത്തിലുള്ള സാക്ഷികൾ ഇതിനു മുമ്പ് ബുദ്ധിമുട്ടിച്ചിട്ടുള്ള അനുഭവം ഡൽഗ്ലീഷിനുണ്ട്. പക്ഷേ ഇവിടെ അയാൾക്ക് വിഷമിക്കേണ്ടതില്ല. ഡോക്ടർ എപ്പ്സ് ഇത് തനിക്ക് ലഭിക്കുന്ന പാതി വൈദ്യപരമെന്ന് വിളിക്കാവുന്ന ഒരു അംഗീകാരമാണെന്ന മട്ടിൽ അയാളെ ചുവന്ന ഇഷ്ടിക കൊണ്ട് പണിത സർജറി വിഭാഗത്തിലേക്ക് സ്വാഗതം ചെയ്തു സുന്ദരമായ ജോർജ്ജിയൻ മാതൃകയിൽ നിർമ്മിച്ച കെട്ടിടത്തിൽ പിന്നീട് കൂട്ടിച്ചേർത്തതാണീ ഭാഗം. എന്നിട്ടയാൾ ഒരു കറങ്ങുന്ന കസേരയിലിരുന്നു. ഡൽഗ്ലീഷിനയാൾ രോഗികൾക്കായുള്ള കസേര ചൂണ്ടിക്കാണിച്ചു. അതിലിരുന്നാൽ സൗഖ്യമെന്ന് തോന്നിപ്പിക്കുകയോ എന്തിനെങ്കിലും മുൻകൈ എടുക്കാനാകുകയോ ചെയ്യാനാകില്ലായിരുന്നു.

ഡോക്ടർ ഒരുപറ്റം വ്യക്തിപരവും അമ്പരപ്പുളവാക്കുന്നതുമായ ചോദ്യങ്ങളോടെ തുടങ്ങിവയ്ക്കും എന്നയാൾ പ്രതീക്ഷിച്ചു. സംസാരം അധികവും താൻ തന്നെ നടത്തും എന്ന് തീരുമാനിച്ചുറച്ചതു പോലെയായിരുന്നു ഡോക്ടർ എപ്പ്സ്. ഇത് ഡൽഗ്ലീഷിനും അനുയോജ്യമായി. നിശ്ശബ്ദമായിരുന്ന് ആവശ്യത്തിലേറെ കാര്യങ്ങൾ മനസ്സിലാക്കുന്നതെങ്ങനെ എന്ന് അയാൾക്കറിയാമായിരുന്നു. ഡോക്ടർ ഒരു വലിയ പൈപ്പിനു തീ കൊടുത്തു. അതിന്റെ ആകൃതിക്ക് തന്നെ പ്രത്യേകതയുണ്ടായിരുന്നു.

''ഞാൻ നിങ്ങളോട് പുകവലിക്കണോ എന്ന് ചോദിക്കുന്നില്ല. എന്തെങ്കിലും കുടിക്കണോ എന്നും ചോദിക്കുന്നില്ല. സംശയത്തിന്റെ നിഴലിലുള്ളവർക്കൊപ്പം നിങ്ങൾ സാധാരണ മദ്യപിക്കാറില്ല എന്ന് എനിക്കറിയാം.'' അയാൾ ഡൽഗ്ലീഷിന്റെ പ്രതികരണമെന്തെന്ന് ഒളി കണ്ണിട്ട് നോക്കി. മറുപടിയൊന്നും വന്നില്ല എന്ന് കണ്ടപ്പോൾ പൈപ്പ് ആഞ്ഞ് വലിച്ചു. സംസാരം തുടങ്ങി.

''വല്ലാതെ സംഭ്രമിപ്പിക്കുന്നതും അലട്ടുന്നതുമാണല്ലോ സംഭവിച്ചത് എന്ന് പറഞ്ഞ് സമയം നഷ്ടമാക്കണ്ട. സത്യമായും ഇപ്പോഴും വിശ്വസിക്കാനാകുന്നില്ല. അവളെ ആരോ കൊന്നു എന്നത് വാസ്തവം തന്നെ. അവളുടെ കഴുത്തിൽ ചുറ്റിപ്പിടിച്ച് ശ്വാസം മുട്ടിച്ചു. ശ്രീമതി മാക്സിയുടെ കാര്യമാണ് കഷ്ടം. സ്വാഭാവികമായും ആ പെണ്ണിന്റെ കാര്യവും കഷ്ടമായി, എങ്കിലും, ഞാനിപ്പോൾ ജീവിച്ചിരിക്കുന്നവരുടെ കാര്യമാണോർക്കുന്നത്. ഏഴരയോടെ സ്റ്റീഫനാണെന്നെ വിളിച്ചത്. അവൾ അപ്പോഴേക്കും മരിച്ചിട്ടുണ്ടായിരുന്നു എന്ന് ഉറപ്പ്. എന്റെ നോട്ടത്തിൽ ഒരു ഏഴ് മണിക്കൂറോളമായിട്ടുണ്ടാകും. അതിനെക്കുറിച്ചൊക്കെ എനിക്കറിയാവുന്നതിലധികം പൊലീസ് സർജനറിയാം. അവൾ ഗർഭിണിയായിരുന്നില്ല. അവൾക്ക് ചില ചികിത്സകൾ ഞാൻ നല്കിയിരുന്നു. അതിനാൽ ഗർഭിണിയായിരുന്നില്ല എന്നെനിക്കറിയാം. എന്തായാലും ഗ്രാമത്തിൽ ഇതൊരു വാർത്തയാകും. മോശം കാര്യങ്ങൾ അറിയാനാണല്ലോ അവർക്കൊക്കെ താത്പര്യം. ഇത് ആർക്കൊക്കെയോ ഒരു പ്രചോദനമായിട്ടുണ്ടാകും എന്നും ഞാൻ കരുതുന്നു.''

''ലക്ഷ്യത്തെക്കുറിച്ചാണ് നമ്മൾ ചിന്തിക്കുന്നതെങ്കിൽ നമ്മൾ സ്റ്റീഫൻ മാക്സിയുടെ വിവാഹാഭ്യർത്ഥനയിൽനിന്നും തുടങ്ങണം.'' ഡൽഗ്ലീഷ് പറഞ്ഞു.

ഡോക്ടർ തന്റെ കസേരയിൽ അമർന്നിരുന്നു.

''വിഴുപ്പ്. അവനൊരു വിഡ്ഢി. അവന്റെ കയ്യിൽ ആകെയുള്ളത് ഇപ്പോൾ ലഭിക്കുന്ന ശമ്പളം മാത്രം. അതൊന്നിനും തികയില്ല എന്ന് എല്ലാവർക്കുമറിയാം. അവന്റെ പിതാവ് മരിച്ചാൽ എന്തെങ്കിലുമൊക്കെ കയ്യിൽ വരും എന്നത് സത്യം. പക്ഷേ ഈ പഴയ കുടുംബങ്ങളെല്ലാം ജീവിക്കുന്നതും അവരുടെ വസ്തുക്കൾ കൈകാര്യം ചെയ്യുന്നതുമൊക്കെ ആലോചിച്ചാൽ ഇവർക്ക് ഇതുവരെ ഒന്നും വിറ്റുകളയേണ്ടി വന്നിട്ടില്ല എന്നത് തന്നെ അത്ഭുതമാണ്. സർക്കാരാണെങ്കിൽ നികുതിയിനത്തിൽ അവരിൽനിന്നും ആകാവുന്നയത്ര പിഴിഞ്ഞെടുക്കുന്നു. പിന്നെ ആ പ്രൈസുണ്ട്. അയാൾ നാലുഭാഗത്തും കണക്കുകൾ നിരത്തിവയ്ക്കുന്നു. എന്നിട്ട് നികുതിയില്ലാപണംകൊണ്ട് തടിച്ച് വീർക്കുന്നു. ഞങ്ങൾക്കൊക്കെ ഭ്രാന്തായോ എന്ന് കരുതുന്നുണ്ടാകും അല്ലേ. അതൊന്നും നിങ്ങളുടെ പ്രശ്നമല്ലല്ലോ. ഡോ. മാക്സി

ഇപ്പോൾ ഒരു വിവാഹം കഴിക്കാവുന്ന അവസ്ഥയിലല്ല എന്ന് ഞാൻ നിങ്ങളോട് ഉറപ്പിച്ച് പറയുന്നു. ഈ സാലി എവിടെ ജീവിക്കും എന്നാണയാൾ കരുതിയിരിക്കുന്നത്? അവളുടെ ഭർത്താവിന്റെ അമ്മയ്ക്കൊപ്പം മാർടിൻഗേലിലോ? അവന്റെ തലയൊന്ന് പരിശോധിക്കാനുള്ള സമയമായി.''

''അതൊരു കാര്യം വ്യക്തമാക്കുന്നു. ഇങ്ങനെയൊരു വിവാഹം മാക്സി കുടുംബത്തിൽ കലാപത്തിനു കാരണമാക്കും എന്ന കാര്യം. അതുകൊണ്ടു തന്നെ ഇത് നടക്കാതിരിക്കുന്നതിലാകും പലർക്കും താത്പര്യം.'' ഡൽഗ്ലീഷ് പറഞ്ഞു.

ഡോക്ടർ അത് കേട്ട് ഒന്ന് മുന്നോട്ടാഞ്ഞു. വെല്ലുവിളിക്കുന്നതു പോലെ മുന്നോട്ടാഞ്ഞു.

''ആ പെണ്ണിനെ കൊന്നിട്ടോ? ഒരു കുഞ്ഞിന് മാതാപിതാക്കൾ രണ്ടുപേരും ഇല്ലാതാക്കിയിട്ടോ? ഞങ്ങളൊക്കെ ഏത് തരക്കാരാണെന്നാണ് നിങ്ങൾ കരുതിയിരിക്കുന്നത്?''

ഡൽഗ്ലീഷ് മറുപടിയൊന്നും പറഞ്ഞില്ല. യാഥാർത്ഥ്യങ്ങൾ അവിതർക്കിതങ്ങളാണ്. ആരോ സാലി ജപ്പിനെ വധിച്ചിരിക്കുന്നു. അവളുടെ കുഞ്ഞ് അടുത്ത് കിടന്ന് ഉറങ്ങുന്നുണ്ടെന്നത് ഒരു തടസ്സമായി കാണാത്ത ആരോ അവളെ കൊന്നിരിക്കുന്നു. എന്നാൽ ഡോക്ടറുടെ ഇപ്പോഴത്തെ വാക്കുകൾ തന്നേയും മാക്സികൾക്കനുകൂലമാക്കുന്നു എന്നയാൾ ശ്രദ്ധിച്ചു. ''ഞങ്ങളൊക്കെ ഏത് തരക്കാരാണെന്നാണ് നിങ്ങൾ കരുതിയത്?'' ഡോക്ടർ എപ്സിന്റെ സ്വാമിഭക്തി എവിടെയാണെന്ന് വ്യക്തമായിരുന്നു.

ആ ചെറിയ മുറിയിൽ ഇരുട്ട് പരന്ന് തുടങ്ങി. ഡോക്ടർ ഒന്ന് അമർത്തി മൂളി. മേശപ്പുറത്തേക്ക് കയ്യെത്തിച്ച് വിളക്ക് തെളിയിച്ചു. അത് ഒരു കോണായിട്ടായിരുന്നു വച്ചിരുന്നത്. അയാൾ അത് ഒന്ന് തിരിച്ചു. വെളിച്ചം തന്റെ കയ്യിൽ വീഴുന്നതുവരെ, മുഖം നിഴലിലാകുന്നതുവരെ തിരിച്ചു. ഡൽഗ്ലീഷിനു തളർച്ച തോന്നി. വിഷമം തോന്നി. രോഷം തോന്നി. പക്ഷേ അന്നത്തെ പ്രവൃത്തി ദിവസം അവസാനിക്കുന്നതിനു മുമ്പ് ഇനിയും പലതും ചെയ്ത് തീർക്കാനുണ്ട്. സന്ദർശനത്തിന്റെ പ്രധാന കാരണത്തിലേക്ക് അയാൾ കടന്നു.

''സൈമൺ മാക്സി താങ്കളുടെ രോഗിയാണെന്ന് ഞാൻ വിശ്വസിക്കട്ടെ?''

''തീർച്ചയായും. അയാൾ എന്നും എന്റെ രോഗിയായിരുന്നു. ഇനിയിപ്പോൾ കാര്യമായി ഒന്നും ചെയ്യാനില്ല. കാത്തിരിക്കുക എന്നല്ലാതെ ഒന്നും ചെയ്യാനില്ല. അത്രയും സമയം നല്ല പരിചരണം നല്കണം. മാർത്തയാണതൊക്കെ കൈകാര്യം ചെയ്യുന്നത്. അതെ, അയാൾ

എന്റെ രോഗിയാണ്. നിസ്സഹായാവസ്ഥയിലാണയാൾ. ആർടെറിയോസ്ക്ലെറോസിസ് എന്ന് ഞങ്ങളുടെ ഭാഷയിൽ പറയും. അത് മൂർച്ഛിച്ചിരിക്കുന്നു. ഒപ്പം മറ്റ് പല സങ്കീർണ്ണതകളുമുണ്ട്. അയാൾ ആ പരിചാരികയെ വധിക്കാനായി മുകളിലേക്കിഴഞ്ഞെത്തിയിട്ടുണ്ടാകും എന്നാണ് നിങ്ങൾ കരുതുന്നത് എങ്കിൽ നിങ്ങൾക്ക് തെറ്റ് പറ്റി എന്നേ എനിക്ക് പറയാനാകൂ. അങ്ങനെയൊരു പരിചാരിക വീടിനകത്തുള്ളത് തന്നെ അയാൾക്കറിയാമോ എന്നാണ് ഞാൻ ശങ്കിക്കുന്നത്.''

''അദ്ദേഹത്തിനുറങ്ങാൻ ചില ഗുളികകൾ നിങ്ങൾ കുറിച്ച് കൊടുത്തിരുന്നു എന്ന് ഞാൻ വിശ്വസിക്കുന്നു. ഒരു വർഷമായി അത് കൊടുത്തുകൊണ്ടിരിക്കുന്നു എന്നും.''

''എന്തിനാണിങ്ങനെ വിശ്വസിക്കുന്നു എന്നും മറ്റും പറയുന്നത്? നിങ്ങൾക്കത് വ്യക്തമായി അറിയാവുന്നതല്ലേ? ഞാനാണതെഴുതിക്കൊടുത്തത് എന്ന് വ്യക്തമായി തന്നെ അറിയാമല്ലോ. അതിൽ രഹസ്യമൊന്നുമില്ല. അതും ഈ സംഭവവുമായി എന്ത് ബന്ധം എന്ന് എനിക്കറിയില്ല.''

അയാൾ പെട്ടെന്ന് കർക്കശക്കാരനായി. ''അവളെ ആദ്യം ഉറക്കിക്കിടത്തി എന്നല്ലല്ലോ പറയാൻ വരുന്നത്?''

''പോസ്റ്റ്മോർട്ടം റിപ്പോർട്ട് ഇതുവരെ ലഭിച്ചിട്ടില്ല. പക്ഷേ പ്രത്യക്ഷത്തിൽ അങ്ങനെയാണ് കാണുന്നത്.''

തനിക്ക് മനസ്സിലാകുന്നില്ല എന്ന് അഭിനയിക്കാൻ ഡോക്ടർ തയ്യാറായില്ല.

''അത് മോശമായിപ്പോയി.''

''അത് കളിക്കളത്തിന്റെ വിസ്തൃതി കുറയ്ക്കുന്നു. ഇത് കൂടാതെയും ചില സ്വഭാവവിശേഷങ്ങളുണ്ട്.''

ഡൽഗ്ലീഷ് കാണാതായ ഉറക്കഗുളികകളെക്കുറിച്ച് ഡോക്ടറോട് പറഞ്ഞു. സാലി അതെവിടെ നിന്ന് കണ്ടെത്തി എന്നവകാശപ്പെടുന്നു എന്ന് പറഞ്ഞു. ആ പത്ത് ഗുളികകൾ സ്റ്റീഫൻ എന്ത് ചെയ്തു എന്നറിയിച്ചു. ട്രഷർ ഹണ്ട് കളിച്ചിരുന്നിടത്തുനിന്ന് ആ ഗുളികകളുടെ കുപ്പി ലഭിച്ചത് പറഞ്ഞു. അതൊക്കെ പറഞ്ഞവസാനിപ്പിച്ചപ്പോൾ ഒരു നിമിഷത്തെ നിശ്ശബ്ദതയുണ്ടായി. ഡോക്ടർ ഒന്ന് ചാരിയിരുന്നു. ആദ്യമൊക്കെ ആ കസേരയ്ക്ക് അയാളുടെ സൗഖ്യത്തെ ഉൾക്കൊള്ളാനുള്ള വലിപ്പമില്ലല്ലോ എന്ന് തോന്നിയിരുന്നു. എന്നാൽ ഇപ്പോൾ അങ്ങനെയല്ല. അയാൾ ക്ഷീണിതമായ, വൃദ്ധാവസ്ഥയിലായ സ്വരത്തിൽ സംസാരിച്ച് തുടങ്ങി.

''സ്റ്റീഫൻ ഇതൊന്നും എന്നോട് പറഞ്ഞിട്ടില്ല. പെരുന്നാളിനിടയിൽ ഇതിനൊന്നും സമയം കിട്ടിയില്ല. ഒരുപക്ഷേ എന്തെങ്കിലും കാരണ വശാൽ മനം മാറ്റമുണ്ടായിട്ടുണ്ടാകാം. എന്നെക്കൊണ്ട് ഇനി വലിയ ഉപകാരമൊന്നുമില്ല എന്ന ധാരണയിലെത്തിയിട്ടുണ്ടാകാം. എന്നെ അറിയിക്കേണ്ടതായിരുന്നു. അങ്ങനെ അശ്രദ്ധനാകുന്നയാളല്ല അയാൾ. അയാളുടെ പിതാവ്... എന്റെ രോഗി. മുപ്പത് വർഷമായി എനിക്ക് സൈമൺ മാക്സിയെ അറിയാം. ഞാനാണാ കുഞ്ഞുങ്ങളെ ഈ ലോകത്തിലേക്ക് കൊണ്ടുവന്നത്. നിങ്ങൾ നിങ്ങളുടെ രോഗികളെ മനസ്സിലാക്കണം. അവർക്ക് സഹായമെപ്പോഴാണ് വേണ്ടതെന്ന് മന സ്സിലാക്കണം. ഞാൻ എല്ലാ ആഴ്ചയും അവർക്കുള്ള കുറിപ്പടി തയ്യാ റാക്കി കൊടുക്കാറുണ്ടായിരുന്നു. ഈയിടെയായി ഞാനയാളെ അങ്ങനെ കാണാറേയില്ല. കണ്ടിട്ടും കാര്യമുണ്ട് എന്നെനിക്ക് തോന്നു ന്നില്ല. മാർത്ത എന്താണ് ചെയ്തുകൊണ്ടിരുന്നത് എന്ന് മനസിലാ കുന്നില്ല. അവരായിരുന്നല്ലോ പരിചരിച്ചിരുന്നത്. സാലി പറഞ്ഞ തിൽ സത്യമുണ്ടെങ്കിൽ ആ ഗുളികകളെക്കുറിച്ച് അവർ അറിയേണ്ട തായിരുന്നു. അവൾ അതൊക്കെ എടുത്തുകൊണ്ടുപോയി എന്ന് വിശ്വസിക്കുക ബുദ്ധിമുട്ടാണ്. മാത്രമല്ല, അവരുടെ കൈവശം ഒരി ക്കൽ ഗുളികൾ എത്തിച്ചേർന്നതുമാണല്ലോ. ഈ ഗുളികകളൊക്കെ ഒരു ഡോക്ടറുടെ കുറിപ്പടി വഴി മാത്രം ലഭിക്കുന്നവയാണെന്നാ ണെന്റെ അറിവ്.'

''അതെ. നിങ്ങൾക്ക് ഒരു കെമിസ്റ്റിനെ സമീപിച്ച് അതൊന്നും വാങ്ങാനാകില്ല. ഇതൊക്കെ സത്യമാണല്ലോ അല്ലേ? ഇങ്ങനെയൊക്കെ സംഭവിക്കും എന്ന് ഞാൻ ഒരിക്കലും സംശയിച്ചതേയില്ല. എനി ക്കെന്നെ മാത്രമേ കുറ്റപ്പെടുത്താനാകൂ. മാർടിൻഗേലിൽ എന്താണ് സംഭവിക്കുന്നതെന്ന് ഞാൻ അറിഞ്ഞിരിക്കേണ്ടതായിരുന്നു. സൈമൺ മാക്സിക്കെന്ത് സംഭവിക്കുന്നു എന്ന് മാത്രമല്ല, അവർക്കെല്ലാം എന്ത് സംഭവിക്കുന്നു എന്ന്.''

'അവരിൽ ഒരാളാണാണത് ചെയ്തതെന്നാണിപ്പോൾ അയാളും ചിന്തിക്കുന്നത്.' ഡൽഗ്ലീഷിന്റെ മനസ്സ് പറഞ്ഞു. 'കാര്യങ്ങൾ ഏത് ദിശയിലാണ് പോകുന്നതെന്ന് അയാൾക്ക് വ്യക്തമായും കാണാ നുണ്ട്. അതയാൾക്ക് ഇഷ്ടമാകുന്നില്ല. അയാളിലും ഒരു ചെറിയ പഴിയുണ്ടല്ലോ. ഇത് മാർടിൻഗേലിലെ കുറ്റകൃത്യമാണെന്ന് അയാൾ ക്കറിയാം. എന്നാൽ കാര്യങ്ങൾ എന്തൊക്കെയാണെന്ന് ഈ മനു ഷ്യനു തീർച്ചയുണ്ടോ? ഉണ്ടെങ്കിൽ അതാരാണെന്ന് അറിയുമോ?'

ശനിയാഴ്ച രാത്രി മാർടിൻഗേലിൽ എന്തൊക്കെ സംഭവിച്ചു എന്നയാൾ ഡോക്ടറോട് ചോദിച്ചു. അത്താഴസമയത്ത് സാലി കയറി വന്നതും അവർ വിവാഹാലോചനയെക്കുറിച്ച് സംസാരിച്ചതും

ഡോക്ടർ എപ്സ്, കാതറിൻ ബവേഴ്സിനേയോ മിസ് ലിഡലിനേയോ പോലെ, അത്ര നാടകീയതയോടെയല്ല അവതരിപ്പിച്ചത്. എന്നാലും അടിസ്ഥാനപരമായി ഈ പ്രസ്താവങ്ങളെല്ലാം പരസ്പരം യോജിച്ചു. പണം എണ്ണിക്കൊണ്ടിരിക്കുന്നതിനിടയിൽ അയാളോ മിസ് ലിഡലോ വ്യാപാരാവശ്യത്തിനായി ഉപയോഗിക്കുന്ന മുറിയിൽ നിന്നും പുറത്ത് കടന്നിട്ടില്ല എന്ന് അയാൾ ഉറപ്പ് പറഞ്ഞു. അതിനിടയിൽ സാലി ജപ്പ് പ്രധാന ഗോവണി കയറി പോകുന്നത് കണ്ടു എന്നറിയിച്ചു. അപ്പോൾ താനും ആതിഥേയയും ഹാളിലൂടെ മുൻവശത്തെ വാതിൽക്കലേക്ക് നീങ്ങുകയായിരുന്നു. സാലി ഒരു ഗൗണാണ് ധരിച്ചിരുന്നതെന്നും കയ്യിൽ എന്തോ ഉണ്ടായിരുന്നു എന്നും അയാളോർക്കുന്നു. എന്നാൽ ആ കയ്യിലുള്ളതെന്താണെന്ന് കൃത്യമായി ഓർത്തെടുക്കാനാകുന്നില്ല. അതൊരു നീളൻ ഗ്ലാസാകാം അല്ലെങ്കിൽ കപ്പും സോസറുമാകാം. അയാൾ അവളോട് അപ്പോൾ സംസാരിച്ചിട്ടില്ല. അവളെ ജീവനോടെ അവസാനമായി കണ്ടതും അപ്പോഴാണ്.''

ഈ ഗ്രാമത്തിൽ പിന്നെയാർക്കൊക്കെ ഇതേ ഉറക്കഗുളിക കുറിച്ച് കൊടുത്തിട്ടുണ്ട് എന്ന് ഡൽഗ്ലീഷ് ചോദിച്ചു.

''കൃത്യമായി പറയണമെങ്കിൽ രേഖകൾ പരിശോധിക്കണം. അരമണിക്കൂറെടുക്കും. അതങ്ങനെ സാധാരണമായി എഴുതിക്കൊടുക്കുന്ന ഒന്നല്ലല്ലോ. ഒന്ന് രണ്ട് രോഗികളുടെ പേരോർമ്മവരുന്നുണ്ട്. പിന്നെയുമുണ്ടാകാം. സർ റെയ്നോൾഡ് പ്രൈസും സെയ്ന്റ് മേരീസിലെ മിസ് പൊളാക്കും അതുപയോഗിക്കുന്നുണ്ട് എന്നെനിക്കറിയാം. മിസ്റ്റർ മാക്സിയുണ്ട്. അത് തീർച്ച. അതവിടെ നില്ക്കട്ടെ, ആ മരുന്നിപ്പോൾ എവിടെയാണ്?''

''ഞങ്ങളുടെ കൈവശമുണ്ട്. ഡോക്ടർ മാക്സി ഇതിനു പകരമുള്ള മരുന്ന് കുറിച്ച് കൊടുത്തു എന്നാണ് ഞങ്ങൾ മനസ്സിലാക്കുന്നത്. ഞങ്ങളിറങ്ങുന്നതിനു മുമ്പ് ഈ വീട്ടിലെ പരിചാരകനുമൊത്ത് ഒന്ന് സംസാരിക്കാൻ അനുമതിയുണ്ടോ ഡോക്ടർ?''

ഒരു നിമിഷനേരം ഡോക്ടർ അത് കേട്ടിട്ടേയില്ല എന്ന് തോന്നി. അയാൾ പിന്നെ ഒരു വിധത്തിൽ കസേരയിൽനിന്നെഴുന്നേറ്റു. ക്ഷമ ചോദിച്ചു. അവരെ വീടിനകത്തേക്ക് കൊണ്ടുപോയി. അവിടെയെത്തിയപ്പോൾ അന്ന് സായാഹനത്തിൽ പത്ത് നാല്പത്തിയഞ്ചിനു തന്നെയാണ് ഡോക്ടർ വീട്ടിൽ വന്നത് എന്ന് ഡൽഗ്ലീഷിനുറപ്പിക്കാനായി. അതിനു ശേഷം പതിനൊന്ന് പത്തിന് അയാൾക്കൊരു രോഗീസന്ദർശനത്തിനു പോകേണ്ടി വന്നു. അതല്ലാതെ മറ്റൊന്നും കേൾക്കാനാകുമെന്ന് ഡൽഗ്ലീഷ് പ്രതീക്ഷിച്ചിരുന്നുമില്ല. ഇനി ആ രോഗിയുടെ വീട്ടുകാരുമായി സംസാരിക്കാം. അപ്പോൾ പ്രഭാതത്തിൽ മൂന്ന് മുപ്പത് വരെ ഡോക്ടറെ പിടിച്ചിരുത്തിയതിനവരുടെ കൈവശം ഒഴികഴിവുണ്ടാകും.

മൂന്ന് മുപ്പതിനാണ് അയാൾ നെസ്സിങ്ങ്ഫോഡിലെ ശ്രീമതി ബെയ് സിനരികിൽ നിന്നും പോയത്. അപ്പോൾ ശ്രീമതി ബെയ്സിന്റെ കൈകളിൽ അവരുടെ ആദ്യ കുഞ്ഞ് കിടന്ന് കരയുന്നുണ്ടായിരുന്നു. ശനിയാഴ്ച രാത്രി മുഴുക്കെ, മിക്കവാറും സമയം, ഡോക്ടർ എപ്സ് ഈ ലോകത്തിൽ ജീവനെത്തിക്കാനും ജീവനുള്ളവരുടെ ജീവൻ നിലനിർത്താനും യത്നിക്കുകയായിരുന്നു. അല്ലാതെ സാലി ജപ്പിനെ ശ്വാസം മുട്ടിക്കുകയല്ലായിരുന്നു. വൈകി ഒരു രോഗീസന്ദർശനം കൂടിയുള്ളതിനെക്കുറിച്ച് എന്തൊക്കെയോ പിറുപിറുത്തുകൊണ്ട് ഡോക്ടർ എപ്സ് ഡൽഗ്ലീഷിനൊപ്പം പടിവരെ നടന്നു. രാത്രിയിലെ തണുപ്പിനെ അകറ്റാനായി അതിനുമുമ്പ് അയാൾ വലിയ ഒരു കോട്ടെ ടുത്ത് ധരിച്ചിരുന്നു. അയാളേക്കാൾ വലിപ്പമുള്ള ഒരു കോട്ട്. പടി വാതില്ക്കലെത്തിയപ്പോൾ അതുവരെ കോട്ടിന്റെ കീശയിൽ കൈയിട്ട് നിന്നിരുന്ന ഡോക്ടർ അവരെയൊന്ന് ആശ്ചര്യപ്പെടുത്താൻ തീരു മാനിച്ചു. അയാൾ തന്റെ വലതുകൈ നിവർത്തിപ്പിടിച്ചു. അതിൽ ഒരു ചെറിയ കുപ്പിയുണ്ടായിരുന്നു. അതിനകത്ത് നിറയെ ചെറിയ തവിട്ട് നിറത്തിലുള്ള ഗുളികകളുണ്ടായിരുന്നു. പൊലീസുകാർ ഇരു വരും നിശ്ശബ്ദം അത് നോക്കി നിന്നു. അപ്പോൾ ഡോക്ടർ എപ്സ് 'ഉറക്ക ഗുളികകളാണ്' എന്ന് പറഞ്ഞു.

ഡൽഗ്ലീഷ് ഒരു ഉറുമാലെടുത്തു. ആ കുപ്പി പൊതിഞ്ഞു. അത് തന്റെ കീശയിലിട്ടു. അതെടുക്കാൻ കൈയെത്തിച്ചപ്പോൾ ഡോക്ടർ ഒന്ന് പ്രതിരോധിക്കണമെന്നാഗ്രഹിച്ചോ എന്ന് അയാൾക്ക് സംശയം തോന്നാതിരുന്നില്ല.

''ഇത് സർ റെയ്നോൾഡിന്റേതാണ് ഇൻസ്പെക്ടർ. ആ കുടുംബ വുമായി ഇതിനൊരു ബന്ധവുമില്ല. ഇത് പ്രൈസിന്റെ കോട്ടാണ്.'' അയാളുടെ സ്വരത്തിൽ പ്രതിരോധവും പ്രതിഷേധവുമുണ്ടായിരുന്നു.

''ഈ കോട്ട് എപ്പോഴാണ് നിങ്ങളുടെ കൈവശമെത്തിയത് ഡോക്ടർ?'' ഡൽഗ്ലീഷ് ചോദിച്ചു. വീണ്ടും ദീർഘമൗനമുണ്ടായി. അതിലെ യാഥാർത്ഥ്യങ്ങൾ മറച്ച് വയ്ക്കുന്നതിൽ അർത്ഥമില്ല എന്ന് ഡോക്ടർക്ക് തോന്നി.

''ശനിയാഴ്ചയാണ് ഞാനിത് ഇവിടേക്ക് കൊണ്ടുവന്നത്. പെരു ന്നാളിന്റെയന്ന്. അന്നാണിത് വാങ്ങിയത്. ഒരു തമാശയെന്ന മട്ടിലാ ണിത് ഞാൻ വാങ്ങിയത്. എനിക്കും ആ സ്റ്റാളിന്റെ ഉടമയ്ക്കുമിട യിലെ ഒരു തമാശ.''

''അത് ആരായിരുന്നു? ''ഡൽഗ്ലീഷ് ചോദിച്ചു.

ഡോക്ടർ എപ്സ് അപ്പോൾ അയാളുടെ കണ്ണിലേക്ക് നോക്കാൻ തയ്യാറായില്ല. ഒരു വിവേകശൂന്യനാണു താൻ എന്ന മട്ടിൽ 'ശ്രീമതി റിസ്കൊ' എന്ന് മന്ത്രിച്ചു.

4

ഞായർ ദീർഘവും തിരക്കേറിയതുമായിരുന്നു. അതിന്റെ അനന്തര ഫലമെന്നോണം തിങ്കൾ പുലർന്നത് വർണ്ണങ്ങളോ വ്യക്തിത്വമോ ഇല്ലാതെയാണ്. ഒരു ദിവസത്തിന്റെ ശവം പിറന്നതുപോലെ. പതിവിൽകൂടുതൽ കത്തുകൾ തപാലിലെത്തി. സർവ്വവ്യാപിയായ ടെലിഫോണിന്റേയും രാജ്യത്തെ വാർത്തവിനിമയ സംവിധാനങ്ങളിലുള്ള അശാസ്ത്രീയതയുമൊക്കെ അതിനു കാരണമായി പറയാം. നാളത്തേത് ഇതിലും കനമേറിയതാകും എന്ന് ഊഹിക്കാം. അപ്പോഴേക്കും മാർടിൻഗേലിൽ നടന്ന കൊലപാതകവാർത്ത പത്രങ്ങൾ അറിഞ്ഞിരിക്കുമല്ലോ. അങ്ങനെ വർത്തമാനപത്രങ്ങളെ ആശ്രയിക്കുന്നവർ അതുവഴി വിവരവുമറിഞ്ഞിരിക്കും. അരഡസൻ പത്രങ്ങൾ വാങ്ങാൻ ദേബ്റ ആവശ്യം ഉന്നയിച്ചുകഴിഞ്ഞു. ഈ ആഡംബരം പ്രതിരോധത്തിന്റെ സൂചകമാണോ അതോ സത്യസന്ധമായ ആകാംക്ഷയാണോ എന്ന് അവരുടെ അമ്മ അത്ഭുതപ്പെട്ടു തുടങ്ങി.

വ്യാപാരാവശ്യങ്ങൾക്കായുള്ള മുറി ഇപ്പോഴും പൊലീസിന്റെ കൈവശം തന്നെയാണ്. അന്ന് സായാഹ്നത്തിനു മുമ്പ് മൂൺറേക്കേഴ്സ് ആംസിലേക്ക് മാറും എന്നവർ അറിയിച്ചിട്ടുണ്ട്. ശ്രീമതി മാക്സി സ്വകാര്യമായി അവർക്ക് സ്വന്തം പാചകത്തിന്റെ ആനന്ദം ലഭിക്കട്ടെ എന്ന് ആഗ്രഹിച്ചു. സാലിയുടെ മുറി അപ്പോഴും അടഞ്ഞ് കിടക്കുകയായിരുന്നു. ചാവി ഡൽഗ്ലീഷിന്റെ കയ്യിലായിരുന്നു. അയാൾ ഇടയ്ക്കിടെ അതിനകത്തേക്ക് പോകുന്നുണ്ട്. എന്നാൽ അതെന്തിനാണെന്നോ അവിടെ എന്തൊക്കെ കണ്ടെത്തി എന്നോ എന്ത് കണ്ടെത്തുമെന്നാണ് പ്രതീക്ഷിക്കുന്നതെന്നോ അയാൾ ആരോടും ചർച്ച ചെയ്തില്ല.

ലയോണൽ ജെഫ്സൺ പ്രഭാതത്തിൽ തന്നെ എത്തിയിരുന്നു. തിരക്ക് കൂട്ടി, പരദൂഷണം പറഞ്ഞ്, അസമർത്ഥനായി എത്തിയിരുന്നു. പൊലീസുകാർ അയാൾക്ക് എത്ര ശല്യമാണോ അത്ര തന്നെ അയാളും അവർക്കാകണം എന്നുമാത്രം മാർടിൻഗേലിലെ താമസക്കാർ ആഗ്രഹിച്ചു. തന്റെ സാധാരണ വിഷയങ്ങളിൽനിന്നും അനുഭവങ്ങളിൽനിന്നും തീർത്തും വ്യത്യസ്തമായ ഒരു കേസാണിതെന്നതിനാൽ ദേബ്റ പ്രവചിച്ചതുപോലെ തന്നെ അയാൾക്ക് എന്ത് ചെയ്യണമെന്നൊരു ആശയവും ലഭിക്കുന്നുണ്ടായിരുന്നില്ല. അയാളുടെ പ്രകടനം കണ്ടാൽ ഒന്നുകിൽ അയാൾ തന്റെ കക്ഷികളുടെ നിഷ്കളങ്കതയെ അവിശ്വസിക്കുന്നു അല്ലെങ്കിൽ പൊലീസ് സേനയുടെ കഴിവിൽ, നിപുണതയിൽ ഒട്ടും വിശ്വാസമില്ല എന്ന തോന്നൽ നൽകുമായിരുന്നു. ഉച്ചയ്ക്ക് മുമ്പേ തന്റെ ഒരു സഹപ്രവർത്തകനുമൊത്ത് ചർച്ച ചെയ്യാനായി അയാൾ തിരിച്ച് പോയത് വീട്ടുകാർക്കെല്ലാം വലിയ ആശ്വാസം നൽകി.

പന്ത്രണ്ട് മണിയോടെ ഇരുപതാം തവണയും ടെലിഫോൺ ശബ്ദിച്ചു.

സർ റെയ്നോൾഡ് പ്രൈസിന്റെ സ്വരം ടെലിഫോൺ വയറിലൂടെ ശ്രീമതി മാക്സിയിലേക്ക് ഇരച്ചെത്തി.

''ഇത് അപകീർത്തിയാണ്. ആ പൊലീസ് അവിടെ എന്താണ് ചെയ്യുന്നത്?''

''ഇപ്പോൾ അവർ ആ കുഞ്ഞിന്റെ അച്ഛനാരാണെന്ന് കണ്ടെത്താനുള്ള ശ്രമത്തിലാണെന്ന് തോന്നുന്നു.''

''ദൈവം... അതെന്തിനാ? ആരാണവളെ കൊന്നത് എന്നതിൽ ശ്രദ്ധ കേന്ദ്രീകരിക്കുകയല്ലേ അവർ ചെയ്യേണ്ടത്?''

''ഇത് തമ്മിൽ ഒരു ബന്ധമുണ്ടാകാം എന്ന ചിന്തയിലാണവർ.''

''എന്തൊക്കെ നിസ്സാരങ്ങളായ ആശയങ്ങളാണിവർക്ക് ലഭിക്കുന്നത്. അവരിവിടേക്കും വന്നിരുന്നു. എപ്സ് എനിക്കെഴുതിതന്ന ചില ഗുളികകളെക്കുറിച്ച് ചോദിച്ചു. അത് മാസങ്ങൾക്ക് മുമ്പായിരുന്നു. അതൊക്കെ അയാൾ തന്നെ ഇപ്പോഴും ഓർത്തിരിക്കുന്നതാണത്ഭുതം. ഇപ്പോഴെന്തിനാണാവോ അവർ ഇത്തരം കാര്യങ്ങളിലൊക്കെ വേവലാതിപ്പെടുന്നത്. വളരെ അസാധാരണം തന്നെയാണിതൊക്കെ. എന്നെ അറസ്റ്റ് ചെയ്യാറായോ ഇൻസ്പെക്ടർ എന്ന് ഞാൻ അയാളോട് ചോദിച്ചു. അത് കേട്ടപ്പോൾ അയാളുടെ മുഖമൊന്ന് കാണേണ്ടതായിരുന്നു.''

സർ റെയ്നോൾഡ് ഉച്ചത്തിൽ ചിരിച്ചു. ആ സ്വരം പക്ഷേ ശ്രീമതി മാക്സിക്കത്ര സൗഖ്യം നല്കിയില്ല.

'''നിങ്ങളെയൊക്കെ ബുദ്ധിമുട്ടിച്ചുവല്ലോ.'' ശ്രീമതി മാക്സി പറഞ്ഞു. ''ദുഃഖകരമായ ഈ സംഗതി എല്ലാവർക്കും ബുദ്ധിമുട്ടുണ്ടാക്കുന്നു. നിങ്ങളവരെ സന്തോഷത്തോടെയാണോ യാത്രയാക്കിയത്?''

'പൊലീസിനേയോ? ഈ പൊലീസുകാർ എന്നെങ്കിലും സന്തോഷമുള്ളവരാകുമോ എന്റെ മാഡം. ഈ വീട്ടിൽനിന്നും എന്തെങ്കിലും കണ്ടുകിട്ടും എന്ന് പ്രതീക്ഷിക്കുകയേ വേണ്ട എന്ന് ഞാൻ വ്യക്തമായി പറഞ്ഞു. ഇവിടെ എന്തെങ്കിലും എവിടെയെങ്കിലും വലിച്ചിട്ടാൽ അതൊക്കെ ഇവിടത്തെ പരിചാരികമാർ തൂത്ത് വൃത്തിയാക്കും. മാസങ്ങൾക്ക് മുമ്പ് ഞാൻ കഴിച്ച മരുന്നിന്റെ കുപ്പി ഇപ്പോൾ അന്വേഷിച്ചിട്ട് എന്ത് കാര്യം? എന്തൊരു നിസ്സാര ആശയമാണതൊക്കെ. അതിൽനിന്നും ഞാൻ എത്രയെണ്ണം കഴിച്ചു ബാക്കി ഗുളികകൾ എന്ത് ചെയ്തു എന്നൊക്കെ ഞാൻ ഓർത്തിരിക്കും എന്നാണാ ഇൻസ്പെക്ടർ പ്രതീക്ഷിക്കുന്നത്. ഞാനയാളോട് എന്റെ ജീവിതം

തിരക്കേറിയതാണെന്നും ഇതിനേക്കാൾ മെച്ചപ്പെട്ട കാര്യങ്ങൾ ചെയ്യാനുണ്ടെന്നും പറഞ്ഞു. രണ്ട് വർഷം മുമ്പ് സെയ്ന്റ് മേരീസിലുണ്ടായ ആ പ്രശ്നത്തെക്കുറിച്ചും അയാൾ ചോദിച്ചു. എന്തുകൊണ്ടാണ് നിങ്ങൾ കമ്മറ്റിയിൽനിന്നും രാജിവച്ചത് എന്നൊക്കെ ചോദിച്ചു.''

''അതൊക്കെ അവരെങ്ങനെ അറിഞ്ഞു?''

''ഏതെങ്കിലും വിഡ്ഢികൾ ആവശ്യത്തിൽ കൂടുതൽ സംസാരിച്ചിട്ടുണ്ടാകും. ഇവർക്കൊന്നും വായടച്ച് വയ്ക്കാനാകുന്നില്ല എന്നത് രസകരം തന്നെ. പ്രത്യേകിച്ചും പൊലീസിനോട് സംസാരിക്കുമ്പോൾ. ഗ്രാമത്തിലെ മിക്കവാറും കാര്യങ്ങൾ നോക്കി നടത്തുന്നുണ്ടെങ്കിലും സെയ്ന്റ് മേരീസിന്റെ കമ്മറ്റിയിൽ നിങ്ങളില്ലാത്തതൊരു അത്ഭുതമായി തോന്നുന്നു എന്നാണാ ഡൽഗ്ലീഷ് എന്നോട് പറഞ്ഞത്. രണ്ട് വർഷം മുമ്പ് നിങ്ങൾ രാജി വയ്ക്കുകയായിരുന്നു എന്ന് ഞാൻ അറിയിച്ചു. എന്തായിരുന്നു കാരണം എന്നയാൾ ചോദിച്ചു. ''എന്റെ പ്രിയ സുഹൃത്തേ, ഇരുപത്തിയഞ്ച് വർഷത്തെ സേവനമുള്ള ഒരു വനിതയെ അങ്ങനെ വെറുതെ പിടിച്ച് പുറത്താക്കാനാകില്ല. യഥാർത്ഥ നെറികേടുപോലെ എന്തെങ്കിലും ഇല്ലായിരുന്നു എന്നല്ല. എനിക്ക് അക്കാര്യങ്ങളിൽ വ്യക്തമായ അഭിപ്രായമുണ്ടെന്ന് നിങ്ങൾക്കറിയാമല്ലോ. എപ്പോഴും അത് ചെയ്തിട്ടുണ്ട്. ഇനിയും ചെയ്യും. അശ്രദ്ധയും കണക്കിലെ പാകപ്പിഴകളുമുണ്ട്. പക്ഷേ അതിനെ നെറികേട് എന്ന് വിളിക്കാനാകില്ല. അവർ മുമ്പ് കമ്മറ്റിയിലുണ്ടായിരുന്നു എന്ന് ഞാൻ അയാളോട് പറഞ്ഞു. അതൊന്നും അത്ര പരസ്യമായല്ല എന്ന് മാത്രം. അവർക്ക് ഞങ്ങൾ പുതിയ സാമ്പത്തിക കൈകാര്യ പ്രക്രിയകളെക്കുറിച്ച് ഒരു കത്ത് കൊടുത്തു. ഭാവിയിൽ ഒരു തെറ്റിദ്ധാരണയുണ്ടാകാതിരിക്കാനാണങ്ങനെ ചെയ്തത്. സാഹചര്യങ്ങളെല്ലാം പരിശോധിച്ചാൽ കത്ത് ഇത്തിരി കഠിനം തന്നെയായിരുന്നു എന്ന് പറയണം ആ അനാഥാലയം രൂപതയുടെ കീഴിലുള്ള ഒരു കമ്മറ്റിക്ക് കൈമാറണം എന്നായിരുന്നു നിങ്ങളുടെ ചിന്ത എന്ന് എനിക്കറിയാം. അതല്ലെങ്കിൽ അവിവാഹിതകളായ അമ്മമാർക്കുള്ള ദേശീയ സംസ്ഥകളൊന്നിൽ. അല്ലാതെ അതിനെ ഒരു സ്വകാര്യ ധർമ്മശാലയായി നിലനിർത്തുകയല്ല വേണ്ടത് എന്ന്. അങ്ങനെയൊക്കെ ഞാൻ ആ ഇൻസ്പെക്ടറോട് പറഞ്ഞു.''

''വിഷമം പിടിച്ച ആ പണി പരിശീലനം ലഭിച്ചവർക്ക്, അനുഭവസമ്പത്തുള്ളവർക്ക് കൈമാറാൻ സമയമായി എന്നേ ഞാൻ പറയൂ സർ റെയ്നോൾഡ്.'' അത് പറയുമ്പോഴും ശ്രീമതി മാക്സി തന്നെ ഈ പഴയ ചരിത്രത്തിലേക്ക് തിരികെ കൊണ്ടുപോകുന്ന, ആ കെണിയിൽ അകപ്പെടുത്തുന്ന, ശ്രദ്ധയില്ലായ്മയെ ശപിക്കുന്നുണ്ടായിരുന്നു.

''അതുതന്നെയാണ് ഞാനും ഉദ്ദേശിച്ചത്. അതാണ് ഞാൻ ഡൽഗ്ലീഷിനോട് പറഞ്ഞത്. ശ്രീമതി മാക്സി പറഞ്ഞതും ശരിയാകാം.

അതല്ല എന്നല്ല ഞാൻ പറയുന്നത്. പക്ഷേ ആ അനാഥാലയം അങ്ങനെ നിലനിർത്തുന്നതിൽ ലേഡി പ്രൈസ് വളരെ തത്പരയായിരുന്നു. അവരാണതിന്റെ സ്ഥാപക എന്നൊക്കെ പറയാം. സ്വാഭാവികമായും അത് മറ്റൊരാൾക്ക് കൈമാറുന്നതിൽ എനിക്കും വലിയ താത്പര്യമൊന്നുമുണ്ടായിരുന്നില്ല. ഇത്തരം സ്ഥലങ്ങൾ ഇപ്പോൾ അധികമൊന്നും ബാക്കിയില്ല. അവിട ആ സ്വകാര്യ ഇടപെടലിനു വലിയ വിലയുണ്ട്. മിസ് ലിഡൽ കണക്കൊക്കെ ആകെ അലങ്കോലമാക്കി എന്ന കാര്യത്തിൽ സംശയമില്ല. അത് അവർക്ക് താങ്ങാനാകുന്നതിലും അധിക ഭാരവുമായിരുന്നു. കണക്കൊന്നും ഈ പെണ്ണുങ്ങൾ കൈകാര്യം ചെയ്താൽ ശരിയാകില്ല'' അയാൾ അതിനോട് യോജിച്ചു. ഉറക്കെ ചിരിച്ചു.

ശ്രീമതി മാക്സിക്കത് വിശ്വസിക്കാനായില്ല. അത്ര മികച്ച ഒരു ചിത്രമല്ല അത്. എല്ലാവർക്കും എല്ലാം പറയാൻ അനുവദിച്ച് കൊടുക്കുക എന്നത് ഒരു ഡിറ്റക്റ്റീവിന്റെ വിജയത്തിനാവശ്യമാണെന്നതിനു സംശയമില്ല. അവർ തമ്മിലുള്ള ചർച്ചയുടെ നർമ്മം ഇല്ലാതായിക്കഴിഞ്ഞാൽ അതിൽനിന്നൊന്ന് വിടുതൽ ലഭിച്ചാൽ ഡൽഗ്ലീഷിന്റെ മനസ്സിൽ പുതിയ സിദ്ധാന്തങ്ങൾ രൂപപ്പെടാൻ തുടങ്ങും എന്ന കാര്യത്തിൽ ശ്രീമതി മാക്സിക്ക് സംശയമില്ല. ഇതൊക്കെ എങ്ങനെ സാധ്യമാകുന്നു? കഴിഞ്ഞ രാത്രിയിലെ ചൂടുപാനീയത്തിനുള്ള കോപ്പകളും കപ്പുകളുമെല്ലാം പത്തുമണിയോടെ തയ്യാറായിരുന്നു. അതിനുശേഷം മിസ് ലിഡൽ ആതിഥേയയുടെ കൺവെട്ടത്തുനിന്നും മാറിയിട്ടില്ല. അവരൊന്നിച്ചാണ് വിജയീഭാവത്തിൽ ഒരു രൂപം ദേബ്റയുടെ കോപ്പയുമായി പോകുന്ന കാഴ്ച കണ്ടത്. സാലിയുടെ അധിക്ഷേപം, എന്തെങ്കിലും പ്രാധാന്യമുള്ളതായിരുന്നെങ്കിൽ മിസ് ലിഡലിനൊരു ലക്ഷ്യമുണ്ട് എന്നെങ്കിലും ആരോപിക്കാം. എന്നാൽ അവർക്ക് അതിനുള്ള മാർഗ്ഗങ്ങളുണ്ടെന്ന് എങ്ങനെ പറയും. അവസരമാണെങ്കിൽ ഇല്ലേയില്ല. ശ്രീമതി മാക്സിക്ക് മിസ് ലിഡലിനോട് അത്ര താത്പര്യമൊന്നുമില്ല. എന്നാൽ രണ്ട് വർഷം മുമ്പുണ്ടായ, പാതി മറന്ന, അപകീർത്തി ഇന്നും ആലീസ് ലിഡലിൽ ഒളിഞ്ഞു കിടപ്പുണ്ടെന്ന് വിശ്വസിക്കാനാകുന്നില്ല. അവരത്ര നിപുണയോ വിവേകിയോ ജ്ഞാനിയോ അല്ല. എന്നാൽ അടിസ്ഥാനപരമായി ദയാലുവാണ്. നല്ല മനസ്സുള്ളവളാണ്. ശാന്തി ആഗ്രഹിക്കുന്നവളുമാണ്.''

സർ റെയ്നോൾഡ് സംസാരമവസാനിപ്പിച്ചിരുന്നില്ല.

''അതൊക്കെ എന്തോ ആകട്ടെ. എന്തായാലും ഗ്രാമത്തിൽ പരന്നിട്ടുള്ള അനതിസാധാരണമായ കിംവദന്തികൾക്കൊന്നും ഞാൻ ചെവി കൊടുത്തിട്ടില്ല കേട്ടോ. ജനം അതൊക്കെ പറഞ്ഞ് നടക്കും എന്ന് നിങ്ങൾക്കുമറിയാമല്ലോ. പൊലീസിന് അവരുടെയാളെ കയ്യിൽ കിട്ടിയാൽ പിന്നെ എല്ലാവരുടേയും വായടയും. അതിനവർക്ക്

എളുപ്പമാകട്ടെ എന്ന് നമുക്ക് പ്രതീക്ഷിക്കാം. അവർ ആ വഴിക്ക് നീങ്ങട്ടെ. എന്റെ എന്തെങ്കിലും സഹായം വേണമെങ്കിൽ ചോദിക്കാൻ മടിക്കരുത്. രാത്രിയിൽ വീടൊക്കെ ശരിക്ക് അടച്ച് പൂട്ടാനും മറക്കരുത്. അടുത്തത് നിങ്ങളോ ദേബ്റയോ ഒക്കെയാകാൻ സാധ്യതയുണ്ട്. പിന്നെയൊരു കാര്യം കൂടിയുണ്ട്.'' സർ റെയ്നോൾഡ്ഡിന്റെ സ്വരം താണു. എന്തോ നിഗൂഢമായ രഹസ്യം പങ്കുവയ്ക്കുന്നതു പോലെയായി. അത് കേൾക്കാൻ ശ്രീമതി മാക്സിക്ക് കാത് കൂർപ്പിക്കേണ്ടി വന്നു. ''അതാ പയ്യനെക്കുറിച്ചാണ്. നല്ലൊരു കൊച്ചു പയ്യൻ. പെരുന്നാളിന്റെയന്ന് അവനെ ആ വണ്ടിയിൽ ഉന്തിനടക്കുന്നത് ഞാൻ കണ്ടു. അവനുവേണ്ടി എന്തെങ്കിലും ചെയ്യാനാകുമോ എന്നാലോചിക്കുകയായിരുന്നു ഇന്ന് കാലത്ത് ഞാൻ. സ്വന്തം അമ്മയെ നഷ്ടപ്പെടുന്നത് അത്ര രസകരമായ ഒന്നല്ലല്ലോ. സ്വന്തമായി ഒരു വീടെന്ന് പറയാനുമില്ല. അവന്റെ മേൽ ഒരു കണ്ണ് വേണം. അവനിപ്പോൾ എവിടെയാണ്? നിങ്ങൾക്കൊപ്പമാണോ?''

''ജിമ്മിയെ തിരികെ സെയ്ന്റ് മേരീസിലാക്കി. അതായിരിക്കും നല്ലതെന്ന് തോന്നി. അവനു വേണ്ടി ഇനി എന്ത് തീരുമാനത്തിലാണെത്തുക എന്ന് എനിക്കറിയില്ല. അത്രയൊന്നും ചിന്തിക്കാറുമായിട്ടില്ലല്ലോ. ആരെങ്കിലും അതൊക്കെ ആലോചിച്ചിട്ടുണ്ടോ എന്നും എനിക്കറിയില്ല.''

'ചിന്തിക്കേണ്ട സമയമൊക്കെയായി. തീർച്ചയായും സമയമായി. ഒരുപക്ഷേ അവർ അവനെ ആർക്കെങ്കിലും ദത്ത് കൊടുത്തേക്കാം. ആ പട്ടികയിൽ വരുത്തുന്നത് നന്നാകും, അല്ലേ? അതൊക്കെ മിസ് ലിഡലിനോട് ചോദിക്കുന്നതാകും നല്ലത് അല്ലേ?''

എന്ത് ഉത്തരം നൽകണം എന്ന് ശ്രീമതി മാക്സിക്കറിയില്ലായിരുന്നു. ദത്തുമായി ബന്ധപ്പെട്ട നിയമങ്ങളെക്കുറിച്ച് അവരോളം അറിവ് എന്തായാലും സർ റെയ്നോൾഡ്ഡിനില്ല. കുഞ്ഞിനെ ദത്തെടുക്കാൻ താത്പര്യമുണ്ടെന്ന് അയാൾ ഒരു അപേക്ഷ നല്കിയാൽ അത് പരിഗണിക്കപ്പെടുമോ എന്ന കാര്യത്തിൽ അവർക്ക് ഉറപ്പില്ല. ഏറ്റവും യോഗ്യതയുള്ള അപേക്ഷകനായി അയാളെ കണക്കാക്കുമോ എന്ന്. ഈ അവസരത്തിൽ ജിമ്മിയെ ദത്തു നല്കാൻ തയ്യാറാണെങ്കിൽ ഏറ്റെടുക്കാൻ അപേക്ഷകൾ അനവധി വരും. അവർ തന്നെ സ്വയം ആ കുഞ്ഞിന്റെ ഭാവിയെപ്രതി ചിന്തിച്ചുകൊണ്ടിരിക്കുകയായിരുന്നു. എന്നാൽ അതൊന്നും ആരോടും പറഞ്ഞിട്ടില്ല. സാലിയുടെ ബന്ധുക്കൾ അവനെ ഏറ്റെടുക്കാൻ സാധ്യതയില്ല എന്ന അനുമാനത്തിലാണവർ അങ്ങനെയൊരു ചിന്തയിലെത്തിയത്. അവരുടെ വീക്ഷണമെന്തെന്നറിയാതെ ഒന്നും ചെയ്യാനുമാകില്ല. അവന്റെ അച്ഛനാരാണെന്ന് കണ്ടെത്തപ്പെടാനും സാധ്യതയുണ്ട്. എന്നാൽ

അങ്ങനെയൊരു സാധ്യതയെ പരിഹസിച്ച് തള്ളിക്കളയുകയാണ് സർ റെയ്നോൾഡ് ചെയ്തത്. താൻ തിരക്കിട്ട് ഒന്നും ചെയ്യാനുദ്ദേശിക്കുന്നില്ല എന്നും അയാൾ കൂട്ടിച്ചേർത്തു. നരഹത്യ ഒരു ഉന്മാദമായി നടക്കുന്നവരെ സൂക്ഷിക്കണം എന്ന് ഒരിക്കൽകൂടി മുന്നറിയിപ്പ് നല്കി അയാൾ ഫോൺ വച്ചു. സർ റെയ്നോൾഡിനോളം വിഡ്ഢിയാകാൻ ആർക്കെങ്കിലുമാകുമോ എന്നായിരുന്നു അത് കേട്ടപ്പോൾ ശ്രീമതി മാക്സിയുടെ സംശയം. അയാൾ എന്തുകൊണ്ട് പെട്ടെന്ന് ഇങ്ങനെ ജിമ്മിയിൽ താത്പര്യം കാണിക്കുന്നു എന്നും അവർ ചിന്തിക്കാതിരുന്നില്ല.

ഒന്ന് നിശ്വസിച്ച് അവർ റിസീവർ താഴെ വച്ചു. അന്ന് വന്ന കത്തുകളിലേക്ക് മടങ്ങി. അരഡസനോളം കത്തുകൾ സുഹൃത്തുക്കളിൽ നിന്നാണ്. അവര് അനുകമ്പ പ്രകടമാക്കുകയും കുടുംബത്തിൽ വിശ്വാസമർപ്പിക്കുകയും ചെയ്തിരിക്കുന്നു. സാമൂഹ്യമായ ഒരു അമ്പരപ്പ് അവരിലെല്ലാമുണ്ട്. വൈക്ലബ്യത്തിനോളമെത്തുന്ന അമ്പരപ്പ്. എന്നാൽ ശ്രീമതി മാക്സിയുടെ നിഷ്കളങ്കതയോടുള്ള അവരുടെ ആത്മവിശ്വാസം ഒപ്പം ഭക്ഷണത്തിനു ക്ഷണിച്ച് പലരും പ്രകടമാക്കിയിരിക്കുന്നു. ഈ പിന്തുണകൾ തനിക്ക് ആത്മവിശ്വാസം നല്കുന്നതിനേക്കാളേറെ, പിന്തുണയാകുന്നതിനേക്കാളേറെ, വഴിതിരിച്ച് വിടുകയാണെന്ന് ശ്രീമതി മാക്സി കരുതി. പിന്നെ ഒരു മൂന്ന് എൻവലപ്പുകളിൽ അപരിചിതമായ കൈയെഴുത്തായിരുന്നു. ഒട്ടൊന്ന് ശങ്കിച്ചാണവർ അത് തുറന്നത്. ഒരുപക്ഷേ വായിക്കാതെ തന്നെ നശിപ്പിക്കുന്നതാകും നല്ലത് എന്നൊരു ചിന്തയും വന്നു. അങ്ങനെ ചെയ്താൽ ഉപകാരപ്രദമായ എന്തെങ്കിലും വിവരങ്ങൾ നഷ്ടമായാലോ. അസന്തുഷ്ടി നിറഞ്ഞതെന്തോ അതിനെ നേരിടുക എന്നതൊരു ധീരതയാണ്. എലീനർ മാക്സിയിൽ അത് ധാരാളമുണ്ടുതാനും. ആദ്യ രണ്ട് കത്തുകൾ കരുതിയതുപോലെ ആക്ഷേപകരമായിരുന്നില്ല. അതിലൊന്ന് ഹൃദയഹാരിയായിരുന്നു. അതിൽ ചെറുകിളികളുടെ ചിത്രം അച്ചടിച്ചിട്ടുണ്ട്. മൂന്നെണ്ണം. റോബിൻപക്ഷികളുടെ. റോസാപ്പൂക്കളുടെ ചിത്രമുണ്ട്. അവസാനംവരെ സഹിക്കുന്നതാരോ അവർ സുരക്ഷിതരാകും എന്നൊരു ഉറപ്പുണ്ട്.

ഈ നല്ല വാർത്ത പരത്താനായി ഒരു സംഭാവന വേണമെന്ന അഭ്യർത്ഥനയുണ്ട്. ഇതുപോലെ വൈഷമ്യത്തിലായ എല്ലാ സുഹൃത്തുക്കളിലും ഈ സന്ദേശമെത്തിക്കണം എന്ന അപേക്ഷയുണ്ട്. ശ്രീമതി മാക്സിയുടെ സുഹൃത്തുക്കളിൽ മിക്കവരും അവരുടെ വൈഷമ്യങ്ങളെക്കുറിച്ച് തുറന്ന് സംസാരിക്കാറില്ല. എന്നിരുന്നാലും ആ കടലാസ് ചവറ്റുകുട്ടയിൽ നിക്ഷേപിച്ചപ്പോൾ കുറ്റബോധം തോന്നാതിരുന്നില്ല. അടുത്തത് സുഗന്ധം പുരട്ടിയ ഒരു എൻവലപ്പായിരുന്നു. ഇളംനീല നിറമുള്ളത്. തനിക്ക് അതീന്ദ്രിയ കരുത്തുകളുണ്ടെന്ന്

അതെഴുതിയ മാന്യവനിത അവകാശപ്പെട്ടിരിക്കുന്നു. ചെറിയ ഒരു തുക നൽകിയാൽ ഒരു കർമ്മം നടത്തിത്തരാമെന്നും അതിൽ സാലി ജപ്പിനെ പ്രത്യക്ഷപ്പെടുത്താമെന്നും അവളെക്കൊണ്ട് കൊലപാതകിയുടെ പേരു വെളിപ്പെടുത്തിക്കാമെന്നും അവർ അവകാശപ്പെട്ടിട്ടുണ്ട്. സാലിയുടെ വെളിപ്പെടുത്തലുകൾ മാക്സി കുടുംബത്തിനു പൂർണ്ണമായും സ്വീകാര്യമായിരിക്കും എന്നത് എഴുതിയവർ അവർക്ക് ചില ആനുകൂല്യങ്ങൾ വിട്ടുകൊടുക്കുന്നു എന്നതിന്റെ സൂചനയായി എടുക്കാം. അവസാനത്തേതിലെ തപാൽമുദ്ര പ്രാദേശികമായിരുന്നു. അതിൽ ഒരൊറ്റ ചോദ്യം മാത്രമേ ഉണ്ടായിരുന്നുള്ളൂ. 'എന്തുകൊണ്ടാണ് നിങ്ങൾ അവളുടെ മരണത്തിൽ സംതൃപ്തയായത്, വൃത്തികെട്ട കൊലപാതകീ?' ശ്രീമതി മാക്സി ആ കൈയെഴുത്തിലേക്ക് ശ്രദ്ധിച്ച് നോക്കി. അതിനു മുമ്പ് കണ്ടതായി ഓർത്തെടുക്കാനായില്ല. എന്നാൽ തപാൽമുദ്ര വ്യക്തമായിരുന്നു. അതിനാൽ ഈ വെല്ലുവിളി തിരിച്ചറിയാനാകുന്നു. അവർ ഗ്രാമത്തിലിറങ്ങാനും ചില സാധനങ്ങൾ വാങ്ങാനും തീരുമാനിച്ചു.

ഗ്രാമത്തിലെ ചെറിയ കടയിൽ പതിവിലേറെ തിരക്കുണ്ടായിരുന്നു. ശ്രീമതി മാക്സിയെ കണ്ട ആ നിമിഷത്തിൽ അവിടത്തെ മർമ്മരങ്ങളും സംസാരങ്ങളും പൊടുന്നനെ നിന്നു. സംസാരത്തിന്റെ വിഷയം എന്തായിരുന്നു എന്നത് അവർക്ക് അതിനാൽതന്നെ ഉറപ്പായി. ശ്രീമതി നെൽസൺ അവിടെയുണ്ടായിരുന്നു. മിസ് പൊളാക്കും വിയർകോട്ടേജിലെ വൃദ്ധൻ സൈമണും അവിടെയുണ്ടായിരുന്നു. ഗ്രാമത്തിൽ ഏറ്റവും പ്രായം കൂടിയ വ്യക്തിയാണയാൾ എന്നാണ് അയാൾ അവകാശപ്പെടുന്നത്. അതിനാൽ വ്യക്തിഗത ശുചിത്വം എന്നത് അയാൾക്ക് ബാധകമല്ല എന്നതുപോലെയാണ് അയാളുടെ രീതികൾ. അവരെ കൂടാതെ പുതുതായി ഉയർന്ന് വന്നിട്ടുള്ള കർഷകരുടെ കോട്ടേജുകളിലെ ചില വനിതകളും അവിടെയുണ്ട്. അവരുടെ രൂപവും മുഖവും ശ്രീമതി മാക്സിക്ക് അപരിചിതമായിരുന്നു. ആരൊക്കെയോ സ്വരം താഴ്ത്തി 'ഗുഡ് മോണിങ്ങ്' മന്ത്രിച്ചത് അവർ കേട്ടു. മിസ് പൊളാക്കിനോട് അവർ 'നല്ല കാലാവസ്ഥ അല്ലേ' എന്ന് പറഞ്ഞ് അവർ തനിക്ക് വാങ്ങാനുള്ള സാധനങ്ങളുടെ പട്ടികയെടുത്തു. തന്റെ മുഖം ചുവന്നത് അവർ ധാന്യങ്ങളുടെ അട്ടിക്ക് പുറകിൽ മറയ്ക്കാൻ ശ്രമിക്കുന്നുണ്ടായിരുന്നു. ബില്ലുകൾ എഴുതിയുണ്ടാക്കുന്ന തന്റെ ജോലിയിൽ നിന്ന് വിൽസൺ എഴുന്നേറ്റു. മുന്നിലെത്തി. ശ്രീമതി മാക്സിക്കാവശ്യമുള്ളതെടുത്ത് കൊടുക്കാൻ തയ്യാറായി. നല്ല ഉയരമുള്ള, മെലിഞ്ഞ വിളറിയ മനുഷ്യനായിരുന്നു അയാൾ. മുഖത്ത് ഒരു അസംതൃപ്തി എപ്പോഴുമുണ്ടാകും. അത് കണ്ടാൽ അയാളൊരു സാമ്പത്തിക തകർച്ചയുടെ വക്കിലല്ല എന്ന് വിശ്വസിക്കുക ബുദ്ധിമുട്ടാകും.

അഭിവൃദ്ധി പ്രാപിച്ചുകൊണ്ടിരിക്കുന്ന ഒരു വ്യാപാരത്തിന്റെ ഉടമ യാണെന്ന് വിശ്വസിക്കുക ബുദ്ധിമുട്ടാകും.

ഗ്രാമത്തിലുള്ള മറ്റാരേക്കാളും അധികം കിംവദന്തികളും കൊച്ചു വർത്തമാനങ്ങളും കേൾക്കുന്നത് അയാളാണ്. എന്നാൽ എവിടേയും അഭിപ്രായം രേഖപ്പെടുത്താറില്ല. എപ്പോഴെങ്കിലും അങ്ങനെ സംഭവി ച്ചാൽ അതിനു വലിയ ബഹുമാനം ലഭിക്കും. എല്ലാവരും പിന്നെ കുറേക്കാലം അതോർത്തിരിക്കുന്നു. സാലി ജപ്പുമായി ബന്ധപ്പെട്ട വിഷയത്തിൽ ഇതുവരെ അയാൾ നിശ്ശബ്ദത പാലിച്ചിട്ടുണ്ട്. അതിനർത്ഥം തനിക്ക് ടിപ്പണി നല്കാൻ മാത്രം പ്രാധാന്യം ആ വിഷയത്തിനില്ല എന്നയാൾ കരുതി എന്നല്ല. പെട്ടെന്നുണ്ടായ ഒരു മരണത്തിന്റെ ചൂടാറും മുമ്പ് അതിനോടുള്ള ബഹുമാനം സൂചിപ്പി ക്കുകയാണെന്നും അർത്ഥമില്ല.

വിൽസണിന്റെ അഭിപ്രായപ്രകടനത്തിനിനി അധികം വൈകില്ല എന്ന് എല്ലാവരും കരുതുന്നു. നിയമം നൽകുന്ന വിധിന്യായവും ഇതിൽനിന്നും വ്യത്യസ്തമായില്ലെങ്കിലേ ഗ്രാമം അത്ഭുതപ്പെടുക യുള്ളൂ. ആ വിധി വരാൻ സമയമെടുക്കും. അത് കൂടുതൽ അലങ്കാര ങ്ങളോടെ, ആഘോഷങ്ങളോടെയാകും വരുന്നതും. ശ്രീമതി മാക് സിക്ക് എന്തൊക്കെ വേണം എന്നയാൾ ചോദിച്ചു. തന്റെ ഏറ്റവും മൂല്യവത്തായ ഇടപാടുകാരിക്ക് വേണ്ട സേവനത്തിനു തയ്യാറായി. അതിനിനിടയിൽ അവിടെ കൂടിയിരുന്ന സ്ത്രീകൾ ഒന്നൊന്നായി യാത്ര പറഞ്ഞ് കടയിൽനിന്നും സാവധാനത്തിൽ ഇറങ്ങിപ്പോയി.

അവരെല്ലാം പോയപ്പോൾ വിൽസൺ ചുറ്റിലും നോക്കി. അയാ ളുടെ കണ്ണ് നനഞ്ഞിരുന്നു. പിന്നെ അയാൾ ശ്രീമതി മാക്സിയി ലേക്ക് വളഞ്ഞ് നിന്നു.

''ഡെറെക് പല്ലൻ.''അയാൾ പറഞ്ഞു. ''അയാളാണ്. നിങ്ങൾ എന്താണുദ്ദേശിച്ചത് എന്നെനിക്ക് മനസ്സിലായില്ല വിൽസൺ.'' ശ്രീമതി മാക്സി പറഞ്ഞത് സത്യമായിരുന്നു. അറിയാൻ ആഗ്രഹിക്കുന്നില്ല എന്നും അവർ കൂട്ടിച്ചേർക്കാൻ ആഗ്രഹിച്ചുവെന്ന് തോന്നി.

''ഞാനൊന്നും പറയുന്നില്ല മാഡം. പൊലീസ് അവരുടെ ജോലി ചെയ്യട്ടെ എന്നേ പറയുന്നുള്ളൂ. എന്നാൽ അവർ നിങ്ങളെ മാർടിൻഗേ ലിൽ വല്ലാതെ ശല്യം ചെയ്യുന്നുണ്ടെങ്കിൽ കഴിഞ്ഞ ശനിയാഴ്ച രാത്രി ഡെറെക് പല്ലൻ എവിടേക്കാണ് പോയിരുന്നത് എന്ന് ചോദി ക്കണം. അവരോട് തന്നെ ചോദിക്കണം. ഏകദേശം പന്ത്രണ്ടിനോ ടടുത്ത് അയാൾ ഇതിലെ പോയിരുന്നു. ഞാൻ എന്റെ കിടപ്പുമുറി യുടെ ജാലകത്തിലൂടെ കണ്ടതാണ്.''

വിൽസൺ നിവർന്ന് നിന്നു. ഒരു വാഗ്വാദത്തിൽ അവസാന തീർപ്പ് കല്പിച്ചതുപോലെ നിവർന്ന് നിന്നു. തന്റെ ഭാവം പൂർണ്ണമായും

മാറ്റി. ശ്രീമതി മാക്സി വാങ്ങിയ സാധനങ്ങളുടെ വില കണക്ക് കൂട്ടാൻ തുടങ്ങി. അയാളുടെ കൈവശമുള്ളതോ അല്ലെങ്കിൽ അയാൾ ചിന്തിക്കുന്നതോ ആയ തെളിവ് പൊലീസിനു കൈമാറണം എന്ന് അവർക്കുണ്ടായിരുന്നു. പക്ഷേ അതിനുവേണ്ട വാക്കുകൾ അവർക്ക് ലഭിച്ചില്ല.

ഡെറെക് പല്ലനെ അവർക്ക് ഓർമ്മയുണ്ട്. അവസാനം കണ്ടത് ഓർമ്മയുണ്ട്. അധികം ഉയരമില്ലാത്ത, ഊർജ്ജസ്വലനായ ഒരു യുവാവ്. വില കുറഞ്ഞ ഷൂസും അതിനൊത്ത സ്യൂട്ടും ധരിച്ച് നടക്കുന്ന വനാണയാൾ. അയാളുടെ അമ്മ വിമൻസ് ഇൻസ്റ്റിറ്റ്യൂട്ടിലെ അംഗ മായിരുന്നു. പിതാവ് സർ റെയ്നോൾഡിനു വേണ്ടി ജോലി ചെയ്തി രുന്നു. അയാളുടെ ഒരു കൃഷിയിടത്തിലെ ജീവനക്കാരനായിരുന്നു. വിൽസൺ വായ് അടച്ച് പിടിച്ചില്ലെങ്കിൽ പല്ലന്റെ കോട്ടേജിൽ പൊലീ സെത്തും. അതും സൂര്യനസ്തമിക്കുന്നതിനു മുമ്പുതന്നെ എത്തും. എത്തുമെന്നു മാത്രമല്ല അവർ അവിടെയാകെ ഉഴുതുമറിക്കുകയും ചെയ്യും.

അവനൊരു ഭീരുവാണെന്നോ ഒറ്റനോട്ടത്തിൽ തോന്നൂ. ആരെയെ ങ്കിലും കണ്ടാലേ ഭയക്കുന്നവൻ. പക്ഷേ അന്ന് രാത്രി സാലിയുടെ മുറിയിൽ ആരോ കയറിയിട്ടുണ്ടെന്ന ഓർമ്മ ശ്രീമതി മാക്സിയിൽ തിരിച്ചെത്തി. അത് ഡെറെക് പല്ലനാകാം. മാർടിൻഗേലിനെ ഇനിയും പീഡകളിൽ നിന്ന് രക്ഷിക്കണമെങ്കിൽ അവർ തന്റെ കൂറ് എവിടെ യാണെന്ന് വ്യക്തമാക്കണം. ''താങ്കളുടെ കൈവശം എന്തെങ്കിലും വിവരമുണ്ടെങ്കിൽ വിൽസൺ. അത് ഇൻസ്പെക്ടർ ഡൽഗ്ലീഷിനു കൈമാറണം എന്ന് ഞാൻ കരുതുന്നു. അല്ല, ഇത് വെറുതെ ഒരു ആരോപണം മാത്രമാണെങ്കിൽ നിങ്ങൾ ഒരു നിരപരാധിയെ ദ്രോഹി ക്കുകയുമാകും.''

ഈ താക്കീത് സംതൃപ്തിയോടെ വിൽസൺ സ്വീകരിച്ചു. തന്റെ സിദ്ധാന്തങ്ങൾക്കുള്ള ഒരു തീർപ്പാണതെന്നപോലെ സ്വീകരിച്ചു.

അയാൾ എന്ത് പറയാനുദ്ദേശിച്ചോ അത് പറഞ്ഞ് കഴിഞ്ഞിരി ക്കുന്നു. അതിനാൽ അയാളെ സംബന്ധിച്ചിടത്തോളം അതിനി ഒരു അടഞ്ഞ അദ്ധ്യായമാണ്. ''നാലും അഞ്ചും പത്തും ഒമ്പതും ഒരു പൗണ്ടും ഒരു ഷില്ലിങ്ങും ഒരു പൗണ്ട് പതിനാറും രണ്ടു. മാഡം'' അയാൾ പ്രതികരിച്ചു. ശ്രീമതി മാക്സി പണം നല്കി.

5

അപ്പോൾ പന്ത്രണ്ടുകാരനായ, തടിച്ച് കുറിയ രൂപക്കാരൻ, ജോണി വിൽകോക്സിനെ ഡൽഗ്ലീഷ് ചോദ്യം ചെയ്യുകയായിരുന്നു. അയാൾ ക്കായി നീക്കിവച്ച അതേ മുറിയിലായിരുന്നു ഈ അഭിമുഖം.

ഇൻസ്പെക്ടറെ കാണാൻ വികാരി പറഞ്ഞ് വിട്ടതാണെന്നറിയിച്ചു കൊണ്ടാണവൻ മാർടിൻഗേലിലെത്തിയത്. അതൊരു പ്രധാന സന്ദേശ മെത്തിക്കാനാണെന്നും അവൻ കൂട്ടിച്ചേർത്തു. ഡൽഗ്ലീഷ് പൂർണ്ണ ഗൗരവത്തോടെ അവനെ സ്വീകരിച്ചു. ഇരിക്കാൻ കസേരയിട്ടു കൊടുത്തു. കഥയെന്തെന്ന് തിരക്കി. അവനത് വളരെ വ്യക്തമായി പറഞ്ഞു. ഡൽഗ്ലീഷ് കുറേ നേരത്തിനുശേഷം കേട്ട ഏറ്റവും സങ്കീർണ്ണവും താത്പര്യമുയർത്തുന്നതുമായ തെളിവാണവൻ നിരത്തിയത്.

വേദോപദേശ ക്ലാസിലെ മറ്റ് കുട്ടികൾക്കൊപ്പം ചായകൊടുക്കാനും അവിടെയൊക്കെ വൃത്തിയാക്കാനും ജോണിയുമുണ്ടായിരുന്നു. ഇതൊക്കെ വീട്ടുവേലയുടെ ഭാഗമാണെന്നും ഇതൊന്നും അവർ ചെയ്യേണ്ടതല്ലെന്നും ഒരു ചിന്ത ആ ആൺകുട്ടികളിലുണ്ടായിരുന്നു. എന്നാൽ ഇതൊക്കെ കഴിഞ്ഞാൽ ഒരു വിരുന്നുണ്ടാകും എന്നൊരു ഉറപ്പ് അവർക്ക് ലഭിച്ചിരുന്നു. അതായത് ബാക്കി വന്ന ചായയും പലഹാരങ്ങളും ഉപയോഗിച്ച് അവർക്കാരു വിരുന്ന്. ആ വിരുന്ന് അവിടെ വിഖ്യാതമായിരുന്നു. അതുകൊണ്ട് അതിനു മുമ്പിലത്തെ വർഷം അവസാന നിമിഷത്തിൽ സഹായിക്കാനായി ഒരുപാടു പേർ വന്നു ചേർന്നിരുന്നു. അവിടെ ആവശ്യത്തിൽ കൂടുതൽ സമയം ചിലവിടേണ്ടതില്ല എന്ന തീരുമാനത്തിൽ ജോണി വിൽകോക്സ് പക്ഷേ എത്തിച്ചേർന്നു. തന്റെ അസാന്നിദ്ധ്യം ആരുമറിയാത്തയത്ര കുട്ടികൾ വന്നു ചേർന്നപ്പോൾ അവർ രണ്ട് മീൻ സാൻവിച്ചും മൂന്ന് ചോക്ലേറ്റ് ബണ്ണും കുറച്ച് ജാമുമെടുത്ത് ബൊകോക്കിന്റെ കുതിരാലയത്തിലേക്ക് നീങ്ങി. ബൊകോക്ക് കുതിരസവാരികളുടെ തിരക്കിലാകും എന്ന ഉറപ്പിലാണവൻ അവിടം ഒളിയിടമാക്കിയത്. അവിടെ മേലറയിലാണവൻ കയറിയിരുന്നത്. അങ്ങനെ മേലറയിലിരുന്ന് താനെടുത്തുകൊണ്ടുവന്ന ഭക്ഷണം ചവച്ചും കയ്യിലുള്ള കോമിക് പുസ്തകങ്ങൾ വായിച്ചും കുറച്ച് സമയം ചിലവിട്ടു. എത്ര സമയം അങ്ങനെ ചിലവിട്ടു എന്നൊന്നും അവനറിയില്ല. പക്ഷേ ഒരു ബൺ മാത്രമാകുന്നതുവരെ അവനവിടെയുണ്ടായിരുന്നു. അപ്പോഴാണ് ചില കാലൊച്ചകളും പതിഞ്ഞ സ്വരങ്ങളും കേട്ടത്. താൻ മാത്രമല്ല ഇങ്ങനെ സ്വകാര്യത കാംക്ഷിക്കുന്നതെന്ന് അവനു മനസ്സിലായി. രണ്ടുപേർ അതേ ലക്ഷ്യത്തോടെ കുതിരാലയത്തിലേക്കെത്തുന്നതറിഞ്ഞു. അവരും മുകളിലേക്ക് കയറിവരുന്നുണ്ടോ എന്ന് കാത്തിരിക്കാനൊന്നും അവൻ തയ്യാറായില്ല. ഒരു മുൻകരുതൽ എന്ന നിലയിൽ ബാക്കി വന്ന ബണ്ണും തന്നെയും അവിടെ നിന്ന് പറിച്ച് മാറ്റി. ഒരു വലിയ വൈക്കോൽക്കെട്ടിന്റെ പുറകിൽ ഒളിച്ചു. ഇത് ഒരു അനാവശ്യ ഭീരുത്വമായി തോന്നിയില്ല. ജോണിയുടെ ലോകത്ത്, എങ്ങനെ എപ്പോൾ അപ്രത്യക്ഷമാകുന്നു എന്നതനുസരിച്ചാണ് പല ശിക്ഷകളിൽ നിന്നും ഒഴിവാകുന്നത്. ഇത്തവണയും ആ ജാഗ്രത

ഫലം കണ്ടു. ന്യായീകരിക്കപ്പെട്ടു. കാലൊച്ചകൾ വൈക്കോൽ ക്കെട്ടിന്റെ മിക്കവാറും മുകൾവരെയെത്തി. താഴെ വാതിലടയുന്ന സ്വരം കേട്ടു. അത്രയുമായപ്പോൾ അവനു പിന്നെ നിശ്ശബ്ദത പാലി ക്കുകയല്ലാതെ മറ്റ് മാർഗ്ഗമില്ലാതായി. അങ്ങനെ വെറുതെയിരിക്കു ന്നത് വലിയ മുഷിപ്പായിരുന്നു. സന്ദർശകർ ഇറങ്ങിപ്പോകുന്നതുവരെ ബൺകൂട്ട് നിൽക്കുമോ എന്നൊരു ശ്രമവും അവൻ നടത്താതിരു ന്നില്ല. അവർ രണ്ട് പേർ മാത്രമേ ഉണ്ടായിരുന്നുള്ളൂ. അതുറപ്പായി രുന്നു. അതിലൊന്ന് സാലി ജപ്പായിരുന്നു. വാതിലിലൂടെ അകത്ത് കയറിയപ്പോൾ അവളുടെ തലമുടി അവൻ കാണുകയുണ്ടായി. എന്നാൽ അവളുടെ മുഖവും മറ്റും കാണുന്നതിനു മുമ്പ് അവൻ തന്റെ ഒളിസ്ഥലത്ത് മറഞ്ഞു. എങ്കിലും അതവളായിരുന്നു എന്ന കാര്യത്തിൽ ഒരു സംശയവുമില്ല. ജോണിക്ക് സാലിയെ നല്ല പരിചയ മുണ്ട്. അതിനാൽതന്നെ ആ ശനിയാഴ്ച മദ്ധ്യാഹ്നശേഷം അവിടെ വന്നത് അവളാണെന്ന കാര്യത്തിൽ നല്ല ഉറപ്പുണ്ട്. എന്നാൽ അവൾക്കൊപ്പമുള്ള വ്യക്തിയെ അവൻ കണ്ടിട്ടില്ല. അയാളെ തിരിച്ചറി യാനുമായില്ല. സാലി മുകളിലെത്തിയതിനാൽ തല പുറത്തേക്കിട്ട് അതാരാണെന്ന് നോക്കുന്നത് അപകടമാകും എന്നവൻ കരുതി. ഏറ്റവും ചെറിയ ചലനം പോലും ആ വൈക്കോലിൽ വലിയ ശബ്ദ ങ്ങൾക്ക് കാരണമാക്കും. അതെല്ലാം ഒഴിവാക്കാൻ ജോണി തന്റെ എല്ലാ ഊർജ്ജവും ഉപയോഗിച്ചു.

അവനെ സംബന്ധിച്ചിടത്തോളം ഏറ്റവും അസ്വാഭാവികമായി നിശ്ചലനായി. അതിനും രണ്ട് കാരണങ്ങളുണ്ട്. അതിലാദ്യത്തേത് ആ വൈക്കോൽക്കെട്ടിന് നല്ല കനമുണ്ടായിരുന്നു എന്നതാണ്. അതിനാൽ ഒരു പരിധിവരെ അവന്റെ ചലനസ്വരത്തെ അത് വിഴുങ്ങു മായിരുന്നു. രണ്ടാമത്തേത് ഈ മുതിർന്നവരുടെ സംഭാഷണങ്ങ ളൊക്കെ അവനെ എന്നും മുഷിപ്പിച്ചിരുന്നു എന്നതും. മുഷിപ്പിക്കുക മാത്രമല്ല പലതും മനസ്സിലാകാറുമില്ല. അതുകൊണ്ടുകൂടി അവർ എന്താണ് സംസാരിച്ചതെന്ന് അവൻ ശ്രദ്ധിച്ചില്ല. അത് മനസ്സിലാ ക്കാൻ ശ്രമിച്ചില്ല. ഈ രണ്ട് സന്ദർശകരും പരസ്പരം വാഗ്വാദത്തി ലാണെന്ന് മാത്രം ഡൽഗ്ലീഷിന് അവനിൽ നിന്നും മനസ്സിലാക്കാ നായി. ആ വാഗ്വാദവും പതിഞ്ഞ സ്വരത്തിലായിരുന്നു. അവർ ഇടയ്ക്കിടെ നാല്പത് പൗണ്ടിനെക്കുറിച്ച് പറയുന്നുണ്ടായിരുന്നു. 'ശാന്തമായി ചിന്തിക്കുകയും വെളിച്ചമെവിടെ എന്ന് പരിശോധിക്കു കയും' ചെയ്താൽ പിന്നെ അത്ര വലിയ അപകടമൊന്നുമില്ല എന്ന സാലി ജപ്പിന്റെ വാക്കുകളോടെയാണവരുടെ വാഗ്വാദം അവസാ നിച്ചത്. അവർ കുറേ സംസാരിച്ചു എന്നാണ് ജോണി പറഞ്ഞത്. മിക്കപ്പോഴും വളരെ പതിഞ്ഞ സ്വരത്തിലും അതിവേഗവുമായിരുന്നു സംസാരം. ഈ വാക്കുകളല്ലാതെ മറ്റൊന്നും ഓർമ്മയിലില്ല.

അവർ മൂവരും അതിനകത്ത് എത്ര സമയമുണ്ടായിരുന്നു എന്നൊന്നും അവനോർമ്മയില്ല. അതവനു പറയാനുമറിയില്ല. ഭീകരമാംവിധം നീണ്ട സമയം എന്നാണവനു തോന്നിയത്. അങ്ങനെ കുറേ കാത്തിരുന്ന് മുഷിഞ്ഞപ്പോഴാണ് വീണ്ടും വാതിൽ തുറന്നടയുന്ന സ്വരം കേട്ടത്. അപ്പോഴാണവർ ഇരുവരും പുറത്ത് പോയിരിക്കുന്നു എന്ന് മനസ്സിലായത്. ആദ്യം സാലിയാണ് പോയത്. അതിനു പുറകെ അയാളും. ഒളിഞ്ഞിരിക്കുന്നിടത്തുനിന്ന് എത്തിനോക്കുന്നത് അത്ര സുരക്ഷിതമായി ജോണിക്ക് തോന്നിയില്ല. അവർ താഴോട്ടിറങ്ങുന്ന കാലൊച്ച കേട്ടിട്ടും അവൻ എത്തി നോക്കിയില്ല. വാതിൽ തുറക്കുന്ന സ്വരം വന്നപ്പോഴാണതിനുള്ള ധൈര്യം ലഭിച്ചത്. അപ്പോൾ സ്വർണ്ണത്തലമുടിയുള്ളവൾ വാതിലടയ്ക്കുന്നത് കണ്ടു. അവൻ പിന്നെയും കുറച്ച സമയം കാത്തിരുന്നു. അതിനു ശേഷം പെരുന്നാൾ നടക്കുന്നിടത്തേക്കോടി. അവന്റെ അസാന്നിദ്ധ്യം അവിടെ ആരിലും താത്പര്യമുണർത്തിയിരുന്നില്ല. അതാണ് ജോണി വിൽകോക്സിന്റെ ശനിയാഴ്ചത്തെ സാഹസത്തിന്റെ കഥ. സാഹചര്യത്തിൽ ചില ചെറിയ മാറ്റങ്ങളുണ്ടായിരുന്നെങ്കിൽ ഇത് എത്ര മൂല്യവത്താകുമായിരുന്നു എന്ന് ചിന്തിക്കുമ്പോൾ അത് രോഷം വരുത്തുന്നു. ജോണിക്ക് കുറച്ചുകൂടി സാഹസികതയുണ്ടെങ്കിൽ ആ പുരുഷനെ അവന് കാണുമായിരുന്നു. അവൻ ഏതാനും വർഷം കൂടി പ്രായമുള്ളവനോ പെൺകുട്ടിയോ ആയിരുന്നെങ്കിൽ ഈ രഹസ്യ സമാഗമത്തെ കൂടുതൽ അടുത്തറിയാൻ ശ്രമിക്കുമായിരുന്നു. ഇത് വിരുന്നിനിടയിൽ ഒരു തടസ്സം എന്ന നിലയിലല്ലാതെ അവർ പറയുന്നതെല്ലാം ശ്രദ്ധിക്കാൻ ഒരുങ്ങുമായിരുന്നു. ആ ചർച്ചയുടെ മിക്കവാറും ഭാഗം ഓർത്തിരിക്കുമായിരുന്നു. എന്നാലിപ്പോൾ അവൻ കേട്ടു എന്ന് പറയപ്പെടുന്ന ചില ശകലങ്ങൾ വച്ച് എന്തെങ്കിലും വ്യാഖ്യാനം സാധ്യമല്ല.

അവൻ സത്യസന്ധനാണെന്നും അവനെ വിശ്വസിക്കാമെന്നും തോന്നി. എന്നാൽ തനിക്ക് തെറ്റ് പറ്റിയതാകാം എന്ന് സമ്മതിക്കാനും അവൻ തയ്യാറാകുന്നുണ്ട്. സാലി 'വെളിച്ചത്തെ'ക്കുറിച്ച് സംസാരിച്ചിരുന്നു എങ്കിലും അതൊരുപക്ഷേ തന്റെ ഭാവനയുമാകാം എന്നും അവൻ പറഞ്ഞു. അവർ സംസാരിക്കുമ്പോൾ അത് കേൾക്കാൻ അവനൊട്ടും താത്പര്യമുണ്ടായിരുന്നില്ല. അതേസമയം അതിനകത്ത് കയറിവന്ന സ്ത്രീ സാലിയാണെന്ന കാര്യത്തിൽ അവനൊരു സംശയവുമില്ല. അതൊരു സൗഹൃദ കൂടിക്കാഴ്ചയല്ലായിരുന്നു എന്ന കാര്യത്തിലും അവനു സംശയമില്ല. അവൻ അവിടെ നിന്ന് എപ്പോഴാണിറങ്ങിയതെന്ന് അവനറിയില്ല. മൂന്നരയോടെയാണ് ചായ വിതരണം തുടങ്ങിയത്. ജനങ്ങൾക്ക് ആവശ്യമുള്ളയത്ര നേരം അത് തുടർന്നു.

അല്ലെങ്കിൽ ഭക്ഷണം ബാക്കിയുള്ളിടത്തോളം നേരം. നാലരയോടെയാകും താൻ അവിടെ നിന്ന് രക്ഷപ്പെട്ടത് എന്നാണ് ജോണിയുടെ അനുമാനം. കുതിരാലയത്തിൽ എത്ര നേരം ഒളിച്ചിരുന്നു എന്നൊന്നും അവനറിയില്ല. ദീർഘസമയം എന്നേ അറിയൂ. അത്രയും വിവരം കൊണ്ട് ഡൽഗ്ലീഷിനും തൃപ്തിപ്പെടേണ്ടി വന്നു. അതൊരു ഗൂഢാലോചന, രഹസ്യം പുറത്ത് വിടാതിരിക്കാനുള്ള ഭീഷണിപോലെ തോന്നിപ്പിച്ചു. ജോണിക്ക് ആ പുരുഷസ്വരം തിരിച്ചറിയാനായില്ല എന്നത് മറ്റൊന്നിനു കൂടി തീർപ്പാകുന്നു. അത് സ്റ്റീഫൻ മാക്സിയോ ആ പ്രദേശത്തുകാരനോ അല്ല എന്ന്. അങ്ങനെയൊരാളായിരുന്നു എങ്കിൽ ജോണി സ്വരം തിരിച്ചറിയുമായിരുന്നു. അത് കാണിക്കുന്നത് ഈ സംഭവത്തിൽ മറ്റൊരാൾക്ക് കൂടി പങ്കുണ്ടെന്നാണ്. ആ സിദ്ധാന്തത്തെയാണീ സംഭവം പിന്തുണയ്ക്കുന്നത്.

സാലി ഈ അപരിചിതനെ ഭീഷണിപ്പെടുത്തുകയായിരുന്നു എങ്കിൽ അയാൾ പള്ളിപ്പെരുന്നാളിനു വന്നിട്ടുണ്ട് എന്നാണർത്ഥം. അങ്ങനെയെങ്കിൽ മാക്സിയെ സംബന്ധിച്ചിടത്തോളം അത് ശുഭകരമാണ്. അയാൾ ജോണിയോട് നന്ദി പറഞ്ഞു. ഈ അനുഭവം മറ്റാരുമൊത്തും പങ്കുവയ്ക്കരുത് എന്ന് താക്കീത് നല്കി. അവനെ സന്തോഷത്തോടെ യാത്രയാക്കി. താൻ വികാരിയോട് പറഞ്ഞതെല്ലാം ഇവിടേയും തുറന്ന് പറയാനായി എന്ന ആനന്ദത്തിലായിരുന്നു അപ്പോൾ ജോണി. ഡൽഗ്ലീഷിന്റെ മനസ്സാകട്ടെ അപ്പോൾ മറ്റൊരു തെളിവുമായി തിരക്കിലായിട്ടുണ്ടായിരുന്നു.

ആറ്

1

ചൊവ്വാഴ്ച മൂന്ന് മണി മുതൽ അന്വേഷണം പുനരാരംഭിക്കും എന്ന തീരുമാനം വന്നു. മാക്സി കുടുംബം ആ അന്വേഷണത്തിലേക്കുറ്റു നോക്കാൻ തുടങ്ങി. ഇഴഞ്ഞ് നീങ്ങുന്ന, ഒട്ടും സൗകര്യപ്രദമല്ലാത്ത മണിക്കൂറുകൾക്കൊന്ന് വേഗം കൂട്ടാൻ സഹായിക്കുന്ന ഒരു ധാർമ്മിക ബാധ്യതയാണത് എന്ന നിലയിൽ കാണാൻ തുടങ്ങി. നല്ല ഇടി മിന്നലുള്ള ദിവസങ്ങളിലെന്ന പോലെ ഒരു പിരിമുറുക്കം വീടിന കത്ത് നിറഞ്ഞ് നിന്നു. ഒരു കൊടുങ്കാറ്റ് വരാനിരിക്കുന്നു എന്നാൽ അതൊട്ട് വന്നിട്ടുമില്ല എന്ന അവസ്ഥ. മാർടിൻഗേലിലെ ആരുമാ കില്ല ഈ കൊലപാതകി എന്ന ഊഹം, അതാരും ഉച്ചത്തിൽ പറ ഞ്ഞില്ല എങ്കിലും എല്ലാ സംഭാഷണങ്ങളിലും സാലിയുടെ മരണത്തെ ക്കുറിച്ചുള്ള യഥാർത്ഥചർച്ചകളിലും മുഖവുരയായി നിന്നു. അധികം സംസാരിക്കുന്നതിനെല്ലാവരും ഭയന്നു. അതുപോലെ താനിപ്പോൾ സംസാരിക്കുന്നത് ആ വിഷയങ്ങൾ ചർച്ച ചെയ്യാൻ പാടില്ലാത്ത വ്യക്തിയോടാകുമോ എന്നൊരു ഭയവും അവിടെ നിറഞ്ഞ് നിന്നു. ചിലപ്പോഴൊക്കെ, വീട്ടിലുള്ളവരെല്ലാം ഒന്നിച്ചിരുന്ന്, ഒരു നയം രൂപീ കരിക്കുകയോ അതിനൊരു അടിത്തറയിടുകയോ ചെയ്യേണ്ടതാണെ ന്നൊരു ചിന്ത ദേബ്റയിലുണ്ടായി തുടങ്ങി. പക്ഷേ ഒന്ന് ശങ്കിച്ച് സ്റ്റീഫൻ ഇതേ ആഗ്രഹം പ്രകടമാക്കിയപ്പോൾ അവൾ പെട്ടെന്ന് ഭയന്ന് പിൻവാങ്ങി. സ്റ്റീഫൻ സാലിയെക്കുറിച്ച് സംസാരിക്കുന്നത് സഹിച്ചിരുന്ന് കേൾക്കാനാകില്ലായിരുന്നു.

ഫെലിക്സ് ഹെർണെ പക്ഷേ വ്യത്യസ്തനായിരുന്നു. അയാളു മൊത്ത് എന്തും ചർച്ച ചെയ്യാം. അയാൾക്ക് മരണത്തെപ്പോലും ഭയമില്ല. ഒന്നിനെക്കുറിച്ചും ലജ്ജയും തോന്നുന്നില്ല. സാലി ജപ്പിന്റെ മരണത്തെക്കുറിച്ച് അത്രയൊന്നും വികാരം കൊള്ളാതെ, ലളിതമായി സംസാരിക്കുന്നതിൽ അയാൾ തെറ്റൊന്നും കാണുന്നില്ല. ആദ്യമൊക്കെ

തന്റെ ധീരത പ്രകടമാക്കാനായി ദേബ്റയും ആ ചർച്ചകളിൽ പങ്കെടുത്തു. പിന്നീടാണ് ഈ തമാശകൾ ഉള്ളിലുള്ള ഭയത്തെ മറയ്ക്കാൻ ലോലമായ ശ്രമങ്ങളാണെന്ന് മനസ്സിലാക്കിയത്. ഈ ചൊവ്വാഴ്ച, ഉച്ചഭക്ഷണത്തിനു മുമ്പ്, ഇപ്പോൾ അവൾ ഫെലിക്സിരിക്കുന്നിടത്തുള്ള റോസാച്ചെടികൾക്കിടയിലൂടെ ഉലാത്തുകയാണ്. അയാളാകട്ടെ, മന്ദബുദ്ധിയെപ്പോലെ എന്തൊക്കെയോ പറഞ്ഞുകൊണ്ടിരിക്കുന്നുണ്ട്. അവളേയും അവളുടെ മനസ്സിനെ മറ്റൊരു ദിശയിലേക്ക് മാറ്റുന്ന സിദ്ധാന്തങ്ങളിലേക്ക് തിരിച്ച് വിടാൻ ശ്രമിക്കുന്നുണ്ട്.

''ഞാനിതിനെക്കുറിച്ച് ഒരു പുസ്തകമെഴുതുകയാണെങ്കിൽ ഈ ഗ്രാമത്തിലെ ഒരു യുവാവിനെ ഇതിന്റെ കാരണഭൂതനാക്കും. അതുറപ്പാണ് ദേബ്റ. ഉദാഹരണത്തിനായി ഡെറെക് പല്ലൻ.''

''പക്ഷേ ഇതൊന്നും അവൻ ചെയ്തതല്ലല്ലോ. അവനിങ്ങനെ ചെയ്യാൻ ഒരു ലക്ഷ്യം കാണുന്നില്ല. കാരണം കാണുന്നില്ല.''

''ലക്ഷ്യവും കാരണവുമൊക്കെ പിന്നെ പരിശോധിക്കേണ്ടതാണ്. അത് പിന്നെയാണെങ്കിലും കണ്ടെത്താനാകും. ഒരുപക്ഷേ ആ ശവം അയാളെ ഭീഷണിപ്പെടുത്തുന്നുണ്ടാകും. ഒരുപക്ഷേ അവൾ അയാളോട് തന്നെ വിവാഹം ചെയ്യണമെന്ന് നിർബന്ധിച്ചിട്ടുണ്ടാകും. അതിനയാൾ വഴങ്ങിയിട്ടുണ്ടാകില്ല. മറ്റൊരു കുഞ്ഞുകൂടി വരുന്നു എന്ന് അവൾ പറഞ്ഞിട്ടുണ്ടാകും. അത് ശരിയല്ല എന്നത് വേറെ കാര്യം. പക്ഷേ അയാൾക്ക് അതറിയില്ലല്ലോ. അവർ പഴയ സൗഹൃദങ്ങൾ തുടരുന്നുണ്ടായിരുന്നു. ഞാനവനെ ഗൗരവപ്രകൃതക്കാരനാക്കും. കഠിനഹൃദയനാക്കും. അവർക്കൊക്കെ എന്തും ചെയ്യാനാകും. പ്രത്യേകിച്ചും കഥകളിൽ.''

''പക്ഷേ അവൾക്ക് അയാളെ വിവാഹം കഴിക്കാനൊന്നും താത്പര്യമില്ലായിരുന്നു. അവൾക്ക് സ്റ്റീഫനെയാണ് വേണ്ടിയിരുന്നത്. സ്റ്റീഫനെ ലഭിക്കുമെങ്കിൽ പിന്നെയവൾക്ക് ഡെറെക് പല്ലനെ എന്തിനു വേണം?''

''നീ ഒരു സഹോദരിയുടെ അന്ധത നിറഞ്ഞ പക്ഷപാതത്തോടെയാണ് സംസാരിക്കുന്നത് എന്ന് ഞാൻ പറയും. നീ അതുവഴി തന്നെ പൊയ്ക്കോളൂ. പിന്നെ ആരാകും എന്നാണ് നിനക്ക് തോന്നുന്നത്?''

''അച്ഛനാണെന്ന് കരുതിയാലോ?''

''മെത്തയിൽ അനങ്ങാൻ പോലുമാകാതെ കിടക്കുന്ന ആ വൃദ്ധനോ?''

''അതെ. അദ്ദേഹമല്ല നേരിട്ട് ചെയ്തത് എന്ന് കരുതുക. അതൊരു വിശാലമായ പദ്ധതിയാകാം. ആ വൃദ്ധന് തന്റെ മകൻ അവളെ വിവാഹം കഴിക്കുന്നതിനോട് താത്പര്യമില്ലായിരുന്നു. അതിനാൽ മുകളിലേക്ക് ഇഴഞ്ഞെത്തി തന്റെ പഴയ ഒരു ടൈ കൊണ്ട് അവളുടെ കഴുത്തിൽ മുറുക്കിക്കൊന്നു.''

ഫെലിക് അതിനെക്കുറിച്ചാലോചിച്ച് പിന്നെ ആ കഥ സംഭവ്യ മല്ല എന്ന് നിരസിച്ചു.

'എന്തുകൊണ്ടാണ് അജ്ഞാതനായ ഒരു സന്ദർശകനെ ആ വേഷം കെട്ടിക്കാത്തത്? അയാൾ ആരായിരിക്കും? എവിടെ നിന്ന് വന്നിട്ടുണ്ടാകും? അയാളായിരിക്കുമോ ആ കുഞ്ഞിന്റെ അച്ഛൻ?''

''അങ്ങനെയൊന്നുമാകില്ല. അത് ചിന്തിക്കുകയേ വേണ്ട.''

''അങ്ങനെയായിരുന്നു. അവൾ ആദ്യം ജോലി ചെയ്യുന്നിടത്ത് വച്ചാണാദ്യം അയാൾ അവളെ കാണുന്നത്. അന്നവൾ ഒരു നിഷ് കളങ്ക ബാലികയായിരുന്നു. ഞാൻ ആ വേദനാജനകമായ രംഗ ത്തിനു മുകളിൽ ഒരു മൂടുപടമണിയിക്കുന്നു. പക്ഷേ, അയാൾ വീണ്ടു മവളെ കാണുമ്പോഴുള്ള അത്ഭുതവും ഭീതിയും നിനക്ക് ഊഹിക്കാ മല്ലോ. താൻ ഏത് പെൺകുട്ടിയോടാണോ തെറ്റ് ചെയ്തത് അവൾ അയാളുടെ ഭാവി വധുവിന്റെ വീട്ടിൽ തന്റെ കുഞ്ഞുമായി....''

''അയാൾക്ക് ഒരു ഭാവി വധുവുമുണ്ടോ?''

''തീർച്ചയായും. സുന്ദരിയായ ഒരു വിധവ. പ്രലോഭിപ്പിക്കാൻ തയ്യാറായി നടക്കുന്നവൾ. തന്റെ കഥയെല്ലാം തുറന്ന് പറയുമെന്ന് ചതിക്കപ്പെട്ട പെൺകുട്ടി പറയുന്നു. അതിനാൽ അയാൾക്ക് അവളെ നിശ്ശബ്ദയാക്കണം. അയാളെ ഒരു ദോഷൈകദൃക്കായ, ആരാലും ഇഷ്ടപ്പെടാത്ത കഥാപാത്രമാക്കും ഞാൻ. അങ്ങനെയാകുമ്പോൾ പൊലീസുകാർ പിടിച്ചാലും ആരും വിഷമിക്കുകയില്ലല്ലോ.''

''അത് ഹീനമാണെന്ന് നിനക്ക് തോന്നുന്നില്ലേ? സെയ്ന്റ് മേരീ സിലെ വാർഡനെ അവിടെ സ്ഥാപിച്ചാലോ? അങ്ങനെയാകുമ്പോൾ അതൊരു മനശ്ശാസ്ത്രപരമായ, സ്തോഭജനകമായ ഒരു കഥയാകും. അദ്ധ്യായങ്ങളുടെ പ്രാരംഭത്തിൽ ലിയ ഉദ്ധരണികൾ ചേർക്കാം. ഫ്രോയിഡിനെ ധാരാളമായി കൊണ്ടുവരാം.''

''ഫ്രോയിഡിലാണ് താത്പര്യമെങ്കിൽ എന്റെ വാത് ഇപ്പോൾ ആ ശവത്തിന്റെ അമ്മാവനിലാണ്. അങ്ങനെയാകുമ്പോൾ മനശ്ശാസ്ത്ര ത്തിനു കയറിവരാൻ ധാരാളം ഇടം കാണും. അയാൾ ഇടുങ്ങിയ മനസുള്ള കഠിനഹൃദയനായിരുന്നു. അവൾ ഗർഭിണിയാണെന്നറി ഞ്ഞപ്പോൾ അവളെ വീട്ടിൽനിന്നും ഇറക്കി വിട്ടു. പക്ഷേ എല്ലാ കഥകളിലും സംഭവിക്കുന്നതുപോലെ അയാളും മോശക്കാരനായിരുന്നു. ഒരു പള്ളിയുടെ ഗായകസംഘത്തിൽ കണ്ട ഒരു കൊച്ചുപെൺകുട്ടിയെ അയാൾ ബലാത്സംഗം ചെയ്തു. ആ പെൺകുട്ടിയും നമ്മുടെ ഈ പെണ്ണും കുഞ്ഞും ഒരേ അനാഥാലയത്തിൽ എത്തിപ്പെട്ടു. ആ പെൺ കുട്ടിയുടെ കഥയറിഞ്ഞ സാലി അയാളെ ഭീഷണിപ്പെടുത്താനാരംഭിച്ചു. ഭീഷണിപ്പെടുത്തി പണം വാങ്ങിക്കൊണ്ടിരുന്നു. തന്നെയവൾ തുറന്ന്

കാണിക്കുന്നത് അയാൾക്ക് സഹിക്കാനാകില്ലായിരുന്നു. അത്രയും ബഹുമാന്യനായിരുന്നു സമൂഹത്തിൽ അയാൾ.''

''ആ പണം സാലി എന്ത് ചെയ്തു?''

''കുഞ്ഞിന്റെ പേരിൽ ഒരു സേവിങ്ങ് ബാങ്ക് അക്കൗണ്ട് തുറന്നു. അതൊക്കെ കഥയിൽ പിന്നീടൊരിടത്ത് വരും.''

''അങ്ങനെയാണെങ്കിൽ നല്ലത്. പക്ഷേ നിങ്ങൾ ആ പെണ്ണിന്റെ ഭാവി ഭർതൃസഹോദരിയെ മറന്നു എന്ന് തോന്നുന്നു. അവിടേക്ക് നീങ്ങിയാൽ പിന്നെ ലക്ഷ്യം കണ്ടെത്താൻ ഒരു ബുദ്ധിമുട്ടുമുണ്ടാകില്ല.''

''പക്ഷേ അവളല്ലല്ലോ കൊലപാതകി.''

''നീ നശിക്കട്ടെ ഫെലിക്സ്. നിനക്കെങ്ങനെ ഇങ്ങനെ കൗശലക്കാരനാകാനാകുന്നു?''

''അതിനു കാരണം സാലി ജപ്പിനെ കൊന്നത് നീയല്ല എന്ന് എനിക്കറിയാമെന്നത് മാത്രമാണ്. വെറുതെ തമാശയ്ക്ക് വേണ്ടി ഇങ്ങനെ സംശയങ്ങളും അമ്പരപ്പും ഞാൻ പരത്തും എന്ന് നീ കരുതുന്നുണ്ടോ?''

''എനിക്കവളോട് വെറുപ്പായിരുന്നു ഫെലിക്സ്. സത്യമായി ഞാനവളെ വെറുത്തിരുന്നു.''

'അതൊക്കെ ശരി എന്റെ പെണ്ണേ. നീ അവളെ വെറുത്തിരുന്നു. അത് നിനക്ക് അസൗകര്യങ്ങളുണ്ടാക്കും. എന്നാൽ ഈ വികാരങ്ങളൊക്കെ പൊലീസിനോട് പറയേണ്ടതില്ല. അവരൊക്കെ മൂല്യമുള്ളവരാണെന്നതൊക്കെ ശരി. നല്ല പെരുമാറ്റവുമാണവരുടേത്. എന്നാൽ ഭാവന അവർക്ക് വല്ലാതെ കുറവാകും. അവരുടെ ഏറ്റവും വലിയ കരുത്ത് സാമാന്യബുദ്ധിയാണല്ലോ. അതാണവരുടെ ഡിറ്റക്ടീവ് ജോലികളുടെ അടിസ്ഥാനം. അവർക്ക് ആവശ്യത്തിനുള്ള ഉപായങ്ങളും മാർഗ്ഗങ്ങളുമുണ്ട്. അതിനാൽ അവർക്ക് ലക്ഷ്യം പറഞ്ഞ് കൊടുക്കാൻ ചെല്ലണ്ട. നികുതിദായകരുടെ പണം പറ്റുന്നതല്ലേ, അതിന്റെ ജോലിയും ചെയ്യട്ടെ.''

''അതാരാണ് ചെയ്തതെന്ന് ഡൽഗ്ലീഷ് കണ്ടെത്തുമെന്നാണോ കരുതുന്നത്?'' ഒരു നിമിഷം ആലോചിച്ചതിനു ശേഷം ദേബ്റ ചോദിച്ചു.

''അയാൾക്കിപ്പോഴേ അറിയാം എന്നാണെനിക്ക് തോന്നുന്നത്.'' ശാന്തചിത്തനായി ഫെലിക്സ് പ്രതികരിച്ചു. ''തന്റെ ആരോപണം തെളിയിക്കുന്നതിനാവശ്യമായ തെളിവുകൾ ശേഖരിക്കണം എന്നത് മറ്റൊരു കാര്യം. പൊലീസ് ഏതുവരെ എത്തി എന്ന് ഇന്ന് മദ്ധ്യാഹ്നം കഴിഞ്ഞാൽ നമ്മളറിയും. അവരെത്ര വെളിപ്പെടുത്താൻ തയ്യാറുണ്ട് എന്നും നമ്മളറിയും. നമ്മെ ആശയക്കുഴപ്പത്തിൽ സന്ദിഗ്ദ്ധാവസ്ഥയിൽ

നിർത്താൻ ഒരുപക്ഷേ ഡൽഗ്ലീഷ് ഇഷ്ടപ്പെട്ടേക്കും. എന്നാൽ അയാൾക്ക് അധികം താമസിയാതെ കാര്യങ്ങൾ വെളിപ്പെടുത്തേണ്ടി വരും.''

പക്ഷേ ആ അന്വേഷണം ആശ്വാസവും നിരാശയും ഒന്നിച്ച് തന്നു. ദുർമരണവിചാരണാധികാരിക്ക് മുന്നിൽ വിധികർത്താക്കളുടെ ഒരു സമിതിയില്ലായിരുന്നു. മൃദുസ്വരമുള്ള ഒരാളായിരുന്നു ആ ദുർമരണ വിചാരണാധികാരി. വിഷണ്ണനായ ഒരു നായയുടെ മുഖഭാവമുള്ളവൻ. ഈ അന്വേഷണങ്ങളിലേക്ക് വഴിതെറ്റി വന്നതാണെന്നായിരുന്നു ആ മുഖത്തെ ഭാവം. താൻ എന്താണ് ചെയ്യേണ്ടതെന്ന് എങ്കിലും അയാൾക്കറിയാമായിരുന്നു. അതിനാൽ സമയം ഒട്ടും നഷ്ടപ്പെടുത്തിയില്ല. മാക്സി കുടുംബാംഗങ്ങൾ പ്രതീക്ഷിച്ചതിലും കുറവ് ഗ്രാമവാസികളേ അവിടെ ഹാജരുണ്ടായിരുന്നുള്ളൂ.

ഒരുപക്ഷേ ശവസംസ്കാരമാകും ഇതിലും ഉല്ലാസപ്രദം എന്ന തീരുമാനത്തിൽ അവരെത്തിയിരിക്കാം. അതിനായി സമയവും ഊർജ്ജവും ലാഭിക്കുകയായിരുന്നിരിക്കാം. അവിടെ സന്നിഹിതരായിരുന്നവരും മുമ്പിലത്തേക്കാൾ വിവേകികളായിരിക്കുന്നു. ദുർമരണ വിചാരണാധികാരി കാര്യങ്ങൾ കൗശലപൂർവ്വം ലളിതമാണെന്ന തോന്നൽ വരുത്തി. ഒട്ടും പ്രാധാന്യമില്ലാത്തതും നല്ല പിരിമുറുക്കത്തിലുള്ളവളുമായ ഒരു സ്ത്രീയോട് തിരിച്ചറിയൽ നടത്താൻ ആവശ്യപ്പെട്ടു. അവർ സാലിയുടെ അമ്മായിയായിരുന്നു. സ്റ്റീഫൻ മാക്സി തെളിവുകൾ നല്കി. സാലിയുടെ ശവം കണ്ടെത്തിയത് എങ്ങനെ എന്ന് വിവരിച്ചു. വൈദ്യ പരിശോധനയിൽ കഴുത്തിലെ ഞരമ്പുകളിൽ പിടിമുറുക്കിയാണ് ഇരയെ കൊന്നിരിക്കുന്നതെന്ന് വ്യക്തമായി. പെട്ടെന്നാണ് മരണം സംഭവിച്ചിരിക്കുന്നത് എന്നും വ്യക്തമായി. വയറ്റിൽനിന്ന് ഉറക്കഗുളികയുടെ അംശം കണ്ടെത്തപ്പെട്ടിരുന്നു. ഈ യാഥാർത്ഥ്യങ്ങൾ സ്ഥാപിക്കാനാവശ്യമുള്ളതിൽ കൂടുതൽ ചോദ്യങ്ങളൊന്നും ദുർമരണവിചാരണാധികാരിയിൽനിന്ന് ഉണ്ടായില്ല. കൂടുതൽ വിചാരണ നീട്ടിവയ്ക്കണം എന്ന് പൊലീസ് ആവശ്യപ്പെട്ടു. അത് അംഗീകരിക്കപ്പെട്ടു. എല്ലാം തീർത്തും ഔദ്യോഗികമായിരുന്നു. സൗഹാർദപരമായിരുന്നു. സാക്ഷികൾ വേദോപദേശ ക്ലാസുകളിൽ ഉപയോഗിക്കുന്ന, അധികം ഉയരമില്ലാത്ത കസേരകളിൽ ചടഞ്ഞ് ഇരുന്നു. സുപ്പീരിയൻഡന്റിന്റെ മണ്ഡപത്തിലായിരുന്നു വിചാരണാധികാരി. വേനൽക്കാലപ്പൂക്കൾ കുപ്പികളിലാക്കി ജാലകപ്പടിയിൽ നിരത്തിയിരുന്നു. ചുമരിൽ മാമോദീസ മുതൽ ശവസംസ്കാരം വരെയുള്ള ഒരു ക്രിസ്ത്യാനിയുടെ ജീവിതയാത്ര വരച്ച് വച്ചിരിക്കുന്നു. ഇങ്ങനെയുള്ള നിഷ്കളങ്കവും ദുർഗ്രാഹ്യവുമായ സാഹചര്യത്തിൽ, നിയമം, സാലി ജപ്പിന്റെ മരണവുമായി ബന്ധപ്പെട്ട അതിന്റെ ഉപചാരങ്ങൾ, ബഹളങ്ങളൊന്നുമില്ലാതെ, പൂർത്തിയാക്കി. സാലി ജപ്പ് കൊല്ലപ്പെടുകയായിരുന്നു എന്ന് എഴുതി വച്ചു.

2

ഇനി അഭിമുഖീകരിക്കേണ്ടത് ശവസംസ്കാരത്തെയാണ്. അന്വേഷണത്തിൽനിന്നും വ്യത്യസ്തമായി ഇവിടെ സാന്നിദ്ധ്യം നിർബന്ധമല്ല. താത്പര്യമുള്ളവർക്ക് പങ്കെടുക്കാം എന്നേയുള്ളൂ. പങ്കെടുക്കണോ വേണ്ടയോ എന്ന തീരുമാനമെടുക്കുക ശ്രീമതി മാക്സിക്ക് എളുപ്പമായിരുന്നു. മറ്റുള്ളവരിൽനിന്നും വ്യത്യസ്തമായി അവർക്ക് എളുപ്പമായിരുന്നു. അവർക്ക് ഒരു വിഷമവുമില്ല. താൻ പങ്കെടുക്കുന്നുണ്ട് എന്ന് അവർ തീരുമാനിച്ചു.

അതവർ ആരുമായും ചർച്ച ചെയ്തില്ലെങ്കിലും അവരുടെ പെരുമാറ്റ രീതികളിൽ നിന്നത് വ്യക്തമായിരുന്നു. സാലി ജപ്പ് അവരുടെ വീട്ടിൽ വച്ചാണ് മരിച്ചത്. മരിക്കുമ്പോൾ അവരുടെ കീഴിൽ ജീവനക്കാരിയായിരുന്നു. ജീവിതത്തിലെന്നപോലെ മരണത്തിലും യാഥാസ്ഥിതികമല്ലാത്തതിന് അവൾക്ക് മാപ്പ് നല്കാൻ യാതൊരു ഉദ്ദേശ്യവും അവരുടെ ബന്ധുക്കൾക്കില്ലായിരുന്നു. അതിനാൽ ഈ ശവസംസ്കാര ചടങ്ങിൽ അവർക്ക് യാതൊരു പങ്കുമുണ്ടാകില്ല. ചടങ്ങുകൾ സെയ്ന്റ് മേരീസിലായിരിക്കും നടക്കുക. ആ സ്ഥാപനം തന്നെ ചിലവുകളൊക്കെ വഹിക്കും. എങ്കിലും ആരെങ്കിലും അവിടെ സന്നിഹിതരായിരിക്കണം എന്നതിലുപരി മാക്സി കുടുംബാംഗങ്ങൾക്ക് ചില ഉത്തരവാദിത്വങ്ങളുണ്ട്. നിങ്ങളുടെ വീട്ടിൽ വച്ച് ആരെങ്കിലും മരിച്ചാൽ നിങ്ങൾ ചുരുങ്ങിയത് അവരുടെ ശവസംസ്കാരത്തിലെങ്കിലും പങ്കെടുക്കണം. ശ്രീമതി മാക്സി ഇതൊന്നും തുറന്ന് പറഞ്ഞില്ല. പക്ഷേ അവരുടെ മകനും മകളും തെറ്റിദ്ധാരണയ്ക്കിട നല്കാനാകാത്തവിധം ധരിച്ചിരിക്കുന്നത് അങ്ങനെയൊരു സാന്നിദ്ധ്യം, പങ്കെടുക്കൽ, ഒരു ഉപചാരം മാത്രമാണെന്നാണ്. ഒരു മര്യാദ. തങ്ങളുടെ വീട്ടിലെ ആതിഥ്യം ആർക്കെങ്കിലും വച്ചുനീട്ടപ്പെട്ടിട്ടുണ്ടെങ്കിൽ ഇത്തരം നിർഭാഗ്യകരമായ അവസരങ്ങൾ ആവശ്യമെങ്കിൽ അവർ സുരക്ഷിതമായി അവരുടെ കുഴിമാടത്തിലെത്തുന്നു എന്നതിലേക്ക് ആ ആതിഥ്യത്തെ നീട്ടിക്കൊടുക്കേണ്ടിയും വരും. തന്റെ സ്വകാര്യ ഭാവനകളിൽ, കൊലപാതക അന്വേഷണ സമയത്ത്, മാർടിൻഗേലിലെ ജീവിതം എങ്ങനെയാകും എന്നൊന്നും ദേബ്റ ചിന്തിച്ചിട്ടില്ല.

തന്റെ രുചി, ഉപചാരം, തുടങ്ങിയ ചെറിയ കാര്യങ്ങൾക്ക് എന്ത് പ്രാധാന്യം ഈ അന്വേഷണത്തിലും ശവസംസ്കാരം നടക്കുമ്പോഴുമുണ്ടാകും എന്നവൾ ചിന്തിച്ചിട്ടില്ല. അവരുടെ ഇപ്പോഴത്തെ ജിജ്ഞാസ, അത് താത്കാലികമാണെങ്കിലും അവർ അവളുടെ ശവത്തിനു മുകളിൽ വയ്ക്കാനായി ഒരു റീത്ത് കൊടുത്തയയ്ക്കേണ്ടതുണ്ടോ എന്നും അങ്ങനെ കൊടുത്തയയ്ക്കുകയാണെങ്കിൽ അതിനു മുകളിൽ എന്തെഴുതും എന്നുമായിരുന്നു. ഈ ചോദ്യം പക്ഷേ ശ്രീമതി മാക്സിയെ

ശല്യപ്പെടുത്തിയില്ല. അവരാകട്ടെ ദേബ്റയോട് നമ്മൾ ഇരുവരും ഒന്നിച്ച് ഒരു റീത്താണോ കൊടുത്തയയ്ക്കുന്നത് അതോ നീ പ്രത്യേകം വേറെയൊന്ന് കൊടുത്തയയ്ക്കുന്നോ എന്ന് ചോദിക്കുകയാണുണ്ടായത്.

ശവസംസ്കാരച്ചടങ്ങുകളിൽ നിന്നെല്ലാം സ്റ്റീഫനെ ഒഴിവാക്കപ്പെട്ടിരിക്കുന്നു എന്ന് തോന്നി. അന്വേഷണത്തിനു ശേഷം അയാൾക്ക് ആശുപത്രിയിലേക്ക് മടങ്ങാനുള്ള അനുമതി പൊലീസ് നല്കി. അടുത്ത ശനിയാഴ്ച രാത്രിയേ അയാളിനി തിരികെ മാർടിൻഗേലിലെത്തൂ. അതിനിടയിൽ എന്തെങ്കിലും അത്യാവശ്യങ്ങൾക്ക് വന്നേക്കാമെന്ന് മാത്രം. അയാൾ പാവനമായ ഒരു റീത്ത് സമർപ്പിച്ച് ഗ്രാമവാസികൾക്ക് കിംവദന്തികൾക്ക് അവസരം നല്കും എന്ന് ആരും പ്രതീക്ഷിക്കുന്നില്ല. ലണ്ടനിലേക്ക് തിരിച്ച് പോകാനും തന്റെ ജോലിയിൽ തിരികെ പ്രവേശിക്കാനും അയാൾക്ക് എല്ലാ ഒഴികഴിവുകളുമുണ്ട്. പൊലീസിന്റെ സൗകര്യത്തിനു വേണ്ടി മാത്രമായി അയാൾ മാർടിൻഗേലിൽ തന്നെ കറങ്ങിനടക്കും എന്ന് ഡൽഗ്ലീഷിനുപോലും പ്രതീക്ഷിക്കാനാകില്ല.

ലണ്ടനിലേക്ക് മടങ്ങാൻ ന്യായമായ ഒഴികഴിവ് കാതറിനുമുണ്ടായിരുന്നു എങ്കിലും അവൾ അത് ഉപേക്ഷിച്ചു. കൈവശമിപ്പോഴും ഏഴ് ദിവസത്തെ അവധി ബാക്കിയുണ്ടെന്നതിനാൽ അവൾ മാർടിൻഗേലിൽ തുടരാൻ തീരുമാനിച്ചു. അവൾ മാട്രണെ സമീപിച്ചപ്പോൾ അവർ അനുഭാവപൂർവ്വം ആ അപേക്ഷ പരിഗണിക്കുകയായിരുന്നു. ശ്രീമതി മാക്സിയെ ഏതെങ്കിലും വിധത്തിൽ സഹായിക്കാനായാൽ അത് നല്ലതാകും എന്നവൾ കരുതി. അവൾക്ക് സഹായിക്കാനാകും എന്ന കാര്യത്തിൽ തർക്കമൊട്ടുമില്ലതാനും. സൈമൺ മാക്സിയുടെ പരിചരണം ഒരു കഠിനാദ്ധ്വാനം തന്നെയാണ്. അതിനൊരു സഹായി വേണം. അതിനിടയിൽ ഡൽഗ്ലീഷിന്റെ അന്വേഷണം നടക്കുന്നുണ്ട്. അത് വീട്ടുകാര്യങ്ങളിൽ ഇടയ്ക്കിടെ തടസ്സം സൃഷ്ടിക്കുന്നുണ്ട്. സാലിയാണെങ്കിൽ ഇപ്പോൾ സഹായത്തിനില്ലതാനും.

അമ്മ ശവസംസ്കാര ചടങ്ങിനു പോകുന്നുണ്ട് എന്ന് തീർപ്പായപ്പോൾ ദേബ്റ തന്റെ സ്വാഭാവിക നീരസത്തെ അടക്കി. താനും ആ ചടങ്ങിൽ സംബന്ധിക്കുന്നുണ്ട് എന്ന് പ്രഖ്യാപിച്ചു. കാതറിനും അതേ ഇംഗിതമറിയിച്ചപ്പോൾ അവൾ അത്ഭുതപ്പെട്ടില്ല. അതേസമയം ഫെലിക്സും അവർക്കൊപ്പം ചേരുന്നു എന്നറിയിച്ചത് അപ്രതീക്ഷിതവും ഒരു ആശ്വാസവുമായി.

''അതിന്റെയൊന്നും ഒരാവശ്യവുമില്ല.'' അവൾ കോപത്തോടെ പറഞ്ഞു. ''അവിടെയുണ്ടാകാൻ പോകുന്ന ബഹളമൊക്കെ എനിക്കൂഹിക്കാനാകുന്നുണ്ട്. വ്യക്തിപരമായി ചോദിച്ചാൽ അത് വിലക്ഷണവും അരുചികരവുമാണെന്നേ ഞാൻ പറയൂ. പക്ഷേ നിങ്ങൾ

വരണം, എന്നിട്ട് നാട്ടുകാരൊക്കെ നിങ്ങളെ നോക്കി വായ് പൊളിച്ച് നില്ക്കണം എന്നാഗ്രഹമുണ്ടെങ്കിൽ അങ്ങനെ ആയിക്കോളൂ.'' അത്രയും പറഞ്ഞ് അവൾ സ്വീകരണ മുറിയിൽ നിന്നിറങ്ങി. പിന്നെ പെട്ടെന്ന് തിരിച്ചെത്തി. എന്നിട്ട് ഒരു ഔദ്യോഗികത പോലെ ''ഞാൻ പരുഷമായി സംസാരിച്ചതിനെന്നോട് ക്ഷമിക്കൂ ഫെലിക്സ്. താത്പര്യമുണ്ടെങ്കിൽ വരൂ. അങ്ങനെ വരാൻ തീരുമാനിച്ചതും നന്നായി'' എന്ന് പറഞ്ഞു.

ഫെലിക്സിനപ്പോൾ സ്റ്റീഫനെപ്രതി കോപം തോന്നി. അയാൾക്ക് തിരികെ ജോലിയിൽ പ്രവേശിക്കണം എന്ന ഒഴികഴിവുണ്ട് എന്നത് ശരി. എന്നാൽ ഉത്തരവാദിത്വത്തിൽ നിന്നും അസന്തുഷ്ടിയിൽനിന്നും ഒഴിഞ്ഞുനിൽക്കാൻ അയാൾക്ക് ഇങ്ങനെയൊരു ഒഴികഴിവുണ്ടാകുന്നത് പ്രകോപനമുണ്ടാക്കുന്നതാണ്. അസ്വസ്ഥതയുണ്ടാക്കുന്നതാണ്. ദേബ്റയ്ക്കോ അവളുടെ അമ്മയ്ക്കോ അതിനെ അങ്ങനെ കാണാനാകുന്നില്ല. കാതറിൻ ബവേഴ്സാകട്ടെ ഒരു വിഡ്ഢിയെപ്പോലെ സ്റ്റീഫൻ എന്ത് ചെയ്താലും മാപ്പ് നല്കാൻ തയ്യാറുമായിരുന്നു. ഈ സ്ത്രീകളാരും തന്നെ അവരുടെ ബുദ്ധിമുട്ടുകളെക്കുറിച്ച് സ്റ്റീഫനെ അറിയിക്കുകയില്ല. പക്ഷേ ആ യുവാവ് തന്റെ അപ്രായോഗികമായ പ്രബോധനങ്ങൾക്ക് കടിഞ്ഞാണിട്ടിരുന്നുവെങ്കിൽ ഇതൊന്നും സംഭവിക്കുമായിരുന്നില്ല. അതുകൊണ്ട് ഇത്തിരി കോപത്തോടെയാണ് ഫെലിക്സ് ശവസംസ്കാരത്തിൽ പങ്കെടുക്കാൻ തയ്യാറായത്. അതിനു കാരണം ഭാഗികമായി അമ്പരപ്പും ബാക്കി അസൂയയുമാണെന്ന് അയാൾ മനസ്സിലാക്കുകയും ചെയ്തു.

നല്ല കാലാവസ്ഥയുള്ള മറ്റൊരു ദിവസമായിരുന്നു അത്. ജനങ്ങളെല്ലാം വേനൽവസ്ത്രങ്ങളിലായിരുന്നു. ചില യുവതികൾ ഒരു സെമിത്തേരിക്കനുയോജ്യം എന്ന് പറയുന്നതിലുപരി കടൽത്തീരത്തിനനുയോജ്യമായ വസ്ത്രം ധരിച്ചാണെത്തിയിരുന്നത്. അവരിൽ പലരും ഒരു വിനോദയാത്രയിലായിരുന്നു. അതിനിടയിൽ പള്ളിയങ്കണത്തിൽ ആഘോഷം നടക്കുന്നു അതൊന്ന് കാണാം എന്ന മട്ടിലെത്തിയവരായിരുന്നു. അവരുടെ കൈവശം അവർ കഴിച്ച വിരുന്നിന്റെ ബാക്കിയുണ്ടായിരുന്നു. ചിലരെല്ലാം അവിടെ നടന്ന് സാൻഡ്വിച്ചും ഓറഞ്ചുമൊക്കെ ചവയ്ക്കുന്നുണ്ടായിരുന്നു. എന്നാൽ സെമിത്തേരിയിലെത്തിയപ്പോൾ അവർ അവിടേക്കനുയോജ്യമായ പെരുമാറ്റത്തിലേക്ക് പൊടുന്നനെ മാറി. മരണം സാർവ്വലൗകികമായി ഒരു വിഷണ്ണത നല്കുന്നു. അതിനിടയിലും ആരൊക്കെയോ ഇക്കിളിയിട്ടതുപോലെ ചിരിക്കാൻ ശ്രമിച്ചപ്പോൾ പല കണ്ണുകൾ ആ ദിശയിലേക്ക് നീങ്ങി. അവരുടെ പെരുമാറ്റമൊന്നുമല്ല ദേബ്റയെ കുപിതയാക്കിയത്. അവരൊക്കെ എന്തിനിവിടെ വന്നു എന്ന മനസ്സിലെ ചോദ്യമാണതിനു കാരണം. ഒരു പുച്ഛവും കോപവും അവളിൽ

നുരച്ച് പൊന്തുന്നുണ്ടായിരുന്നു. അതതിന്റെ തീവ്രതയൊന്നുകൊണ്ട് തന്നെ ഭയപ്പെടുത്തുന്നതുമായിരുന്നു. പിന്നീട് ഇതിനെക്കുറിച്ചാലോചിച്ചപ്പോൾ അവൾക്ക് സന്തോഷമാണ് തോന്നിയത്. അതിനാലാണപ്പോൾ തന്നിൽ ദുഃഖമോ അമ്പരപ്പോ ഇല്ലാതിരുന്നത് എന്നവൾ തിരിച്ചറിഞ്ഞതിന്റെ സന്തോഷം.

മാക്സി കുടുംബവും ഫെലിക്സ് ഹെർണെയും കാതറിൻ ബവേഴ്സും കുഴിമാടത്തിനരികിൽ ഒന്നിച്ച് നിന്നു. മിസ് ലിഡലും സെയ്ന്റ് മേരീസിലെ ഏതാനും അന്തേവാസികളും അവർക്ക് പുറകിലുണ്ടായിരുന്നു. അവർക്ക് എതിർവശത്തായി ഡൽഗ്ലീഷും മാർടിനും നിന്നു. അങ്ങനെ കുഴിമാടത്തിന്റെ ഇരുഭാഗത്തായി പൊലീസും സംശയത്തിന്റെ നിഴലിലുള്ളവരും മുഖാമുഖം നിന്നു. കുറച്ച് മാറി മറ്റൊരു ശവസംസ്കാരം നടക്കുന്നുണ്ടായിരുന്നു. മറ്റൊരു ഇടവകയിൽ നിന്നുള്ളതായിരുന്നു അത്. പരിചയമില്ലാത്ത ഒരു വികാരിയാണതിനു നേതൃത്വം. അവിടെ ആ ചടങ്ങിൽ പങ്കെടുക്കാനെത്തിയവരെല്ലാം കറുത്ത വസ്ത്രം ധരിച്ചിരുന്നു. അവരെല്ലാം വളരെ അടുത്തടുത്തായാണ് നിന്നിരുന്നത്. അതിനാൽ പുറത്തുനിന്നുള്ള ആർക്കും ആ കുഴിമാടമോ അവിടെ എന്ത് നടക്കുന്നു എന്നോ കാണാനാകില്ലായിരുന്നു.

അതിനകത്ത് നിഗൂഢവും ഗോപ്യവുമായ എന്തോ ചെയ്യുന്നതുപോലെ കുഴിമാടത്തിനെ വലയം ചെയ്ത് നിൽക്കുകയായിരുന്നു അവർ. മറ്റുള്ളവരൊന്നും ഇവിടെ നടക്കുന്നത് കാണരുതെന്നപോലെ. ആരും അവരെന്തെ ചെയ്യുന്നു എന്ന് ശ്രദ്ധിച്ചേയില്ല. സാലിയുടെ കുഴിമാടത്തിനു ചുറ്റിലുമുണ്ടായിരുന്ന ജനക്കൂട്ടത്തിന്റെ മർമ്മരത്തെ കവച്ച് വച്ച് അപ്പുറത്തെ ശവസംസ്കാര ചടങ്ങുകളിലെ വികാരിയുടെ സ്വരമെത്തിയതുമില്ല. അവിടത്തെ ചടങ്ങുകളെല്ലാം അവസാനിച്ചപ്പോൾ അവർ നിശ്ശബ്ദം പിരിഞ്ഞ് പോയി. അവർ അവരുടെ മരണപ്പെട്ട വ്യക്തിയെ കുറഞ്ഞ പക്ഷം കുറച്ച് മാന്യതയോടെ, അന്തസ്സോടെ അടക്കം ചെയ്തിരിക്കുന്നു എന്ന് ദേബ്റ മനസ്സിൽ പറഞ്ഞു. ഇവിടെ ഹിങ്ക്സ് തന്റെ പ്രഭാഷണം ആരംഭിച്ചിരിക്കുന്നു. അയാൾ ബുദ്ധിപൂർവ്വം ഈ യുവതിയുടെ മരണസാഹചര്യത്തെക്കുറിച്ച് സ്പർശിച്ചില്ല. ഈശ്വരേച്ഛ വിചിത്രവും നിഗൂഢവുമാണെന്ന് അയാൾ പറഞ്ഞു. അത് അവിടെയുള്ള കേൾവിക്കാരിൽ ചിലർക്ക് യോജിക്കാനാകാത്തെ ഒരു വാക്യമായി എന്ന് തോന്നി. അവിടെ പൊലീസ് സാന്നിദ്ധ്യമുള്ളത്, ഈ നിഗൂഢതയ്ക്ക് പുറകിൽ ഒരു മനുഷ്യ കരത്തിന്റെ പ്രവർത്തനമുണ്ടെന്ന് കാണിക്കുന്നു എന്ന് അവർ കരുതി.

മരണാനന്തര ചടങ്ങുകളിലെല്ലാം ശ്രീമതി മാക്സി സജീവമായി പങ്കെടുത്തു. ഉച്ചത്തിൽ തന്നെ 'ആമേൻ' പറഞ്ഞു. അത് വികാരി

വായിച്ച വാക്യങ്ങളെ അടിവരയിടുന്നതായി. അവർ പ്രാർത്ഥനകൾ ഒപ്പം ചൊല്ലി. സെയ്ന്റ് മേരീസിലെ രണ്ട് യുവതികൾ ദുഃഖത്താൽ തേങ്ങാൻ തുടങ്ങിയപ്പോൾ അവരെ പ്രാർത്ഥനയിലേക്ക് തിരിച്ച് കൊണ്ടുവന്നു. വികാരിയുടെ ചടങ്ങുകളെല്ലാം അവസാനിച്ചപ്പോൾ അവർ കുഴിമാടത്തിനു കുറച്ചുകൂടി അരികിലേക്ക് നീങ്ങി. ശവപ്പെട്ടി യിലേക്ക് തുറിച്ച് നോക്കി നിന്നും. അവർ നിശ്വസിച്ചത് ദേബ്റ അറിഞ്ഞു. അവരുടെ മുഖത്ത് വികാരങ്ങളൊന്നുമില്ലായിരുന്നു. അതു കൊണ്ട് തന്നെ ആ നിശ്വാസത്തിന്റെ അർത്ഥമെന്ത് എന്ന് മനസ്സി ലാകുമായിരുന്നില്ല. അവർ ഗ്ലൗസ് വലിച്ച് കയറ്റി വിലാപകാവ്യങ്ങളി ലൊന്ന് വായിച്ചു. അതിനുശേഷം മകൾക്കൊപ്പം ചേർന്നു.

“വല്ലാതെ സംഭ്രമിപ്പിക്കുന്ന ജനക്കൂട്ടം. ഇവർക്ക് ഇതല്ലാതെ മറ്റൊന്നും ചെയ്യാനില്ലായിരിക്കുമോ. സാലിയാണിവിടെ പ്രദർശന വസ്തുവെങ്കിൽ അവൾ ഇങ്ങനെയൊരു ശവസംസ്കാരച്ചടങ്ങിനെ അംഗീകരിക്കുമെന്ന് ഉറപ്പ്. ആ പയ്യൻ ഇപ്പോൾ എന്ത് ചെയ്യുക യാണ്? ഇതാണോ നിന്റെ അമ്മ? എന്തായാലും ഒരാളും സെമിത്തേ രിയിൽ ചാടിക്കളിക്കാറില്ല എന്നെങ്കിലുമറിയാമല്ലോ. അവനെ പള്ളി യങ്കണത്തിലേക്ക് കൊണ്ടുവരുന്നു എങ്കിൽ നല്ല രീതിയിൽ നിയ ന്ത്രിച്ച് നിർത്തണം. അതൊരു വിശുദ്ധ സ്ഥലമാണ്. അല്ലാതെ സ്കൂ ളിലെ മൈതാനമൊന്നുമല്ല. ഒരു ശവസംസ്കാരം എന്തായാലും ഒരു കുട്ടിക്ക് വിനോദത്തിനു പറ്റിയ അവസരമല്ല.”

ആ അമ്മയും കുഞ്ഞും അവരെ കണ്ട് വായ് പൊളിച്ചു. ഒരു പോലത്തെ കൂർത്ത മൂക്കുകളുള്ള രണ്ട് വിളറിയ മുഖങ്ങൾ. ഒരു പോലെയുള്ള മെലിഞ്ഞ മുടി. ആ സ്ത്രീ തന്റെ കുഞ്ഞിനെ വലി ച്ചെടുത്തു. അവർ ഭയന്നതുപോലെ തോന്നി. അതിനാലാകണം അവർ പുറകിലേക്ക് നോക്കിയത്. വർണ്ണാഭമായ ജനക്കൂട്ടം പിരിഞ്ഞ് പോകാൻ തുടങ്ങിയിരുന്നു. സൈക്കിളുകൾ ഉരുണ്ട് തുടങ്ങിയിരി ക്കുന്നു. ഫോട്ടോഗ്രാഫർമാർ ക്യാമറകൾ അടുക്കിയൊതുക്കി സഞ്ചി യിൽ നിക്ഷേപിക്കാൻ തുടങ്ങിയിരിക്കുന്നു. ഒന്ന് രണ്ട് ചെറു സംഘ ങ്ങൾ ഇപ്പോഴും കാത്ത് നില്പുണ്ട്. അവർ കൂടിനിന്ന് മന്ത്രിക്കുന്നുണ്ട്. റീത്തുകളൊക്കെ പരിശോധിക്കാനുള്ള അവസരം നോക്കി നില്ക്കുക യാണവർ. കപ്യാർ, അവിടെ ചിതറിക്കിടന്നിരുന്ന ഓറഞ്ചിന്റെ തൊലി കളും കടലാസുകളും തൂത്ത് വൃത്തിയാക്കാൻ തുടങ്ങിയിരിക്കുന്നു. അതിനിടയിൽ അയാൾ പിറുപിറുക്കുന്നുമുണ്ട്. സാലിയുടെ കുഴി മാടം ഒരു ബഹുവർണ്ണത്തുണി പുതപ്പിച്ചതുപോലെ കിടക്കുന്നു. ചുവപ്പ്, നീല, സ്വർണ്ണവർണ്ണങ്ങൾ അതിനുമേൽ കൂനകൂടി കിട ക്കുന്നു. അതിനിടയിൽ ചില മരച്ചീളുകളുമുണ്ട്. പൂക്കളുടേയും മണ്ണി ന്റേയും സമ്മിശ്രഗന്ധമുള്ള മരച്ചീളുകൾ.

3

''അത് സാലിയുടെ അമ്മായിയല്ലേ?'' ദേബ്റ ചോദിച്ചു. ഒരുകാലത്ത് ചുവപ്പായിരുന്നിരിക്കാമായിരുന്ന തലമുടിയുള്ള മെലിഞ്ഞ, ഭയന്ന മുഖത്തോട് കൂടിയ ഒരു സ്ത്രീ ലിഡലുമൊത്ത് സംസാരിക്കുന്നത് കണ്ടാണവൾ അത് ചോദിച്ചത്. അവരൊന്നിച്ച് പള്ളിയങ്കണത്തിന്റെ പടിവരെ നടന്നു. ''അന്വേഷണവേളയിൽ സാലിയെ തിരിച്ചറിഞ്ഞതും അവർ തന്നെ. അമ്മായിയാണെങ്കിൽ നമുക്ക് വേണമെങ്കിൽ അവരെ വീട്ടിൽ കൊണ്ടുപോയി വിടാം. ഇപ്പോൾ ബസ്സുകൾ അധികമില്ലാത്ത സമയമാണല്ലോ.''

''അതെ. അതിനിടയിൽ അവരുമൊത്ത് ഒന്ന് സംസാരിക്കാനായാൽ അതും നല്ലത്.'' ഫെലിക്സ് സമ്മതിച്ചു. ദേബ്റയുടെ നിർദ്ദേശം കരുണയിൽ നിന്ന് ജനനം കണ്ടതായിരുന്നു. ഒരാൾ ബസ്സിനു വേണ്ടി വെയിലിൽ ഇത്രയും ദീർഘനേരം കാത്തിരിക്കേണ്ടി വരുമല്ലോ എന്നതിനോടുള്ള കരുണ. എന്നാൽ അതിൽനിന്നും ചില പ്രായോഗിക ഗുണങ്ങളുമുണ്ടാകുമെന്ന ചിന്ത ഇപ്പോൾ വളരുന്നു.

''മിസ് ലിഡലിനോട് നിന്നെയൊന്ന് പരിചയപ്പെടുത്താനാവശ്യപ്പെട് ഫെലിക്സ്. ഞാനപ്പോഴേക്കും കാറുമായെത്താം. ഗർഭിണിയാകുന്നതിനു മുമ്പ് സാലി എവിടെയാണ് ജോലി ചെയ്തിരുന്നത് എന്ന് കണ്ടെത്താനായേക്കും. ജിമ്മിയുടെ പിതാവാരാണെന്നും സാലിയുടെ അമ്മാവൻ സത്യമായും അവളെ ഇഷ്ടമായിരുന്നോ എന്നും അറിയാനാകും.''

''പരിചയപ്പെട്ട് ഒന്ന് രണ്ട് നിമിഷത്തിനുള്ളിലോ? ഇത്രയൊക്കെ കാര്യങ്ങളോ? എനിക്കങ്ങനെ തോന്നുന്നില്ല.''

ദേബ്റ മാന്യന അനുവദിക്കാവുന്നയത്ര വേഗത്തിൽ തന്റെ അമ്മയ്ക്കും കാതറിനും പുറകെ പോയി. ഫെലിക്സിനെ അവളേൽപ്പിച്ച ദൗത്യത്തിനായി അവിടെ ഉപേക്ഷിച്ചു. ആ സ്ത്രീയും മിസ് ലിഡലും അപ്പോഴേക്കും തെരുവിലെത്തിയിട്ടുണ്ടായിരുന്നു. അവർ അവരുടെ സംസാരത്തിന്റെ അവസാന നിമിഷങ്ങളിലെത്തിയിരുന്നു. ദൂരെ നിന്ന് നോക്കുമ്പോൾ അവർ ഇരുവരും ആചാരപരമായ ഒരു നൃത്തത്തിലാണെന്ന് തോന്നുമായിരുന്നു. അവരൊന്ന് കൈ നീട്ടി. കൈ കുലുക്കി. വേർപിരിഞ്ഞു. മിസ് ലിഡൽ തിരിച്ച് നടക്കാൻ തുടങ്ങി. അപ്പോൾ പുറകിൽനിന്നും ആ സ്ത്രീ എന്തോ പറഞ്ഞു. അത് കേട്ട് അവർ വീണ്ടും തിരിഞ്ഞു. അവർ പിന്നെയും ഒന്നുചേർന്ന് നിന്നു.

ഫെലിക്സ് അവർക്കരികിലേക്ക് നീങ്ങി. അവരിരുവരുടേയും നോട്ടം അയാളിലേക്കെത്തി. മിസ് ലിഡലിന്റെ ചുണ്ടുകൾ ചലിക്കുന്നത് അയാൾക്ക് കാണാമായിരുന്നു. അയാൾ അരികിലെത്തിയപ്പോൾ

അയാളെ പരിചയപ്പെടുത്തുക എന്നത് ഒഴിച്ചുകൂടാനാകാത്തതായി. വില കുറഞ്ഞ ഗ്ലൗസ് ധരിച്ച ഒരു മെലിഞ്ഞ് കൈ അയാളുടെ കൈ പിടിച്ചു. ഭയത്തോടെ. ഒരു നിമിഷത്തേക്ക് മാത്രം. പിന്നെ വിട്ടു. നിരുത്സാഹത്തോടെയുള്ള, അതിസൂക്ഷ്മവും അസ്പഷ്ടവുമായ ആ സ്പർശത്തിൽപോലും അവർ വിറയ്ക്കുന്നുണ്ടായിരുന്നു. അവരുടെ ആകാംക്ഷ നിറഞ്ഞ, ചാര നിറമുള്ള കണ്ണുകൾ അയാൾ സംസാരിക്കാനാരംഭിച്ചപ്പോൾ അയാളിൽനിന്നും വേർപെട്ടു.

''ഞാനും ശ്രീമതി റിസ്കോവും നിങ്ങളെ വീട്ടിൽ കൊണ്ടു ചെന്നാക്കിയാലോ എന്നാലോചിക്കുകയായിരുന്നു.'' അയാൾ മൃദു സ്വരത്തിൽ പറഞ്ഞു. ''ബസ്സിനൊക്കെ കുറേ കാത്ത് നില്ക്കേണ്ടി വരില്ലേ?'' ആ ഭാഗം പക്ഷേ സത്യമായിരുന്നു. അവരൊന്ന് ശങ്കിച്ചു. എന്നാൽ അങ്ങനെയൊരു നീക്കം പ്രതീക്ഷിക്കാത്തതാണെങ്കിലും മാന്യതയെ മുൻനിർത്തി നിരസിക്കാവുന്നതല്ലെന്നും സുരക്ഷിതമായി സ്വീകരിക്കാവുന്നതാണെന്നും മിസ് ലിഡൽ കരുതി. അവരതിനു നിർബന്ധിച്ചുകൊണ്ടിരിക്കുന്നതിനിടയിലാണ് ദേബ്റ കാറുമായെത്തിയത്. ഫെലിക്സിന്റെ റിനോൾട്ട് അവൾ അവർക്കരികിൽ നിർത്തിയ ആ നിമിഷത്തിൽ തന്നെ കാര്യങ്ങൾക്ക് തീർപ്പാകുകയും ചെയ്തു. സാലിയുടെ അമ്മായിയെ ശ്രീമതി വിക്ടർ പ്രോക്ടർ എന്ന പേരിൽ ദേബ്റയ്ക്ക് പരിചയപ്പെടുത്തി. അവരെ ദേബ്റയ്ക്കരികിൽ കാറിന്റെ മുൻസീറ്റിൽ തന്നെയിരുത്തി.

ഒരു തർക്കത്തിനൊന്നും സമയം നല്കാതെ അത്രയും കാര്യങ്ങൾ ചെയ്യുന്നതിൽ അവർ വിജയിച്ചു. ഫെലിക്സ് പുറകിൽ കയറി. മുൻസീറ്റിൽ തനിക്ക് ഇരിപ്പിടം ലഭിക്കാത്തതിൽ ഇത്തിരി അരുചിയൊക്കെ തോന്നിയെങ്കിലും ഇപ്പോൾ നടത്തിയ പ്രകടനത്തിൽ ദേബ്റയെ മനസ്സുകൊണ്ട് പ്രകീർത്തിക്കുകയും ചെയ്തു. 'വേദനിപ്പിക്കാതെ കാര്യങ്ങൾ പിഴിഞ്ഞെടുക്കുന്നത് ഒരു നിപുണത തന്നെയാണ്' എന്നയാൾ ചിന്തിച്ചു. കാർ കുന്നിറങ്ങാനാരംഭിച്ചു. അവർക്ക് എത്ര ദൂരം പോകാനുണ്ടാകും എന്നത്ഭുതപ്പെടുകയായിരുന്നു അയാളപ്പോൾ. അതുപോലെ ദേബ്റ തന്റെ അമ്മയോട് എത്ര സമയം കഴിഞ്ഞാണ് തിരിച്ചെത്തുക എന്ന് അറിയിച്ചിട്ടുണ്ടാകുമോ എന്നും.

''നിങ്ങൾ താമസിക്കുന്നതെവിടെയാണെന്ന് എനിക്കേകദേശം അറിയാമെന്ന് തോന്നുന്നു. കാനിങ്ങ്ബറിക്കരികിൽ എവിടേയോ ആണെന്നാണോർമ്മ.'' ദേബ്റ പറഞ്ഞു.

''ലണ്ടനിലേക്ക് ഞങ്ങൾ അതുവഴി പോയിട്ടുണ്ട്. എന്നാലും കൃത്യമായി വഴി നിങ്ങൾ തന്നെ പറഞ്ഞ് തരേണ്ടി വരും. ഞങ്ങൾക്ക് ഇങ്ങനെ ഒരു അനുമതി നല്കിയതിനു നന്ദി. ശവസംസ്കാര ചടങ്ങുകളിൽ പങ്കെടുക്കുക എന്നത് തന്നെ വല്ലാതെ ദുഃഖം നല്കുന്നതാണ്.

അത് കഴിഞ്ഞ് വീട്ടിൽ പോകാറാകുമ്പോഴാണൊരു ആശ്വാസം വരിക.''

ഇതിന്റെ ഫലം അപ്രതീക്ഷിതമായിരുന്നു. ശ്രീമതി പ്രോക്ടർ പെട്ടെന്ന് കരയാനാരംഭിച്ചു. ഉച്ചത്തിൽ തേങ്ങിക്കരയുകയൊന്നുമായിരുന്നില്ല. മുഖമൊന്ന് അനക്കുകപോലും ചെയ്യാതെ കണ്ണ് നിറഞ്ഞൊഴുകി. ആ കണ്ണുനീരിനെ നിയന്ത്രിക്കാനാകില്ല എന്ന് തോന്നി. അത് അവർ മടിയിൽ മടക്കി വച്ചിരുന്ന കൈകളിലേക്ക് ഇറ്റു വീണു. കുറച്ച് കഴിഞ്ഞപ്പോൾ വളരെ മൃദുസ്വരത്തിൽ അവർ സംസാരിച്ച് തുടങ്ങി. സ്വരം താണതായിരുന്നു എങ്കിലും എഞ്ചിന്റെ സ്വരത്തിനേക്കാൾ മുകളിലായിരുന്നു. അതിനാൽ വ്യക്തമായി കേൾക്കാനുമാകുമായിരുന്നു. സംസാരിക്കുമ്പോഴും കണ്ണുനീരൊഴുകുന്നുണ്ടായിരുന്നു.

''ഞാൻ വരാനുദ്ദേശിച്ചിരുന്നില്ല. ഞാൻ ഇവിടേക്ക് വന്നു എന്നറിഞ്ഞാൽ എന്റെ ഭർത്താവിനത് ഇഷ്ടമാകില്ല. ഞാനെത്തുമ്പോഴേക്കും അദ്ദേഹം തിരിച്ചെത്തിയിട്ടുണ്ടാകില്ല. ബെറിൽ സ്കൂളിൽനിന്നും വന്നിട്ടുമുണ്ടാകില്ല. അതിനാൽ അദ്ദേഹമറിയില്ല. അറിഞ്ഞാൽ എന്റെ ഈ പ്രവർത്തിയോട് അദ്ദേഹം ഒട്ടും യോജിക്കില്ല. അവൾക്കുള്ള മെത്ത അവൾ തന്നെ വിരിച്ചതല്ലേ, അപ്പോൾ പിന്നെ അവൾതന്നെ കിടക്കട്ടെ എന്നാണെപ്പോഴും അദ്ദേഹം പറയാറുള്ളത്. അതിനദ്ദേഹത്തിനെ കുറ്റപ്പെടുത്തിയിട്ട് കാര്യമില്ലല്ലോ. അദ്ദേഹത്തിന് സാലിയും ബെറിലും തമ്മിൽ ഒരിക്കലും ഒരു വ്യത്യാസമുണ്ടായിരുന്നില്ല. ഒരിക്കലുമുണ്ടായിട്ടില്ല. അത് ഞാൻ മരിക്കുന്നതുവരെ പറയും. പിന്നെ ഞങ്ങൾക്കിടയിൽ ഇതൊക്കെ എങ്ങനെ സംഭവിച്ചു എന്ന് എനിക്കറിയില്ല.''

അവരുടെ നിലയ്ക്കാത്ത രോദനം അകാരണമണെന്നൊരു ചിന്ത ഫെലിക്സിലുണ്ടായി. സാലി ഗർഭിണിയായതിനുശേഷം അവളുടെ യാതൊരു ഉത്തരവാദിത്വവും ഏറ്റെടുക്കാൻ പ്രോക്ടർ ദമ്പതികൾ തയ്യാറായിട്ടില്ല എന്നും അവരുടെ മരണവുമായി ബന്ധപ്പെട്ട വിഷയങ്ങളിൽനിന്നും അവർ അകന്ന് നില്ക്കാനാഗ്രഹിച്ചു എന്നും അയാൾക്ക് അറിയില്ലായിരുന്നു. അവരുടെ സംസാരം കേൾക്കാൻ അയാൾ മുന്നോട്ടാഞ്ഞിരുന്നു. ദേബ്റ അവരെ പ്രോത്സാഹിപ്പിക്കുന്ന സ്വരങ്ങൾ എന്തെങ്കിലും പുറപ്പെടുവിച്ചിട്ടുണ്ടാകും. അതയാൾ കേട്ടില്ല. അങ്ങനെ ചെയ്തോ എന്ന് ഉറപ്പുമില്ല. എന്നാൽ ഇവരോട് എന്തെങ്കിലുമൊക്കെ എടുത്തെടുച്ച് ചോദിക്കാനാകില്ലായിരുന്നു. അവർ പലതും മനസ്സിൽ അടക്കിപ്പിടിച്ച് നടക്കുകയായിരുന്നു. വളരെക്കാലമായി അടക്കിപ്പിടിച്ച് നടക്കുകയായിരുന്നു. വളരെ മര്യാദയോടേയും മാന്യമായുമാണവളെ വളർത്തിയത്. അങ്ങനെയല്ല എന്ന് ആർക്കും

പറയാനാകില്ല. അതൊന്നും അത്ര എളുപ്പമായിരുന്നില്ല. അവൾക്ക് സ്കോളർഷിപ്പൊന്നുമില്ലായിരുന്നു. അതിനാൽ ഭക്ഷണത്തിന്റേയും മറ്റ് ചിലവുകളും ഞങ്ങൾ തന്നെ വഹിച്ചു. അത്ര അച്ചടക്കമുള്ള കുട്ടിയൊന്നുമായിരുന്നില്ല

അതിനെക്കുറിച്ച് എനിക്ക് ചില അഭിപ്രായങ്ങളൊക്കെയുണ്ടായിരുന്നു എങ്കിലും പ്രോക്ടർ അതൊന്നും കേൾക്കാറില്ലായിരുന്നു. ഞങ്ങൾക്ക് സ്ടോക് ന്യൂയിങ്ങ്ടണിൽ ഒരു വീടുണ്ടായിരുന്നു. അക്കാലത്താണ് ബോംബ് വീണത്. അവിടെ അത്രയധികം ആക്രമണങ്ങളൊന്നുമുണ്ടായില്ല. ആൻഡേഴ്സണിന്റെ ഷെൽറ്ററിൽ ഞങ്ങളെല്ലാം സുരക്ഷിതരായിരുന്നു. സുരക്ഷിതരാണെന്നാണ് ഞങ്ങൾ കരുതിയത്. അതൊരു വി 1 റോക്കറ്റായിരുന്നു. ലില്ലും ജോർജ്ജും അതിൽ പോയി. എനിക്ക് ഒന്നും ഓർമ്മയില്ല. അവരെ എപ്പോൾ കുഴിച്ചെടുത്തു എന്നും ഓർമ്മയില്ല. ഏതാനും ആഴ്ചകൾ കഴിയുന്നതുവരെ ലില്ലിനെക്കുറിച്ച് അവർ എന്നെ അറിയിച്ചതുപോലുമില്ല. ഞങ്ങളെയെല്ലാം അവർ പുറത്തെടുത്തു. പക്ഷേ ലില്ലും മരിച്ച് പോയിരുന്നു. ജോർജ്ജ് ആശുപത്രിയിൽ വച്ചും മരിച്ചു. പ്രോക്ടറിനും സാരമായി മുറിവേറ്റിരുന്നു. ദീർഘകാലം അതിന്റെ ബുദ്ധിമുട്ടുകളുണ്ടായിരുന്നു. അതുമൂലം അംഗഭംഗം വരികയുമുണ്ടായി. പക്ഷേ ഞങ്ങൾ ഭാഗ്യമുള്ളവരാണെന്നാണ് എല്ലാവരും പറഞ്ഞത്.''

''എന്നെപ്പോലെ.'' ഫെലിക്സിന്റെ ഓർമ്മകൾക്ക് കയ്പ്. ''ഞാനും ഒരു ഭാഗ്യവാൻ.''

''അതിനു ശേഷം സാലിയെ നിങ്ങൾ എടുത്തുവളർത്തുകയായിരുന്നോ?'' ദേബ്റ ചോദിച്ചു.

''അല്ലാതെ ആരുമില്ലായിരുന്നു. അമ്മയ്ക്ക് അവളെ നോക്കാനാകില്ലായിരുന്നു. അതിനുള്ള ആരോഗ്യം അമ്മയ്ക്കില്ലായിരുന്നു. ലില്ലിനതാകും കൂടുതൽ ഇഷ്ടം എന്ന് ഞാൻ ചിന്തിക്കാറുണ്ടായിരുന്നു. പക്ഷേ ഒരു കൊച്ചുകുഞ്ഞിനെ വളർത്താൻ ചിന്തകളും സ്നേഹവും മാത്രം മതിയാകില്ലല്ലോ. അവൾ അത്ര സ്നേഹസമ്പന്നയൊന്നുമല്ലായിരുന്നു. ബെറിലിനെപ്പോലെയല്ലായിരുന്നു. പക്ഷേ ബെറിൽ ജനിക്കുമ്പോഴേക്കും സാലിക്ക് പത്ത് വയസ്സായി. ദീർഘകാലം ഒറ്റക്കുഞ്ഞായി വളർന്നതിനു ശേഷം കൂട്ടിനൊരാൾ എത്തിയത് അവൾക്ക് സഹിക്കാനായില്ല എന്ന് തോന്നുന്നു. പക്ഷേ ഞങ്ങൾക്ക് അവർ തമ്മിൽ ഒരു വ്യത്യാസവുമില്ലായിരുന്നു. എല്ലാം ഒരുപോലെ ഞങ്ങൾ അവർക്ക് നൽകി. അതെന്തു തന്നെയായാലും. പിയാനോയുടെ പഠനം ഒരു ഉദാഹരണം മാത്രം. ഇപ്പോഴിതാ കാര്യങ്ങൾ ഇങ്ങനെയൊക്കെയായിരിക്കുന്നു. അവൾ മരിച്ചതിനു ശേഷം

ഞങ്ങളെ തിരക്കി പൊലീസെത്തി. അവർ യൂണിഫോമിലൊന്നു മല്ലായിരുന്നു. എങ്കിലും അതാരാണെന്ന് മനസ്സിലാക്കാൻ ഒരു ബുദ്ധി മുട്ടുമില്ലായിരുന്നു. കാര്യങ്ങളൊക്കെ എല്ലാവരുമറിഞ്ഞു. ആരാണ യാൾ എന്ന് ചോദിച്ചു. ഞങ്ങൾ പക്ഷേ ഒന്നും പറഞ്ഞില്ല.''

''അവളെ കൊന്നവനെക്കുറിച്ചാണോ പറയുന്നത്?'' ദേബ്റയ്ക്ക് വിശ്വാസം വന്നില്ല എന്ന് ആ സ്വരം വ്യക്തമാക്കി.

''അല്ല. ആ കുഞ്ഞിന്റെ അച്ഛനാരാണെന്ന്. അയാൾ തന്നെയാകും ഇതിനും ഉത്തരവാദി എന്നാണവരൊക്കെ കരുതുന്നത്. പക്ഷേ ഞങ്ങൾക്ക് ആരോടും ഒന്നും പറയാനാകില്ലായിരുന്നു.''

''പൊലീസുകാർ നിങ്ങളോട് ഒരു പാട് കാര്യങ്ങൽ ചോദിച്ചറി ഞ്ഞിട്ടുണ്ടാകുമല്ലോ?''

തന്റെ കണ്ണുകളപ്പോഴും നിറഞ്ഞൊഴുകുകയാണെന്ന് ശ്രീമതി പ്രോക്ടർ അപ്പോൾ ആദ്യമായറിഞ്ഞു. അവർ തന്റെ കയ്യിലുള്ള ബാഗിൽ തിരഞ്ഞ് ഉറുമാലെടുത്ത് കണ്ണ് തുടച്ചു. കഥയിലുള്ള താത് പര്യം അവരുടെ ദുഃഖത്തെ ശമിപ്പിച്ചിരിക്കുന്നു. ഒരുപക്ഷേ അവർ സാലിയെ ഓർത്തായിരിക്കും കരഞ്ഞിട്ടുണ്ടാകുക എന്ന് ഫെല്ലിക്സ് കരുതി. ലില്ലി, ജോർജ്ജ് അവർ ഉപേക്ഷിച്ചുപോയ കുഞ്ഞുസാലി എന്നിവരെക്കുറിച്ചുള്ള ഓർമ്മകളാകുമോ ഈ കണ്ണുനീരിനു കാരണം? അതോ താൻ പരാജയപ്പെട്ടു എന്ന ഒരു ബോധ്യത്തിൽനിന്നും വന്ന ക്ഷീണമാണോ? ഈ ചോദ്യം മനസ്സിലാക്കിയിട്ടെന്ന പോലെ അവർ തുടർന്നു. ''എന്തിനാണിപ്പോൾ ഞാൻ കരയുന്നതെന്ന് എനിക്ക് തന്നെ അറിയില്ല. കരഞ്ഞതുകൊണ്ട് മരിച്ചവർ തിരിച്ചെത്തില്ലല്ലോ. മരണശുശ്രൂഷകളാണീ കണ്ണുനീർ വരുത്തിയതെന്ന് എനിക്ക് തോന്നുന്നു. ഇതേ പ്രാർത്ഥനകൾ ഞങ്ങൾ ലില്ലിനു വേണ്ടിയും ചൊല്ലിയതാണ്. സ്നേഹത്തിന്റെ ഉടയവനേ, എന്റെ ആട്ടിടയാ... അവർ ഇരുവർക്കും യോജിക്കാത്ത ഒരു ഗാനമാണിതെന്ന് എനിക്ക് തോന്നുന്നു. നിങ്ങൾ പൊലീസിനെക്കുറിച്ചല്ലേ ചോദിച്ചത്? നിങ്ങളും അതിലൂടെയൊക്കെ കടന്ന് പോയിട്ടുണ്ടാകും എന്നാണെന്റെ വിശ്വാസം. അവർ ഞങ്ങളെ തേടി വന്നു. ഞാനും ബെറിലും വീട്ടിലുണ്ട് എന്നവരെ ഞാൻ അറി യിച്ചിരുന്നു. ഞങ്ങൾ ചാഡ്ഫ്ളീറ്റിലെ പെരുന്നാളിനു പോയിരുന്നോ എന്നവർ ചോദിച്ചു. ഇല്ല, എന്ന് മാത്രമല്ല ആ ആഘോഷത്തെക്കുറിച്ച് അറിയുകപോലുമില്ല എന്ന് ഞങ്ങൾ പറഞ്ഞു. അറിഞ്ഞാലും പോകി ല്ലായിരുന്നു. ഞങ്ങൾക്ക് സാലിയെ കാണാൻ ഒരു താത്പര്യവുമി ല്ലായിരുന്നു.

അവൾ ജോലി ചെയ്യുന്നിടത്ത് എത്തിനോക്കാൻ അത്രയും താത് പര്യമില്ലായിരുന്നു. ആ ദിവസം എനിക്കോർമ്മയുണ്ട്. രസകരമാണത്.

മിസ് ലിഡലാണ് ടെലിഫോൺ ചെയ്തത്. പ്രോക്ടറുമൊത്ത് സംസാരിക്കണം എന്നാവശ്യപ്പെട്ടു. സാലി പുതിയ ജോലിയിൽ പ്രവേശിച്ചതിനു ശേഷം ആദ്യമായാണവർ ഫോൺ ചെയ്യുന്നത്. ബെറിലാണ് ഫോണെടുത്തത്. അവൾക്ക് എന്തോ വിചിത്രത തോന്നിയിരുന്നു. സാലിക്ക് എന്തെങ്കിലും സംഭവിച്ചിട്ടുണ്ടാകും എന്നവൾ കരുതി. അല്ലെങ്കിൽ മിസ് ലിഡൽ ഫോൺ ചെയ്യില്ല എന്നായിരുന്നു അവളുടെ മനസ്സിൽ. പക്ഷേ സാലി സുഖമായിരിക്കുന്നു എന്ന് പറയാനാണന്ന് അവർ ഫോൺ ചെയ്തത്. അതറിയാൻ ഞങ്ങൾക്ക് താത്പര്യമൊന്നുമില്ലായിരുന്നു. എങ്കിലും അത് രസകരമായി.''

ദേബ്റയ്ക്കത് വിചിത്രമായി തോന്നിയിട്ടുണ്ടാകും. ''അതിനു മുമ്പെപ്പോഴെങ്കിലും സാലിയെക്കുറിച്ച് പറയാന് മിസ് ലിഡൽ ഫോൺ ചെയ്തിട്ടുണ്ടോ?''

''ഇല്ല. സാലി മാർടിൻഗേലിൽ പോയതിനു ശേഷം ഫോൺ ചെയ്തിട്ടില്ല. ഇത്ര മാത്രമേ അവർ അന്നും ഫോണിലൂടെ പറഞ്ഞുള്ളൂ. അങ്ങനെയാണെന്റെ ഓർമ്മ. അവർ ഒരുപക്ഷേ പ്രോക്ടർക്ക് എഴുതിയിട്ടുണ്ടാകാം. അതെനിക്കറിയില്ല. സാലി സെയ്ന്റ് മേരീസിൽ നിന്നും പോയി എന്ന് ഞങ്ങൾ അറിയണം എന്നവർ കരുതിക്കാണും. പ്രോക്ടറാണല്ലോ അവളുടെ രക്ഷകർത്താവ്. ആണെന്നല്ല, ആയിരുന്നല്ലോ എന്ന്. അവൾക്കിപ്പോൾ ഇരുപത്തിയൊന്ന് കഴിഞ്ഞു. അതുകൊണ്ടുതന്നെ അവൾ എന്ത് ചെയ്യുന്നു എന്നതൊന്നും ഞങ്ങളുടെ ഉത്തരവാദിത്വത്തിലല്ല. അവൾക്ക് ഞങ്ങളോടും അത്ര തന്നെ താത്പര്യമേ ഉണ്ടായിരുന്നുള്ളൂ. ബെറിലിനെപ്പോലും അവൾ പരിഗണിച്ചിരുന്നില്ല. കണക്കിലെടുത്തിരുന്നില്ല. കുടുംബത്തിൽ നിന്നാരുമില്ലെങ്കിൽ അതൊരു വിചിത്രതയാകുമല്ലോ എന്ന് കരുതി മാത്രമാണിന്ന് ഞാൻ വന്നത്. ഞാനിവിടെ വന്നതുകൊണ്ട് മരിച്ചവർക്ക് എന്തെങ്കിലും ഉപകാരമുണ്ടാകും എന്നല്ല. ഇത്രയധികം വലിയ ജനക്കൂട്ടവും ഇവർക്കൊന്നും മറ്റൊന്നും ചെയ്യാനില്ല എന്ന് തോന്നുന്നു.''

''എന്നുവച്ചാൽ സാലി നിങ്ങളുടെ വീട്ടിൽ നിന്നിറങ്ങിയതിനു ശേഷം പ്രോക്ടർ അവളെ കണ്ടിട്ടേയില്ല എന്നർത്ഥം അല്ലേ?'' ദേബ്റ ചോദിച്ചു.

''ഇല്ല. കാണേണ്ട കാര്യവുമില്ലല്ലോ.''

''അവൾ മരിച്ച അന്ന് രാത്രി നിങ്ങളെവിടെയായിരുന്നു എന്ന് പൊലീസ് അദ്ദേഹത്തിനോട് ചോദിച്ചുകാണുമല്ലോ. അതവർ എല്ലാവരോടും ചോദിക്കുന്നതാണ്. അതൊരു ഔപചാരികത മാത്രം. അവൾ ശ്രീമതി പ്രോക്ടറെ പ്രകോപിതയാക്കുമോ എന്നാണ് ഭയന്നതെങ്കിൽ ആ ഭയം അസ്ഥാനത്തായിരുന്നു. അവരുടെ മാർഗ്ഗം നല്ല തമാശ തന്നെയാണ്. അവർ സംസാരിക്കുന്നത് കേൾക്കുന്നവർക്ക്

ഇതിനെക്കുറിച്ചൊക്കെ ഞങ്ങൾക്ക് നല്ല അറിവുണ്ടെന്ന് തോന്നുമായിരുന്നു. സാലിയുടെ ജീവിതത്തെക്കുറിച്ച് ചോദിക്കുന്നു, ഞങ്ങൾക്ക് എന്തെങ്കിലും പ്രതീക്ഷയുണ്ടായിരുന്നോ എന്നന്വേഷിക്കുന്നു, അവളുടെ സുഹൃത്തുക്കളെക്കുറിച്ചാരായുന്നു. അതൊക്കെ കേട്ടാൽ അവളേതോ വളരെ പ്രധാനപ്പെട്ട ഒരു വ്യക്തിയാണെന്ന തോന്നലുണ്ടാകുമായിരുന്നു. മിസ് ലിഡലിൽനിന്നും വന്ന ഫോണിനെക്കുറിച്ച് ബെറിലിനോട് അവർ ചോദിച്ചു.

സാലിയുടെ മരണം സംഭവിച്ചയന്ന് രാത്രി നിങ്ങളെന്ത് ചെയ്യുകയായിരുന്നു എന്ന് പ്രോക്ടറിനോട് ചോദിച്ചു. ആ രാത്രി ഞങ്ങളങ്ങനെ മറക്കുകയൊന്നുമില്ല. അന്നാണദ്ദേഹത്തിനു സൈക്കിളിൽ നിന്ന് അപകടം പറ്റിയത്. പന്ത്രണ്ടായിട്ടാണദ്ദേഹം വീട്ടിൽ വന്നത്. ചുണ്ടൊക്കെ വീർത്ത്, സൈക്കിളൊക്കെ തകർന്നാണദ്ദേഹമെത്തിയത്. അദ്ദേഹത്തിന്റെ വാച്ചും നഷ്ടമായി. അത് അദ്ദേഹത്തിന്റെ അച്ഛൻ സമ്മാനമായി നല്കിയ വാച്ചായിരുന്നു. അതിനാൽ അത് നഷ്ടമായതിൽ അദ്ദേഹം ദുഃഖിതനുമായിരുന്നു. സ്വർണ്ണമാണെന്നൊക്കെയാണദ്ദേഹം പറയാറുള്ളത്. വളരെ മൂല്യവത്താണെന്ന് എപ്പോഴും പറയും. ആ രാത്രി അത്ര പെട്ടെന്നൊന്നും ഞങ്ങൾ മറക്കില്ല എന്ന് ഉറപ്പ് തരാം.''

തന്റെ വൈകാരിക പീഡകളിൽനിന്നും ശ്രീമതി പ്രോക്ടർ പൂർണ്ണമായും മുക്തയായിരിക്കുന്നു. അവർ സംസാരിച്ചുകൊണ്ടേയിരുന്നു. അവരുടെ സംസാരം കേൾക്കാൻ ഒരാളെക്കിട്ടിയ സന്തോഷത്തിലെന്നതുപോലെ സംസാരിച്ചുകൊണ്ടിരുന്നു. ദേബ്റ വണ്ടിയോടിക്കുന്നതിൽ ശ്രദ്ധിച്ചു. അവൾക്കത് അത്ര ആയാസമുള്ള ജോലിയല്ലായിരുന്നു. കൈകൾ സ്റ്റിയറിങ്ങിലും നീലക്കണ്ണുകൾ വഴിയിലും ഉറപ്പിച്ച് അവൾ സംസാരം ശ്രദ്ധിച്ചുകൊണ്ടിരുന്നു. അവളുടെ മനസ്സ് വഴിയിലോ വണ്ടിയോടിക്കുന്നതിലോ അല്ല എന്ന കാര്യത്തിൽ ഫെലിക്സിനു പക്ഷേ സംശയമില്ലായിരുന്നു. ശ്രീമതി പ്രോക്ടറുടെ കഥ കേട്ട് അവള് ഇടയ്ക്കിടെ മമതയോടെ, കരുണയോടെ ചില സ്വരങ്ങൾ പുറപ്പെടുവിച്ചുകൊണ്ടിരുന്നു. പ്രോക്ടർ വൈകിയെത്തിയത് കേട്ടപ്പോൾ ''അത് നിങ്ങളെയൊക്കെ വല്ലാതെ ഭയപ്പെടുത്തിയിരിക്കും അല്ലേ. പ്രത്യേകിച്ചും അദ്ദേഹം വൈകിയെത്തിയതിനാൽ, എന്താണ് സംഭവിച്ചത്?'' എന്നൊരു ചോദ്യവും ഉന്നയിച്ചു.

''ഫിഞ്ചർത്തിയിലേക്കുള്ള വഴിയിൽ കുന്നിന്റെ താഴ്വാരത്ത് വച്ചാണത്രെ സംഭവിച്ചത്. സ്ഥലം കൃത്യമായി എനിക്കറിയില്ല. വളരെ വേഗത്തിലാണദ്ദേഹം കുന്നിറങ്ങിയത്. വഴിയിൽ ആരോ കുപ്പിച്ചില്ലിട്ടിരുന്നു. മുൻവശത്തെ ടയർ അതിൽ കുരുങ്ങി കീറി. നിയന്ത്രണം തെറ്റി. ഒരു കുഴിയിൽ വീണു. ആ വീഴ്ചയിൽ താൻ കൊല്ലപ്പെടുമായിരുന്നു എന്നാണദ്ദേഹം പറഞ്ഞത്. അല്ലെങ്കിൽ സാരമായി

പരിക്കേല്ക്കാനും സാധ്യതയുണ്ടായിരുന്നു. അങ്ങനെയൊക്കെ സംഭവിച്ചാൽ പിന്നെ എന്താകുമായിരുന്നു എന്നൊന്നും എനിക്കറിയില്ല. ആ വഴിയാകട്ടെ അധികം ആൾസഞ്ചാരമില്ലാത്തതുമാണ്. അസമയത്തൊന്നും അതുവഴി ആരും വരില്ല. പക്ഷേ പ്രോക്ടറിനു സൈക്കിൾ സവാരിക്ക് തിരക്ക് കുറഞ്ഞ വഴികളാണിഷ്ടം. അല്ലെങ്കിൽ ശാന്തമായ സവാരി പറ്റില്ല.''

''സൈക്കിൾസവാരി അദ്ദേഹത്തിനത്രയ്ക്ക് ഇഷ്ടമാണോ?'' ദേബ്റ ചോദിച്ചു.

''ഭ്രാന്താണതിനോട്. എപ്പോഴും അങ്ങനെയായിരുന്നു. ഈയിടെയായി മത്സരങ്ങൾക്കൊന്നും പോകാറില്ല എന്നേയുള്ളൂ. പ്രത്യേകിച്ച് ആ ബോംബ് വീണതിനുശേഷം. യുവാവായിരുന്ന കാലങ്ങളിൽ കുറേ മത്സരങ്ങളിൽ പങ്കെടുത്തിട്ടുണ്ട്. ഇപ്പോഴും അതിനോടൊക്കെ വലിയ ഭ്രമമാണ്. ശനിയാഴ്ച ഉച്ച കഴിഞ്ഞാൽ പിന്നെ ഞങ്ങൾക്ക് അദ്ദേഹത്തിനെ കണ്ടുകിട്ടുക ബുദ്ധിമുട്ടാണ്.''

ശ്രീമതി പ്രോക്ടറുടെ സ്വരത്തിൽ ഇത്തിരി ആശ്വാസമുണ്ടായിരുന്നു. അത് ശ്രോതാക്കൾ ഇരുവരുടേയും ശ്രദ്ധയിൽപെടുകയുമുണ്ടായി. സൈക്കിളപകടം ഉപകാരപ്രദമായ ഒരു ഒഴികഴിവാണ്, ഫെലിക്സ് കരുതി. എന്നാലും പന്ത്രണ്ടോടെ വീട്ടിലെത്തി എങ്കിൽ അയാളെ അങ്ങനെ സംശയിക്കാനുമാകില്ല. മാർടിൻഗേലിൽ നിന്നും അയാൾക്ക് വീട്ടിലെത്താൻ ഒരു മണിക്കൂറെങ്കിലുമെടുക്കും. സൈക്കിളാണ് യാത്രയ്ക്കായി ഉപയോഗിച്ചതെങ്കിൽ പ്രത്യേകിച്ചും. അതിനിടയിൽ അങ്ങനെയൊരു വ്യാജ അപകടം സൃഷ്ടിക്കുകയും വേണം. സെയ്ന്റ് മേരീസിൽ പ്രവേശിപ്പിക്കുന്നതിനു മുമ്പ് തന്റെ അനന്തിരവളെ വധിക്കാൻ ഒരു കാരണം കണ്ടെത്താതിരുന്ന പ്രോക്ടർ ഇപ്പോൾ അതിനൊരുങ്ങും എന്ന് കരുതാനും വയ്യ. സെയ്ന്റ് മേരീസിൽ പ്രവേശിപ്പിച്ചതിനു ശേഷം അയാൾക്ക് അവളുമായി ബന്ധമൊന്നുമുണ്ടായിട്ടില്ല എന്നും പറയുന്നു. സാലിക്കുള്ള സമ്പത്തുക്കൾ, അവൾ മരിച്ചാൽ ബെറിൽ പ്രോക്ടറിൽ വന്നു ചേരും. അതൊരു സാധ്യതയാകാം എന്ന ചിന്ത ഫെലിക്സിലുണ്ടായി. എന്നാൽ അതൊക്കെ തന്റെ വെറും ആലോചനകളാണെന്നും പൊലീസിന്റെ മാർഗ്ഗമൊന്ന് വ്യതിചലിപ്പിക്കാനുതകും എന്നല്ലാതെ സാലി ജപ്പിന്റെ കൊലപാതകിയിലേക്കെത്തിക്കാൻ അതിനായേക്കില്ല എന്നും അയാൾ തിരിച്ചറിഞ്ഞു. പ്രോക്ടർ ദമ്പതികളെ ഇതുമായി ബന്ധപ്പെടുത്തുന്നത് അസ്ഥാനത്താകും. അവരിൽനിന്നും കൂടുതൽ വിവരങ്ങളെന്തെങ്കിലും ലഭിക്കും എന്ന് പ്രതീക്ഷിക്കുകയും വേണ്ട. എന്നിരുന്നാലും ഇവരിൽ നിന്നെന്തൊക്കെയോ വിവരങ്ങൾ ലഭിക്കാൻ ബാക്കിയുണ്ട് എന്ന് തീരുമാനിച്ചുറച്ചതുപോലെയായിരുന്നു ദേബ്റ.

അവൾക്കിപ്പോൾ തനിക്കതിനുള്ള സമയം ലഭിക്കുമോ എന്ന ചിന്ത മാത്രമേ ഉണ്ടായിരുന്നുള്ളൂ.

''അദ്ദേഹത്തെ കാത്തിരുന്നോ ശ്രീമതി പ്രോക്ടർ? അർദ്ധരാത്രിയോടടുക്കാറായതിനാൽ വല്ലാതെ വിഷമിച്ചിട്ടുണ്ടാകുമല്ലോ. അതോ ഇങ്ങനെ വൈകിയെത്തുക അദ്ദേഹത്തിന്റെ പതിവാണോ?''

''വൈകിയെത്തുന്ന പതിവൊക്കെയുണ്ട്. വൈകിയാൽ കാത്തിരിക്കേണ്ടതില്ല എന്ന നിർദ്ദേശവുമുണ്ട്. അതിനാൽ ഞാൻ കാത്തിരുന്നില്ല. വീട്ടിൽ ടെലിവിഷനുണ്ട്. ചിലപ്പോഴൊക്കെ അത് കണ്ട് ഇരിക്കാറുണ്ട്. ആഴ്ചയിലൊരിക്കൽ വീട്ടിൽനിന്നും പുറത്തിറങ്ങുന്നതും ചിലപ്പോൾ ഒരാശ്വാസമായി തോന്നാറുണ്ട്.''

''എന്നുവച്ചാൽ ഭർത്താവ് തിരികെയെത്തുന്നതിനു മുമ്പ് നിങ്ങൾ കിടന്നുറങ്ങി എന്ന് അല്ലേ?'' ദേബ്റ വീണ്ടും ചോദിച്ചു.

''അദ്ദേഹത്തിന്റെ കൈവശം ചാവിയുണ്ട്. അതിനാൽ കാത്തിരിക്കേണ്ട കാര്യമില്ലായിരുന്നു. ഇത്രയധികം വൈകും എന്നറിഞ്ഞിരുന്നെങ്കിൽ ഞാൻ ചിലപ്പോൾ കാത്തിരിക്കുമായിരുന്നു. സാധാരണ അദ്ദേഹം വീട്ടിലില്ലെങ്കിൽ പത്തുമണിയോടെ ഞാൻ ഉറങ്ങും. ഞായറാഴ്ച കാലത്ത് അത്ര തിരക്കിട്ടൊന്നും ചെയ്യേണ്ടതില്ലല്ലോ. എന്നാലും വല്ലാതെ വൈകിയുറങ്ങുന്ന സ്വഭാവം എനിക്കില്ല. അത് തന്നെയാണ് ഞാൻ പൊലീസിനോടും പറഞ്ഞത്, വല്ലാതെ വൈകിയുറങ്ങുന്ന സ്വഭാവം എനിക്കില്ല എന്ന്. അവർ പ്രോക്ടറുടെ അപകടത്തെക്കുറിച്ച് ചോദിക്കുകയായിരുന്നു. നല്ല അനുകമ്പയുള്ളയാളായിരുന്നു ആ ഇൻസ്പെക്ടർ. ''പന്ത്രണ്ട് മണിയായിട്ടും അദ്ദേഹം വീട്ടിലെത്തിയിരുന്നില്ല' എന്ന് ഞാൻ അവരോട് പറഞ്ഞു. സാലിയുടെ കൊലപാതകമില്ലെങ്കിലും ഞങ്ങൾക്കത് വളരെ വിഷമം പിടിച്ച് രാവായിരുന്നു എന്ന് അവർക്ക് മനസിലാകുന്നുണ്ടായിരുന്നു.''

''വിട്ടിലെത്തിയപ്പോൾ പ്രോക്ടറാണോ വിളിച്ചുണർത്തിയത്. അദ്ദേഹത്തെ ആ അവസ്ഥയിൽ കണ്ടപ്പോൾ നിങ്ങളാകെ ഭയന്നിട്ടുണ്ടാകുമല്ലോ.''

''അതെ. അദ്ദേഹം കുളിമുറിയിൽ കയറിയതിനു ശേഷമാണെന്നെ വിളിച്ചത്. ഭീകരമായി തോന്നി എനിക്ക് അദ്ദേഹത്തിന്റെ മുഖമപ്പോൾ. ആകെ നീലിച്ച് കിടക്കുന്നു. അവിടവിടെ രക്തം പുരണ്ടിരിക്കുന്നു. ശരീരം വിറയ്ക്കുന്നുണ്ടായിരുന്നു. അദ്ദേഹം വീട്ടിലെങ്ങനെയെത്തി എന്നുതന്നെ എനിക്കറിയില്ല. അദ്ദേഹം കുളിക്കുന്നതിനിടയിൽ ഞാനൊരു ചായ തിളപ്പിച്ചു. അതിനിടയിൽ സമയമെത്രയായി എന്നദ്ദേഹം വിളിച്ച് ചോദിച്ചു. ആ അപകടത്തിൽ അദ്ദേഹത്തിന്റെ വാച്ച് നഷ്ടപ്പെട്ടിരുന്നുവല്ലോ. അടുക്കളയിൽ ഞങ്ങൾ ഒരു ചെറിയ ക്ലോക്ക്

വച്ചിട്ടുണ്ട്. ഒന്ന് മുന്നിലെ മുറിയിലുമുണ്ട്. അതിൽ അർദ്ധരാത്രി കഴിഞ്ഞ് പത്ത് മിനിറ്റ് കാണിച്ചു.

അടുക്കളയിലെ ക്ലോക്കും അത് തന്നെയാണ് കാണിച്ചത്. സമയം കണ്ടപ്പോൾ ഞാൻ ശരിക്കും ഞെട്ടി. പിന്നെ എല്ലാം വൃത്തിയാക്കി ഒന്നുറങ്ങാൻ കിടന്നപ്പോഴേക്കും പന്ത്രണ്ടര കഴിഞ്ഞിട്ടുണ്ടാകും. പ്രഭാതത്തിൽ അദ്ദേഹത്തിനെഴുന്നേറ്റിരിക്കാനാകുമോ എന്നായിരുന്നു അപ്പോൾ എന്നിലെ ഭയം. എന്നാൽ ഒന്നും സംഭവിച്ചിട്ടില്ലാത്തതുപോലെയാണദ്ദേഹം പിറ്റേന്ന് ഉണർന്നത്. പതിവു ദിവസങ്ങളെപ്പോലെ തന്നെ. എന്നും അദ്ദേഹമാണാദ്യം അടുക്കളയിലെത്തി ചായയിടുക. അദ്ദേഹത്തെപ്പോലെ രുചിയോടെ ചായ കൂട്ടുവാൻ ആർക്കുമാകില്ല എന്നൊക്കെ എന്നോട് തർക്കിക്കാറുണ്ട്. എന്തായാലും പ്രഭാതത്തിൽ അദ്ദേഹമിടുന്ന ചായയ്ക്ക് നല്ല രുചിയുണ്ട് എന്നത് സത്യം. അന്ന്, ആ ഞായറാഴ്ച, അദ്ദേഹം അത്ര വേഗം ഉണരും എന്ന് ഞാൻ കരുതിയിരുന്നില്ല. അപ്പോഴും പൂർണ്ണശരീര സുഖമൊന്നും വന്നിട്ടില്ലായിരുന്നു. ഇപ്പോഴുമില്ല. അതുകൊണ്ടാണാ വിചാരണയിലും അന്വേഷണത്തിലും എത്താതിരുന്നത്. അതിനിടയിലാണ് പ്രഭാതത്തിൽ പൊലീസ് സാലിയെ തിരക്കിയെത്തുന്നത്. ആ രാത്രി ഞങ്ങൾ അത്ര പെട്ടെന്നൊന്നും മറക്കില്ല.

4

അവർ കാനിങ്ങ്ബറിയിലെത്തിയിരുന്നു. പ്രധാനനിരത്തുകളിൽ തിരക്ക് കുറയാനായി അവിടെ ധാരളമായി തന്നെ ട്രാഫിക് സിഗ്നലുകൾ സ്ഥാപിച്ചിരിക്കുന്നു. അതിനാൽ യാത്ര മന്ദഗതിയിലായി. കിഴക്കൻ ലണ്ടനിലെ തിരക്കേറിയ ഈ പ്രാന്തപ്രദേശം സാധനങ്ങൾ വാങ്ങാനെത്തുന്നവരുടെ ഇഷ്ടസ്ഥലങ്ങളിൽ ഒന്നായിരുന്നു. നടപ്പാതകളിൽ വീട്ടമ്മമാരുടെ തിരക്കുണ്ട്. അവരാകട്ടെ, പൗരാണികമായ ഏതോ ത്വര പിടികൂടിയതുപോലെ ചിലപ്പോൾ തെരുവിലിറങ്ങി അതിമന്ദമൊഴുകി ഗതാഗതത്തിന്റെ വേഗം പിന്നെയും കുറച്ചുകൊണ്ടിരുന്നു. വഴിയുടെ ഇരുവശത്തുമുള്ള കടകൾ ഒരുകാലത്ത് വീടുകളായിരുന്നു. അവയുടെ ആഢംബര ജാലകങ്ങളും മുൻഭാഗവും ആധുനികവും മിതശീലങ്ങളുള്ളതുമായ മേല്ക്കൂരകൾക്ക് കടകവിരുദ്ധമായിരുന്നു. ഒരു പറ്റം മന്ദബുദ്ധികൾ അമിതമായി മദ്യപിച്ച്, നഗര സംബന്ധിയായ ആത്മാഭിമാനം തലയ്ക്ക് പിടിച്ച് രൂപകല്പന ചെയ്തതാണതിന്റെ ടൗൺഹാൾ എന്ന് തോന്നി. അതങ്ങനെ അതിനെ സർവ്വപ്രൗഢിയും വിളംബരം ചെയ്തൊരിടത്ത് ഒറ്റപ്പെട്ട് നില്ക്കുന്നു. അതിന്റെ ഇരുവശത്തും ബോംബ് വീണ് തകർന്ന രണ്ട് കെട്ടിടങ്ങളാണ്. ആ കെട്ടിടങ്ങളുടെ പുനർനിർമ്മാണം തുടങ്ങി വച്ചിട്ടേയുള്ളൂ.

ഫെലിക്സ് കണ്ണടച്ചു. ജ്ഞാനികൾ വസിക്കുന്ന ഒരു പ്രാന്ത പ്രദേശമാണീ കാനിങ്ങ്ബറി എന്ന് സ്വയം ഓർമ്മപ്പെടുത്തി. പൊതു സേവനങ്ങൾക്ക് അസൂയാർഹമായ ഒരു ചരിത്രമുള്ള പ്രദേശമാണിത്. ഇവിടെ എല്ലാരും അവരുടെ ജോർജിയൻ വീടുകൾക്കകത്ത് ഒതുങ്ങി ക്കൂടാൻ ആഗ്രഹിക്കുന്നില്ല. നദിയിൽനിന്നും ജലകണങ്ങൾ ഉയർന്ന് വരുന്ന ഗ്രീനിച്ചിലെ ജോർജിയൻ വീടുകൾ. ആ വീടുകളിൽ ഏറ്റവും അടുത്ത സുഹൃത്തുക്കൾ മാത്രമേ കടന്ന് ചെല്ലുകയുള്ളൂ. ട്രാഫിക് ലൈറ്റ് മാറിയപ്പോൾ അയാൾക്ക് സന്തോഷം തോന്നി. ശ്രീമതി പ്രോക്ടറുടെ മാർഗ്ഗനിർദ്ദേശത്തിൽ അവർ മുന്നോട്ട് നീങ്ങി. പ്രധാന നിരത്തിൽനിന്നും ഇടത്തോട്ട് തിരിഞ്ഞു. അവിടെയും ജനങ്ങൾ കട കളിൽനിന്നും സാധനങ്ങൾ വാങ്ങുന്ന തിരക്കിലായിരുന്നു. സ്ത്രീകൾ നിറഞ്ഞ കുട്ടകളുമായി വീട്ടിലേക്ക് തിരിച്ച് നടക്കുന്നു.

ചെറിയ തുണിക്കടകളും മുടിവെട്ടുകടകളും അവയുടെ ഫ്രഞ്ച് പേരുകൾ ജാലകപ്പുറത്ത് എഴുതി വച്ചിരിക്കുന്നു. ഏതാനും നിമിഷ ങ്ങൾക്കകം അവർ വീണ്ടും ശാന്തതയുള്ള തെരുവുകളിലെത്തി. അവിടെ ഒരുപോലെയുള്ള വീടുകൾ നിരനിരയായി നില്ക്കുന്നു. ഒറ്റനോട്ടത്തിൽ ഒരുപോലെയുള്ളവ എന്ന് തോന്നുമായിരുന്നെങ്കിലും മുൻവശത്തെ ഉദ്യാനത്തിനു മാത്രമേ ആ സാദൃശ്യം പൂർണ്ണമായു ണ്ടായിരുന്നുള്ളൂ. ചെടികളെല്ലാം വൃത്തിയോടെ വെട്ടിയൊതുക്കി വളർത്തിയിരിക്കുന്നു. ചിലരെല്ലാം കുറ്റിച്ചെടികൾക്ക് ചില ആകൃതി കൾ നല്കാൻ ശ്രമിച്ചിട്ടുണ്ട്. ചിലര് കല്ലുകൊണ്ടുള്ള രാക്ഷസന്മാരെ സ്ഥാപിച്ചിട്ടുണ്ട്. അങ്ങനെ ആ വീട്ടുകാർ അവരുടെ വ്യക്തിത്വം പ്രകടമാക്കിയിട്ടുണ്ട്. എന്നാൽ ഭൂരിപക്ഷവും ഇത്തിരി വർണ്ണവും സുഗന്ധവും നട്ടുപിടിപ്പിക്കുന്നതിൽ തൃപ്തരായിരിക്കുന്നു. പർദ്ദകൾ ശ്രദ്ധയോടെ ഇടയ്ക്കിടെ കഴുകിയതിന്റെ സൂചനകൾ നല്കുന്നുണ്ട്. അതിനാൽ പലയിടത്തും അവയുടെ പാതി വരുന്ന പർദ്ദകൾ അവയെ പിന്തുണയ്ക്കുന്നുണ്ട്

അല്ലെങ്കിൽ വലകളോ നാടകളോ അരികുപാകുന്നുണ്ട്. അശ്ലീല ലോകത്തിന്റെ ജിജ്ഞാസ മറയ്ക്കാൻ അങ്ങനെ സഹായിക്കുന്നുണ്ട്. വിൻഡെർമിയർ ക്രെസെന്റ് എന്ന തെരുവിനങ്ങനെ തങ്ങളുടെ മറ്റ് തെരുവുകളേക്കാൾ ഇത്തിരി മികച്ചതാണെന്ന ഭാവം വരുത്തിയിരി ക്കുന്നു. അവിടത്തെ അന്തേവാസികൾ ഈ മേല്ക്കോയ്മത്വം നില നിർത്താൻ ശ്രമിച്ചിരിക്കുന്നു.

ഇവിടെയായിരുന്നു ഒരു കാലത്ത് സാലി ജപ്പിന്റെ വീട്. ഇവിടെ നിന്നാണവർ ശോചനീയമായ ആഴങ്ങളിലേക്ക് വീണത്. പതിനേഴാം നമ്പർ വീടിന്റെ പടിവാതിൽക്കലേക്ക് വണ്ടിയെത്തി. ശ്രീമതി പ്രോക്ടർ ഒട്ടും രൂപഭംഗിയില്ലാത്ത തന്റെ കറുത്ത ഹാൻഡ്ബാഗ് മാറോടണച്ചു. വാതിൽ തുറക്കാനായി പരതാൻ തുടങ്ങി. 'ഞാൻ തുറന്ന് തരാം'

ദേബ്റ പറഞ്ഞു. ശരീരം ചരിച്ച്, കൈ നീട്ടി വാതിൽ തുറന്ന് കൊടുത്തു. ശ്രീമതി പ്രോക്ടർ തുടർച്ചയായ നന്ദിപറച്ചിലുകളോടെ തന്നെ കാറിൽ നിന്ന് വലിച്ചെടുക്കാനുള്ള ശ്രമത്തിലായി. ദേബ്റ ആ നന്ദിപറച്ചിലുകൾക്ക് വിരാമമിടുവിച്ചു.

''നന്ദിയുടെയൊന്നും ആവശ്യമില്ല. ഇതുവരെ വരാനായതിൽ ഞങ്ങൾക്കും സന്തോഷമേയുള്ളൂ. പോകുന്നതിനു മുമ്പ് ഒരു ഗ്ലാസ് വെള്ളത്തിനായി നിങ്ങളെ ബുദ്ധിമുട്ടിക്കുന്നതിൽ വിഷമമില്ലല്ലോ അല്ലേ. ഈ ചൂടിൽ വണ്ടിയോടിച്ചാൽ വല്ലാതെ ദാഹിക്കും. വെള്ളം മാത്രം മതി. അതല്ലാതെ ഒന്നും ഞാൻ കുടിക്കാറുമില്ല.''

''ഇല്ലേ? ദൈവമേ...'' ഫെലിക്സ് മനസ്സിൽ പറഞ്ഞു. ആ രണ്ട് സ്ത്രീകളും വീടിനകത്തേക്ക് മറഞ്ഞു.

ദേബ്റയുടെ ലക്ഷ്യമെന്താകും എന്നത്ഭുതപ്പെടുകയായിരുന്നു അയാളപ്പോൾ. അവൾ വരാൻ വൈകരുതേ എന്നാഗ്രഹിക്കുകയും ചെയ്തു. ശ്രീമതി പ്രോക്ടർക്കാകട്ടെ തനിക്കൊരു സഹായം ചെയ്തു തന്ന വ്യക്തിയെ വീടിനകത്തേക്ക് ക്ഷണിക്കുകയല്ലാതെ മറ്റൊരു മാർഗ്ഗവുമില്ലായിരുന്നു. ഒരു ഗ്ലാസ് വെള്ളം കാറിനരികിലേക്ക് കൊണ്ടുവരാൻ അവർക്കൊരു അവസരം ലഭിച്ചില്ല. അവർ ഈ കടന്ന് കയറ്റം സ്വാഗതം ചെയ്യുന്നില്ല എന്ന് ഫെലിക്സിനുറപ്പായിരുന്നു. അവർ വീടിനകത്തേക്ക് കയറുന്നതിനു മുമ്പ് ശ്രീമതി പ്രോക്ടർ വഴിയുടെ ഇരുഭാഗത്തേക്കും തല നീട്ടി നോക്കുന്നത് ഫെലിക്സ് കണ്ടു. അപ്പോൾ ആ മുഖത്തെ ആകാംക്ഷയും കണ്ടു. സമയം അപകടകരമാംവിധം കടന്ന് പോകുന്നു. തന്റെ ഭർത്താവ് വീട്ടിലെത്തുന്നതിനു മുമ്പ് ഈ കാർ ഇവിടെ നിന്ന് പോകണേ എന്ന് പ്രാർത്ഥിക്കുകയായിരുന്നു അവർ. പള്ളിയങ്കണത്തിൽ വച്ച് അവർ ആദ്യമായി കണ്ടപ്പോൾ ആ മുഖത്ത് പ്രത്യക്ഷപ്പെട്ട ആകാംക്ഷയും ജിജ്ഞാസയും തിരിച്ചെത്തിയിരിക്കുന്നു. ദേബ്റയോട് അയാൾക്ക് ഒരു നിമിഷത്തേക്കെങ്കിലും അനിഷ്ടവും കോപവും തോന്നാതിരുന്നില്ല. ഈ വ്യായാമം ഒന്നിനും ഉപകാരപ്പെടില്ല. അനാവശ്യമായി അവൾ ആ സ്ത്രീയെ ജിജ്ഞാസഭരിതയാക്കുന്നു. അവർക്ക് പിരിമുറുക്കം നൽകുന്നു.

എന്നാൽ അത്തരം വികാരങ്ങളൊന്നും ദേബ്റയ്ക്കുണ്ടായിരുന്നില്ല. അവൾ മുൻവശത്തെ മുറിയിലെത്തി. ഒരു സ്കൂൾ വിദ്യാർത്ഥി തന്റെ പിയാനോയിൽ സംഗീതമഭ്യസിക്കുന്നു. അവളോട് 'വേഗം പോയി ഒരു ഗ്ലാസ് വെള്ളമെടുത്ത് കൊണ്ടുവാ' എന്ന നിർദ്ദേശിക്കപ്പെട്ടു. അവളെ അവിടെ നിന്ന് ഒഴിവാക്കി. മാതാപിതാക്കൾ അപരിചിതർക്ക് മുന്നിൽ കുട്ടികളോട് സംസാരിക്കുന്ന അതേ പൊലിമയോടെ, സന്തോഷത്തോടെയാണത് ആവശ്യപ്പെട്ടത്. കുട്ടി മനമില്ലാമനസ്സോടേ

അകത്തേക്ക് നീങ്ങി. അവൾ തന്നെയൊന്ന് തുറിച്ച് നോക്കിയതിനു ശേഷമാണങ്ങനെ പോയതെന്ന് ദേബ്റയ്ക്ക് തോന്നി. അവൾക്ക് മരണപ്പെട്ട അവളുടെ കസിന്റെ ഛായയുണ്ടായിരുന്നു. ശ്രീമതി പ്രോക്ടർ അവളെ പരിചയപ്പെടുത്തിയിരുന്നില്ല. അത് അവർ മറന്ന താകുമോ എന്ന് ദേബ്റ സംശയിച്ചു. അമ്മ അതുവരെ എന്ത് ചെയ്യുക യായിരുന്നു എന്ന് മകൾ അറിയാതിരിക്കാനുള്ള ബോധപൂർവ്വമായ ശ്രമത്തിന്റെ ഭാഗവുമാകാം അത്. അങ്ങനെയെങ്കിൽ തന്റെ സന്ദർശന വുമായി ബന്ധപ്പെട്ട് ഒരു കഥ മെനഞ്ഞുണ്ടാക്കും. എന്നാൽ അതി നൊക്കെയുള്ള മിടുക്ക് ശ്രീമതി പ്രോക്ടറിലുണ്ടെന്ന് ഇതുവരെ തോന്നിയില്ല.

അവർ മുഖാമുഖം കസേര വലിച്ചിട്ട് ഇരുന്നു. ചാരുകസേരകൾ. അവയിൽ കുഷ്യനുകളുണ്ടായിരുന്നു. തടിച്ച കുഷ്യനുകൾ. കൂടാതെ എംബ്രോയിഡറി ചെയ്ത ശീലകളുമുണ്ടായിരുന്നു. ആ മുറിയിൽ ഏറ്റവും മികച്ച ഫർണീച്ചർ അവ തന്നെയായിരുന്നു. അതിഥികൾക്കും പിയാനോ പരിശീലിക്കുന്നതിനും മാത്രമാണവ ഉപയോഗിച്ചിരുന്നത്. അതിൽ നിന്ന് മെഴുക് പോളീഷിന്റെ ഗന്ധം വരുന്നുണ്ട്. ആ മുറി യുടെ ജാലകങ്ങൾ അങ്ങനെ തുറക്കപ്പെടാറില്ല എന്ന് തോന്നി. പിയാനോയ്ക്ക് മുകളിൽ നൃത്തവസ്ത്രം ധരിച്ച രണ്ട് പെൺകുട്ടി കളുടെ ചിത്രമുണ്ട്. അവരുടെ വശ്യമായ ശരീരം അലൗകികമായ കോണുകളിൽ വളഞ്ഞ് നിൽക്കുന്നു. മുഖത്ത് ദൃഢനിശ്ചയത്തോ ടെയുള്ള പുഞ്ചിരിയുണ്ട്. ചിത്രത്തിൽ കൃത്രിമ റോസാപ്പൂക്കളുടെ വലയവുമുണ്ട്. അതിലൊന്ന് ഇപ്പോൾ അവിടെ നിന്നുപോയ അതേ കുട്ടിയാണ്. മറ്റേത് സാലിയും. ഒരേ കുടുംബത്തിൽ മിക്കവാറും സമാനമായ അസ്ഥികളുടെ രൂപഘടനയിൽ ഒരാളിൽ ഭാവി വാഗ് ദാനം എന്ന് പരിഗണിക്കപ്പെടാവുന്ന ആർജ്ജവവും അനാഡംബരത്വവും മറ്റേയാളിൽ തീർത്തും വിപരീതാവസ്ഥയും പ്രകടമാകുന്നത് വിചിത്ര മാണെന്ന് ദേബ്റ കരുതി. അവൾ ആ ചിത്രത്തിലേക്ക് നോക്കു ന്നത് ശ്രീമതി പ്രോക്ടർ കണ്ടു.

''അതെ.... അവൾക്ക് വേണ്ടി ഞങ്ങൾ എല്ലാം ചെയ്തു. എല്ലാം. കുട്ടികൾ തമ്മിൽ ഞങ്ങൾക്ക് ഒരു വ്യത്യാസവുമില്ലായിരുന്നു. അവളും പിയാനോ പരിശീലിച്ചിരുന്നു. ബെറിൽ പഠിച്ചിരുന്നതുപോലെ തന്നെ. പക്ഷേ അവൾക്ക് ഇക്കാര്യത്തിൽ ബെറിലിനോളം മിടുക്കില്ലായി രുന്നു. എങ്കിലും അവർ ഇരുവരേയും ഞങ്ങൾ ഒരുപോലെ കണ ക്കാക്കി. എന്നിട്ടും എല്ലാം ഈവിധം അവസാനിച്ചത് ഭീകരം തന്നെ. ബെറിലിന്റെ മാമോദീസയ്ക്ക് ശേഷം ഞങ്ങളെടുത്ത ഗ്രൂപ്പ് ഫോട്ടോ യാണത്. അത് ഞാനാണ്. അപ്പുറത്തുള്ളത് പ്രോക്ടർ. എനിക്കരികിൽ സാലി. അന്ന് അവൾ സുന്ദരിയായിരുന്നു. പക്ഷേ ആ സൗന്ദര്യം അധികകാലം നിലനിന്നില്ല.''

ദേബ്റ ആ ഫോട്ടോഗ്രാഫിനരികിലേക്ക് നീങ്ങി. കടഞ്ഞെടുത്ത കസേരകളിലാണാ കുടുംബം ഇരിക്കുന്നത്. അതിനു നല്കിയ പർദ്ദയടക്കമുള്ള പശ്ചാത്തലങ്ങളും കസേരയുമെല്ലാം ചേർന്ന് ഫോട്ടോയ്ക്ക് യഥാർത്ഥത്തിലുള്ളതിനേക്കാൾ പഴക്കം നൽകുന്നു. യുവതിയായ ശ്രീമതി പ്രോക്ടർക്ക് ഇപ്പോഴത്തേതിനേക്കാൾ കൂടുതൽ അഴകുണ്ട്. പുതുവസ്ത്രവുമായി ഇണങ്ങാനാകാത്തതുപോലെയാണവർ ഇരിക്കുന്നത്. അവർ കുഞ്ഞിനെയെടുത്തിരിക്കുന്നതിലും ഒരു വിലക്ഷണത കാണാം.

സാലി മുഖം വീർപ്പിച്ചിരിക്കുന്നു. ഭർത്താവ് പുറകിൽ നില്ക്കുന്നു. ഗ്ലൗസണിഞ്ഞ അയാളുടെ കൈകൾ കസേരയ്ക്ക് പുറകിൽ ഞാന്ന് കിടക്കുന്നു. അയാളുടെ നില്പിൽതന്നെ ഒരു അസ്വാഭാവികതയുണ്ട്. എന്നാൽ മുഖഭാവം ഒന്നും വെളിപ്പെടുത്തുന്നില്ല. ദേബ്റ അയാളെ ശ്രദ്ധയോടെ നോക്കി. ഈ മുഖം ഇതിനു മുമ്പ് എവിടേയോ കണ്ടിട്ടുള്ളതുപോലെ. എന്നാൽ കൃത്യമായ ഓർമ്മ ലഭിക്കുന്നില്ല. നേർത്തതാണാ ഓർമ്മ. അതിനാൽ അസംതൃപ്തമാണ്. അത്രയൊന്നും ഗംഭീരമല്ല ആ മുഖം. ഈ ഫോട്ടോയ്ക്കാകട്ടെ പത്ത് വർഷത്തിൽ കൂടുതൽ പഴക്കവുമുണ്ട്. അവൾ ഫോട്ടോയിൽനിന്നും നിരാശയോടെ മുഖമെടുത്തു. അതൊന്നും അവളോട് പറയുന്നില്ല. അതിൽനിന്നും എന്ത് ലഭിക്കുമെന്നാണവൾ പ്രതീക്ഷിച്ചത് എന്നും അവൾക്കറിയില്ല.

ബെറിൽ പ്രോക്ടർ ഒരു ഗ്ലാസ് വെള്ളവുമായെത്തി. അവരുടെ കൈവശമുള്ളതിൽ വച്ചേറ്റവും മികച്ച ഗ്ലാസ്. ഒരു തളികയിൽ വച്ചാണവൾ അത് കൊണ്ടുവന്നത്. അപ്പോഴും പരിചയപ്പെടുത്തലുകളുണ്ടായില്ല. അവർ ഇരുവരും താനൊന്ന് ഇവിടെ നിന്ന് എത്രയും പെട്ടെന്ന് ഇറങ്ങണേ എന്ന് പ്രാർത്ഥിക്കുകയാണെന്ന് ദേബ്റയ്ക്ക് മനസ്സിലായി. അവൾക്കും പെട്ടെന്ന് അതേ ആഗ്രഹം തോന്നി. ഉടൻ ഈ വീട്ടിൽനിന്നും പുറത്തിറങ്ങാനും അവരെ സ്വതന്ത്രമാക്കാനും തോന്നി. ഒരു വികാരത്തള്ളിച്ചയിലാണവൾ കയറി വന്നത്. പെട്ടെന്നുണ്ടായ ഒരു തോന്നലിൽ. അതിനൊരു കാരണം മുഷിപ്പായിരുന്നു. മറ്റൊരു കാരണം എന്തോ ഒരു പ്രതീക്ഷയും. ജിജ്ഞാസയിൽനിന്നും വിടർന്നെത്തിയ ഒരു പ്രതീക്ഷ. മരിച്ച സാലി ജീവിച്ചിരിക്കുന്ന സാലിയേക്കാൾ രസികയായിരിക്കുന്നു. അതിനാൽ ഏത് തരം വീട്ടിൽ നിന്നാണ് സാലി പുറത്താക്കപ്പെട്ടത് എന്നവൾക്കറിയണമായിരുന്നു. ആ ജിജ്ഞാസ ഒരു ധിക്കാരമായി. ആ വീട്ടിലേക്കുള്ള വരവ് ഒരു കടന്നുകയറ്റമായി. അതിനിയും ദീർഘിപ്പിക്കാൻ അവൾ ആഗ്രഹിക്കുന്നില്ല.

അവൾ അവരോട് യാത്ര പറഞ്ഞ് ഫെലിക്സിനരികിലെത്തി. അയാൾ വണ്ടിയുടെ സാരഥ്യമേറ്റെടുത്തു. പട്ടണത്തിൽനിന്നും

പുറത്ത് കടക്കുന്നതുവരെ അവർ പരസ്പരം സംസാരിച്ചില്ല. പ്രാന്ത പ്രദേശത്തിന്റെ സ്പർശിനികളിൽനിന്നും മുക്തമായി വണ്ടി വേഗത്തിലായപ്പോഴാണവർ സംസാരമാരംഭിച്ചത്.

''എന്തായി? നിന്റെ ഡിറ്റക്ടീവ് പ്രവർത്തനങ്ങൾകൊണ്ട് എന്തെങ്കിലും ഉപകാരമുണ്ടായോ? ഇത് തുടരണം എന്ന ആഗ്രഹം വരുന്നുണ്ടോ?''

''എന്തുകൊണ്ടില്ല?''

''ചിലപ്പോൾ നിനക്കറിയാൻ താത്പര്യമില്ലാത്ത സത്യങ്ങൾ അറിവായി എന്നുവന്നേക്കാം.''

''വീട്ടിൽ ഒരു കൊലപാതകിയുണ്ട് എന്നോ?''

''അങ്ങനെ ഞാൻ പറഞ്ഞില്ല.''

''നിങ്ങൾ അത് ബോധപൂർവ്വം അത് പറയാതിരിക്കുന്നു. പക്ഷേ എനിക്ക് വേണ്ടത് നയചാതുര്യമല്ല, സത്യസന്ധതയാണ്. നിങ്ങൾ കരുതുന്നത് അങ്ങനെയാണല്ലേ?''

''ഒരു കൊലപാതകിയായ എനിക്ക് അങ്ങനെ ഒരു സാധ്യതയുള്ളതായി തോന്നുന്നു.''

''നിങ്ങൾ നിങ്ങളുടെ രാഷ്ട്രീയ പ്രവർത്തനകാലത്തെക്കുറിച്ചാണ് സംസാരിക്കുന്നത്. അതൊരു കൊലപാതകമായിരുന്നില്ല. നിങ്ങൾ ഒരു പെണ്ണിനേയും കൊന്നിട്ടില്ല.''

''രണ്ടെണ്ണത്തിനെ കൊന്നു. അത് നിറയൊഴിച്ചായിരുന്നു എന്ന് ഞാൻ സമ്മതിക്കുന്നു. അല്ലാതെ കഴുത്ത് ഞെരിച്ചല്ലായിരുന്നു എന്ന്. കാലമാണതൊക്കെ വരുത്തി വച്ചത് എന്നും എനിക്ക് തോന്നുന്നു.''

''ഈ കൊലപാതകം കാലം വരുത്തിവച്ചതല്ല. കാര്യസാദ്ധ്യവുമല്ല.''

''അങ്ങനെയെങ്കിൽ ഇതൊക്കെ പൊലീസിനു വിട്ടുകൊടുക്കൂ. അവർ ഏറ്റവും ബുദ്ധിമുട്ടുക ഒരു കുറ്റാരോപണമെഴുതിയുണ്ടാക്കാനുള്ള തെളിവ് ശേഖരിക്കുന്നതിലാകും. നമ്മൾ ഇടപെടാനാരംഭിച്ചാൽ നമ്മൾ, അവർക്കാവശ്യമുള്ള തെളിവുകൾ എത്തിച്ച് കൊടുക്കുകയാകും ചെയ്യുന്നത്. കേസ് ഇപ്പോൾ തുറന്ന അവസ്ഥയിലാണ്. സ്റ്റീഫനും ഞാനും ജാലകത്തിലൂടെ സാലിയുടെ മുറിയിലെത്തി. അങ്ങനെ ഞങ്ങൾക്കെത്താമെങ്കിൽ ആർക്കും അതിനാകും. ഗ്രാമവാസികളിൽ മിക്കവർക്കും ആ കോണി എവിടെയാണ് സൂക്ഷിക്കുന്നതെന്ന് അറിയാമായിരിക്കും. അവളുടെ മുറിയുടെ വാതിൽ അടഞ്ഞ് അകത്ത് നിന്ന് കുറ്റിയിട്ട അവസ്ഥയിലായിരുന്നു എന്ന തെളിവ് ഇനി മാറ്റിമറിക്കാനാകില്ല. അത് സുനിശ്ചിതമാണ്. അവളെ കൊന്ന

വ്യക്തി അകത്ത് പ്രവേശിച്ചു. വാതിൽ വഴിയല്ല അയാൾ പുറത്തിറങ്ങിയത്. മാർടിൻഗേലുമായി ഈ കുറ്റകൃത്യത്തെ ബന്ധപ്പെടുത്തുന്ന ഏക വസ്തു ഉറക്കഗുളികകളാണ്. അത് രണ്ടും ബന്ധപ്പെടുത്തേണ്ടതില്ല എന്നാണെന്റെ അഭിപ്രായം. ഈ വസ്തു മറ്റുള്ളവർക്കും ലഭിക്കുന്നതാണല്ലോ.''

''നീ വല്ലാതെ ആകസ്മികതകളെ കൂട്ടുപിടിക്കുന്നില്ലേ?'' ദേബ്റ ചോദിച്ചു.

''ആകസ്മികതകകൾ എന്നും സംഭവിക്കുന്നതാണ്. ഒരു ശരാശരി ജൂറിക്ക് അവരുടെ സ്വന്തം അനുഭവത്തിൽനിന്നും അത്തരം അരഡസൻ ആകസ്മികതകളെങ്കിലും ഓർത്തെടുക്കാനാകും. ഇതുവരെയുള്ള യാഥാർത്ഥ്യങ്ങൾ വച്ച് നടത്താവുന്ന വ്യാഖ്യാനം സാലിയെ പരിചയമുള്ള ആരോ ജാലകത്തിലൂടെ അകത്ത് കയറി അവളെ വധിച്ചു എന്നാണ്. അയാൾ കോണി ഉപയോഗിച്ചിട്ടുണ്ടാകാം. ഇല്ലായിരിക്കാം. ചുമരിൽ പാടുകളുണ്ടായിരുന്നു. എന്തോ ഉരസിയ പാടുകൾ. ആരോ പുകക്കുഴലിലൂടെ വഴുതിയിറങ്ങിയതുപോലെയുള്ള പാടുകൾ. മിക്കവാറും താഴേക്കെത്താറായപ്പോൾ അയാൾക്ക് അതിന്മേലുള്ള പിടി വിട്ടതുപോലെയുള്ള പാടുകൾ. പൊലീസ് ഇതെല്ലാം കണക്കിലെടുത്തിരിക്കും. എന്നാൽ ആ ഉരസലിന്റെ പാടുകൾ എപ്പോഴുണ്ടായതാണെന്ന് അവരെങ്ങനെ തെളിയിക്കും എന്നെനിക്കറിയില്ല. ഇതിനു മുമ്പും ഒരുപക്ഷേ സാലി അതുവഴി പലരേയും ക്ഷണിച്ച് വരുത്തിയിട്ടുണ്ടാകാം. വിചിത്രമായി തോന്നുന്നു. എനിക്കതൊന്നും വിശ്വസിക്കാനാകുന്നില്ല. അതവളുടെ സ്വഭാവമായി തോന്നിയിട്ടില്ല. നമുക്കെല്ലാം വേണ്ടി അങ്ങനെയായിരുന്നെങ്കിൽ എന്ന് വിശ്വസിക്കണം എന്നെനിക്കുണ്ട്. പക്ഷേ എനിക്കതിനാകില്ല. എനിക്ക് സാലിയെ ഇഷ്ടമല്ലായിരുന്നു. എന്നാൽ അവൾ ലൈംഗികമായി അച്ചടക്കമില്ലാത്തവളായിരുന്നു എന്ന് എനിക്ക് തോന്നിയിട്ടില്ല. ആ പാവത്തിന്റെ മാനത്തെ അപമാനിച്ച് എനിക്ക് സുരക്ഷിതയാകണ്ട. പ്രത്യേകിച്ചും അവളെ പ്രതിരോധിക്കാൻ ഇപ്പോൾ അവളില്ലാത്തപ്പോൾ.''

''അക്കാര്യത്തിൽ, അവളെക്കുറിച്ചുള്ള ഈ അഭിപ്രായത്തിൽ എനിക്കും യോജിപ്പുണ്ട്.'' ഫെലിക്സ് പറഞ്ഞു. ''എന്നാൽ ആ ഇൻസ്പെക്ടർക്ക് മുന്നിൽ ചെന്ന് നീ ഇങ്ങനെ അഭിപ്രായപ്പെടരുത് എന്നേ ഞാൻ പറയൂ. അയാൾ സാലിയെക്കുറിച്ച് സ്വന്തമായ മനശ്ശാസ്ത്ര വിശകലനങ്ങളിലെത്തട്ടെ. നമ്മൾ ശാന്തരായാൽ വായടച്ച് പിടിച്ചാൽ ആ അന്വേഷണമൊക്കെ അമ്പേ പരാജയപ്പെടും. ആ ഉറക്കഗുളികയാണേറ്റവും വലിയ അപകടകാരി. ആ കുപ്പി ഒളിപ്പിച്ചത്

ഈ രണ്ട് സംഭവങ്ങളേയും ബന്ധപ്പെടുത്തുന്നു. മരുന്ന് നിന്റെ കോപ്പയിലാണിട്ടതെങ്കിലും ഈ രണ്ട് സംഭവങ്ങളേയും അത് ബന്ധപ്പെടുത്തുന്നു. അത് ചെയ്തത് ആരുമാകാം.''

''ഞാനുമാകാം.''

''അതെ. നീയുമാകാം. സാലിയാകാം. നിന്നെ പ്രകോപിപ്പിക്കാനായാകാം ആ കോപ്പ തന്നെ അവൾ തിരഞ്ഞെടുത്തത്. അവളാണത് ചെയ്തത് എന്നാണെനിക്ക് തോന്നുന്നത്. തന്റെ കൊക്കോയിൻ അവൾ ആ മരുന്നിട്ടത് ചില കുടിലലക്ഷ്യങ്ങളോടെയാകും. അല്ലാതെ നല്ലൊരു ഉറക്കത്തിനു വേണ്ടിയാകില്ല. അതാകട്ടെ, മരണകാരണമാകാനുള്ള അത്രയളവിലൊന്നും ചേർത്തിരുന്നില്ല.''

''അങ്ങനെയെങ്കിൽ ആ കുപ്പി ഒളിപ്പിച്ചതെന്തിനാ?''

''അതൊന്നുകിൽ ഈ മരുന്നുപയോഗവും കൊലപാതകവും തമ്മിൽ ബന്ധമുണ്ടെന്ന് കരുതിയ ആരെങ്കിലും ഒളിപ്പിച്ചതാകും അല്ലെങ്കിൽ അങ്ങനെയൊരു ബന്ധമില്ല എന്നറിയാവുന്ന ഒരാൾ നിന്റെ വീട്ടുകാരെ സമ്മർദ്ദത്തിലാക്കാനായി ചെയ്തതാകും. ആദ്യത്തേതാണെങ്കിൽ അയാൾ അത് തെറ്റിദ്ധാരണകൊണ്ട് ചെയ്തതാണ്. നിന്റെ പേരാണതൊളിപ്പിച്ചിരുന്നിടത്ത് അടയാളപ്പെടുത്തിയിരുന്നത് എന്നതിനർത്ഥം ആ വ്യക്തി നിന്നിൽ കുറ്റം ആരോപിക്കപ്പെടുന്നത് കാണാനാഗ്രഹിച്ചിരുന്നു എന്നാണ്. അത് നിനക്ക്, ഇനി മുതലെങ്കിലും സന്തോഷം നൽകുന്ന ഒരു ചിന്തയാകട്ടെ.''

അവരപ്പോൾ ലിറ്റിൽ ചാഡ്ഫ്ളീറ്റ് കുന്നിനു മുകളിലെത്തിയിരുന്നു. അവർക്ക് കീഴെ ഗ്രാമം കാണാം. മാർടിൻഗേലിന്റെ പുകക്കുഴലുകൾ വലിയ മരങ്ങളേക്കാൾ ഉയരത്തിൽ എഴുന്നുനില്ക്കുന്നത് കാണാം. ആ യാത്ര പാതി മാത്രം അടക്കി നിർത്തിയ പിരിമുറുക്കവും ഭയവും വീട്ടിലേക്ക് തിരിച്ചെത്താറായപ്പോൾ അവരിൽ മടങ്ങിയെത്തിതുടങ്ങി.

''അവർ ഈ കുറ്റകൃത്യത്തിന്റെ വിശദാംശങ്ങൾ കണ്ടെത്തിയില്ലെങ്കിൽ പിന്നെ ഞങ്ങൾക്ക് സന്തോഷമായി മാർടിൻഗേലിൽ ജീവിക്കാനാകും എന്ന് നീ കരുതുന്നുണ്ടോ? സത്യം അറിയണം എന്ന ആഗ്രഹം നിനക്കുമില്ലേ? സ്റ്റീഫനല്ലെങ്കിൽ ഞാനാണത് ചെയ്തതെന്ന് നീ എപ്പോഴെങ്കിലും നിന്നെ സ്വയം ബോധ്യപ്പെടുത്തിയിട്ടുണ്ടോ?''

''നീയോ? ഈ കൈകൾകൊണ്ടും വിരൽനഖങ്ങൾകൊണ്ടുമല്ല. അവളുടെ കഴുത്തിൽ നല്ല കരുത്തുപയോഗിച്ചിട്ടുണ്ടായിരുന്നു എന്ന് നീ ശ്രദ്ധിച്ചില്ലേ. കഴുത്തിൽ രക്തം കട്ട പിടിച്ചിരുന്നു. വീർത്തിരുന്നു. പക്ഷേ അവിടെ മുറിവുകളോ പോറലുകളോ ഉണ്ടായിരുന്നില്ല. സ്റ്റീഫൻ ഒരു സാധ്യതയാണ്. സ്റ്റീഫൻ മാത്രമല്ല, കാതറിൻ, നിന്റെ

അമ്മ, മാർത്ത എന്നിവരും സാധ്യതകളാണ്. ഞാനുമതെ. സംശയിക്കുന്നവരുടെ ആധിക്യമാണിപ്പോൾ നമ്മളെ സംരക്ഷിച്ച് നിർത്തുന്നത്. ഡൽഗ്ലീഷ് തന്നെ തിരഞ്ഞെടുക്കട്ടെ. തെളിയിക്കപ്പെടാത്ത കുറ്റകൃത്യം കാരണം മാർടിൻഗേലിൽ ജീവിക്കാനാകാതെ വരിക എന്നതിനെക്കുറിച്ചാണെങ്കിൽ എന്റെ അഭിപ്രായത്തിൽ ആ വീട്ടിൽ കഴിഞ്ഞ മുന്നൂറു വർഷത്തിനുള്ളിൽ പല അക്രമങ്ങളും അരങ്ങേറിയിട്ടുണ്ടാകും എന്നെനിക്ക് ഊഹിക്കാനാകുന്നുണ്ട്. നിന്റെ എല്ലാ പൂർവ്വികരും അടുക്കും ചിട്ടയുമുള്ള ജീവിതമൊന്നുമല്ല നയിച്ചിരുന്നത്. എല്ലാവരും പുരോഹിതരുടെ സഹായത്തോടെയാകില്ല മരിച്ചതും. ഇരുന്നൂറ് വർഷം കഴിഞ്ഞാൽ സാലി ജപ്പിന്റെ മരണവും ഒരു കഥയാകും. നിന്റെ പേരക്കുട്ടികളുടെ പേരക്കുട്ടികളെ ഭയപ്പെടുത്താൻ ഉപയോഗിക്കുന്ന അനേകം കഥകളിൽ ഒന്ന്. അതല്ല നിനക്ക് മാർടിൻഗേൽ സഹിക്കാനാകാതായാൽ ഗ്രീനിച്ച് എന്നും തുറന്ന് കിടപ്പുണ്ടാകും. അത് പറഞ്ഞ് നിന്നെ ഇനിയും ഞാൻ മുഷിപ്പിക്കുന്നില്ല. പക്ഷേ എന്റെ മനസ്സിൽ എന്താണെന്ന് നിനക്കറിയാമല്ലോ.''

അയാളുടെ സ്വരത്തിൽ ഒരു വികാരവുമുണ്ടായിരുന്നില്ല. കൈകൾ സ്റ്റിയറിങ്ങിൽ തന്നെ തങ്ങിക്കിടന്നു. കണ്ണുകൾ വഴിയിലും. അയാൾ വണ്ടിയോടിക്കുന്നതിൽ ശ്രദ്ധിച്ചു. അവളെന്താണ് ചിന്തിക്കുന്നത് എന്ന് മനസ്സിലായതുപോലെ അയാൾ തുടർന്നു.

''അതാലോചിച്ച് നീ വിഷമിക്കണ്ട. എനിക്കാകാവുന്നതിലും അധികം ഞാൻ ഇനി കാര്യങ്ങൾ സങ്കീർണ്ണമാക്കില്ല. എന്റെ താത്പര്യത്തെ തെറ്റിദ്ധരിച്ചുള്ള യാതൊരു പ്രവർത്തനവും വേണ്ട.''

'നിനക്ക് എന്നെ വേണോ ഫെലിക്സ്. പ്രത്യേകിച്ചും ഞാൻ ഓടിയകലുമ്പോൾ?''

''എന്തിനാണിങ്ങനെ നാടകീയമാക്കുന്നത്? കഴിഞ്ഞ പത്ത് വർഷങ്ങളായി നമ്മൾ എന്താണ് ചെയ്തുകൊണ്ടിരിക്കുന്നത്? മാർടിൻഗേലിൽ നിന്ന് രക്ഷപ്പെടാനായി ഒരു വിവാഹം എന്ന നിലയിലാണാലോചിക്കുന്നതെങ്കിൽ ആ ബലിദാനം അത്ര ഉപകാരപ്രദമായില്ല എന്ന തോന്നൽ വന്നേക്കാം. നമ്മൾ കാനിങ്ങ്ബറി വിട്ടപ്പോൾ ഡൽഗ്ലീഷിനേയും അയാളുടെ ഒരു സഹായിയിലേക്കും കടന്ന് നീങ്ങുകയുണ്ടായി. അവരും നമ്മൾ നടത്തിയ അതേ ശ്രമങ്ങൾക്ക് പുറകെയാണെന്നാണെനിക്ക് തോന്നുന്നത്. പ്രോക്ടറെക്കുറിച്ചുള്ള നിന്റെ ചിന്താഗതികൾ തെറ്റാകണം എന്നില്ല.''

അവർ വണ്ടിയിൽ നിന്നിറങ്ങി ഹാളിന്റെ തണുപ്പിലേക്ക് കയറി. കാതറിൻ ബവേഴ്സ് അപ്പോൾ ഗോവണി കയറുന്നുണ്ടായിരുന്നു. അവളുടെ കൈയിൽ ലിനൻ തുണികൊണ്ട് മറച്ച് ഒരു തളികയുണ്ട്. സൈമൺ മാക്സിയെ പരിചരിക്കുമ്പോൾ അവൾ ധരിക്കാറുള്ള

അതേ നൈലോൺ ഉടുപ്പിലാണവൾ. അത് ലളിതമാണ്, ആ ജോലിക്കനുയോജ്യമാണ്. തന്റേതെന്ന് നമ്മൾ കരുതുന്ന ജോലി മറ്റൊരാൾ അതിനിപുണതയോടെ, പരസ്യമായി ചെയ്യുന്നത് കാണുക അത്ര രസകരമല്ല. അതിനാൽ തന്നെ തന്നിൽ അരിച്ചെത്തിയ വികാരമൂർച്ഛയും കോപവും എന്തുകൊണ്ടുത്ഭവിച്ചു എന്ന് ദേബ്റ മനസ്സിലാക്കി. അതൊളിപ്പിക്കാനൊരു ശ്രമം നടത്തി. അതിനായി ആത്മവിശ്വാസത്തിന്റെ അസാധാരണമായ ഒരു പൊട്ടിത്തെറി നടത്തി.

''ആ ശവസംസ്കാര ചടങ്ങുകൾ ഭീകരമായിരുന്നു അല്ലേ കാതറിൻ? അവിടെ നിന്ന് ഞാനും ഫെലിക്സും ഓടിപ്പോയതിനെന്നോട് ക്ഷമിക്കണേ. ഞങ്ങൾ പ്രോക്ടറെ വീട്ടിൽ കൊണ്ടുപോയി വിട്ടു. എന്തുകൊണ്ടെന്നറിയില്ല ഈ കൊലപാതകം ക്രൂരനായ ആ അമ്മാവൻ കാരണമാണെന്ന് എനിക്ക് തോന്നി.''

കാതറിനതിൽ മതിപ്പൊന്നുമുണ്ടായില്ല.

''രണ്ടാം തവണയും എന്നെ ചോദ്യം ചെയ്തപ്പോൾ ഞാൻ ഇൻസ്പെക്ടറോട് ആ അമ്മാവനെക്കുറിച്ച് തിരക്കിയിരുന്നു. പ്രോക്ടറാകില്ല സാലിയെ കൊന്നത് എന്ന കാര്യത്തിൽ പൊലീസിനു തൃപ്തി തോന്നുന്നു എന്നാണപ്പോൾ അയാൾ പറഞ്ഞത്. അതെന്തുകൊണ്ട് എന്ന് വിശദീകരിച്ചതുമില്ല. ആ ജോലിയൊക്കെ അയാൾതന്നെ ചെയ്യേണ്ടതാണെന്ന് എനിക്കറിയാം. അതല്ലാതെ ഇവിടെ ധാരാളം ജോലികൾ നമുക്കുണ്ടല്ലോ.''

അവൾ തന്റെ ജോലിയുമായി മുന്നോട്ട് പോയി. അവൾ പോകുന്നത് കണ്ട ദേബ്റ ''ഞാൻ നിഷ്ഠുരയാകാം. ധർമ്മചിന്തയില്ലാത്തവളാകാം. പക്ഷേ, മാർടിൻഗേലിലുള്ള ആരെങ്കിലുമാണ് സാലിയെ കൊന്നതെങ്കിൽ അത് കാതറിനാകണേ എന്നാണെന്റെ ആഗ്രഹം.''

''അതിനു സാധ്യതയില്ല, അല്ലേ?'' ഫെലിക്സ് ചോദിച്ചു. ''അവൾക്ക് ഒരു കൊലപാതകം നടത്താനുള്ള പ്രാപ്തിയുള്ളതായി എനിക്ക് തോന്നുന്നില്ല.''

''ബാക്കി നമുക്കൊക്കെയുണ്ട് എന്ന് അല്ലേ അമ്മയ്ക്കടക്കം.''

''അവർ പ്രത്യേകിച്ചും. അവർക്കത് അനാവശ്യമായി തോന്നിയിട്ടുണ്ടാകും എന്നാണെന്റെ ചിന്ത.''

''എനിക്കത് വിശ്വസിക്കാനാകുന്നില്ല.'' ദേബ്റ പറഞ്ഞു. ''അത് സത്യമാണെങ്കിൽതന്നെ, പൊലീസ് മാർടിൻഗേൽ ഉഴുതുമറിച്ചപ്പോഴും മിസ് ലിഡലിനേയും ഡെറെക് പല്ലനേയും പോലെയുള്ളവരെ സംശയിച്ചപ്പോഴും അവരൊന്നും പറഞ്ഞില്ല എന്നത് ശ്രദ്ധിച്ചുവോ?''

''ഇല്ല.'' ഫെലിക്സ് തലയാട്ടി.

''എനിക്കങ്ങനെ കാണാനാകുന്നില്ല.''

ഏഴ്

1

നെസ്സിങ്ങ്ഫോഡ് തെരുവിലാണ് റോസ് കോട്ടേജ്. പതിനെട്ടാം നൂറ്റാണ്ടിന്റെ അവസാനത്തിൽ പണിതതും തൊഴിലാളികൾ താമസിച്ചിരുന്നതുമായ ഒന്ന്. അതിനതിന്റേതായ ബാഹ്യവശ്യതകളുണ്ട്. പൗരാണികതയുമുണ്ട്. അതിനാൽ അതിലെ കടന്നുപോകുന്ന യാത്രികളുടെ കണ്ണ് അതിലുടക്കും. പല്ലൻ കുടുംബത്തിന്റെ കൈകളിൽ ആയിരം വീടുകളുടെ മാതൃകയുണ്ട്. പ്ലാസ്റ്റർ ഓഫ് പാരീസുകൊണ്ട് നിർമ്മിച്ച ഒരു വലിയ അൽസേഷ്യൻ നായയുടെ രൂപമുണ്ട്. അതാണ് മുൻവശത്തെ ജാലകത്തിൽ സ്ഥാപിച്ചിരിക്കുന്നത്. അതിനു പുറകിൽ പർദ്ദകൾ നീലറിബ്ബൺ കൊണ്ട് കെട്ടിയൊതുക്കിയിരിക്കുന്നു. മുൻവശത്തെ വാതിൽ സ്വീകരണമുറിയിലേക്കാണ് തുറക്കുന്നത്. ആധുനിക അലങ്കാരങ്ങളോട് പല്ലൻകുടുംബത്തിനുള്ള ആകർഷണം ഇവിടെ അമിതമായിരിക്കുന്നു. അതുകൊണ്ട് അലോസരപ്പെടുത്തുന്നതുമായിരിക്കുന്നു. ഒരു ചുമരിൽ ഇളംചുവപ്പ് നിറമുള്ള നക്ഷത്രങ്ങളുള്ള വാൾപേപ്പർ ഒട്ടിച്ചിരിക്കുന്നു. നീല കലർന്ന കറുത്ത നിറമാണാ നക്ഷത്രങ്ങൾക്ക് പശ്ചാത്തലം. അതിനെതിരെയുള്ള ചുമരിൽ അതിനോട് യോജിക്കുന്ന ഇളംചുവപ്പ് ചായമടിച്ചിട്ടുണ്ട്. കസേരകൾക്ക് നീലവരയുള്ള തുണികൊണ്ട് ആവരണങ്ങളിട്ടിരിക്കുന്നു. അത് ആ വാൾപേപ്പറിനോട് യോജിക്കാനായി തിരഞ്ഞെടുത്തതാണെന്ന് വ്യക്തം. ഇളംചുവപ്പ് നിറമുള്ള പരവതാനിയാണ് വിരിച്ചിരിക്കുന്നത്. അഴുക്ക് പുരണ്ട കാലുകൾ വന്നും പോയുമിരുന്നതിന്റെ ക്ലേശങ്ങളെല്ലാം ആ പരവതാനിയിൽ കാണാം. അവിടെ വൃത്തിയുള്ളത് ഒന്നുമില്ല. ദീർഘകാലം നിലനില്ക്കുന്ന തരത്തിൽ ഒന്നുമില്ല. ലളിതമായി, സത്യസന്ധമായി ഒന്നുമില്ല. എല്ലാം കൂടി തനിക്ക് വിഷണ്ണതയുണ്ടാക്കുന്നോ എന്ന് ഡൽഗ്ലീഷിനു തോന്നി.

ഡെറെക് പല്ലനും അമ്മയും വീട്ടിലുണ്ടായിരുന്നു. കൊലപാതക അന്വേഷണത്തിലായിരിക്കുന്ന പൊലീസ് ഓഫീസർമാർ വീട്ടിൽ കയറിവന്നതിന്റെ പരിഭ്രാന്തിയൊന്നും ശ്രീമതി പല്ലൻ കാണിച്ചില്ല.

ദീർഘകാലമായി അവരെ താൻ കാത്തിരിക്കുകയായിരുന്നു എന്ന മട്ടിലായിരുന്നു അവരുടെ സ്വാഗതം. അവർ പലതും സംസാരിച്ചു. വാക്കുകൾ പരസ്പരം കൂട്ടിമുട്ടി തകർന്ന് വീഴുന്നതായി തോന്നി. ‘‘കാണാനായതിൽ സന്തോഷമുണ്ട്. തന്റെ സഹോദരനും ഒരു പൊലീസ് കോൺസ്റ്റബിളാണ്. ഒരു പക്ഷേ നിങ്ങളും കേട്ടിരിക്കും. ബാർകിങ്ങ്ടയിൽ ജോ പല്ലനെപ്പറ്റി കേട്ടിരിക്കും. പൊലീസിനോടെപ്പോഴും സത്യം പറയുന്നത് തന്നെയാണ് നല്ലത്. ഇവിടെ എനിക്കെന്തെങ്കിലും പറയാനുണ്ടെന്നല്ല അതിനർത്ഥം. പാവം ശ്രീമതി മാക്സി... മിസ് ലിഡൽ ഈ വിവരമറിയിച്ചപ്പോൾ തനിക്കത് വിശ്വസിക്കാനായില്ല. വീട്ടിലെത്തിയയുടൻ വിവരം ഡെറെക്കിനോട് പറഞ്ഞു. അവളും അതൊക്കെ അർഹിക്കുന്നയായിരുന്നു എന്ന കാര്യത്തിൽ സംശയമില്ല. മാന്യനായ ഒരു പുരുഷന് സൗഹൃദത്തിലാകാൻ കൊതിക്കുന്ന സ്ത്രീയൊന്നുമല്ല അവൾ. മാക്സി കുടുംബത്തെക്കുറിച്ച് എപ്പോഴും അഭിമാനമുണ്ട്. വൈഷമ്യങ്ങൾ ചോദിച്ച് വാങ്ങുന്നവളായിരുന്നു അവൾ.’’ അവർ സംസാരിച്ചുകൊണ്ടേയിരുന്നു. അപ്പോൾ അവരുടെ വിളറിയ കണ്ണുകൾ ഡൽഗ്ലീഷിന്റെ മുഖത്തായിരുന്നു. എന്നാൽ ഡൽഗ്ലീഷിന്റെ മുഖഭാവമൊന്നും വായിച്ചെടുക്കാൻ അവർക്കാകുന്നുണ്ടായിരുന്നില്ല. അവർക്ക് പുറകിൽ മകൻ നില്പുണ്ടായിരുന്നു. ഒഴിച്ചുകൂടാനാകാത്തവയെ സ്വീകരിക്കാൻ തയ്യാറായി നില്പുണ്ടായിരുന്നു.

വിവാഹാഭ്യർത്ഥനയെക്കുറിച്ച് പല്ലൻ ശനിയാഴ്ച രാത്രി തന്നെ അറിഞ്ഞിരുന്നു. അത് പൊലീസ് നേരത്തെ തിട്ടപ്പെടുത്തിയതുമായിരുന്നു. അന്നത്തെ സായാഹ്നത്തിൽ അയാൾ സ്ട്രാറ്റ്ഫോഡിലെ തിയറ്റർ റോയലിലുണ്ടായിരുന്നു. ഓഫീസിലെ ഒരു സംഘത്തിനൊപ്പം. പെരുന്നാളിനയാൾ വന്നിരുന്നില്ല.

സംസാരപ്രിയയായ ശ്രീമതി പല്ലനെ അവിടെ നിന്ന് പിരിച്ചുവിടാനും അടുക്കളയിലേക്ക് പറഞ്ഞയയ്ക്കാനും ഡൽഗ്ലീഷ് കുറേ ബുദ്ധിമുട്ടി. അയാൾക്ക് മകൻ പല്ലനോട് സംസാരിക്കണമായിരുന്നു. ഉത്തരങ്ങൾ അയാളിൽനിന്നും വേണമായിരുന്നു. അവസാനം മകൻ പല്ലൻ തന്നെ ഇടപെടുകയും അമ്മയോട് അവരെ സംസാരിക്കാൻ അനുവദിക്കണം എന്ന് ഇത്തിരി കോപത്തോടെ ആവശ്യപ്പെടുകയും ചെയ്തു. അയാളും ഈ സന്ദർശനം പ്രതീക്ഷിച്ചിരിപ്പായിരുന്നു. ഡൽഗ്ലീഷും മാർടിനും അവരുടെ വരവറിയിച്ചപ്പോൾ അയാൾ തന്റെ കസേരയിൽ നിന്നെഴുന്നേറ്റു. ദയനീയമായ ധീരതയോടെ അവരെ അഭിമുഖീകരിക്കാൻ തയ്യാറെടുത്തു. അതുവരെ അയാൾ സംഭരിച്ചിരുന്ന ധീരതയൊക്കെ ഈ കാത്തിരിപ്പ് കാലത്തേക്ക് മാത്രം ഉപകാരപ്രദമായി. വളരെ സൗമ്യതയോടെയാണ് ഡൽഗ്ലീഷ് അയാളുമായി ഇടപഴകിയത്. ഒരു മകനോട് സംസാരിക്കുന്നതുപോലെയാണ് സംസാരിച്ചത്. ഈ വിദ്യ ഇതിനു മുമ്പും ഫലപ്രദമായി ഉപയോഗിക്കപ്പെടുന്നത് മാർടിൻ കണ്ടിട്ടുണ്ട്. പിരിമുറുക്കമുള്ളവരിലും അമിത

വൈകാരികതയുള്ളവരിലും ഉപയോഗിക്കുന്ന ഒരു സൂത്രമാണത്. പ്രത്യേകിച്ചും അവരിൽ കുറ്റബോധം നിറഞ്ഞ് നില്പുണ്ടെങ്കിൽ. ഈ കുറ്റബോധം എന്നതൊരു രസകരമായ സംഗതിയാണ്, മാർടിൻ കരുതി. ഈ പയ്യനെ ഒന്നുമ്മവയ്ക്കാനും ആലിംഗനം ചെയ്യാനുമായിട്ടായിരിക്കും അതിനു മാത്രമായിരിക്കും, സാലി ജപ്പിന്റെയരികിൽ പോയത്. എന്നാൽ യഥാർത്ഥ കുറ്റവാളിയെ കണ്ടെത്തുന്നതുവരെ ഇനി ഇവനിൽ നിന്ന് ഭയം ഒഴിയുകയില്ല. ഇവന്റെ മനസ്സിനൊരു ശാന്തി ലഭിക്കുകയില്ല. അതല്ലെങ്കിൽ ഇവൻ കൊലപാതകിയാകാനും സാധ്യതയുണ്ട്. അങ്ങനെയാണെങ്കിൽ ഭയം മൂലം കുറച്ച് കാലം കൂടി ഇവന്റെ വായ് അടഞ്ഞ് തന്നെ കിടക്കും. പക്ഷേ അവസാനം അവനത് ഇനിയും അടക്കിപ്പിടിക്കാനാകാതാകും. അധികം താമസിയാത, ക്ഷമാശീലനും വികാരങ്ങളൊന്നും പ്രകടമാക്കാത്തവനും സർവ്വവ്യാപിയുമായ ഡൽഗ്ലീഷിൽ ഇവൻ തന്റെ ആത്മാവ് കൊതിച്ചിരുന്ന കുമ്പസാരത്തിനുതകുന്ന പിതാവിനെ കാണും. അപ്പോൾ ഒരു ചുരുക്കെഴുത്തുകാരൻ അവന്റെ മൊഴികൾ രേഖപ്പെടുത്താനുള്ള വേഗം മതിയാകാതെ വരും. ഒരു മനുഷ്യനെ അവസാനം ചതിക്കുന്നത് അവന്റെ മനസ്സ് തന്നെയാണ്. മറ്റാരേക്കാളും നന്നായി ഇതറിയാവുന്ന വ്യക്തിയാണ് ഡൽഗ്ലീഷ്. അത്രയൊന്നും വൈകാരികതയില്ലാത്ത സർജന്റ് മാർടിൻ പോലും ഈ ഡിറ്റക്ടീവിന്റെ പണി അത്ര സുന്ദരമൊന്നുമല്ല എന്ന് ചിന്തിച്ച നിമിഷങ്ങളുണ്ട്.

എന്നാൽ ഇതുവരെയുള്ള ചോദ്യം ചെയ്യലിൽ പല്ലൻ പിടിച്ച് നിന്നിട്ടുണ്ട്. ശനിയാഴ്ച രാത്രി മാർടിൻഗേലിനു മുന്നിലൂടെ താൻ നടന്ന് പോയിട്ടുണ്ട് എന്നയാൾ സമ്മതിച്ചു. അയാൾ ഒരു പരീക്ഷയ്ക്കുള്ള തയ്യാറെടുപ്പിലായിരുന്നു. ഉറങ്ങുന്നതിനു മുമ്പ് കുറച്ച് ശുദ്ധവായുവാകാം എന്ന് കരുതി. ഒന്നിറങ്ങി നടന്നു. അമ്മയോട് ചോദിച്ചാലും ഇതുതന്നെ പറയും. അയാൾ സാലിയുടെ മുറിയിൽ നിന്നും കണ്ടെത്തിയ ഒരു വെനിസ്വേലയിൽ നിന്നുള്ള എൻവലപ്പെടുത്തു. മുഖത്ത് കണ്ണടവച്ചു. അതിലെഴുതിയിരിക്കുന്നത് വായിച്ചു. ആ കൈയക്ഷരം തന്റേതാണെന്ന് സമ്മതിച്ചു. ദക്ഷിണ അമേരിക്കയിൽ നിന്നുള്ള ഒരു തൂലികാസുഹൃത്തിൽ നിന്നാണയാൾക്ക് ഈ എൻവപ്പ് ലഭിച്ചത്. അതിൽ അയാൾ സാലി ജപ്പിനെ കണ്ട സമയം കുറിച്ചിടാൻ തുടങ്ങി. അത് അവൾക്ക് എപ്പോൾ നല്കി എന്നൊന്നും ഓർമ്മയില്ല. എന്നാൽ അതിൽ കാണുന്ന തിയതികൾ കഴിഞ്ഞ മാസം അവർ നേരിൽ കണ്ടതെപ്പോഴൊക്കെ എന്ന് കാണിക്കുന്നു.

‘‘അവൾ മുറി അകത്തുനിന്നടച്ച്, പുകക്കുഴൽ വഴി നിന്നെ കാണാനെത്താറുണ്ട് അല്ലേ?’’ ഡൽഗ്ലീഷ് ചോദിച്ചു. ‘‘അവളോട് വിശ്വാസവഞ്ചന ചെയ്യുകയാണെന്നൊന്നും ഭയക്കണ്ട. ആ പുകക്കുഴലിൽ അവളുടെ കൈയടയാളം ഞങ്ങൾ കണ്ടു. അങ്ങനെ പരസ്പരം കാണുമ്പോൾ എന്താണ് സംഭവിക്കാറുള്ളത്?’’

‘‘ഒന്ന് രണ്ട് തവണ ഞങ്ങളൊന്നിച്ച് ഉദ്യാനത്തിൽ ഉലാത്താനിറങ്ങി. മിക്കപ്പോഴും അവളുടെ മുറിക്കെതിരിലുള്ള ആ പഴയ കുതിരാലയത്തിൽ ചെന്നിരിക്കാറാണ് പതിവ്. അവിടെയിരുന്ന് സംസാരിക്കും.’’ ഡൽഗ്ലീഷിന്റെ മുഖത്തൊരു അവിശ്വാസം പ്രത്യക്ഷപ്പെട്ടുവോ എന്നവൻ ശങ്കിച്ചു. അവനൊന്ന് ലജ്ജിച്ചു. എന്നിട്ട് പ്രതിരോധിക്കുന്നതുപോലെ ‘‘ഞങ്ങൾ ലൈംഗിക ബന്ധത്തിലേർപ്പെട്ടിട്ടുണ്ടാകും എന്നാണ് ചിന്തിക്കുന്നതെങ്കിൽ അതുണ്ടായിട്ടില്ല. പൊലീസുകാർക്കൊക്കെ വികൃതമായ മനസ്സുകൾ വളർത്തിയെടുക്കേണ്ടത് ആവശ്യമാകാം. എന്തായാലും അവൾ അത്തരക്കാരിയായിരുന്നില്ല.’’

‘‘പിന്നെ അവൾ എത്തരക്കാരിയായിരുന്നു. നിങ്ങളെന്തൊക്കെയാണ് സംസാരിക്കാറുള്ളത്?’’

‘‘എന്തും. എല്ലാം. അവളുടെ പ്രായത്തിലുള്ളവരെ അപേക്ഷിച്ച് അവൾ ഏകാകിയായിരുന്നു. സെയ്ന്റ് മേരീസിലായിരുന്നപ്പോൾ അവൾ ഒട്ടും സന്തോഷവതിയായിരുന്നില്ല. എന്നാലും അവിടെ ഒന്നിച്ച് ചിരിക്കാൻ മറ്റ് യുവതികളെങ്കിലുമുണ്ടായിരുന്നു. നന്നായി അനുകരിക്കാനറിയാമായിരുന്നു അവൾക്ക്. ചിലപ്പോൾ അവൾ മിസ് ലിഡലിന്റെ സ്വരമെടുക്കും അവൾ തന്റെ വീടിനെക്കുറിച്ചും സംസാരിക്കാറുണ്ട്. യുദ്ധത്തിൽ അവളുടെ മാതാപിതാക്കൾ കൊല്ലപ്പെട്ടു. അവർ ജീവനോടെയുണ്ടായിരുന്നെങ്കിൽ അവളുടെ ജീവിതം തന്നെ മറ്റൊരു വിധത്തിലാകുമായിരുന്നു. അവളുടെ പിതാവ് സർവ്വകലാശാലയിലാണ് ജോലി ചെയ്തിരുന്നത്. മാതാപിതാക്കളുണ്ടായിരുന്നെങ്കിൽ അമ്മായിയുടെ വീട്ടിൽ അന്തരീക്ഷത്തിൽ നിന്നും തീർത്തും വ്യത്യസ്തമായ സാഹചര്യത്തിലും അന്തരീക്ഷത്തിലും അവൾ വളരുമായിരുന്നു. സംസ്കാരസമ്പന്നമായ... എല്ലാംകൊണ്ടും വ്യത്യസ്തം.’’

ഭാവനകൾക്ക് വ്യായാമം നല്കുന്ന പ്രകൃതക്കാരിയായിരുന്നു സാലി ജപ്പ് എന്ന് ഡൽഗ്ലീഷ് കരുതി. ഡെറെക് പല്ലനിൽ അവൾ നല്ലൊരു ശ്രോതാവിനെ കണ്ടെത്തി. എന്നാൽ പല്ലൻ ഇപ്പോൾ പറയുന്നതിലും അധികം ഈ സമാഗമങ്ങളിൽ സംഭവിക്കുന്നുണ്ട്. ആ യുവതി ഈ യുവാവിനെ മറ്റെന്തൊക്കെയോ ആവശ്യങ്ങൾക്കായി ഉപയോഗിക്കുന്നുണ്ടായിരുന്നു. അതെന്താകും?

‘‘മരിച്ചതിനു തൊട്ടുമുമ്പുള്ള വ്യാഴാഴ്ച അവൾ ലണ്ടനിലേക്ക് പോയപ്പോൾ കുഞ്ഞിനെ നിങ്ങളല്ലേ നോക്കിയത്?’’

അത് വെറുതെ ഒരു ശ്രമമായിരുന്നു. എന്നാൽ ഡൽഗ്ലീഷിനതറിയാം എന്ന കാര്യത്തിൽ പല്ലനൊരു അത്ഭുതവും തോന്നിയില്ല.

‘‘അതെ. ഞാൻ തന്നെയാണത് ചെയ്തത്. ഞാനിവിടെയൊരു സർക്കാർ ഓഫീസിലാണ് ജോലി ചെയ്യുന്നത്. ഇടയ്ക്ക് അവധിയെടുക്കാറുണ്ട്. അവൾക്ക് പട്ടണത്തിലേക്ക് പോകേണ്ടതുണ്ടെന്ന് സാലി പറഞ്ഞു. എന്തുകൊണ്ട് പോയിക്കൂടാ എന്ന് ഞാൻ ചോദിച്ചു.

അവൾക്ക് എന്തൊക്കെയോ വാങ്ങാനുണ്ട് എന്നാണ് ഞാൻ കരുതിയത്. അമ്മമാരൊക്കെ ചെയ്യുന്നതല്ലേ അത്?''

''സാലി തന്റെ കുഞ്ഞിനെ മാർടിൻഗേലിൽ നിർത്തിയില്ല എന്നത് അത്ഭുതകരമായി തോന്നുന്നു. വിചിത്രമായി തോന്നുന്നു. ശ്രീമതി ബൾടിടാഫ്റ്റ് ആ കുഞ്ഞിനെ നോക്കുമായിരുന്നല്ലോ. വല്ലപ്പോഴുമൊരിക്കലുള്ള കാര്യമല്ലേ, അതിനവർ എതിർപ്പൊന്നും പ്രകടിപ്പിക്കില്ല. ഇങ്ങനെയൊരു രഹസ്യമൊന്നും കാത്ത് സൂക്ഷിക്കേണ്ടതില്ലായിരുന്നു.''

''സാലിക്ക് അതൊരു രഹസ്യമാക്കി വയ്ക്കണമായിരുന്നു. രാത്രി ആരുമറിയാതെ പുറത്തിറങ്ങുന്നതിൽ പാതി ആകർഷണവും ആ രഹസ്യാത്മകതയാണെന്ന് എനിക്ക് തോന്നുന്നു. ചിലപ്പോഴൊക്കെ അവൾക്ക് ആ സമാഗമങ്ങൾ ആസ്വദിക്കാനാകുന്നില്ല എന്നൊരു ചിന്ത എന്നിലുണ്ടാകാറുണ്ട്. അവൾ അപ്പോൾ കുഞ്ഞിനെക്കുറിച്ച് വേവലാതിപ്പെടും. അല്ലെങ്കിൽ ഉറക്കം വരുന്നു എന്നറിയിക്കും. അങ്ങനെ ഇറങ്ങിവന്നതിന്റെ പിറ്റേന്ന് താനത് ചെയ്തു എന്നൊരു സന്തോഷം, ആരുമറിയാതെ ചെയ്തു എന്നതിന്റെ സന്തോഷം അവളിലുണ്ടാകാറുണ്ട്.''

''കണ്ടെത്തപ്പെട്ടാൽ അത് ഇരുവർക്കും ബുദ്ധിമുട്ടുകളുണ്ടാക്കും എന്ന് എപ്പോഴെങ്കിലും അവളോട് പറഞ്ഞിട്ടുണ്ടോ?''

''അതെന്നെ എങ്ങനെ ബാധിക്കും എന്നെനിക്കറിയില്ല.''

''നിങ്ങൾ സത്യത്തിലുള്ളതിനേക്കാൾ ലളിതവത്കരിക്കാനുള്ള ശ്രമത്തിലാണിപ്പോൾ എന്നെനിക്ക് തോന്നുന്നു. നിങ്ങളും സാലിജപ്പും തമ്മിൽ പ്രണയത്തിലായിരുന്നില്ല എന്ന് വിശ്വസിക്കാൻ ഞാൻ ഒരുക്കമാണ്. മറ്റുള്ളവർ പറയുന്നത് സത്യമാണെന്ന് വിശ്വസിക്കാനിഷ്ടപ്പെടുന്നവനാണ് ഞാൻ. പ്രത്യേകിച്ചും അതൊക്കെ എനിക്കറിയാവുന്നവയുമൊത്ത് ചേർത്ത് നിർത്താനാകുമ്പോൾ. എന്നാൽ മറ്റുള്ള എല്ലാവരും ഇതുപോലെയാകും എന്ന് പ്രതീക്ഷിക്കാൻ നിങ്ങൾക്കാകില്ല. ഇവിടെ കാണുന്ന യാഥാർത്ഥ്യങ്ങൾ ആവശ്യപ്പെടുന്ന ചില വിശകലനങ്ങളുണ്ട്. ഏറ്റവും പ്രകടമായവ. മിക്കവാറും എല്ലാവരും അതിനെ ആ രീതിയിലേ കാണുകയുമുള്ളൂ. പ്രത്യേകിച്ചും ഇപ്പോഴത്തെ സാഹചര്യങ്ങളിൽ.''

''അത് ശരിയാണ്. അവൾക്ക് അച്ഛനാരാണെന്ന് വെളിപ്പെടുത്താത്ത ഒരു കുഞ്ഞുണ്ട് എന്നതിനാൽതന്നെ അവൾ അതികാമാർത്തിയായ ഒരു സ്ത്രീയാകണം.'' അയാൾ ബോധപൂർവ്വമാണ് അങ്ങനെയൊരു പരാമർശം നടത്തിയത്. ഇതുവരെ താനിക്കറിയാത്തതും ഈയിടെ പഠിച്ചെടുത്തതുമായ ഒരു വാക്കാണതെന്ന മട്ടിൽ.

''ഈ വാക്കുകളുടെ അർത്ഥമെന്താണെന്ന് ആർക്കൊക്കെ അറിയും എന്നത്ഭുതപ്പെടുകയായിരുന്നു ഞാൻ. ഒരുപക്ഷേ ജനങ്ങളുടേത്

വികൃതമായ മനസ്സാകും. എന്നാൽ ഈ വികൃതതയെ മിക്കപ്പോഴും ന്യായീകരിക്കപ്പെടുന്നു എന്നതാണത്ഭുതം. മാർടിൻഗേലിൽനിന്നും ഒളിഞ്ഞിരിക്കാൻ ആ കുതിരാലയം ഉപയോഗിച്ചിരുന്ന സാലി ജപ്പ് നിങ്ങളോടും നീതിയാണോ കാണിച്ചിരുന്നത് എന്ന് ചോദിച്ചാൽ അല്ല എന്നായിരിക്കും എന്റെ ഉത്തരം. നിങ്ങളും അതിനെക്കുറിച്ച് ചിന്തിച്ചിട്ടുണ്ടാകുമല്ലോ അല്ലേ?''

''ഉവ്വ്. ചിന്തിച്ചിട്ടുണ്ട്.'' അയാൾ അസന്തുഷ്ടിയോടെ മുഖം തിരിച്ചു. ഡൽഗ്ലീഷ് കാത്തിരുന്നു. വിശദീകരിക്കാൻ ബാക്കിയായി ഇനിയും എന്തൊക്കെയോ ഉണ്ട് എന്നയാൾ കരുതി. എന്നാൽ പല്ലൻ തന്റെ സ്വന്തം ലോകത്തിൽ വിശദീകരിക്കാൻ വാക്കുകളില്ലാത്ത ലോകത്തിൽ അകപ്പെട്ടിരിക്കുന്നു. തനിക്കറിയാവുന്ന ആ പെണ്ണിനെക്കുറിച്ച് എങ്ങനെ വിശദീകരിക്കണം എന്ന വൈഷ്യമൃത്താൽ പരവശനായിരിക്കുന്നു. ജീവനുള്ളവളും സന്തോഷമുള്ളവളും ബുദ്ധിശൂന്യയെന്ന് വിളിക്കാവുന്നിടത്തോളം സാഹസികയായവളുമായ തന്റെ സുഹൃത്തിനെക്കുറിച്ച് എങ്ങനെ വിശദമാക്കണം? അതും അവളെ ഇതുവരെ കണ്ടിട്ടില്ലാത്ത ഈ രണ്ട് ഓഫീസർമാരോട്? ആ വൈഷമ്യം പെട്ടെന്ന് മനസ്സിലാക്കപ്പെട്ടു. ഒരു ജൂറിക്ക് മുന്നിൽ പല്ലന്റെ കഥകൾ എന്ത് പ്രഭാവമുണ്ടാക്കും എന്നയാൾക്കറിയില്ല. എന്നാൽ സുന്ദരിയും യുവതിയും ഇപ്പോൾ ഈ ലോകത്തിലില്ലാത്തവളുമായ സാലി ജപ്പ് എന്നും രാത്രി, തന്റെ കുഞ്ഞിനെ തനിച്ചാക്കി, ഡെറെക് പല്ലനുമൊത്ത് ബൗദ്ധിക വ്യായാമത്തിന്റെ ആനന്ദത്തിനായി കുറച്ച് നേരം തന്റെ കിടപ്പറയിൽ നിന്നിറങ്ങിപ്പോകാറുണ്ടായിരുന്നു എന്ന സത്യം, ആ പന്ത്രണ്ട് മാന്യന്മാരെ ബോധ്യപ്പെടുത്തേണ്ടത് തന്റെ കടമയല്ല.

''തനിക്ക് ആരെയെങ്കിലും ഭയമുണ്ടെന്നോ തനിക്കൊരു ശത്രുവുണ്ടെന്നോ സാലി ജപ്പ് എപ്പോഴെങ്കിലും പറയുകയുണ്ടായിട്ടുണ്ടോ?''

''ഇല്ല. ശത്രുക്കളുണ്ടാകാൻ മാത്രം പ്രാധാന്യമുള്ളവളൊന്നുമായിരുന്നില്ല അവൾ.''

ശനിയാഴ്ച രാത്രി വരെ ആയിരുന്നില്ല എന്നു പറയാം. ഡൽഗ്ലീഷ് ആത്മഗതം പൂണ്ടു.

''കുഞ്ഞിനെക്കുറിച്ച് അവൾ എന്തെങ്കിലും പറയാറുണ്ടായിരുന്നോ? അവന്റെ അച്ഛനെക്കുറിച്ചോ മറ്റോ?''

''ഇല്ല.'' അയാൾ തന്റെ ഭീതിയെ അടക്കാൻ പഠിച്ചിരിക്കുന്നു. എങ്കിലും ആ സ്വരം വിഷണ്ണമായിരുന്നു.

''ആ വ്യാഴാഴ്ച എന്തിനാണവൾ ലണ്ടനിലേക്ക് പോയത് എന്ന് പറഞ്ഞിരുന്നോ?''

''ഇല്ല. ജിമ്മിയെ കാട്ടിൽ ഉന്തിനടന്ന് വയ്യാതായി, തനിക്കൊന്ന് ഗ്രാമത്തിൽനിന്നും പുറത്ത് പോകണം എന്നാണവൾ എന്നോട് പറഞ്ഞത്. അതുകൊണ്ട് കുറച്ച് സമയം ജിമ്മിയെ ഒന്ന് ശ്രദ്ധിക്കണമെന്ന്.

ലിവർപൂൾ സ്ട്രീറ്റ് സ്റ്റേഷനിൽ വച്ച് അവനെ കൈമാറാം എന്ന ധാരണ യിലെത്തി. അവനെ ഉന്തിനടക്കാൻ ഉപയോഗിക്കുന്ന മടക്കുന്ന വണ്ടി അവൾ കൊണ്ടുവന്നു. ഞാനവനെ സെയ്ന്റ് ജെയിംസ് പാർക്കി ലേക്ക് കൊണ്ടുപോയി. വൈകുന്നേരമായപ്പോൾ അവനെ തിരിച്ചേ ല്പിച്ചു. ഞങ്ങൾ ഒന്നിച്ചല്ല മടങ്ങിയത്. ഒന്നിച്ച് മടങ്ങി ഗ്രാമവാസി കൾക്ക് വെറുതെ സംസാരിക്കാനുള്ള അവസരം നല്കാൻ ഞങ്ങൾ തയ്യാറല്ലായിരുന്നു.''

''അവൾക്ക് നിങ്ങളോട് പ്രണയം തോന്നിത്തുടങ്ങുന്നു എന്നെ പ്പോഴെങ്കിലും കരുതിയിട്ടുണ്ടോ?''

''അവൾക്കതില്ല എന്ന് എനിക്ക് നല്ല ഉറപ്പുണ്ടായിരുന്നു.'' ഡൽ ഗ്ലീഷിന്റെ കണ്ണിലേക്ക് നോക്കിയാണയാൾ അത് പറഞ്ഞത്. ഒന്ന് സ്പർശിക്കാൻപോലും അവൾ അനുവദിക്കില്ലായിരുന്നു എന്ന് ആത്മവിശ്വാസത്തോടെ കൂട്ടിച്ചേർത്തു.

ഡൽഗ്ലീഷ് കുറച്ച് സമയം കൂടി കാത്തു. പിന്നെ ശാന്തതയോടെ ''ഇത് നിങ്ങൾ സാധാരണ ധരിക്കാറുള്ള കണ്ണടയല്ല. ആ പഴയ കണ്ണടയ്ക്കെന്ത് പറ്റി?'' എന്ന് ചോദിച്ചു.

അയാൾ അത് മൂക്കിൻതുമ്പിൽ നിന്നും വലിച്ചു പറിച്ചെടുത്തു. കൈകൾ ആ ലെൻസുകൾക്ക് മുകളിൽ വച്ചു. ദയനീയമായിരുന്നു അപ്പോൾ അയാളുടെ മുഖഭാവം. പെട്ടെന്നാണയാൾ തന്റെ ഭാവ മാറ്റത്തിന്റെ പ്രാധാന്യം തിരിച്ചറിഞ്ഞത്. അയാൾ കീശയിൽ നിന്നും ഉറുമാലെടുത്ത് കണ്ണട തുടയ്ക്കാൻ തുടങ്ങി.

കണ്ണട തിരിച്ച് വയ്ക്കുമ്പോൾ അയാളുടെ കൈ വിറയ്ക്കുന്നു ണ്ടായിരുന്നു. അത് മൂക്കിൻതുമ്പിൽ ചരിഞ്ഞിരുന്നു. അയാളുടെ സ്വരത്തിൽ ഭീതി നിഴലിച്ചു.

''നഷ്ടപ്പെട്ടു. അതായത്...പൊട്ടിപ്പോയി... നന്നാക്കണം.''

''കണ്ണിനു മുകളിൽ ആ പാട് വന്നപ്പോഴാണോ അത് പൊട്ടിയത്?''

''അതെ. ഒരു മരത്തിൽ ഇടിച്ചതാണ്.''

''അതെ. ഇവിടെ പലയിടത്തുമുള്ള വൃക്ഷങ്ങൾ അപകടകാരി കളാണ്. ഡോക്ടർ മാക്സിയുടെ വിരൽസന്ധി ഒരു മരത്തിലുരസി എന്നയാൾ എന്നോട് പറയുകയുണ്ടായി. അതേ മരത്തിൽ തന്നെ യാണോ നിങ്ങളുടെ മുഖമിടിച്ചതും?''

''ഡോക്ടർ മാക്സിയുടെ പ്രശ്നവും എന്റേതും തമ്മിൽ യാതൊരു ബന്ധവുമില്ല. നിങ്ങൾ എന്താണുദ്ദേശിച്ചതെന്ന് എനിക്കറിയില്ല.''

''മനസ്സിലാകുന്നുണ്ടെന്നാണെനിക്ക് തോന്നുന്നത്.''

ഡൽഗ്ലീഷ് ശാന്തത കൈവിട്ടില്ല. ''നമ്മൾ തമ്മിൽ സംസാരിച്ച തൊക്കെ ഒന്ന് മനസ്സിരുത്തി ആലോചിക്കണം. അതിനുശേഷം അതൊരു പ്രസ്താവമായി ഒപ്പിട്ട് തരണം. തിരക്കൊന്നുമില്ല. ഞങ്ങൾക്ക്

കാണണം എന്ന് തോന്നിയാൽ എവിടെ വന്നാൽ നിങ്ങളുണ്ടാകും എന്ന് ഞങ്ങൾക്കറിയാം.''

''അച്ഛൻ വരുമ്പോൾ അദ്ദേഹവുമൊത്തും സംസാരിച്ചോളൂ. നിങ്ങൾ ഇരുവരിൽ ആർക്കെങ്കിലും എന്നെ കാണണമെന്ന് തോന്നിയാൽ അറിയിക്കൂ. ഒരു കാര്യം മാത്രം ഓർത്തിരിക്കണം. ആരോ സാലിയെ കൊന്നു. അത് നിങ്ങളല്ലെങ്കിൽ പിന്നെ നിങ്ങൾക്ക് ഭയക്കാനൊന്നുമില്ല. രണ്ടായാലും നിങ്ങൾക്കറിയാവുന്നത് ഞങ്ങളോട് പറയാനുള്ള ധൈര്യം കാണിക്കും എന്ന് ഞാൻ പ്രതീക്ഷിക്കുന്നു.'' അയാൾ കുറച്ച് സമയം കാത്തു. പല്ലൻ അയാളെ തുറിച്ച് നോക്കി ഇരിക്കുകയായിരുന്നു. ആ നോട്ടത്തിൽ നിശ്ചയദാർഢ്യത്തിനൊപ്പം ഭയവുമുണ്ട്. ഒരു നിമിഷത്തിനു ശേഷം ഡൽഗ്ലീഷ് മാർടിനോട് നമുക്കിറങ്ങാം എന്ന് പറഞ്ഞു.

അരമണിക്കൂർ കഴിഞ്ഞപ്പോൾ മാർടിൻഗേലിലെ ഫോൺ ശബ്ദിച്ചു. ദേബ്റ അപ്പോൾ ഹാളിലൂടെ തന്റെ പിതാവിനുള്ള തളികയുമായി പോകുകയായിരുന്നു. അത് ഒരു കയ്യിൽ അരക്കെട്ടിലമർത്തി പിടിച്ച് റിസീവറെടുത്തു ഒരു നിമിഷത്തിനകം അവൾ ആ സ്വീകരണമുറിയാകെ പരതി.

''നിനക്കാണ് സ്റ്റീഫൻ ഫോൺ. ഡെറെക് പല്ലനാണ്.''

ഏതാനും മണിക്കൂർ നേരത്തേക്ക് മാത്രമായാണ് സ്റ്റീഫൻ കയറി വന്നത്. അവിചാരിതമായിരുന്നു ഈ യാത്ര. അയാൾ തലയുയർത്തിയില്ല. എന്നാൽ അയാളുടെ കൺചലനങ്ങൾ പെട്ടെന്ന് നിന്നതും മുഖത്തൊരു പിരിമുറുക്കം പ്രത്യക്ഷപ്പെട്ടതും ദേബ്റയുടെ കണ്ണിൽ നിന്നും രക്ഷപ്പെട്ടില്ല.

''ദൈവമേ, എന്താണയാൾക്കാവശ്യമാവോ?''

''അയാൾക്ക് നിന്നെ വേണം. അസ്വസ്ഥമാണയാളുടെ സ്വരം.''

''ഞാൻ തിരക്കിലാണെന്ന് പറഞ്ഞോളൂ ദേബ്.''

ദേബ്റ ആ സന്ദേശം കൈമാറി. സഭ്യതയുടെ, ഉപചാരത്തിന്റെ സാദൃശ്യമുള്ള വാക്കുകളിലേക്ക് വിവർത്തനം ചെയ്ത് കൈമാറി. അപ്പുറത്തുനിന്നുള്ള സ്വരം അതിനോടൊട്ടും യോജിച്ചില്ല. ദേബ്റ കാതിൽനിന്നും ഫോൺ മാറ്റി വച്ചു. ചില സ്വരങ്ങളുണ്ടാക്കി. അവൾക്ക് ഭ്രാന്തമായ രീതിയിൽ ചിരിക്കണമെന്ന് തോന്നി. ഈയിടെയായി അതിനൊരു അവസരം ലഭിക്കാറില്ല. അവൾ തന്റെ ജോലിയുമായി മുന്നോട്ട് നീങ്ങി.

''നീ ഫോണെടുക്കുന്നതാണ് നല്ലത് സ്റ്റീഫൻ. അയാൾ വല്ലാത്ത പരിഭ്രമത്തിലാണെന്ന് തോന്നുന്നു. എന്താണ് നിനക്ക് അയാളുമായി ഇടപാട്? അയാൾക്കരികിൽ പൊലീസെത്തിയിരുന്നു എന്നൊക്കെ പറയുന്നു.''

''അത്രയേയുള്ളൂ? അയാൾക്കരികിൽ മാത്രമല്ല. എന്നോടൊപ്പം അവറ് ആറുമണിക്കൂറുണ്ടായിരുന്നു എന്ന് പറഞ്ഞേക്ക്. എന്നിട്ടും അവസാനിച്ചിട്ടില്ല എന്നും. വായടച്ച് പിടിക്കണം എന്നറിയിച്ചേക്ക്. വെറുതെ വിടുവായത്തം അരുതെന്നും.''

''ഇതൊക്കെ നിനക്ക് തന്നെ നേരിട്ടങ്ങ് പറഞ്ഞുകൂടേ?'' ദേബ്റ സഹോദരിയായി. ''ഞാൻ നിന്റെ പരിചാരികയൊന്നുമല്ലല്ലോ. അയാളുടേതൊട്ടുമല്ല.''

സ്റ്റീഫൻ ശപിച്ചു. ഫോണിനരികിലേക്ക് നീങ്ങി. തന്റെ കൈവശമുള്ള തളിക താഴെ വീഴാതിരിക്കാൻ ദേബ്റ ശ്രമിച്ചു. സ്റ്റീഫൻ പൊട്ടിത്തെറിക്കുന്നത് അവൾ കേട്ടു.

''ശരി. ശരി. നിനക്ക് വേണമെങ്കിൽ പറഞ്ഞോളൂ. ഞാൻ നിന്നെ തടയുന്നില്ല. അവർ ചിലപ്പോൾ ഈ സംഭാഷണവും കേൾക്കുന്നുണ്ടാകും. ഇല്ല. ഞാനതിലില്ല... എന്തായാലും അത് നിന്നെ പ്രഭാവപ്പെടുത്തേണ്ടതില്ല... നീ മാന്യനാണല്ലോ... അല്ലേ.... എന്റെ പ്രിയ ചങ്ങാതി... നീ അവരോട് എന്ത് പറയുന്നു എന്നത് എന്റെ പ്രശ്നമല്ല. അതെപ്പോൾ എങ്ങനെ പറയുന്നു എന്നതും എന്റെ പ്രശ്നമല്ല. ദൈവത്തെയോർത്ത് ഇതൊന്നും പറഞ്ഞ് എന്നെ മുഷിപ്പിക്കരുത്. ശരി. ഗുഡ് ബൈ.''

ദേബ്റ അവിടെ നിന്ന് നീങ്ങി. സ്റ്റീഫനും ഞാനും വളരെ അകന്നിരിക്കുന്നു. ഇന്ന് വേണമെങ്കിൽ എനിക്കവനോട് മുഖത്ത് നോക്കി നീയ്യാണോ സാലിയെ കൊന്നത് എന്ന് ചോദിക്കാം. അതിന്റെ ഉത്തരം എന്താകും എന്ന് വേവലാതിപ്പെടാതെ ചോദിക്കാം. അവൾ കരുതി.

2

ആംസിലെ ചെറിയ മുറിയിലായിരുന്നു ഡൽഗ്ലീഷും മാർടിനും. ഒരു ധാരാളിത്തത്തിന്റെ അവസ്ഥയിൽ. ദരിദ്രമായ ഒരു ഭക്ഷണത്തിനു ശേഷം വരുന്ന സംതൃപ്തിയില്ലായ്മയുടെ ധാരാളിത്തം.

ശ്രീമതി പിഗ്ഗോട്ടും അവരുടെ ഭർത്താവും ചേർന്ന് നടത്തുന്ന സത്രമാണത്. ശ്രീമതി പിഗ്ഗോട്ട് പാചകകലയിൽ അതിനിപുണയാണെന്നാണവരോട് പറഞ്ഞിരുന്നത്. പല യാത്രികളുടേയും കാതിൽ ഇങ്ങനെയൊരു വാർത്ത എത്തിയിരുന്നു. അതവർക്ക് ബുദ്ധിചാപല്യങ്ങൾ വരുത്തുന്നതിനു കാരണമായി. മാർടിനായിരിക്കും ഇതിൽ ഏറ്റവും പീഡിതൻ എന്ന് കരുതപ്പെടേണ്ടതാണ്. ഫ്രാൻസിലും ഇറ്റലിയിലും അയാൾ യുദ്ധസേവനത്തിനായി പോയിട്ടുള്ളതാണ്. അന്ന് ഭൂഖണ്ഡത്തിലെ രുചിവൈവിധ്യങ്ങൾ അറിഞ്ഞിട്ടുള്ളതാണ്. ഇന്നും പലപ്പോഴും അവധിയാഘോഷത്തിന്റെ ഭാഗമായി അയാൾ വിദേശയാത്രകൾ നടത്താറുണ്ട്. അയാളുടെ ഒഴിവുസമയവും കീശയിൽ

ബാക്കി വരുന്ന കാശും ഇതിനായാണ് ചിലവിടുന്നത്. അയാളും ഉല്ലാസവതിയായ അയാളുടെ ഭാര്യയും യാത്രാപ്രിയരാണ്. യൂറോപ്പിന്റെ ഏത് മൂലയിൽ ചെന്നാലും അയാളുടെ നിപുണതകൾ മനസ്സിലാക്കപ്പെടുകയും സഹിക്കപ്പെടുകയും ചെയ്യുമെന്നും അതിനാവശ്യമുള്ള ഭക്ഷണം ലഭിക്കുമെന്നും അയാൾക്ക് ഉറപ്പുണ്ട്. ആശ്ചര്യമെന്ന് പറയട്ടെ, ഇതുവരെ അവർ നിരാശരായിട്ടില്ല. അങ്ങനെയൊരു യാത്രയിൽ ലഭിച്ച വിഭവങ്ങളെക്കുറിച്ചോർക്കുകയായിരുന്നു മാർടിൻ അപ്പോൾ. ഡൽഗ്ലീഷിന്റെ ആവശ്യങ്ങൾ കൂടുതൽ ലളിതമാണ്. കൃത്യവുമാണ്. ലളിതമായി, ശരിയായി പാചകം ചെയ്ത ഇംഗ്ലീഷ് ഭക്ഷണത്തിനോടാണയാൾക്ക് താത്പര്യം.

സൂപ്പുകൾ പാചകം ചെയ്യുമ്പോൾ എല്ലാ വൈഷമ്യങ്ങളേയും തരണം ചെയ്യുന്നവളാണ് ശ്രീമതി പിഗ്ഗോട്ട് എന്നാണ് ഖ്യാതി. പാക്കറ്റിലാക്കി വരുന്ന ചേരുവകൾ കട്ടപിടിക്കാതെ ഇളക്കിച്ചേർക്കുന്ന കാര്യത്തിൽ ഇത് തീർത്തും ശരിയാണ്. പല രുചികളും അവർ പരീക്ഷിച്ചിട്ടുമുണ്ട്. ഇന്നത്തേത് ഓറഞ്ച് നിറമുള്ള തക്കാളിയും ചുവപ്പ് കലർന്ന തവിട്ടുനിറമുള്ള പശുവിന്റേയോ കാളയുടെയും വാലിൽ നിന്നെടുത്ത ഇറച്ചിയുമായിരുന്നു. പരസഹായമില്ലാതെ തന്നെ സ്പൂൺ അതിനു മുകളിൽ കിടക്കും. മുങ്ങിപ്പോകാതെ കിടക്കും. അത്രയ്ക്ക് കട്ടിയുണ്ടായിരുന്നു അതിന്. കാഴ്ചയ്ക്ക് നല്ല രുചിയുണ്ടായിരുന്നു അതിന്. സൂപ്പിനു ശേഷം മട്ടൺ ചാപ്സ്. അത് പുഴുങ്ങിയ ഉരുളക്കിഴങ്ങിനു മുകളിൽ കലാപരമായി ഉയർന്ന് കിടന്നു. പിന്നെ തിളങ്ങുന്ന പയറുമുണ്ട്. അവയ്ക്ക് പക്ഷേ സോയയുടെ രുചിയായിരുന്നു എന്നുമാത്രം. പച്ചനിറമുള്ള ഒരു വസ്തു വേറെയുണ്ട്. അറിയപ്പെടുന്ന ഏതെങ്കിലും പച്ചക്കറിയുമായി അതിനു ബന്ധമില്ല. എന്തൊക്കെയോ കൊത്തിയരിഞ്ഞ് ഒരു ചാറിൽ വേവിച്ചെടുത്തിരിക്കുന്നു. ഭക്ഷണശേഷം ആപ്പിളും ബ്ലാക്ക്കറന്റ് എന്ന പഴവുമുണ്ടായിരുന്നു. രണ്ടിനേയും പാസ്ട്രി രൂപത്തിലാക്കാൻ ശ്രമം നടത്തിയിരിക്കുകയായിരുന്നു. അവ ശ്രീമതി പിഗ്ഗോട്ട് ഒരു തളികയിൽ അലങ്കരിച്ച് വച്ചിരിക്കുന്നു. അതിൽ കസ്റ്റാർഡ് ധാരാളമായി അലങ്കരിക്കാനുപയോഗിച്ചിട്ടുണ്ട്.

ഈ രുചി ഭീകരതകളിൽനിന്നും മനസ്സിനെ വലിച്ചെടുക്കാൻ മാർടിൻ തന്നാലാകുന്നവിധത്തിൽ ശ്രമിച്ചുകൊണ്ടിരുന്നു. ഔദ്യോഗികമായി കൈകാര്യം ചെയ്യേണ്ടുന്ന കാര്യങ്ങളിൽ ശ്രദ്ധ കേന്ദ്രീകരിക്കാൻ.

''ഡോക്ടർ മാക്സി ആ കോണിയെടുത്ത് മുകളിലേക്ക് കയറുന്നതിനായി ഹെർണെയുടെ സഹായം തേടി എന്നത് വിചിത്രമായി തോന്നുന്നു. നല്ല കരുത്തുള്ള ഒരു മനുഷ്യനൊറ്റയ്ക്ക് ചെയ്യാവുന്നതല്ലേ ഉണ്ടായിരുന്നുള്ളൂ അത്. പുറകിലെ ഗോവണി ഉപയോഗിച്ചാൽ ആ കുതിരാലയത്തിലേക്ക് പെട്ടെന്നെത്താനുമാകും. പകരം മാക്സി ആദ്യം ഹെർണെയെ തിരഞ്ഞിറങ്ങി. ശവം കണ്ടെത്തുമ്പോൾ

അയാൾക്ക് ഒരു സാക്ഷിയെക്കൂടി ആവശ്യമുണ്ടായിരുന്നു എന്ന തുപോലെയാണത്.''

''അതും സാധ്യമാണ്. അയാളല്ല ആ പെൺകുട്ടിയെ കൊന്ന തെങ്കിലും അവിടെ സംഭവിക്കുന്നതിനൊരു സാക്ഷിയുണ്ടാകുന്നത് നല്ലതാണെന്ന് അയാൾ കരുതിയിട്ടുണ്ടാകും. മാത്രമല്ല അയാളുടെ വേഷം അപ്പോൾ പൈജാമയും ഗൗണുമായിരുന്നു. കോണി കയ റാനും ജാലകത്തിലൂടെ അകത്ത് കടക്കാനുമൊന്നും അനുയോജ്യ മല്ലാത്ത വസ്ത്രം.''

''ഡോക്ടർ മാക്സി പറഞ്ഞതൊക്കെ ഒരു പരിധിവരെ സാം ബൊകോക്കും ആവർത്തിച്ചിട്ടുണ്ട്. മരണസമയം വ്യക്തമാകുന്നത് വരെ അതിനു വലിയ അർത്ഥമുണ്ടെന്നല്ല ഞാൻ പറയുന്നത്. പക്ഷേ അയാൾ പറഞ്ഞ ചിലതെല്ലാം സത്യമാണെന്നാണത് കാണിക്കുന്നത്.''

''മാക്സി കുടുംബം പറഞ്ഞതെന്തും സാം ബൊകോക്ക് ആവർ ത്തിക്കും. പ്രതിഭാഗം വക്കീലിനൊരു വലിയ സമ്മാനമാകും ആ മനുഷ്യൻ. അധികമൊന്നും സംസാരിക്കാതിരിക്കുക എന്നൊരു സ്വാഭാവിക പ്രകൃതം സമ്മാനമായി ലഭിച്ചിരിക്കുന്നവനാണയാൾ. അതിലുപരി മാക്സി കുടുംബം നിഷ്കളങ്കരാണെന്ന അയാളുടെ വിശ്വാസത്തെ യാതൊരു വിധത്തിലും തകർക്കാനാകില്ല എന്ന് വിശ്വസിക്കുന്നവനുമാണ്. ''അവർ, ആ വീട്ടിലുള്ളവർ, നല്ല മനു ഷ്യരാണ്'' എന്നയാൾ പറഞ്ഞത് കേട്ടില്ലേ. വളരെ ലളിതവും സത്യ സന്ധവുമായ ഒരു പ്രസ്താവം. ദൈവം നേരിട്ട് വന്ന് തെളിവ് നിര ത്തിയാലും അയാൾ ഇതേ വാക്കുകൾ ആവർത്തിക്കും. ഒന്നിനും അയാളെ ഭയപ്പെടുത്താനാകില്ല.''

''അയാൾ സത്യസന്ധനായ ഒരു സാക്ഷിയാണെന്നാണ് ഞാൻ കരുതിയത് സർ.''

''അതെ. നിങ്ങൾ അങ്ങനെ തന്നെയാണ് കരുതിയത് മാർടിൻ. വിചിത്രമായ ആ നോട്ടം അയാൾ എനിക്ക് സമ്മാനിച്ചില്ലെങ്കിൽ ഞാനും അയാളെ കൂടുതൽ ഇഷ്ടപ്പെടുമായിരുന്നു. പാതി സന്തോഷ ത്തിലും പാതി കരുണയോടേയും ഒരു നോട്ടം. നാട്ടിൻപുറത്തു നിന്നും വരുന്ന വൃദ്ധരിൽ അത്തരത്തിലൊരു നോട്ടം ഞാൻ കണ്ടി ട്ടുണ്ട്. നിങ്ങളും നാട്ടിൻപുറത്തുകാരനാണല്ലോ. അതിനെ ഒരുപക്ഷേ നിങ്ങൾക്ക് വിശദീകരിക്കാനായേക്കും.'

മാർടിനതിനാകും എന്നുറപ്പ്. എന്നാൽ അയാളുടെ പ്രകൃതത്തിൽ വകതിരിവിനായിരുന്നു സാമർത്ഥ്യത്തിനേക്കാൾ, വീര്യത്തിനേക്കാൾ മുൻതൂക്കം.

''സംഗീതപ്രിയനാണയാൾ എന്ന തോന്നലുണ്ടായി. അയാളുടെ കൈവശമുള്ള ആ റെക്കോഡ് പ്ലെയർ മികച്ചതായിരുന്നു. എന്നാൽ

ഒരു കോട്ടേജിൽ ഒരു ഹൈഫൈ ഉപകരണം അങ്ങനെ നോക്കുന്നത് കണ്ടപ്പോൾ രസകരമായി തോന്നി.''

ആ റെക്കോഡ് പ്ലെയറും അതിനു ചുറ്റിലുമുള്ള റെക്കോഡുകളുടെ ഷെൽഫും ആ കോട്ടേജുമായി താരതമ്യം ചെയ്യുമ്പോൾ ഒരു പൊരുത്തമില്ലായ്മ നല്കുന്നു. അവിടെയുള്ള ബാക്കി മിക്കവാറും എല്ലാതിനും വലിയ പൈതൃകകഥകൾ പറയാനുണ്ട്. സാധാരണ നാട്ടിൻപുറത്തുകാർ ശുദ്ധവായുവിനോടെത്ര പ്രിയം കാണിക്കുന്നോ അത് ബൊകോക്കും പങ്കുവയ്ക്കുന്നുണ്ടെന്ന് തോന്നി. ചെറിയ രണ്ട് ജാലകങ്ങളുള്ളത് അടഞ്ഞ് കിടക്കുന്നു. അടുത്ത കാലത്തൊന്നും അത് തുറന്നതായി സങ്കല്പിക്കാനാകുന്നില്ല. മറ്റേതോ യുഗത്തിൽ നിന്നുള്ളതും വാടിയതും നിറം മങ്ങിയതുമായ റോസാപ്പൂക്കളാണ് അതിനകത്തെ വാൾപേപ്പറിലുണ്ടായിരുന്നത്. ഒന്നാംലോക മഹായുദ്ധകാലത്തെ സമ്മാനങ്ങൾ അവിടവിടെയായി, അടുക്കും ചിട്ടയുമില്ലാതെ കൊളുത്തിയിട്ടിരിക്കുന്നു. അതിൽ കുതിരപ്പുറത്തുള്ള ഏതാനും സൈനികർ, മെഡലുകൾ ചില്ലിട്ട് സൂക്ഷിച്ചിരിക്കുന്നത്, ജോർജ്ജ് അഞ്ചാമൻ രാജാവിന്റേയും റാണിയുടേയും ഒരു ഛായാചിത്രം എന്നിവയുമുണ്ട്. പിന്നെ കുടുംബ ഫോട്ടോഗ്രാഫുകളുണ്ട്. അതിലുള്ളവർ തമ്മിൽ തമ്മിലുള്ള ബന്ധം നിങ്ങൾ സന്ദർശകർ കണ്ടെത്തിക്കോളൂ എന്ന മട്ടിലാണവ നിരത്തിയിരിക്കുന്നത്. വലിയ കൃതാവുള്ള ഗൗരവപ്രകൃതനായ യുവാവും അയാളുടെ എഡ്വേഡിയൻ വധുവും ബോകോക്കിന്റെ അച്ഛൻ അല്ലെങ്കിൽ മുത്തച്ഛനാകണം. ഈ ഫോട്ടോയിൽ കാണുന്ന തവിട്ടുനിറത്തിലുള്ള, വട്ടത്തൊപ്പി ധരിച്ച ഗ്രാമീണർക്ക് തന്റെ കുടുംബവുമായി എന്ത് ബന്ധമാണുണ്ടായിരുന്നതെന്ന് അയാൾ ഓർത്തിരിക്കുന്നുണ്ടോ എന്നറിയില്ല. ഞായറാഴ്ച വസ്ത്രങ്ങളിലാണവർ. അവർക്കരികിൽ അവരുടെ ഭാര്യമാരോ പുത്രിമാരോ ഉണ്ട്. നെരിപ്പോടിന്റെ ആവരണത്തിനു മുകളിലാണ് കുറച്ചുകൂടി പുതിയ ഫോട്ടോഗ്രാഫുകൾ സ്ഥാനം പിടിച്ചിരിക്കുന്നത്. തന്റെ ആദ്യ സമ്മാനം എന്ന് തോന്നിപ്പിച്ച പെൺകുതിരയ്ക്ക് മുകളിൽ അഭിമാനത്തോടെ അള്ളിപ്പിടിച്ചിരിക്കുന്ന സ്റ്റീഫൻ മാക്സിയും അയാൾക്കരികിൽ യുവാവായ ബൊകോക്കും. പന്നിവാൽ പോലെ തലമുടി കെട്ടിവച്ച ദേബ്റാ മാക്സി തന്റെ വർണ്ണ റിബൺ വാങ്ങാനായി കുതിരപ്പുറത്തുനിന്ന് കയ്യെത്തിക്കുന്നത്. പഴയതും പുതിയതുമായ പല വസ്തുക്കളുടെ ഈ മിശ്രിതത്തിനു നടുക്കും മുറിയിൽ ഒരു പട്ടാളച്ചിട്ട കാണുന്നുണ്ട്. തന്റെ സ്വകാര്യ വസ്തുക്കൾ സൂക്ഷിക്കുന്നതിൽ ഒരു വൃദ്ധൻപടയാളി കാണിക്കുന്ന പട്ടാള ചിട്ട.

തീർത്തും കുലീനമായി തന്നെയാണ് ബൊകോക്ക് അവരെ സ്വാഗതം ചെയ്തത്. അയാൾ ചായ കുടിച്ചുകൊണ്ടിരിക്കുകയായിരുന്നു. ഒറ്റയ്ക്കാണ് താമസമെങ്കിലും കഴിക്കാനുള്ളതെല്ലാം ഒന്നിച്ച്

മേശപ്പുറത്ത് നിരത്തുക എന്ന സ്ത്രീസ്വഭാവം അയാളിലുണ്ട്. രുചിക്കനുസരിച്ച് ഏത് വേണമെങ്കിലും തിരഞ്ഞെടുക്കാനുള്ള സൗകര്യത്തിനായിരിക്കാം ഇങ്ങനെ ചെയ്യുന്നത്. റൊട്ടി, ജാം, സ്പൂൺ, ബീറ്റ്റൂട്ട് അരിഞ്ഞിട്ട ഒരു ജാർ, സ്പ്രിങ്ങ് ഒനിയൺ, വെള്ളരി എന്നിവയൊക്കെ നിരത്തി വച്ചിരിക്കുന്നു. മേശയ്ക്ക് നടുക്ക് ലെറ്റ്യൂസ് ഒരു പാത്രത്തിലുണ്ട്. വീട്ടിലുണ്ടാക്കിയതെന്ന് വളരെ വ്യക്തമായി മനസ്സിലാകുന്ന കേയ്ക്കുണ്ട്

ബൊാകോക്കിന്റെ മകളെ നെസ്സിങ്ങ്ഫോഡിലുള്ള ഒരു കർഷകനാണ് വിവാഹം കഴിച്ചിരിക്കുന്നതെന്നും അവൾ അച്ഛന്റെ കാര്യങ്ങളിൽ ശ്രദ്ധാലുവാണെന്നും ഡൽഗ്ലീഷ് ഓർത്തു. മകൾ എത്തിച്ചു കൊടുത്തതാകും ഈ കേയ്ക്ക്. ഇതിനു പുറമെ വറുത്ത മീനിന്റെ ഗന്ധം വരുന്നതിൽ നിന്നും അയാൾ അപ്പോൾ അത് അവസാനിപ്പിച്ചിട്ടേയുള്ളൂ എന്ന് മനസ്സിലാക്കാനാകും. അതും കൂടാതെ, ഒരു പാത്രത്തിൽ ഉരുളക്കിഴങ്ങ് വറുത്തതിന്റെ അവശിഷ്ടങ്ങളും കിടപ്പുണ്ട്.

നെരിപ്പോടിനരികിലേക്ക് നീക്കിയിടപ്പെട്ട വലിയ ചാരുകസേരകളിലാണ് ഡൽഗ്ലീഷും മാർടിനും ഇരുന്നത്. ചൂടുള്ള ആ ജൂലായിലും നെരിപ്പോടിൽ തീയുണ്ട്. ചെറിയ തീ. അതിൽനിന്നും വരുന്ന നാളം പുറത്തുനിന്നുള്ള വെയിലിനെ പരാജയപ്പെടുത്താനുള്ള കരുത്തില്ലാത്തതാണ്. അവർക്ക് ബൊാകോക്ക് ചായ കൊടുത്തു. ആതിഥേയന്റെ പ്രാഥമിക മര്യാദ പൂർത്തിയായതിനാൽ ഇനി അവരെന്തിനു വന്നു എന്ന് പ്രസ്താവിക്കേണ്ടതും പ്രഖ്യാപിക്കേണ്ടതും അവരുടെ കടമയാണെന്ന മട്ടിൽ ബൊാകോക്ക് നിശ്ശബ്ദത പാലിച്ചു.

തന്റെ ചായയുമായി മുന്നോട്ട് പോയി. ഇടയ്ക്ക് തന്റെ മെലിഞ്ഞ, തവിട്ട് നിറമുള്ള കൈകൊണ്ട് ഒരു തുണ്ട് റൊട്ടി പൊട്ടിച്ച് ചവച്ചു. അയാളുടെ ഭാഗത്തുനിന്ന് സംസാരം ആരംഭിക്കാനുള്ള ഒരു ശ്രമവുമുണ്ടായില്ല. എന്നാൽ ഡൽഗ്ലീഷ് ചോദിച്ചതിനൊക്കെ മറുപടി പറഞ്ഞു. ആലോചിച്ച് മറുപടി പറഞ്ഞു. അത് അയാൾക്ക് സംസാരത്തിൽ ഒരു താത്പര്യവുമില്ല എന്ന പ്രതീതി വരുത്തി. അല്ലാതെ താൻ സഹകരിക്കാൻ തയ്യാറല്ല എന്നല്ല. അയാൾ അതിനിടയിൽ രണ്ട് പൊലിസുകാരേയും അളന്നെടുക്കുന്നുണ്ടായിരുന്നു. ഇരിപ്പിടത്തിലുള്ള കുതിര രോമങ്ങൾ ഡൽഗ്ലീഷിന്റെ തുടയിൽ കുത്തിത്തറയ്ക്കാൻ തുടങ്ങി. അതിനോടൊപ്പം മുറിക്കകത്തെ ചൂടും കൂടിയായപ്പോൾ അയാൾക്കവിടം അസഹനീയമായി തോന്നി. അയാൾ വിയർക്കുന്നുണ്ടായിരുന്നു. അയാൾ പരിഭ്രമിക്കാനും ക്ഷോഭിക്കാനുമാരംഭിച്ചു.

പതിയെ വന്ന വേദോപദേശം പുതുതായി ഒന്നും കൊണ്ടുവന്നില്ല. അപ്രതീക്ഷിതമായ ഒന്നും കൊണ്ടുവന്നില്ല. അന്ന് രാത്രി സ്റ്റീഫൻ മാക്സി തന്റെ കോട്ടേജിൽ വന്നിരുന്നു. ഒമ്പത് മണിയുടെ വാർത്ത നടക്കുമ്പോഴാണയാൾ വന്നത്. എപ്പോൾ തിരിച്ചുപോയി എന്ന് കൃത്യമായി പറയാനാകില്ല. കുറച്ച് വൈകി എന്നു മാത്രം

ബൊകോക്കിനോർമ്മയുണ്ട്. അതൊരു പക്ഷേ സ്റ്റീഫനറിയാമായിരിക്കും.'' വളരെ വൈകിയിരുന്നോ? ''ഉവ്വ്. പതിനൊന്ന് കഴിഞ്ഞിട്ടുണ്ടായിരുന്നു. അല്ലെങ്കിൽ അതിലും വൈകിയിട്ടുമുണ്ടാകും.''

ഒന്നാലോചിച്ചാൽ കൃത്യസമയം ഊഹിച്ചെടുക്കാനായേക്കും എന്ന് ഡൽഗ്ലീഷ് അഭിപ്രായപ്പെട്ടു. അതിനോട് ബൊകോക്കും യോജിച്ചു. ''അവരെന്തൊക്കെയാണ് സംസാരിച്ചത്?''

''ബീഥോവനെ കേൾക്കുകയായിരുന്നു, അധികവും. സ്റ്റീഫനും അധികം സംസാരിക്കുന്ന പ്രകൃതക്കാരനല്ല.''

താനൊരു വായാടിയാണെന്ന മട്ടിലാണ് ബൊകോക്ക് അത് പറഞ്ഞത്. ലോകം തന്നെ വല്ലാതെ സംസാരിക്കുന്നവരാൽ നിറഞ്ഞതാണെന്ന മട്ടിൽ. പ്രത്യേകിച്ചും പൊലീസുകാർ. അതല്ലാതെ ഒന്നും പുറത്ത് വന്നില്ല. സായാഹ്നത്തിനോടടുത്ത സമയത്തല്ലാതെ സാലിയെ പെരുന്നാളിൽ അയാൾ കണ്ടിട്ടില്ല. ''അപ്പോൾ അവൾ കുഞ്ഞിനേയും കൊണ്ടുവന്നു. അവനെ കുതിരപ്പുറത്ത് കയറ്റി സവാരി ചെയ്യിച്ചു. അതേകദേശം ആറുമണിക്കായിരുന്നു. അപ്പോഴാണ് വേദോപദേശ ക്ലാസിലെ ഒരു വിദ്യാർത്ഥിയുടെ കൈവശമുണ്ടായിരുന്ന ബലൂൺ ഒരു വൃക്ഷത്തിൽ കുടുങ്ങിയത്. സ്റ്റീഫൻ അപ്പോൾ ഒരു കോണിയുമായെത്തി

ആ ബലൂൺ എടുത്തുകൊടുത്തു. സാലി അപ്പോൾ കുഞ്ഞിനെ അവന്റെ വണ്ടിയിലിരുത്തി തള്ളി നടക്കുന്നുണ്ടായിരുന്നു. അവളാണ് കോണി പിടിച്ചു കൊടുത്തതെന്ന് ബൊകോക്ക് ഓർക്കുന്നു. അതല്ലാതെ അവളെ അവിടെ കണ്ട ഓർമ്മകളൊന്നുമില്ല. ജോണി വിൽകോക്സിനെ അയാൾ കണ്ടിരുന്നു. അത് നാലുമണി കഴിഞ്ഞപ്പോഴാണ്. നാലുമണി കഴിഞ്ഞ് ഒരു പത്ത് മിനിറ്റുള്ളപ്പോൾ. അയാൾ ചായ കൊടുത്തുകൊണ്ടിരുന്ന കൂടാരത്തിൽനിന്നും ഒളിച്ച് പോകുന്നത് കണ്ടു. കയ്യിൽ സംശയാസ്പദമായ വിധത്തിൽ ഒരു പൊതിക്കെട്ടുണ്ടായിരുന്നു. വിൽകോക്സിനെ അയാൾ തടഞ്ഞില്ല. അവനൊരു നല്ല പയ്യനാണ്. ആ കുട്ടികൾക്കൊന്നും ചായ കൊടുക്കുന്നിടത്ത് സഹായിയാകാൻ താത്പര്യമില്ലായിരുന്നു. തന്റെ കുട്ടിക്കാലത്ത് താൻ അങ്ങനെയൊന്നുമല്ലായിരുന്നു. നാലരയോടെയാണ് താൻ ആ കൂടാരത്തിനു പുറത്ത് കടന്നത് എന്ന് വിൽകോക്സ് പറഞ്ഞുവെങ്കിൽ സമയത്തിന്റെ കാര്യത്തിൽ അവനു ചെറിയ തെറ്റു പറ്റി എന്നു മാത്രം. അതിലപ്പുറമൊന്നുമില്ല.''

അവനാകെ മുപ്പത് മിനിറ്റ് ജോലി ചെയ്തിട്ടുണ്ടാകില്ല. എന്തുകൊണ്ടാണ് പൊലീസിന് ഈ ജോണി വിൽകോക്സിലും അവന്റെ കുസൃതികളിലും ഇത്ര താത്പര്യം എന്ന ചിന്ത വന്നുവെങ്കിലും അതൊന്നും വൃദ്ധൻ പ്രകടമാക്കിയില്ല. ഡൽഗ്ലീഷിന്റെ എല്ലാ ചോദ്യങ്ങൾക്കും ഒരേ ശാന്തതയോടെ, സമചിത്തതയോടേ മറുപടി നൽകപ്പെട്ടു.

മാക്സിയുടെ വിവാഹാഭ്യർത്ഥനയെക്കുറിച്ച് അയാൾക്ക് ഒന്നുമറിയില്ല. ഗ്രാമത്തിൽനിന്നും അങ്ങനെയൊരു ചർച്ച കേട്ടിട്ടുമില്ല. കൊലപാതകത്തിനു മുമ്പോ അതിനു ശേഷമോ കേട്ടിട്ടില്ല. ''ചിലരൊക്കെ എന്തും പറയും. ഗ്രാമത്തിൽ നടക്കുന്ന അത്തരം സംഭാഷണങ്ങൾക്കൊന്നും ചെവി കൊടുക്കാൻ പറ്റില്ല. അത് ശ്രദ്ധിക്കേണ്ടതില്ല. ആ വീട്ടിലുള്ളവരെല്ലാം നല്ലവരാണ്.'' അതാണവസാന വാക്ക്. എപ്പോഴെങ്കിലും സ്റ്റീഫൻ മാക്സിയോട് സംസാരിക്കാനായാൽ അയാൾ തലേന്ന് എപ്പോഴാണിറങ്ങിപ്പോയത് എന്ന സമയം കൃത്യമായി അറിയാനാകും. ഇപ്പോഴയാൾ അതിനെക്കുറിച്ച് കുറച്ച് ജാഗ്രത പുലർത്തുന്നു. എന്നാൽ അയാളുടെ കൂറ് എവിടെയാണെന്ന് വളരെ വ്യക്തം. അവരിറങ്ങിയപ്പോഴും അയാൾ ഭക്ഷണം കഴിക്കുകയായിരുന്നു. ഏകനായി സംഗീതവും ഓർമ്മകളും ആസ്വദിക്കുകയായിരുന്നു.

''ബൊകോക്കിൽനിന്നും മാക്സി കുടുംബത്തെക്കുറിച്ച് കൂടുതൽ വിവരങ്ങളെന്തെങ്കിലും ലഭിക്കും എന്ന പ്രതീക്ഷ എനിക്കില്ല.''

ഡൽഗ്ലീഷ് പറഞ്ഞു. ''ഒരു മിത്രത്തെയാണ് സ്റ്റീഫൻ മാക്സി അന്വേഷിക്കുന്നതെങ്കിൽ അതെവിടെ ലഭിക്കും എന്ന് അയാൾക്ക് നല്ല ഉറപ്പുണ്ട്. എന്നാലും ചില വിവരങ്ങൾ ലഭിച്ചു. ബൊകോക്ക് പറഞ്ഞ സമയം കൃത്യമെങ്കിൽ ജോണി വിൽകോക്സ് പറഞ്ഞ സമയമാകില്ല ശരി. നാലരയ്ക്ക് മുമ്പായിരിക്കണം കുതിരാലയത്തിന്റെ വൈക്കോൽക്കെട്ടുകളിൽ വച്ച് ആ സമാഗമം നടന്നത്. ജപ്പിന്റെ അതിനു ശേഷമുള്ള ചലനങ്ങളെക്കുറിച്ച് നമുക്കറിയാവുന്നതിനോട് അത് യോജിക്കുന്നുമുണ്ട്. ശ്രീമതി റിസ്കോവിന്റേതിനോട് സമാനമായ വസ്ത്രം ധരിച്ച് ചായ കൊടുക്കുന്ന കൂടാരത്തിലെത്തിയതടക്കം. നാലരയ്ക്ക് മുമ്പ് ആ വേഷത്തിൽ ജപ്പിനെ ആരും കണ്ടിട്ടില്ല. എന്ന് വച്ചാൽ ആ കുതിരാലയത്തിൽ വച്ചാണവൾ വസ്ത്രം മാറിയതെന്ന് അനുമാനിക്കേണ്ടിയിരിക്കുന്നു.''

''അതെന്തിനാകും. നല്ലൊരു തമാശയാണല്ലോ അത്. എന്തിനാകും അവൾ അതുവരെ കാത്തിരുന്നത്?''

''ഏതെങ്കിലും പൊതുഅവസരത്തിൽ ധരിക്കാം എന്ന നിർണ്ണയത്തിലാകും അവൾ അത് വാങ്ങിയത്. ഒരുപക്ഷേ ആ കുതിരാലയസംസാരത്തിൽ എന്തെങ്കിലും സംഭവിച്ചിട്ടുണ്ടാകും. അതവളെ ഭാവിയിൽ മാർടിനൻഗേലിലെ ആശ്രിതത്വത്തിൽനിന്നും മുക്തയാക്കുന്നതായിട്ടുണ്ടാകും.

അതിനാൽ അങ്ങനെയൊരു നീക്കം അവൾക്ക് നടത്താനാകും എന്ന് തോന്നിയിരിക്കും. അതായത് ആ വസ്ത്രം ഇപ്പോൾ ധരിക്കുക എന്ന നീക്കം. മറിച്ച്, ശനിയാഴ്ചയ്ക്ക് മുമ്പേ തന്നെ സ്റ്റീഫൻ ഇങ്ങനെയൊരു അഭ്യർത്ഥന പുറപ്പെടുവിക്കാൻ സാധ്യതയുണ്ടെന്ന് അവൾ മനസ്സിലാക്കുകയായിരുന്നു എങ്കിൽ ഇത് പിന്നീടൊരിക്കൽ ചെയ്യാനായി അവൾ മാറ്റിവയ്ക്കുമായിരുന്നു. എപ്പോൾ തോന്നുന്നോ

അപ്പോൾ ചെയ്യാൻ എന്നാലും ആ വിവാഹാഭ്യർത്ഥനയുടെ കാര്യത്തിൽ തെളിവുകളെല്ലാം ഒത്തുപോകുന്നില്ല. ഹിങ്ക്സിനെ വിശ്വസിക്കാമെങ്കിൽ, അത് വിശ്വസിക്കാതിരിക്കേണ്ട കാര്യമൊന്നുമില്ല എന്ന് കൂടി പറയട്ടെ, സാലി ജപ്പിന് താൻ ആരേയോ വിവാഹം കഴിക്കാനൊരുങ്ങുകയാണെന്ന് അറിയാമായിരുന്നു. അതും വ്യാഴാഴ്ച തന്നെ അറിയാമായിരുന്നു. അവളെ തേടി രണ്ടുപേർ വന്നു എന്നത് എനിക്ക് വിശ്വസിക്കാനാകുന്നില്ല. യുവാവായ മാക്സിയുടെ പ്രണയജീവിതത്തെക്കുറിച്ച് പറയുമ്പോൾ, നിങ്ങൾ കാണാത്ത ഇതൊന്ന് കണ്ടോളൂ.''

അയാൾ ഒരു കനം കുറഞ്ഞ കടലാസ് നീട്ടി. ഔദ്യോഗികാവശ്യങ്ങൾക്കായി ഉപയോഗിക്കുന്നതെന്ന തോന്നലുണ്ടാക്കുന്ന ഒരു കടലാസ്. തീരപ്രദേശത്തുനിന്നുള്ള ഒരു ഹോട്ടലിന്റെ പേര് അതിനു മുകളിൽ അച്ചടിച്ചിട്ടുണ്ട്.

പ്രിയപ്പെട്ട സർ,

എനിക്കെന്റെ ഖ്യാതിയെക്കുറിച്ച് വേവലാതിയുണ്ടെങ്കിലും പൊലീസ് കാര്യങ്ങളുമൊത്ത് കൂടിക്കലരാൻ വലിയ ആകാംക്ഷയൊന്നും തോന്നുന്നില്ല എങ്കിലും സ്റ്റീഫൻ മാക്സി കഴിഞ്ഞ മെയ് ഇരുപത്തി നാലാം തിയതി എന്റെ ഹോട്ടലിൽ ഒരു ദിവസം മുറിയെടുത്തിരുന്നു എന്ന് താങ്കളെ അറിയിക്കേണ്ടത് എന്റെ കടമയായി ഞാൻ കരുതുന്നു. അയാൾക്കൊപ്പം ഒരു സ്ത്രീയുണ്ടായിരുന്നു. തന്റെ ഭാര്യയാണിത് എന്ന് പറഞ്ഞാണയാൾ രേഖകളിൽ ഒപ്പിട്ടത്. ഈവനിങ്ങ് ക്ലാരിയണിൽ ഡോക്ടർ മാക്സിയുടെ ഒരു ഫോട്ടോഗ്രാഫ് ഞാൻ കാണുകയുണ്ടായി. അയാൾ ചാഡ്ഫ്ളീറ്റിലെ കൊലപാതകവുമായി ബന്ധപ്പെട്ടിരിക്കുന്നു എന്നും അവിവാഹിതനാണെന്നും ആ പത്രം എഴുതിയിരിക്കുന്നു. അത് ഇതേ വ്യക്തിയാണ്. മരിച്ച സ്ത്രീയുടെ ചിത്രങ്ങളൊന്നും ഞാൻ കണ്ടിട്ടില്ല. അതിനാൽ അന്ന് അയാൾക്കൊപ്പം കൂടെയുണ്ടായിരുന്നത് അവർ തന്നെയാണോ എന്ന് പറയാൻ എനിക്കാകില്ല. പക്ഷേ ഇതൊക്കെ താങ്കളുടെ ശ്രദ്ധയിൽ കൊണ്ടുവരേണ്ടതാണെന്ന് ഞാൻ കരുതി. ഒരുപക്ഷേ ഇതിനൊന്നും യാതൊരു അർത്ഥവുമുണ്ടാകണം എന്നില്ല. സന്തോഷകരമല്ലാത്തെ ഒന്നുമായും കൂടിച്ചേരാൻ ഞാൻ ഇച്ഛിക്കുന്നുമില്ല. അതിനാൽ എന്റെ പേര് ഇതിൽ കൂട്ടിച്ചേർക്കാതിരിക്കാനാകുമെങ്കിൽ നന്ദിയുണ്ടാകും. മാത്രമല്ല എന്റെ ഹോട്ടലിന്റെ പേരും ഇതിൽ നിന്നൊഴിവാക്കി നിർത്തണം. നല്ല ധാരാളമാളുകൾക്ക് സേവനം നല്കുന്ന സ്ഥാപനമാണ് ഞങ്ങളുടേത്. മാക്സി ഒരു രാത്രി മാത്രമാണിവിടെ തങ്ങിയത്. ശാന്തതയുള്ള നല്ലൊരു ജോടി ഇണകളായിരുന്നു അവർ. പക്ഷേ എന്റെ

ഭർത്താവ് പറഞ്ഞത് ഈ വിവരം താങ്കളുടെ ശ്രദ്ധയിൽ കൊണ്ടുവരേണ്ടത് എന്റെ കർത്തവ്യമാണെന്നാണ്. മുൻ വിധികളൊന്നുമില്ലാതെയാണീ വിവരം കൈമാറുന്നത്.

വിശ്വസ്തതയോടെ

ശ്രീമതി ലില്ലി ബർവുഡ്

''തന്റെ കർത്തവ്യത്തെക്കുറിച്ച് വല്ലാതെ ബോധവതിയാണീ സ്ത്രീ എന്ന് തോന്നുന്നു.'' ഡൽഗ്ലീഷ് പറഞ്ഞു. ''മുൻവിധികളില്ലാതെ, എന്നവർ പറഞ്ഞതെന്തുകൊണ്ടെന്ന് മനസ്സിലാക്കാൻ ബുദ്ധിമുട്ടുണ്ട്. ഈ കത്തെഴുതിക്കുന്നതിൽ അവരുടെ ഭർത്താവിനു നല്ലൊരു പങ്കുണ്ട് എന്ന് ഞാൻ കരുതുന്നു. ഇതിലെ വാക്കുകൾക്കടക്കം. അയാളാകട്ടെ, രംഗത്ത് അവതരിക്കുന്നുമില്ല. എന്തായാലും എന്റെ ശിഷ്യൻ റോബ്സണിനെ ഞാൻ അവിടേക്കയച്ചിട്ടുണ്ട്. അയാൾ അത് ആസ്വദിച്ചിട്ടുണ്ടാകും എന്ന് എനിക്കുറപ്പുണ്ട്. അവരവിടെ മുറിയെടുത്തു എന്ന് പറയുന്ന രാത്രിക്ക് കൊലപാതകവുമായി യാതൊരു ബന്ധവുമില്ല എന്നവരെ ബോധ്യപ്പെടുത്താൻ അയാൾക്കായിട്ടുണ്ട്. ഹോട്ടലിന്റെ താത്പര്യം സംരക്ഷിക്കാനായി ഇതൊക്കെ മറക്കാം എന്നും അയാൾ ബോധ്യപ്പെടുത്തി. പക്ഷേ കാര്യങ്ങൾ അത്ര ലളിതമല്ല. റോബ്സൺ ചില ഫോട്ടോഗ്രാഫുകൾ അവിടെ നിന്ന് എടുത്തു. അതിൽ ഒന്ന് രണ്ടെണ്ണത്തിനു പെരുന്നാളുമായി ബന്ധമുണ്ട്. അവരസകരമായ ഒരു സിദ്ധാന്തത്തെ ഉറപ്പിക്കുന്നു. ഈ പാപത്തിൽ യുവ മാക്സിയുടെ പങ്കാളി ആരായിരുന്നു എന്നതിനെക്കുറിച്ച് എന്തെങ്കിലും ചിന്തകൾ വരുന്നുണ്ടോ?''

''അത് മിസ് ബവേഴ്സാകുമോ സർ?''

''അതെ. അതറിഞ്ഞാൽ നിങ്ങൾ അത്ഭുതപ്പെടും എന്നാണ് ഞാൻ കരുതിയത്.''

''ഇവിടെ നിന്നാരെങ്കിലുമാകണമെങ്കിൽ അവരല്ലാതെ മറ്റൊരാളില്ല. ഡോക്ടർ മാക്സിക്ക് സാലി ജപ്പുമായി അത്തരത്തിലൊരു സൗഹൃദമുള്ളതായി തെളിവുകളൊന്നുമില്ല. മാത്രമല്ല ഇത് നടന്നിട്ടിപ്പോൾ ഒരു വർഷമായല്ലോ.''

''അതിനാൽ അതിൽ ശ്രദ്ധിക്കേണ്ടതില്ല എന്നാണോ നിങ്ങൾ പറയുന്നത്?''

''ഇക്കാലത്തെ യുവാക്കളല്ലേ സർ. അവർക്കിതൊന്നും വലിയ കാര്യമല്ലല്ലോ.''

''അവർ ചെയ്യുന്ന പാപം ലളിതമാകുന്നു എന്നല്ല, അതിനെ ഒരു പാപമായി കൂടെക്കൊണ്ടു നടക്കാൻ അവർ തയ്യാറല്ല എന്നതാണ്. മിസ് ബവേഴ്സും അങ്ങനെയാണ് ചിന്തിക്കുന്നത് എന്നതിനു പക്ഷേ തെളിവുകളൊന്നുമില്ല. സംഭവിച്ചതിൽ അവർക്ക് വേദനയുണ്ടാകാം.

അവരൊരു സാമ്പ്രദായികമല്ലാത്ത രീതികളിലൂടെ പോകുന്നവളാണെന്ന് എനിക്ക് തോന്നിയില്ല. അവരിപ്പോഴും പ്രണയത്തിലാണ്. അതിനെ മറച്ച് പിടിക്കാനവർക്കാകുന്നുമില്ല. ഡോക്ടർ മാക്സിയെ വിവാഹം കഴിക്കാനുള്ള ആകാംക്ഷയിലാണവർ എന്നാണെനിക്ക് തോന്നുന്നത്. ശനിയാഴ്ച രാത്രിക്ക് ശേഷം അതിനുള്ള സാധ്യതകൾ വർദ്ധിക്കുകയും ചെയ്തിരിക്കുന്നു. സ്വീകരണ മുറിയിലെ സംഭവം നടക്കുമ്പോൾ അവർ അവിടെയുണ്ട്. തനിക്ക് നഷ്ടപ്പെടുന്നതെന്താണെന്ന് അതിനാൽ അവർക്കറിയാമായിരുന്നു.''

''അതിപ്പോഴും അങ്ങനെ തുടരുന്നുണ്ട് എന്ന് കരുതുന്നുണ്ടോ സർ?'' സർജന്റ് മാർടിൻ ശരീരം പങ്കിടുക എന്ന പാപത്തെക്കുറിച്ച് തുറന്ന് സംസാരിക്കാനാകുന്നില്ലായിരുന്നു. മുപ്പത് വർഷത്തെ പൊലീസ് സേവനത്തിനിടയിൽ അയാൾ പലതും കാണുകയും കേൾക്കുകയും ചെയ്തിട്ടുണ്ട്. പലരുടേയും മിഥ്യാബോധങ്ങൾ തകർന്നടിയുന്നത് കണ്ടിട്ടുണ്ട്. എന്നാൽ മനുഷ്യരെല്ലാം ക്രൂരരാണെന്നോ ബലഹീനരാണെന്നോ വിശ്വസിക്കാൻ അയാളുടെ മനസ്സിനാകുന്നില്ല. തെളിവുകൾ അനവധി കണ്ടിട്ടും അയാൾക്കതിനാകുന്നില്ല.

''അതിനു സാധ്യതയില്ല എന്നെനിക്ക് തോന്നുന്നു. ആ ആഴ്ചാവസാനം ഒരു അഭിനിവേശത്തിലേക്കുള്ള ഉല്ലാസയാത്ര മാത്രമായിരുന്നു. അതൊരു പക്ഷേ വിജയമായിട്ടുണ്ടാകില്ല. അല്ലെങ്കിൽ നിങ്ങൾ പറഞ്ഞതുപോലെ ശ്രമമായിരുന്നിരിക്കാം. ഒരുതരം ചൂതാട്ടം. സങ്കീർണ്ണമാണത്. നിങ്ങൾക്ക് വേണ്ടി എന്തും ചെയ്യാം എന്ന് തന്റെ പുരുഷനോട് പറയുന്ന തരം പെണ്ണാണ് കാതറിൻ ബവേഴ്സ്. പറയുക മാത്രമല്ല ചിലപ്പോഴൊക്കെ അത് പ്രവർത്തിച്ച് കാണിച്ചുകൊടുക്കുകയും ചെയ്യും.''

''അവർക്ക് പക്ഷേ ആ ഗുളികകളെക്കുറിച്ച് അറിയാമായിരുന്നോ സർ?''

''അവളോട് അതിനെക്കുറിച്ച് പറയുകയുണ്ടായി എന്ന് സമ്മതിക്കുന്നവർ ആരുമില്ല. തനിക്കൊന്നുമറിയില്ല എന്നവർ പറഞ്ഞത് സത്യമാണ്. സാലി ജപ്പ് അത് അവരോട് പറയുമായിരുന്നു. പക്ഷേ അവർ തമ്മിൽ അത്ര സൗഹൃദമില്ലായിരുന്നല്ലോ. സൗഹൃദമില്ലായിരുന്നു എന്നല്ല, എന്റെ അറിവ് വച്ച്, നല്ല ശത്രുതയിലുമായിരുന്നു. അതിനാൽ സാലി ജപ്പ് ആ വിവരം പങ്കുവയ്ക്കുക അസാധ്യം തന്നെ. അതൊന്നും പക്ഷേ, ഒന്നും തെളിയിക്കുന്നില്ല. ഉറക്കത്തിനായുള്ള ഏതെങ്കിലുമൊക്കെ മരുന്നുകൾ ഈ വീട്ടിലുണ്ടാകും എന്നത് മിസ് ബവേഴ്സിനറിയാവുന്ന കാര്യമാകും. അവ എവിടെ സൂക്ഷിച്ചിരിക്കുന്നു എന്നും അറിവുണ്ടാകും. ഹെർണെയ്ക്കും ഇത് ബാധകമാണ്.''

''അയാൾക്കിപ്പോഴും ഇവിടെ വട്ടം കറങ്ങി നടക്കാനാകുന്നുണ്ട് എന്നത് വിചിത്രമായി തോന്നുന്നു.''

‘‘ഒരുപക്ഷേ അയാളുടെ മനസ്സിൽ ഇത് ചെയ്തത് ഈ വീട്ടിലുള്ള ഒരാളാണെന്ന ചിന്തയുള്ളതുകൊണ്ടാകാം അങ്ങനെ സാധ്യമാകുന്നത്. നമുക്കും അങ്ങനെയൊരു ആശയം വരരുത് എന്നയാൾ ആഗ്രഹിക്കുന്നുണ്ടാകും. അതിനാകും അയാൾ ഇവിടെ തന്നെ നില്ക്കുന്നത്. ചിലപ്പോൾ ഇതാരു ചെയ്തു എന്നും അയാൾക്കറിയുന്നുണ്ടാകും. അങ്ങനെയെങ്കിൽ അയാൾ പെട്ടെന്നൊന്നും അത് വെളിപ്പെടുത്തുകയില്ല. അയാൾക്ക് പുറകിലും ഞാൻ റോബ്സണിനെ നിയമിച്ചിട്ടുണ്ട്. അയാൾ നടത്തിയ അഭിമുഖങ്ങളിൽ നിന്നും അയാളുപയോഗിച്ചിരിക്കുന്ന മനശ്ശാസ്ത്രപരമായ പദാവലികളും പടുഭാഷകളും ഒഴിവാക്കിയാൽ ബാക്കിയുള്ളത് ഞാൻ പ്രതീക്ഷിച്ചത് തന്നെ. ഇതാ ഇവിടെയുണ്ടത്. ഫെലിക്സ് ജോർജ്ജസ് മോർടീമർ ഹെർണെയെക്കുറിച്ചുള്ള എല്ലാ വിവരങ്ങളും. യുദ്ധകാലസേവനത്തെക്കുറിച്ച് ഗംഭീരമായ റിപ്പോർട്ടുകളുണ്ട്. അയാൾ എങ്ങനെ അതൊക്കെ ചെയ്തു എന്ന് ദൈവത്തിനു മാത്രമറിയാം. അതുകൊണ്ട് അയാൾക്കെന്ത് ഉപകാരമുണ്ടായി എന്നും ദൈവത്തിനറിയാം. 1945നു ശേഷം അയാൾ അധികം ജോലിയൊന്നും ചെയ്തിട്ടില്ല. ചില എഴുത്തുപണികൾ അവിടവിടെയായി കാണുന്നുണ്ട് എന്നല്ലാതെ മറ്റൊന്നുമില്ല. ഹെർണെ ആൻഡ് ഇല്ലിങ്വെർത്ത് പബ്ലിഷേഴ്സിലെ പങ്കാളിയാണയാൾ. അയാളുടെ മുതുമുത്തച്ഛനായ മോർടീമർ ഹെർണേയാണാ സ്ഥാപനത്തിന്റെ സ്ഥാപകൻ. അച്ഛൻ ഒരു ഫ്രഞ്ച് വനിതയെ വിവാഹം കഴിച്ചു. മില്ലെ ആനെറ്റെ ദ് അപ്രയസ്. 1919 ലായിരുന്നു ആ വിവാഹം. ആ വിവാഹം കുടുംബത്തെ സമ്പന്നമാക്കി. 1921 ലാണ് ഫെലിക്സിന്റെ ജനനം. ചിലവേറിയ സ്ഥാപനങ്ങളിലായിരുന്നു അയാളുടെ വിദ്യാഭ്യാസം. ദേബ്റ റിസ്കൊയുടെ ഭർത്താവും അയാൾക്കൊപ്പം സ്കൂളിലുണ്ടായിരുന്നു. അങ്ങനെയാണ് ദേബ്റയും അയാളും പരിചയപ്പെടുന്നത്. ദേബ്റയുടെ ഭർത്താവ് അയാളേക്കാൾ ഇളയതാണ്. സാലി ജപ്പിനെ അയാൾ ഈ വീട്ടിൽ വച്ചാണാദ്യമായി കാണുന്നത് എന്നാണ് റോബ്സണിന്റെ റിപ്പോർട്ടിൽ കാണുന്നത്. ഗ്രീൻ വിച്ചിൽ അയാൾക്ക് നല്ലൊരു വീടുണ്ട്. ഒരു മുൻപട്ടാളക്കാരനാണവിടെ സഹായിയായുള്ളത്. ഫെലിക്സും ശ്രീമതി റിസ്കോവും പ്രണയത്തിലാണെന്ന് ചില കിംവദന്തികളുണ്ട്. എന്നാൽ അതിനു തെളിവൊന്നുമില്ല. അയാളുടെ സഹായിയിൽ നിന്ന് യാതൊരു വിവരവും ലഭിക്കുകയില്ല എന്നും റോബ്സൺ പറയുന്നു. എന്തെങ്കിലും ലഭിക്കാനുണ്ടെന്ന് ഞാനും കരുതുന്നില്ല. ശനിയാഴ്ച രാത്രി മുഴുക്കെ അവരും ഫെലിക്സും ഒന്നിച്ചാണുണ്ടായിരുന്നതെന്ന ദേബ്റയുടെ വാക്കുകൾ നുണയല്ലാതെ മറ്റൊന്നുമല്ല. ഫെലിക്സ് ഹെർണെ ചില അമ്പരപ്പുകളിൽനിന്നും ദേബ്റ റിസ്കൊയെ രക്ഷിക്കാനായി സാലി ജപ്പിനെ വധിച്ചു എന്ന് വേണമെങ്കിൽ നമുക്ക് ഊഹിക്കാം. പക്ഷേ ജൂറി അത് വിശ്വസിക്കുകയില്ല. ഞാനും വിശ്വസിക്കുന്നില്ല.’’

''ആ മരുന്ന് അയാളുടെ കൈവശം വന്നതായി എവിടേയും പറയുന്നില്ല.''

''ഒന്നുമില്ല. മാക്സിയുടെ അലമാരയിൽ നിന്നെടുത്ത കുപ്പിയിൽ നിന്നുള്ള ഗുളികകളാണ് സാലി ജപ്പിനെ ഉറക്കാനായി കൊടുത്തത് എന്ന കാര്യത്തിൽ എനിക്കധികം സംശയമൊന്നുമില്ല. എന്നിരുന്നാലും ഇതേ മരുന്ന് ഉപയോഗിക്കുന്ന മറ്റു പലരുമുണ്ട്. മാർടിൻ ഗേലിലെ കുപ്പി തീർത്തും നാടകീയമായി ഒളിപ്പിച്ചിട്ടുണ്ടാകാം. മാക്സി, സർ റെയ്നോൾഡ് പ്രൈസ്, സെയിന്റ് മേരീസിലെ മിസ് പൊളാക്ക് എന്നിവർക്കൊക്കെ ഇതേ മരുന്ന് കുറിച്ച് കൊടുത്തിട്ടുണ്ടെന്ന് ഡോക്ടർ എപ്സ് സമ്മതിക്കുന്നു. ഇവർക്കാർക്കും അവരുടെ കൈവശം ബാക്കി എത്ര ഗുളികളുണ്ട് എന്നതിനൊരു കണക്കുമില്ല. അതിലും എനിക്ക് അത്ഭുതമൊന്നും തോന്നുന്നില്ല. മരുന്നുകളുടെ കാര്യത്തിൽ ജനങ്ങൾക്ക് അത്രയൊക്കെ ശ്രദ്ധയല്ലേയുള്ളൂ. ആ റിപ്പോർട്ടെവിടെ? ഇതാ ഇവിടെയുണ്ടല്ലോ. മാക്സിയെക്കുറിച്ച് നമുക്ക് എല്ലാം അറിയാം. സർ റെയ്നോൾഡ് പ്രൈസ്. ജനുവരിയിലാണയാൾക്ക് ഉറക്കഗുളിക എഴുതിക്കൊടുക്കുന്നത്. ഈ വർഷം ജനുവരിയിൽ. ജനുവരി പതിന്നാലാം തിയതി നഗരത്തിലെ ഗുഡ്ലൈഫ്സാണത് എത്തിച്ചുകൊടുത്തത്. ഇരുപത്തിമൂന്ന് ഗുളികകൾ. അതിലൽ പാതി അയാൾ ഉപയോഗിച്ചു എന്ന് പറയുന്നു. ബാക്കിയുള്ളതെന്ത് ചെയ്തു എന്ന് മറന്നു. ഒരുപക്ഷേ അയാൾക്ക് ഉറക്കമില്ലായ്മ എന്ന രോഗത്തിൽനിന്നും പെട്ടെന്ന് മോചനം ലഭിച്ചിരിക്കാം. സാമാന്യബുദ്ധി ഉപയോഗിച്ചാൽ ഒമ്പത് ഗുളികകൾ ബാക്കിയുണ്ടായിരുന്നതാണാ ഓവർക്കോട്ടിന്റെ കീശയിൽ നിന്നും കണ്ടെത്തപ്പെട്ടത്. ഡോക്ടർ എപ്സ് കണ്ടെത്തിയ ഗുളികകൾ അത് കീശയിലിട്ടു എന്ന ഓർമ്മയൊന്നുമില്ലാതെ തന്നെ അതിന്മേൽ അവകാശവാദമുന്നയിക്കാൻ സർ റെയ്നോൾഡ് തയ്യാറാണ്. ഉറക്കഗുളികൾ സാധാരണ ആരും കീശയിൽ സൂക്ഷിക്കാറില്ല. എന്നാൽ ചിലപ്പോഴൊക്കെ അദ്ദേഹം വീടിനു വെളിയിൽ അന്തിയുറങ്ങാറുണ്ട്. അങ്ങനെയേതെങ്കിലും യാത്രകൾക്കിറങ്ങിയപ്പോൾ എടുത്ത് സൂക്ഷിച്ചതാകാം എന്നയാൾ പറയുന്നു. സർ റെയ്നോൾഡ് പ്രൈസിനെക്കുറിച്ച് നമുക്കറിയാം. പ്രാദേശിക വ്യാപാരിയും കർഷകനുമാണയാൾ.

ആദ്യ ഇടപാടിൽ ലാഭമുണ്ടായാൽ രണ്ടാമത്തേതിൽ ബോധപൂർവ്വം കണക്ക് കൂട്ടി നഷ്ടം വരുത്തുന്ന വ്യക്തിയാണ്. ചാഡ്ഫ്ളീറ്റ് ന്യൂ ടൗൺ വിക്ടോറിയൻ കാലത്തെ ഒരു കൊട്ടാരമെന്ന് തോന്നിപ്പിക്കുന്നതിനെ അശുദ്ധമാക്കി എന്ന് പറഞ്ഞ് കോപിക്കുന്നവനാണദ്ദേഹം. ആ കെട്ടിടം സംരക്ഷിക്കാൻ എന്തുകൊണ്ടാണിപ്പോഴും ഒരു ട്രസ്റ്റ് രൂപീകരിക്കാത്തതെന്ന് ഞാന് അത്ഭുതപ്പെടുന്നു. സ്വാർത്ഥബുദ്ധിയും അപരിഷ്കൃതനുമാണയാൾ എന്ന കാര്യത്തിൽ സംശയമില്ല. എന്നാൽ

കൊലപാതകമൊന്നും ചെയ്യില്ല. കഴിഞ്ഞ ശനിയാഴ്ച രാവിനെ പ്രതി അയാൾക്ക് ഒഴികഴിവുകളൊന്നുമില്ല. അയാളുടെ ജീവനക്കാരിൽ നിന്നറിവായത് രാത്രി പത്തുമണിയോടെ അയാൾ കാറിൽ പുറത്ത് പോയി എന്നാണ്. ശനിയാഴ്ച പ്രഭാതത്തിലാണയാൾ പിന്നെ തിരിച്ചെത്തിയിരിക്കുന്നത്. തന്റെ ഈ അസാന്നിദ്ധ്യം അയാളിൽ കുറ്റബോധമുണ്ടാക്കിയിട്ടുണ്ട്. പരിഭ്രമവുമുണ്ട്. എന്നിരുന്നാലും അത് പ്രകടമാക്കാതെ കുലീനത നിറഞ്ഞ അല്പഭാഷിത്വത്തിനു ശ്രമിക്കുന്നു. അതിൽനിന്നും നമുക്ക് ഊഹിക്കാവുന്നത് ഈ കേസിൽ 'കുറച്ച് സ്ത്രൈണത'യുണ്ട് എന്നാണ്. നമ്മളൊന്ന് സമ്മർദ്ദം ചെലുത്തുകളും ഇതൊരു കൊലപാതക കുറ്റാരോപണമാണെന്ന് അയാൾ വിവേചിച്ചറിയുകയും ചെയ്താൽ, ആ പെണ്ണിന്റെ പേരൊരുപക്ഷേ നമുക്കയാളിൽനിന്നും ലഭിച്ചേക്കാം. ഈ ഒരു രാത്രി നീണ്ട് നില്ക്കുന്ന വിനോദയാത്രകൾ അയാൾ ഇടയ്ക്കിടെ നടത്തുന്നതാണ്. അതിനു ജപ്പുമായി എന്തെങ്കിലും ബന്ധമുണ്ട് എന്നെനിക്ക് തോന്നുന്നില്ല. തന്റെ സ്വന്തം വണ്ടി മാർടിൻഗേലിലേക്ക് ഗൂഢമായെത്തിച്ച് സ്വയം ശ്രദ്ധേയനാകാൻ അയാളൊരുങ്ങും എന്നെനിക്ക് തോന്നുന്നില്ല.

''മിസ് പൊളാക്കിനെക്കുറിച്ചും നമുക്കറിയാം. കൊക്കെയ്ൻ ഉപയോഗിക്കുന്നവർ കൊക്കെയ്നിനെ ബഹുമാനിക്കുന്നതുപോലെയാണവർ ഉറക്കഗുളികകളെ സമീപിച്ചിട്ടുള്ളത്. ഉറക്കമില്ലായ്മയും ഈ മരുന്നുപയോഗിക്കലും എന്നതിനിടയിൽ കിടന്ന് നീറിയ അവർ അവസാനം ഉറക്കഗുളികകൾ ശൗചാലയത്തിലെ ക്ലോസറ്റിൽ വലിച്ചെറിയാൻ തീരുമാനിച്ചു. മിസ് ലിഡലാണവരെ അതിൽനിന്നും പിന്തിരിപ്പിക്കുന്നത്. അത് ഡോക്ടർ എപ്സിനു തിരിച്ച് നല്കാൻ ആവശ്യപ്പെടുന്നത്. റോബ്സണിന്റെ റിപ്പോർട്ട് അനുസരിച്ച് അവർ അത് തനിക്ക് തിരിച്ച് തന്നിട്ടുണ്ടാകാം എന്നാൽ ഉറപ്പില്ല എന്നാണ് ഡോക്ടർ എപ്സ് അതിനെക്കുറിച്ച് പ്രതികരിച്ചിരിക്കുന്നത്. അവരുടെ കൈവശം അപകടകാരണമാക്കുന്ന അളവിൽ ഈ മരുന്നില്ലായിരുന്നു. ഉള്ളതാകട്ടെ കൃത്യമായി അടയാളപ്പെടുത്തപ്പെട്ടവയുമായിരുന്നു. എങ്കിലും ഇങ്ങനെയുള്ള കൈകാര്യങ്ങൾ ഞെട്ടിപ്പിക്കുംവിധം അശ്രദ്ധമാണെന്ന് പറയണം. പക്ഷേ മനുഷ്യർ മരുന്ന് കൈകാര്യം ചെയ്യുന്നത് അങ്ങനെയൊക്കെയാണ്. ഉറക്കഗുളിക ഡി ഡി എ പട്ടികയിലില്ലാത്ത വസ്തുവുമാണല്ലോ. സാലി ജപ്പിനെ ഉറക്കാന് ആകെ മൂന്ന് ഗുളികകളേ ഉപയോഗിച്ചിട്ടുള്ളൂ. സാമാന്യ ബുദ്ധിയുപയോഗിച്ചാലോചിച്ചാൽ ആ ഗുളികകൾ മാർടിൻഗേലിലെ കുപ്പിയിൽ നിന്നും വന്നതാണെന്ന് കാണാനാകും.''

''എന്നുവച്ചാൽ അത് നമ്മളെ മാക്സി കുടുംബാംഗങ്ങളിലേക്കും അവരുടെ അതിഥികളിലേക്കും തിരിച്ചെത്തിക്കുന്നു.''

''അതെ. തീർച്ചയായും. ഇതത്ര വിഡ്ഢിത്തം നിറഞ്ഞ ഒരു കുറ്റകൃത്യമല്ല. ഒറ്റനോട്ടത്തിൽ അങ്ങനെ തോന്നുമെങ്കിലും അങ്ങനെയല്ല.

ആ ഗുളികകൾ കണ്ടെത്താനായാൽ മാത്രമേ, അത് ഉപയോഗപ്പെടുത്തിയത് മാക്സി കുടുംബാംഗങ്ങളിൽ ഒരാളാണെന്ന് കണ്ടെത്തിയാൽ മാത്രമേ, ഒരു കുറ്റം ചുമത്തലിനു നമുക്ക് സാധിക്കൂ. അതെങ്ങനെയാകും എന്ന് നിങ്ങൾക്ക് ഊഹിച്ചാലറിയാമല്ലോ. സാലി ജപ്പിന് ഈ ഗുളികകളെക്കുറിച്ച് അറിയാമായിരുന്നു. അതിനാൽ ചിലപ്പോൾ അവൾ അത് സ്വയമെടുത്തതാകാം. അവ ശ്രീമതി റിസ്കോവിന്റെ കോപ്പയിലിട്ടാണ് ഉപയോഗപ്പെടുത്തിയത്. അതിനാൽ അത് സാലി ജപ്പിനെ ഉദ്ദേശിച്ചാണെന്നതിനൊരു തെളിവും ലഭിക്കുന്നില്ല. പെരുന്നാൾ നടക്കുന്നതിനിടയിൽ വീടിനകത്തേക്ക് പലരും കയറി വന്നിട്ടുണ്ട്. ആർക്കും കയറി വരാവുന്ന അവസ്ഥയിലുമായിരുന്നു ഈ വീടപ്പോൾ. അവരിൽ ഒരാൾ ഈ യുവതിക്ക് വേണ്ടി ഒളിച്ചിരുന്നിട്ടുണ്ടാകാം. പ്രത്യേകിച്ച് മതിയായ ലക്ഷ്യം അതിനു കാണുന്നില്ല. മറ്റുള്ളവർക്കും ഈ ഗുളികയിലേക്ക് പ്രവേശനമുണ്ടായിരുന്നു.''

''പക്ഷേ കൊലപാതകി കൂടുതൽ ഗുളികകൾ ഉപയോഗിച്ചാണവളെ കൊന്നതെങ്കിൽ പിന്നെ സംശയമേ ഉണ്ടാകില്ലായിരുന്നു. കൊലയാണെന്നും കൊലപാതകി ആരാണെന്നും ചർച്ചയുണ്ടാകില്ലായിരുന്നു.''

''അതും ചെയ്യാമായിരുന്നു. ഈ ഉറക്കമരുന്നുകൾ സാവധാനത്തിൽ മാത്രം പ്രവർത്തിക്കുന്നവയാണ്. പ്രത്യേകിച്ചും കൊലപാതകമാണ് ലക്ഷ്യമെങ്കിൽ. ആ പെണ്ണ് ദിവസങ്ങളോളം കോമയിൽ കിടക്കുമായിരുന്നു. ചിലപ്പോൾ അതിൽനിന്നും രക്ഷപ്പെട്ട് പുറത്ത് വരികയും ചെയ്യുമായിരുന്നു. ഏതൊരു ഡോക്ടർക്കും കാരണങ്ങൾ മനസ്സിലാകുമായിരുന്നു. മറ്റൊരു വശം നല്ല കരുത്തുള്ള അവളെ പെട്ടെന്ന് ശ്വാസം മുട്ടിക്കുകയും എളുപ്പമല്ല. അവളുടെ കിടപ്പ് മുറിയിലേക്ക് അവളറിയാതെ കടന്നെത്തുകയും എളുപ്പമല്ല. അതല്ലെങ്കിൽ അവൾക്ക് ഈ ഗുളികകൾ നൽകിയിട്ടുണ്ടാകണം. മയക്കുമരുന്ന് നൽകിയിട്ടുണ്ടാകണം. ഒരു കൊലപാതകിയെ സംബന്ധിച്ചിടത്തോളം അത് വളരെ അപായകരമാണ്. എന്നാലും അതിന്റേതായ നിലയിൽ അത്ര അപായകരവുമല്ല. അത് മാത്രമല്ല, മരണകാരണമായേക്കാവുന്ന യത്രയും അളവിൽ ഒരാൾ ഒരു സംശയവുമില്ലാതെ ഈ മരുന്ന് കഴിക്കുമോ എന്ന കാര്യത്തിലും എനിക്ക് സംശയമുണ്ട്.

മറ്റ് ഉറക്ക ഗുളികകളേക്കാൾ കയ്പ് രസം കുറഞ്ഞതാണിവിടെ ഉപയോഗിച്ചിരിക്കുന്നത്. അതിനർത്ഥം അതിനു രുചിയൊന്നുമില്ല എന്നല്ല. അതുകൊണ്ടായിരിക്കാം സാലി ജപ്പ് അത് കൊക്കൊയിൽ കലർത്തിയത്. ഇത്രയും കുറഞ്ഞ അളവിൽ മരുന്ന് ചെന്നതിനാൽ ഗാഢമായ ഉറക്കമൊന്നും അവൾക്ക് ലഭിച്ചിട്ടുണ്ടാകില്ല. എന്നിട്ടും ഒന്ന് കുതറുകപോലും ചെയ്യാതെ അവൾ മരണത്തിനു കീഴടങ്ങി. അതാണിതിലെ വിചിത്രമായ ഒരു ഭാഗം. ആ മുറിയിലേക്ക് കടന്ന്

വന്നയാളെ ഒന്നുകിൽ സാലി ജപ്പ് പ്രതീക്ഷിക്കുന്നുണ്ടായിരുന്നു അല്ലെങ്കിൽ അവൾ അയാളെ ഭയക്കുന്നുണ്ടായിരുന്നില്ല. അങ്ങനെയാണെങ്കിൽ പിന്നെ എന്തിനീ മരുന്ന് പ്രയോഗം? അവ തമ്മിൽ ബന്ധമില്ലാതേയുമിരിക്കാം. ഒരു യാദൃച്ഛികത മാത്രമായിരിക്കാം. ആരോ അവളെ കൊലപ്പെടുത്താൻ തീരുമാനിച്ച അതേ രാവിൽ അവൾ രാത്രിയിൽ കുടിക്കാനെടുക്കുന്ന പാനീയത്തിൽ മറ്റൊരാൾ ഉറക്കഗുളിക ചേർക്കുന്നു.

അങ്ങനെയെങ്കിൽ പിന്നെ ആ വിരലടയാളങ്ങളിലേക്കും നീങ്ങേണ്ടി വരും. ആരോ ആ പുകക്കുഴലിലൂടെ താഴേക്കിറങ്ങിയിരിക്കുന്നു. പക്ഷേ അവിടെയുള്ള വിരലടയാളങ്ങൾ ജപ്പിന്റേതാണ്. അത് മാത്രമാണ്. അവയാകട്ടെ കുറച്ച് പഴക്കമുള്ളവയും. ഒഴിഞ്ഞ കൊക്കൊ ടിൻ ചവറ്റുകുട്ടയിൽ നിന്നാണ് ലഭിച്ചത്. അതിന്റെ ഉള്ളിലെ കടലാസ് ലഭിച്ചില്ല. ടിന്നിനു മുകളിൽ ജപ്പിന്റേയും ബൾടിടാഫ്റ്റിന്റേയും വിരലടയാളങ്ങളുണ്ട്. കിടപ്പുമുറിയുടെ താഴിൽ ജപ്പിന്റെ വിരലടയാളം മാത്രം. അത് ഉരസി മാഞ്ഞതുപോലെയായിട്ടുണ്ടെങ്കിലും അവളുടേത് മാത്രമേ അതിലുള്ളൂ. വാതിൽ തുറന്നപ്പോൾ ഉറുമാലുകൊണ്ട് കൈ മറച്ചാണ് താഴിൽ തൊട്ടതെന്ന് ഹെർണെ പറയുന്നു. അത് അപ്പോഴത്തെ സാഹചര്യം കണക്കിലെടുത്താൽ ഒരു മനസ്സാന്നിദ്ധ്യത്തെ സൂചിപ്പിക്കുന്നു. ഒരുപക്ഷേ വളരെയധികം മനസ്സാന്നിദ്ധ്യത്തെ. ഇക്കൂട്ടത്തിൽ ഒരു അടിയന്തിര സാഹചര്യത്തെ നേരിടുമ്പോൾ സമചിത്തത കൈവിടാത്ത ഒരേയൊരാൾ ഹെർണെയാണ്. അത്യാവശ്യം വേണ്ട കാര്യങ്ങൾ അയാളുടെ ശ്രദ്ധയിൽ പെടാതെ പോകുകയുമില്ല.''

''എന്നാലും ചോദ്യം ചെയ്യലിനെത്തുമ്പോഴേക്കും അയാളെ വല്ലാതെ ഉലച്ച എന്തൊക്കെയോ സംഭവിച്ചിട്ടുണ്ട്.''

''തീർച്ചയായുമുണ്ട് സർജന്റ്. അയാളുടെ ആക്രമണോത്സുകത ഭീതിയിൽനിന്നും ഉരുത്തിരിഞ്ഞതാണെന്ന് മനസ്സിലായില്ലെങ്കിൽ ഞാൻ അയാളുടെ ആ പെരുമാറ്റത്തിനോട് കൂടുതൽ സകാരാത്മകമായി പ്രതികരിക്കുമായിരുന്നു. ചിലരൊക്കെ അങ്ങനെയാണ്. ഈ ചെകുത്താൻ ഏറ്റവും ദയനീയാവസ്ഥയിലായിരുന്നു എന്നു മാത്രം. അയാളുടെ ആ പ്രകടനം ആശ്ചര്യപ്പെടുത്തുന്നതുമായിരുന്നു. അയാളേക്കാൾ മെച്ചപ്പെട്ടതായിരുന്നു പ്രോക്ടറുടെ പ്രകടനം. അയാളും അമിതമായി ഭയന്നിരുന്നു എന്ന് വ്യക്തമാണെങ്കിലും ഇതിനേക്കാൾ മെച്ചപ്പെട്ട രീതിയിൽ അയാൾ കാര്യങ്ങൾ കൈകാര്യം ചെയ്തു.''

''പ്രോക്ടർ അത് ചെയ്തിട്ടില്ല എന്ന് നമുക്കും അറിയാമല്ലോ.''

''അങ്ങനെ പ്രോക്ടറും വിശ്വസിക്കുന്നു. അയാൾ പറഞ്ഞതിൽ പലതും നുണയാണ്. അതൊക്കെ സമയമാകുമ്പോൾ നമുക്ക് പൊളിച്ചടുക്കാം. എന്നാൽ ആ ടെലിഫോൺ വിളിയെക്കുറിച്ച് പറഞ്ഞത്

സത്യമാണെന്ന് എനിക്ക് തോന്നുന്നു. ചുരുങ്ങിയ പക്ഷം ഭാഗിക മായെങ്കിലും ശരി. മകളാണ് ഫോണെടുത്തത് എന്നത് അയാളുടെ നിർഭാഗ്യം. അതല്ല അയാൾതന്നെയെടുക്കുകയായിരുന്നെങ്കിൽ ഒരു പക്ഷേ നമ്മൾ അങ്ങനെയൊരു ഫോൺ വിളിയെക്കുറിച്ച് അറിയു കയേ ഇല്ലായിരുന്നു എന്നും സംശയിക്കാം. നമ്മളോടയാൾ അതി നെക്കുറിച്ച് പറയില്ലായിരുന്നു. മിസ് ലിഡലാണ് വിളിച്ചതെന്നും വിളിച്ചയാൾ പേരുപറഞ്ഞുവെന്നും ഉറപ്പിച്ച് പറയുന്നുണ്ടയാൾ. പ്രോക്ടർ അയാളുടെ ഭാര്യയോടും നമ്മളോടും പറഞ്ഞത് സാലി യെക്കുറിച്ചുള്ള പൊതുവായ വിവരങ്ങൾ നല്കാനായാണ് വിളി വന്നത് എന്നാണ്. നമ്മൾ വീണ്ടും ചോദ്യം ചെയ്യുകയും ലിഡൽ അങ്ങനെ ഒരു ഫോൺ ചെയ്തു എന്നത് നിരസിക്കുന്നു എന്ന് പറ യുകയും ചെയ്തപ്പോഴും അന്ന് വന്ന ഫോൺ ഒന്നുകിൽ അവർ നേരിട്ട് അല്ലെങ്കിൽ അവരെന്ന് പറഞ്ഞ കബളിപ്പിച്ച ഒരാളുടേത് എന്നതിൽ അയാൾ ഉറച്ച് നില്ക്കുന്നുണ്ട്. അതിനോടൊപ്പം അവർ സാലിയും സ്റ്റീഫൻ മാക്സിയുമൊത്തുള്ള വിവാഹ നിശ്ചയക്കാര്യം പറഞ്ഞുവെന്നും പ്രോക്ടർ അവകാശപ്പെടുന്നു. തന്റെ അനന്തിരവളെ ക്കുറിച്ചുള്ള പൊതുവായ കാര്യങ്ങൾ പറയുന്നതിനേക്കാൾ സാധ്യത കൂടുതൽ ഇത്തരം വിശേഷങ്ങൾ പങ്കുവയ്ക്കുക എന്ന ലക്ഷ്യത്തോടെ വിളിക്കുന്നതിനാണ്.''

''ഇങ്ങനെയൊരു വിവാഹ നിശ്ചയം സത്യത്തിൽ അവതരിപ്പി ക്കപ്പെടുന്നതിനു മുമ്പ് തന്നെ വളരെയധികമാളുകൾക്ക് അതിനെ ക്കുറിച്ചറിയാമായിരുന്നു എന്നതും രസകരമായി തോന്നുന്നു.''

''അതെ. അങ്ങനെയൊന്ന് നടന്നു എന്ന് മാക്സി കുടുംബം സമ്മതിക്കുന്നതിനു മുമ്പ്. ഒരു നിമിഷത്തെ ആവേശത്തിലാണങ്ങനെ ഒരു നിർദ്ദേശം താൻ വച്ചതെന്ന് ഡോക്ടർ മാക്സി ഇപ്പോൾ അവ കാശപ്പെടുന്നു. ശനിയാഴ്ച രാത്രി ഏകദേശം സായാഹ്നത്തിൽ ഏഴ് നാല്പതിന് ഉദ്യാനത്തിൽ വച്ച് അവർ തമ്മിൽ കണ്ടപ്പോഴാണതു ണ്ടായതെന്നും. അതിനു മുമ്പൊരിക്കലും തന്റെ മനസ്സിൽ അങ്ങനെ യൊരു ചിന്തയേ വന്നിട്ടില്ല എന്നയാൾ പറയുന്നുണ്ട്. അതിനർത്ഥം അവൾ അങ്ങനെ ചിന്തിച്ചിട്ടില്ല എന്നല്ല. അവളത് പ്രതീക്ഷിച്ചിട്ടുമു ണ്ടാകും. എന്നിരുന്നാലും സന്തോഷവർത്തമാനങ്ങൾ ഇത്രയും നേരത്തെ പരത്തുന്നതും വൈഷമ്യങ്ങൾ വിളിച്ച് വരുത്തും. തന്റെ അമ്മാവനോട് അവൾ ഇങ്ങനെയൊരു വിശേഷം പങ്കുവയ്ക്കണ മെങ്കിൽ അതിനു തക്കതായ കാരണമുണ്ടാകണം. അയാളെ അസൂയ പ്പെടുത്തുക അല്ലെങ്കിൽ അയാളിൽ ജാള്യത വരുത്തുക എന്നിങ്ങനെ എന്തെങ്കിലും ലക്ഷ്യം അതിനു പുറകിലുണ്ടാകും. എന്നാലും അവ ളെന്തിനു മിസ് ലിഡലായി അഭിനയിച്ച് അത് ചെയ്യണം?''

''സാലി ജപ്പ് തന്നെയാണാ ഫോൺ വിളിച്ചതെന്നാണോ താങ്കൾ പറയുന്നത് സർ?''

''അവൾ നന്നായി അനുകരിക്കുമായിരുന്നു എന്ന് നമുക്കറിവായിട്ടുണ്ടല്ലോ. അങ്ങനെയെങ്കിൽ ജപ്പ് തന്നെയാണാ ഫോൺ ചെയ്തതെന്ന് നമുക്ക് ഉറപ്പിക്കാം. പ്രത്യേകിച്ചും പ്രോക്ടർ ആ ഫോണിനെക്കുറിച്ച് കൂടുതൽ പറയാൻ തയ്യാറല്ലാത്ത സാഹചര്യത്തിൽ. മറ്റൊരു നിഗൂഢതയും കൂടിയുണ്ട്. അതൊരു പക്ഷേ നമുക്ക് ഒരിക്കലും കണ്ടെത്താനായി, തെളിയിക്കാനായി എന്ന് വരില്ല. ശനിയാഴ്ച രാത്രിയിൽ തന്റെ കുഞ്ഞിനെ ഉറക്കിക്കിടത്തിയതിനു ശേഷം പ്രധാന ഗോവണിയിൽ അവൾ പ്രത്യക്ഷപ്പെടുന്നതുവരെയുള്ള സമയം സാലി ജപ്പ് എവിടെയായിരുന്നു? ആ ഇടവേളയിൽ അവളെ കണ്ടു എന്ന് സമ്മതിക്കുന്നവർ ആരുമില്ല.''

''അവളപ്പോൾ കുഞ്ഞിനൊപ്പം തന്റെ മുറിയിൽ തന്നെയുണ്ടായിരുന്നിരിക്കാം. മാർത്ത ഉറങ്ങാൻ പോയിട്ടുണ്ടാകും എന്നും ആപത്തുകളൊന്നുമില്ല എന്നും അറിഞ്ഞപ്പോൾ അവൾ, തനിക്ക് കുടിക്കാനുള്ളതെടുക്കാൻ മുറിയിൽനിന്നും ഇറങ്ങി വന്നതാകാം.''

''അതാണേറ്റവും സ്വീകാര്യമായ വിശദീകരണം. സ്വീകാര്യമായതും സാധ്യമായതും. അടുക്കളയിലോ സ്വീകരണമുറിയിലോ അപ്പോൾ അവൾക്ക് സ്വാഗതമില്ലായിരുന്നു. ഒരു പക്ഷേ അവൾ ഒറ്റയ്ക്കിരിക്കാനും ആഗ്രഹിച്ചിട്ടുണ്ടാകാം. അവൾക്ക് ആലോചിക്കാൻ ഒരുപാട് കാര്യങ്ങളുണ്ടാകുമല്ലോ.''

അവർ കുറച്ച് സമയം മൗനികളായി. തന്റെ കൈവശം വന്നിരിക്കുന്ന തെളിവുകളുടെ വൈവിധ്യത്തെക്കുറിച്ചുള്ള ആലോചനയിലായിരുന്നു ഡൽഗ്ലീഷ്. ഓരോന്നും വിശിഷ്ടവും പ്രധാനവുമാണെന്ന് അയാൾ കരുതി. സാലിയുടെ ഒരു കഴിവുകേടിനെക്കുറിച്ച്, ഉപേക്ഷയെക്കുറിച്ച് എന്തെങ്കിലും സംസാരിക്കാൻ മാർത്ത മടിക്കുന്നതും പരിഗണിക്കേണ്ടതുണ്ട്. ഉറക്കഗുളികയുടെ കുപ്പി തിരക്കിട്ട് കുഴിച്ചുമൂടിയതുണ്ട്. ഒഴിഞ്ഞ കൊക്കൊ ടിന്നുണ്ട്. സ്റ്റീഫൻ മാക്സി ഒരു കുട്ടിയുടെ ബലൂൺ മരത്തിനു മുകളിൽ നിന്നെടുത്തുകൊടുത്തപ്പോൾ അയാളെ നോക്കി ചിരിച്ച സ്വർണ്ണത്തലമുടിയുള്ള പെൺകുട്ടിയുണ്ട്. അജ്ഞാതമായ ഒരിടത്തുനിന്ന് വന്ന ടെലിഫോൺ വിളിയുണ്ട്. ബൊകോക്കിന്റെ കുതിരാലയത്തിന്റെ വാതിലടയ്ക്കുന്നത് കണ്ട ഗ്ലൗസിട്ട കൈയുണ്ട്. അതിന്റെയൊക്കെ ഹൃദയഭാഗത്ത് തന്നെ, ഈ നിഗൂഢതകളുടെ ഹൃദയത്തിൽതന്നെ, എല്ലാം വ്യക്തമാക്കുന്ന, സാലി ജപ്പിന്റെ സങ്കീർണ്ണമായ വ്യക്തിത്വവുമുണ്ട്.

എട്ട്

1

സെയിന്റ് ല്യൂക്സിൽ ആ വ്യാഴാഴ്ച കാലത്ത് നല്ല തിരക്കുണ്ടായിരുന്നു, ഉച്ചഭക്ഷണത്തിനിരുന്നപ്പോൾ മാത്രമാണ് സ്റ്റീഫൻ മാക്സിക്ക് സാലിയെ ഓർമ്മയിൽ വന്നത്. അത് പതിവുപോലെ കത്തികൊണ്ട് കുത്തിക്കീറുന്നതുപോലെയായി. ദൈനംദിനജീവിതത്തിലെ എല്ലാവിധ സന്തോഷങ്ങളിൽനിന്നും അയാളെ മുറിച്ച് മാറ്റുന്നതായി. ഭക്ഷണമേശയ്ക്ക് ചുറ്റിലുമുള്ള സംസാരങ്ങളെല്ലാം മറ്റേതോ ലോകത്തിൽനിന്ന് ഇറങ്ങിവരുന്നതാണെന്ന തോന്നലുണ്ടായി. അയാളുടെ സാന്നിദ്ധ്യത്തിലുള്ള അമ്പരപ്പിനെ മറയ്ക്കാൻ സഹജീവനക്കാർ എന്തൊക്കെയോ നിസ്സാരതകൾ പറഞ്ഞുകൊണ്ടേയിരുന്നു. വർത്തമാനപത്രങ്ങൾ കൈയിലുള്ളവർ അത് വൃത്തിയിൽ മടക്കി. തലേക്കെട്ടാരും കാണാതിരിക്കുന്ന വിധത്തിൽ മടക്കി. അങ്ങനെ തങ്ങൾക്കിടയിൽ ഒരു കൊലപാതകത്തിനു സംശയിക്കപ്പെടുന്ന വ്യക്തിയുണ്ടെന്ന വാർത്തയെ മറച്ചുപിടിക്കാൻ ശ്രമിച്ചു. ശ്രദ്ധയോടെ അവർ അയാളേയും ചർച്ചകളുടെ ഭാഗമാക്കി. അവർക്ക് അയാളെക്കുറിച്ചാലോചിച്ച് കരുണ തോന്നുന്നുണ്ടെന്ന ചിന്ത വരുത്താത്ത വിധത്തിൽ ചർച്ചകളിൽ ഭാഗമാക്കി. അവർ അയാളെ ഒഴിവാക്കുകയാണെന്നൊരു ചിന്ത അയാളിൽ വരുത്താത്ത വിധത്തിൽ ചർച്ചകളിൽ ഭാഗമാക്കി. അയാളുടെ തളികയിൽ വിളമ്പിയ മാംസത്തിന് രുചിയൊന്നുമുണ്ടായിരുന്നില്ല. ഒരു കാർഡ്ബോർഡ് ചവയ്ക്കുന്നതുപോലെ അരുചികരമായിരുന്നു അത്. അയാൾ എങ്ങനെയൊക്കെയോ കുറച്ച് ചവച്ചിറക്കി.

സംശയത്തിന്റെ നിഴലിലുള്ളയാൾ ഭക്ഷണം കഴിക്കാതെ എഴുന്നേറ്റ് പോയാൽ അത് ശരിയാകില്ല. അതിനുശേഷം പുഡ്ഡിങ്ങിനെ അപമാനിക്കുന്നതുപോലെ ഒരു പ്രകടനം നടത്തി. എന്തെങ്കിലും ചെയ്തുകൊണ്ടിരിക്കേണ്ടത് അയാളുടെ ആവശ്യമായിരുന്നു. ചെയ്യേണ്ടതും അയാളുടെ ആവശ്യം തന്നെ. പൊലീസിനിതിലൊരു

തുമ്പുണ്ടാക്കാനായില്ലെങ്കിൽ ഒരുപക്ഷേ തനിക്കായെന്ന് വരും. അയാൾ കൂടെയുള്ളവരോട് സ്വരം താഴ്ത്തി ക്ഷമ ചോദിച്ചു. കൂടെയുള്ളവർ അവർക്കെന്തൂഹിക്കണോ അതിനവസരം ഒരുക്കി കൊടുത്തു. എന്തുകൊണ്ടായിക്കൂടാ? അവർക്കെല്ലാം ആ നിർണ്ണായകമായ ചോദ്യം അയാളോട് ചോദിക്കണമെന്നത് അത്ര വലിയ ഒരു ആശ്ചര്യമാണോ? അമ്മയുടെ മുഖം ഓർമ്മയിലെത്തുന്നു. അമ്മയുടെ കൈ ഫോണിലാണ്. മുഖഭാവം ശൂന്യമാണ്. അതയാളെക്കൊണ്ട് ഒരു അന്വേഷണത്തിനു പ്രേരിപ്പിക്കുന്നു. അമ്മയ്ക്കും ഇപ്പോൾ ചുറ്റിലുമുണ്ടായിരുന്നവർ ഉന്നയിക്കാനാഗ്രഹിച്ച അതേ ചോദ്യമാണുണ്ടായിരുന്നത്. അമ്മ ചോദിക്കുന്നതിനു മുമ്പേ അയാൾ അതിനുത്തരം പറഞ്ഞു. ''ചോദിക്കണമെന്നില്ല. എനിക്കതിനെക്കുറിച്ച് ഒന്നുമറിയില്ല. അത് സത്യം ചെയ്യാം.''

ഒരു മണിക്കൂർ ഒഴിവുണ്ട്. ആ സമയം എങ്ങനെ വിനിയോഗിക്കണം എന്ന് അയാൾക്കറിയാം. സാലിയുടെ മരണത്തിന്റെ രഹസ്യം അവളുടെ ജീവിതമെങ്ങനെയായിരുന്നു എന്നതിൽ ഒളിഞ്ഞ് കിടപ്പുണ്ടാകും. ഒരുപക്ഷേ അത് അവൾ മാർടിൻഗേലിലെത്തുന്നതിനു മുമ്പുള്ള അവളുടെ ജീവിതത്തിലാകും. ആ കുഞ്ഞിനെ അച്ഛൻ ഇതിൽ നിർണ്ണായകമായ ഒരു പങ്കു വഹിക്കാനാകും എന്ന് സ്റ്റീഫനുറപ്പുണ്ട്. അതിനു പക്ഷേ അയാൾ ആരാണെന്ന് കണ്ടെത്തണം. അയാളുടെ ലക്ഷ്യങ്ങൾ എന്താകുമെന്നൊന്നും സ്റ്റീഫൻ വിശകലനം ചെയ്തില്ല. അജ്ഞാതനായ ഒരു മനുഷ്യനെ കണ്ടെത്താനുള്ള ശ്രമം ഏതെങ്കിലും യുക്തിയിലോ ആകാംക്ഷയിലോ അസൂയയിലോ അധിഷ്ഠിതമാണോ എന്നുപോലും ചിന്തിച്ചില്ല. എന്തെങ്കിലും ചെയ്താൽ ഒരു ആശ്വാസമുണ്ടാകും എന്നൊരു തോന്നൽ. അതിന്റെ ഫലം എത്ര ഉപയോഗശൂന്യമാണെങ്കിലും ആ പ്രവർത്തി ഒരു ആശ്വാസം നല്കും.

സാലിയുടെ അമ്മാവന്റെ പേരോർമ്മയിൽ വരുന്നുണ്ട്. പക്ഷേ അയാളുടെ വിലാസമോർമ്മയിലില്ല. പ്രോക്ടർ എന്ന പേരുള്ളവരുടെയെല്ലാം നമ്പർ പരതി. അവസാനം കാനിങ്ങ്ബറിയിലെ ആ നമ്പർ ലഭിച്ചു. ഒരു സ്ത്രീയാണ് ആ ഫോൺ എടുത്തത്. കൃത്രിമമായിരുന്നു അവരുടെ സ്വരം. ഫോൺ ഉപയോഗിച്ച് പരിചയമില്ലാത്തതുപോലെയായിരുന്നു സംസാരം. അയാൾ തന്റെ പേരു പറഞ്ഞപ്പോൾ മറുതലയ്ക്കലുള്ള സ്വരം കുറച്ച് നേരം നിലച്ചു. അവർ ഫോൺ വച്ചിരിക്കുമോ എന്നയാൾ സംശയിച്ചു. അവരിൽ തന്നോടുള്ള അവിശ്വാസം അയാൾക്ക് വിവേചിച്ചറിയാനായി. അത് ആ ടെലിഫോൺ വയറിലൂടെ തന്നിലേക്കെത്തുന്നതറിയാനായി. അവർ പിന്നെയും സംസാരിക്കാൻ മടിച്ചപ്പോൾ താൻ പിന്നീട് വിളിക്കാമെന്നും അവരുടെ ഭർത്താവിനോട് സംസാരിക്കാനാണ് താത്പര്യമെന്നും അയാൾ

അറിയിച്ചു. അതിലൊരു ഭീഷണിയൊന്നുമുണ്ടായിരുന്നില്ല. ഏറ്റവും ലളിതമായ കാര്യങ്ങൾ കൂടി സ്വതന്ത്രമായി ചെയ്യാനാകാത്ത സ്ത്രീകളുടെ കൂട്ടത്തിലൊരുവളാണവൾ എന്നാണയാൾ കരുതിയത്. എന്നാൽ അയാളുടെ ആ നിർദ്ദേശം തന്ന ഫലം അത്ഭുതപ്പെടുത്തുന്നതായിരുന്നു.

‘‘അയ്യോ.... വേണ്ട വേണ്ട. അതിന്റെയൊന്നും ആവശ്യമില്ല. പ്രോക്ടർക്ക് സാലിയെക്കുറിച്ച് സംസാരിക്കുന്നതേ ഇഷ്ടമല്ല. പ്രോക്ടറുമായി സംസാരിക്കണ്ട. ഡോക്ടർ മാക്സിയോട് അദ്ദേഹത്തിനെന്ത് ആവശ്യമുണ്ടോ അത് പറയുന്നതിൽ എന്തായാലും തെറ്റൊന്നുമില്ലല്ലോ. എന്നാൽ ഒരപേക്ഷ മാത്രം. ഡോക്ടർ ഫോൺ ചെയ്തിരുന്നു എന്ന് പ്രോക്ടർ അറിയരുത്.’’

അത്രയും പറഞ്ഞ് അവർ സ്റ്റീഫൻ ചോദിച്ച വിലാസം നല്കി. ഗർഭിണിയായ കാലങ്ങളിൽ സാലി സെലക്ട് ബുക്ക് ക്ലബ്ബിലാണ് ജോലി ചെയ്തിരുന്നത്. നഗരത്തിലെ ഫാകനേഴ്സ് യാഡിലാണീ സ്ഥാപനം.

സെയ്ന്റ് പോൾസ് കത്തീഡ്രലിന്റെ മുറ്റത്തായിരുന്നു സെലക്ട് ബുക്ക് ക്ലബ്ബിന്റെ ഓഫീസ്. ഇടുങ്ങിയ ഒരു വഴിയാണവിടേക്കെത്താനുള്ളത്. ഇരുളടഞ്ഞത്. കണ്ടെത്താൻ ബുദ്ധിമുട്ടുള്ളത്. എന്നാൽ പള്ളിമുറ്റത്ത് നല്ല വെളിച്ചമുണ്ട്. പള്ളിയും മുറ്റവും ശാന്തമാണ്. അവിടെയെത്തുമ്പോൾ നഗരത്തിന്റെ വാഹനത്തിരക്കും ഇരമ്പവും ഇല്ലാതാകുന്നു. അത് ദൂരെനിന്ന് കേൾക്കുന്ന കടലിരമ്പം പോലെയാകുന്നു. അന്തരീക്ഷത്തിൽ ഒരു നദിയുടെ ഗന്ധം തങ്ങിനിൽക്കുന്നു. അന്വേഷിച്ച് ചെന്ന കെട്ടിടം കണ്ടെത്തുന്നതിൽ ബുദ്ധിമുട്ടൊന്നുമുണ്ടായില്ല. മുറ്റത്ത് വെയിലടിച്ചുകൊണ്ടിരുന്ന ഭാഗത്തേക്കാണ് സെലക്ട് ബുക്ക് ക്ലബ്ബിന്റെ ഒരു ജാലകം തുറക്കുന്നത്.

ഇളംമാന്തളിർവർണ്ണത്തിലുള്ള ഒരു പർദ്ദയുടെ പശ്ചാത്തലത്തിൽ അതിൽ പുസ്തകങ്ങൾ ഭംഗിയിൽ അടുക്കിയിരിക്കുന്നു. ക്ലബ്ബിന്റെ പേരും വളരെ ശ്രദ്ധയോടെയാണിട്ടിരിക്കുന്നത്. സെലക്ട് ബുക്സ് എഴുത്തുകാരൻ ആരെന്ന് ശ്രദ്ധിക്കാതെ നല്ല കഥകൾ വായിക്കാനിഷ്ടപ്പെടുന്നവർക്കായുള്ളതാണ്. വ്യക്തിപരമായ തിരഞ്ഞെടുപ്പിന്റെ മടുപ്പും മുഷിച്ചിലും ഒഴിവാക്കാനായി യത്നിക്കുന്ന രീതിയിലാണ് പുസ്തകങ്ങൾ അടുക്കിയിട്ടുള്ളത്. ഒരേ വലിപ്പത്തിലുള്ള പുസ്തകങ്ങൾ, അടുക്കിയ പുസ്തക അലമാരകൾ, അവയ്ക്ക് ഒരേ നിറം കൂടിയാണെങ്കിൽ ഏതൊരു മുറിക്കും ഒരു പ്രത്യേക അന്തരീക്ഷം നല്കും എന്ന് സെലക്ട് ബുക്ക് ക്ലബ്ബ് വിശ്വസിക്കുന്നു. ധാർമ്മികതയ്ക്ക് പ്രതിഫലം ലഭിക്കണമെന്നും ദുർഗുണങ്ങൾ ശിക്ഷിക്കപ്പെടണമെന്നും അവർ വിശ്വസിക്കുന്നു. കാമാർത്തിയെ അവർ ഒഴിവാക്കുന്നു.

തർക്കങ്ങൾക്ക് താത്പര്യമില്ല എന്ന് പ്രഖ്യാപിക്കുന്നു. എഴുത്തിൽ ഇതുവരെ തിളങ്ങിയിട്ടില്ലാത്ത എഴുത്തുകാരെ പ്രോത്സാഹിപ്പിക്കുക എന്ന അപായസാധ്യത ഏറ്റെടുക്കാതിരിക്കുന്നു. അതുകൊണ്ടെല്ലാം തന്നെ തിരഞ്ഞെടുപ്പുകൾക്കായി അവർക്ക് പ്രസാധകരുടെ പുസ്തക പ്പട്ടികകൾ വല്ലാതെ തിരയേണ്ടി വരുന്നില്ല. അതിൽ വളരെ കുറച്ച് പുസ്തകങ്ങളേ ഹെർണെ ആൻഡ് ഇല്ലിങ് വെർത്തിന്റേതായുള്ളൂ എന്ന് സ്റ്റീഫൻ ശ്രദ്ധിച്ചു. അവയെങ്കിലും കണ്ടതിൽ അത്ഭുതപ്പെടു കയും ചെയ്തു.

മുൻവശത്തെ വാതില്ക്കലേക്കെത്തുന്ന പടികൾക്ക് വെളുത്ത നിറം കൊടുത്തിരിക്കുന്നു. വാതിൽ കടന്ന് ചെല്ലുന്നത് ഒരു ചെറിയ ഓഫീസിലേക്കാണ്. എല്ലാ മാസവും വന്ന് പുസ്തകങ്ങൾ ശേഖരി ക്കാൻ താത്പര്യപ്പെടുന്നവരെ ഉദ്ദേശിച്ച് അവിടെ ഇരിപ്പിടങ്ങൾ ഒരുക്കിയിട്ടുണ്ട്. സ്റ്റീഫൻ അകത്ത് കടന്നപ്പോൾ പ്രായം ചെന്ന ഒരു പുരോഹിതൻ, അവിടെ അപ്പോൾ ചുമതലയിലുണ്ടായിരുന്ന സ്ത്രീ യുടെ വാചാലത സഹിക്കുന്നുണ്ടായിരുന്നു. ഇപ്പോൾ എടുത്ത പുസ്തകങ്ങളുടെ ഒരു ഗുണവും താൻ വിട്ടുപോകുന്നില്ല എന്ന് ഉറപ്പ് വരുത്തുകയായിരുന്നു ആ സ്ത്രീ. കഥയുടെ വിശദാംശങ്ങളും അത്ഭുതപ്പെടുത്തുന്ന പര്യവസാനവുമെല്ലാം അവർ വിവരിക്കുന്നുണ്ട്. അതവസാനിച്ചപ്പോൾ പുരോഹിതന്റെ വീട്ടുവിശേഷങ്ങൾ അവർ തിരക്കാൻ തുടങ്ങി. കഴിഞ്ഞ മാസം കൊണ്ടുപോയ പുസ്തകങ്ങളെ ക്കുറിച്ചുള്ള അഭിപ്രായം തേടി. ഇതെല്ലാം അവസാനിക്കുന്നതുവരെ സ്റ്റീഫൻ ക്ഷമയോടെ കാത്ത് നിന്നു. അവർ സ്വതന്ത്രയായപ്പോൾ തിളങ്ങുന്ന ചിരിയോടെ അയാളിലേക്ക് തിരിഞ്ഞു. അവരുടെ മേശ പ്പുറത്ത് ഒരു ചെറിയ കാർഡിൽ, മിസ് ടിട്‌ലെ എന്ന പേരെഴുതി വച്ചിരുന്നു.

''കാത്തിരിപ്പിക്കേണ്ടി വന്നതിൽ എന്നോട് ക്ഷമിക്കണേ. നിങ്ങൾ ഒരു പുതിയ ആളാണല്ലേ. ഇതിനു മുമ്പ് പരിചയപ്പെടാനായിട്ടില്ല എന്നെനിക്ക് തോന്നുന്നു. ഇവിടെ വരുന്നവരെയെല്ലാം എനിക്കറിയാം. അവർക്ക് എന്നെയും അറിയാം. ഇപ്പോൾ പോയത് കാനൺട്ലോക്ക്. കുറേക്കാലമായി ഇവിടെ നിന്ന് പുസ്തകങ്ങളെടുക്കുന്ന ഒരു വായന ക്കാരൻ. അയാൾക്ക് ഒരിക്കലും തിരക്കില്ല. അങ്ങനെയാണയാൾ ഒരിക്കലും തിരക്ക് പിടിക്കാറില്ല.''

സ്റ്റീഫൻ വശ്യമായി പുഞ്ചിരിക്കാൻ ഒരു ശ്രമം നടത്തി. തനിക്ക് ഈ സ്ഥാപനത്തിന്റെ ഉത്തരവാദിത്വപ്പെട്ട വ്യക്തിയുമായൊന്ന് സംസാരിക്കണം എന്നാവശ്യപ്പെട്ടു. വ്യക്തിപരമായ ചില കാരണ ങ്ങൾ അതിനു പുറകിലുണ്ട്. വളരെ പ്രധാനപ്പെട്ട കാരണങ്ങൾ. താനൊരു വില്പനക്കാരനൊന്നുമല്ല. അവരുടെ അധിക സമയം

പാഴാക്കുകയുമില്ല. ഇതിലും വ്യക്തമായി ഇപ്പോൾ പറയാനാകില്ല എന്നതിൽ ക്ഷമിക്കണം. പക്ഷേ തന്റെ ഈ സന്ദർശനം ചുരുങ്ങിയത് എനിക്കെങ്കിലും വളരെ പ്രാധാന്യമുള്ളതാണ്.'' അയാൾ പുഞ്ചിരിച്ചുകൊണ്ട് തന്നെ പറഞ്ഞു.

ആ പുഞ്ചിരി വിജയം കണ്ടു. മിസ് ടിട്ലെ തന്റെ സാധാരണയിലേക്ക് മടങ്ങിയെത്തി. ഓഫീസിനകത്ത് കയറി ആർക്കോ ഫോൺ ചെയ്തു. കുറച്ച് ദീർഘിച്ച ഒരു ഫോൺ വിളി. അതിനിടയിൽ അന്വേഷിച്ചെത്തിയിരിക്കുന്ന വ്യക്തി തീർത്തും മാന്യനാണെന്ന് ഉറപ്പിക്കുന്ന മട്ടിൽ പല തവണ സ്റ്റീഫനെ ഒളികണ്ണിട്ട് നോക്കി. അവസാനം ഫോൺ താഴെ വച്ചു. മിസ് മോൾപാസ് അയാളെ കാണാൻ തയ്യാറാണെന്ന് അറിയിച്ചു.

മൂന്നാം നിലയിലായിരുന്നു മിസ് മോൾപാസിന്റെ ഓഫീസ്. ഗോവണിയിൽ പരുക്കൻ പരവതാനിയിട്ടിട്ടുണ്ട്. ഇടുങ്ങിയതും കുത്തനെയുള്ളതുമായിരുന്നു ആ ഗോവണി. വീതി കുറവായതിനാൽ മറ്റ് ജീവനക്കാർക്ക് കടന്ന് പോകാനായി പലപ്പോഴും മിസ് ടിട്ലെയ്ക്കും സ്റ്റീഫനും വഴിയൊഴിഞ്ഞ് കൊടുക്കേണ്ടി വന്നു. അവിടെ പുരുഷന്മാരാരേയും കണ്ടില്ല. അവസാനം മിസ് മോൾപാസിന്റെ മുറിയിലവരെത്തി. അതൊരു മികച്ച കാഴ്ചയൊരുക്കി. ഇടുങ്ങിയ, കുത്തനെയുള്ള, ഗോവണി ചവുട്ടി മൂന്ന് നില കയറുന്നത് നഷ്ടമാക്കാത്ത കാഴ്ച. നഗരത്തിന്റെ മേല്ക്കൂരകൾക്ക് മുകളിലൂടെയുള്ള കാഴ്ച.

വെസ്റ്റ്മിനിസ്റ്ററിൽ ഒരു വെള്ളിനാട പോലെ ഒഴുകുന്ന നദി. മിസ് ടിട്ലെ തന്റെ പരിചയപ്പെടുത്തൽ കർമ്മം നിർവഹിച്ചു. ഭയഭക്തി ബഹുമാനത്തോടെ, അധികം വാക്കുകളില്ലാതെ നിർവഹിച്ചു. അതിനു ശേഷം അവർ അപ്രത്യക്ഷയായി. മിസ് മോൾപാസ് എഴുന്നേറ്റ് നിന്ന് അയാൾക്ക് കസേര ചൂണ്ടിക്കാണിച്ചു. അധികം ഉയരമില്ലാത്ത, ഇരുണ്ട വർണ്ണമുള്ളവളാണ് മിസ് മോൾപാസ്. വട്ടമുഖം. കുറുതാക്കി വെട്ടി നിർത്തിയ മുടി. വലിയ കണ്ണട. ആ കണ്ണടയുടെ വലിപ്പം അവരുടെ രൂപത്തിനനുസരിച്ച് തന്നെ. കട്ടിയുള്ള ചെറിയ പാവാടയും പുരുഷന്മാരുടേതിനു സമാനമായ വെളുത്ത ഷർട്ടുമാണ് വേഷം മഞ്ഞയും പച്ചയും ഇടകലർന്ന വരകളുള്ള ടൈ ധരിച്ചിട്ടുണ്ട്. അത് കണ്ടപ്പോൾ ചതഞ്ഞ ഒരു ചിത്രശലഭപ്പുഴുവിനെയാണ് സ്റ്റീഫന് ഓർമ്മ വന്നത്. നല്ല സ്വരമായിരുന്നു അവരുടേത്. അവർ കൈ നീട്ടി. ആ കൈയിനു നല്ല ദൃഢതയുണ്ടായിരുന്നു. തണുപ്പും.

''നിങ്ങൾ സ്റ്റീഫൻ മാക്സിയാണ്, അല്ലേ? എക്കൊയിൽ നിങ്ങളുടെ ചിത്രം കണ്ടിരുന്നു. നിങ്ങളാണ് സാലി ജപ്പിനെ കൊന്നത് എന്ന് എല്ലാവരും പറയുന്നു. നിങ്ങളാണോ കൊന്നത്?''

''അല്ല. എന്റെ വീട്ടുകാരാരുമല്ല. അതിനെക്കുറിച്ച് തർക്കിക്കാനല്ല ഞാനെത്തിയത്. ജനങ്ങൾ അവർക്കിഷ്ടമുള്ളതെന്തോ അത് വിശ്വസിച്ചോട്ടെ. എനിക്ക് സാലിയെക്കുറിച്ച് കൂടുതൽ അറിയാനാഗ്രഹമുണ്ട്. നിങ്ങൾക്ക് സഹായിക്കാനായേക്കും എന്ന് ഞാൻ കരുതി. എന്റെ വിഷമം ആ കുഞ്ഞിനെപ്രതിയാണ്. അവനിപ്പോൾ അമ്മയില്ലാതായിരിക്കുന്നു. അതുകൊണ്ട് തന്നെ അവന്റെ അച്ഛനെ കണ്ടെത്തണം. അതിനാണിപ്പോൾ പ്രാധാന്യമുള്ളത്. ആരും ആ അവകാശവാദവുമായി ഇതുവരെ വന്നിട്ടില്ല. ഒരുപക്ഷേ അയാൾ അറിഞ്ഞിട്ടേയുണ്ടാകില്ല എന്നൊരു ചിന്ത എന്നിലുണ്ടായി. സാലി വളരെ സ്വതന്ത്രപ്രകൃതക്കാരിയായിരുന്നു. അയാൾക്ക് ഈ വിവരങ്ങളൊന്നും അറിയില്ലെങ്കിൽ, അയാൾ ജിമ്മിയെ സഹായിക്കാൻ ആഗ്രഹിക്കുന്നു എങ്കിൽ അതിനൊരു അവസരമൊരുക്കിക്കൊടുക്കണം എന്നെനിക്ക് തോന്നി.''

മിസ് മോൾപാസ് സിഗരറ്റിന്റെ പാക്കറ്റ് അയാൾക്കരികിലേക്ക് തള്ളി നീക്കി.

''പുകവലിക്കാറുണ്ടോ? ഇല്ലേ? ശരി. നിങ്ങൾ അനാവശ്യകാര്യങ്ങളിലാണ് ഇടപെടുന്നത്. അല്ലേ? ആദ്യം ലക്ഷ്യം ശരിയാകണം. അയാൾക്ക് അറിയില്ല എന്ന് വിശ്വസിക്കരുത്. എന്തുകൊണ്ടാണയാൾ അറിയാത്തത്? ഇപ്പോൾ എന്തായാലും അയാൾ അറിഞ്ഞിട്ടുണ്ടാകുമല്ലോ. അത്രയ്ക്ക് പരസ്യമൊക്കെ ലഭിച്ച് കഴിഞ്ഞില്ലേ. ഇതേ വാദമുപയോഗിച്ച് പൊലീസും ഇവിടെ വന്നിരുന്നു. പക്ഷേ അവർക്ക് കുഞ്ഞിന്റെ സൗഖ്യത്തിലൊന്നുമല്ല താത്പര്യം എന്നെനിക്ക് തോന്നുന്നു. അവർ ഒരു ലക്ഷ്യം പരതുകയായിരുന്നു. വളരെ വിശദമായി അവർ അന്വേഷിച്ചു. അതുകൊണ്ട് ഇതെല്ലാം അവർക്ക് വിട്ടുകൊടുക്കുന്നതാകും നല്ലത്.''

അപ്പോൾ പൊലീസ് ഇവിടേയും എത്തിയിരുന്നു. അവരത് ചെയ്തിട്ടുണ്ടാകില്ല എന്ന് കരുതിയതാണ് വിഡ്ഢിത്തം. ഈ വാർത്ത അയാളെ വിഷണ്ണനാക്കി. അവർ എപ്പോഴും തന്നേക്കാൾ വേഗത്തിൽ കാര്യങ്ങൾ ചെയ്യും. അനുഭവസമ്പത്തുള്ള, പെട്ടെന്നൊരു വിവരവും പുറത്ത് വിടാത്ത, വളരെ ക്ഷമാശീലരായ, പൊലീസുകാർ കണ്ടെത്താത്ത എന്തെങ്കിലും വിവരം, സാലിയെക്കുറിച്ചുള്ള വിവരം, തനിക്ക് കണ്ടെത്താനാകും എന്ന് കരുതിയത് തന്റെ തോന്നൽ മാത്രമായിരുന്നു. ആ നിരാശ മുഖത്ത് പ്രകടമായിട്ടുണ്ടാകണം. അതുകൊണ്ടാകും മിസ് മോൾപാസ് ഉച്ചത്തിൽ ചിരിച്ചത്.

''സന്തോഷമായിരിക്കൂ. ഒരു പക്ഷേ നിങ്ങൾക്ക് അവരെ ഇക്കാര്യത്തിൽ പരാജയപ്പെടുത്താനായേക്കാം. എനിക്ക് സഹായിക്കാനാകും എന്നല്ല ഉദ്ദേശിച്ചത്. എനിക്കറിയാവുന്നതെല്ലാം ഞാൻ പൊലീസിനോട്

പറഞ്ഞിട്ടുണ്ട്. അതെല്ലാം അവർ ശ്രദ്ധാപൂർവ്വം എഴുതിയെടുത്തിട്ടുമുണ്ട്. എന്നാൽ അവർ അതൊക്കെ ഉപയോഗിച്ച് എവിടെയുമെത്തുന്നില്ല എന്നെനിക്ക് മനസ്സിലാകുന്നുമുണ്ട്.''

''എന്റെ വീട്ടിലൊരു അംഗമാണീ കുറ്റകൃത്യത്തിനു പുറകിലെന്ന് അവർ വിശ്വസിക്കുന്നു. അത് കൂടുതൽ ഊട്ടിയുറപ്പിക്കുന്നതിലൊഴികെ അവർ എവിടേക്കുമെത്തുന്നില്ല.''

''അത് ഇവിടെയുള്ള ആർക്കും സഹായിക്കാനാകുന്ന വിഷയമല്ല. ആ കുഞ്ഞിനൊരു അച്ഛനാകാൻ സാധ്യതയുള്ള ഒരാളെ പ്രത്യക്ഷപ്പെടുത്താൻ എനിക്കാകില്ല. ഇവിടെ ഈ പരിസരത്ത് അങ്ങനെ ഒരു മനുഷ്യനില്ല. ഇവിടെ ജോലി ചെയ്യുമ്പോഴാണവൾ ഗർഭിണിയായത്. പക്ഷേ അതെങ്ങനെ സംഭവിച്ചു എന്ന് എന്നോട് ചോദിക്കരുത്.''

''അവൾ എത്തരക്കാരിയായിരുന്നു എന്ന് പറയാമോ മിസ് മോൾപാസ്?'' സ്റ്റീഫൻ ചോദിച്ചു. അതൊരു അസംബന്ധം നിറഞ്ഞ ചോദ്യമാണെന്നറിഞ്ഞുകൊണ്ട് തന്നെയാണയാൾ അതിനെ പുറത്തേക്കിട്ടത്. അവരെല്ലാം അതേ ചോദ്യത്തിലായിരുന്നു. ഈ തെളിവുകളുടേയും സംശയങ്ങളുടേയും ചങ്ങലക്കണ്ണികൾക്കിടയിൽ നിന്നും ഒരാൾക്കെങ്കിലും ഒരുപക്ഷേ നിവർന്ന് നിന്ന് 'ഇതാണ് സാലി' എന്ന് പറയാനായേക്കും എന്ന പ്രതീക്ഷയിലുമാണ് മിസ് മോൾപാസ് അയാളെ തുറിച്ച് നോക്കിയത്.

''അവളെത്തരക്കാരിയായിരുന്നു എന്ന് നിങ്ങൾക്കറിയാമല്ലോ. നിങ്ങൾ അവളുടെ കാമുകനല്ലേ?''

''ഞാൻ കാമുകനായിരുന്നു എങ്കിൽ അതറിയുന്ന അവസാന വ്യക്തി ഞാനാകും.''

''നിങ്ങളായിരുന്നില്ല എന്നോ?'' അതൊരു ചോദ്യമായിരുന്നോ എന്ന് ഉറപ്പില്ല. സ്റ്റീഫൻ അതിനെ അയാളെപ്പോലും അത്ഭുതപ്പെടുത്തുന്ന സത്യസന്ധതയോടേയും തുറന്ന മനസ്സോടേയും നേരിട്ടു.

''ഞാനവളെ ആരാധിച്ചു. എനിക്കവളുമൊത്ത് ഒരേ മെത്തയിൽ ശയിക്കണം എന്ന ആഗ്രഹമുണ്ടായിരുന്നു. അതിനെയാണോ നിങ്ങൾ പ്രണയം എന്ന് വിളിക്കുന്നത്. അതിലപ്പുറം ഒരു സ്ത്രീയോടും എനിക്കൊന്നും തോന്നിയിട്ടില്ല. അതിലപ്പുറം ഒരു സ്ത്രീയെക്കുറിച്ചും എനിക്കറിയില്ല.''

മിസ് മോൾപാസ് തല തിരിച്ചു. നോട്ടം അങ്ങ് ദൂരെയൊഴുകുന്ന നദിയിലേക്ക് നോക്കി.

''അത് ഞാൻ അംഗീകരിക്കാം. അതിലപ്പുറം എന്തെങ്കിലും വികാരങ്ങൾ നിങ്ങളിലുണ്ടാകുമോ എന്നും എനിക്ക് സംശയമുണ്ട്.

നിങ്ങളുടെ വർഗ്ഗത്തിനുണ്ടാകില്ല'' അവർ വീണ്ടും അയാളിലേക്ക് തിരിഞ്ഞു.

''എനിക്ക് അവളെക്കുറിച്ചുള്ള അഭിപ്രായത്തെക്കുറിച്ച് ചോദിച്ചു വല്ലോ. പൊലീസും അത് ചോദിച്ചു. ഉത്തരം ഒന്നുതന്നെ. സാലി ജപ്പ് സുന്ദരിയായിരുന്നു. വിവേകിയായിരുന്നു. തീവ്ര ഉത്കർഷേച്ഛ കളുള്ളവളായിരുന്നു. കൗശലക്കാരിയായിരുന്നു. സുരക്ഷിതത്വബോധ മില്ലാത്തവളുമായിരുന്നു.''

''അവളെ നിങ്ങൾക്ക് വളരെ അടുത്തറിയാമായിരുന്നു എന്ന് തോന്നുന്നു.'

'അത്രയടുത്തറിയില്ലായിരുന്നു. അവളെ അറിയുകയും എളുപ്പ മല്ലായിരുന്നു. മൂന്ന് വർഷം അവൾ ഇവിടെ ജോലി ചെയ്തു. അവൾ ഇവിടെ നിന്ന് വിട്ടുപോയതിനു ശേഷമാണാവളുടെ വീട്ടിലെ സാഹ ചര്യങ്ങളൊക്കെ ഞാൻ മനസ്സിലാക്കുന്നത്. അവളെ ഇവിടെ നിയമി ച്ചതേ ഒരു പരീക്ഷണം എന്ന നിലയിലായിരുന്നു. ഇവിടെ യുവജനങ്ങൾ ആരുമില്ല എന്ന് നിങ്ങൾ ശ്രദ്ധിച്ചിട്ടുണ്ടാകും. അവരെ ലഭിക്കുക എന്നതേ വിഷമമാണ്. അവരുടെ ഇരട്ടി മൂല്യം വേതനമായി നല് കണം. അതിലുപരി അവർക്ക് ജോലിയിലൊന്നുമായിരിക്കുകയില്ല താത്പര്യം. അവരെ ഞാൻ കുറ്റപ്പെടുത്തുകയല്ല. ഒരു ഭർത്താവിനെ കണ്ടെത്തുന്നതിനു മുമ്പ് ഏതാനും വർഷങ്ങൾ എന്നാണവരുടെ ലക്ഷ്യം. ഇതാകട്ടെ, അതിനനുയോജ്യമായ ഒരു സ്ഥലമല്ലതാനും. നായാട്ടിനു പറ്റിയ സ്ഥലമല്ല എന്ന്. ഇത്തിരി പ്രായം ചെന്നവരു മൊത്ത് ജോലിക്ക് നിയമിച്ചാൽ അവരിൽ ചിലർ വല്ലാതെ ക്രൂര രാകും. പരിക്ക് പറ്റിയ കോഴികളെ അത്രയ്ക്കൊന്നും പ്രായമില്ലാ ത്തവ കൊത്തിയോടിക്കുന്നത് കണ്ടിട്ടില്ലേ? ഞങ്ങൾ അതിനാൽ ഇവിടെ പ്രായം ചെന്ന തള്ളക്കോഴികളെ മാത്രമേ നിയമിക്കാറുള്ളൂ. ജോലിയുടെ കാര്യത്തിൽ ഒരുപക്ഷേ അവർ അത്ര വേഗക്കാരല്ലാ യിരിക്കാം. എന്നാലും എല്ലാത്തലും ഒരു അടുക്കും ചിട്ടയുമുണ്ടാകും. വിശ്വസിക്കാൻ കൊള്ളും. ഇവിടെ അത്ര ജ്ഞാനികളെയൊന്നും ആവശ്യമില്ല. ഇവിടത്തെ ജോലിയെ അപേക്ഷിച്ച് സാലി അധിക മായിരുന്നു. അവളെന്തുകൊണ്ട് ഇവിടെ തുടർന്നു എന്ന് എനിക്കറി യില്ല. എനിക്കത് മനസ്സിലായില്ല.

പരിശീലനം കഴിഞ്ഞയവസരത്തിൽ അവർ ഒരു സെക്രട്ടേറിയൽ ഏജൻസിക്ക് വേണ്ടിയാണ് ജോലി ചെയ്തിരുന്നത്. ഒരിക്കൽ പകർച്ച പ്പനി പടർന്ന് പിടിച്ചപ്പോൾ ഇവിടെ ജോലി ചെയ്യാൻ ആളില്ലാതായി. അങ്ങനെ താത്കാലികമായ എത്തിയതാണവൾ. അവൾക്ക് ഈ ജോലി ഇഷ്ടപ്പെട്ടു. തുടർന്നോട്ടെ എന്ന് അഭ്യർത്ഥിച്ചു. ഞങ്ങൾ അതിനു സമ്മതിച്ചു. ക്ലബ്ബിന്റെ വ്യാപാരം വിപുലപ്പെടുന്നുണ്ടായിരുന്നു.

മറ്റൊരു ഷോർട്ട്ഹാൻഡ് ടൈപ്പിസ്റ്റിനെക്കൂടി ആവശ്യവുമുണ്ടായിരുന്നു. അതിനാൽ അവളെ നിയമിച്ചു. പറഞ്ഞല്ലോ, അതൊരു പരീക്ഷണമായിരുന്നു. നാല്പത്തിയഞ്ചിനു കീഴെ പ്രായമുള്ള ഈ സ്ഥാപനത്തിലെ ഏക ജീവനക്കാരിയും അവളായിരുന്നു.''

''ഒരു ജോലിയിൽ തുടർന്നു എന്നതൊരു തീവ്രഉത്കർഷേച്ഛയായൊന്നും എനിക്ക് തോന്നുന്നില്ല. അവൾ കൗശലക്കാരിയാണെന്ന് പറയാൻ എന്താണ് കാരണം?''

''ഞാനവളെ നിരീക്ഷിച്ചിട്ടുണ്ട്. അവൾ പറയുന്നതെല്ലാം കേൾക്കാറുണ്ട്. ഇവിടെയുള്ള ഞങ്ങളെല്ലാം ഇത്തിരി കാലപ്പഴക്കം ചെന്നവരാണ്. അതവൾക്കറിയാം. എന്നാൽ അവൾ കൗശലക്കാരിയായിരുന്നു.''

''അതെ മിസ് ടിട്ലെ, തീർച്ചയായും മിസ് ക്രൂമ, നിങ്ങൾക്ക് വേണ്ടി ഞാനത് കൊണ്ടുവരണോ മിസ് മെല്ലിങ്ങ്?''

''ഒരു കന്യാസ്ത്രീയെപ്പോലെ എല്ലായിടത്തും ശങ്കിച്ച് നിൽക്കും. ഒരു വിക്ടോറിയൻ കാലഘട്ടത്തിലെ പരിചാരികയെപ്പോലെ ബഹുമാനം നടിക്കും. ഇവിടത്തെ പാവം പെണ്ണുങ്ങൾ അതിൽ വീണു എന്നെനിക്കറിയാം. ഓഫീസിൽ ഇങ്ങനെയൊരു യുവതിയുണ്ടാകുന്നതെത്ര നല്ല കാര്യമാണെന്ന് അവർ പറയാറുണ്ടായിരുന്നു. അവർ അവൾക്ക് ജന്മദിനത്തിനും ക്രിസ്തുമസിനും സമ്മാനങ്ങൾ വാങ്ങിക്കൊണ്ടുവന്നു. അവളുടെ ഔദ്യോഗിക ഭാവിയെക്കുറിച്ച് ബോധവതിയാക്കി. അവൾ ചിലപ്പോൾ അവരോട് ധരിക്കേണ്ട വസ്ത്രത്തെക്കുറിച്ച് പോലും അഭിപ്രായമാരായുമായിരുന്നു. ഉപദേശമാരായുമായിരുന്നു. ഞങ്ങളെല്ലാം ഏത് വസ്ത്രം ധരിക്കുന്നു എന്ത് ചിന്തിക്കുന്നു എന്നതിലൊക്കെ വലിയ താത്പര്യമുള്ളവളെപ്പോലെയാണവളുടെ പെരുമാറ്റം. അങ്ങനെ ശരിക്കുമവൾ ധരിച്ചിരുന്നു എങ്കിൽ അവളൊരു വിഡ്ഢി എന്നേ എനിക്ക് പറയാനുമുള്ളൂ. നല്ല സുന്ദരമായ അഭിനയമായിരുന്നു അതെല്ലാം. അവളെത്തി, ഏതാനും മാസങ്ങൾക്ക് ശേഷം ഇവിടെ ഒരു ഓഫീസ് അന്തരീക്ഷം സംജാതമായി എന്നതിൽ ഞാൻ അത്ഭുതപ്പെട്ടില്ല.

നിങ്ങളൊന്നും അത്തരമൊരു പ്രതിഭാസം അനുഭവിച്ചറിഞ്ഞിട്ടുണ്ടാകില്ല. അതത്ര സൗകര്യപ്രദമായിരുന്നില്ല എന്ന് ഞാൻ പറഞ്ഞാൽ അത് വിശ്വസിക്കണം. പിരിമുറുക്കം വർദ്ധിച്ചു. പരസ്പരം പിറുപിറുക്കലുകളുണ്ടായി. അടച്ച് പിടിച്ച ടിപ്പണികൾ പറന്ന് നടന്നു. എന്തിനെന്ന് വിശദീകരിക്കാനാകാത്ത വഴക്കുകളുമുണ്ടായി. പഴയ സുഹൃത്തുക്കൾ പരസ്പരം സംസാരിക്കാതായി. പരസ്പരം പൊരുത്തമില്ലാത്തവർ സുഹൃത്തുക്കളായി. ഇതെല്ലാം ജോലിയേയും ബാധിച്ചു. ചിലർ

അതൊരു ആഘോഷമാക്കുന്നതും കണ്ടിട്ടുണ്ട്. എന്നാൽ എനിക്കതിനാകില്ല. ഇവിടത്തെ പ്രശ്നമെന്തെന്ന് എനിക്ക് മനസ്സിലായി. അവളവരെയൊക്കെ അസൂയയുടെ വക്കിലെത്തിച്ചത്. എന്നാൽ ആ വിഡ്ഢികൾക്ക് അതൊന്നും മനസ്സിലാകുന്നില്ലായിരുന്നു. അവർക്കെല്ലാം അവളെ ഇഷ്ടമായിരുന്നു. മിസ് മെല്ലിങ്ങിനു പ്രത്യേകിച്ചും അവളോടൊരു പ്രണയം തന്നെയുണ്ടായിരുന്നു. സാലി ആരോടെങ്കിലും തന്റെ ഗർഭത്തെക്കുറിച്ച് സംസാരിച്ചിട്ടുണ്ടെങ്കിൽ അത് ബീട്രിസ് മെല്ലിങ്ങിനോടാകും.''

''എനിക്ക് മിസ് മെല്ലിങ്ങുമൊത്ത് സംസാരിക്കാനാകുമോ?''

''അതീന്ദ്രിയജ്ഞാനമുള്ള വ്യക്തിയാണെങ്കിൽ അതിനാകും. സാലി ഇവിടെ നിന്ന് വിട്ടുപോയി, ഒരാഴ്ച കഴിഞ്ഞപ്പോൾ അത്രയൊന്നും സങ്കീർണ്ണമല്ലാത്ത ഒരു അപ്പൻഡിസൈറ്റിസ് ശസ്ത്രക്രിയയെ തുടർന്ന് അവർ മരിച്ചു. സാലിയാകട്ടെ, അവരോടൊന്ന് യാത്ര പോലും പറയാതെയാണിവിടെ നിന്നിറങ്ങിയത്. ഹൃദയം തകർന്ന് മരിക്കുക എന്നൊക്കെ പറഞ്ഞാൽ നിങ്ങൾ വിശ്വസിക്കുമോ ഡോക്ടർ മാക്സി? ഇല്ല. നിങ്ങളത് വിശ്വസിക്കില്ല.''

''സാലി ഗർഭിണിയായപ്പോൾ എന്ത് സംഭവിച്ചു?''

''ഒന്നുമില്ല. ആരുമറിഞ്ഞില്ല. അത്തരം വൈഷമ്യങ്ങളൊക്കെ പെട്ടെന്ന് തിരിച്ചറിയാനാകുന്നവരായിരുന്നില്ല ഞങ്ങൾ. പിന്നെ സാലിയുടെ കാര്യമല്ലേ? വിനയശീലയായ, ധാർമ്മികതയുള്ള, ശാന്തയായ കൊച്ചു സാലി. അവൾ മെലിയുന്നു എന്ന് ഞാൻ ശ്രദ്ധിച്ചു. പിന്നെ അവൾ കൂടുതൽ സുന്ദരിയാകാൻ തുടങ്ങി. അവൾക്ക് ചുറ്റിലും ഒരു ദീപ്തിവലയം വരുന്നതും ശ്രദ്ധിച്ചു. ഇവിടെ നിന്ന് വിട്ടുപോകുമ്പോൾ നാലുമാസം ഗർഭിണിയായിരുന്നിരിക്കണം. എനിക്ക് ഒരാഴ്ചത്തെ നോട്ടീസാണവൾ തന്നത്. ഇത് ആരോടും പറയരുത് എന്ന് എന്നോട് ആവശ്യപ്പെടുകയും ചെയ്തു. കാരണമൊന്നും എന്നെ അറിയിച്ചില്ല. ഞാൻ ചോദിച്ചുമില്ല. സത്യത്തിൽ അവൾ പോകുന്നു എന്നറിഞ്ഞപ്പോൾ എനിക്കാശ്വാസമാണ് തോന്നിയത്. അല്ലാതെ അവളെ പറഞ്ഞ് വിടാനുള്ള കാരണങ്ങളൊന്നും കണ്ടെത്താൻ എനിക്കായിട്ടില്ലായിരുന്നു. എന്നാൽ കുറച്ച് കാലമായി എന്റെ പരീക്ഷണം പരാജയമാണെന്ന ബോധ്യമുണ്ടായിരുന്നു. ഒരു വെള്ളിയാഴ്ച അവൾ വീട്ടിലേക്ക് പോയി.

തിങ്കളാഴ്ച ബാക്കി സ്റ്റാഫിനോട് ഞാൻ അവൾ വിട്ടുപോയ വിവരം അറിയിച്ചു. അവർ അവരുടേതായ നിർണ്ണയങ്ങളിലെത്തി. എന്നാൽ ശരിയായ കാരണം ആർക്കും ഊഹിക്കാനായില്ല എന്നാണെന്റെ അറിവ്. ഓഫീസിൽ അതിഗംഭീരമായ ഒരു തർക്കവും നടന്നു. മിസ് മെല്ലിങ്ങാണവളെ ഇവിടെ നിന്നോടിച്ചതെന്ന് മിസ് ക്രൂമെ ആരോപിച്ചു. അസ്വാഭാവികമായ അധീനതയും സ്നേഹവും മൂലം

അവൾക്ക് സഹിക്കവയ്യാതെ വിട്ടുപോയതാണെന്ന്. മിസ് ക്രൂമെയോട് നീതി പുലർത്തിക്കൊണ്ട് തന്നെ പറയട്ടെ, മെല്ലിങ്ങിനൊപ്പമിരുന്ന് ഉച്ചഭക്ഷണത്തിനു സാൻവിച്ച് കഴിക്കുകയോ ക്രൂമെയുമൊത്ത് ലിയോൺസ് വരെ പോകുകയോ ചെയ്തിട്ടുണ്ടാകും എന്നല്ലതെ ജപ്പ് കൂടുതൽ കപടമായോ കുടിലമായോ ഒന്നും ചെയ്തിട്ടില്ലായിരുന്നു.''

''അതായത്, ആ പുരുഷൻ ആരാണെന്നോ അവൾ എവിടെ വച്ചാകും അയാളുമായി പരിചയപ്പെട്ടതെന്നോ നിങ്ങൾക്ക് അറിയില്ല എന്ന്, അല്ലേ?''

''ഒന്നുമറിയില്ല. എന്നാൽ ശനിയാഴ്ച പ്രഭാതങ്ങളിലാണവരുടെ സമാഗമം നടക്കാറുണ്ടായിരുന്നത് എന്നറിയാം. പൊലീസാണാ വിവരം എന്നെ അറിയിച്ചത്. ആഴ്ചയിൽ അഞ്ച് പ്രവർത്തി ദിവസങ്ങളാണ് ഞങ്ങൾക്ക്. ശനിയാഴ്ച തുറക്കാറില്ല. എന്നാൽ ശനിയാഴ്ചയും പ്രവർത്തി ദിവസമാണെന്ന് സാലി അവളുടെ അമ്മാവനോടും അമ്മായിയോടും പറഞ്ഞു എന്നാണറിയുന്നത്. എല്ലാ ശനിയാഴ്ചയും അവൾ നഗരത്തിലെത്തും. ജോലിക്ക് വരുന്നതു പോലെയെത്തും. നല്ലൊരു ചതി തന്നെയായിരുന്നു അത്. അവർക്കാകട്ടെ, സാലിയുടെ ജോലിക്കാര്യങ്ങളിലൊന്നും അത്ര താത്പര്യമില്ലായിരുന്നു. ശനിയാഴ്ചകളിൽ അവർ ഓഫീസിലേക്ക് ഫോൺ ചെയ്ത് അവളിവിടെയുണ്ടോ എന്ന് തിരക്കാൻ ശ്രമിച്ചാലും ആരും ഫോൺ എടുത്തില്ല എന്ന് പറഞ്ഞ് അവസാനിപ്പിക്കുകയേ ചെയ്യുമായിരുന്നുള്ളൂ. നല്ല കലാമേന്മയോടെ നുണ പറയാൻ അവൾക്കറിയാമായിരുന്നു.''

അവരുടെ സ്വരത്തിലുള്ള അനിഷ്ടത്തിനു നല്ല കയ്പ് രസമുണ്ടായിരുന്നു. വ്യക്തിപരമായ ചില വേദനകളിൽനിന്നും ഉടലെടുത്തതാണാ അനിഷ്ടം എന്ന് വ്യക്തമാക്കുന്നുണ്ടായിരുന്നു. ഇത്രയൊക്കെയല്ലാതെ സാലിയുടെ ഓഫീസ് ജീവിതത്തെക്കുറിച്ച് ഇനിയെന്ത് പറയാനാകും എന്ന് സ്റ്റീഫൻ അത്ഭുതപ്പെട്ടു.

''അവളുടെ മരണത്തെക്കുറിച്ചറിഞ്ഞപ്പോൾ അത്ഭുതം തോന്നിയോ?'' അയാൾ ചോദിച്ചു.

''ഒരു കൊലപാതകം നമ്മുടെയൊക്കെ ലോകത്തിൽ എങ്ങനെ ഞെട്ടലുണ്ടാക്കുമോ എത്ര ആശ്ചര്യമുണ്ടാക്കുമോ അത്രയൊക്കെയുണ്ടായി. എന്നാൽ ഒന്നാലോചിച്ച് നോക്കിയപ്പോൾ ആ ആശ്ചര്യം ഇല്ലാതായി. അവൾതന്നെ സ്വാഭാവികമായും ഒരു കൊലപാതകിയാണല്ലോ എന്നൊരു ചിന്ത വന്നു. അവൾ അവിവാഹിതയായ ഒരു അമ്മയാണ് എന്ന വാർത്ത എന്നെ അമ്പരപ്പിച്ചു. വളരെ ശ്രദ്ധയോടെ പ്രവർത്തിക്കുന്ന ഒരുവളാണവൾ എന്നാണെനിക്ക് തോന്നിയിട്ടുള്ളത്. ഇങ്ങനെയൊരു അപകടത്തിൽ ചെന്നെത്താതിരിക്കാനുള്ള കൗശലങ്ങളൊക്കെയുള്ളവളുമാണ്.

അവൾക്ക് ലൈംഗിക കാര്യങ്ങളിൽ താത്പര്യക്കുറവാണുണ്ടായിരുന്നത് എന്നും ഞാൻ പറയും. അല്ലാതെ മറിച്ചല്ലായിരുന്നു എന്ന്. അവൾ ഇവിടെ ചേർന്ന് ഏതാനും ആഴ്ചകൾ കഴിഞ്ഞപ്പോൾ വളരെ വിചിത്രമായ ഒരു സംഭവമുണ്ടായി. സാധനങ്ങൾ പൊതിഞ്ഞ് കെട്ടുന്നത് അക്കാലങ്ങളിൽ താഴത്തെ നിലയിലായിരുന്നു. ഒരു പുരുഷനായിരുന്നു അക്കാലത്തവിടെ ആ ജോലിയിലുണ്ടായിരുന്നത്.

ശാന്തപ്രകൃതനായ ഒരു മദ്ധ്യവയസ്കൻ. അത്രയ്ക്കൊന്നും ആരോഗ്യവാനുമല്ല അയാൾ. ആറു കുട്ടികളുടെ പിതാവാണ്. ഞങ്ങൾ അങ്ങനെ അയാളെ കാണാറൊന്നുമില്ല. പക്ഷേ ഒരിക്കൽ സാലി എന്തോ സന്ദേശവുമായി അയാൾക്കരികിലെത്തി. അപ്പോൾ അയാൾ അവളോട് തന്റെ ലൈംഗികേച്ഛ പ്രകടമാക്കി എന്ന് പറയപ്പെടുന്നു. അതത്ര ഗൗരവമുള്ള ഒന്നാകാൻ സാധ്യതയില്ല. എന്നാലും അയാളെ പിരിച്ചുവിട്ടു. പിരിച്ചുവിടൽ ഉത്തരവ് ലഭിച്ച അയാൾ അത്ഭുതപ്പെട്ടു. അയാൾ ഒരുപക്ഷേ അവളെയൊന്ന് ചുംബിക്കാൻ ശ്രമിച്ചതാകാം. മുഴുവൻ കഥയൊന്നും എനിക്കറിയില്ല. എന്നാൽ അവൾ സൃഷ്ടിച്ചെടുത്ത ബഹളം കേട്ടാൽ അവളുടെ വസ്ത്രമെല്ലാം അയാൾ ഉരിഞ്ഞെറിഞ്ഞു എന്ന് തോന്നുമായിരുന്നു. ബലാത്സംഗം ചെയ്തു എന്ന് തോന്നുമായിരുന്നു. അവൾ ആകെ ഞെട്ടി എന്നത് സത്യം. എന്നാൽ ഇന്ന് മിക്കവാറും പെൺകുട്ടികൾ അത്തരം സാഹചര്യങ്ങളുമൊത്ത് പൊരുത്തപ്പെട്ട് തന്റേതായ രീതികളിൽ കൈകാര്യം ചെയ്യാറുണ്ട്. ഇങ്ങനെ ഭ്രാന്ത് പിടിക്കാറില്ല. അപ്പോൾ അവൾ അഭിനയിക്കുകയൊന്നുമല്ലായിരുന്നു. അതവളുടെ യഥാർത്ഥ പ്രകൃതമായിരുന്നു. ശരിയായ ഭയത്തെ വിദ്വേഷത്തിൽനിന്നും വേർതിരിച്ചറിയാനൊക്കെ നമുക്കാകുമല്ലോ. എനിക്ക് ജെല്ക്സിനെ പ്രതി വിഷമം തോന്നി എന്നതും സത്യമാണ്. ഭാഗ്യമെന്ന് പറയട്ടെ, ഗ്ലാസ്ഗൊയിൽ എന്റെ സഹോദരനൊരു സ്ഥാപനമുണ്ട്. അതാകട്ടെ, അയാളുടെ വീടിനു വളരെ അടുത്തുമായിരുന്നു. സഹോദരനോട് പറഞ്ഞ് അയാൾക്ക് അവിടെ ഒരു ജോലി തരപ്പെടുത്തിക്കൊടുത്തു. ഇപ്പോൾ അവിടെ അയാൾ ജോലി ചെയ്യുന്നുണ്ട്. കുഴപ്പങ്ങളൊന്നുമില്ലാതെ. എന്തായാലും അയാൾ ചില പാഠങ്ങൾ ഇതിൽനിന്നും പഠിച്ചു. അത് പോകട്ടെ, സാലി ജപ്പ് കാമാസക്തയായിരുന്നില്ല എന്ന് ഞാൻ ഉറപ്പ് തരാം.''

അത് സ്റ്റീഫനും തിരിച്ചറിഞ്ഞിട്ടുള്ളതാണ്. മിസ് മോൾപാസിൽ നിന്നും ഇനിയൊന്നും അറിയാനില്ല എന്നയാൾക്ക് മനസിലായി. ഒരു മണിക്കൂറിലേറെയായി ആശുപത്രിയിൽ നിന്നിറങ്ങിയിട്ട്. സ്റ്റാൻഡന്റെ ക്ഷമ നശിച്ചു തുടങ്ങിയിട്ടുണ്ടാകും. അയാൾ യാത്ര പറഞ്ഞു. താഴേക്കിറങ്ങി. മിസ് ടിട്‌ലെ തന്നെയായിരുന്നു താഴത്തെ നിലയിൽ ജോലിയിൽ എന്തോ പരാതിയുമായെത്തിയ ഒരു ഇടപാടുകാരെ

സാന്ത്വനിപ്പിച്ചയിച്ചിട്ടേയുണ്ടായിരുന്നുള്ളൂ. അവളപ്പോൾ അയാൾ കൊണ്ടുപോയ അവസാനത്തെ മൂന്ന് പുസ്തകങ്ങളും തൃപ്തി നല്കിയില്ല എന്നാണ് പരാതി. അവരുടെ സംഭാഷണം അവസാനിക്കാനായി സ്റ്റീഫൻ കാത്തു. ഒരു നിമിഷം കാത്തു. അവിടെ അടുക്കിവച്ചിരിക്കുന്ന പുസ്തകങ്ങൾ ചില ഓർമ്മകൾ കൊണ്ടുവരുന്നു. തന്റെ പരിചയത്തിലുള്ള ആരോ സെലക്ട് ബുക്സിൽ ഇടപാടുകാരനായിട്ടുണ്ട്. ആശുപത്രിയിലുള്ള ആരുമല്ല അത്. അയാൾ അടുക്കും ചിട്ടയോടെ തന്റെ സുഹൃത്തുക്കളുടെ പുസ്തക അലമാരകളിലേക്ക് മനസ്സിനെയോടിച്ചു. കുറച്ച് കഴിഞ്ഞപ്പോൾ അതിനുള്ള ഉത്തരം വന്നു.

‘‘വായിക്കാനൊന്നും അധികം സമയം ലഭിക്കാറില്ല. എന്നാൽ ഇതൊക്കെ വളരെ മികച്ച പുസ്തകങ്ങളാണെന്ന് തോന്നുന്നു.’’ അയാൾ ടിട്‌ലെയോട് പറഞ്ഞു. ‘‘എന്റെ ഒരു സുഹൃത്ത് ഇവിടെ അംഗമായിട്ടുണ്ടെന്ന് തോന്നുന്നു. സർ റെയ്നോൾഡ് പ്രൈസ് ഇവിടെ വരാറുണ്ടോ?’’

‘‘മിസ് ടിട്‌ലെയ്ക്ക് സർ റെയ്നോൾഡിനെ പരിചയമുണ്ട്. റെയ്നോൾഡ് ഇവിടെ അംഗമാണ്. മാസത്തിലൊരിക്കൽ പുസ്തകമെടുക്കാനെത്തും. അവരൊന്നിച്ച് കുറേ സംസാരിക്കാറുമുണ്ട്. നല്ലൊരു മനുഷ്യനാണ് സർ റെയ്നോൾഡ് പ്രൈസ്.’’

‘‘അയാൾ എപ്പോഴെങ്കിലും ഇവിടെ വച്ച് സാലി ജപ്പിനെ കണ്ടിരിക്കുമോ എന്നാണിപ്പോൾ ഞാൻ ആലോചിക്കുന്നത്.’’ ഇത്തിരി അധൈര്യപ്പെട്ട് അയാൾ ചോദിച്ചു. അത് ഒരു അത്ഭുതത്തിനു കാരണമാക്കും എന്നാണയാൾ കരുതിയത്. എന്നാൽ മിസ് ടിട്‌ലെയുടെ പ്രതികരണം അപ്രതീക്ഷിതമായിരുന്നു. അവർ നീരസപ്പെട്ടു. എന്നാലും കരുണാമയമായി, ദൃഢമായി മിസ് ജപ്പ് ഇവിടെ വച്ച്, അതായത് സെലക്ട് ബുക്സ് ലിമിറ്റഡിൽ വച്ച് സർ റെയ്നോൾഡിനെ കാണാൻ യാതൊരു സാധ്യതയുമില്ല എന്നറിയിച്ചു. ‘‘ഈ ഓഫീസിന്റെ ചുമതല അവർക്കാണ്. പത്തുവർഷമായി അവർ ഇവിടെ തന്നെ ജോലി ചെയ്യുന്നു. ഇതേ ജോലി. ഇവിടെ വരുന്ന അംഗങ്ങൾക്കെല്ലാം മിസ് ടിട്‌ലെയെ അറിയാം. അവർക്ക് അംഗങ്ങളേയുമറിയാം. ഓരോ അംഗങ്ങൾക്കും വ്യക്തിഗതമായ പരിചരണം നല്കുക എന്നതിനൊരു അനുഭവസമ്പത്തിന്റേയും നിപുണതയുടേയും ആവശ്യമുണ്ട്. മിസ് മോൾപാസിന് മിസ് ടിട്‌ലെയിൽ വലിയ വിശ്വാസമാണ്. മറ്റൊരാളെ ഈ സ്ഥാനത്തേക്ക് കൊണ്ടുവരുന്നതിനെക്കുറിച്ച് അതുകൊണ്ട് തന്നെ മിസ് മോള്പാസ് ചിന്തിച്ചിട്ടേയില്ല. മിസ് ജപ്പ് ഇവിടെ ഒരു ജൂനിയർ ഓഫീസർ മാത്രമായിരുന്നു. അനുഭവസമ്പത്തില്ലാത്ത ഒരു പെൺകുട്ടി മാത്രമായിരുന്നു.’’

ഈ അവസാന വ്യംഗാത്മക വാക്കുകളോടെ സ്റ്റീഫനുമായുള്ള സംഭാഷണത്തിനു താൻ തിരശ്ശീലയിടുന്നു എന്നവർ പ്രഖ്യാപിച്ചു. സ്റ്റീഫനും അതിൽ തൃപ്തിപ്പെടേണ്ടി വന്നു.

സ്റ്റീഫൻ ആശുപത്രിയിൽ തിരിച്ചെത്തിയപ്പോൾ സമയം നാലിനോടടുത്തിരുന്നു. കലവറ കടന്ന് പോകുന്നതിനിടയിൽ കോളെ അയാളെ വിളിച്ചു. കൗണ്ടറിൽ ചാരി നിന്നു. ഒരു ഗൂഢാലോചനക്കാരന്റെ മുഖഭാവത്തിലായി. അയാളുടെ വൃദ്ധത്വം ബാധിച്ച കണ്ണുകളിൽ അസ്വസ്ഥതയുണ്ടായിരുന്നു. പൊലീസ് ആശുപത്രി സന്ദർശിച്ചിരുന്നു എന്നത് സ്റ്റീഫനോർമ്മ വന്നു. അവരാദ്യം സംസാരിച്ചത് കോളെയോടാകും. ഒന്നും പറയാതിരിക്കാനുള്ള, തന്നോട് കൂറുള്ള, ദൃഢവിശ്വാസം വഴി അയാൾ എന്തൊക്കെ ആപത്തുകൾ വരുത്തിവച്ചിട്ടുണ്ടാകും എന്ന് സ്റ്റീഫൻ അത്ഭുതപ്പെട്ടു. ഒന്നും പറയാനുമില്ലായിരുന്നു എന്നത് മറ്റൊരു കാര്യം. സാലി ആകെ ഒരിക്കലേ ആശുപത്രിയിൽ വന്നിട്ടുള്ളൂ. അതാകട്ടെ, പൊലീസിനറിയുന്ന വിവരവുമായിരുന്നു. അതുതന്നെയാകും കോളെയും ആവർത്തിച്ചിട്ടുണ്ടാകുക. പക്ഷേ ആ പരിചാരകൻ സംസാരിക്കാനാരംഭിച്ചു.

''താങ്കളെ ഒരാൾ വിളിച്ചിരുന്നു സർ. മാർടിൻഗേലിൽനിന്നും വന്നാൽ ഉടൻ തിരിച്ചുവിളിക്കാൻ പറയാമോ എന്ന് മിസ് ബവേഴ്സ് ചോദിച്ചു. വളരെ അത്യാവശ്യമാണത്രെ.''

സ്റ്റീഫൻ പരിഭ്രാന്തിയെ അടിച്ചമർത്തി. കത്തുകൾ വയ്ക്കുന്നിടം ഒന്ന് പരിശോധിച്ചു. താനൊരു കത്ത് പ്രതീക്ഷിക്കുന്നതുപോലെ അഭിനയിച്ചു. മറുപടി വൈകിച്ചു.

''മിസ് ബവേഴ്സ് എന്തെങ്കിലും സന്ദേശം തന്നിട്ടുണ്ടോ കോളെ?''

''ഇല്ല സർ. സന്ദേശമൊന്നുമില്ല.''

ഹാളിൽ പൊതുവായി വച്ചിട്ടുള്ള ഫോൺ ഉപയോഗിക്കാൻ അയാൾ തീരുമാനിച്ചു. അവിടെയായിരിക്കും കൂടുതൽ സ്വകാര്യത. അയാൾ കോളെയ്ക്ക് കാണാവുന്നിടത്തായിരിക്കും എന്നതൊക്കെ ശരി തന്നെ. ടെലിഫോണിനരികിലേക്ക് നീങ്ങുന്നതിനു മുമ്പ് അതിലിടാൻ വേണ്ട നാണയങ്ങൾ അയാൾ എണ്ണിയെടുത്തു. ആ പരിചാരകൻ കാണെത്തന്നെ എണ്ണിയെടുത്തു. പതിവുപോലെ ചാഡ്ഫ്ളീറ്റിലെ എക്സ്ചേഞ്ച് കിട്ടാൻ കുറച്ച് താമസിച്ചു. പക്ഷേ മാർടിൻഗേലിൽ കാതറിൻ ടെലിഫോണിനരികിൽതന്നെ ഇരിപ്പായിരുന്നു എന്നു തോന്നി. അപ്പുറത്ത് മണിയടിച്ചയുടൻ അവൾ ഫോണെടുത്തു.

''സ്റ്റീഫൻ, നീ തിരിച്ചെത്തിയല്ലോ? ദൈവത്തിനു നന്ദി. നിനക്കൊന്ന് ഉടൻ ഇവിടേക്കെത്താമോ? ആരോ ഒരാൾ ദേബ്റയെ കൊല്ലാൻ ശ്രമിച്ചു.''

2

വിൻഡെർമെയർ ക്രെസെന്റിലെ പതിനേഴാം നമ്പർ മുറിയിലിരുന്ന് അതേസമയത്ത് ഇൻസ്പെക്ടർ ഡൽഗ്ലീഷ് തന്റെയാളെ ചോദ്യം ചെയ്യുകയായിരുന്നു. സത്യത്തിന്റെ നിമിഷങ്ങൾക്ക് വളരെ അടുത്തെത്തിയിരുന്നു അവർ.

കെണിയിൽപെട്ട മൃഗത്തിന്റെ ഭാവമായിരുന്നു വിക്ടർ പ്രോക്ടറുടെ മുഖത്ത്. രക്ഷപ്പെടാനുള്ള അവസാന ദ്വാരവും അടഞ്ഞിരിക്കുന്നു എന്നറിയാവുന്ന മൃഗം. എന്നിരുന്നാലും അവസാനമായി എന്ന് വിശ്വസിക്കാൻ ആ മൃഗം തയ്യാറല്ല. പതിവ് സ്വരവും പുഞ്ചിരിയും അപ്രത്യക്ഷമായിരിക്കുന്നു. ഇപ്പോൾ ഭയമല്ലാതെ മറ്റൊന്നും ബാക്കിയില്ല. കഴിഞ്ഞ ഏതാനും നിമിഷങ്ങൾക്കകം മൂക്കിനും വായയ്ക്കും ഇടയിൽ കൂടുതൽ ചുളിവുകൾ വീണിരിക്കുന്നു. ചുവന്ന കഴുത്തിൽ തൊണ്ടമുഴ ഞെരിപിരി കൊള്ളുന്നു.

ഡൽഗ്ലീഷ് നിർദ്ദയം തുടർന്നു.

''എന്നുവച്ചാൽ 'ഹെല്പ് ദം നൗ അസോസിയേഷനി'ൽ നിങ്ങളുടെ അനന്തിരവൾ യുദ്ധത്തിൽ അനാഥയായവളാണെന്ന് കാണിച്ച് നൽകിയ രേഖകൾ അസത്യം നിറഞ്ഞവയായിരുന്നു എന്ന് നിങ്ങളിപ്പോൾ സമ്മതിക്കുന്നു എന്ന്, അല്ലേ?''

''അതില് ഞാൻ രണ്ടായിരം പൗണ്ട് എന്നോ മറ്റോ എഴുതിയിരുന്നു എന്ന് തോന്നുന്നു. അത് മൂലധനമാണ്. വരുമാനമല്ല.''

''നിങ്ങൾ ചിലവിട്ട മൂലധനം?''

''എനിക്കവളെ വളർത്താൻ പണച്ചിലവുണ്ടല്ലോ. അവൾക്കുവേണ്ടി അത് ട്രസ്റ്റിൽ നിക്ഷേപിച്ചിട്ടുണ്ടാകാം. പക്ഷേ അവൾക്ക് ഭക്ഷണം കൊടുക്കേണ്ടത് ഞാനായിരുന്നില്ലേ. ഞാനത് കൊടുത്തിരുന്നുവല്ലോ. ഞങ്ങൾക്ക് അത്ര വരുമാനമൊന്നുമില്ലായിരുന്നു. അവൾക്ക് സ്കോളർഷിപ്പ് ലഭിച്ചു എന്നത് ശരി. പക്ഷേ വസ്ത്രമൊക്കെ വാങ്ങിക്കൊടുത്തിരുന്നത് ഞങ്ങളല്ലേ. അതൊന്നും അത്ര എളുപ്പമല്ലായിരുന്നു.''

''മിസ് ജപ്പിന് തന്റെ പിതാവ് ഇത്രയും തുക നിക്ഷേപിച്ച വിവരം അറിയില്ലായിരുന്നു എന്ന് നിങ്ങൾ ഇപ്പോഴും അവകാശപ്പെടുന്നു.''

''അന്ന് അവള് കൊച്ചു കുഞ്ഞായിരുന്നു. പിന്നെ അതിനെക്കുറിച്ചൊക്കെ അവളോട് പറയുന്നതിൽ വലിയ അർത്ഥമുണ്ടെന്നും തോന്നിയില്ല.''

''കാരണം അപ്പോഴേക്കും ട്രസ്റ്റിലെ പണം നിങ്ങൾ സ്വന്തം പേരിലാക്കിയിരുന്നു.''

''അതവളുടെ ആവശ്യത്തിനായാണ് ഞാൻ ഉപയോഗപ്പെടുത്തിയത്. ആ പണം അതിനുപയോഗിക്കുക എന്നത് എന്റെ അവകാശമല്ലേ. എന്റെ ഭാര്യയും ഞാനുമാണ് ട്രസ്റ്റികൾ. അവൾക്കുവേണ്ടി

എന്തൊക്കെ ചെയ്യാനാകുമോ അതെല്ലാം ഞങ്ങൾ ചെയ്തിട്ടുണ്ട്. തന്റെ ഇരുപത്തിയൊന്നാം വയസ്സിൽ അതവളെ ഏല്പിക്കുകയായിരുന്നു എങ്കിൽ എത്ര ദിവസത്തേക്ക് തികയുമായിരുന്നു? അത്രയും വർഷം ഞങ്ങളല്ലേ അവൾക്ക് ഭക്ഷണമൊക്കെ കൊടുത്തത്. അതല്ലാതെ മറ്റ് മാർഗ്ഗവുമില്ലായിരുന്നു. 'ഹെൽ പ് ദം നൗ' അസോസിയേഷൻ നൽകിയിരുന്ന മൂന്ന് ഗ്രാന്റുകൾ ഒഴികെ...''

''അവൾ ഒരു അനാഥയായിരുന്നു. അല്ലെന്ന് പറയാനാകില്ലല്ലോ? അവർ അത്രയധികമൊന്നും തന്നിരുന്നില്ല. അവർ തന്ന പണം സ്കൂൾ യൂണിഫോമിനു തികയുമായിരുന്നു. അത്രമാത്രം.''

''കഴിഞ്ഞ ശനിയാഴ്ച നിങ്ങൾ മാർടിൻഗേലിൽ എത്തിയിട്ടില്ല എന്ന് തന്നെയാണിപ്പോഴും നിങ്ങളുടെ അവകാശവാദം.''

''ഞാനത് പറഞ്ഞ് കഴിഞ്ഞല്ലോ. പിന്നെ എന്തിനാണത് തന്നെ ചോദിച്ചുകൊണ്ടിരിക്കുന്നത്? പെരുന്നാളിന് ഞാൻ പോയില്ല. ഞാനെന്തിനു പോകണം?''

''ഒരുപക്ഷേ വിവാഹനിശ്ചയത്തിൽ അഭിനന്ദിക്കണമെന്ന ചിന്ത വന്നിരിക്കാം. ശനിയാഴ്ച കാലത്ത് മിസ് ലിഡൽ ഫോൺ ചെയ്ത് അതറിയിച്ചിരുന്നു എന്ന് പറഞ്ഞുവല്ലോ. എന്നാൽ മിസ് ലിഡൽ ഇപ്പോഴും അത് നിരസിക്കുന്നുമുണ്ട്.''

''അതിനു എനിക്കെന്ത് ചെയ്യാനാകും. അത് ആ മിസ് ലിഡൽ എന്ന സ്ത്രീയായിരുന്നില്ലെങ്കിൽ അവരാണെന്ന അഭിനയിച്ച് മറ്റാരെങ്കിലും ചെയ്തതാകും. എനിക്കങ്ങനെ അതൊക്കെ അറിയാം?''

''അത് നിങ്ങളുടെ അനന്തിരവൾ തന്നെയല്ല എന്ന് ഉറപ്പുണ്ടോ?''

''അത് മിസ് ലിഡലായിരുന്നു എന്ന് ഞാൻ പറഞ്ഞുവല്ലോ?''

''ആ ടെലിഫോൺ സംഭാഷണത്തിന്റെ അനന്തരഫലമായി നിങ്ങൾ മിസ് ജപ്പിനെ കാണാൻ മാർടിൻഗേലിലെത്തുകയുണ്ടായോ?''

''ഇല്ല. ഇല്ല. ഇല്ല. ഇത് തന്നെയാണ് ഞാൻ പറഞ്ഞുകൊണ്ടിരിക്കുന്നത്. ഞാനന്ന് മുഴുക്കെ വെറുതെ സൈക്കിളോടിച്ച് സമയം കളയുകയായിരുന്നു.''

ഡൽഗ്ലീഷ് തന്റെ കീശയിൽ നിന്നും രണ്ട് ഫോട്ടോഗ്രാഫുകളെടുത്തു. അത് മേശപ്പുറത്ത് വച്ചു. രണ്ടിലും കുറേ കുട്ടികൾ മാർടിൻഗേലിന്റെ ഇരുമ്പു പടിവാതിൽ കടന്ന് വരുന്നത് കാണാമായിരുന്നു. അവരുടെ മുഖത്ത് വിശാലമായ ചിരിയുണ്ടായിരുന്നു. അവിടെ ഒരു ഫോട്ടോഗ്രാഫർ ഒളിച്ചിരിക്കുന്നുണ്ടെന്നും അയാൾ അവിടേക്ക് വരുന്നതിൽ ഏറ്റവും സന്തോഷവാനായ കുഞ്ഞിനെ കണ്ടെത്താനുള്ള ശ്രമത്തിലാണെന്നും അവർക്കറിയാമായിരുന്നു. അവരുടെ പുറകിലുള്ള പ്രായപൂർത്തിയായവർ പക്ഷേ ഇത്രയും ആനന്ദോത്സാഹത്തിലല്ല

അകത്തേക്ക് പ്രവേശിക്കുന്നത്. ഒട്ടൊന്ന് ഒഴിഞ്ഞ് നിൽക്കുന്ന, മഴക്കോട്ട് ധരിച്ച, കീശയിൽ കൈയിട്ട്, പണമേശയ്ക്കഭിമുഖമായി നിൽക്കുന്ന രൂപം കൃത്യമായി ഫോക്കസിൽ വന്നിട്ടില്ല. എങ്കിലും അതാരാണെന്ന് ഒരു തെറ്റിദ്ധാരണയ്ക്ക് സാധ്യതയില്ല. പ്രോക്ടർ തന്റെ കൈയൊന്ന് നീട്ടി ആ ഫോട്ടോ വലിച്ച് കീറാനാഞ്ഞു. പക്ഷേ ആ ശ്രമം ഉപേക്ഷിച്ച് കസേരയിൽ ചാഞ്ഞിരുന്നു.

''ശരി. ഞാൻ എല്ലാം പറയാം. ഞാനവിടെ വന്നിരുന്നു.''

3

ചെയ്ത് തീർക്കേണ്ട ജോലികൾ പൂർത്തിയാക്കാൻ കുറച്ച് സമയമെടുത്തു. തന്റെ സ്വകാര്യ പ്രശ്നങ്ങൾക്ക് ഔദ്യോഗിക ആവശ്യങ്ങളേക്കാൾ മുൻതൂക്കം നല്കാനാകുന്നവരോട് ഇതാദ്യമായല്ല സ്റ്റീഫനു അസൂയ തോന്നുന്നത്. ജോലിയെല്ലാം പൂർത്തിയാക്കുകയോ ബാക്കിയുള്ളത് മറ്റുള്ളവരെ ഏല്പിക്കുകയോ ചെയ്ത് ഒരു കാർ കടമെടുത്ത് കഴിഞ്ഞപ്പോഴേക്കും ഈ ആശുപത്രി ജോലികളോട് തനിക്ക് വെറുപ്പാണെന്നുവരെ അയാൾ ചിന്തിക്കാൻ തുടങ്ങിയിരുന്നു. ഇവിടെ എല്ലാവരും അവരവരുടെ കാര്യങ്ങൾ നടക്കാനായി ബഹളം വയ്ക്കുന്നു. എന്ത് ചെയ്തുകൊടുത്താലും തൃപ്തരാകാത്തവരാണിവിടത്തെ രോഗികൾ. എന്ത് സംഭവിച്ചു എന്ന് തുറന്ന് ചോദിക്കാനായെങ്കിൽ ഇത്ര പിരിമുറുക്കം തോന്നില്ലായിരുന്നു എന്നാൽ അപ്പോൾ അതിനായില്ല. ഒരുപക്ഷേ പൊലീസായിരിക്കും തന്നെ വിളിക്കാനാവശ്യപ്പെട്ടതെന്നും അയാൾ കരുതി. തന്നെ അറസ്റ്റ് ചെയ്യാനുള്ള നീക്കമായിരിക്കും ഇത്. അങ്ങനെയെങ്കിൽ അവരത് ചെയ്തുകൊള്ളട്ടെ. അവർക്കെന്ത് ചിന്തിക്കണോ അതായിക്കൊള്ളട്ടെ. പാതി ചത്തവരുടെ ജീവൻ നിലനിർത്താൻ ജീവിതം തന്നെ നിരന്തരമായി ബലി നൽകുന്നിടത്തുനിന്ന് പുറത്ത് കടക്കാനായത് അയാൾക്ക് സമാധാനം നൽകി.

അതിനു ശേഷം വീട്ടിലെങ്ങനെ എത്തി എന്നയാൾക്ക് അറിയില്ല. ദേബ്റയ്ക്ക് കുഴപ്പമൊന്നുമില്ല എന്ന് കാതറിൻ പറഞ്ഞിരുന്നു. കൊലപാതകിയുടെ ശ്രമം പരാജയപ്പെട്ടു എന്ന്. എന്നാലും ആ കാതറിൻ ഒരു വിഡ്ഢിയാണ്. അതങ്ങനെ സംഭവിക്കാൻ അനുവദിച്ച് അവരെല്ലാം നിന്നുകൊടുക്കുകയായിരുന്നോ? ടെലിഫോണിലൂടെ വന്ന കാതറിന്റെ സ്വരം തീർത്തും ശാന്തമായിരുന്നു. എന്നാൽ അവൾ തന്ന വിശദാംശങ്ങൾ ഒന്നും പറഞ്ഞതുമില്ല. ഇന്ന് പ്രഭാതമാകുന്നതിനുമൊക്കെ മുമ്പ് ആരോ ദേബ്റയുടെ മുറിയിലെത്തി അവളുടെ കഴുത്ത് ഞെരിച്ച് കൊല്ലാൻ ശ്രമിച്ചു. അവൾ കുതറി.

സ്വതന്ത്രയായി. സഹായത്തിനായി നിലവിളിച്ചു. മാർത്തയാണവിടേക്ക് ആദ്യം ഓടിയെത്തിയത്. അതിനു പുറകെ ഫെലിക്സും. അപ്പോഴേക്കും ദേബ്റ സ്വാസ്ഥ്യം വീണ്ടെടുത്തിരുന്നു. താനൊരു പേക്കിനാവിൽ നിന്നുണർന്നതാണെന്ന് കരുതിയിരുന്നു. എന്നാൽ അവൾ വല്ലാതെ ഭയന്നിട്ടുണ്ട്. രാത്രി ബാക്കി സമയം മുഴുക്കെ അവൾ മാർത്തയുടെ മുറിയിലായിരുന്നു. നെരിപ്പോടിനരികിലിരുന്ന് സമയം കളയുകയായിരുന്നു. വാതിലും ജാലകങ്ങളും അടച്ച് കുറ്റിയിട്ട്, ഗൗണിന്റെ കോളർ കൊണ്ട് കഴുത്ത് മൂടിയാണവൾ ഇരുന്നത്.

ഒരു ഷിഫോൺ സ്കാർഫ് കെട്ടിയാണവൾ പ്രാതലിനെത്തിയത്. കഴുത്ത് വിളറിയിരുന്നു, മുഖത്ത് ക്ഷീണമുണ്ടായിരുന്നു എന്നതൊഴിച്ചാൽ പ്രകൃതം ശാന്തമായിരുന്നു. സ്കാർഫിനു മുകളിൽ ഒരു ക്ഷതത്തിന്റെ പാടുള്ളത് ആദ്യം കണ്ടെത്തിയത് ഫെലിക്സാണ്. ഫെലിസ്ക് അവൾക്കരികിലാണ് പ്രാതലിനിരുന്നത്. അയാൾ തന്നെയാണവളിൽ നിന്നും സത്യം എന്തെന്ന് മനസ്സിലാക്കിയതും. അയാൾ അത് കാതറിനെ അറിയിച്ചു. വിഷമിക്കേണ്ടതില്ല എന്നായിരുന്നു ദേബ്റയുടെ അഭിപ്രായം. അതിനെ ഒരു ചർച്ചയാക്കേണ്ടതില്ല എന്നും. അവളുടെ അമ്മയും ഫെലിക്സും അതിനോട് യോജിക്കാനൊരുങ്ങി. പക്ഷേ കാതറിൻ പൊലീസിൽ ഇതറിയിച്ചേ മതിയാകൂ എന്ന് ശാഠ്യം പിടിച്ചു.

ഡൽഗ്ലീഷ് അപ്പോൾ ഗ്രാമത്തിലില്ലായിരുന്നു. അവർ കാനിങ്ങ്ബറിയിലാണെന്ന് കോൺസ്റ്റബിൾമാരിൽ ഒരാൾ അറിയിച്ചു. എപ്പോൾ സൗകര്യപ്പെടുന്നോ അപ്പോൾ മാർടിൻഗേലിലെത്തണം എന്നൊരു സന്ദേശമല്ലാതെ മറ്റൊന്നും ഫെലിക്സ് അവിടെ നൽകിയില്ല. അവർ ശ്രീമതി മാക്സിയെ വിവരമൊന്നും അറിയിച്ചിട്ടില്ല. അച്ഛൻ മാക്സിയുടെ നില ഗുരുതരമാണ്. അതുകൊണ്ട് അദ്ദേഹത്തെ ഒറ്റയ്ക്ക് കിടത്തി പോരാനാകില്ല. അമ്മയ്ക്ക് എന്തെങ്കിലും സംശയം തോന്നിത്തുടങ്ങുന്നതിനു മുമ്പ് ദേബ്റയുടെ കഴുത്തിലെ ക്ഷതം മാഞ്ഞു പോകും എന്ന് അവരെല്ലാം കരുതി. ദേബ്റയ്ക്കാകട്ടെ അമ്മ ഭയപ്പെടുമോ എന്നായിരുന്നു ചിന്ത മുഴുക്കെ. അല്ലാതെ രണ്ടാമതും ഒരു ആക്രമണം വരുമോ എന്നതിലായിരുന്നില്ല. അങ്ങനെയാണവൾ കാതറിനെ അറിയിച്ചത്. അവർ ഡൽഗ്ലീഷിനെ കാത്തിരിക്കുകയാണ്. അപ്പോഴാണ് ഇതൊക്കെ സ്റ്റീഫനും അറിഞ്ഞിരിക്കേണ്ടതാണെന്ന് കാതറിൻ കരുതിയത്. ടെലിഫോൺ ചെയ്യുന്നതിനു മുമ്പ് അവൾ ഫെലിക്സിനോട് അഭിപ്രായമാരാഞ്ഞിരുന്നു. ഫെലിക്സ് ആരെയെങ്കിലും സ്റ്റീഫനരികിലേക്കയയ്ക്കുന്നതിനോടാണ് കൂടുതൽ യോജിച്ചത്. എന്തായാലും ആരെങ്കിലും ദൃഢമായ ഒരു തീരുമാനത്തിലെത്തേണ്ടുന്ന സമയമായി. മാർത്തയ്ക്ക് ഒന്നുമറിയില്ല. ദേബ്റ ഭയന്നിരിക്കുന്നു. സത്യമെന്തെന്ന് വെളിപ്പെട്ടാൽ പിന്നെ ഒരുപക്ഷേ മാർത്ത മാർടിൻഗേലിൽ തുടരാൻ വിസമ്മതിച്ചേക്കും എന്നും ദേബ്റ

കരുതുന്നു. ആ ഒരു മനോഭാവത്തിനോട് കാതറിനൊരു അനുകമ്പയും തോന്നുന്നില്ല. കൊലപാതകി അടുത്തെവിടേയോ ഉള്ളപ്പോൾ സ്വന്തം ജീവനെ സംരക്ഷിക്കാൻ മാർത്തയ്ക്ക് അവകാശമുണ്ട്. എന്നാൽ ഈ ആക്രമണം ദീർഘകാലം മറച്ച് വയ്ക്കാനാകും എന്ന ദേബ്റയുടെ ചിന്ത വിഡ്ഢിത്തമാണ്.

പക്ഷേ ഈ വിവരം മാർത്തയേയോ അമ്മയേയോ പൊലീസ് അറിയിച്ചാൽ ഇതൊന്നും നടന്നിട്ടില്ല എന്ന് പ്രഖ്യാപിക്കുമെന്നാണവളുടെ ഭീഷണി. അതിനാൽ സ്റ്റീഫൻ ഉടനെയെത്തി എന്ത് ചെയ്യാനാകും എന്നൊന്ന് നോക്കണം. കാതറിൻ സ്വയം ഉത്തരവാദിത്വങ്ങളൊന്നുമെടുക്കാനാകുന്നില്ല. ആകുകയുമില്ല. സ്റ്റീഫൻ അത് കേട്ട് അത്ഭുതപ്പെട്ടില്ല. ഹെർണെയും കാതറിനും ഇടയിൽ ഇപ്പോൾ തന്നെ ധാരാളം ഉത്തരവാദിത്വങ്ങൾ പങ്കിട്ടെടുത്തിരിക്കുന്നു. ഇങ്ങനെയൊരു സംഭവം മറച്ച് വയ്ക്കാനാഗ്രഹിക്കുന്നതിനെ ദേബ്റയുടെ ഭ്രാന്ത് എന്നേ വിളിക്കാനാകൂ. അതല്ലെങ്കിൽ അവൾക്ക് അതിനു ചില കാരണങ്ങളുണ്ടാകണം. സത്യമറിയുന്നതിനേക്കാൾ നല്ലത് രണ്ടാമതൊരു ശ്രമമുണ്ടാകുന്നതാണെന്ന് അവൾ കരുതുന്നുണ്ടാകണം. കാലും കൈയും വണ്ടിയോടിക്കുന്നതിൽ ഏകോപിപ്പിച്ചപ്പോൾ മനസ്സ് പല ചിന്തകളിലായിരുന്നു. പല ചോദ്യങ്ങളും മനസ്സിലെത്തുന്നുണ്ടായിരുന്നു. ദേബ്റ അലറിക്കരഞ്ഞതിനു ശേഷം എത്ര കഴിഞ്ഞാണ് മാർത്തയെത്തിയത്? ഫെലിക്സോ? മാർത്ത തൊട്ടടുത്ത മുറിയിലാണുറങ്ങുന്നത്. അതിനാൽ അവർ ആദ്യം ഉണരുക എന്നത് സ്വാഭാവികം. എന്നാൽ ഫെലിക്സ്? എല്ലാം മൂടിവയ്ക്കാൻ അയാളെന്തിനു സമ്മതിക്കണം?

കൊലപാതകവും കൊലപാതകശ്രമവുമെല്ലാം അയാളുടെ യുദ്ധകാല തോന്ന്യാസങ്ങളെപ്പോലെ കൈകാര്യം ചെയ്യാനാകും എന്ന് കരുതുന്നത് ഭ്രാന്താണ്. ഫെലിക്സ് ഒരു യുദ്ധകാല വീരനായകനാണെന്ന് എല്ലാവർക്കുമറിയാം. എന്നാൽ ആ വീരസ്യമൊന്നും ഇപ്പോൾ മാർടിൻഗേലിൽ ആവശ്യമില്ല. അയാളെക്കുറിച്ച് മാർടിൻഗേലിലുള്ളവർക്ക് എന്തൊക്കെ അറിയാം? ദേബ്റയും വിചിത്രമായാണ് പെരുമാറുന്നത്. സഹായത്തിനായി ദേബ്റ നിലവിളിച്ചു എന്നതേ അത്ഭുതമുണ്ടാക്കുന്നു. തനിക്കറിയാവുന്ന ദേബ്റ അങ്ങനെയല്ല. അവൾ ഉഗ്രകോപത്തിൽ രൗദ്രമായി പോരാടുന്നവളാണ്, ഭയന്ന് കരയുന്നവളല്ല. എന്നാൽ സാലിയുടെ മുഖം കണ്ടപ്പോൾ അവളുടെ മുഖത്ത് വന്ന ഭീതിയും ഓർമ്മയിലെത്തുന്നു. അവൾ ഓക്കാനിച്ചു. അന്ധമായി വാതില്ക്കലേക്കോടി. പിരിമുറുക്കം വർദ്ധിച്ചാൽ ഒരാൾ എങ്ങനെയൊക്കെ പെരുമാറും എന്നൊന്നും പറയാനാകില്ല. കാതറിൻ സാധാരണമായി പെരുമാറി. എന്നാൽ ദേബ്റ അങ്ങനെയായിരുന്നില്ല. കാതറിൻ ഇത്തരത്തിലുള്ള അസ്വാഭാവിക മരണങ്ങൾ കണ്ടുള്ള പരിചയമുണ്ടല്ലോ. കൂടുതൽ വിവേചനക്ഷമതയുമുണ്ട്.

മാർടിൻഗേലിന്റെ കനമേറിയ മുൻവാതിൽ തുറന്ന് കിടക്കുകയായിരുന്ന വീട് വിചിത്രമാം വിധം ശാന്തമായിരുന്നു. സ്വീകരണമുറിയിൽ നിന്ന് ചില മർമ്മരങ്ങൾ വരുന്നുണ്ട്. അയാൾ അവിടേക്ക് പ്രവേശിച്ചപ്പോൾ നാലു ജോടി കണ്ണുകൾ അയാളിലേക്കുയർന്നു. കാതറിന്റെ ആശ്വാസം ഒരു നിശ്വാസമായി വന്നത് അയാളറിഞ്ഞു. നെരിപ്പോടിനരികിലൊരു കസേരയിലായിരുന്നു ദേബ്റ. കാതറിനും ഫെലിക്സും അവൾക്ക് പുറകിൽ നിൽക്കുന്നു. ഫെലിക്സ് നിവർന്ന് ചുറ്റുപാടും ശ്രദ്ധിച്ചും കാതറിൻ ദേബ്റയിരിക്കുന്ന കസേരയുടെ പുറകിൽ കൈ വച്ചും. ദേബ്റയ്ക്കൊരു സംരക്ഷണമേകുന്നതു പോലെ പാതി കൈ കസേരയ്ക്ക് പുറത്തും പാതി ദേബ്റയുടെ ചുമലിലുമായാണ് കാതറിന്റെ നില്പ്. ദേബ്റ അതിനെ എതിർക്കുന്നില്ല. അവൾ തല പുറകിലേക്കിട്ടാണിരിക്കുന്നത്. കോളറുള്ള കുപ്പായത്തിന്റെ മുകൾവശം തുറന്നിട്ടിരിക്കുന്നു. മഞ്ഞ നിറമുള്ള ഒരു ഷിഫോൺ സ്കാർഫ് അവളുടെ കയ്യിലുണ്ട്.

വാതില്ക്കൽ നിന്ന് തന്നെ അവളുടെ കഴുത്തിൽ ഇളംചുവപ്പ് നിറത്തിലൊരു പാടുള്ളത് സ്റ്റീഫനു കാണാനായി. ഡൽഗ്ലീഷ് അവൾക്കെതിരെ ഇരിക്കുന്നുണ്ട്. കസേരയുടെ അഗ്രത്തിൽ വിശ്രാന്തിയിലാണയാൾ. എന്നാൽ ചുറ്റുപാടുമുള്ള മുഖങ്ങളിലേക്കെല്ലാം അയാളുടെ കണ്ണോടുന്നുണ്ട്. അയാളും ഫെലിക്സ് ഹെർണെയും മുഖത്തോട് മുഖം നോക്കി. മുറിയുടെ മറ്റൊരു കോണിൽ സർജന്റ് മാർടിൻ തന്റെ നോട്ടുപുസ്തകം നിവർത്തി വച്ചിരിപ്പുണ്ട് എന്ന് സ്റ്റീഫനും മനസ്സിലായി. ആർക്കെങ്കിലും ഒന്ന് ചലിക്കാനോ ശബ്ദിക്കാനോ ആകുന്നതിനു മുമ്പ് ക്ലോക്കിൽ മൂന്ന് മണിയടിച്ചു. മൂന്ന് പളുങ്കുതുണ്ടുകൾ താഴെ വീഴുന്നതുപോലെ മധുരമായ സ്വരം. സ്റ്റീഫൻ തന്റെ സഹോദരിക്കരികിലേക്ക് നീങ്ങി. അവളെ ചുംബിക്കാനായി ശരീരം വളച്ചു. അവളുടെ മിനുപ്പേറിയ കവിൾ മഞ്ഞുപോലെ തണുത്തിരിക്കുന്നു. അയാൾ തലയുയർത്തിയപ്പോൾ അവളിൽ നിന്നും ഒരു നോട്ടമെത്തി. ആ നോട്ടത്തിന്റെ അർത്ഥമെന്തെന്ന് വിശകലനം ചെയ്യുക അസാധ്യമായിരുന്നു. അതൊരു യാചനയാണോ അനുനയമാണോ അതോ മുന്നറിയിപ്പോ? അയാൾ ഫെലിക്സിനെ നോക്കി.

"എന്ത് സംഭവിച്ചു. അമ്മയെവിടെ?"

"അച്ഛനൊപ്പം മുകളിലുണ്ട്. അമ്മയിപ്പോൾ അധികസമയവും അച്ഛനരികിലാണ്. ഇൻസ്പെക്ടർ ഡൽഗ്ലീഷ് തന്റെ പതിവ് സന്ദർശനങ്ങളിലൊന്നിലാണെന്ന് ഞങ്ങൾ അവരെ അറിയിച്ചിട്ടുണ്ട്. അവർ വിഷമിച്ച് ഇങ്ങോട്ട് വരണ്ട എന്നും പറഞ്ഞു. മാർത്തയേയും അയയ്ക്കണ്ട എന്നും കൂട്ടിച്ചേർത്തു. മാർത്ത ഭയന്ന് ഇവിടം വിട്ടു പോകാൻ തീരുമാനിച്ചാൽ നമുക്ക് പിന്നെ പരിശീലനം ലഭിച്ച മറ്റൊരു

നഴ്സിനെ കണ്ടെത്തേണ്ടി വരും. അതിപ്പോൾ നമ്മെ സംബന്ധിച്ചിടത്തോളം ബുദ്ധിമുട്ടാണ്. ഇവിടെ വന്ന് താമസിക്കാൻ തയ്യാറുള്ള ഒരാളെ കണ്ടെത്തിയാലും അത് നമുക്ക് ബുദ്ധിമുട്ടാകും.''

''നിങ്ങള് ഒരു കാര്യം മറക്കുന്നു. ദേബ്റയുടെ കാര്യം. ഇനിയൊരു ശ്രമം കൂടി നടക്കുന്നത് വരെ നമ്മളെല്ലാം കാത്തിരിക്കണോ?'' സ്റ്റീഫൻ തന്റെ അനിഷ്ടം പ്രകടമാക്കി. വീട്ടിലെ മകൻ തന്റെ ഔദ്യോഗിക ഉത്തരവാദിത്വമാണ് കുടുംബപ്രാരബ്ധങ്ങളേക്കാൾ വീട്ടിലെ ഉത്തരവാദിത്വങ്ങളേക്കാൾ വലുത് എന്ന് കരുതുമ്പോൾ ഇതൊക്കെയായി സമവായത്തിലായി മുന്നോട്ട് പോകുകയല്ലാതെ മറ്റ് മാർഗ്ഗമില്ലെന്ന മട്ടിലുള്ള ഫെലിക്സിന്റെ ശാന്തമായ അനുമാനങ്ങളോട് പ്രതികരിക്കുകയായിരുന്നു അയാൾ. അതിനുത്തരം നല്കിയത് പക്ഷേ ഡൽഗ്ലീഷായിരുന്നു.

''ശ്രീമതി റിസ്കോവിന്റെ സുരക്ഷ ഞാൻ പരിഗണിക്കുന്നുണ്ട് ഡോക്ടർ. ദയവ് ചെയ്ത് ഇവരുടെ കഴുത്തൊന്ന് പരിശോധിച്ച് നിങ്ങൾക്കെന്ത് തോന്നുന്നു എന്ന് പറയാമോ?''

സ്റ്റീഫൻ അയാളിലേക്ക് തിരിഞ്ഞു.

''എനിക്ക് അത് ചെയ്യാതിരിക്കാനാണ് താത്പര്യം. ഡോക്ടർ എപ്സാണ് കുടുംബ ഡോക്ടർ. അദ്ദേഹത്തെ വിളിക്കാമല്ലോ.''

''ഞാൻ ഈ കഴുത്തൊന്ന് പരിശോധിക്കാനേ ആവശ്യപ്പെട്ടുള്ളൂ. ഇവർക്ക് ചികിത്സ നിശ്ചയിക്കാനല്ല. ഔദ്യോഗിക ന്യായങ്ങൾക്കും മനസ്സാക്ഷിക്കുത്തുകൾക്കുമുള്ള സമയമല്ല ഇത്. ഞാൻ പറഞ്ഞതൊന്ന് അനുസരിക്കാൻ ദയവുണ്ടാകണം.''

സ്റ്റീഫൻ വീണ്ടും ശരീരം വളച്ചു. ഒരു നിമിഷത്തിനുശേഷം നിവർന്ന് നിന്നു.

''രണ്ട് കൈകൊണ്ടുമാണ് കഴുത്തിൽ പിടിച്ചിട്ടുള്ളത്. ചുമലിലെ മാംസപേശികൾക്ക് തൊട്ടു മുകളിലും പുറകിലും. ക്ഷതം വളരെ വലുതാണ്. പക്ഷേ നഖപ്പാടുകളില്ല. തള്ളവിരൽ അമർന്നതിന്റെ പാടും കാണുന്നില്ല. തള്ളവിരലിന്റെ അടിഭാഗം മുൻവശത്തും വിരലുകൾ പുറകിലുമായിട്ടാകണം പിടി മുറുക്കിയത്. ശ്വാസനാളത്തിൽ സ്പർശനമേറ്റിട്ടില്ല. ഈ പാടുകൾ ഒന്ന് രണ്ട് ദിവസത്തിനകം മാഞ്ഞ് പോകും എന്നാണെന്റെ പ്രതീക്ഷ. ഹാനികരമായി ഒന്നും സംഭവിച്ചിട്ടില്ല, ശാരീരികമായുള്ള ഹാനി.''

''മറ്റ് വാക്കുകളിൽ പറഞ്ഞാൽ അത് ഈ പണി ചെയ്ത് പരിചയമില്ലാത്ത ഒരാളായിരുന്നു എന്ന്.''

''നിങ്ങൾക്ക് അങ്ങനെ തോന്നുന്നുവെങ്കിൽ അങ്ങനേയും പറയാം.''

''അങ്ങനെയല്ല. ഈ അക്രമിക്ക് തന്റെ ജോലി നല്ലവണ്ണമറിയാമായിരുന്നു എന്നല്ലേ ഇത് കാണിക്കുന്നത്? അപകടം വരുത്താതെ

എവിടെ എത്ര മർദ്ദം ചെലുത്തണമെന്നറിയാവുന്നവനാണയാൾ എന്നല്ലേ ഇത് കാണിക്കുന്നത്? മിസ് ജപ്പിനെ അതിനിപുണമായി കൊന്ന ഒരു വ്യക്തിക്ക് ഇവിടെ പിഴവ് പറ്റും എന്ന് നിങ്ങൾ കരുതുന്നുണ്ടോ? എന്ത് പറയുന്നു ശ്രീമതി റിസ്കോ?''

ദേബ്റ തന്റെ കുപ്പായത്തിന്റെ കുടുക്കുകളിടുകയായിരുന്നു. അവൾ തോളൊന്ന് കുലുക്കി. കാതറിന്റെ സാന്ത്വനപ്പെടുത്തുന്ന പിടി വിടുവിച്ചു. ഷിഫോൺ സ്കാർഫ് കഴുത്തിൽ ചുറ്റിക്കെട്ടി.

''നിങ്ങളെ നിരാശപ്പെടുത്തിയതിനെന്നോട് ക്ഷമിക്കണേ ഇൻസ്പെക്ടർ. ഒരുപക്ഷേ അടുത്ത തവണ അയാൾ പിഴവ് സംഭവിക്കാതെ ചെയ്യുമായിരിക്കും. എന്നെ സംബന്ധിച്ചിടത്തോളം അയാൾ ഒരു നിപുണൻ തന്നെയായിരുന്നു. നന്ദി.''

''നിങ്ങൾ ഇത് പക്ഷേ ഉദാസീനമായാണ് കൈകാര്യം ചെയ്യുന്നത് എന്ന് പറയാതിരിക്കാൻ എനിക്കാകുന്നില്ല.'' കാതറിൻ കോപിച്ചു. ''ശ്രീമതി റിസ്കോയ്ക്ക് കുതറി മാറാനായില്ലെങ്കിൽ, നിലവിളിക്കാനായില്ലെങ്കിൽ ഇപ്പോൾ ഇവർ ജീവനോടെയുണ്ടാകുമായിരുന്നില്ല. ഇരുട്ടിൽ അയാൾക്കാകാവുന്ന ശ്രമം അയാൾ നടത്തി. എന്നാൽ ഇവൾ ഒച്ചയിട്ടപ്പോൾ അയാൾ ഭയന്നു. ഇത് പക്ഷേ അയാൾ നടത്തുന്ന ആദ്യശ്രമമായിരിക്കണം എന്നൊന്നുമില്ല. ദേബ്റയുടെ കോപ്പയിലേക്കാണ് ഉറക്ക ഗുളികകളിട്ടത് എന്ന കാര്യം മറക്കരുത്.''

''അത് ഞാൻ മറന്നിട്ടില്ല മിസ് ബവേഴ്സ്. അന്ന് കാണാതായ ആ കുപ്പി, ഇവരുടെ പേരെഴുതിയ ഒരു ഫലകത്തിനു കീഴിൽ നിന്നാണ് ലഭിച്ചതെന്നും മറക്കുന്നില്ല. ഇന്നലെ രാത്രി നിങ്ങൾ എവിടെയായിരുന്നു?''

''അച്ഛനെ പരിചരിക്കുകയായിരുന്നു. അതിനു സഹായിക്കുകയായിരുന്നു. രാത്രി മുഴുക്കെ ഞാനും അമ്മയും ഒന്നിച്ചുണ്ടായിരുന്നു. ശൗചാലയമുപയോഗിക്കുമ്പോഴൊഴികെ. അർദ്ധരാത്രിക്ക് ശേഷം എന്തായാലും ഞങ്ങൾ ഒന്നിച്ച് തന്നെയായിരുന്നു.''

''ഡോക്ടർ മാക്സി അപ്പോൾ ലണ്ടനിലായിരുന്നു. അതായത് നിങ്ങൾക്കൊക്കെ സൗകര്യപ്രദമായ ഒരു സമയത്താണീ ആക്രമണം നടന്നത് എന്ന്. ഈ അക്രമിയെ നിങ്ങൾ കാണുകയുണ്ടായോ ശ്രീമതി റിസ്കൊ? അയാളെ തിരിച്ചറിയാനായോ?''

'ഇല്ല. ഞാൻ നല്ല ഉറക്കത്തിലായിരുന്നു. ഒരു പേക്കിനാവാണെന്നാണാദ്യം കരുതിയത്. ഞാനുണർന്നു. അപ്പോഴാണ് കഴുത്തിൽ ഒരു കൈയുള്ളതായി അറിയുന്നത്. എന്റെ മുഖത്ത് അയാളുടെ ഉച്ഛ്വാസവായു പതിച്ചതും ഞാനറിഞ്ഞു. പക്ഷേ അയാളെ തിരിച്ചറിയാനായില്ല. ഞാൻ നിലവിളിച്ച് വിളക്ക് തെളിയിക്കാൻ പരതി. അപ്പോഴേക്കും അയാൾ വാതിലിലൂടെ പുറത്തേക്കോടി. ഞാൻ വിളക്ക്

തെളിയിച്ചു. കരഞ്ഞു. വല്ലാതെ ഭയന്നിരുന്നു ഞാനപ്പോൾ. അങ്ങനെ ഞാൻ ഭയന്നിട്ടേയില്ല എന്ന് പറയാം. എങ്ങനെയെന്നറിയില്ല എന്റെ സ്വപ്നവും ഈ ആക്രമണവും ഒന്നായി. ഒരെണ്ണം എവിടെ അവസാനിച്ചു മറ്റേത് എവിടെ തുടങ്ങി എന്നൊന്നും എനിക്ക് പറയാനാകില്ല.''

''എന്നിട്ടും ശ്രീമതി ബൾടിടാഫ്റ്റ് എത്തിയപ്പോൾ നിങ്ങൾ ഇതിനെക്കുറിച്ചൊന്നും പറഞ്ഞില്ല.''

''അവരെ ഭയപ്പെടുത്താൻ ഞാൻ ആഗ്രഹിച്ചില്ല. ഒരാൾ ആക്രമിക്കാനായി നടക്കുന്നുണ്ട് എന്ന് നമുക്കൊക്കെ അറിയാം. പക്ഷേ നമ്മുടെ ദൈനംദിന കാര്യങ്ങൾ മുന്നോട്ട് പോകണമല്ലോ. അവരിതൊക്കെ അറിഞ്ഞിട്ട് എന്തെങ്കിലും ഉപകാരമുണ്ടാകും എന്ന് തോന്നിയില്ല.''

''അവരുടെ മനശ്ശാന്തിയെ ലക്ഷ്യമാക്കി ചെയ്യുന്ന ഇത്തരം പ്രവർത്തികളെ ശ്ലാഘിക്കാതെ വയ്യ. എന്നാൽ അത് അവരുടെ സുരക്ഷയെ കണക്കിലെടുക്കുന്നില്ല. ഇങ്ങനെ ഒരു ഉന്മത്തനരികിലുണ്ടായിട്ടും നിങ്ങളിത്ര ഉദാസീനയാകുന്നതിനെ അഭിനന്ദിക്കാതിരിക്കാനും എനിക്കാകുന്നില്ല. അയാൾ ഉന്മത്തനായ ഒരു അക്രമിയാണ്. മിസ് ജപ്പിന്റെ കൊലപാതകം ആളുതെറ്റി സംഭവിച്ചതാണെന്നും ശ്രീമതി റിസ്കോയെയാണയാൾ ഉദ്ദേശിച്ചതുമെന്നും അല്ലല്ലോ പറഞ്ഞ് വരുന്നത്?''

ഉത്തരംം വന്നത് ഫെലിക്സിൽ നിന്നായിരുന്നു. ''ഞങ്ങൾ ഒന്നും പറയുന്നില്ല. നിങ്ങളാണ് ഞങ്ങളോട് അതൊക്കെ പറഞ്ഞ് തരേണ്ടത്. എന്ത് സംഭവിച്ചു എന്ന് മാത്രമേ ഞങ്ങൾക്ക് അറിയുകയുള്ളൂ. ശ്രീമതി റിസ്കൊ അപകടത്തിലാണെന്ന കാതറിന്റെ വാക്കുകളോട് ഞാനും യോജിക്കുന്നു. നിങ്ങൾ അവൾക്ക് ആവശ്യമായ സംരക്ഷണം നൽകാൻ തയ്യാറാകും എന്ന് കരുതുന്നു.''

ഡൽഗ്ലീഷ് അയാളെ നോക്കി.

''ഇന്ന് പ്രഭാതത്തിൽ എത്ര മണിക്കാണ് നിങ്ങൾ ശ്രീമതി റിസ്കൊവിന്റെ മുറിയിലെത്തിയത്?''

''ശ്രീമതി ബൾടിടാഫ്റ്റ് അവിടെയെത്തി എകദേശം അര നിമിഷം കഴിഞ്ഞിട്ടുണ്ടാകും എന്നാണെന്റെ ഊഹം. ശ്രീമതി റിസ്കോവിന്റെ നിലവിളി കേട്ടയുടനെ ഞാൻ ഉണർന്നു.''

''എന്നിട്ടും നിങ്ങളോ ശ്രീമതി ബൾടിടാഫ്റ്റോ ആ അക്രമിയെ കണ്ടില്ല, അല്ലേ?''

''ഇല്ല. ഞങ്ങൾ മുറിയിൽനിന്നും പുറത്തിറങ്ങുന്നതിനു മുമ്പേ അയാൾ ഗോവണിയിറങ്ങിയോടിയിട്ടുണ്ടാകും എന്നാണെന്റെ അനുമാനം. ഇന്ന് ഉച്ചയോടെയാണെന്നോട് എന്താണ് സംഭവിച്ചതെന്ന്

പറയുന്നത്. അതിനാൽ ആ സമയത്ത് ഞാൻ തിരഞ്ഞതുമില്ല. അതിനു ശേഷം ഇവിടെയൊക്കെ തിരഞ്ഞ് നോക്കി. ഇവിടെയൊന്നും ആരുമുള്ളതായി തോന്നിയില്ല, ആരേയും കണ്ടില്ല.''

''അയാൾ അകത്തെങ്ങനെ കടന്നിട്ടുണ്ടാകും എന്നതിനെക്കുറിച്ച് എന്തെങ്കിലും ഊഹമുണ്ടോ, ശ്രീമതി റിസ്കൊ?''

''സ്വീകരണമുറിയിലെ ജാലകങ്ങളിലൂടെയാകാം. കഴിഞ്ഞ രാത്രി ഞങ്ങൾ ഉദ്യാനത്തിലേക്കിറങ്ങിയിരുന്നു. തിരിച്ച് കയറിയപ്പോൾ അത് അടച്ച് കുറ്റിയിടാൻ മറന്നിട്ടുണ്ടാകും. ഇന്ന് കാലത്ത് അത് തുറന്ന് കിടക്കുന്നത് കണ്ടു എന്ന് മാർത്ത പറയുകയുണ്ടായി.''

''ഞങ്ങൾ എന്നാൽ നിങ്ങളും ഹെർണെയും എന്നാണോ?''

''അതെ.''

''നിങ്ങളുടെ പരിചാരിക മുറിയിലെത്തിയപ്പോൾ നിങ്ങൾ ഗൗൺ ധരിച്ചിരുന്നോ?''

''ഉവ്വ്. അപ്പോഴേക്കും അതെടുത്ത് ധരിക്കാൻ എനിക്കായി.''

''നിങ്ങൾ പേക്കിനാവ് കണ്ടതാണെന്ന് കഥ പറഞ്ഞപ്പോൾ അത് ശ്രീമതി ബൾടിടാഫ്റ്റ് സ്വീകരിക്കുകയും ചെയ്തു. എന്നിട്ട് നിങ്ങളോട് അവരുടെ മുറിയിലെ വൈദ്യുത നെരിപ്പോടിനരികിൽ ബാക്കി രാത്രി ചിലവഴിക്കാം എന്ന് നിർദ്ദേശിച്ചു.''

''അതെ. അവർക്ക് ഒറ്റയ്ക്ക് തിരിച്ച് പോകാൻ മടി തോന്നി. ഞാനവരെ നിർബന്ധിച്ചു. ഞങ്ങൾ അവിടെ ആദ്യം ഒരു ചായയിട്ട് കുടിച്ചു.''

''അപ്പോൾ കാര്യങ്ങൾ ഇങ്ങനെയാണ്... നിങ്ങളും ഹെർണെയും സായാഹ്നത്തിൽ ഉദ്യാനത്തിൽ നടക്കാനിറങ്ങി. ഈയിടെ ഒരു കൊലപാതകം നടന്ന വീടിന്റെ ഉദ്യാനത്തിൽ. തിരിച്ച് കയറിയപ്പോൾ ഫ്രഞ്ച് ജാലകവാതിൽ തുറന്നിട്ടു. രാത്രിയിൽ ഏതോ ഒരു അജ്ഞാതൻ നിങ്ങളുടെ മുറിയിലെത്തി. നിങ്ങളെ കഴുത്ത് ഞെരിച്ച് കൊല്ലാൻ അത്രയൊന്നും നിപുണതയോടെയല്ലാതെ ഒരു ശ്രമം നടത്തി. അതെന്തിനെന്ന് ആർക്കുമറിയില്ല. ആർക്കും ഊഹിക്കാനുമാകുന്നില്ല. അയാൾ പിന്നെ അപ്രത്യക്ഷനായി. ഒരു തെളിവും അവശേഷിപ്പിക്കാതെ അപ്രത്യക്ഷമായി. നിങ്ങളുടെ കഴുത്തിനധികം പരിക്കൊന്നും പറ്റാത്തതിനാൽ ഉച്ചത്തിൽ നിലവിളിക്കാനായി. അങ്ങനെ അടുത്ത മുറിയിലുള്ളവരെ വിളിച്ചുണർത്താനായി. മിനിറ്റുകൾക്കകം അവൾ എത്തിയെങ്കിലും നിങ്ങൾ ആ ഭയത്തിൽനിന്നും അപ്പോഴേക്കും മുക്തയായി, എന്ത് സംഭവിച്ചു എന്നതിനെക്കുറിച്ചൊരു നുണ പറയാൻ മാത്രം മുക്തയായി. അതിനിടയിൽ നിങ്ങൾക്ക് മെത്തയിൽ നിന്നെഴുന്നേല്ക്കാനും കോളറുള്ള ഒരു ഗൗൺ ധരിക്കാനുമായത് നുണയുടെ പ്രഭാവം വർദ്ധിപ്പിച്ചു. ഇതൊരു യുക്തിസഹവും

ബുദ്ധിപൂർവമായ പെരുമാറ്റമാണെന്ന് തോന്നുന്നുണ്ടോ ശ്രീമതി റിസ്കൊ?''

''ഇല്ല. തീർച്ചയായുമില്ല.'' ഫെലിക്സാണ് പ്രതികരിച്ചത്. ''കഴിഞ്ഞ ശനിയാഴ്ച മുതൽ ഈ വീട്ടിൽ എന്തൊക്കെ സംഭവിച്ചോ അതൊന്നും യുക്തിസഹമായിരുന്നില്ല. പക്ഷേ, ശ്രീമതി റിസ്കോ സ്വയം കഴുത്ത് ഞെരിക്കാൻ ശ്രമിച്ചു എന്ന് നിങ്ങൾ പോലും കരുതുന്നുണ്ടാകില്ലല്ലോ. ഈ ക്ഷതവും പാടുമൊന്നും സ്വയം വരുത്തിയതാകില്ല. അങ്ങനെ ചെയ്യാനാകില്ല. അപ്പോൾ പിന്നെ ആരാണതിനുത്തരവാദി? ഈ രണ്ട് കുറ്റകൃത്യങ്ങളും തമ്മിൽ ബന്ധമുണ്ടെന്ന് ഒരു ജൂറി വിശ്വസിക്കും എന്ന് കരുതുന്നുണ്ടോ?''

''അങ്ങനെയൊരു സാധ്യത പരിഗണിക്കണമെന്ന് ജൂറിയോട് ആവശ്യപ്പെടാനും സാധ്യതയില്ല.'' ഡൽഗ്ലീഷ് സമചിത്തത കൈ വിട്ടില്ല. ''മിസ് ജപ്പിയുടെ മരണവുമായി ബന്ധപ്പെട്ട എന്റെ അന്വേ ഷണം മിക്കവാറും അതിന്റെ അവസാന ഘട്ടത്തിലെത്തിയിരിക്കുന്നു. കഴിഞ്ഞ രാത്രി എന്ത് സംഭവിച്ചു എന്നത് എന്റെ നിർണ്ണയങ്ങളെ ബാധിച്ചേക്കില്ല. അതിൽ മാറ്റങ്ങളൊന്നും വന്നിട്ടില്ല. കഴിഞ്ഞ രാത്രി യിലെ സംഭവം അതിലൊരു വ്യത്യാസവുമുണ്ടാക്കുന്നില്ല. ഇക്കാര്യ ത്തിനൊരു തീർപ്പുണ്ടാക്കാൻ സമയമായി എന്നാണ് ഞാൻ കരു തുന്നത്. അതിനാൽ അതിനായി ഒരു കുറുക്കുവഴിയാകാം എന്ന് നിർദ്ദേശിക്കുന്നു. ശ്രീമതി മാക്സിക്ക് എതിർപ്പില്ലെങ്കിൽ നിങ്ങളെ യെല്ലാം ഒന്നിച്ച് ഈ വീട്ടിൽ ഇന്ന് രാത്രി എട്ടുമണിക്ക് കാണണം എന്ന് ഞാൻ ആഗ്രഹിക്കുന്നു.''

''എന്നിൽ നിന്നും എന്തെങ്കിലും പ്രതീക്ഷിക്കുന്നുണ്ടോ ഇൻസ് പെക്ടർ?''

അവരെല്ലാം വാതില്ക്കലേക്ക് തിരിഞ്ഞു. ശബ്ദമൊന്നുമുണ്ടാ ക്കാതെയാണ് എലീനർ മാക്സി കയറി വന്നത്. ഡൽഗ്ലീഷൊഴികെ മറ്റാരും അത് കണ്ടിരുന്നില്ല. അവർ മറുപടിക്കായി കാത്തില്ല. തന്റെ മകനരികിലേക്ക് നീങ്ങി.

''നീ വന്നല്ലോ സ്റ്റീഫൻ. അതിൽ സന്തോഷമുണ്ട്. ദേബ്റയാണോ വിളിച്ചത്? അച്ഛന്റെ ആരോഗ്യം മെച്ചപ്പെടുന്നില്ലെങ്കിൽ ഞാൻ തന്നെ അത് ചെയ്യാൻ ഉദ്ദേശിച്ചിരുന്നു. പറയുക ബുദ്ധിമുട്ടാണ്. എന്നാലും ചില മാറ്റങ്ങൾ കാണുന്നുണ്ട്. ഹിങ്ക്സിനെ ഒന്ന് വിളിക്കാമോ? ചാൾസിനേയും.''

ഡോക്ടർക്ക് മുമ്പേ പുരോഹിതനെ വിളിക്കുക എന്നത് സ്വാഭാ വികം, സ്റ്റീഫൻ മനസ്സിൽ ചിരിച്ചു.

''ഞാൻ സ്വയം വന്നതാണ്. ഇൻസ്പെക്ടർ എന്നോട് ക്ഷമിക്കണേ. നമുക്കിനി ചർച്ച ചെയ്യാൻ ഒന്നുമില്ല എന്ന് തോന്നുന്നു.''

‘‘ഇന്ന് രാത്രി എട്ടുമണിവരെ, ഡോക്ടർ.’’

അയാളുടെ സ്വരത്തിൽ സ്റ്റീഫൻ വേദനിച്ചു. സർജനെ മിസ്റ്റർ എന്നാണഭിസംബോധന ചെയ്യേണ്ടതെന്ന് പറയണമെന്നൊരു ആഗ്രഹം തോന്നി. ഇതാദ്യമായല്ല അങ്ങനെ ഒരു ആഗ്രഹം വരുന്നത്. എന്നാൽ ഈ പ്രബോധക നിസ്സാരത്വത്തിൽ നിന്നും അയാളെ രക്ഷിച്ചത് അത് വ്യർത്ഥമാണെന്ന് അറിയാവുന്നതുകൊണ്ടും അമ്മയുടെ ആവശ്യം തിരിച്ചറിഞ്ഞതുമാണ്. അച്ഛനെക്കുറിച്ച് ചിന്തിച്ചിട്ട് ദിവസങ്ങളായിരിക്കുന്നു. അതിനു ചില തിരുത്തലുകൾക്ക് സമയമായിരിക്കുന്നു. ഒരു നിമിഷത്തേക്ക്, ഡൽഗ്ലീഷും അയാളുടെ അന്വേഷണവും സാലിയുടെ കൊലപാതകം എന്ന ഭീതിയും തന്റെ ഇപ്പോഴത്തെ ആവശ്യത്തിനു മുന്നിൽ മാഞ്ഞുപോയി. ഇപ്പോഴെങ്കിലും അയാൾക്ക് ഒരു മകനെപ്പോലെ പ്രവർത്തിക്കാനാകും.

പെട്ടെന്ന് മാർത്ത വാതില്ക്കലെത്തി, വഴി തടഞ്ഞു. അവൾ വിറയ്ക്കുന്നുണ്ടായിരുന്നു. വിളറിയിരുന്നു. അവർ വായ് തുറന്ന് പിടിച്ചിട്ടുണ്ടായിരുന്നു. എന്നാൽ ശബ്ദമൊന്നും വരുന്നില്ലായിരുന്നു. അവർക്ക് പുറകിൽനിന്നും നല്ല ഉയരമുള്ള ഒരു യുവാവ് മുന്നിലേക്ക് വന്നു. മുറിയിലേക്ക് വന്നു. ഭയന്ന ഒരു നോട്ടം മാർത്ത തന്റെ യജമാനത്തിയിലേക്കയച്ചു. കൈകൊണ്ടൊരു ആംഗ്യം കാണിച്ചു. അത് ആ അപരിചിതനെ മുറിയിലേക്കാനയിക്കാനുള്ളതാണെന്ന് തോന്നി. അല്ലാതെ അയാളോട് ഇതിനകത്ത് കയററുത് എന്ന നിർദ്ദേശമല്ലെന്ന്. അത്രയും ചെയ്തതിനു ശേഷം മാർത്ത ഉച്ചത്തിൽ ഒന്ന് ഞരങ്ങി. മൃഗത്തെപ്പോലെ ഞരങ്ങി. അപ്രത്യക്ഷയായി. അപരിചിതൻ അതാസ്വദിക്കുന്നതുപോലെ തിരിഞ്ഞ് നോക്കി. പിന്നെ മുറിയിലുള്ളവരിലേക്ക് തിരിഞ്ഞു.

ആറടിയിലധികം ഉയരമുണ്ട് അയാൾക്ക്. മുടി ചെറുതാക്കി വെട്ടിനിർത്തിയിരിക്കുന്നു. അത് വെയിലേറ്റ് തിളങ്ങുന്നുണ്ട്. തവിട്ട് നിറമുള്ള ഒരു കോർഡ്രോയ് ട്രൗസറാണ് വേഷം. മൃഗചർമ്മം കൊണ്ടൊരു ജാക്കറ്റുമുണ്ട്. തുറന്ന കഴുത്തിൽ നിന്നും വെയിലേറ്റ് കരുവാളിച്ച കനമുള്ള തല എഴുന്ന് നിൽക്കുന്നു. മൃഗീയമെന്ന് തോന്നിപ്പിക്കുന്ന ഒരു വീര്യം ആ മുഖത്തുണ്ട്. നല്ല നീളമുള്ള കൈയും കാലുമാണയാളുടേത്. ഒരു ചുമലിൽ ഒരു സഞ്ചി ഞാത്തിയിട്ടിരിക്കുന്നു. വലതു കൈയിൽ ഒരു പുതിയ യാത്രാസഞ്ചിയുണ്ട്. അയാളുടെ വലിയ മുഷ്ടിയിൽ അതിനെ കണ്ടാൽ ഒരു സ്ത്രീയുടെ കളിപ്പാട്ടം പോലെയുണ്ട്. അയാൾക്കരികിൽ നിന്നപ്പോൾ സ്റ്റീഫന്റെ സൗന്ദര്യം വിളറി. ഒരു സാധാരണ അഴക് മാത്രമായി. കഴിഞ്ഞ പതിനഞ്ച് വർഷങ്ങളായി ഫെലിക്സ് അറിയുന്ന ആലസ്യവും നിരർത്ഥകതയും മുഖത്ത് കൊത്തുപണി ചെയ്തതുപോലെ പ്രത്യക്ഷപ്പെട്ടു. അയാൾ സംസാരിക്കാനാരംഭിച്ചപ്പോൾ ആ സ്വരത്തിൽ ആത്മവിശ്വാസമുണ്ടായിരുന്നു. ആഹ്ലാദമുണ്ടായിരുന്നു. അതിൽ അധൈര്യത്തിന്റെ

കണിക പോലുമില്ലായിരുന്നു. അമേരിക്കൻ ഉച്ചാരണത്തിന്റെ ലാഞ്ഛനയുള്ള മൃദുസ്വരമായിരുന്നു അത്. എന്നാലും അയാൾ ഇംഗ്ലീഷുകാരൻ തന്നെയാണെന്നതിൽ സംശയവുമില്ലായിരുന്നു.

''ഞാൻ നിങ്ങളുടെ പരിചാരികയെ അമ്പരപ്പിച്ചു എന്ന് തോന്നുന്നു. ഇങ്ങനെ കടന്ന് വരേണ്ടി വന്നതിൽ എന്നോട് ക്ഷമിക്കണം. സാലി എന്നെക്കുറിച്ച് പറഞ്ഞിട്ടുണ്ടാകില്ല എന്ന് എനിക്കറിയാം. ജെയിംസ് റിച്ചി എന്നാണെന്റെ പേര്. അവൾ എന്നെ പ്രതീക്ഷിക്കുന്നുണ്ടാകും. ഞാൻ അവളുടെ ഭർത്താവാണ്.''

അയാൾ ശ്രീമതി മാക്സിയിലേക്ക് തിരിഞ്ഞു. ''ഇവിടെ അവൾ ഏത് തരം ജോലിയാണ് ചെയ്യുന്നത് എന്ന് എന്നെ അറിയിച്ചിരുന്നില്ല. കൂടുതൽ അസൗകര്യങ്ങളുണ്ടാക്കാൻ താത്പര്യമില്ല. അവളെ കൊണ്ടുപോകാനാണ് ഞാൻ വന്നിരിക്കുന്നത്.''

4

അതിനെത്തുടർന്നുള്ള വർഷങ്ങൾ തന്റെ സ്വീകരണമുറിയിൽ ശാന്തമായിരിക്കുന്ന നിമിഷങ്ങളിൽ പലപ്പോഴും എലീനർ മാക്സിയുടെ മനസ്സിലേക്ക് ആ പഴയ ചിത്രങ്ങൾ കയറി വരും. വാതില്ക്കൽ നിന്നിരുന്ന പ്രേതത്തെ ഓർമ്മവരും. തന്നെ നേരിട്ടുകൊണ്ടിരുന്ന പ്രേതത്തെ. അയാൾ സംസാരിച്ചവസാനിച്ചപ്പോൾ അവിടെ നിറഞ്ഞ പരിപൂർണ്ണ നിശ്ശബ്ദത ഓർമ്മയിലെത്തും. ഏതാനും സെക്കന്റുകളേ ആ നിശ്ശബ്ദത നിലനിന്നിട്ടുണ്ടാകൂ, എന്നാൽ, ഇപ്പോൾ തിരിഞ്ഞ് നോക്കുമ്പോൾ അത് മിനിറ്റുകൾ നീണ്ടു എന്ന തോന്നലുണ്ടാകുന്നു. ആ നിശ്ശബ്ദതയെന്തുകൊണ്ട് എന്നറിയാതെ അയാൾ ചുറ്റിലും നോക്കി. അവരെയൊക്കെ നോക്കി. അവരാകട്ടെ, വിശ്വാസം വരാത്തതുപോലെ, ഭീതിയോടെ അയാളേയും നോക്കി. അതൊരു നല്ല നിശ്ചലചിത്രമായിരുന്നു എന്ന് ഇപ്പോൾ ശ്രീമതി മാക്സി ഓർക്കുന്നു. അത്ഭുതം ആൾരൂപം പൂണ്ടതുപോലെ. അവർക്ക് പക്ഷേ ആശ്ചര്യമൊന്നും തോന്നിയില്ല. കഴിഞ്ഞ ഏതാനും ദിവസങ്ങൾക്കകം അവരിലെ വികാരങ്ങളെല്ലാം ചത്തുകെട്ടുപോയിരിക്കുന്നു. ഈ വെളിപ്പെടുത്തൽ എരിതീയ്യിൽ എണ്ണയൊഴിക്കുന്നതുപോലെയായി എന്ന് മാത്രം. സാലി ജപ്പിനെക്കുറിച്ച് ഇനി എന്ത് പുതിയ വിവരമറിഞ്ഞാലും ഇതിൽ കൂടുതൽ അത്ഭുതമൊന്നും തോന്നില്ലായിരുന്നു. സാലി മരിച്ചു എന്നത് ആശ്ചര്യമായിരിക്കുന്നു. സാലിയും സ്റ്റീഫനുമൊത്ത് വിവാഹനിശ്ചയമുണ്ടായി എന്നത് അത്ഭുതമായിരിക്കുന്നു. അവളുടെ ജീവിതത്തിലും മരണത്തിലും ഇത്രയധികം ആളുകൾ ഉൾപ്പെട്ടിരിക്കുന്നു എന്നത് അത്ഭുതമായിരിക്കുന്നു. സാലി അമ്മ മാത്രമല്ല

ഭാര്യയുമായിരുന്നു എന്നത് ഞെട്ടലുണ്ടാക്കുന്നില്ലെങ്കിലും രസകരമായിരിക്കുന്നു. അവരുടെ സാധാരണ വികാരത്തിൽ നിന്ന് വ്യതിചലിച്ച അവർക്ക് ഫെലിക്സ് ഹെർണെ പെട്ടെന്ന് ദേബ്റയിലേക്കൊരു നോട്ടമയച്ചത് കാണാതിരിക്കാനായില്ല. അവരും ചെറിയ തോതിൽ ആശ്ചര്യപ്പെട്ടിരുന്നു. പക്ഷേ പെട്ടെന്ന് നടത്തിയ ഒരു വിശകലനം ചിലതെല്ലാം പറഞ്ഞു. അതൊരു തമാശയായും വിജയമായും അനുഭവപ്പെട്ടു. സ്റ്റീഫൻ വിസ്മയത്തിലായിരുന്നു. പരിഭ്രാന്തനായിരുന്നു.

കാതറിൻ ബവേഴ്സ് ചുവന്നു. വായ് തുറന്നു. അങ്ങനെ തന്റെ അത്ഭുതം പ്രകടമാക്കി. അവൾ സ്റ്റീഫനെ നോക്കി. അവർക്കെല്ലാം വേണ്ടി സ്റ്റീഫൻ വക്താവാകട്ടെ എന്ന മട്ടിൽ നോക്കി. ആരും സംസാരിക്കാതായപ്പോൾ ശ്രീമതി മാക്സി ഡൽഗ്ലീഷിനെ നോക്കി. അവർ ഇരുവരുടേയും കണ്ണുകൾ പരസ്പരം ഉടക്കി നിന്നു. ആ കണ്ണുകളിൽ സഹാനുഭൂതിയും കരുണയും നിറഞ്ഞത് അവൾ കണ്ടു.

ഒട്ടും പ്രസക്തമല്ലാത്ത ചിന്തകൾ തന്റെ മനസ്സിലെത്തിയെന്നും അവളറിഞ്ഞു.

''സാലി റിച്ചി. ജിമ്മി റിച്ചി. അതുകൊണ്ടാകും ആ കുഞ്ഞിനവൾ ജിമ്മി എന്ന് പേരിട്ടത്. അവന്റെ അച്ഛന്റെ പേര്. അതെന്തുകൊണ്ട് ജിമ്മി ജപ്പ് എന്നായെന്ന് എനിക്ക് മനസ്സിലായിട്ടില്ലായിരുന്നു. എന്തുകൊണ്ടാണെല്ലാവരും അയാളെ ഇങ്ങനെ തുറിച്ച് നോക്കി നിൽക്കുന്നത്. ആരെങ്കിലും എന്തെങ്കിലുമൊക്കെ പറയൂ.''

ആരോ സംസാരിച്ച് തുടങ്ങി. ദേബ്റ. അവളാകെ വിളറി വെളുത്തിരുന്നു. അവളുടെ ചുണ്ടുകൾപോലും വിളറിയിരിക്കുന്നു. ഒരു സ്വപ്നത്തിലെന്നപോലെ അവൾ പറഞ്ഞു തുടങ്ങി.

''സാലി മരിച്ചു. ആരും പറഞ്ഞില്ലേ? അവൾ മരിച്ചു. സംസ്കാരവും കഴിഞ്ഞു. ഞങ്ങളിൽ ഒരാളാണവളെ കൊന്നതെന്ന് എല്ലാവരും പറയുന്നു.''

അത്രയും പറഞ്ഞപ്പോഴേക്കും അവൾ അനിയന്ത്രിതമായി വിറയ്ക്കാൻ തുടങ്ങി. അവൾക്കരികിൽ സ്റ്റീഫനെത്തുന്നതിനു മുമ്പേ കാതറിനെത്തി. വീഴുന്നതിനു മുമ്പ് അവൾക്ക് താങ്ങായി. കസേരയിലിരുത്തി. നിശ്ചല ചിത്രത്തിൽ വിള്ളലുണ്ടായി. പെട്ടെന്ന് മുറി വാക്കുകൾ കൊണ്ട് നിറഞ്ഞു. സ്റ്റീഫനും ഡൽഗ്ലീഷും റിച്ചിക്കരികിലേക്ക് നീങ്ങി.

അപ്പുറത്തെ വ്യാപാരമുറിയാകും നല്ലത് എന്നൊരു മന്ത്രണം കേട്ടു. അവർ മൂവരും അപ്രത്യക്ഷമായി. ദേബ്റ തന്റെ കസേരയിൽ ചാരിക്കിടന്നു. കണ്ണടച്ച് കിടന്നു. ശ്രീമതി മാക്സിക്ക് അവളുടെ അസ്വസ്ഥത കാണാമായിരുന്നു. എന്നാൽ അതിനോട് ചെറിയ രീതിയിലെങ്കിലും പ്രകോപനമാണവർക്ക് തോന്നിയത്. ഇതിനൊക്കെ

പുറകിൽ എന്താണെന്നൊരു ആകാംക്ഷയും ഉണ്ടായിരുന്നു. അവരുടെ സ്വന്തം വ്യഗ്രതകൾക്ക് മുൻതൂക്കം നൽകേണ്ടതുണ്ടായിരുന്നു. അവൾ കാതറിനോട് സംസാരിക്കാൻ തുടങ്ങി.

''എനിക്ക് ഭർത്താവിന്റെയരികിലേക്ക് തിരികെ പോകണം. നീ ഒപ്പം വരുന്നെങ്കിൽ അതൊരു സഹായമാകും. ഹിങ്ക്സ് അധികം താമസിയാതെ എത്തിച്ചേരും. ഇപ്പോൾ മാർത്ത ഉപകാരപ്പെടും എന്നെനിക്ക് തോന്നുന്നില്ല. ഈ പുതിയ മുഖം അവളെ ആകെ അസ്വസ്ഥയാക്കിയിട്ടുണ്ടെന്ന് തോന്നുന്നു.''

അസ്വസ്ഥത മാർത്തയിൽ മാത്രമല്ല എന്ന് കാതറിനു പറയണമെന്നുണ്ടായിരുന്നു. പകരം അവൾ അവർക്കൊപ്പം ചെല്ലാം എന്ന് മന്ത്രിച്ചു. അവരൊന്നിച്ച് അവിടെ നിന്നിറങ്ങി. രോഗീപരിചരണത്തിൽ അവൾ കാണിക്കുന്ന ശ്രദ്ധ, ഒരു അതിഥിയിൽനിന്നും വരേണ്ടിയിരുന്ന സന്തോഷം, എതൊരു അടിയന്തിര സാഹചര്യങ്ങളേയും നേരിടാനുള്ള നിപുണത എന്നിവയെ കാണാത്തവളാക്കിയില്ല. അവസാനം വന്ന ഈ അടിയന്തിര സാഹചര്യം പക്ഷേ വളരെ കരുത്തുള്ളതാണ്. അത് പക്ഷേ കാതറിന്റെ കരുത്തിനൊരു കുറവും വരുത്തുന്നില്ല. ദേബ്റ ബലഹീനയാകുന്തോറും കാതറിൻ കരുത്തുള്ളവളാകുന്നു. വാതിൽക്കലെത്തിയപ്പോൾ ശ്രീമതി മാക്സി ഫെലിക്സ് ഹെർണെയിലേക്ക് തിരിഞ്ഞു.

''സ്റ്റീഫനും റിച്ചിയും തമ്മിലുള്ള സംസാരം കഴിഞ്ഞാൽ അവനോട് അച്ഛനരികിലേക്ക് വരാനാവശ്യപ്പെടണം. അച്ഛന് ബോധം നഷ്ടമായിരിക്കുന്നു എന്നത് സത്യം. എങ്കിലും സ്റ്റീഫൻ അരികിലുണ്ടാകണം. ദേബ്റയും വരണം. അവൾക്ക് ഒന്ന് സുഖപ്പെട്ടാലുടനെത്തണം. അതും പറഞ്ഞേക്കൂ.''

അയാൾ മറുപടിയൊന്നും പറഞ്ഞില്ല. അവർ തുടർന്നു. ''ഡൽഗ്ലീഷിനോട് ഇതൊന്നും പറയേണ്ടതില്ല. ഇന്ന് രാത്രിക്ക് അയാൾ എന്ത് പദ്ധതിയിട്ടിരിക്കുന്നോ അത് തുടരട്ടെ. മാറ്റമൊന്നും വരുത്തേണ്ടതില്ല. എട്ടുമണിക്ക് മുമ്പ് ബാക്കിയെല്ലാം അവസാനിപ്പിക്കാം.''

ദേബ്റ കസേരയിൽ മലർന്ന് കിടക്കുകയായിരുന്നു. കണ്ണടച്ച് കിടക്കുകയായിരുന്നു. അവളുടെ കഴുത്തിലെ ഷിഫോൺ സ്കാർഫ് അയഞ്ഞു കിടന്നു.

''ദേബ്റയുടെ കഴുത്തിനെന്ത് പറ്റി?''

ശ്രീമതി മാക്സി തനിക്കിതിലൊന്നും താത്പര്യമില്ലെന്ന് മട്ടിൽ ചോദിച്ചു.

''എന്തോ കുട്ടിക്കളിയിൽ പെട്ടതാണെന്ന് തോന്നുന്നു.'' ഫെലിക്സ് പറഞ്ഞു. ''പക്ഷേ വിജയം കണ്ടില്ല.''

മകളെ ഒരിക്കൽകൂടി നോക്കാതെ, എലീനർ മാക്സി നടന്ന് നീങ്ങി. അവര് ഇരുവരേയും മാത്രമാക്കി മുറിയിൽനിന്നും പുറത്ത് പോയി.

5

അരമണിക്കൂർ കഴിഞ്ഞപ്പോൾ സൈമൺ മാക്സി തന്റെ അവസാന ശ്വാസമെടുത്തു. വർഷങ്ങളായി അർദ്ധപ്രാണനായി കിടന്നിരുന്ന അയാളുടെ ജീവിതദൈർഘ്യത്തിനു പൂർണ്ണവിരാമമായി. ഒരുകാലത്ത് അയാൾ അറിഞ്ഞിരുന്നതും സ്നേഹിച്ചിരുന്നതുമായ ഈ ലോകത്തിൽനിന്നും അയാൾ വിട്ടുപോയി.

ധീരതയോടെ, കുലീനമായി മരിക്കാവുന്ന അവസ്ഥയിലല്ലായിരുന്നു അയാളപ്പോൾ. എങ്കിലും ബഹളങ്ങളൊന്നുമില്ലാതെ മരിച്ചു. ഭാര്യയും മക്കളും അരികിലുണ്ടായിരുന്നു. പാതിരി അന്ത്യകൂദാശ നല്കിയിരുന്നു. എന്നാൽ ആ പ്രാർത്ഥനകളൊന്നും കേൾക്കാവുന്ന രൂപത്തിലായിരുന്നില്ല മെത്തയിൽ കിടന്നിരുന്ന വിലക്ഷണ രൂപം. മാർത്ത അരികിലുണ്ടായിരുന്നില്ല. അവളെവിടെയായിരുന്നു എന്ന് ചോദിക്കുന്നതിൽ അർത്ഥമില്ല എന്ന് പിന്നീട് വീട്ടിലുള്ളവർ തീരുമാനിക്കുകയും ചെയ്തു. അവരവിടെയുണ്ടായിരുന്നെങ്കിലുണ്ടാകുമായിരുന്ന അതിവൈകാരികമായ തേങ്ങിക്കരച്ചിൽ അവർക്കൊക്കെ സഹിക്കാവുന്നതിലും അധികമാകുമായിരുന്നു. മരിച്ചുകൊണ്ടിരിക്കുക എന്ന പ്രക്രിയയുടെ, അതിമന്ദം നടന്നിരുന്ന പ്രക്രിയയുടെ, പരിപൂർണ്ണതായിരുന്നു മരണം. വിഷണ്ണമുഖത്തോടെ അവർ മെത്തയ്ക്ക് ചുറ്റിലും നിന്നെങ്കിലും ചില ഓർമ്മകൾ അവരിലെത്തിക്കാൻ ശ്രമിച്ചെങ്കിലും അവരുടെ ചിന്തകൾ അതിനു മുമ്പ് നടന്ന മരണത്തെക്കുറിച്ചായിരുന്നു. മനസ്സ് എട്ടുമണിയിലേക്ക് നീങ്ങുകയായിരുന്നു.

അതിനുശേഷം എല്ലാവരും സ്വീകരണ മുറിയിൽ ഒത്തുകൂടി. ശ്രീമതി മാക്സി ഒഴികെ എല്ലാവരും. അവർക്ക് ഒന്നുകിൽ സാലിയുടെ ഭർത്താവിനെക്കുറിച്ചറിയാൻ ആകാംക്ഷയുണ്ടായിരുന്നില്ല അല്ലെങ്കിൽ കുറച്ച് നേരത്തേക്കെങ്കിലും ആ കൊലപാതകത്തിൽ നിന്നും അതിന്റെ അനന്തരഫലങ്ങളിൽനിന്നും വേറിട്ട് നില്ക്കാൻ ആഗ്രഹിച്ചു. ഭർത്താവ് മരിച്ചു എന്ന വിവരം ഡൽഗ്ലീഷുമൊത്ത് പങ്കുവയ്ക്കേണ്ടതില്ല എന്ന് അവർ ബാക്കിയുള്ളവർക്ക് നിർദ്ദേശം നല്കി. എന്നിട്ടവർ ഹിങ്ക്സുമൊത്ത് വികാരിയുടെ ഭവനത്തിലേക്ക് നടന്നു.

സ്വീകരണ മുറിയിൽ സ്റ്റീഫൻ എല്ലാവർക്കും മദ്യം പകർന്നു. തന്റെ കഥ പറഞ്ഞു.

‘‘ലളിതമാണത്. അവശ്യം വേണ്ട വിശദാംശങ്ങൾ ലഭിക്കാനുള്ള സമയമേ എനിക്കും ലഭിച്ചുള്ളൂ. അച്ഛനരികിലെത്താനുള്ള തിരക്കിലായിരുന്നു ഞാൻ. ഞാൻ അവിടെ നിന്ന് ഇറങ്ങിയതിനു ശേഷവും റിച്ചിക്കരികിൽ ഡൽഗ്ലീഷുണ്ടായിരുന്നു. അയാൾ ബാക്കി എന്തൊക്കെ വിവരങ്ങൾ ആരായാനുണ്ടോ അതൊക്കെ ചോദിച്ചറിഞ്ഞിരിക്കും. അവർ വിവാഹം കഴിച്ചിരുന്നു. സാലി ലണ്ടനിൽ ജോലി ചെയ്തുകൊണ്ടിരിക്കുന്ന കാലത്താണവർ പരിചയപ്പെട്ടത്. അയാൾ വെനിസ്വേലയിലേക്ക് പോകുന്നതിനൊരു മാസം മുമ്പ് രഹസ്യമായി വിവാഹം കഴിച്ചു.’’

‘‘അവളത് പറയാതിരുന്നതെന്തുകൊണ്ടാണ്?’’ കാതറിൻ ചോദിച്ചു. ‘‘എന്തിനാണെല്ലാം ഇത്ര നിഗൂഢമാക്കി വച്ചത്?’’

‘‘അയാൾ ജോലി ചെയ്യാൻ പോകുന്ന സ്ഥാപനത്തിനാവശ്യം അവിവാഹിതനെയായിരുന്നു. ഈ വിവാഹം വെളിപ്പെടുത്തിയാൽ അയാൾക്ക് ആ ജോലി ലഭിക്കില്ലായിരുന്നു. നല്ല വേതനം ലഭിക്കുന്ന ജോലിയായിരുന്നു. അതവർക്ക് ഒരു വീട് നിർമ്മിക്കാനും നല്ലൊരു ജീവിതം നയിക്കാനുമുള്ള വരുമാനം നല്കുമായിരുന്നു. എന്നാൽ അയാൾ പോകുന്നതിനു മുമ്പ് വിവാഹം കഴിക്കാൻ നിർബന്ധിച്ചത് സാലിയായിരുന്നു. അമ്മായിയും അമ്മാവനും അറിയാതെ ഒരു വിവാഹം എന്നതായിരുന്നു അവളുടെ താത്പര്യം എന്ന് റിച്ചി കരുതുന്നു. അവൾക്ക് അവരോടൊത്ത് പോകാനായിരുന്നില്ല. അവൾ അവർക്കൊപ്പം തന്നെ ജീവിക്കും. ജോലിയിലും തുടരും എന്നവർ തീരുമാനിച്ചു. റിച്ചി തിരിച്ചെത്തുന്നതിനു മുമ്പ് അമ്പത് പൗണ്ടെങ്കിലും സമ്പാദ്യമുണ്ടാക്കും എന്നവളും തീരുമാനിച്ചു. അപ്പോഴാണ് താൻ ഗർഭിണിയാണെന്ന് അവളറിയുന്നത്. കുഞ്ഞിനെ നശിപ്പിക്കുന്നില്ല എന്ന തീരുമാനത്തിൽ അവളെത്തി. അതൊരു വിലപേശലിനുള്ള സൗകര്യം നല്കുമെന്ന് അവൾ കരുതി. അങ്ങനെയൊരു ചിന്ത വന്നതെന്തുകൊണ്ടെന്ന് ദൈവത്തിനു മാത്രമറിയാം. പക്ഷേ അതും റിച്ചിയെ അത്ഭുതപ്പെടുത്തിയില്ല. സാലി അങ്ങനെയൊക്കെ ചിന്തിക്കുന്നവളും പ്രവർത്തിക്കുന്നവളുമാണെന്ന് അയാൾക്കറിയാമായിരുന്നു.’’

‘‘അവൾക്കരികിൽനിന്നും പോകുന്നതിനു മുമ്പേ അവൾ ഗർഭിണിയാണോ എന്നയാൾ ഉറപ്പിക്കണമായിരുന്നു.’’ ഫെലിക്സ് ഇടപെട്ടു.

‘‘ഒരുപക്ഷേ അയാൾ ചെയ്തിട്ടുണ്ടാകാം.’’

സ്റ്റീഫൻ തുടർന്നു. ‘‘അയാൾ ചോദിച്ചപ്പോൾ അവൾ നുണ പറഞ്ഞതാകാം. അവരുടെ ലൈംഗിക ജീവിതത്തെക്കുറിച്ചൊന്നും ഞാൻ ചോദിച്ചില്ല. അതൊന്നും എന്നെ ബാധിക്കുന്ന പ്രശ്നമല്ലല്ലോ. എനിക്ക് മുന്നിൽ നിന്നിരുന്നത് ഒരു ഭർത്താവാണ്. ഭാര്യയെ ഒപ്പം

കൊണ്ടുപോകാൻ വന്നവൻ. അയാളെത്തിയപ്പോൾ ഭാര്യ കൊല്ല പ്പെട്ടെന്നാണറിയുന്നത്. ഭാര്യ ജോലി ചെയ്തിരുന്ന വീട്ടിൽ വച്ച്. തനിക്കൊരു കുഞ്ഞ് ജനിച്ചതുപോലും അയാൾ അറിഞ്ഞിട്ടില്ല. അങ്ങനെയൊരു അരമണിക്കൂർ ഇനിയും ചിലവിടാൻ എനിക്കാകില്ല. അത്ര വിഷമകരമായിരുന്നു അത്. അയാളോടാണോ ഞാൻ നിങ്ങൾ ശ്രദ്ധിക്കേണ്ടിയിരുന്നു എന്ന് പറയേണ്ടത്? നമുക്കും ഇത്തര ത്തിൽ തെറ്റുപറ്റാം.''

അയാൾ കുറച്ച് വിസ്കി നുണഞ്ഞു. അയാളുടെ കൈ വിറ യ്ക്കുന്നുണ്ടായിരുന്നു. മറ്റുള്ളവരിൽ നിന്നെന്തെങ്കിലും പ്രതികര ണത്തിനു കാത്തുനില്ക്കാതെ അയാൾ തുടർന്നു.

''ഡൽഗ്ലീഷ് അയാളെ തീർത്തും മാന്യമായി കൈകാര്യം ചെയ്തു. ഡൽഗ്ലീഷിന്ന് മറ്റേതെങ്കിലും അവസ്ഥയിലാണെത്തിയിരുന്നതെങ്കിൽ ഞാൻ അയാളെ മനസ്സറിഞ്ഞ് സ്നേഹിക്കുമായിരുന്നു. അയാൾ റിച്ചിക്കൊപ്പം സെയ്ന്റ് മേരീസിലേക്ക് പോയിരിക്കുന്നു. കുഞ്ഞിനെ കാണാൻ. ദ മൂൺറേക്കേഴ്സ് ആംസില് റിച്ചിക്കൊരു മുറി ലഭിക്കുമോ എന്ന് നോക്കാൻ. അയാൾക്ക് ബന്ധുക്കളാരുമില്ല എന്ന് തോന്നുന്നു.''

അയാൾ ഗ്ലാസ് നിറച്ചു. അതിനു ശേഷം തുടർന്നു.

''അതൊരുപാട് കാര്യങ്ങൾ പറയുന്നു എന്നത് തീർച്ച. വ്യാഴാഴ്ച സാലി വികാരിയോട് പറഞ്ഞത്. ജിമ്മിക്ക് ഒരു അച്ഛനെ ലഭിക്കാൻ പോകുന്നു എന്ന് പറഞ്ഞത്. അങ്ങനെ പലതും.''

''പക്ഷേ അവളും നിങ്ങളും തമ്മിൽ വിവാഹനിശ്ചയമുണ്ടായല്ലോ?'' കാതറിൻ ചോദിച്ചു. ''അവൾ നിങ്ങളെ സ്വീകരിച്ചു?''

''എന്നെ വിവാഹം കഴിക്കാം എന്ന് അവൾ പറഞ്ഞിട്ടില്ല. സാലിക്ക് എപ്പോഴും നിഗൂഢതകളെ ഇഷ്ടമായിരുന്നു. ഇത് എന്റെ ചിലവിലായി എന്ന് മാത്രം. അവളും ഞാനുമൊത്ത് വിവാഹ നിശ്ചയമുണ്ടായി എന്ന് അവൾ ആരോടെങ്കിലും പറഞ്ഞതായി എനിക്കറിയില്ല. നമ്മളെല്ലാം അത് ഊഹിച്ചെടുക്കുകയായിരുന്നു. അവൾക്ക് എന്നും റിച്ചിയോടായിരുന്നു പ്രണയം. അയാൾ ഉടൻ എത്തിച്ചേരും എന്നും അവൾക്കറിയാമായിരുന്നു. അവർ തമ്മിലെത്ര സ്നേഹത്തിലായി രുന്നു എന്ന് അയാൾക്ക് പറഞ്ഞറിയിക്കാനാകുന്നില്ലായിരുന്നു. അവ ളുടെ ഏതാനും കത്തുകൾ എന്നെക്കാണിച്ച് അയാൾ തേങ്ങിക്കരഞ്ഞു ക്കൊണ്ടിരുന്നു. അതൊന്നും വായിക്കാൻ എനിക്ക് താത്പര്യമില്ലാ യിരുന്നു. അതില്ലാതെ തന്നെ ഞാൻ എന്നെ വെറുക്കാനാരംഭിച്ചിരുന്നു. ദൈവമേ, ഭീകരമായിരുന്നു അത്. പക്ഷേ അതിലൊരു കത്തിലൂടെ ഒന്ന് കണ്ണോടിച്ചപ്പോൾ ബാക്കിയും വായിച്ചേ മതിയാകൂ എന്നായി. അയാൾ ബാഗിൽ നിന്നും ഒന്നൊന്നായി കത്തുകളെടുത്തുകൊണ്ടി രുന്നു. അതെന്റെ കൈയിൽ കുത്തിത്തിരുകിക്കൊണ്ടിരുന്നു. അയാളുടെ

കണ്ണപ്പോൾ നിറഞ്ഞൊഴുകുന്നുണ്ടായിരുന്നു. നിഷ്കളങ്കവും അതി വൈകാരികവുമായിരുന്നു ആ കണ്ണുനീർ എന്നാൽ അവ യഥാർത്ഥ വികാരമായിരുന്നു.''

നിങ്ങളപ്പോൾ അസ്വസ്ഥനായതിൽ അത്ഭുതമില്ല. ഫെലിക്സ് ചിന്തിച്ചു. ''ഒരു യഥാർത്ഥ വികാരം എന്തെന്ന് ജീവിതത്തിൽ ഒരി ക്കലും അറിയാത്തവനാണല്ലോ നിങ്ങൾ.''

''അതിനു നിങ്ങൾ സ്വയം കുറ്റപ്പെടുത്തേണ്ടതില്ല. സാലി തന്റെ വിവാഹത്തെക്കുറിച്ച് സത്യം പറഞ്ഞിരുന്നു എങ്കിൽ ഇതിൽ പലതും ഒഴിവാകുമായിരുന്നു. അങ്ങനെയൊരു സംഗതി മൂടി വച്ച് അഭി നയിക്കാൻ നടക്കുന്നത് വൈഷമ്യങ്ങൾ വിളിച്ച് വരുത്തുന്നതുതന്നെ യാണ്. അയാൾ അവൾക്ക് എഴുതിയിരുന്നത് ഒരു ഇടനിലക്കാരൻ വഴിയാകും അല്ലേ?'' കാതറിൻ ചോദിച്ചു.

''അതെ. ഡെറെക് പല്ലൻവഴി. കത്തുകൾ ഒരു എൻവലപ്പിലിട്ട് ഡെറെക് പല്ലനയയ്ക്കും. അയാൾ അത് സാലിക്ക് കൈമാറും. അവർ എപ്പോൾ എവിടെ വച്ച് കണ്ടുമുട്ടും എന്നൊക്കെ നേരത്തെ തീരുമാനി ച്ചിട്ടുണ്ടാകും. അവൾ ഒരിക്കലും അയാളോട് ഈ കത്തുകൾ തന്റെ ഭർത്താവിൽനിന്നാണെന്ന് പറഞ്ഞിട്ടില്ല. പകരം എന്ത് കഥയാണവൾ മെനഞ്ഞുണ്ടാക്കിയത് എന്ന് എനിക്കറിയില്ല. എന്തായാലും അതൊരു നല്ല കഥയായിരുന്നിരിക്കണം. പല്ലന് രഹസ്യം സൂക്ഷിക്കാം എന്ന് പ്രതിജ്ഞ ചെയ്തിരുന്നു. എനിക്കറിയാവുന്നിടത്തോളം അയാൾ ആ വാക്ക് പാലിക്കുകയും ചെയ്തിട്ടുണ്ട്. തനിക്കാവശ്യമുള്ളവരെ എങ്ങനെ തിരഞ്ഞെടുക്കണം എന്ന് സാലിക്കറിയാമായിരുന്നു.'

''ജനങ്ങളെ ഉപയോഗിച്ച് തമാശ കളിക്കാൻ അവൾക്കറിയാ മായിരുന്നു.'' ഫെലിക്സ് വീണ്ടും ഇടപെട്ടു. ''അതും പലപ്പോഴും അപകടം വിളിച്ച് വരുത്തും. ഒരുപക്ഷേ അവളുടെ ഇത്തരത്തിലുള്ള പകരക്കാരിലൊരാൾക്ക് കളി അമിതമായി എന്ന തോന്നലുണ്ടായി ട്ടുണ്ടാകും. അത് നിങ്ങളല്ലല്ലോ മാക്സി?''

ആ വാക്കുകളിലെ ധ്വനി പ്രകോപിപ്പിക്കുന്നതായിരുന്നു. സ്റ്റീഫൻ പെട്ടെന്ന് ഒരടി മുന്നിലേക്ക്, അയാൾക്കരികിലേക്ക്, നീങ്ങി. അയാൾക്ക് ഉത്തരം പറയാനാകുന്നതിനു മുമ്പ് വാതില്ക്കൽ ആരോ മുട്ടിയത് കേട്ടു. ക്ലോക്കിൽ എട്ടടിച്ചു.

ഒമ്പത്

1

പരസ്പരം കൂടിയാലോചിച്ച് അവർ വ്യാപാരാവശ്യത്തിനുപയോഗിക്കുന്ന മുറിയിൽ ഒത്തുകൂടാൻ തീരുമാനിച്ചു. ആരോ കസേരകൾ അർദ്ധവൃത്താകൃതിയിലിട്ടു. വെള്ളം നിറച്ച് കൊണ്ടുവന്ന് വച്ചു. ഡൽഗ്ലീഷ് ഇരിക്കുന്നതിന്റെ വലതുഭാഗത്താണ് കുടിവെള്ളം വച്ചത്. മറ്റുള്ളവരെല്ലാം കടന്ന് വരുമ്പോൾ ഡൽഗ്ലീഷ് അവരെ ഓരോരുത്തരെയും നിരീക്ഷിക്കുന്നുണ്ടായിരുന്നു. മേശയ്ക്കരികിൽ അയാൾ മാത്രമേ ഉണ്ടായിരുന്നുള്ളൂ. മാർടിൻ പുറകിലിരിപ്പുണ്ടായിരുന്നു. അവരിൽ ഏറ്റവും ശാന്തമായിരുന്നത്, മനസാന്നിദ്ധ്യമുണ്ടായിരുന്നത് എലീനർ മാക്സിക്കായിരുന്നു. അവൾ വെളിച്ചത്തിനഭിമുഖമായി ഒരു കസേര വലിച്ചിട്ട് ഇരുന്നു. മറ്റുള്ളവരിൽ നിന്ന് വേർപെട്ട്, ശാന്തമായി, പുറത്തെ പുൽത്തകിടിയേയും ദൂരെയുള്ള വൃക്ഷങ്ങളേയും നോക്കി ഇരുന്നു. തന്റെ വൈഷമ്യങ്ങളെല്ലാം അവസാനിച്ചിരിക്കുന്നു എന്ന മട്ടിലായിരുന്നു ആ ഇരിപ്പ്. സ്റ്റീഫൻ മാക്സി കയറി വന്ന പാടെ, പുച്ഛവും പ്രതിരോധവും കലർന്ന ഒരു നോട്ടം ഡൽഗ്ലീഷിലേക്കെറിഞ്ഞു. അമ്മയ്ക്കരികിലിരുന്നു. ഫെലിക്സ് ഹെർണെയും ദേബ്റ റിസ്കൊയും ഒന്നിച്ചാണെത്തിയത്. എന്നാൽ അവർ പരസ്പരം നോക്കാതെ, മാറിയിരുന്നു.

തലേന്ന് രാത്രിയിലെ നാടകം വിജയകരമായി അവസാനിക്കാത്തതിനുശേഷം അവരുടെ ബന്ധത്തിൽ ചില സൂക്ഷ്മമാറ്റങ്ങൾ സംഭവിച്ചിരിക്കുന്നു എന്ന് ഡൽഗ്ലീഷിനു തോന്നി. ഇത്രയും പ്രത്യക്ഷമായ ഒരു കളവിനു ഹെർണെ എന്തിനു കൂട്ട് നിന്നു എന്നയാൾ അത്ഭുതപ്പെട്ടു. ദേബ്റയുടെ കഴുത്തിലെ ക്ഷതത്തിന്റെ നിറം മാറി തുടങ്ങിയിരിക്കുന്നു. അത് കൂടുതൽ കറുത്തിരിക്കുന്നു. കഴുത്തിൽ കെട്ടിയിരിക്കുന്ന സ്കാർഫ് അതിനെ പാതിയേ മറയ്ക്കുന്നുള്ളൂ. അങ്ങനെ ഒരു ക്ഷതമേൽപിക്കാൻ ഹെർണെ എത്ര കരുത്തുപയോഗിച്ചിട്ടുണ്ടാകും എന്ന് അത്ഭുതപ്പെട്ടു. കാതറിൻ ബവേഴ്സാണവസാനമെത്തിയത്.

ഡൽഗ്ലീഷ് അവളെ നോക്കുന്നത് കണ്ടപ്പോൾ അവളാകെ അരുണ വർണ്ണമായി. അയാളിലേക്കുള്ള നോട്ടം ഒഴിവാക്കി അവൾ തിരക്കിട്ട് ഒഴിഞ്ഞ കസേരയിലേക്ക് നീങ്ങി. ക്ലാസിൽ വൈകിയെത്തിയ കുട്ടിയെ ഓർമ്മിപ്പിച്ചു അവളപ്പോൾ. ഡൽഗ്ലീഷ് തന്റെ കടലാസുകെട്ട് തുറന്നു. അപ്പോൾ അങ്ങ് ദൂരെനിന്ന് പള്ളിമണി കേട്ടു. മാർടിൻഗേലിൽ അയാളെത്തിയപ്പോഴും പള്ളിമണിയടിക്കുന്നുണ്ടായിരുന്നു. തന്റെ അന്വേഷണത്തിനൊരു പശ്ചാത്തലമൊരുക്കാൻ എന്ന മട്ടിൽ അത ങ്ങനെ മുഴങ്ങിക്കൊണ്ടേയിരിക്കുന്നു. കൊലപാതകത്തിന്റെ പശ്ചാ ത്തലസംഗീതം. എന്നാൽ ഇപ്പോൾ അവയ്ക്ക് ശവസംസ്കാര അറി യിപ്പിന്റെ നാദമായിരിക്കുന്നു. ഗ്രാമത്തിൽ ആരായിരിക്കും മരിച്ചത് എന്ന് അയാൾ ചിന്തിക്കാതിരുന്നില്ല. സാലിക്ക് വേണ്ടി മുഴങ്ങാത്ത മണി ഇപ്പോഴിതാ മറ്റാർക്കോ വേണ്ടി മുഴങ്ങിക്കൊണ്ടിരിക്കുന്നു. അയാൾ കടലാസിൽനിന്നും മുഖമുയർത്തി. ശാന്തമായ, ആഴമേറിയ സ്വരത്തിൽ സംസാരമാരംഭിച്ചു.

‘‘ഈ കുറ്റകൃത്യത്തിലെ ഏറ്റവും അസാധാരണമെന്ന് വിശേഷി പ്പിക്കാവുന്ന സ്വഭാവവിശേഷം, ചെയ്തുവെന്ന് വിശ്വസിക്കപ്പെടുന്ന മുന്നാലോചനയും അതിന്റെ നടത്തിപ്പും തമ്മിലുള്ള വൈപരീത്യ മാണ്. വൈദ്യ റിപ്പോർട്ടുകളും തെളിവുകളും പെട്ടെന്നുണ്ടായ ഒരു പ്രചോദനത്താൽ നടത്തപ്പെട്ട കൊലപാതകമാണിത് എന്ന് കാണി ക്കുന്നു. സാവധാനത്തിൽ കഴുത്ത് ഞെരിച്ച് ശ്വാസം മുട്ടിച്ച് കൊല്ലുക യായിരുന്നില്ല. നല്ല കരുത്തുപയോഗിച്ചിട്ടുണ്ട്. അങ്ങനെ തൈറോ യിഡിന്റെ അടിഭാഗത്തെ സുപീരിയർ കോർണു എന്ന് വിളിക്ക പ്പെടുന്നയിടത്ത്. മരണം വളരെ പെട്ടെന്നാണ് സംഭവിച്ചത്.

വാഗൽ ഞരമ്പുകൾ എന്ന് വിളിക്കപ്പെടുന്ന കഴുത്തിലെ ഞരമ്പു കൾക്ക് വന്ന ക്ഷതമാണ് മരണകാരണം. കഴുത്ത് ഞെരിച്ചയാൾ അത്രയൊന്നും ബലം കൊടുത്തിട്ടില്ലെങ്കിലും അത് സംഭവിക്കാവു ന്നതാണ്. അത് കാണിക്കുന്നത് മുൻകൂട്ടി പദ്ധതിയിടാത്ത ഒരു ആക്രമണമായിരുന്നു ഇതെന്നാണ്. കൈകൾ എങ്ങനെ ഉപയോഗി ച്ചിരിക്കുന്നു എന്നതിൽനിന്നും കൂടി ഇത് വ്യക്തമാകുന്നുണ്ട്. ശ്വാസം മുട്ടിച്ച് കൊല്ലാൻ ഒരാൾ ഉദ്ദേശിക്കുന്നുണ്ടെങ്കിൽ അതിനയാൾ സാധാ രണ നിലയിൽ ഒരു ചരടോ സ്കാർഫോ സ്റ്റോക്കിങ്സോ അങ്ങനെ യെന്തെങ്കിലും ഉപയോഗിക്കും. അതങ്ങനെ ഒഴിച്ച് കൂടാത്തതൊന്നു മല്ല, പക്ഷേ അതിന്റെ കാരണം നിങ്ങൾക്ക് മനസ്സിലാക്കാവുന്നതേ യുള്ളൂ. വെറും കൈകൊണ്ട് കൊല്ലാനാകും എന്ന ആത്മവിശ്വാസമു ള്ളവർ കുറവായിരിക്കും. ഈ മുറിയിൽ അങ്ങനെ ആത്മവിശ്വാസ മുള്ള ഒരാളുണ്ട്. എന്നാൽ അയാളും ഈ മാർഗ്ഗം സ്വീകരിച്ചിട്ടുണ്ടാകും എന്ന് ഞാൻ കരുതുന്നില്ല. ആയുധമില്ലാതെ കൊല്ലാവുന്ന ഫലവത്തായ

ചില മാർഗ്ഗങ്ങളുണ്ട്. അയാൾക്കും അതിനെക്കുറിച്ചൊക്കെ അറിയാമായിരിക്കും.''

''പക്ഷേ അത് മറ്റൊരു രാജ്യത്തായിരുന്നു. ആ പെണ്ണ് ചത്തും പോയി.'' ഫെലിക്സ് ഹെർണെ അതിനിടയിൽ മന്ത്രിച്ചു. ഡൽഗ്ലീഷ് അത് കേട്ടു. അല്ലെങ്കിൽ തന്റെ ശ്രോതാക്കളിൽ വന്ന പിരിമുറുക്കം അറിഞ്ഞു. അവർ ഹെർണേയെ നോക്കാൻ മടിക്കുന്നുണ്ടായിരുന്നു. അതൊന്നും താൻ ശ്രദ്ധിക്കുന്നില്ല എന്ന മട്ടിൽ അയാൾ തുടർന്നു.

''എന്നാൽ പെട്ടെന്നുണ്ടായ വികാരത്തള്ളിച്ചയിൽ നടന്ന കൊലപാതകം എന്നതിൽനിന്നും വിരുദ്ധമായി നമുക്ക് മറ്റൊരു കാര്യം കൂടി പരിശോധിക്കേണ്ടതുണ്ട്. അത് ആ യുവതിയെ ബോധരഹിതയാക്കണം എന്ന ലക്ഷ്യത്തോടെ അവർക്ക് ഉറക്കഗുളികകൾ കൊടുത്തിരുന്നു എന്നതാണ്. അത് അവളെ ഉണർത്താതെ അവളുടെ കിടപ്പ് മുറിയിലെത്തുന്നതിനുള്ള സൗകര്യത്തിനാകും. അല്ലെങ്കിൽ ഉറക്കത്തിൽ അവളെ കൊല്ലണം എന്ന ഉദ്ദേശ്യത്തോടെ. ഒരേ രാത്രിയിൽ അവൾക്ക് നേരെ രണ്ട് ആക്രമണങ്ങൾ നടന്നു എന്ന സിദ്ധാന്തത്തെ ഞാൻ തള്ളിക്കളയുന്നു.

ഈ മുറിയിലുള്ള ആർക്കും സാലിയെ ഇഷ്ടപ്പെടാൻ ഒരു കാരണമില്ലായിരുന്നു. അതേ സമയം പലർക്കും അവളെ വെറുക്കുന്നതിനു കാരണമുണ്ടായിരുന്നു. എന്നാലും രണ്ട് പേർ ഒരേ രാത്രിയിൽ അവളെ കൊല്ലാനൊരുങ്ങി എന്ന സിദ്ധാന്തം വിശ്വസിക്കാനാകുന്നതല്ല.''

''ഞങ്ങൾ അവളെ വെറുത്തിട്ടുണ്ടാകാം. പക്ഷേ ഞങ്ങൾ മാത്രമല്ല അവളെ വെറുത്തത്.'' ദേബ്റ ശാന്തമായി പ്രതികരിച്ചു.

''ആ പല്ലനുണ്ടായിരുന്നു.'' കാതറിനും ഇടപെട്ടു. ''അവർ തമ്മിൽ ഒരു ഇടപാടുമുണ്ടായിരുന്നില്ല എന്ന് നിങ്ങൾ പറഞ്ഞാലും ഞങ്ങളൊന്നും വിശ്വസിക്കില്ല.''അത് കേട്ട് ദേബ്റ ഒന്ന് ചൂളിയോ എന്നവൾക്ക് സംശയമുണ്ടായി. അവൾ തുടർന്നു. ''മിസ് ലിഡലുമുണ്ടല്ലോ? അവരെക്കുറിച്ച് അവമതിയായ എന്തോ ചിലത് സാലി കണ്ടെത്തി എന്ന് ഗ്രാമത്തിൽ പാട്ടാണ്. അത് എല്ലാവരോടും സാലി പറയും എന്ന് ഭീഷണിപ്പെടുത്തി എന്നതും പാട്ടാണ്. അവൾക്ക് ഒരാളെ ഇങ്ങനെ ഭീഷണിപ്പെടുത്താനാകും എങ്കിൽ മറ്റുള്ളവരോടും അത് ചെയ്യാനാകും.''

സ്റ്റീഫൻ മാക്സിയും മൗനിയായില്ല.

''പാവം ആ വൃദ്ധ, ലിഡൽ പുകക്കുഴലിലൂടെ അള്ളിപ്പിടിച്ച് കയറുമെന്ന് ഞാൻ വിശ്വസിക്കുന്നില്ല. പുറകിലെ വാതിലിലൂടെ ഒളിഞ്ഞെത്തും എന്നും വിശ്വസിക്കുന്നില്ല. അതും സാലിയെ ഒറ്റയ്ക്ക് നേരിടാൻ അതിനുള്ള ധീരതയൊന്നും അവരിലില്ല. നഗ്നമായ കൈകൾ

കൊണ്ട് അവർ സാലിയെ കൊല്ലാനൊരുങ്ങും എന്നത് ഊഹിക്കാൻ പോലുമാകുന്നില്ല.''

''സാലിക്ക് ഉറക്കഗുളിക കൊടുത്തിട്ടുണ്ട് എന്നറിഞ്ഞാൽ ഒരു പക്ഷേ അവർ അതിനു ശ്രമിച്ചേക്കാം.'' കാതറിൻ പറഞ്ഞു.

''അതവരെങ്ങനെ അറിയാനാണ്?'' ദേബ്റ ചോദിച്ചു. ''അവർക്ക് ആ കോപ്പയിൽ ഉറക്കഗുളിക നിക്ഷേപിക്കാനാകില്ലല്ലോ. സാലി കോപ്പയുമായി മുകളിലേക്ക് പോകുമ്പോൾ അവരും എപ്പിയും ഇവിടെ നിന്ന് ഇറങ്ങാൻ തുടങ്ങിയിരുന്നു. അതിലുപരി, ആ കോപ്പ എന്റേതായിരുന്നു. അതോർക്കണം. അതിനു മുമ്പ് അവർ ഇരുവരും അമ്മയ്ക്കൊപ്പം ഈ മുറിയിലായിരുന്നു.''

''നിന്റെ വസ്ത്രം എങ്ങനെയാണോ അവൾ പകർത്തിയത് അതു പോലെ തന്നെയാണ് നിന്റെ കോപ്പയും അവളെടുത്തത്. ഉറക്കഗുളിക പിന്നീട് അതിൽ ചേർത്തതാകാം. നിനക്ക് ഉറക്കഗുളിക തരണം എന്നാരും ആഗ്രഹിച്ചിട്ടുണ്ടാകില്ല.'' കാതറിൻ അഭിപ്രായപ്പെട്ടു.

''അത് പിന്നീട് നിക്ഷേപിച്ചതാകില്ല.'' ദേബ്റയ്ക്ക് സംശയമില്ല. ''അതിനെന്ത് സാധ്യതയാണുള്ളത്? നമ്മളിലൊരാൾ അച്ഛന്റെ ഉറക്ക ഗുളികയുടെ കുപ്പിയുമായി ഒളിച്ചു ചെന്ന്, വെറുതെ സംസാരിക്കാൻ വന്നതാണെന്ന് സാലിക്ക് മുന്നിൽ അഭിനയിച്ച്, അവൾ കുഞ്ഞിനെ കിടത്താനൊന്ന് വളയുന്നതുവരെ കാത്ത്, ഒന്ന് രണ്ട് ഗുളികകൾ അവളുടെ കൊക്കൊയിൽ നിക്ഷേപിച്ചുവെന്നോ? അതിനൊരു യുക്തി തോന്നുന്നില്ല.''

ഇത്രയുമായപ്പോൾ ഡൽഗ്ലീഷ് വീണ്ടും ഇടപെട്ടു.

''ഉറക്കഗുളിക കൊടുത്തതും കഴുത്ത് ഞെരിച്ചതും തമ്മിൽ ബന്ധ മുണ്ടെങ്കിൽ ഇതിനൊന്നും അർത്ഥമില്ലാതാകും. എന്നാൽ ഞാൻ നേരത്തെ പറഞ്ഞതുപോലെ, ആരോ സാലി ജപ്പിനു ഉറക്കഗുളിക നൽകാൻ തീരുമാനിച്ച അതേ രാത്രിയിൽ മറ്റൊരാൾ അവളുടെ കഴുത്ത് ഞെരിച്ച് കൊന്നു എന്നത് വലിയൊരു ആകസ്മികതയാണ്. മറ്റൊരു വിശദീകരണം കൂടി സാധ്യമാണ്. ഈ ഉറക്കഗുളിക വിഷയം ഒരു ഒറ്റപ്പെട്ട സംഭവമല്ലെങ്കിലോ? ആരോ സാലിക്കുള്ള പാനീയ ത്തിൽ എന്നും ഇത് ചേർക്കാറുണ്ടായിരുന്നെങ്കിലോ? സാലി കൊക്കൊ മാത്രമേ കുടിക്കൂ എന്നറിയാവുന്ന ഒരാൾ. അയാൾക്ക് അപ്പോൾ സുരക്ഷിതമായി അവൾക്കുള്ള പാനീയത്തിൽ ഈ മരുന്ന് ചേർക്കാനാകും. അയാൾക്ക് ഈ മരുന്ന് എവിടെയാണ് സൂക്ഷിച്ചി രിക്കുന്നത് എന്നുമറിയാം. ശരിയായ അളവെന്തെന്നറിയാനുള്ള അനുഭവസമ്പത്തും ആ വ്യക്തിക്കുണ്ട്. സാലിയെ അപമാനിതയാക്കി വീട്ടിൽനിന്നും പുറത്താക്കാൻ ആ വ്യക്തി ആഗ്രഹിക്കുന്നുണ്ട്. അവൾ എന്നും വൈകിയാണുണരുന്നതെന്ന് പരാതി പറയാൻ അവർക്ക് ഇതൊരു കാരണമാക്കിയെടുക്കാനാകും. വീട്ടിലെ മറ്റുള്ളവരേക്കാൾ

കൂടുതൽ സാലി ദ്രോഹിച്ചിട്ടുള്ളതും ഒരുപക്ഷേ അവരെയാകും. അതിനാൽ അത്രയൊന്നും ഫലവത്തല്ലെങ്കിലും എന്തെങ്കിലും ചെയ്ത് ആ യുവതിക്ക് മീതെ ഒരു അധികാര ഭാവം വരുത്താൻ അവർ ശ്രമിച്ചുകൊണ്ടേയിരിക്കുന്നു. മറ്റൊരു വിധത്തിൽ പറഞ്ഞാൽ അത് കൊലപാതകത്തിന്റെ വ്യത്യസ്തമായ ഒരു രൂപമായിരുന്നു.''

''മാർത്ത'' കാതറിനറിയാതെ അവളിൽനിന്നും അങ്ങനെയൊരു സ്വരം വന്നു. മാക്സി കുടുംബാംഗങ്ങൾ നിശ്ശബ്ദരായി. അവരത് തിരിച്ചറിഞ്ഞിട്ടുണ്ടാകാം അല്ലെങ്കിൽ ഊഹിച്ചിട്ടുണ്ടാകാം. പക്ഷേ അവരാരും അതിനെ സൂചന നല്കിയില്ല. വലിയ മനസ്സാക്ഷിക്കുത്താണ് അപ്പോൾ എലീനർ മാക്സിയിലുണ്ടായത്. മാർത്ത അപ്പോൾ അടുക്കളയിലിരുന്ന് മരിച്ചുപോയ തന്റെ യജമാനനെ ഓർത്ത് വിലപിക്കുകയായിരുന്നു. അവരെ വിവരമറിയിക്കുമ്പോൾ മാർത്ത കൈകെട്ടി വാതില്ക്കൽ നില്ക്കുകയായിരുന്നു. ശ്രീമതി മാക്സി തന്നെയാണവരോട് യജമാനന്റെ മരണവാർത്തയറിയിച്ചത്. അവരുടെ അപ്പോഴത്തെ നിശ്ശബ്ദതയേക്കാൾ പാരവശ്യം നൽകിയത് ആ കണ്ണുനീരായിരുന്നു. അവർ സംസാരമാരംഭിച്ചപ്പോൾ സ്വരം നിയന്ത്രിച്ചിരുന്നു. കണ്ണുനീരപ്പോഴും ഇറ്റു വീഴുന്നുണ്ടായിരുന്നു. അതവരുടെ കൈകളിൽ വീണുകൊണ്ടിരുന്നു. ബഹളമില്ലാതെ, വിശദീകരണമില്ലാതെ അവർ ജോലി ഉപേക്ഷിക്കുന്ന വിവരമറിയിച്ചു. ആ ആഴ്ച അവസാനത്തോടെ താൻ ഇവിടെ നിന്ന് പോകുന്നു എന്നറിയിച്ചു. ഹെറെഫോഡ്ഷയറിൽ ഒരു സുഹൃത്തുണ്ട്. തത്കാലം അവർക്കരികിലേക്ക് പോകുന്നു. ശ്രീമതി മാക്സി അത് കേട്ട് തർക്കത്തിനൊന്നും നിന്നില്ല. തുടരണം എന്ന് നിർബന്ധിച്ചതുമില്ല. അങ്ങനെയല്ലല്ലോ അവരുടെ മാർഗ്ഗം. പക്ഷേ ഇപ്പോൾ ഡൽഗ്ലീഷിലേക്ക് ഉപചാരശീലത്തോടെയുള്ള നോട്ടമയയ്ക്കുമ്പോൾ അവരുടെ സത്യസന്ധമായ മനസ്സ്, മാർത്തയെ താനെന്തുകൊണ്ട് മരണക്കിടക്കയിൽ നിന്നൊഴിവാക്കി നിർത്താൻ ആഗ്രഹിച്ചു എന്നതിന്റെ ലക്ഷ്യം തിരയുകയായിരുന്നു. കുടുംബത്തിനോട് മാർത്തയ്ക്ക് കൂറുണ്ടെന്നത് അംഗീകരിക്കപ്പെട്ട വസ്തുതയായിരുന്നു. എന്നാൽ അത് വളരെ സങ്കീർണ്ണമായ ഒരു കൂറായിരുന്നു. അവരാരെങ്കിലും സംശയിച്ചതിനേക്കാൾ ഇണക്കക്കുറവുള്ളതായിരുന്നു. വല്ലാതെ കറപുരണ്ടതുമായിരുന്നു.

കാതറിനാണപ്പോൾ സംസാരം തുടങ്ങിയത്. അവൾക്ക് ആശങ്കകളൊന്നുമില്ല എന്ന് തോന്നി. ഡൽഗ്ലീഷിന്റെ വിശദീകരണങ്ങളെ അവൾ രസകരമായ ഒരു കേസിന്റെ ചരിത്രം എന്ന നിലയിലാണ് കേട്ടുകൊണ്ടിരിക്കുന്നത്.

''മാർത്തയ്ക്ക് ഉറക്കഗുളിക ലഭിക്കുക എന്നത് അത്ര ബുദ്ധി മുട്ടൊന്നുമില്ലാത്ത കാര്യമാണ്. സൈമൺ മാക്സിയുടെ മരുന്നുകൾ സൂക്ഷിച്ച് വയ്ക്കുന്ന കാര്യത്തിൽ ഇവിടെ അത്ര കൃത്യതയൊന്നും കണ്ടിട്ടില്ല. പക്ഷേ അവരെന്തിന് സാലിക്ക് മയക്കുമരുന്ന് നൽകണം. അതും ആ രാത്രിയിൽ? അത്താഴത്തിനുണ്ടായ രംഗത്തിനു ശേഷം ശ്രീമതി മാക്സിക്കാണ് സാലിയെക്കുറിച്ച് കൂടുതൽ വേവലാതി പ്പെടാനുണ്ടായിരുന്നത്. അതും വൈകി ഉണരുന്നതിനെക്കുറിച്ചല്ല ആ വേവലാതി. അങ്ങനെ അവളെ അപ്പോൾ ഒഴിവാക്കാനൊന്നു മാകില്ലായിരുന്നു. അതിനൊക്കെ വൈകിയിരുന്നു. മാത്രമല്ല, ദേബ് റയുടെ പേരെഴുതി മാർത്ത എന്തിനാണ് ആ കുപ്പി ഒളിപ്പിച്ചത്? കുടുംബത്തിനോട് വലിയ കൂറുള്ളവളാണവർ എന്നാണ് ഞാൻ എപ്പോഴും ധരിച്ചിരിക്കുന്നത്.''

''ഈ വീട്ടിലുള്ള എല്ലാവരും അങ്ങനെത്തന്നെയാണ് കരുതു ന്നത്.'' ദേബ്റ വിരസം പറഞ്ഞു.

''അവർ കൊക്കോയിൽ ഉറക്കഗുളികയിട്ടു. അതിനൊരു കാരണം അവർക്ക് അങ്ങനെയൊരു വിവാഹാലോചന നടക്കുന്നുണ്ടെന്ന് അറിയില്ലായിരുന്നു എന്നതാണ്.'' ഡൽഗ്ലീഷ് തുടർന്നു. ''അവര പ്പോൾ ഭക്ഷണമുറിയിലില്ലായിരുന്നു. ആരും അവരോട് അതിനെ ക്കുറിച്ച് സംസാരിച്ചതുമില്ല. അവർ സൈമൺ മാക്സിയുടെ മുറി യിലേക്ക് പോയി. ഉറക്കഗുളികയെടുത്തു. മരുന്നു കൊടുത്തതിനാ ലാണ് സാലി മരിച്ചതെന്ന വിഭ്രാന്തിയിൽ അത് ഒളിപ്പിച്ചു. ഒന്ന് തിരിഞ്ഞ് നോക്കിയാൽ നിങ്ങൾക്ക് മറ്റൊരു കാഴ്ച കൂടി കാണാ നാകും. സാലിയുടെ മുറിയിലേക്ക് അന്ന് പ്രവേശിക്കാതിരുന്ന ഏക വ്യക്തി ശ്രീമതി ബൾടിടാഫ്റ്റായിരുന്നു. നിങ്ങളെല്ലാം സാലിയുടെ മെത്തയ്ക്ക് ചുറ്റിലും നിന്നപ്പോൾ അവരുടെ മനസ്സിൽ ആ കുപ്പി യായിരുന്നു. അതെങ്ങനെ ഒളിപ്പിക്കണം എന്ന ചിന്തയായിരുന്നു. അതങ്ങനെ വിവേകപൂർവ്വമായ ഒരു കാര്യമൊന്നുമല്ലായിരുന്നു. അപ്പോൾ അവരിൽ വിവേകമെന്നൊന്ന് ഇല്ലായിരുന്നു. വിവേക ത്തോടെ പെരുമാറാൻ അവർക്കപ്പോൾ ആകില്ലായിരുന്നു. അവർ തോട്ടത്തിലേക്കോടി. എവിടെയാണോ മണ്ണിളകി കിടക്കുന്നത് ആദ്യം കണ്ടെത്തിയത് അവിടെ ഒളിപ്പിച്ചു. അത് താത്കാലികമായുള്ള ഒരു ഒളിപ്പിക്കലായിരുന്നു. അതുകൊണ്ടാണ് ആദ്യം കയ്യിൽ തടഞ്ഞ സൂചകമെടുത്ത് അവിടെ അടയാളം വച്ചത്. അത് നിങ്ങളുടെ പേരി ലുള്ളതായി എന്നത് യാദൃച്ഛികം മാത്രം ശ്രീമതി റിസ്കൊ. അതിനു ശേഷം അവർ അടുക്കളയിലേക്ക് പോയി. കൊക്കൊയിൽ ബാക്കി യുണ്ടായിരുന്നതും അതിനകത്ത് കടലാസും സ്റ്റൗവിൽ കത്തിച്ച് കളഞ്ഞു. ടിൻ കഴുകിയെടുത്ത് അത് ചവറ്റുകുട്ടയിലിട്ടു. ഇതൊക്കെ ചെയ്യാൻ അവസരം ലഭിച്ച ഏക വ്യക്തി അവർ മാത്രമായിരുന്നു.

അപ്പോഴേക്കും ഹെർണെ അടുക്കളയിലെത്തി. ശ്രീമതി ബൾടിടാഫ്റ്റിനു കുഴപ്പമൊന്നുമില്ലല്ലോ എന്നു തിരക്കി. എന്തെങ്കിലും സഹായം വേണോ എന്ന് തിരക്കി. അത് ഹെർണെ തന്നെ എന്നോട് പറഞ്ഞ വിവരമാണ്.'' ഡൽഗ്ലീഷ് തന്റെ കടലാസുകെട്ടൊന്ന് മറിച്ചു. വായന തുടങ്ങി.

''അവർ അത്ഭുതപ്പെട്ടതുപോലെ തോന്നി. സാലി ആത്മഹത്യ ചെയ്തതാകും എന്നവർ ആവർത്തിച്ചുകൊണ്ടിരുന്നു. അതങ്ങനെ സാധ്യമല്ല എന്ന് ഞാൻ വിശദീകരിച്ചു. അത് കേട്ടപ്പോൾ അവർ കൂടുതൽ അസ്വസ്ഥയായി. എന്നിലേക്ക് വിചിത്രമായ ഒരു നോട്ടമയച്ചു. ഉച്ചത്തിൽ തേങ്ങിക്കരയാൻ തുടങ്ങി.''

ഡൽഗ്ലീഷ് തന്റെ ശ്രോതാക്കളെ നോക്കി. ''അത് നമുക്ക് സ്വീകരിക്കാം എന്ന് തോന്നുന്നു. ശ്രീമതി ബൾടിടാഫ്റ്റിന്റെ വികാരം ഒരു ആശ്വാസത്തിൽനിന്നുണ്ടായ പ്രതികരണമായി എടുക്കാമെന്ന് തോന്നുന്നു. കാതറിൻ ബവേഴ്സ് കുഞ്ഞിനു ഭക്ഷണം കൊടുക്കാൻ അവിടെയെത്തുന്നതിനു മുമ്പ് ഹെർണെ ശ്രീമതി ബൾടിടാഫ്റ്റിന് ഒഴിവാക്കാനാകാത്ത പൊലീസ് ചോദ്യം ചെയ്യൽ എങ്ങനെ നേരിടണം എന്നതിനൊരു പരിശീലനം നല്കിയിട്ടുണ്ട് എന്നും ഞാൻ സംശയിക്കുന്നു. ഹെർണെയോടെന്നല്ല, നിങ്ങൾ ആരോടും അവരാണ് ആ മരുന്ന് അതിൽ കലർത്തിയത് എന്ന് പറഞ്ഞിട്ടില്ല എന്നാണ് ശ്രീമതി ബൾടിടാഫ്റ്റ് എന്നോട് പറഞ്ഞത്. അതൊരുപക്ഷേ സത്യമാകാം. അതിനർത്ഥം ഹെർണെ അത് ഊഹിച്ചിട്ടില്ല എന്നല്ല. പൊലീസിനെ ആവശ്യമെങ്കിൽ വഴിതെറ്റിക്കാൻ വരെ ഈ അന്വേഷണത്തിലുടനീളം ഹെർണെ തയ്യാറായി ഇരിക്കുകയായിരുന്നു. ഈ അന്വേഷണത്തിന്റെ അവസാനത്തിൽ അദ്ദേഹം ശ്രീമതി റിസ്കൊവിനുമേൽ വ്യാജമായ ഒരു ആക്രമണവും നടത്തി. അങ്ങനെ ചതിക്കാനുള്ള ശ്രമത്തിൽ കൂടുതൽ സകാരാത്മകമായ ഒരു മാർഗ്ഗം ഉപയോഗിച്ചു.''

''അതെന്റെ ആശയമായിരുന്നു.'' ദേബ്റ ശാന്തസ്വരത്തിൽ പറഞ്ഞു. ''ഞാനാണത് ചെയ്യാൻ അദ്ദേഹത്തിനോട് ആവശ്യപ്പെട്ടത്.''

ഹെർണെ ആ ഇടപെടൽ അവഗണിച്ചു. ''മാർത്തയുടെ കാര്യത്തിൽ ഒരുപക്ഷേ ഞാൻ ഊഹിച്ചിട്ടുണ്ടാകാം. എന്നാൽ അവർ സത്യസന്ധത പുലർത്തി. എന്നോടവർ ഒന്നും പറഞ്ഞില്ല. ഞാൻ ചോദിച്ചതുമില്ല. അതെന്നെ ബാധിക്കുന്ന കാര്യമല്ലായിരുന്നു.'' അയാൾ പറഞ്ഞു.

''അതെ.'' ഡൽഗ്ലീഷിനത് ഇഷ്ടമായില്ല എന്ന് ആ സ്വരം വ്യക്തമാക്കി. ''അത് നിങ്ങളെ ബാധിക്കുന്ന പ്രശ്നമായിരുന്നില്ല.'' അയാളുടെ സ്വരത്തിലെ സന്തുലിതാവസ്ഥ, നിഷ്പക്ഷത നഷ്ടപ്പെട്ടിരുന്നു. അയാളുടെ ആ ഭാവമാറ്റത്തിൽ അവിടെയുണ്ടായിരുന്നവരെല്ലാം അത്ഭുതപ്പെട്ടു.

‘‘അന്വേഷണത്തിലുടനീളം നിങ്ങളുടെ മനോഭാവം അതായിരുന്നു. അല്ലെന്ന് പറയാമോ? നമുക്ക് പരസ്പരം നമ്മുടെ കാര്യങ്ങളിലേക്ക് ഒളിഞ്ഞ നോക്കാതിരിക്കാം. അശ്ലീലമാം വിധം താത്പര്യമെടുക്കാതിരിക്കാം.

കൊലപാതകമാണന്വേഷിക്കുന്നതെങ്കിൽ അതിനും ഒരു രുചിയൊക്കെയുണ്ട്. പൊലീസിനെ ശല്യപ്പെടുത്താൻ, തടസ്സപ്പെടുത്താൻ നിങ്ങൾ നടത്തിയ ശ്രമങ്ങൾ പോലും കുറച്ചു കൂടി ഫലവത്താകുമായിരുന്നു. പക്ഷേ അതിനു നിങ്ങൾ കുറച്ച് കൂടി കാര്യങ്ങൾ അറിയേണ്ടിയിരുന്നു. കാര്യങ്ങൾ പങ്കുവയ്ക്കേണ്ടിയിരുന്നു. ശ്രീമതി റിസ്കൊവിന്റെ സഹോദരൻ അവളോട് സാലി ജപ്പിന്റെ മരണസമയത്ത് താൻ അവിടെയില്ലായിരുന്നു എന്നതിനൊരു ഒഴികഴിവ് ബോദ്ധ്യപ്പെടുത്തിയതിനു ശേഷം ലണ്ടനിൽ സുരക്ഷിതനായിരിക്കുമ്പോൾ അവർ ഹെർണ്ണെയോട് ഇങ്ങനെയൊരു നാടകത്തിനു നിർബന്ധിക്കരുതായിരുന്നു. ശനിയാഴ്ച രാത്രി ആ കോണി താൻ എന്താവശ്യത്തിനെടുത്തു എന്ന് സ്റ്റീഫൻ മാക്സി വിശദീകരിച്ചിരുന്നു എങ്കിൽ താൻ ഒരു കൊലപാതകിയെ സംരക്ഷിക്കേണ്ടതുണ്ടോ എന്ന് ആലോചിച്ച് ഡെറെക് പല്ലൻ സ്വയം പീഢിതനാകേണ്ടിവരില്ലായിരുന്നു. പല്ലനിൽനിന്നു തന്നെ ഞങ്ങൾക്ക് അവസാനം സത്യം അറിയാനായി. പക്ഷേ അത് അത്ര എളുപ്പമല്ലായിരുന്നു.’’

‘‘എന്നെ സംരക്ഷിക്കാനൊന്നും പല്ലനു താത്പര്യമില്ല.’’ സ്റ്റീഫൻ ഉദാസീനനായി. ‘‘അയാൾക്ക് മാന്യതയോടെ പെരുമാറാനറിയില്ല. താനൊരു പഴയ കൂട്ടുകാരനാണെന്ന് വിശദീകരിച്ച് അയാൾ ഫോൺ ചെയ്തിരുന്നത് എല്ലാവരും കേട്ടതാണല്ലോ. നിങ്ങളുടെ രഹസ്യം ഞാൻ രഹസ്യമായി സൂക്ഷിക്കാം മാക്സി. പക്ഷേ എന്തുകൊണ്ട് എനിക്ക് ചിലതെല്ലാം ചെയ്ത് തന്നുകൂടാ? അങ്ങനെയുള്ള ധിക്കാരങ്ങളൊക്കെ നശിക്കട്ടെ.’’

‘‘ആ കോണി നീ എന്തിനാണെടുത്തത് എന്ന് ഞങ്ങളെല്ലാം അറിയുന്നതിൽ വിഷമമില്ലെന്ന് കരുതട്ടെ.’’ ദേബ്റ ചോദിച്ചു.

‘‘എനിക്കെന്ത് വിഷമം? ഞാനത് ബൊകോക്കിന്റെ കോട്ടേജിൽ നിന്നും തിരിച്ച് കൊണ്ടുവരികയായിരുന്നു. ഉച്ചയ്ക്ക് ഒരു വൃക്ഷ ശിഖരത്തിൽ കുടുങ്ങിയ ബലൂണെടുക്കാൻ ഞങ്ങളത് ഉപയോഗിച്ചിരുന്നു. ബൊകോക്കിനെ നിങ്ങൾക്കൊക്കെ അറിയാമല്ലോ. അയാൾ അത് പ്രഭാതത്തിൽതന്നെ വലിച്ചിഴച്ച് ഇവിടേക്കെത്തിക്കും. അയാൾക്ക് താങ്ങാനാകുന്ന ഭാരമൊന്നുമല്ല അതിന്റെ. ഞാനപ്പോൾ കുറച്ച് പീഡാനുഭവങ്ങൾ സ്വീകരിക്കാനുള്ള മനോനിലയിലായിരുന്നു എന്ന് തോന്നുന്നു. അതിനാൽ ആ കോണിയെടുത്ത് തോളിലിട്ടു. അപ്പോൾ

പല്ലൻ ആ പഴയ കുതിരാലയത്തിനരികിൽ അലഞ്ഞ് നടക്കുന്നുണ്ടാകും എന്നാരു കരുതി? അയാൾക്ക് അതൊരു ശീലമായിരുന്നു എന്ന് തോന്നുന്നു. അന്ന് രാത്രി സാലി കൊല്ലപ്പെടും എന്ന് എനിക്കെങ്ങനെ അറിയാം. അതുപോലെ കോണിയുമായി കണ്ട എന്നെ സാലിയുടെ കൊലപാതകവുമായി പല്ലൻ കൂട്ടിക്കെട്ടും എന്നും ഞാൻ കാണി കൊണ്ടുവന്നത് സാലിയുടെ മുറിയിലേക്ക് കയറാനാണെന്നയാൾ കരുതും എന്നുമൊക്കെ എനിക്കറിയാമോ? എനിക്കെന്തിനെങ്ങനെ കയറണം? വാതിൽവഴി നേരായ മാർഗ്ഗത്തിലൂടെ അകത്തെത്തിക്കൂടേ? ഞാനാകട്ടെ ആ ദിശയിലേക്കല്ല കോണിയുംകൊണ്ട് നടന്നിരുന്നതും.''

''പുറത്തുനിന്നുള്ള ഒരാളിൽ സംശയം ജനിപ്പിക്കാനുള്ള ശ്രമമാണ് നിന്റേത് എന്നയാൾ കരുതിയിട്ടുണ്ടാകും. ഉദാഹരണത്തിന് അയാളിൽ തന്നെ....'' ദേബ്റ അഭിപ്രായപ്പെട്ടു.

ഫെലിക്സിന്റെ മടിപിടിച്ച സ്വരമെത്തി.

''ആ യുവാവ് യഥാർത്ഥമായ വൈഷമ്യത്തിലും ദുരിതത്തിലും തീരുമാനമെടുക്കാനാകാത്ത അവസ്ഥയിലുമാണെന്ന് നിനക്കപ്പോൾ തോന്നിയില്ലേ മാക്സി?''

സ്റ്റീഫൻ കസേരയിലൊന്ന് ഇളകിയിരുന്ന് തന്റെ അസ്വസ്ഥത പ്രകടമാക്കി.

''അവനെ ആലോചിച്ച് ഞാൻ ഉറക്കം കളഞ്ഞില്ല. നമ്മുടെ പുരയിടത്തിൽ കയറിവരാൻ അവനവകാശമില്ല. അത് ഞാൻ അവനോട് പറഞ്ഞു. അവനെത്ര നേരമായി അവിടെ കാത്ത് നില്ക്കുന്നു എന്നൊന്നും എനിക്കറിയില്ല. എന്നെ കണ്ടതിനുശേഷം എത്ര സമയം അവിടെയുണ്ടായിരുന്നു എന്നുമറിയില്ല. എന്തായാലും ഞാൻ കോണി തിരികെ വയ്ക്കുന്നത് അവൻ കണ്ടിട്ടുണ്ടാകും. അവനപ്പോൾ ഇരുട്ടിൽനിന്നും പുറത്ത് വന്നു. സാലിയെ വഞ്ചിക്കുന്നു എന്നെന്റെമേൽ ഒരു കുറ്റാരോപണം നടത്തി. വർഗ്ഗവ്യത്യാസങ്ങളെക്കുറിച്ച് അയാൾക്ക് വിചിത്രമായ ആശയങ്ങളുണ്ടെന്ന് തോന്നുന്നു. പഴയകാല പ്രഭുക്കന്മാർ അടിയാളരുടെ പെണ്മക്കളുടെ ആദ്യ രാത്രിയിൽ ഭർത്താവിനെ മാറ്റി നിർത്തി അവളെ ഭാര്യയാക്കാറില്ലേ. അതൊരു അവകാശമായി കണക്കാക്കാറില്ലേ. അതുപോലെയെന്തോ ചെയ്യുകയാണ് ഞാൻ എന്നാണയാൾ കരുതിയത്. ഞാനയാളോട് സ്വന്തം കാര്യം നോക്കിയാൽ മതി എന്ന് പറഞ്ഞു. അത്രയൊന്നും വിനീതമായല്ല അത് പറഞ്ഞത്. അയാൾ എനിക്ക് നേരെ കുതിച്ചു. എനിക്കാകട്ടെ അന്നത്തെ ദിവസത്തെ പാരവശ്യം മുഴുക്കെ മനസ്സിലുണ്ടായിരുന്നു. അവൻ കുതിച്ചെത്തുന്നത് കണ്ടപ്പോൾ ഞാൻ കൈ വീശി. അതവന്റെ കണ്ണിനരികിൽ കൊണ്ടു. അവന്റെ കണ്ണട തകർന്നു. അശ്ലീലമായിരുന്നു അത്. വിഡ്ഢിത്തരവും. ഞങ്ങളപ്പോൾ വീടിനു

വളരെ അരികിലായിരുന്നു. അതുകൊണ്ടുതന്നെ ഇരുവരും സ്വര മൊന്നുമുണ്ടാക്കിയില്ല. ഞങ്ങൾ പരസ്പരം ആക്രോശിച്ച്, സ്വരം താഴ്ത്തി ആക്രോശിച്ച്, നിന്നു. അതിനിടയിൽ അവന്റെ കണ്ണടയും തിരഞ്ഞു. കണ്ണടയില്ലെങ്കിൽ അവന്റെ കാര്യം കഷ്ടമാണ്. അന്ധ നാകും അവൻ. അതിനാൽ നെസ്സിങ്ങ്ഫോഡ് തെരുവുവരെ അവനെ ഞാൻ കൊണ്ടുചെന്നാക്കി. ഞാനവനെ നമ്മുടെ പുരയിടത്തിൽ നിന്നും പുറത്താക്കുകയാണെന്നാണവൻ അപ്പോൾ ധരിച്ചത്. അത വന്റെ ആത്മാഭിമാനത്തെ വേദനിപ്പിച്ചു. എങ്കിലും അപ്പോൾ അവ നൊന്നും ചെയ്യാനാകുമായിരുന്നില്ല. ഞങ്ങൾ പിരിയാറായപ്പോ ഴേക്കും താനിപ്പോൾ ശരിയായ മാനസികനിലയിലായി എന്ന ചിന്തയിലേക്ക് അവനെത്തിയിരുന്നു. ശരിയെന്ന് അവനു തോന്നിയ മാനസിക നിലയിലേക്ക്. അവൻ കൈ തരാൻ ആഗ്രഹം പ്രകടി പ്പിച്ചു. അപ്പോൾ ചിരിക്കണോ അതോ അവനെ തല്ലി താഴെയിടണോ എന്നറിയാനാകാത്ത അവസ്ഥയിലായി ഞാൻ. അവൻ അത്തരത്തി ലൊരു മനുഷ്യനാണ് ദേബ്.''

എലീനർ മാക്സി അപ്പോൾ ആദ്യമായി സംസാരിച്ചു.

''ഇതൊക്കെ നീ ഞങ്ങളോട് നേരത്തെ പറഞ്ഞില്ല എന്നത് കഷ്ട മാണ്. അങ്ങനെയെങ്കിൽ അവനിത്ര വൈഷമ്യങ്ങൾ അനുഭവിക്കേണ്ടി വരില്ലായിരുന്നു.''

അവർ ഡൽഗ്ലീഷ് അവിടെയുള്ളത് മറന്നിരിക്കുന്നു എന്ന് തോന്നി. അതിനാൽ അയാൾ സംസാരമാരംഭിച്ചു.

''ഈ നിശ്ശബ്ദതയ്ക്ക് സ്റ്റീഫൻ മാക്സിക്കും അതിന്റേതായ കാരണമുണ്ട്. സാലിയുടെ ജാലകത്തിനരികിലേക്ക് കോണി എളുപ്പ ത്തിലെത്തിക്കാനാകുന്ന ഒരിടത്താണ് ഇരിക്കുന്നതെന്ന് പൊലീസ് ചിന്തിക്കുന്നുണ്ടെന്ന് നിങ്ങൾക്കും പ്രാധാന്യമുള്ളതായിരിക്കണം എന്ന് അദ്ദേഹം കരുതി. മരണത്തിന്റെ ഏകദേശസമയം അദ്ദേഹ ത്തിനറിയാമായിരുന്നു. അതിനാൽ ആ കോണി പന്ത്രണ്ട് കഴിഞ്ഞ് ഇരുപത് മിനിറ്റിനു മുമ്പാണ് അതിനെ സ്ഥാനത്തെത്തിയതെന്ന് പൊലീസ് അറിയണം എന്നദ്ദേഹം ആഗ്രഹിച്ചിരുന്നില്ല. ഭാഗ്യമുണ്ടെ ങ്കിൽ അത് രാത്രി മുഴുക്കെ അവിടെ തന്നെയായിരുന്നു എന്ന് ഞങ്ങൾ കരുതുമായിരുന്നു. അതേകാരണം കൊണ്ട് തന്നെയാണദ്ദേഹം ബൊകോക്കിന്റെ കോട്ടേജിൽ നിന്നിറങ്ങിയ സമയത്തെക്കുറിച്ച് വ്യക്തതയില്ലാത്തവനായതും ഉറങ്ങാൻ കിടന്ന സമയത്തെക്കുറിച്ച് നുണ പറഞ്ഞതും. ഈ മേൽക്കൂരയ്ക്ക് കീഴിലുള്ള ആരെങ്കിലു മാണ് സാലിയുടെ കൊലപാതകം നടത്തിയത് എങ്കിൽ സംശയി ക്കുന്നവരുടെ എണ്ണത്തിൽ കുറവുണ്ടാകരുത് എന്നും അദ്ദേഹം ക രുതി. മിക്കവാറും കുറ്റകൃത്യങ്ങൾ തെളിയിക്കപ്പെടുന്നത് ഒഴിവാക്കൽ

എന്നൊരു പ്രക്രിയയിലൂടെയാണെന്ന് അദ്ദേഹത്തിനറിയാം. എന്നാൽ തെക്കുഭാഗത്തുള്ള വാതിൽ അടച്ച സമയത്തെക്കുറിച്ച് അദ്ദേഹം പറഞ്ഞ സമയം സത്യമായിരുന്നു എന്നും ഞാൻ കരുതുന്നു. അത് ഏകദേശം പന്ത്രണ്ട് കഴിഞ്ഞ് മുപ്പത്തിമൂന്ന് നിമിഷങ്ങളുള്ളപ്പോഴായിരുന്നു. പന്ത്രണ്ട് കഴിഞ്ഞ് മുപ്പത്തിമൂന്ന് മിനിറ്റായപ്പോഴേക്കും സാലി ജപ്പിന്റെ മരണം സംഭവിച്ച് അരമണിക്കൂർ കഴിഞ്ഞിരുന്നു എന്ന് ഇപ്പോൾ നമുക്കൊക്കെ അറിയാം.

സ്റ്റീഫൻ മാക്സി ബൊകോക്കിന്റെ കോട്ടേജിൽനിന്നും ഇറങ്ങുന്നതിനു മുമ്പേ അവർ മരിച്ചിരുന്നു. സ്റ്റീഫൻ മാക്സി അവിടെ നിന്നിറങ്ങിയ അതേ സമയത്തു തന്നെയാണ് ഗ്രാമത്തിൽ കട നടത്തുന്ന വിൽസൺ മെത്തയിൽ നിന്നെഴുന്നേറ്റ് തന്റെ കിരുകിരാ സ്വരമുണ്ടാക്കിക്കൊണ്ടിരുന്ന ജാലകമടയ്ക്കാൻ തുനിഞ്ഞതും ഡെറെക് പല്ലൻ തല താഴ്ത്തി മാർട്ടിൻഗേലിനെ ലക്ഷ്യമിട്ട് പോകുന്നത് കണ്ടതും. പല്ലൻ ഒരുപക്ഷേ സാലിയെ കണ്ട് അവളുടെ വിശദീകരണമറിയാനായി ഇറങ്ങിയതാകാം. എന്നാൽ അയാൾ കുതിരാലയത്തിലെത്തിയ ഉടൻ സ്റ്റീഫൻ മാക്സിയും അവിടെയെത്തി. കോണിയുമായെത്തി. അപ്പോഴേക്കും സാലി ജപ്പ് മരിച്ചിട്ടുണ്ടായിരുന്നു.''

''എന്നുവച്ചാൽ അത് ചെയ്തത് പല്ലനുമല്ല.'' കാതറിൻ പറഞ്ഞു.

''അയാളെന്തായാലും ആകില്ലല്ലോ?'' സ്റ്റീഫൻ ചോദിച്ചു. ''എന്നോട് അയാൾ സംസാരിച്ചപ്പോൾ അയാൾ സാലിയെ കൊന്നിട്ടില്ല. ഞാൻ വീട്ടിൽ കയറിയതിനു ശേഷം, തിരിച്ച് വന്ന് സാലിയെ കൊല്ലാനുള്ള അവസ്ഥയിലായിരുന്നുമില്ല അയാൾ. അയാളുടെ വീടുവരെ എത്താൻ പോലും കണ്ണുകാണുന്നുണ്ടായിരുന്നില്ല അയാൾക്ക്.''

''സ്റ്റീഫൻ ബൊകോക്കിന്റെ വീട്ടിൽ നിന്നിറങ്ങുന്നതിനു മുമ്പേ സാലി കൊല്ലപ്പെട്ടിരുന്നു എങ്കിൽ കൊന്നത് സ്റ്റീഫനുമാകില്ല.'' കാതറിൻ ചൂണ്ടിക്കാണിച്ചു. കുടുംബത്തിലെ ഒരു വ്യക്തിയുടെ കുറ്റത്തെക്കുറിച്ചോ നിഷ്കളങ്കതയെക്കുറിച്ചോ അവരിലൊരാൾ ആദ്യമായാണ് പ്രതികരിച്ചത് എന്ന് ഡൽഗ്ലീഷ് ശ്രദ്ധിച്ചു.

സംസാരം തുടർന്നത് സ്റ്റീഫൻ മാക്സിയാണ്.

''അപ്പോഴേക്കും അവൾ മരിച്ചിരുന്നു എന്ന് നിങ്ങൾക്ക് എങ്ങനെ മനസ്സിലായി? പത്തരയ്ക്ക് അവൾ ജീവനോടെയുണ്ടായിരുന്നു. പ്രഭാതമായപ്പോഴേക്കും മരിക്കുകയും ചെയ്തു. അത്രയല്ലേ അറിവായിട്ടുള്ളൂ?''

''അങ്ങനെയല്ല.'' ഡൽഗ്ലീഷ് പറഞ്ഞു. ''രണ്ടു പേർക്ക് മരണസമയം അതിലും കൃത്യമായി പറയാനാകും. അതിലൊന്ന് കൊലപാതകി തന്നെയാണ്. അതല്ലാതെ ഒരാൾ കൂടിയുണ്ട്. സഹായിക്കാനാകുന്ന ഒരാൾ.''

2

വാതിൽക്കൽ ആരോ മുട്ടി. മാർത്ത അവിടെ പ്രത്യക്ഷപ്പെട്ടു. തൊപ്പിയും ആപ്രണും ധരിച്ച് പതിവുപോലെ ഉണർവ്വില്ലാതെ പ്രത്യക്ഷപ്പെട്ടു. പഴയ ശൈലിയിലുള്ള തൊപ്പിയും കടന്ന് അവരുടെ മുടി പുറകിൽ ചിതറിക്കിടപ്പുണ്ടായിരുന്നു. ഷൂസിൽ നിന്നും കാല്പാദങ്ങൾ വീർത്ത് നിന്നിരുന്നു. നിരാശയായ ഒരു സ്ത്രീയെയാണവരിൽ മാക്സി കുടുംബാംഗങ്ങൾ കണ്ടത്. ഒരു കുപ്പി കൈയിൽ പിടിച്ച് അടുക്കള ജോലിക്ക് തയ്യാറെടുക്കുന്ന, ഭയന്ന ഒരു മൃഗത്തെയാണവർ കണ്ടത്. പക്ഷേ അവർ അതിന്റെ സൂചനയൊന്നും നല്കിയില്ല. അവർ തന്റെ പതിവ് നോട്ടം സമ്മാനിച്ചു. താനൊരു അപരിചിതയാണിവിടെ എന്ന നോട്ടം. എന്നാൽ അവരിപ്പോൾ മറ്റുള്ളവർക്ക് അത്ര അപരിചിതയല്ല. താനപ്പോൾ എന്തിനവിടെ പ്രത്യക്ഷപ്പെട്ടു എന്നതിനധികം വിശദീകരണമൊന്നും നൽകാതെ 'ഇൻസ്പെക്ടറെ കാണാൻ പ്രോക്ടർ എത്തിയിരിക്കുന്നു' എന്ന് അറിയിച്ചു. അത്രയും പറഞ്ഞ് അവർ അപ്രത്യക്ഷയായി. അവർക്ക് പുറകിലുണ്ടായിരുന്ന ഒരു നിഴൽരൂപം വെളിച്ചത്തിലേക്ക് നീങ്ങി. തന്നെ, അവരവരുടെ സ്വകാര്യ പ്രശ്നങ്ങളിൽ ഉഴലുന്ന ഒരു മുറി നിറയെ ആളുകൾക്ക് മുന്നിൽ നടപടിക്രമങ്ങളൊന്നും പാലിക്കാതെ പ്രത്യക്ഷപ്പെടുത്തിയതിൽ പ്രോക്ടർ ക്ഷുഭിതനായി. എന്നാൽ അവിടെയുള്ള ആരേയും താൻ ശ്രദ്ധിക്കുന്നില്ല, ഡൽഗ്ലീഷിനെയൊഴികെ, എന്നൊരു ഭാവം വരുത്തി ഡൽഗ്ലീഷിനരികിലേക്ക് ഒരു പ്രതിയോഗിയെപ്പോലെ നീങ്ങി.

''എനിക്ക് സംരക്ഷണം വേണം ഇൻസ്പെക്ടർ. ഇതൊന്നും ശരിയല്ല. നിങ്ങളെ സ്റ്റേഷനിൽ വച്ച് കാണാനാണ് ഞാൻ ഉദ്ദേശിച്ചിരുന്നത്. പക്ഷേ അവരൊന്നും നിങ്ങളെവിടെയാണെന്ന് പറയാൻ തയ്യാറായില്ല. എന്നാൽ ആ സ്റ്റേഷൻ സർജന്റിനൊന്നും എന്നെ തടയാനാകില്ല. നിങ്ങൾ ഇവിടെയുണ്ടാകും എന്നെനിക്ക് അറിയാമായിരുന്നു. എന്തെങ്കിലുമൊക്കെ ഇനി ചെയ്തേ മതിയാകൂ.''

ഡൽഗ്ലീഷ് നിശ്ശബ്ദം അയാളെ നോക്കി. തീർത്തും ഒരു നിമിഷം അങ്ങനെയിരുന്നു.

''എന്താണ് ശരിയല്ല എന്ന് പറഞ്ഞത് പ്രോക്ടർ?'' ഡൽഗ്ലീഷ് ചോദിച്ചു.

''സാലിയുടെ ഭർത്താവെന്ന് പറയപ്പെടുന്ന ആ യുവാവില്ലേ, അയാൾ വീട്ടിൽ വന്നിരുന്നു. എന്നെ ഭീഷണിപ്പെടുത്തി. മദ്യപിച്ചിട്ടുണ്ടായിരുന്നു എന്നാണെനിക്ക് തോന്നുന്നത്. അവൾ കൊല്ലപ്പെട്ടു എങ്കിൽ അത് എന്റെ തെറ്റല്ല. അത് ഞാൻ പറഞ്ഞു. എന്റെ ഭാര്യയെ

അയാൾ ശല്യപ്പെടുത്താൻ വരുന്നത് എനിക്ക് ഇഷ്ടമല്ല. പിന്നെ അയൽക്കാരുമുണ്ട്. അയാളങ്ങനെ ബഹളം വയ്ക്കുന്നതും അധിക്ഷേപിക്കുന്നതും എല്ലാവരും കേൾക്കും. എന്റെ വീടിനു മുന്നിൽ വന്ന് നിന്നാണയാൾ ബഹളം വയ്ക്കുന്നത്. എന്റെ മകളും അവിടെയുണ്ട്. ഒരു കുട്ടി ഇതൊക്കെ കേൾക്കുന്നതും അനുഭവിക്കുന്നതും നല്ലതല്ല. ഈ കൊലപാതകത്തിൽ എനിക്ക് ഒരു പങ്കുമില്ല. ഞാൻ നിഷ്കളങ്കനാണെന്ന് നിങ്ങൾക്കൊക്കെ അറിയാം. എനിക്ക് സംരക്ഷണം വേണം.''

അയാളെ കണ്ടാൽ അയാൾക്ക് ജെയിം റിച്ചിയിൽനിന്നു മാത്രമല്ല ആരിൽനിന്നും സുരക്ഷിതനായിരിക്കാനാകും എന്ന തോന്നലുണ്ടാകുന്നു. മെലിഞ്ഞ് കുറിയ ശരീരപ്രകൃതമാണയാളുടേത്. കോപംകൊണ്ട് ചുവന്ന മുഖം. സംസാരിക്കുമ്പോൾ മുഖം ഒന്ന് ചരിക്കും. അതൊരു തള്ളക്കോഴിയുടെ ഭാവത്തിലേക്ക് മാറും. വളരെ വില കുറഞ്ഞതെങ്കിലും വൃത്തിയുള്ള വസ്ത്രമാണയാൾ ധരിച്ചിരുന്നത്. ചാരനിറത്തിലുള്ള മഴക്കോട്ട് അഴുക്കുകളൊന്നുമില്ലാത്തതായിരുന്നു. അതിനു ചേർന്ന ഒരു തൊപ്പിയുമുണ്ട്. തൊപ്പി അയാൾ ഗ്ലൗസിട്ട കൈകളിൽ സുരക്ഷിതമായി പിടിച്ചിരിക്കുന്നു. അതൊരു പുതിയ ഗ്ലൗസാണെന്ന് ഉറപ്പ്. ''കൊലപാതകം നടന്നയന്ന് നിങ്ങൾ ഈ വീടിനകത്ത് വന്നല്ലോ, ഇല്ലേ? ഗോവണിക്കരികിൽ നിങ്ങളെ ഞങ്ങൾ കണ്ടു. നിങ്ങളൊരു പക്ഷേ സാലിയുടെ മുറിയിൽനിന്നും വരികയായിരുന്നിരിക്കാം.'' കാതറിൻ പെട്ടെന്ന് പറഞ്ഞു.

സ്റ്റീഫൻ അയാളുടെ അമ്മയെ നോക്കി. ''നിങ്ങളും ഈ പ്രാർത്ഥനായോഗത്തിൽ പങ്കെടുത്തോളൂ പ്രോക്ടർ. പരസ്യമായി കുമ്പസാരിക്കുന്നത് ആത്മാവിനു നല്ലതാണത്രെ. നിങ്ങൾ വന്ന സമയവും വളരെ നന്നായി. നിങ്ങളുടെ അനന്തിരവളെ കൊന്നതാര് എന്നറിയാൻ താത്പര്യമുണ്ടാകുമല്ലോ അല്ലേ?''

''ഇല്ല.'' ഹെർണെയാണ് അതിശക്തമായി പ്രതികരിച്ചത്. ''വിഡ്ഢിവേഷം കെട്ടരുത് മാക്സി. ഇവനെ ഇതിൽനിന്നും പുറത്ത് നിർത്തൂ.''

ആ സ്വരം പ്രോക്ടർക്ക് താനിപ്പോൾ ഏത് അന്തരീക്ഷത്തിലാണെന്ന തിരിച്ചറിവ് ലഭിക്കാൻ കാരണമായി. അയാൾ ഫെലിക്സിനെ സൂക്ഷിച്ച് നോക്കി. കണ്ട കാഴ്ച അത്ര ഇഷ്ടമായില്ലയാൾക്ക് എന്ന് തോന്നി. ''അല്ല. ഞാനിവിടെ തന്നെയുണ്ടാകും. അങ്ങനെ ഞാൻ തീരുമാനിച്ചു എന്ന് കരുതിക്കോളൂ. ഇവിടെ എന്താണ് സംഭവിക്കുന്നത് എന്നറിയാൻ എനിക്ക് അവകാശമുണ്ട്.''

അയാൾ നാലുഭാഗത്തേക്കും കണ്ണോടിച്ചു. അയാൾക്ക് സ്വാഗതമരുളാത്ത മുഖങ്ങളിലേക്ക് കണ്ണോടിച്ചു. ''ഞാനാകണം എന്നല്ലേ നിങ്ങളൊക്കെ ആഗ്രഹിക്കുന്നത്. നിങ്ങൾ എല്ലാവരും അതല്ലേ ആഗ്രഹിക്കുന്നത്. അതെനിക്കറിയില്ല എന്ന് കരുതരുത്. സാധ്യമെങ്കിൽ

നിങ്ങളെല്ലാം ചേർന്ന് അത് എന്റെ തലയിൽ കെട്ടിവയ്ക്കും. അവൾക്ക് വിഷം നൽകുകയോ അവളുടെ തലയ്ക്കടിച്ച് കൊല്ലുകയോ ചെയ്തിരുന്നെങ്കിൽ ഞാനിപ്പോൾ അരക്കിറുക്കനായി തെരുവില ലയുമായിരുന്നു. നിങ്ങളിലൊരാൾക്ക് അവളെ ഉപദ്രവിക്കാതിരിക്കാ നായില്ല. അങ്ങനെയല്ലേ? എന്നാൽ ഒരു കാര്യം മനസ്സിലാക്കണം. അവളെ കഴുത്ത് ഞെരിച്ച് കൊല്ലാൻ എനിക്കാകില്ല. അങ്ങനെയൊരു കുറ്റം എന്നൽ ആരോപിക്കാനാകില്ല. കാരണമറിയണോ?''

അയാൾ പെട്ടെന്ന് ഒന്ന് പുളഞ്ഞു. ഒരു ക്ലിക്ക് സ്വരം വന്നു. അവിശ്വസനീയമായ തമാശ സംഭവിച്ചു. അയാളുടെ കൃത്രിമ വലതു കൈ അഴിഞ്ഞ് ഡൽഗ്ലീഷിന്റെ മേശപ്പുറത്ത് വീണു. എന്തോ അശ്ലീലം, അസഭ്യം കാണുന്നതുപോലെ അവരെല്ലാം അതിനെ നോക്കി. അതിന്റെ റബ്ബർ കൊണ്ടുള്ള വിരലുകൾ വളഞ്ഞ് ഷണ്ഡത്വം നിറഞ്ഞ്, പ്രാർത്ഥനാരൂപത്തിൽ കിടന്നു. അയാൾ കിതയ്ക്കാൻ തുടങ്ങി. ഇടതുകൈ ഒന്ന് വളച്ച് ഒരു കസേര വലിച്ചെടുത്ത് അതിൽ ഇരുന്നു. വിജയിയെപ്പോലെ ഇരുന്നു. കാതറിന്റെ കണ്ണുകൾ വിളറി. കൈകാര്യം ചെയ്യാൻ ബുദ്ധിമുട്ടുള്ള ഒരു രോഗിയാണിയാൾ എന്ന പോലെ ശകാരരൂപത്തിൽ അയാളെ നോക്കി. ദുശ്ശീലം കാണിച്ച രോഗിയാണെന്നതുപോലെ നോക്കി. ഡൽഗ്ലീഷ് ആ കൈ എടുത്തു.

''ഇത് ഞങ്ങൾക്ക് അറിയാവുന്നതായിരുന്നു. എന്നാൽ ഇത്ര ഗംഭീരമായല്ല അതാദ്യം എന്റെ ശ്രദ്ധയിൽ വന്നതെന്ന് പറയുന്ന തിൽ സന്തോഷമുണ്ട്. ഒരു ബോംബ് സ്ഫോടനത്തിലാണ് പ്രോക്ടർക്ക് തന്റെ വലതുകൈ നഷ്ടപ്പെട്ടത്. ലിനനും പശയുമുപ യോഗിച്ചാണീ പകരക്കാരനെ സൃഷ്ടിച്ചിരിക്കുന്നത്. കനം കുറവും കരുത്ത് കൂടുതലുമാണിതിന്. വിരലുകളെല്ലാം കണ്ടാൽ അസ്സൽ തന്നെയെന്ന് തോന്നും. ഇടതുതോളൊന്ന് വളച്ച് കൈയൊന്ന് ശരീര ത്തിൽ നിന്നകറ്റിയാൽ ഈ കൈ ഉപയോഗിക്കുന്ന വ്യക്തിക്ക് ഇതിലെ ഒരു ചരട് മുറുക്കാനാകും. ചുമൽ മുതൽ തള്ളവിരൽ വരെ നീളുന്ന ചരടാണത്. അങ്ങനെ ചെയ്താൽ തള്ളവിരലിൽ ഘടിപ്പിച്ചിരിക്കുന്ന ഒരു സ്പ്രിങ്ങിൽ മർദ്ദം കൂടും. ആ വിരൽ തുറക്കും. ചുമലിലെ മർദ്ദമൊന്ന് കുറച്ചാൽ സ്പ്രിങ്ങിലും കുറയും. വിരൽ അടയും. ചൂണ്ടു വിരലിനോട് ചേർന്ന് അടയും. നല്ല കൗശലത്തോടെ നിർമ്മിച്ചിരി ക്കുന്ന ഒരു സൂത്രപ്പണിയന്ത്രം. ഇതുപയോഗിച്ച് പ്രോക്ടർക്ക് പലതും ചെയ്യാനാകും. അത്യാവശ്യം ജോലികൾ ചെയ്യാം. സൈക്കിളോടിക്കാം. ലോകത്തിനു മുന്നിൽ താനൊരു സാധാരണക്കാരനാണെന്ന ഭാവം വരുത്താം. എന്നാൽ ഒരു കാര്യം ഈ മനുഷ്യനെന്തായാലും ചെയ്യാനാ കില്ല. കഴുത്തിൽ കൈ മുറുക്കി ഒരാളെ ശ്വാസം മുട്ടിച്ച് കൊല്ലാനാ കില്ല.''

''അയാൾ ഇടംകൈയനാകാം.''

''ആകാം മിസ് ബവേഴ്സ്. പക്ഷേ അല്ല. മാത്രമല്ല തെളിവുകൾ കാണിക്കുന്നത് കരുത്തുള്ള വലംകൈകൊണ്ട് അമർത്തിയാണ് സാലിയെ കൊലപ്പെടുത്തിയിരിക്കുന്നത് എന്നാണ്.'' അയാൾ ആ കൈയൊന്ന് മറിച്ച് നോക്കി. അതിനുശേഷം അത് പ്രോക്ടർക്കരികിലേക്ക്, മേശപ്പുറത്തുകൂടെ, തള്ളി.

''ഈ കയ്യാണ് ബൊകോക്കിന്റെ കുതിരാലയത്തിൽ വച്ച് ഒരു ബാലൻ കണ്ടത്. ഒരു ചെറിയ ദ്വാരത്തിലൂടെ എത്തിനോക്കിയപ്പോൾ കണ്ടത്. അത്രയും ചൂടുള്ള ഒരു വേനൽദിവസത്തിൽ, ഉദ്യാനത്തിൽ നടക്കുന്ന പെരുന്നാളാഘോഷത്തിൽ പങ്കെടുക്കുമ്പോൾ മൃഗചർമ്മം കൊണ്ടുണ്ടാക്കിയ ഗ്ലൗസ് ധരിക്കുന്ന ഒരേയൊരു വ്യക്തിയേയുണ്ടാകൂ. ഇതായിരുന്നു ഈ വ്യക്തിയിലേക്ക് നയിച്ച തെളിവ്. മിസ് ബവേഴ്സ് പറഞ്ഞതും ശരിയാണ്. അന്ന് ഉച്ചയ്ക്ക് പ്രോക്ടർ മാർടിൻ ഗേലിൽ വന്നിരുന്നു.''

''വന്നിരുന്നെങ്കിൽ തന്നെയെന്ത്? സാലിയാണെന്നോട് വരാൻ ആവശ്യപ്പെട്ടത്. അവൾ എന്റെ അനന്തിരവളാണ്. സംശയമുണ്ടോ?''

''ഒന്ന് ക്ഷമിക്ക് പ്രോക്ടർ.'' ഫെലിക്സ് ഇടപെട്ടു. ''നിങ്ങളങ്ങനെ കർത്തവ്യബോധത്തോടെ നടത്തിയ ഒരു സാമൂഹിക സന്ദർശനമൊന്നുമായിരുന്നില്ല അത്. കുഞ്ഞിന്റെ ആരോഗ്യത്തെക്കുറിച്ചന്വേഷിക്കാനെത്തിയതുമായിരുന്നില്ല. അവൾ എത്രയാണ് ചോദിച്ചത്?''

''മുപ്പത് പൗണ്ട്. മുപ്പത് പൗണ്ട് വേണം എന്നായിരുന്നു അവളുടെ ആവശ്യം. അത് കിട്ടിയാൽ അവൾക്ക് ഒരുപാട് കാര്യങ്ങൾ നടക്കും എന്നും പറഞ്ഞു.''

''മുപ്പത് പൗണ്ടിന്റെ ആവശ്യം വന്നപ്പോൾ അവൾ സ്വാഭാവികമായും തന്റെ ബന്ധുവിനെ തിരഞ്ഞു. സഹായിക്കുമെന്ന് പ്രതീക്ഷിച്ചു. അത് വളരെ സ്പർശനീയമായ ഒരു കഥയല്ലേ?''

പ്രോക്ടർക്ക് എന്തെങ്കിലും പറയാനാകുന്നതിനു മുമ്പ് ഡൽഗ്ലീഷ് ഇടപെട്ടു.

''തന്റെ ഭർത്താവ് തിരിച്ചെത്തുമ്പോഴേക്കും കയ്യിൽ കുറച്ച് പണം വേണമായിരുന്നു. അതിനായാണ് അവൾ ആ മുപ്പത് പൗണ്ട് ചോദിച്ചത്. അവൾ ജോലി ചെയ്യുന്നത് തുടർന്ന് ആകാവുന്നയത്ര സമ്പാദിക്കണം എന്ന തീരുമാനമുണ്ടായിരുന്നു. അത് അവസാനം വരെ പാലിക്കാൻ സാലി ശ്രമിച്ചു. കുഞ്ഞ് ജനിച്ചോ ഇല്ലയോ എന്നതൊന്നും അതിനെ ബാധിക്കുന്നതല്ലെന്ന് അവൾ കരുതി. ഈ പണം ഒരു സാധാരണ മാർഗ്ഗത്തിലൂടെയല്ല തന്റെ അമ്മാവനിൽനിന്നും ഈടാക്കാൻ അവൾ ശ്രമിച്ചത്. തന്റെ വിവാഹം ഉടൻ നടക്കും എന്ന് അവൾ അമ്മാവനെ അറിയിച്ചു. ആരാണ് വരൻ എന്ന് പറഞ്ഞില്ല. ഈ പണം നൽകിയില്ലെങ്കിൽ അമ്മാവന് തന്നോട് എങ്ങനെ പെരുമാറി

എന്ന് പൊതുജന മദ്ധ്യത്തിൽ വിളിച്ചുപറയും എന്നവൾ ഭീഷണിപ്പെടുത്തി. തന്റെ തൊഴിൽദാതാക്കളുടെ മുന്നിൽ മാത്രമല്ല കാനിങ്ങ് ബറിയിലെ അയൽക്കാരോടും വിളിച്ച് പറയും എന്നായിരുന്നു ഭീഷണി. തന്റെ അവകാശങ്ങൾ പിടിച്ചു പറിച്ചു എന്നവൾ വിശ്വസിക്കുന്നു. അതല്ല, പ്രോക്ടർ ആ പണം നൽകുകയാണെങ്കിൽ താനോ ഭർത്താവോ ഇനിയൊരിക്കലും പ്രോക്ടർ കുടുംബത്തിനെ സന്ദർശിക്കുകയോ ശല്യം ചെയ്യുകയോ ഉണ്ടാകില്ല എന്നും അവൾ പറഞ്ഞു.''

''അത് പിടിച്ചുപറിയല്ലേ? ഭീഷണി?'' കാതറിൻ ചോദിച്ചു. ''എന്ത് വേണമെങ്കിലും ചെയ്തോളൂ എന്ന് പറയണം. അവൾ പറയുന്നതൊന്നും ആരും വിശ്വസിക്കില്ല. ഞാനാണെങ്കിൽ ഒരു പെനി കൊടുക്കില്ലായിരുന്നു.'' പ്രോക്ടർ നിശ്ശബ്ദത പാലിച്ചു. മറ്റുള്ളവരെല്ലാം അയാളുടെ സാന്നിദ്ധ്യം തന്നെ മറന്നിരിക്കുന്നു എന്ന് തോന്നി. ഡൽഗ്ലീഷ് തുടർന്നു.

''ഒരു പ്രത്യേക വാക്യം അവൾ ഉപയോഗിച്ചില്ലായിരുന്നെങ്കിൽ നിങ്ങൾ ഇപ്പോൾ പറഞ്ഞ ഉപദേശം പ്രോക്ടറും പാലിക്കുമായിരുന്നു എന്നെനിക്ക് തോന്നുന്നു മിസ് ബവേഴ്സ്. തന്റെ അവകാശങ്ങളെക്കുറിച്ചാണവൾ സംസാരിച്ചത്. തന്നോടും തന്റെ കസിനോടുമുള്ള പെരുമാറ്റത്തിലെ വ്യത്യാസം എന്നതിലുപരി ഒരുപക്ഷേ അവൾ ഒന്നും ഉദ്ദേശിച്ചിട്ടുണ്ടാകില്ല. എന്നാൽ അങ്ങനെയൊരു വ്യത്യാസമുണ്ടായിരുന്നു എന്ന് ശ്രീമതി പ്രോക്ടർ സമ്മതിക്കുന്നില്ല. നമുക്കറിയാവുന്നതിലും കൂടുതൽ അവരറിഞ്ഞിട്ടുണ്ടാകുമല്ലോ. നമ്മൾ ഇവിടെ ചർച്ച ചെയ്യേണ്ടതില്ലാത്ത കാരണങ്ങളാൽ ആ വാക്യം അമ്മാവന്റെ കാതിൽ അലച്ച് തുടങ്ങി. ഒരു അസ്വസ്ഥത സൃഷ്ടിച്ച് തുടങ്ങി. അയാളുടെ പ്രതികരണം രസകരമായിരുന്നു. അതൊരു സൂചകമായെടുക്കാനുള്ള വിവേകവും ബുദ്ധിയും സാലിക്കുമുണ്ടായി. പ്രോക്ടർ ഒരു അഭിനേതാവൊന്നുമല്ല. തന്റെ അനന്തിരവൾക്ക് എന്തൊക്കെ അറിയാം എന്ന് മനസ്സിലാക്കാനുള്ള ശ്രമത്തിലായി അയാൾ. ആ അന്വേഷണം എത്ര കൂടുതൽ നടത്തിയോ അത്രയും കൂടുതൽ കാര്യങ്ങൾ അയാൾ വെളിപ്പെടുത്തുകയും ചെയ്തു. അവർ പിരിഞ്ഞപ്പോഴേക്കും ആ മുപ്പത് പൗണ്ട് മാത്രമല്ല അതിലധികവും വേണമെങ്കിൽ തനിക്ക് പിടിച്ചെടുക്കാനാകും എന്ന ചിന്തയിലായിട്ടുണ്ടായിരുന്നു സാലി.''

പ്രോക്ടറുടെ അസഹ്യമായ സ്വരമുയർന്നു.

''അവളിൽ നിന്ന് ഒരു രശീതി ലഭിക്കണം എന്ന് ഞാൻ ആവശ്യപ്പെട്ടു. അവളെന്താണ് ചെയ്യാൻ പോകുന്നത് എന്ന് എനിക്കറിയാമായിരുന്നു. അവളെ സഹായിക്കാൻ ആ ഒരു തവണ ഞാൻ തയ്യാറാണ്. അവൾ വിവാഹം കഴിക്കാനൊരുങ്ങുന്നതിനാൽ ചിലവുകളുണ്ടാകുമല്ലോ എന്നറിയിച്ചു. എന്നാൽ അതോടെ എല്ലാം അവസാനിക്കണം

എന്നും. വീണ്ടും അങ്ങനെയൊരു ശ്രമം നടത്തിയാൽ പൊലീസി ലറിയിക്കും എന്നും പറഞ്ഞു. അതിനാണിതിനൊരു രശീതി നൽകണം എന്നാവശ്യപ്പെട്ടത്.''

''അവൾ രണ്ടാമതും അതേ ആവശ്യവുമായി വരുമായിരുന്നു എന്ന് ഞാൻ കരുതുന്നില്ല.'' ദേബ്റ പറഞ്ഞു. പ്രോക്ടർ അവളെ നോക്കി. 'സാലി വരില്ല. അവൾ നിങ്ങളെ കളിപ്പിക്കുകയായിരുന്നു. നിങ്ങൾ നൃത്തം ചെയ്യുന്നത് കാണാനായി ചരടുകൾ വലിക്കുകയാ യിരുന്നു. അങ്ങനെ അത് കണ്ട് രസിക്കുന്നതിനൊപ്പം ഒരു മുപ്പത് പൗണ്ടും ലഭിച്ചാൽ ഗംഭീരമായല്ലോ എന്ന് കരുതിക്കാണും. എന്നാൽ പ്രധാന ആകർഷണം നിങ്ങളൊന്ന് വിയർക്കുന്നത് കാണുക എന്നതു തന്നെ. അതുമായി മുന്നോട്ട് പോകാനൊന്നും അവൾ ആഗ്രഹിച്ചിട്ടു ണ്ടാകില്ല. ഇത്തരം വിനോദങ്ങൾ ഒരു സമയം കഴിഞ്ഞാൽ പിന്നെ രസകരമല്ലാതാകും. സാലിയാകട്ടെ, എപ്പോഴും പുതുമാംസം ഭക്ഷി ക്കാൻ ഇച്ഛിക്കുന്നവളുമായിരുന്നു.''

''അല്ല. അല്ല.'' എലീനർ മാക്സി പ്രതിഷേധ സൂചകമെന്നോണം കൈ നിവർത്തി. ''അവളത്തരക്കാരിയല്ല. നമുക്ക് അവളെ ശരിക്ക് മനസ്സിലായിട്ടില്ല.'' പ്രോക്ടർ അവരെ അവഗണിച്ചു. ദേബ്റ തന്റെ മിത്രമായിരിക്കുന്നു എന്നപോലെ അവളെ നോക്കി പുഞ്ചിരിച്ചു.

''അതും സത്യമാകാം. അവളെങ്ങനെയുള്ളവളാണെന്ന് നിങ്ങൾക്ക് മനസ്സിലായല്ലോ. ഞാൻ അവളുടെ ചരടിൽ കിടന്ന് നൃത്തം ചെയ്യു കയായിരുന്നു, അല്ലേ? അവൾ എല്ലാം ആലോചിച്ചുറപ്പിച്ചിരുന്നു. അന്ന് രാത്രി ഞാൻ ആ മുപ്പത് പൗണ്ടുമായി എത്തേണ്ടതായിരുന്നു. അവളാണെന്നെ അവളുടെ മുറിയിലേക്ക് കൂട്ടിക്കൊണ്ടു പോയത്. അവൾക്ക് പുറകെ നടത്തിച്ച് കൊണ്ടുപോയത്. അതത്ര മോശം കാര്യമല്ല. ആരുമറിയാതെ വീടിനകത്തേക്ക് കയറി അവിടെ നിന്ന് ഇറങ്ങിപ്പോകുക. അപ്പോഴാണ് നിങ്ങളെ ഗോവണിക്കരികിൽ വച്ച് ഞാൻ കണ്ടത്. പുറകിലെ വാതിൽ അവളാണെനിക്ക് കാണിച്ച് തന്നത്. അർദ്ധരാത്രിയിൽ എനിക്ക് വേണ്ടി അവൾ അത് തുറന്ന് തരും എന്നും പറഞ്ഞു. അവൾ തന്റെ കിടപ്പുമുറിയിലെ വിളക്കുകൾ അണയ്ക്കുന്നത് വരെ ഞാൻ പുൽത്തകിടിക്കപ്പുറത്തുള്ള വൃക്ഷ ങ്ങളുടെ മറവിൽ നില്ക്കണം. ആ വിളക്കണയ്ക്കലായിരുന്നു സൂചന യായി നിശ്ചയിച്ചിരുന്നത്.''

ഫെലിക്സ് ഉറക്കെ ചിരിച്ചു.

''പാവം സാലി. എന്തൊരു പ്രകടനക്കാരിയാണവൾ. നാട്യക്കാരി. അവൾക്കൊരു നാടകം കളിക്കണമായിരുന്നു. പക്ഷേ അതവളുടെ മരണത്തിൽ കലാശിച്ചു.''

''അവസാനം അതുതന്നെയാണ് സംഭവിച്ചത്.'' ഡൽഗ്ലീഷ് സമ്മതിച്ചു.

''ചുറ്റിലുമുള്ളവരോട് ഇങ്ങനെയൊക്കെ നാടകം കളിച്ചില്ലായിരുന്നെങ്കിൽ അവളിപ്പോൾ ജീവനോടെയുണ്ടാകുമായിരുന്നു.''

''അന്ന് അവൾ രസകരമായ മാനസികാവസ്ഥയിലുമായിരുന്നു.'' ദേബ്റ ഓർത്തെടുത്തു. ''ഒരു തരം ഭ്രാന്തിന്റെ അവസ്ഥയിൽ. എന്റെ വസ്ത്രം പകർത്തിയെടുത്തത് മാത്രമല്ല ഞാൻ ഉദ്ദേശിക്കുന്നത്. സ്റ്റീഫനെ സ്വീകരിക്കുന്നു എന്ന് നടിച്ചതുമല്ല. ഒരു കുട്ടിയെപ്പോലെ കുസൃതിത്തരങ്ങൾ കാണിക്കുകയായിരുന്നു അവൾ. അവൾ സന്തോഷിക്കുന്നത് ഒരുപക്ഷേ അങ്ങനെയൊക്കെയാകാം എന്ന് ഞാൻ കരുതുന്നു.''

''സന്തോഷത്തോടെ തന്നെയാണവൾ ഉറങ്ങാൻ പോയതും.'' സ്റ്റീഫൻ പറഞ്ഞു. പെട്ടെന്ന് അവരെല്ലാം നിശ്ശബ്ദരായി. അവരുടെ ഓർമ്മകളിൽ പലതുമെത്തി. ഒരു ക്ലോക്കിന്റെ സ്വരമൊഴികെ അവിടെ മറ്റ് സ്വരങ്ങളൊന്നുമില്ലാതായി. പിന്നെയുള്ള സ്വരം ഡൽഗ്ലീഷ് കടലാസ് മറിച്ച് നോക്കുന്നതായിരുന്നു. പുറത്തെ തണുപ്പിൽ, നിശ്ശബ്ദതയിൽ സാലി അവസാനമായി, തനിക്കു കുടിക്കാനുള്ള പാനീയവുമായി കയറിപ്പോയ ഗോവണി. അവർക്ക് അവളുടെ കാലടി സ്വരം കേൾക്കാനുണ്ടെന്ന് തോന്നി. അവളുടെ ഉടുപ്പ് ഗോവണിയിലുരസുന്ന സ്വരം വരുന്നുണ്ടെന്ന്.

അവളുടെ ചിരിയുടെ പ്രതിധ്വനി വരുന്നുണ്ടെന്ന്. പുറത്ത്, പുൽത്തകിടിയുടെ അരികിൽ ഒരു മങ്ങിയ വെളിച്ചം കാണുന്നു. ഒരു വരി ചൈനീസ് വിളക്കുകൾ ഞാത്തിയിട്ടതുപോലെ തോന്നുന്നു. അവയ്ക്കിടയിലൂടെ ഒരു വെളുത്ത വസ്ത്രം ഒഴുകി നടക്കുന്നുണ്ടോ? തലമുടി വട്ടം കറങ്ങുന്നുണ്ടോ? അവർക്ക് മുകളിലെവിടേയോ ആണ് നഴ്സറി. വീട്ടിലെ കുട്ടികൾക്കായുള്ള മുറി. അതിപ്പോൾ ഒഴിഞ്ഞ് കിടക്കുന്നു. ചത്തുചീഞ്ഞ ശവം പോലെ കിടക്കുന്നു. അതിനകത്തെ മെത്ത ശൂന്യമല്ല എന്നൊരു ഭയത്തെ മറികടന്ന് ആർക്കെങ്കിലും ആ ഗോവണി കയറി ചെന്ന് അതിന്റെ വാതിലൊന്ന് തുറക്കാനാകുമോ?'' ദേബ്റ ഒന്ന് വിറച്ചു. അവരെല്ലാവർക്കും വേണ്ടി സംസാരിച്ചു. ''എന്ത് സംഭവിച്ചു എന്ന് ദയവായി ഞങ്ങളോട് പറയൂ.''

ഡൽഗ്ലീഷ് തലയുയർത്തി. അവളെ നോക്കി. സ്വരം താഴ്ത്തി. തുടർന്നു.

3

''**അ**നിയന്ത്രിതമായ ഏതോ വികാരത്തള്ളിച്ചയിലാണ് കൊലപാതകി മിസ് ജപ്പിന്റെ മുറിയിലേക്കെത്തിയത് എന്ന് ഞാൻ കരുതുന്നു. അവൾ എന്ത് ചിന്തിക്കുന്നു എന്നറിയാൻ. അവളെന്താണ് ചെയ്യാനുദ്ദേശിക്കുന്നത് എന്നറിയാൻ. അവളിൽനിന്നും എത്ര അപകടമുണ്ട്

എന്നറിയാൻ. അവളോട് യാചിക്കണം എന്നും ഉദ്ദേശിച്ചുകാണും. എന്നാൽ അങ്ങനെയൊരു ഉദ്ദേശ്യമുണ്ടായിരുന്നോ എന്ന കാര്യത്തിൽ എനിക്ക് സംശയമുണ്ട്. ഒരു വില പേശലായിരുന്നു ഉദ്ദേശ്യം എന്നും സംശയിക്കാം. സാലിയുടെ മുറിക്കരികിലേക്കെത്തിയ അയാൾ ഒന്നുകിൽ വാതിൽ തള്ളിത്തുറന്ന് അകത്ത് പ്രവേശിച്ചു അല്ലെങ്കിൽ വാതിൽക്കൽ മുട്ടിയപ്പോൾ സാലി തുറന്ന് കൊടുത്തു.

നിങ്ങൾക്കെല്ലാം മനസ്സിലാകുന്നതുപോലെ സാലി ആ വ്യക്തിയെ ഭയക്കുന്നുണ്ടായിരുന്നില്ല. ആ വ്യക്തിയിൽനിന്നും തനിക്ക് അപകടമെന്തെങ്കിലും വരും എന്ന് ചിന്തിക്കുന്നുണ്ടായിരുന്നില്ല. സാലി വസ്ത്രമഴിച്ച്, മെത്തയിലായിരുന്നിരിക്കണം. ഉറക്കം വന്ന് തുടങ്ങിയിട്ടുമുണ്ടാകണം. കൊക്കൊയിൽ നിന്നും വളരെ കുറച്ചേ അവൾ കുടിച്ചിട്ടുള്ളൂ എന്നതിനാൽ ഉറക്കഗുളികയുടെ പ്രഭാവത്തിലായിരുന്നില്ല. വെറുതെ തർക്കത്തിനു നിൽക്കാനോ ചാതുര്യം കാണിക്കാനോ വയ്യാത്ത ക്ഷീണമുണ്ടായിരുന്നു എന്നു മാത്രം. മെത്തയിൽ നിന്നെഴുന്നേൽക്കാൻ അവൾ തയ്യാറായിട്ടില്ല. അതിനു ബുദ്ധിമുട്ടിയിട്ടില്ല. തന്റെ ഗൗൺ അണിയാനും ഒരുങ്ങിയിട്ടില്ല. അവളുടെ സ്വഭാവത്തെക്കുറിച്ച് നമ്മൾ ഇതുവരെ മനസ്സിലാക്കിയതുവച്ച് അതിഥി ഒരു പുരുഷനാണെങ്കിൽ അവൾ മെത്തയിൽ നിന്നെഴുന്നേറ്റ് ഗൗൺ ധരിക്കുമായിരുന്നു എന്ന് നിങ്ങൾ ചിന്തിച്ചേക്കാം. എന്നാൽ അത്തരം തെളിവുകൾക്കും ന്യായത്തിനുമൊന്നും ഇപ്പോൾ പ്രസക്തിയില്ല.

''സാലിയും ആ അതിഥിയും തമ്മിൽ എന്തൊക്കെ നടന്നു എന്ന് നമുക്ക് അറിയില്ല. അതിഥി അവിടെ നിന്നിറങ്ങിയപ്പോൾ വാതിലടച്ചിരുന്നു എന്നും സാലി മരിച്ചിരുന്നു എന്നും മാത്രം നമുക്ക് അറിയാം. ഇത് മുൻകൂട്ടി നിശ്ചയിച്ച് നടത്തിയ ഒരു കൊലപാതകമാണെങ്കിൽ എന്തൊക്കെ സംഭവിച്ചിട്ടുണ്ടാകും എന്ന് നമുക്ക് ഊഹിക്കാമായിരുന്നു. സാലി വിവാഹിതയായിരുന്നു എന്ന് ഇപ്പോൾ നമുക്കറിയാം. തന്റെ ഭർത്താവിനെ സ്നേഹിക്കുന്നവളാണെന്നറിയാം. അയാൾ തിരിച്ച് വരാനായി കാത്തിരിക്കുകയായിരുന്നു എന്നുമറിയാം. അയാൾ എന്ന് വേണമെങ്കിൽ വരാം എന്ന പ്രതീക്ഷയിലായിരുന്നു എന്നറിയാം. ഡെറെക് പല്ലനുമൊത്തുള്ള അവളുടെ പെരുമാറ്റങ്ങളിൽ നിന്നും അവൾ തന്റെ രഹസ്യം കാത്ത് സൂക്ഷിച്ചതിൽനിന്നും ഇങ്ങനെയൊരു രഹസ്യം തന്നിലുണ്ടെന്നത് ഒരു കരുത്താണെന്ന് അവൾ കരുതിയിരുന്നു എന്നും നമുക്ക് കാണം. 'രഹസ്യമായിരിക്കണം എല്ലാം എന്നവൾ ആഗ്രഹിച്ചിരുന്നു' എന്നാണ് പല്ലൻ പറയുന്നത്. സാലി മുമ്പ് ജോലി ചെയ്തിരുന്നിടത്തെ ഒരു സ്ത്രീയെ ഞാൻ അഭിമുഖം നടത്തുകയുണ്ടായി. ''രഹസ്യക്കാരിയാണവൾ. മൂന്ന് വർഷം എനിക്കൊപ്പമുണ്ടായിരുന്നു. അവൾ എത്തിയപ്പോൾ അവളെക്കുറിച്ച് എന്തറിയാമായിരുന്നോ, അത്ര മാത്രമേ ആ മൂന്ന് വർഷങ്ങൾക്കുശേഷം

അവൾ വിട്ടുപോകുമ്പോഴും എനിക്കറിയാമായിരുന്നുള്ളൂ.'' എന്നാണവർ പറഞ്ഞത്. വളരെ വിഷമം പിടിച്ച സാഹചര്യങ്ങളിലൂടെ കടന്ന് പോയിട്ട് പോലും തന്റെ വിവാഹം അവൾ രഹസ്യമാക്കി തന്നെ വച്ചു. ആ പെരുമാറ്റം യുക്തമോ വിവേകപൂർണ്ണമോ ആയിരുന്നു എന്ന് തോന്നുന്നില്ല. അവളുടെ ഭർത്താവ് വിദേശത്തായിരുന്നു. നല്ല ജോലിയുണ്ടായിരുന്നു. അയാളും നല്ല ജീവനക്കാരനായിരുന്നു. ജോലി ചെയ്തിരുന്ന സ്ഥാപനം അയാളെ പിരിച്ചുവിടാനൊന്നും ഒരുങ്ങുകയില്ലായിരുന്നു. ആ സ്ഥാപനം ഇതൊന്നും അറിയാൻ തന്നെ പോകുന്നില്ല. സാലി സത്യം പറഞ്ഞിരുന്നു എങ്കിൽ ആരെങ്കിലുമൊക്കെ അവളെ സഹായിക്കുമായിരുന്നു. അവൾ അത് രഹസ്യമാക്കിവച്ചത് ഭാഗികമായി തന്റെ കൂറ് തെളിയിക്കാനും ഭാഗികമായി രഹസ്യങ്ങൾ സൂക്ഷിക്കുന്നതിനോട് ഒരു ഭ്രമം അവളിലുണ്ടായിരുന്നതിനാലുമാണ്. അത് തന്റെ അമ്മാവനേയും അമ്മായിയേയും വേദനിപ്പിക്കാനുള്ള അവസരം കൂടിയാണെന്ന് അവൾ കണക്കാക്കി. അവരോട് അവൾക്ക് സ്നേഹമൊന്നുമില്ലായിരുന്നു. അനുകമ്പയുമില്ലായിരുന്നു.

അവർ വേദനിക്കുന്നത് അവൾക്ക് ആനന്ദം നല്കി. മാത്രമല്ല ഏഴ് മാസം സൗജന്യമായി താമസിക്കാനൊരു ഇടവും അത് നല്കി. 'അവിവാഹിതരായ അമ്മമാർ അതാസ്വദിച്ചിരുന്നു എന്ന് സാലി എന്നോട് എപ്പോഴും പറയാറുണ്ട്' എന്ന് അവളുടെ ഭർത്താവ് എന്നോട് പറയുകയുണ്ടായി. ഇവിടെയുള്ള ആരും അതിനോട് യോജിക്കും എന്നെനിക്ക് തോന്നുന്നില്ല, എങ്കിലും സാലി റിച്ചി വിശ്വസിച്ചത് കൗതുകപർവ്വം നിർഭാഗ്യമുള്ളവരെ സഹായിച്ചുകൊണ്ടാണ് നമ്മുടെ സമൂഹം അവരുടെ മനശ്ശാന്തി കണ്ടെത്തുന്നത് എന്നാണ്. അല്ലാതെ അർഹരെങ്കിലും വിരസരായവരെയല്ല. അവളുടെ ആ സിദ്ധാന്തത്തെ പരീക്ഷണവിധേയമാക്കുക കൂടിയായിരുന്നു അവളപ്പോൾ.

സെയിന്റ് മേരീസ് അനാഥാലയത്തിലെ ജീവിതം അവൾ ആസ്വദിച്ചു എന്നാണെനിക്ക് തോന്നുന്നത്. മറ്റുള്ളവരിൽനിന്നും വ്യത്യസ്തയാണവൾ എന്ന അറിവ് അവളെ സന്തുഷ്ടയാക്കി. അവൾ സെയിന്റ് മേരീസിലെ അന്തേവാസികളെ തന്റെ ഭർത്താവിനനുകരിച്ച് കൊടുത്തിരുന്നു. അതാസ്വദിച്ചിരുന്നു. സത്യമറിഞ്ഞാൽ മിസ് ലിഡലിന്റെ മുഖം എങ്ങനെയുണ്ടാകും എന്നവർ നേരത്തെ ആലോചിച്ചിരുന്നു. ആ മുഖഭാവം ആസ്വദിച്ചിരുന്നു. 'അവൾ അവിവാഹിതയായ ഒരു അമ്മയായിരുന്ന കാലത്തെക്കുറിച്ച് സാലി തന്നെ പറയട്ടെ' എന്നൊക്കെ മിസ് ലിഡൽ പറയും എന്നവൾ പ്രതീക്ഷിച്ചിരുന്നു. താനൊളിപ്പിച്ച് വച്ചിരിക്കുന്ന ജ്ഞാനമൊരു കരുത്താണെന്ന് അവൾ ദൃഢമായി വിശ്വസിച്ചിരുന്നു. മാക്സി കുടുംബത്തിന്റെ അമ്പരപ്പും അവൾ

ആസ്വദിച്ചു. അപകടത്തിന്റെ മുനയിലെത്തിയപ്പോഴുള്ള അമ്പരപ്പ്. അതിൽ സത്യമായി ഒന്നുമില്ല എന്ന് അവൾക്ക് പക്ഷേ അറിയാമായിരുന്നു.'

ദേബ്റ ഒന്ന് അനങ്ങിയിരുന്നു. അവൾ അസ്വസ്ഥമാകാൻ തുടങ്ങി.

''അവളെക്കുറിച്ച് വളരെയധികം കാര്യങ്ങൾ നിങ്ങൾക്ക് അറിയാമെന്ന് തോന്നുന്നു. ആ വിവാഹാലോചന നടക്കാത്തതാണെന്ന് അവൾക്കറിയാമായിരുന്നു എങ്കിൽ പിന്നെ എന്തിനാണവൾ അതിനു സമ്മതിച്ചത്? സ്റ്റീഫനോട് സത്യം പറഞ്ഞിരുന്നെങ്കിൽ പലരേയും അവൾക്ക് ഈ വൈഷമ്യങ്ങളിൽനിന്നും രക്ഷപ്പെടുത്താനാകുമായിരുന്നില്ലേ?''

ഡൽഗ്ലീഷ് അവളെ നോക്കി.

''സ്വന്തം ജീവനും രക്ഷിക്കാമായിരുന്നു. എന്നാൽ അതൊക്കെ പറയുക എന്ന സ്വഭാവം അവൾക്കില്ലായിരുന്നുവല്ലോ. അധികമൊന്നും കാത്തിരിക്കേണ്ടതുമില്ലായിരുന്നു. ഒന്ന് രണ്ട് ദിവസത്തിനുള്ളിൽ ഭർത്താവ് നാട്ടിലെത്തുമായിരുന്നു. ഡോക്ടർ മാക്സിയുടെ അഭ്യർത്ഥന കാര്യങ്ങൾ കൂടുതൽ സങ്കീർണ്ണമാക്കിയതേയുള്ളൂ. മൊത്തം അവസ്ഥയിൽ കൂടുതൽ ഉത്തേജനവും തമാശയും കലർത്തുന്നതായിരുന്നു. ആ അഭ്യർത്ഥന അവൾ പ്രത്യക്ഷമായി, പരസ്യമായി, സ്വീകരിച്ചില്ല എന്നത് ഓർമ്മവേണം. അവൾ അങ്ങനെ തന്നെയേ പെരുമാറൂ. അവൾക്ക് ശ്രീമതി റിസ്കോവിനോട് അത്ര സ്നേഹമില്ലായിരുന്നു ഭർത്താവിന്റെ വരവ് അടുത്തെത്തും തോറും അതൊരു ധാർഷ്ട്യമായി തുടങ്ങിയിരുന്നു. ഈ വിവാഹാഭ്യർത്ഥന സ്വകാര്യമായി അവൾക്ക് കുറച്ച് തമാശകൾ ആസ്വദിക്കാൻ അവസരമൊരുക്കി. അതിഥി അവൾക്കരികിലെത്തിയപ്പോൾ അവൾ പാതിമയക്കത്തിൽ കിടക്കുകയായിരുന്നു എന്നാണെനിക്ക് തോന്നുന്നത്. പാതിമയക്കത്തിൽ പക്ഷേ സന്തോഷത്തോടേ, ഉല്ലാസത്തോടെ, ആത്മവിശ്വാസത്തോടെ. മാക്സി കുടുംബം മൊത്തമായി, അപ്പോഴത്തെ അവസരം മൊത്തമായി, എന്തിന് ഈ ലോകം തന്നെ തന്റെ കൈമുഷ്ടിയിലായിരിക്കുന്നു എന്ന ചിന്തയോടെ. ഞാൻ അഭിമുഖം നടത്തിയവരിൽ ഒരാൾപോലും അവൾ ദയയും കരുണയുമുള്ളവളാണെന്ന് അഭിപ്രായപ്പെട്ടിട്ടില്ല. തന്റെ അതിഥിയോടും അവൾ അങ്ങനെ കരുണയൊന്നും കാണിച്ചിട്ടുണ്ടാകില്ല. അതിഥിയുടെ കോപത്തിന്റേയും നിരാശയുടേയും കരുത്തിനെ അവൾ കുറച്ച് കണ്ടു. ഒരുപക്ഷേ അവൾ ചിരിച്ച് തള്ളിയിട്ടുമുണ്ടാകും. അപ്പോഴാകണം കരുത്തുള്ള കൈവിരലുകൾ അവളുടെ കഴുത്തിലമർന്നത്.''

അവിടെ ഒരു നിശ്ശബ്ദതയുണ്ടായി. ഫെലിക്സ് ഹെർണെയാണാ നിശ്ശബ്ദതയ്ക്ക് വിഘ്നം വരുത്തിയത്.

''നിങ്ങൾ നിങ്ങളുടെ ഔദ്യോഗിക രംഗമേതെന്ന് തെറ്റിദ്ധരിച്ചിരിക്കുന്നു ഇൻസ്പെക്ടർ. ഇത്രയും നാടകീയമായ കഥപറച്ചിലിനിതിലും കൂടുതൽ ശ്രോതാക്കൾ വേണമായിരുന്നു.''

''വിഡ്ഢിത്തരം പറയാതെ ഹെർണേ.'' സ്റ്റീഫൻ മാക്സി തന്റെ വിളറിയ മുഖമുയർത്തി. വിളർച്ചയും ക്ഷീണവും ബാധിച്ച മുഖം. ''നമ്മൾ നല്കുന്ന പ്രതികരണത്തിൽ അയാൾ തൃപ്തനാണെന്ന് കാണാനില്ലേ.'' എന്നിട്ട് മാക്സി ഡൽഗ്ലീഷിലേക്ക് തിരിഞ്ഞു. കോപത്തോടെ തിരിഞ്ഞു. ''ആരുടെ കൈകളായിരുന്നു അത്?'' അയാൾ ആക്രോശിച്ചു. ''എന്തിനാണിങ്ങനെ നാടകം കളിക്കുന്നത്? ആരുടെ കൈകളായിരുന്നു അത്?''

ഡൽഗ്ലീഷ് അയാളെ അവഗണിച്ചു.

''കൊലപാതകി വാതിൽക്കലെത്തി. വിളക്കണച്ചു. അതാണ് രക്ഷപ്പെടുന്ന നിമിഷം. അപ്പോൾ അയാളുടെ മനസ്സിൽ ഒരു സംശയമുണ്ടാകുന്നു. സാലി ജപ്പ് മരിച്ചു എന്ന് ഉറപ്പ് വരുത്തേണ്ടതുണ്ട്. ആ കുഞ്ഞ് ഉറക്കമുണരാൻ സാധ്യതയുണ്ട്. കരയുന്ന ഒരു കുഞ്ഞിനെ തനിയെ അമ്മയുടെ ശവത്തിനരികിലാക്കി പോകരുത് എന്നൊരു മാനവികത മനസ്സിലെത്തി. അത് സ്വാഭാവികമാണ്. അവൻ കരഞ്ഞാൽ ഒരു പക്ഷേ വീട്ടിലുള്ളവരെല്ലാം ഉണർന്നേക്കും. അത് രക്ഷപ്പെടൽ ബുദ്ധിമുട്ടാക്കും. കാരണമെന്തോ ആകട്ടെ വിളക്ക് വീണ്ടും തെളിയിക്കപ്പെട്ടു. പിന്നെ അണച്ചു. പുൽത്തകിടിയുടെ ഓരത്ത് വൃക്ഷങ്ങൾക്ക് ചുവട്ടിൽ അപ്പോൾ സിഡ്നി പ്രോക്ടർ കാത്ത് നില്പുണ്ടായിരുന്നു. അയാൾ ഇതാണ് തനിക്കുള്ള സൂചന എന്ന് കരുതി. അയാളുടെ കൈവശം വാച്ചൊന്നുമില്ല. ഇത്തിരി വെളിച്ചം എവിടെ നിന്നോ വരുന്നതിനേയും ഇടിമിന്നലിനേയും ആശ്രയിച്ചു വേണം അയാൾക്ക് നീങ്ങാൻ. അതുപയോഗിച്ച് അയാൾ പുറകിലെ വാതില്ക്കലെത്തി. മരങ്ങളുടേയും കുറ്റിച്ചെടികളുടെയും മറവ് പിടിച്ചെത്തി.''

ഡൽഗ്ലീഷ് വീണ്ടും ഒരു ഇടവേളയെടുത്തപ്പോൾ ശ്രോതാക്കൾ പ്രോക്ടറിലേക്ക് തിരിഞ്ഞു. അയാളിപ്പോൾ ശാന്തനായിരിക്കുന്നു എന്ന് തോന്നി. മുമ്പുണ്ടായിരുന്ന ആ പിരിമുറുക്കവും പ്രതിരോധിക്കാനുള്ള ഉഗ്രതയും കാട്ടാളത്തവും ഇല്ലാതായിരിക്കുന്നു. അയാൾ കഥ തുടർന്നു. ശ്രോതാക്കൾ കാണിക്കുന്ന താത്പര്യവും ആ ഭീകര രാത്രിയുടെ ഓർമ്മകളും അയാളിലെ കുറ്റബോധത്തേയും അന്തർബോധത്തേയും ഇല്ലാതാക്കിയിരിക്കുന്നു. അയാളിപ്പോൾ ബഹളമയമായ സ്വയം നീതീകരണത്തിനപ്പുറത്തെത്തിയിരിക്കുന്നു. അതിനാൽ അയാളെ സഹിക്കുക എന്നതും അവർക്ക് എളുപ്പമായി. അവരെയെല്ലാം പോലെ അയാളും ഒരർത്ഥത്തിൽ സാലിയുടെ ഇരയായിരുന്നു. അയാളെ കേട്ടുകൊണ്ടിരുന്നപ്പോൾ, അയാളെ വാതിൽക്കലെത്തിച്ച നൈരാശ്യവും ഭയവും അവരും പങ്കുവച്ചു.

രണ്ട് തവണ വിളക്കണയ്ക്കുകയും തെളിയിക്കുകയും ചെയ്യും എന്നാണവൾ പറഞ്ഞിരുന്നത്. അതിൽ ആദ്യത്തേത് എന്റെ ശ്രദ്ധയിൽനിന്നും വഴുതിയിരിക്കും എന്ന് ഞാൻ കരുതി. അതിനാൽ കുറച്ച് സമയം ഞാൻ കാത്തു. പിന്നെ ഒന്ന് ശ്രമിച്ച് നോക്കാം എന്ന് കരുതി. വെറുതെ എല്ലാം താറുമാറാക്കുന്നതിൽ അർത്ഥമില്ലായിരുന്നു. ഇതുവരെ എത്തിയ സ്ഥിതിക്ക് ഇതൊന്ന് പൂർത്തിയാക്കാം എന്ന് കരുതി. ഞാനത് ചെയ്തു എന്നവൾ കാണുകയും ചെയ്യുമല്ലോ. മുപ്പത് പൗണ്ട് ശേഖരിക്കുക അത്ര എളുപ്പമല്ലായിരുന്നു. എന്റെ പോസ്റ്റോഫീസ് അക്കൗണ്ടിലുള്ളതെല്ലാം എടുത്തു. പക്ഷേ അത് പത്തേയുണ്ടായിരുന്നുള്ളൂ. വീട്ടിൽ അധികമൊന്നുമില്ലായിരുന്നു. ടെലിവിഷന്റെ ഇൻസ്റ്റാൾമെന്റ് അടയ്ക്കാനായി സൂക്ഷിച്ചത് മാത്രം. അത് ഞാൻ എടുത്തു. കാനിങ്ങ്ബറിയിലെ ഒരു കടയിൽ എന്റെ വാച്ച് പണയപ്പെടുത്തി. ഞാൻ വല്ലാതെ ഗതികെട്ട അവസ്ഥയിലാണെന്ന് അയാളും മനസ്സിലാക്കിയിട്ടുണ്ടാകും. അതിനാൽ അതിനു ലഭിക്കേണ്ടുന്ന മൂല്യമൊന്നും തന്നില്ല. പക്ഷേ എല്ലാം കൂടിയായപ്പോൾ അവളെ നിശ്ശബ്ദയാക്കാനുള്ളതായി. അവൾ ഒപ്പുവയ്ക്കേണ്ടുന്ന രശീതി ഞാൻ എഴുതി തയ്യാറാക്കിയിരുന്നു.

കുതിരാലയത്തിൽ വച്ചുണ്ടായ രംഗത്തിനു ശേഷം എനിക്ക് അവളുടെയടുത്ത് ഒരു ഭാഗ്യപരീക്ഷണത്തിനു മനസ്സില്ലായിരുന്നു. പണം കൈമാറി, ആ രശീതി ഒപ്പിട്ട് വാങ്ങി തിരിച്ച് വീട്ടിലേക്ക് പോകാം എന്നാണ് ഞാൻ കരുതിയത്. ഇനിയും അവൾ മറ്റെന്തെങ്കിലും തമാശയുമായി വന്നാൽ എന്നെ ഭീഷണിപ്പെടുത്തി പണം വാങ്ങുന്നു എന്ന് കാണിച്ച് പൊലീസിൽ പരാതിപ്പെടാം. ആ സമയത്ത് ഈ രശീതി ഉപകാരപ്പെടും. എന്നാലും അത് ഉപകാരപ്പെടുമോ എന്നൊരു ആശങ്കയും മനസ്സിലുണ്ടായിരുന്നു. അവൾക്ക് പണമായിരുന്നു ആവശ്യം. പണം ലഭിച്ചാൽ ഒരുപക്ഷേ അവൾ പിന്നെ എന്നെ ഉപദ്രവിക്കില്ലായിരിക്കാം. എന്തായാലും രണ്ടാമതൊരു ശ്രമത്തിനവസരം നൽകേണ്ടതില്ല. എനിക്ക് പെട്ടെന്നങ്ങനെ പണമുണ്ടാക്കാനൊന്നുമാകില്ല. സാലിക്ക് അത് നല്ലപോലെ അറിയാം. അവളൊരു വിഡ്ഢിയൊന്നുമല്ല.

അവൾ പറഞ്ഞതുപോലെ പുറത്തേക്കുള്ള വാതിൽ തുറന്നിട്ടിരുന്നു. എന്റെ കൈവശം ടോർച്ചുണ്ടായിരുന്നു. അതിനാൽ ഗോവണി കണ്ടെത്താനും അവളുടെ മുറിക്ക് മുന്നിലെത്താനും ബുദ്ധിമുട്ടുണ്ടായില്ല. അന്ന് ഉച്ചയ്ക്ക് അവൾ തന്നെ എനിക്ക് വഴി കാണിച്ച് തന്നിരുന്നുവല്ലോ. അതിനാൽ അത് വളരെ എളുപ്പമായി. വീട് ശാന്തമായിരുന്നു. നിശ്ശബ്ദമായിരുന്നു. അതിനകത്ത് ആരുമില്ലെന്നപോലെ നിശ്ശബ്ദം. സാലിയുടെ മുറിയുടെ വാതിൽ അടഞ്ഞ് കിടന്നു. താക്കോൽ ദ്വാരത്തിലൂടെ വെളിച്ചമൊന്നും വരുന്നില്ല. വാതിലിനടിയിലൂടേയും വെളിച്ചം കണ്ടില്ല. അത് വിചിത്രമായെനിക്ക് തോന്നി. വാതിൽക്കൽ

മുട്ടിവിളിക്കണോ എന്ന് ഞാൻ ചിന്തിച്ചു. എന്നാൽ ശബ്ദമുണ്ടാക്കാതിരിക്കാൻ ഞാൻ താത്പര്യപ്പെടുകയും ചെയ്തു. ചുറ്റിലും ഭീതിജനകമാംവിധം നിശ്ശബ്ദമായിരുന്നു. അവസാനം ഞാൻ വാതിൽ തുറന്നു. അവളെ വിളിച്ചു. അവൾ പ്രതികരിച്ചില്ല. ഞാൻ ടോർച്ച് തെളിയിച്ചു. ടോർച്ചിന്റെ വെളിച്ചം മെത്തയിലെത്തി. അവളവിടെ കിടപ്പുണ്ടായിരുന്നു. ആദ്യം ഞാൻ കരുതിയത് അവൾ ഉറങ്ങിപ്പോയിരിക്കുന്നു എന്നാണ്. അതൊരു ആശ്വാസമായി. പണം അവളുടെ തലയിണയിൽ വച്ച് അവിടെ നിന്ന് ഇറങ്ങിപ്പോയാലോ എന്നാണാദ്യം ചിന്തിച്ചത്. പിന്നെ 'അതെന്തിനു ചെയ്യണം' എന്നായി ചിന്ത. അവളാണെന്നോട് വരാൻ പറഞ്ഞത്. ഉണർന്നിരിക്കേണ്ടത് അവളുടെ ചുമതലയാണ്. മാത്രമല്ല എനിക്കാകട്ടെ, ഈ വീടിനകത്തു നിന്ന് പുറത്ത് കടക്കാനും തിരക്കായി. അവൾ ഉറങ്ങുകയല്ല എന്ന് ആദ്യം ഞാൻ തിരിച്ചറിഞ്ഞതെപ്പോഴാണെന്ന് അറിയില്ല. ഞാൻ മെത്തയ്ക്കരികിലേക്ക് നീങ്ങി. അവൾ മരിച്ച് കിടക്കുകയാണെന്ന് തിരിച്ചറിഞ്ഞു. അത് നിങ്ങൾക്ക് തെറ്റില്ല. അവൾ അബോധാവസ്ഥയിലല്ല, രോഗാവസ്ഥയിലുമല്ല എന്നെനിക്ക് ഉറപ്പായി. സാലി മരിച്ചിരിക്കുന്നു. ഒരു കണ്ണ് അടഞ്ഞിട്ടുണ്ട്. മറ്റേത് പാതി തുറന്നിരിക്കുന്നു. അതെന്നെ നോക്കുകയാണെന്ന് തോന്നി. അതിനാൽ ഞാൻ എന്റെ ഇടതുകൈ കൊണ്ടതടച്ചു. അവളെ സ്പർശിക്കാൻ അപ്പോൾ എന്നെ പ്രേരിപ്പിച്ചതെന്ത് എന്ന് എനിക്കറിയില്ല. അതൊരു അസംബന്ധമാണ്. എന്നെ തന്നെ തുറിച്ച് നോക്കിക്കൊണ്ടിരുന്ന ആ കണ്ണൊന്ന് അടയ്ക്കണമായിരുന്നു എനിക്ക്. അവളുടെ കവിളിനരികിൽ മെത്തവിരിപ്പ് മടങ്ങിക്കിടപ്പുണ്ടായിരുന്നു. അവളെ ആരോ അലോസരപ്പെടുത്തിയതു പോലെ കിടപ്പുണ്ടായിരുന്നു. ഞാനത് വലിച്ചെടുത്തു. അപ്പോഴാണവളുടെ കഴുത്തിലെ ക്ഷതം കണ്ടത്. അതുവരെ 'കൊലപാതകം' എന്ന വാക്ക് എന്റെ മനസ്സിൽ എത്തിയിരുന്നില്ല എന്ന് തോന്നുന്നു.

ആ വാക്ക് മനസ്സിലെത്തിയയുടൻ എനിക്ക് സ്ഥലകാലബോധം നഷ്ടമായി. വലതുകൈകൊണ്ടാണത് ചെയ്തിരിക്കുന്നതെന്നും അതിനാൽ ആരും എന്നെ സംശയിക്കുകയില്ല എന്നുമൊക്കെ ഞാൻ ചിന്തിക്കേണ്ടതായിരുന്നു. പക്ഷേ ഭയം അതിന്റെ പാരമ്യത്തിലേക്കെത്തിയാൽ പിന്നെ ആർക്ക് എന്ത് ചിന്തിക്കാനാകും? ഞാനപ്പോഴും ടോർച്ച് തെളിയിച്ച് പിടിച്ചിരുന്നു. ഞാൻ വിറയ്ക്കുന്നുണ്ടായിരുന്നു. വിറമൂലം ടോർച്ചിലെ വെളിച്ചം അവളുടെ തലയ്ക്ക് ചുറ്റിലും വട്ടമിട്ടു. അവിടെ വൃത്തങ്ങൾ സൃഷ്ടിച്ചു. എനിക്കതിനെ പിടിച്ച് നിർത്താനായില്ല. വിറ ശമിപ്പിക്കാനായില്ല. എന്തു ചെയ്യണം എന്ന് ആലോചിക്കാൻ ഞാൻ ശ്രമിക്കുന്നുണ്ടായിരുന്നു. അവൾ മരിച്ച് കിടക്കുകയാണെന്നും പണവുമായാണ് ഞാൻ അവളുടെ മുറിയിൽ നില്ക്കുന്നതെന്നുമുള്ള ചിന്ത എന്നെ ഗ്രസിക്കാൻ തുടങ്ങി. അങ്ങനെ പിടികൂടപ്പെട്ടാൽ പിന്നെ ജനം എന്ത് കരുതും എന്ന് നിങ്ങൾക്കറിയാമല്ലോ.

എനിക്കവിടെ നിന്ന് രക്ഷപ്പെടണം. വാതിൽക്കൽ ഞാൻ എത്തിയത് ഓർമ്മയില്ല. അവിടെക്കെത്തുമ്പോഴേക്കും വൈകിയിരുന്നു. പുറത്തെ ഇടനാഴിയിൽനിന്നും കാലൊച്ച കേൾക്കാൻ തുടങ്ങിയിരിക്കുന്നു. വളരെ മൃദുവായവ. സാധാരണ ഗതിയിൽ അത് എന്റെ ശ്രദ്ധയിൽ വരില്ലായിരുന്നു. പക്ഷേ എനിക്കെന്റെ ഹൃദയമിടിപ്പ് പോലും കേൾക്കാനാകുന്ന അവസ്ഥയിലായിരുന്നു അപ്പോൾ. അതിനാൽ മറ്റേത് സ്വരവും വലിയ പൊലിമയോടെ എന്റെ കാതിലെത്തുമായിരുന്നു. അടുത്ത നിമിഷത്തിൽ ഞാൻ വാതിൽ കുറ്റിയിട്ടു. അവിടെ ചാരി നിന്നു. ശ്വാസമടക്കി നിന്നു. വാതിലിന്റെ മറുഭാഗത്ത് ഒരു സ്ത്രീയായിരുന്നു. അവർ വാതിൽക്കൽ മുട്ടി. വളരെ പതിഞ്ഞ സ്വരത്തിൽ 'സാലി... നീ ഉറങ്ങിയോ സാലീ' എന്ന് വിളിച്ചു. വളരെ പതിഞ്ഞ സ്വരത്തിൽ. അത്രയും സ്വരം താഴ്ത്തി വിളിച്ചാൽ ഒരാൾ എങ്ങനെ കേൾക്കും എന്നെനിക്കറിയില്ല. ഒരുപക്ഷേ അവർ കേൾക്കാനായി വിളിച്ചതാകില്ല. അതിനുശേഷവും പലതവണ ഞാൻ അതിനെക്കുറിച്ച് ആലോചിക്കുകയുണ്ടായി. എന്നാൽ അപ്പോൾ അവരെന്താണ് ചെയ്യാനുദ്ദേശിക്കുന്നതെന്നറിയാന് ഞാൻ കാത്തുനിന്നില്ല. അവർ ഒരുപക്ഷേ കൂടുതൽ ഉച്ചത്തിൽ മുട്ടിവിളിച്ചിട്ടുണ്ടാകാം. കുഞ്ഞ് കരയുന്നയത്ര ഉച്ചത്തിൽ. അല്ലെങ്കിൽ അകത്ത് എന്തോ കുഴപ്പമുണ്ട് എന്ന് ധരിച്ചിരിക്കാം. വീട്ടുകാരെ വിളിക്കാനോടിയിരിക്കാം. എനിക്കവിടെ നിന്ന് രക്ഷപ്പെടണമായിരുന്നു. ഭാഗ്യമെന്ന് പറയട്ടെ, എന്റെ ശാരീരികക്ഷമത അത്ര മോശമല്ല. ഉയരങ്ങൾ എന്നെ ഭയപ്പെടുത്താറില്ല. അവിടെ അധികം ഉയരമുണ്ടെന്നല്ല. ഞാൻ വശത്തെ ജാലകത്തിലൂടെ പുറത്തിറങ്ങി. വൃക്ഷങ്ങൾക്കരികിലുള്ള ജാലകത്തിലൂടെ. അവിടത്തെ പുകക്കുഴൽ എനിക്ക് സഹായകമായി. കൈകൾ വേദനിക്കാതെ ഇറങ്ങാനായി. സൈക്കിൾ സവാരിക്ക് ഉപയോഗിക്കുന്ന ഷൂസാണപ്പോൾ ധരിച്ചിരുന്നത്. അത് പിടുത്തം മുറുക്കമുള്ളതാക്കി. അവസാനത്തെ ഏതാനും അടി ഉയരത്തിൽനിന്നും ഞാൻ താഴെ വീണു. കാലിന്റെ ഞെരിയാണി ഉളുക്കി. വൃക്ഷങ്ങളുടെ മറവിലേക്ക് ഞാനോടി. അവിടെയെത്തിയിട്ടേ തിരിഞ്ഞ് നോക്കിയുള്ളൂ. സാലിയുടെ മുറിയിൽ അപ്പോഴും ഇരുട്ടായിരുന്നു. അത് കണ്ടപ്പോൾ എനിക്ക് സുരക്ഷിതത്വം തോന്നി.

''ഞാനെന്റെ സൈക്കിൾ വേലിക്കരികിൽ ഒളിപ്പിച്ചിരുന്നു. തെരുവിനോട് ചേർന്ന്. അതവിടെ തന്നെയുണ്ട് എന്നറിഞ്ഞപ്പോൾ സന്തോഷം തോന്നി. സത്യമായും സന്തോഷം തോന്നി. അതിൽ കയറിയിരുന്നപ്പോഴാണ് എന്റെ കാലുളുക്കിയിരിക്കുന്നല്ലോ എന്ന ഓർമ്മ പോലുമെത്തിയത്. ആ കാലുകൊണ്ട് പെഡലിൽ അമർത്തിച്ചവിട്ടാനാകുന്നില്ലായിരുന്നു. എങ്കിലും ഞാൻ ഒരു വിധത്തിൽ കൈകാര്യം ചെയ്തു. സൈക്കിളോടിക്കുന്നതിനൊപ്പം ഞാൻ മനസ്സിൽ ചില പദ്ധതികളും

മെനയുന്നുണ്ടായിരുന്നു. ഒരു ഒഴികഴിവ് കണ്ടെത്തണം. ഫിഞ്ച്വർത്തിയിലെത്തിയപ്പോൾ ഞാൻ ബോധപൂർവ്വം അപകടം വരുത്തി. അത്രയെളുപ്പമൊന്നുമല്ലായിരുന്നു അത്. ശാന്തമായ വഴിയാണ്. ഇടതുഭാഗത്ത് ഉയരമേറിയ ഒരു ചുമരുണ്ട്. ഞാൻ ആ ചുമരിലേക്ക് സൈക്കിൾ ഇടിച്ച് കയറ്റി. മുൻവശത്തെ ചക്രം വളയുന്നതുവരെ ചുമരിൽ ഇടിച്ചുകൊണ്ടേയിരുന്നു. അതിനുശേഷം കീശയിലുണ്ടായിരുന്ന ചെറിയ കത്തികൊണ്ട് മുൻവശത്തെ ടയർ കുത്തിക്കീറി. എന്നെക്കുറിച്ച് എനിക്ക് വേവലാതിപ്പെടേണ്ടതില്ലായിരുന്നു. എന്റെ കാൽക്കണ്ണി വീർത്ത് തുടങ്ങിയിരുന്നു. നല്ല വേദനയുണ്ടായിരുന്നു. എപ്പോഴോ മഴയും തുടങ്ങിയിരുന്നതിനാൽ ഞാൻ തണുത്ത് വിറയ്ക്കുന്നുണ്ടായിരുന്നു. എന്നാൽ മഴയൊന്നും എന്റെ ഓർമ്മയിൽ തങ്ങിനിൽക്കുന്നില്ല. ഒരു വിധത്തിൽ ഞാൻ സൈക്കിൾ വലിച്ച് കാനിങ്ങ്ബറിയിലെത്തി.

വീട്ടിലെത്തിയപ്പോഴേക്കും ഒരു മണി കഴിഞ്ഞിരുന്നു. ശബ്ദമുണ്ടാക്കാൻ എനിക്കാകില്ലായിരുന്നു. അതിനാൽ സൈക്കിൾ വീടിനു മുന്നിലെ തോട്ടത്തിൽ ഉപേക്ഷിച്ചു. ഞാൻ അകത്ത് കയറി. താഴത്തെ നിലയിലെ ക്ലോക്കിലെ സമയമൊന്ന് മാറ്റിവയ്ക്കുന്നതുവരെ ഭാര്യയെ ഉണർത്താനാകില്ലായിരുന്നു. കിടപ്പ് മുറിയിൽ ക്ലോക്കോ വാച്ചോ ഇല്ല. എന്റെ സ്വർണ്ണവാച്ച് എന്നും വൈൻഡ് ചെയ്ത് മെത്തയ്ക്കരികിൽ വയ്ക്കുകയായിരുന്നു പതിവ്. ഭാര്യയെ ഉണർത്താതെ അകത്തെത്താനായാൽ മാത്രമേ കാര്യങ്ങൾ ഭംഗിയാകുകയുള്ളൂ എന്ന് എനിക്കറിയാമായിരുന്നു. എന്നാൽ എന്നെത്തേടിയെത്തുന്നത് നിർഭാഗ്യമാകുമോ എന്നൊരു സംശയവും ഇല്ലാതിരുന്നില്ല. അവൾ ഒരു പക്ഷേ ഉണർന്നിരിക്കുകയാകും. മുൻവാതിൽ തുറക്കുന്ന ശബ്ദത്തിനായി കാത്തിരിക്കുകയാകും. അവൾ ഗോവണിയുടെ മുകളിലെത്തി എന്നെ വിളിച്ചു. ഞാൻ അവളോട് കിടന്നുറങ്ങിക്കൊള്ളാനും ഞാനിപ്പോൾ വരാമെന്നും വിളിച്ച് പറഞ്ഞു. അവൾ ഞാൻ പറഞ്ഞത് അനുസരിച്ചു. അതാണവളുടെ സ്വഭാവവും. എന്നാലും അധികം താമസിയാതെ അവൾ ഇറങ്ങിവരും എന്ന് എനിക്കറിയാം. എങ്കിലും ആ അവസരം ഞാൻ വിനിയോഗിച്ചു.

അവൾ ഗൗൺ ധരിച്ച് താഴേക്കെത്തുമ്പോഴേക്കും ക്ലോക്കിലെ സമയം ഞാൻ മാറ്റി വച്ചു. അർദ്ധരാത്രിയാക്കി. അവൾ എനിക്ക് ഒരു കപ്പ് ചായയിടാൻ തിരക്ക് കൂട്ടുന്നുണ്ടായിരുന്നു. എനിക്കാകട്ടെ, പട്ടണത്തിലെ ക്ലോക്കിൽ രണ്ടടിക്കുന്നതിനു മുമ്പ് അവളൊന്ന് ഉറങ്ങിക്കിട്ടണം എന്നായിരുന്നു ആഗ്രഹം. എങ്ങനെയൊക്കെയോ ഞാനവളെ മുകളിലേക്ക് പറഞ്ഞ് വിട്ടു. അവൾ പെട്ടെന്ന് ഉറക്കവുമായി.

എന്നാൽ എന്റെ കാര്യം അങ്ങനെയായിരുന്നില്ല. ദൈവമേ, അങ്ങനെയൊരു രാത്രി ഇനിയൊരിക്കലും വരരുതേ എന്നാണിപ്പോഴും

ഞാൻ ആഗ്രഹിക്കുന്നത്. ഞങ്ങളെക്കുറിച്ച് നിങ്ങൾക്ക് എന്ത് വേണമെങ്കിലും പറയാം. സാലിയോടുള്ള ഞങ്ങളുടെ പെരുമാറ്റത്തെക്കുറിച്ചും പറയാം. എന്റെ ചിന്തകളനുസരിച്ച് അവളോട് ഞങ്ങൾ മോശമായി ഒന്നും ചെയ്തിട്ടില്ല. എന്നാൽ അവൾക്കതിഷ്ടപ്പെട്ടിട്ടില്ലായിരിക്കാം. എന്തായാലും അവൾക്ക് ആ രാത്രിയിൽ അർഹിക്കുന്നതാണ് ലഭിച്ചത്.''

ആ വാക്ക് അവരെ അപ്പോൾ ഞെട്ടിച്ചു. എല്ലാവരും നിശ്ശബ്ദരായി. അയാൾ അതിനിടയിൽ എന്തോ മന്ത്രിച്ചു. അതൊരു ക്ഷമാപണമാണെന്ന് തോന്നി. പിന്നെ മുഖം മറച്ചു. വികൃതവും വിലക്ഷണവുമായ വലതു കൈകൊണ്ട് മുഖം മറച്ചു. കുറച്ച് നേരം ആരും സംസാരിച്ചില്ല. കാതറിനാണ് സംസാരം വീണ്ടുമാരംഭിച്ചത്.

''നിങ്ങൾ വിചാരണയിലൊന്നും വന്നില്ലല്ലോ? ആ ദിവസം ഞങ്ങളും അതെന്തുകൊണ്ട് എന്ന് ആശ്ചര്യപ്പെടുകയുണ്ടായി. നിങ്ങൾക്ക് സുഖമില്ല എന്ന് ആരോ പറഞ്ഞ് കേട്ടു. അതോ നിങ്ങളെ കണ്ടാൽ തിരിച്ചറിയപ്പെടും എന്ന് ഭയന്നതുകൊണ്ടാണോ വരാതിരുന്നത്? പക്ഷേ അപ്പോഴേക്കും സാലി മരിച്ചു എന്നറിയാമായിരുന്നല്ലോ? ആരും നിങ്ങളെ സംശയിക്കാൻ സാധ്യതയില്ല എന്നും അറിയാമായിരുന്നല്ലോ?''

വികാരത്തിന്റെ തള്ളിച്ചയാൽ ആത്മബോധമില്ലാത്ത ഒഴുക്കോടെയാണ് പ്രോക്ടർ തന്റെ കഥ പറഞ്ഞത്. ഇപ്പോൾ സ്വയം ന്യായീകരണത്തിന്റെ സമയമായിരിക്കുന്നു. അത് അയാളിലേക്ക് ആ പഴയ കാട്ടാളത്തം, ഉഗ്രത തിരികെ കൊണ്ടുവന്നു.

''ഞാനെന്തിനു പോകണം? എന്തായാലും എന്റെ ആരോഗ്യവും അതിനനുവദിക്കുന്നതായിരുന്നില്ല. അവൾ എങ്ങനെയാണ് മരിച്ചതെന്ന് എനിക്കറിയാമായിരുന്നു. ഞായറാഴ്ച പ്രഭാതത്തിൽ പൊലീസ് ഞങ്ങൾക്കരികിലേക്ക് ഒരാളെ വിട്ടിരുന്നു. അയാൾ അതൊക്കെ പറഞ്ഞു. അധികസമയമൊന്നുമെടുക്കാതെ അയാൾ എന്നോട് ഞാൻ എപ്പോഴാണവളെ അവസാനമായി കണ്ടത് എന്ന് ചോദിച്ചു. അപ്പോഴേക്കും ഞാൻ എന്റെ കഥ തയ്യാറാക്കി വച്ചിരുന്നു. എനിക്കറിയാവുന്നതെല്ലാം പറയാമായിരുന്നില്ലേ എന്നാണ് നിങ്ങൾ ചിന്തിക്കുന്നത് എന്നെനിക്കറിയാം. ഞാനത് ചെയ്തില്ല. ജിവനുള്ള സാലി ഞങ്ങളെ അവൾക്കാകാവുന്ന വിധത്തിൽ ഉപദ്രവിച്ചിട്ടുണ്ട്. ഇപ്പോൾ അവളില്ലാതായിരിക്കുന്നു. അതിനാൽ ആ ഉപദ്രവങ്ങളിലേക്ക് എന്തെങ്കിലും കൂട്ടിച്ചേർക്കാൻ അവൾക്കാകില്ല. എന്റെ സ്വകാര്യ കാര്യങ്ങൾ എന്തിനു കോടതിയിൽ ബോധിപ്പിക്കണം എന്നെനിക്ക് മനസ്സിലായില്ല. ഇതൊക്കെ അവിടെ നിന്ന് വിശദീകരിക്കുകയും എളുപ്പമല്ല. അതൊക്കെ കേട്ടാൽ ജനങ്ങൾ പല അഭിപ്രായങ്ങളും പറഞ്ഞ് തുടങ്ങും.

''അതിലും മോശം. അവർക്ക് കാര്യങ്ങൾ ചിലപ്പോൾ നല്ല രീതിയിൽ മനസ്സിലായേക്കും.'' ഫെലിക്സിന്റെ വിരസ സ്വരം വന്നു.

പ്രോക്ടറുടെ മെലിഞ്ഞ കവിളൊന്ന് ചുവന്നു. അയാൾ എഴുന്നേറ്റ് നിന്നു. ഫെലിക്സിനെ നോക്കാതെ എലീനർ മാക്സിയോട് സംസാരിക്കാനാരംഭിച്ചു.

''എന്നോട് ക്ഷമിക്കണേ. ഞാനിറങ്ങുന്നു. അതിക്രമിച്ച് കയറാനുദ്ദേശിച്ചെത്തിയതല്ല. എനിക്ക് ഈ ഇൻസ്പെക്ടറെ ഒന്ന് കാണണമായിരുന്നു. ഇതിനൊക്കെ തൃപ്തികരമായ ഒരു പര്യവസാനമുണ്ടാകും എന്ന് ഞാൻ പ്രതീക്ഷിക്കുന്നു. എന്തായാലും എന്റെ ആവശ്യം ഇവിടെയില്ലല്ലോ.''

''ഞങ്ങൾ പ്രസവവേദനകൊണ്ടിവിടെ പുളയുകയാണെന്ന പോലെയാണിപ്പോൾ അയാൾ സംസാരിക്കുന്നത്.'' സ്റ്റീഫൻ കരുതി. ഡൽഗ്ലീഷിൽനിന്നും സതന്ത്രനാകാനും കുടുംബത്തിലെ ഒരാളെങ്കിലും താൻ ഇതിൽ നിന്നെല്ലാം മുക്തനും സ്വതന്ത്രനുമാണെന്ന് കാണിക്കാനുമുള്ള ത്വരമൂലം അയാൾ പ്രോക്ടറോട് 'ഞാൻ വീട്ടിൽ കൊണ്ടുചെന്ന് വിടട്ടേ?' എന്ന് ചോദിച്ചു. ''അവസാനത്തെ ബസ്സ് എട്ടുമണിക്കായിരുന്നു.'' എന്ന് കൂട്ടിച്ചേർത്തു.

പ്രോക്ടർ അത് വേണ്ട എന്ന് ആംഗ്യം കാണിച്ചു. സ്റ്റീഫനെ നോക്കിയതുപോലുമില്ല.

''വേണ്ട. നന്ദി. എന്റെ കൈവശം സൈക്കിളുണ്ട്. അവരത് കേടുപാടൊക്കെ തീർത്ത് തന്നു. എന്നെ യാത്രയാക്കാനായൊന്നും സമയം കളയണ്ട.''

അയാൾ ഗ്ലൗസ് ധരിച്ച തന്റെ കൈ ഞാത്തിയിട്ട് അവിടെ കുറച്ച് സമയം നിന്നു. ദയനീയമായിരുന്നു ആ രൂപം. എന്നാലും കുലീനതയുള്ളതുമായിരുന്നു.

''തന്നെ ആവശ്യമില്ലാത്ത സ്ഥലമേതെന്ന് തിരിച്ചറിയാനുള്ള വിവേകമെങ്കിലും അയാളിലുണ്ട്.'' ഫെലിക്സ് കരുതി. പെട്ടെന്ന്, എന്തോ ഒരു ചെറിയ ആംഗ്യം കാണിച്ച്, പ്രോക്ടർ തന്റെ ഇടത് കൈ എലീനർ മാക്സിക്ക് നേരെ നീട്ടി. അവർ ആ കൈ പിടിച്ച് കുലുക്കി.

സ്റ്റീഫൻ വാതിൽവരെ അയാളെ അനുഗമിച്ചു. അയാൾ അവിടെയില്ലാതിരുന്ന സമയത്ത് ആരും സംസാരിച്ചില്ല. തനിക്ക് പിരിമുറുക്കം വർദ്ധിക്കുന്നത് ഫെലിക്സ് അറിഞ്ഞു. അയാളുടെ മൂക്ക് ചൊറിയാൻ തുടങ്ങി. ഭയത്തിന്റെ ഗന്ധമടിക്കുന്നുണ്ടെന്ന് തോന്നി. അവർക്ക് ഇപ്പോൾ എല്ലാം അറിയാനാകും. യഥാർത്ഥ നാമമൊഴികെ എല്ലാം അവരെ അറിയിച്ച് കഴിഞ്ഞു. എന്നാൽ സത്യം സ്വയം തിരിച്ചറിയാൻ അവർക്കാകാത്തതെന്തോ? കണ്ണൊന്ന് താഴ്ത്തിപ്പിടിച്ച് അയാൾ

അവർ ഓരോരുത്തരേയും നോക്കി. ദേബ്റ വിചിത്രമാംവിധം ശാന്ത യാണ്. നുണയും ചതിയും അവളിൽ ശാന്തത കൊണ്ടുവന്നിരിക്കുന്നു എന്നതുപോലെ സ്വസ്ഥയാണ്. എന്താണ് വരാനിരിക്കുന്നതെന്ന് ദേബ്റയ്ക്കറിയാം എന്നയാൾ കരുതുന്നില്ല.

എലീനർ മാക്സിയുടെ മുഖം ചാരവർണ്ണമായിരിക്കുന്നു. എന്നാൽ മടിയിൽ മടക്കിവച്ച കൈകൾ വിശ്രാന്തിയിലാണ്. അവരുടെ ചിന്ത കൾ മറ്റെവിടേയോ ആണെന്ന് അയാൾക്ക് ഊഹിക്കാനായി. കാത റിൻ ബവേഴ്സ് ഘനീഭവിച്ചതുപോലെ നിവർന്നിരിക്കുന്നു. തനിക്കി തൊന്നും വിശ്വസിക്കാനാകുന്നില്ല, താനിതൊന്നും അംഗീകരിക്കു ന്നില്ല, എന്നൊരു ഭാവം ആ ചുണ്ടുകളിലുണ്ട്. അവൾ ആസ്വദിക്കുക യാണെന്നാണ് ആദ്യമൊക്കെ ഫെലിക്സ് കരുതിയത്. എന്നാൽ ഇപ്പോൾ അതിലൊരു ഉറപ്പ് തോന്നുന്നില്ല. അവർ കൈ പരസ്പരം കൂട്ടിത്തിരുമ്മുന്നതും കണ്ണിന്റെ കോണുകൾ ചൊറിയുന്നതും അതീവ സംതൃപ്തിയോടെ കണ്ട് അയാൾ ഇരുന്നു.

സ്റ്റീഫൻ അവർക്കരികിലേക്ക് തിരിച്ചെത്തി. ഫെലിക്സ് സംസാര മാരംഭിച്ചു.

‘‘കുറേ സമയമായില്ലേ നമ്മൾ ഇതിനായി ചിലവിടുന്നു. തെളി വുകൾ എല്ലാം നമ്മൾ കേട്ട് കഴിഞ്ഞു. സ്റ്റീഫൻ പന്ത്രണ്ട് മുപ്പത്തി മൂന്നിന് അടയ്ക്കുന്നതു വരെ പുറകിലെ വാതിൽ തുറന്ന് കിടക്കുക യായിരുന്നു. അതിനു മുമ്പ് ആരോ അകത്ത് കടന്നു. സാലിയെ വധിച്ചു. അതാരാണെന്ന് പൊലീസ് കണ്ടെത്തിയിട്ടില്ല. ഇനി കണ്ടെ ത്താനുള്ള സാധ്യതയും കുറവാണ്. അതാരുമാകാം. നമ്മളാരും ഇനി ഒന്നും സംസാരിക്കേണ്ടതില്ല എന്നാണെന്റെ നിർദ്ദേശം.’’ അയാൾ എല്ലാവരേയും നോക്കി. അതൊരു മുന്നറിയിപ്പാണെന്ന് എല്ലാവരും മനസ്സിലാക്കിയിരിക്കുന്നു. ഡൽഗ്ലീഷ് തന്റെ മൃദുസ്വരത്തിൽ തുടർന്നു.

‘‘നിങ്ങൾ പറയുന്നത് തീർത്തും അപരിചിതനായ ഒരാൾ വീടി നകത്ത് കയറി. മോഷണത്തിനുള്ള ശ്രമമമൊന്നും നടത്തിയില്ല. നേരെ മിസ് ജപ്പിന്റെ മുറിയിലെത്തി. അവളെ കഴുത്ത് ഞെരിച്ച് കൊന്നു. അവളാകട്ടെ, അതിനനുവദിച്ച്, ഒച്ചയും ബഹളവുമൊന്നു മുണ്ടാക്കാതെ മലർന്ന് കിടന്ന് കൊടുത്തു എന്നാണോ?’’

‘‘അവൾ ക്ഷണിച്ച് വരുത്തിയതാകാം. അതാരു തന്നെയായാലും.’’ കാതറിൻ പറഞ്ഞു.

ഡൽഗ്ലീഷ് അവളിലേക്ക് തിരിഞ്ഞു

‘‘അവൾ പ്രോക്ടറെ പ്രതീക്ഷിക്കുന്നുണ്ടായിരുന്നു. ആ കൊച്ചു ഇടപാടുപയോഗിച്ച് ഒരു വിരുന്ന് നല്കാൻ അവളുദ്ദേശിച്ചിരുന്നു എന്നൊന്നും നമുക്ക് പ്രതീക്ഷിക്കാനാകില്ലല്ലോ. മാത്രമല്ല, അവൾ

ആരെ ക്ഷണിച്ച് വരുത്താനാണ്? അവളെ അറിയാവുന്നവരുമാ യൊക്കെ ഞങ്ങൾ സംസാരിച്ച് കഴിഞ്ഞു.''

''ദൈവത്തെയോർത്ത്, ഈ ചർച്ചയൊന്ന് അവസാനിപ്പിക്കാമോ?'' ഫെലിക്സ് ഒച്ചയിട്ടു. ''ഈ മനുഷ്യൻ ഇതിനാണ് ശ്രമിക്കുന്നതെന്ന് കാണാനില്ലേ? ഇവിടെ തെളിവുകളൊന്നുമില്ല.''

''ഇല്ലേ? എനിക്കത്ഭുതം തോന്നുന്നു.'' ഡൽഗ്ലീഷ് പ്രകോപിത നായില്ല.

''ആരാണത് ചെയ്യാത്തത് എന്ന് ഞങ്ങൾക്കെന്തായാലും അറിയാം.'' എന്നായി കാതറിൻ.

''സ്റ്റീഫനോ ഡെറെക് പല്ലനോ അല്ല. അവർക്ക് ഒഴികഴിവുകളുണ്ട്. പ്രോക്ടറല്ല. അതിനു കാരണം അയാളുടെ കൈ തന്നെ. സാലിയെ സ്വന്തം അമ്മാവനെ കൊലപ്പെടുത്തുക എന്നതും അസംഭവ്യം.''

''ശരി.'' ഡൽഗ്ലീഷ് പറഞ്ഞു. ''മാർത്ത ബൾടിടാഫ്റ്റുമല്ല. ഹെർണെ പറയുന്നതുവരെ അവൾ മരിച്ചതെങ്ങനെ എന്നു പോലും അവർക്കറിയില്ലായിരുന്നു. നിങ്ങളുമല്ല മിസ് ബവേഴ്സ്. നിങ്ങൾ വാതില്ക്കൽ മുട്ടിവിളിച്ച് അവളുമായി സംസാരിക്കാൻ ശ്രമിച്ചത് അവൾ മരിച്ചതിനു ശേഷമായിരുന്നു. ശ്രീമതി റിസ്കോവുമല്ല. അവ രുടെ വിരലൽനഖങ്ങൾ അല്ലെങ്കിൽ സാലിയുടെ കഴുത്തിൽ അതിന്റെ പാടുകളും പോറലുകളും വീഴ്ത്തുമായിരുന്നു. ഒരൊറ്റ രാത്രികൊണ്ട് ആർക്കും അത്രയും നീളത്തിൽ നഖം വളർത്താനാകില്ലല്ലോ. കൊല പാതകിയാകട്ടെ, ഗ്ലൗസ് ധരിച്ചിരുന്നുമില്ല. ഹെർണെയുമല്ല. അതെന്തു കൊണ്ടെന്ന് അദ്ദേഹത്തിനെന്ത് കാരണം ചിന്തിക്കണോ അതായി ക്കൊള്ളട്ടെ. ഏത് മുറിയിലാണ് സാലി ഉറങ്ങുന്നതെന്നുപോലും ഹെർണെയ്ക്കറിയില്ലായിരുന്നു. കോണി എവിടേക്ക് കൊണ്ടുപോക ണമെന്ന് മാക്സിയോട് ചോദിച്ചറിയുന്നുണ്ടയാൾ.''

''ഒരു വിഡ്ഢി മാത്രമേ തനിക്കറിയാം എന്ന് കാണിക്കുകയുള്ളൂ. ഞാൻ അഭിനയിച്ചതാകാം.''

''നിങ്ങൾ അപ്പോൾ അഭിനയിക്കുകയല്ലായിരുന്നു.'' സ്റ്റീഫൻ പരുഷമായി ഇടപെട്ടു. ''നിങ്ങൾ നിങ്ങളുടെ രക്ഷാധികാരിയുടെ സ്വഭാവം തത്കാലം അടക്കിവച്ചോളൂ. സാലി മരിച്ച് കാണാൻ ആഗ്ര ഹിക്കുന്ന അവസാന വ്യക്തിയാകും നിങ്ങൾ. സാലിയെ ഇവിടെ സ്ഥാപിച്ച് കഴിഞ്ഞാൽ ദേബ്റ നിങ്ങളെ വിവാഹം കഴിക്കും. അത ല്ലാതെ ദേബ്റയെ നിങ്ങൾക്ക് ലഭിക്കാൻ മറ്റൊരു സാധ്യതയും ഞാൻ കാണുന്നില്ല. ഇനിയിപ്പോൾ ദേബ്റ നിങ്ങളെ വിവാഹം കഴിക്കുക യേയില്ല. അത് നിങ്ങൾക്കുമറിയാം.''

എലീനർ മാക്സി തലയുയർത്തി. ശാന്തമായി സംസാരിച്ച് തുടങ്ങി.

'ഞാൻ അവളുടെ മുറിയിലേക്ക് അവളുമായി സംസാരിക്കാനായി പോയിരുന്നു. എന്റെ മകനെ അവൾക്കിഷ്ടമാണെങ്കിൽ ഈ വിവാഹം അത്ര മോശം കാര്യമാകില്ല എന്ന് എനിക്ക് തോന്നി. അവളുടെ മനസ്സിലെന്തെന്ന് അറിയാൻ ഞാൻ ആഗ്രഹിച്ചു. ഞാൻ ക്ഷീണിതയായിരുന്നു. പ്രഭാതം വരെ കാത്തിരിക്കേണ്ടതായിരുന്നു. രണ്ട് കാര്യങ്ങൾ അവൾ ചെയ്തത് എനിക്കിഷ്ടമായില്ല. അത് രണ്ടും അവൾ ചെയ്യരുതായിരുന്നു. അവൾ എന്നെ പരിഹസിച്ച് ചിരിച്ചു. അതിനുശേഷം 'നിന്റെ കുഞ്ഞിനെ പ്രസവിക്കാനിരിക്കുകയാണു ഞാൻ' എന്ന് അവൾ പറഞ്ഞു സ്റ്റീഫൻ. പിന്നെ എല്ലാം പെട്ടെന്നായിരുന്നു. ഒരു നിമിഷം അവൾ ജീവനോടെയുണ്ടായിരുന്നു. എന്നെ പരിഹസിച്ച് ചിരിക്കുന്നുണ്ടായിരുന്നു. അടുത്ത നിമിഷത്തിൽ എന്റെ കൈകൊണ്ട് അവൾ കൊല്ലപ്പെട്ടു.''

''അപ്പോൾ... നിങ്ങളായിരുന്നോ....'' കാതറിന്റെ സ്വരം പുറത്ത് വന്നില്ല. ''നിങ്ങളായിരുന്നോ...''

''അതെ. തീർച്ചയായും.'' എലീനർ മാക്സി വളരെ മൃദുസ്വരത്തിൽ സമ്മതിച്ചു. ''നിങ്ങൾക്ക് തന്നെ ആലോചിച്ചാൽ മനസ്സിലാകുമല്ലോ. ഞാനല്ലാതെ ആരു ചെയ്യാനാ?''

4

ജയിലിലേക്ക് പോകുന്നത് ആശുപത്രിയിലേക്കുള്ള ഒരു യാത്രപോലെയാണെന്നാണ് മാക്സി കുടുംബാംഗങ്ങൾ കരുതിയിരുന്നത്. ജയിലിലേക്കുള്ള യാത്ര സ്വമേധയാ അല്ലെന്നുള്ള വ്യത്യാസമേയുള്ളൂ എന്ന്. രണ്ടും അസ്വാഭാവികമാണ്. ഭയപ്പെടുത്തുന്ന അനുഭവങ്ങളുമാണ്. രണ്ടിനോടും അതിന്റെ ഇരയ്ക്ക് ഒരു വിരക്തിയുണ്ടാകും. ഒരു താത്പര്യക്കുറവ്. കാണികളാകട്ടെ ആത്മവിശ്വാസം വളർത്താനെന്ന മട്ടിൽ മുഖത്ത് സന്തോഷം വരുത്തും. കഠിനഹൃദയരാണവർ എന്ന ശങ്ക വരുത്താതിരിക്കും. എലീനർ മാക്സിക്ക് കൂട്ട് ചെന്നത് അതിനിപുണയും നയചാതുരിയുള്ളവളുമായ ഒരു വനിതാ പൊലീസ് സർജന്റായിരുന്നു. അവരുടെ മേൽനോട്ടത്തിൽ എലീനർ മാക്സി തന്റെ വീടിനകത്ത് അവസാന സ്നാനത്തിനൊരുങ്ങി. അതവരുടെ തന്നെ നിർബന്ധമായിരുന്നു. ആശുപത്രിയിലേക്ക് പോകാൻ തയ്യാറെടുക്കുന്നവരോടും സ്നാനം ഒരു ആദ്യനടപടിയാണെന്ന്, പീഡനത്തിനുമുമ്പുള്ള ആദ്യ നടപടിയാണെന്ന് ആരും ചൂണ്ടിക്കാണിക്കാറില്ലല്ലോ. അതോ കസ്റ്റഡിയിലുള്ള തടവുപുള്ളികളും കുറ്റം തെളിയിക്കപ്പെട്ടവരും തമ്മിൽ എന്തെങ്കിലും വ്യത്യാസമുണ്ടോ എന്നറിയില്ല.

ഫെലിക്സിനൊരുപക്ഷേ അതറിയാമായിരിക്കാം. എന്നാൽ ആരും അതിനെക്കുറിച്ചയാളോട് അപ്പോൾ ചോദിച്ചില്ല.

പൊലീസിന്റെ ഡ്രൈവർ കാത്ത് നിന്നു. ഒരു ആംബുലൻസിലെ പരിചാരകനെപ്പോലെ ശ്രദ്ധയോടെ, ഒന്നിനേയും തടസ്സപ്പെടുത്താതെ. അവസാന നിർദ്ദേശങ്ങൾ കൈമാറപ്പെട്ടു. സുഹൃത്തുക്കൾക്ക് സന്ദേശ ങ്ങൾ കൈമാറപ്പെട്ടു. ടെലിഫോൺ വിളികൾ പൂർത്തിയാക്കി. അവശ്യം വേണ്ടതെല്ലാം തിരക്കിട്ട് കെട്ടിയൊതുക്കി. പള്ളിയിൽനിന്നും ഹിങ്ക്സ് എത്തി. അയാൾ കിതയ്ക്കുന്നുണ്ടായിരുന്നു. പക്ഷേ മുഖത്ത് അത്ഭുത മൊന്നുമില്ലായിരുന്നു. ആരുമറിയാതെ ചില ഉപദേശങ്ങളും സൗഖ്യ സന്ദേശങ്ങളും അയാൾ കൈമാറി. എന്നാൽ അത് കൈമാറിയ അയാൾക്കാണതിന്റെ ഏറ്റവും ആവശ്യം എന്ന് തോന്നിപ്പോയി. അത് മനസ്സിലാക്കിയ ഫെലിക്സ് അയാളുടെ കൈ പിടിച്ചു. തിരികെ അയാൾക്കൊപ്പം അയാളുടെ വാസസ്ഥാനത്തെത്തിച്ചു. അവർ സംസാ രിച്ച് നടന്ന് നീങ്ങുന്ന കാഴ്ച തന്റെ ജാലകത്തിലൂടെ ദേബ്റ നോക്കി നിന്നു. അവരെന്തായിരിക്കും സംസാരിച്ചുകൊണ്ടിരിക്കുന്നത് എന്ന ത്ഭുതപ്പെട്ടു. അവൾ അമ്മയെക്കാണാൻ ഗോവണി കയറുമ്പോൾ ഹാളിൽനിന്നും ഡൽഗ്ലീഷ് ഫോൺ ചെയ്യുന്നുണ്ടായിരുന്നു. അവ രുടെ കണ്ണുകൾ കൂട്ടിമുട്ടി. അയാൾ എന്തോ പറയാനുദ്ദേശിക്കുന്നു എന്നവൾക്ക് തോന്നി. പക്ഷേ അതുണ്ടായില്ല. അയാൾ തല താഴ്ത്തി. റിസീവറിലേക്ക് നോട്ടമയച്ചു. അവൾ തന്റെ വഴിയേ നീങ്ങി. കാര്യ ങ്ങൾ ഇങ്ങനെയൊന്നുമായിരുന്നില്ലെങ്കിൽ ഒരുപക്ഷേ താൻ ഈ മനുഷ്യനോട് ഉപദേശമാരായുമായിരുന്നു, ചില ഉറപ്പുകൾ സമ്പാദി ക്കുമായിരുന്നു എന്നവൾ ചിന്തിച്ചു.

സ്റ്റീഫൻ ഏകനായിരുന്നു. തന്റെ ദുരിതവും കഷ്ടപ്പാടും തിരിച്ച റിയുന്നുണ്ടായിരുന്നു. അയാൾ വല്ലാത്ത വേദനയിലായിരുന്നു. അതിന് മടുപ്പ്, അസംതൃപ്തി എന്നിവയുമായി ബന്ധമുണ്ടായിരുന്നില്ല. അതാണ് സന്തോഷമില്ലായ്മ എന്നാണയാൾ ആദ്യം കരുതിയിരു ന്നത്. എന്നാൽ ഇപ്പോൾ അതല്ല എന്ന് മനസ്സിലാക്കുന്നു. അയാൾ കുറച്ച് മദ്യം അകത്താക്കിയിരുന്നു. ഗ്ലാസ് രണ്ടാമതും ഒഴിഞ്ഞപ്പോ ഴാണ് മദ്യം ഇവിടെ ഉപകാരപ്രദമല്ല എന്ന് തിരിച്ചറിയുന്നത്. ആരെ ങ്കിലും ഒരു കൂട്ടായി ഇപ്പോഴുണ്ടായിരുന്നെങ്കിൽ തന്റെ ക്ലേശങ്ങള പങ്കുവയ്ക്കാനുണ്ടായിരുന്നെങ്കിൽ എന്നയാൾ ആഗ്രഹിച്ചു. അതാ യിരുന്നു അപ്പോൾ അയാൾക്ക് വേണ്ടത്. ഇങ്ങനെ വിഷമിച്ചിരിക്കു ന്നതുകൊണ്ട് ഉപകാരമൊന്നുമുണ്ടാകാൻ പോകുന്നില്ല എന്ന് ആരെ ങ്കിലുമൊക്കെ ഉപദേശിച്ചെങ്കിൽ. അയാൾ കാതറിനെ അന്വേഷിച്ചു.

അവളപ്പോൾ അമ്മയുടെ മുറിയിൽ ഒരു ചെറിയ പെട്ടിക്ക് മുന്നിൽ മുട്ടുകുത്തി നില്ക്കുകയായിരുന്നു. കപ്പുകളും കുപ്പികളും ടിഷ്യു പേപ്പറിൽ പൊതിഞ്ഞെടുക്കുകയായിരുന്നു. അവൾ തലയുയർത്തി.

അയാളെ കണ്ടു. അവൾ കരയുകയായിരുന്നു എന്നയാൾ തിരിച്ചറിഞ്ഞു. അത് കണ്ട അയാൾ ഞെട്ടി. പ്രകോപിതനായി. ദുഃഖത്തിനിപ്പോൾ ആ വീട്ടിൽ സ്ഥാനമില്ല. കരയുക എന്ന കലയെ, അഭ്യർത്ഥനയോടെ കരയുക എന്ന കലയെ, ഇപ്പോഴും സ്വായത്തമാക്കാൻ കാതറിനായിട്ടില്ല. അതുകൊണ്ടായിരിക്കും മുമ്പെല്ലാം അവൾ ദുഃഖത്തിലും ഇഷ്ടാനിഷ്ടങ്ങൾ പ്രകടിപ്പിക്കാതിരുന്നത്. തന്റെ ക്ലേശങ്ങളിലേക്കുള്ള ഈ കടന്ന് കയറ്റത്തെ അവഗണിക്കാൻ സ്റ്റീഫൻ തീരുമാനിച്ചു.

‘‘എന്തിനാണമ്മ കുമ്പസാരിച്ചത് കാതി?’’ ഹെർണെ പറഞ്ഞത് തീർത്തും ശരിയായിരുന്നു. ‘‘അമ്മ നിശ്ശബ്ദത പാലിച്ചിരുന്നു എങ്കിൽ അവർക്കത് ഒരിക്കലും തെളിയിക്കാനാകില്ലായിരുന്നു.’’

ഇതിനു മുമ്പ് ഒരിക്കൽ മാത്രമാണയാൾ അവളെ കാതി എന്ന് വിളിച്ചിട്ടുള്ളത്. അന്നും ഇതുപോലെ ഒരു ആവശ്യവുമായെത്തിയതായിരുന്നു അയാൾ. അന്ന് ശരീരം പങ്കിട്ടപ്പോൾ അത് സ്നേഹമാണെന്ന് അവൾ കരുതുകയും ചെയ്തു. അവൾ തലയുയർത്തി. ‘‘നിനക്ക് അമ്മയെ നല്ലവണ്ണം അറിയില്ല അല്ലേ? അച്ഛൻ മരിക്കാൻ കാത്തിരിക്കുകയായിരുന്നു അവർ. കുമ്പസാരിക്കുന്നതിനായി. അച്ഛനരികിൽ നിന്നും മാറിനില്ക്കാൻ അമ്മ തയ്യാറല്ലായിരുന്നു. മാറിനില്ക്കില്ല എന്ന് വാഗ്ദാനവും നല്കിയിരുന്നു. അതുകൊണ്ട് മാത്രമാണമ്മ അതുവരെ നിശ്ശബ്ദത പാലിച്ചത്. ഇന്ന് ഹിങ്ക്സിനൊപ്പം അമ്മ പള്ളിവരെ നടന്നപ്പോൾ അദ്ദേഹത്തിനോട് ഇതെല്ലാം തുറന്ന് പറയുകയുണ്ടായി.’’

‘‘എന്നാൽ അവിടെ ആ വെളിപ്പെടുത്തലുകൾ നടക്കുമ്പോഴൊക്കെ അമ്മ ശാന്തമായി കേൾക്കുന്നുണ്ടായിരുന്നു.’’

‘‘എന്തൊക്കെ സംഭവിച്ചു എന്നറിയണം എന്നൊരു ആഗ്രഹം അമ്മയിലുണ്ടായിരുന്നു എന്ന് തോന്നുന്നു. നിങ്ങളാരും ഇതുവരെ അമ്മയോട് അക്കാര്യങ്ങളൊന്നും സംസാരിച്ചിട്ടില്ലല്ലോ. നീയ്യാണോ സാലിക്കരികിൽ ചെന്നതും ആ വാതിൽ അടച്ച് കുറ്റിയിട്ടതും എന്നായിരുന്നു അമ്മയുടെ വേവലാതി.’’

‘‘എനിക്കറിയാം. അത് ചോദിക്കാൻ അമ്മ ശ്രമിക്കുകയും ചെയ്തു. ഞാൻ കരുതിയത് ഞാനാണോ കൊന്നത് എന്നാണമ്മ ചോദിക്കുന്നത് എന്നായിരുന്നു. അവർക്ക് ഇതൊരു നിശ്ചയിച്ചുറപ്പിച്ച, ബോധപൂർവ്വം നടത്തിയ കൊലപാതകമായി ആരോപിക്കാനാകില്ല. എന്തുകൊണ്ടാണ് ജെഫ്സൺ ഇനിയും എത്തിച്ചേരാത്തത്? നമ്മൾ വിളിച്ചിരുന്നുവല്ലോ?’’

കാതറിൻ അപ്പോൾ പുസ്തകങ്ങൾ തിരഞ്ഞ് അടുക്കി വയ്ക്കുകയായിരുന്നു. മേശപ്പുറത്തിരുന്ന പുസ്തകങ്ങൾ അവയിൽ ഏതൊക്കെ എടുക്കണം എന്നാലോചിക്കുകയായിരുന്നു. സ്റ്റീഫൻ തുടർന്നു.

''എന്തായാലും അമ്മയെ അവർ ജയിലിലേക്കയയ്ക്കും. അമ്മ ജയിലിൽ. കാതി, എനിക്കത് സഹിക്കാനാകും എന്ന് തോന്നുന്നില്ല.''

എലീനർ മാക്സിയെ വല്ലാതെ ബഹുമാനിച്ചു തുടങ്ങിയിരുന്ന കാതറിന് തനിക്കും ഇതൊക്കെ സഹിക്കാനാകുമോ എന്ന് ഉറപ്പില്ലാത്ത അവസ്ഥയിലായിരുന്നു. അവൾക്ക് ക്ഷമ നശിച്ചു.

''നിനക്കത് സഹിക്കാനാകില്ല അല്ലേ. എനിക്കിഷ്ടമാകും എന്ന് കരുതിയോ? നീ അത് സഹിക്കേണ്ടതില്ല. അമ്മയല്ലേ സഹിക്കുന്നത്. ഒരു കാര്യം ഓർക്കണം. അവർക്ക് ഈ ഗതി വന്നത് നീ കാരണമാണ്.''

പ്രകോപനത്തെ തടയാനൊരു ശ്രമം അവൾ നടത്തിയെങ്കിലും അവൾക്കതിനായില്ല. അതിനു പിന്നെയും സ്വകാര്യ ഭാവങ്ങൾ കൈവന്നു.

''മറ്റൊന്നുകൂടിയുണ്ട് സ്റ്റീഫൻ. ഞങ്ങളെക്കുറിച്ചൊക്കെ നിനക്കെന്ത് തോന്നുന്നു എന്ന് എനിക്കറിയില്ല. പ്രത്യേകിച്ചും എന്നെക്കുറിച്ച്. ഇനി ഇതിനെക്കുറിച്ചൊന്നും നിന്നോട് സംസാരിക്കാൻ എനിക്ക് താത്പര്യമില്ല അതിനാൽ എല്ലാം അവസാനിച്ചു എന്ന് മനസ്സിലാക്കുക. ദയവ് ചെയ്ത് ആ ടിഷ്യു പേപ്പറിൽ ചവുട്ടി നിൽക്കരുത്. ഞാനിതൊക്കെ ഒന്ന് ഒതുക്കിക്കെട്ടിക്കോട്ടെ.''

അവൾ കരയാൻ തുടങ്ങി. ഒരു മൃഗത്തെപ്പോലെ അല്ലെങ്കിൽ ഒരു കുഞ്ഞിനെപ്പോലെ. വാക്കുകൾ പുറത്ത് വരുന്നുണ്ടായിരുന്നില്ല. അതിനാൽ ആ വാക്കുകൾക്ക് മാത്രം അവയെ കേൾക്കാനായി.

''എനിക്ക് നിന്നോട് പ്രണയമായിരുന്നു. സ്നേഹമായിരുന്നു. പക്ഷേ ഇനിയില്ല. നീ ഇപ്പോൾ എന്താണ് പ്രതീക്ഷിക്കുന്നത് എന്നെനിക്കറിയില്ല. എന്തായാലും സാരമില്ല. എല്ലാം അവസാനിച്ചു.''

സ്റ്റീഫനും അതൊന്നും തുടരണമെന്ന ആഗ്രഹമില്ലായിരുന്നു. അയാൾ മുഖം വീർപ്പിച്ചു. തല താഴ്ത്തി. അയാളുടെ വീർത്ത കണ്ണുകളിൽ പശ്ചാത്താപത്തിന്റെ കോച്ചിപ്പിടുത്തമുണ്ടായി. മനോവ്യഥയുണ്ടായി.

5

ബോധപൂർവ്വമല്ലാത്ത കൊലപാതകത്തിന് എലീനർ മാക്സി കുറ്റക്കാരിയാണെന്ന് കണ്ടെത്തി, ഒരുമാസം കഴിഞ്ഞപ്പോൾ ഒരു ഒഴിവ് ദിവസം, ഡൽഗ്ലീഷ്, ചാഡ്ഫ്ളീറ്റ് വഴി വണ്ടിയെടുത്തു. എസ്സെക്സിൽ അഴിമുഖത്ത് തന്റെ മുപ്പതടി നീളമുള്ള വള്ളം കെട്ടി ലണ്ടനിലേക്ക് മടങ്ങുകയായിരുന്നു അയാൾ. അത്ര വളഞ്ഞ വഴിയല്ല അത്. എന്നാൽ ഈ അധിക മൂന്ന് നാഴിക വണ്ടിയോടിക്കാൻ തന്നെ

പ്രേരിപ്പിച്ചതെന്ത് എന്നതിനെക്കുറിച്ച് ഒരു വിശകലനം നടത്താനൊന്നും അപ്പോൾ അയാൾ മുതിർന്നില്ല. വൃക്ഷങ്ങൾ തണൽ പാകിയ വളഞ്ഞ് പുളഞ്ഞ ഈ വഴി എന്തിനു സ്വീകരിച്ചു എന്നന്വേഷിക്കാൻ ശ്രമിച്ചില്ല. അയാൾ പല്ലന്റെ കോട്ടേജ് കടന്ന് നീങ്ങി. മുൻവശത്തെ മുറിയിൽ വെളിച്ചമുണ്ടായിരുന്നു. പ്ലാസ്റ്റർ ഓഫ് പാരീസ് കൊണ്ട് നിർമ്മിച്ച അൽസേഷ്യൻ പർദ്ദയ്ക്കരികിൽ നില്പുണ്ടായിരുന്നു. അത് കഴിഞ്ഞാണ് സെയ്ന്റ് മേരീസ് അനാഥാലയം. അത് ഒഴിഞ്ഞ് കിടക്കുകയാണെന്നേ ഒറ്റനോട്ടത്തിൽ തോന്നൂ. കെട്ടിടത്തിനു മുന്നിൽ കുട്ടികളെ തള്ളിക്കൊണ്ടുപോകുന്ന ഒരു കൊച്ചുവണ്ടി കിടപ്പുണ്ട്.

മുൻവശത്തെ വാതിലിനരികിലാണത്. അകത്ത് ജീവനുണ്ട് എന്നതിന്റെ തെളിവാണത് എന്നയാൾ കരുതി. ഗ്രാമത്തിലും അധികമാളില്ല. തിരക്കില്ല. വൈകീട്ട് അഞ്ചുമണിയാണ്. ചായയുടെ സമയം. എന്നിട്ടും ഗ്രാമം ഉറങ്ങിക്കിടക്കുന്നു. അയാൾ വിൽസണിന്റെ പലവ്യഞ്ജനക്കട കടന്ന് നീങ്ങി. അതിന്റെ മുൻവശത്തെ പർദ്ദകൾ വലിച്ചിട്ടിരിക്കുന്നു. അവസാന ഇടപാടുകാരിയും ഇറങ്ങാൻ തയ്യാറെടുക്കുന്നു. അത് ദേബ്റ റിസ്കോവായിരുന്നു. അവളുടെ ഒരു കൈയിലെ കുട്ടയിൽ നിറയെ സാധനങ്ങളുണ്ട്. അയാൾ വണ്ടി നിർത്തി. ഒരു തീരുമാനമെടുക്കാൻ സമയമൊട്ടും നൽകാതെ അയാൾ കുട്ട വാങ്ങി. അത് ഇരിപ്പിടത്തിൽ വച്ചു. അവളും ഒന്നും പറയാതെ കയറിയിരുന്നു. അതിനു ശേഷമാണ് താനെന്തൊരു ധീരതയാണീ കാണിച്ചത് എന്നയാൾപോലുമോർത്തത്. അയാൾ അവളിലേക്ക് ഒളികണ്ണിട്ട് നോക്കി. അവളിൽ പിരിമുറുക്കമൊന്നും കാണുന്നില്ല. അവളുടെ സൗന്ദര്യം ഒട്ടും കുറഞ്ഞിട്ടില്ല. ശാന്തമാണാ മുഖം. അത് അവളുടെ അമ്മയെ ഓർമ്മിപ്പിക്കുന്നു.

കാർ മാർടിൻഗേലിലെത്തി. പടിവാതിൽക്കലെത്തിയപ്പോൾ അയാൾ ഒന്ന് ശങ്കിച്ചു. മുന്നോട്ട് പോകട്ടെ എന്നവൾ തലയാട്ടി. അയാൾ വണ്ടി അകത്തേക്കെടുത്തു. ബീച്ച്മരങ്ങൾക്ക് മഞ്ഞനിറം കയറിയിരിക്കുന്നു. സന്ധ്യ അതിന്റെ നിറമെല്ലാം കവർന്നെടുക്കാൻ ശ്രമിക്കുന്നു. നിലത്ത് വീണ് കിടന്ന ഇലകൾ വണ്ടിച്ചക്രത്തിനടിയിൽ പെട്ട് കലപില കൂട്ടി. വീട്, അന്നാദ്യമായി കണ്ടതുപോലെ തന്നെ. എന്നാൽ ഒന്ന് നരച്ചിരിക്കുന്നു. മങ്ങുന്ന വെളിച്ചത്തിൽ അതിനൊരു കുടിലത വന്നിരിക്കുന്നു. ഹാളിലെത്തിയപ്പോൾ ദേബ്റ തന്റെ ജാക്കറ്റ് അഴിച്ചിട്ടു. സ്കാർഫ് അഴിച്ചിട്ടു.

‘‘നന്ദി. ഇതെനിക്ക് ഉപകാരപ്പെട്ടു. വണ്ടി സ്റ്റീഫന്റെ കൈവശമാണ്. പട്ടണത്തിൽ. വിൽസണാകട്ടെ, ആഴ്ചയിൽ ഒരു ദിവസം, ബുധനാഴ്ച, മാത്രമേ സാധനങ്ങൾ വീട്ടിലെത്തിച്ച് തരികയുള്ളൂ. പലതും സമയത്തിനു വാങ്ങാൻ മറക്കും. തീർന്നു പോകും. എന്തെങ്കിലും

കുടിക്കാനെടുക്കട്ടെ? ചായയോ മറ്റോ?'' അവൾ അയാളെ നോക്കി പുഞ്ചിരിച്ചു.

''നിങ്ങൾ ഡ്യൂട്ടിയിലൊന്നുമല്ലല്ലോ അല്ലേ?''

''അല്ല. ഞാനിപ്പോൾ ഡ്യൂട്ടിയിലല്ല. വെറുതെ അലയാനിറങ്ങിയതാണ്.''

വിശദീകരണമൊന്നും അവൾ ചോദിച്ചില്ല. അയാൾ സ്വീകരണമുറിയിലേക്ക് ക്ഷണിച്ചു. അവിടെ പൊടി നിറഞ്ഞിരിക്കുന്നു. ഇത്രയും പൊടി അയാൾ അവിടെ കണ്ടിട്ടില്ല. മുറി ഒഴിഞ്ഞ് കിടക്കുകയാണെന്ന് തോന്നി. നഗ്നമായിരിക്കുന്നു എന്ന്. എന്നാൽ പരിശീലനം ലഭിച്ച ആ കണ്ണുകൾ അവിടെ മാറ്റമൊന്നും വരുത്തിയിട്ടില്ല എന്ന് കണ്ടു. മുറിയിൽനിന്നും ജീവൻ ഇറങ്ങിപ്പോയി എന്ന മാറ്റം മാത്രം. അതിന്റെ നഗ്നത മാത്രം.

അയാളെന്താണാലോചിക്കുന്നത് എന്ന് അവൾ ഊഹിച്ചു എന്ന് തോന്നുന്നു.

''മിക്കപ്പോഴും ഞാൻ മാത്രമേ ഉണ്ടാകാറുള്ളൂ. മാർത്ത വിട്ടുപോയി. പകരം ഒന്നു രണ്ടുപേർ ദിവസക്കൂലിക്ക് വരുന്നുണ്ട്. ദിവസവേതനത്തിനെത്തുന്നവർ എന്നൊക്കെയാണവർ സ്വയം വിളിക്കുന്നത്. എന്നാൽ ഏതൊക്കെ ദിവസങ്ങളിലെത്തും എന്ന് എനിക്ക് ഉറപ്പില്ല. അത് ഞങ്ങൾ തമ്മിലുള്ള ബന്ധത്തിനൊരു എരിവും പുളിയുമൊക്കെ നല്കുന്നു. മിക്ക ആഴ്ചാവസാനങ്ങളിലും സ്റ്റീഫനെത്താറുണ്ട്. അത് ഒരു ഭാഗ്യം. അമ്മ തിരിച്ചെത്താൻ ഇനിയും സമയമുണ്ടല്ലോ. അതിനാൽ വീടൊക്കെ വൃത്തിയാക്കാനും സമയം ഇനിയുമുണ്ട്. ഇപ്പോൾ അധിക സമയവും കടലാസുപണികളിലാണ്. അച്ഛന്റെ വിൽപത്രവും വക്കീലന്മാരുമൊക്കെയായുള്ള ബഹളം.''

''ഇങ്ങനെ ഇവിടെ ഒറ്റയ്ക്ക് കഴിയണോ?''

''അതൊന്നും സാരമില്ല. ആരെങ്കിലുമൊക്കെ ഇവിടെ വേണ്ടേ? തന്റെ ഒരു നായയെ വളർത്താൻ തരാം എന്ന് ഒരിക്കൽ സർ റെയ്നോൾഡ് പറയുകയുണ്ടായി. എന്നാൽ എനിക്കത് ഇഷ്ടമല്ല. അതൊരു ശല്യമാകും. മാത്രമല്ല, പ്രേതങ്ങളെ ആട്ടിയോടിക്കാനുള്ള പരിശീലനമൊന്നും അവയ്ക്ക് ലഭിച്ചിട്ടുമില്ലല്ലോ.''

ഡൽഗ്ലീഷ് തനിക്ക് വച്ചു നീട്ടിയ പാനീയമെടുത്തു. കാതറിൻ ബവേഴ്സിനെ അന്വേഷിച്ചു. ആ സമയത്ത് അവളെക്കുറിച്ച് സംസാരിക്കുന്നതാകും ഏറ്റവും സുരക്ഷിതം എന്ന് തോന്നി. സ്റ്റീഫൻ മാക്സിയിൽ അയാൾക്ക് വലിയ താത്പര്യമൊന്നുമില്ലായിരുന്നു. ഫെലിക്സ് ഹേർണെയിലാകാട്ടെ, അയാൾക്കുള്ളത് അമിതമായ താത്പര്യവുമായിരുന്നു. കുഞ്ഞിനെക്കുറിച്ച് അന്വേഷിക്കുന്നത് ഇപ്പോഴേ

അവർക്കിടയിൽ തങ്ങി നില്ക്കുന്ന ആ സ്വർണ്ണത്തലമുടിക്കെട്ടിനെ ഓർമ്മിപ്പിക്കുകയാകും.

''കാതറിനെ ഇടയ്ക്കൊക്കെ കാണാറുണ്ട്. ജിമ്മി ഇപ്പോഴും സെയിന്റ് മേരീസിലുണ്ട്. കാതറിൻ ഇടയ്ക്ക് അവളുടെ അച്ഛനൊപ്പം വന്ന് അവനെ പുറത്ത് കൊണ്ടുപോകാറുണ്ട്. അവളും ജെയിംസ് റിച്ചിയും വിവാഹിതരാകാൻ സാധ്യതയുണ്ട് എന്നാണെനിക്ക് തോന്നുന്നത്.''

''അത് വളരെ പെട്ടെന്നായിപ്പോയി അല്ലേ?''

അവൾ ചിരിച്ചു.

''റിച്ചിക്ക് അതറിയാം എന്ന് എനിക്ക് തോന്നുന്നില്ല. അതൊരു നല്ല കാര്യമാകും എന്നാണെന്റെ അഭിപ്രായം. അവൾക്ക് ആ കുഞ്ഞിനെ ഇഷ്ടമാണ്. അവന്റെ കാര്യങ്ങളെല്ലാം നോക്കുന്നത് അവളാണ്. റിച്ചി അപ്പോൾ ഭാഗ്യവാനാകും. മറ്റാരെക്കുറിച്ചും ഇനി ഞാൻ പറയാനില്ലല്ലോ? അമ്മയ്ക്ക് കുഴപ്പമൊന്നുമില്ല. അത്ര ദുഃഖിതയുമല്ല. ഫെലിക്സ് ഹെർണെ കനഡയിലാണ്. എന്റെ സഹോദരൻ മിക്കപ്പോഴും ആശുപത്രിയിൽ തിരക്കിലാകും. എന്തായാലും എല്ലാവരും അവനോട് വലിയ കരുണ കാണിക്കുന്നു എന്നാണവൻ പറയുന്നത്.''

''ആയിരിക്കും.'' ഡൽഗ്ലീഷ് ചിന്തിച്ചു. അമ്മ ജയിലിൽ. സഹോദരി പരസഹായമില്ലാതെ വീട്ടുജോലികളും മരണവുമായി ബന്ധപ്പെട്ട നൂലാമാലകളും ഗ്രാമത്തിലെ ദ്വേഷങ്ങളും അനുകമ്പയുമെല്ലാം കൈകാര്യം ചെയ്യുന്നു. എന്നാൽ സ്റ്റീഫൻ മാക്സി ആശുപത്രിയിൽ എല്ലാവരുടേയും കരുണയും പിടിച്ച് പറ്റി ജോലി ചെയ്യുന്നു. അയാളുടെ മനസ്സിലെ വികാരം അപ്പോൾ മുഖത്ത് പ്രതിഫലിച്ചിട്ടുണ്ടാകണം. അതുകൊണ്ടാകണം അവൾ വീണ്ടും സംസാരമാരംഭിച്ചത്.

''അവൻ തിരക്കിലാണെന്നത് എനിക്ക് സന്തോഷം നല്കുന്നു. എന്നേക്കാൾ ക്ലേശമനുഭവിച്ചത്, പീഡയനുഭവിച്ചത് അവനാണ്.''

കുറച്ച് സമയം അവർ ഒന്നിച്ച് നിശ്ശബ്ദരായി ഇരുന്നു. പെട്ടെന്നുണ്ടായ, എളുപ്പത്തിലുണ്ടായ ഈ സൗഹൃദത്തിൽ ഓരോ വാക്കിനോടും ഡൽഗ്ലീഷ് വ്യാധി പിടിച്ചതുപോലെ സചേതമായി. എന്തോ പറയണം എന്നൊരു ആഗ്രഹം അയാളുടെ മനസ്സിലുണ്ടായി. ആശ്വസിപ്പിക്കാനുതകുന്ന ചില വാക്കുകൾ. ആത്മവിശ്വാസം നൽകാനുതകുന്ന ചില വാക്കുകൾ. ഓരോ തവണ അതിനനുയോജ്യമായ വാക്യത്തിന്റെ പാതി രൂപപ്പെടുമ്പോഴേക്കും മനസ്സ് അത് തള്ളിക്കളയും.

''എനിക്കത് ചെയ്യേണ്ടി വന്നു. എന്നോട് ക്ഷമിക്കൂ.''

അയാൾ അവസാനം പറഞ്ഞു. പക്ഷേ അയാൾ അതിൽ ദുഃഖിക്കുന്നൊന്നുമുണ്ടായിരുന്നില്ല. അതറിയാനുള്ള വിവേകവും സത്യസന്ധതയും അവളിലുമുണ്ടായിരുന്നു. തന്റെ ജോലി ചെയ്തതിന്

അയാൾ ഒരിക്കലും ക്ഷമായാചനം ചെയ്തിട്ടില്ല. ഇപ്പോൾ അങ്ങനെ നടിച്ച് അവളെ അയാൾ അപമാനിക്കുകയുമില്ല.

''ഞാൻ ചെയ്തതിന് നിങ്ങൾക്ക് എന്നോട് അനിഷ്ടവും വെറുപ്പുമുണ്ടാകും എന്നെനിക്കറിയാം.''

അറപ്പ് തോന്നുന്ന, വൈകാരികമായ, ആത്മാർത്ഥതയില്ലാത്ത വാക്യം. അവൾക്ക് അയാളെക്കുറിച്ച് എങ്ങനെ വേണമെങ്കിലും ധരിക്കാം എന്ന ധാർഷ്ട്യം നിറഞ്ഞ അനുമാനത്തോടെയുള്ള വാക്യം. അത് വേണ്ട. അവർ ഒന്നിച്ച് നിശ്ശബ്ദം വാതിൽവരെ നടന്നു. അയാൾ നടന്ന് മറയുന്നത് അവൾ നോക്കി നിന്നു. അയാൾ തിരിഞ്ഞ് നോക്കി. ഏകാന്തമായ ഒരു രൂപം ഹാളിൽനിന്നുള്ള വെളിച്ചത്തിൽ ഒരു നിഴൽ ച്ചിത്രം പോലെ നില്ക്കുന്നു. അവർ വീണ്ടും കാണും എന്ന് അയാൾക്ക് തീർച്ചയുണ്ടായിരുന്നു. അന്ന് ശരിയായ വാക്കുകളും കണ്ടെത്താനായേക്കും.

■

www.ingramcontent.com/pod-product-compliance
Lightning Source LLC
LaVergne TN
LVHW040416051026
849517LV00002B/340
* 9 7 8 9 3 9 3 5 9 6 8 8 8 *